LUẬT NGŨ PHẦN
Quyển 2

I0539418

GIÁO HỘI PHẬT GIÁO VIỆT NAM THỐNG NHẤT
ỦY BAN PHIÊN DỊCH TRUNG ƯƠNG

ĐẠI TẠNG KINH VIỆT NAM

THANH VĂN TẠNG

Tập 28

LUẬT BỘ VII

LUẬT NGŨ PHẦN

Quyển 2

彌沙塞部和醯五分律

(Di-sa-tắc bộ Hòa hê ngũ phần luật

Mahīśāsaka-vinaya)

Hán dịch: **Tam tạng Phật-đà-thập và Trúc Đạo Sinh**

Việt dịch: **Tỳ-kheo Thích Đồng Minh**

Hiệu chú: **Tỳ-kheo Thích Tuệ Sỹ,**

Tỳ-kheo Thích Tâm Nhãn, Tỳ-kheo Thích Nguyên An

HỘI ĐỒNG HOẰNG PHÁP

PL. 2568 - DL. 2024

ĐẠI TẠNG KINH VIỆT NAM
THANH VĂN TẠNG - Tập 28 – LUẬT BỘ VII
LUẬT NGŨ PHẦN, Quyển 2
Việt dịch: Tỳ-kheo Thích Đỗng Minh
Hiệu chú: Tỳ-kheo Thích Tuệ Sỹ,
Tỳ-kheo Thích Tâm Nhãn, Tỳ-kheo Thích Nguyên An

Ban Báo Chí & Xuất Bản Hội Đồng Hoằng Pháp
Ấn hành lần thứ nhất, quý IV/2024

Trách nhiệm xuất bản: Thích Nguyên Siêu
Sửa bản in: Thích Nguyên Thịnh, Tâm Quang, Nguyên Đạo
Trình bày: Quảng Hạnh Tuệ, Sỹ Tứ
Thiết kế bìa: Quảng Pháp, Nhuận Pháp

https://hoangphap.org

MỤC LỤC PHÂN TÍCH

GIỚI THIỆU CÔNG TRÌNH PHIÊN DỊCH
ĐẠI TẠNG KINH VIỆT NAM

Yo vo, ānanda,
mayā dhammo ca vinayo ca desito paññatto,
so vo mamaccayena satthā. *

I. SƠ LƯỢC QUÁ TRÌNH PHIÊN DỊCH

Trước khi nhập Niết-bàn, đức Phật có di giáo tối hậu cho các chúng đệ tử: "Pháp và Luật mà Ta đã thuyết và quy định, là Đạo Sư của các ngươi sau khi Ta diệt độ." Phụng hành di giáo của đức Thế Tôn, các vị Trưởng lão A-la-hán đã thực hiện cuộc kiết tập lần thứ nhất tại thành Vương Xá, cùng hòa hiệp phúng tụng tất cả những điều đã được Phật giảng dạy trong suốt bốn mươi lăm năm giáo hóa; nền tảng của văn hiến Phật giáo mà về sau được gọi là Tam tạng được thành lập từ đó.

Kể từ đó, giáo pháp của đức Thích Tôn theo bước chân du hóa của các Thánh đệ tử lan tỏa khắp bốn phương. Nơi nào Giáo pháp được truyền đến, nơi đó bốn chúng đệ tử học tập và hành trì theo phương ngôn của bản địa, như điều đã được đức Phật chỉ giáo: *anujānāmi, bhikkhave, sakāya niruttiyā buddhavacanaṃpariyāpuṇitun"ti.* "Này các tỳ-kheo, Ta cho phép các ngươi học Phật ngôn bằng chính phương ngữ của mình." Y cứ theo lời dạy này, ngay từ khởi thủy Phật ngôn đã được chuyển thể qua nhiều phương ngữ khác nhau. Khi các bộ phái Phật giáo phát triển, mỗi bộ phái cố gắng thành lập Tam tạng Thánh điển theo phương ngữ của địa phương được xem là căn cứ địa. Khi

---

* Này *Ānanda!* Pháp và Luật mà Ta đã thuyết và qui định, là Đạo Sư của các ngươi sau khi Ta diệt độ.

mà hệ thống văn tự tại cổ Ấn Độ chưa phổ biến, sự lưu truyền Thánh điển bằng khẩu truyền là phương tiện chính. Do khẩu truyền, những biến âm do khẩu âm của từng địa phương khác nhau thỉnh thoảng cũng ảnh hưởng đến một vài thay đổi nhỏ trong các văn bản. Những biến thiên âm vận ấy trong nhiều trường hợp dẫn đến những giải thích khác nhau về một điểm giáo nghĩa giữa các bộ phái. Tuy nhiên, nhìn từ đại thể, các giáo nghĩa trọng yếu vẫn được hiểu và hành trì như nhau giữa tất các các truyền thống, nam phương cũng như bắc phương. Điều có thể được khẳng định qua các công trình nghiên cứu tỉ giảo về văn bản trong hai nguồn văn hệ Phật giáo hiện tại: Pali và Hán tạng. Các bản Hán dịch xuất xứ từ A-hàm, và các bản văn Pali hiện đọc được, đại bộ phận đều tương ưng với nhau. Do đó, những điều được cho là dị biệt giữa hai truyền thống nam và bắc phương, mà thường hiểu lệch lạc là Tiểu thừa và Đại thừa, chỉ là sự khác biệt bởi môi trường lịch sử văn minh theo các địa phương và dân tộc. Đó là sự khác biệt giữa nguyên thủy và phát triển. Phật pháp truyền sang phương nam, đến các nước Nam Á, nơi đó sự phát triển văn minh và các định chế xã hội chưa đến mức phức tạp, nên giáo pháp của Phật được hiểu và hành gần với nguyên thủy. Về phương bắc, tại các vùng đông bắc Ấn, và tây bắc Trung Quốc, nhiều chủng tộc dị biệt, nhiều nền văn hóa khác nhau, và do đó cũng xuất hiện nhiều định chế xã hội khác nhau. Phật pháp được truyền vào đó, một thời đã trở thành quốc giáo của nhiều nước. Thích ứng theo sự phát triển của đất nước ấy, từ ngôn ngữ, phong tục, định chế xã hội, giáo pháp của đức Phật cũng dần dần được bản địa hóa.

Thánh điển Tam tạng là nguồn suối cho tất cả nhận thức về Phật pháp, để học tập và hành trì, cũng như để nghiên cứu. Kinh tạng và Luật tạng là tập đại thành Pháp và Luật do chính đức Phật giảng dạy và quy định, là sở y cho tri thức và hành trì của Thánh đệ tử để tiến tới thành tựu cứu cánh Minh và Hành. Kinh và Luật cũng bao gồm những diễn giải của các Thánh đệ tử được thân truyền từ kim khẩu của đức Phật. Luận tạng, theo truyền thống Thượng tọa bộ nam phương, và cũng theo truyền thống Hữu bộ, do chính đức Phật thuyết. Nhưng các đại luận sư như Thế Thân (*Vasubandhu*), cũng như hầu hết các nhà nghiên cứu Phật học trên thế giới hiện đại, đều không công nhận truyền thuyết này, mà cho rằng đó là tập đại thành các công trình phân tích, quảng diễn, và hệ thống hóa những điều đã được Phật thuyết trong Pháp và Luật. Kinh và Luật tạng được thành lập trong một khoảng thời gian nhất định, trực tiếp hoặc gián tiếp từ kim khẩu của Phật, và là sở y chung cho tất cả các bộ phái Phật giáo, bao gồm cả Phật giáo Đại thừa, mặc dù có những sai biệt do vấn đề truyền khẩu với các khẩu âm và phương ngữ khác nhau, theo thời gian và địa vức.

Luận tạng là bộ phận Thánh điển phản ánh lịch sử phát triển của Phật giáo, bao gồm các phương diện tín ngưỡng tôn giáo, tư duy triết học, nghiên cứu khoa học, định chế và tổ chức xã hội chính trị. Tổng quát mà nói, đó không chỉ là phản ánh lịch sử phát triển của nội bộ Phật giáo, mà trong đó cũng phản ánh toàn bộ văn minh tại những nơi mà giáo lý của đức Phật được truyền đến. Điều này cũng được chứng minh cụ thể bởi lịch sử Việt Nam.

Mỗi bộ phái Phật giáo tự xây dựng cho mình một nền văn hiến Luận tạng riêng biệt, tập hợp các luận giải giáo nghĩa, bảo vệ kiến giải Phật pháp của mình, bài trừ các quan điểm dị học. Đây là nền văn hiến đồ sộ, liên tục phát triển trên nhiều khu vực địa lý khác nhau. Cho đến khi Hồi giáo bành trướng tại Ấn Độ, Phật giáo bị đào thải. Một bộ phận văn hiến Phật giáo được chuyển sang Tây Tạng, qua các bản dịch Phạn Tạng, và một số lớn nguyên bản Phạn văn được bảo trì. Một bộ phận khác, lớn nhất, gần như hoàn chỉnh nhất, văn hiến Phật giáo được chuyển dịch sang Hán tạng, bao gồm hầu hết mọi xu hướng tư tưởng dị biệt của Phật giáo phát triển trong lịch sử Ấn Độ, từ Nguyên thủy, Bộ phái, Đại thừa, cho đến Mật giáo.

Truyền thuyết ghi rằng Phật giáo được truyền vào Trung Hoa dưới đời Hán Minh Đế, niên hiệu Vĩnh bình thứ 10 (Tl. 65), và bản kinh Phật đầu tiên được dịch sang Hán văn là Kinh Tứ thập nhị chương, do Ca-diếp Ma-đằng và Trúc Pháp Lan. Nhưng truyền thuyết này không được nhất trí hoàn toàn giữa các nhà nghiên cứu lịch sử Phật giáo Trung Quốc. Điều chắc chắn là Khương Tăng Hội, quê quán Việt Nam, xuất phát từ Giao Chỉ (Việt Nam), đã đưa Phật giáo vào Giang Tả, miền Nam Trung Hoa. Các công trình phiên dịch và chú giải của

Khương Tăng Hội đã chứng tỏ rằng trước đó, tức từ năm thứ 247 kỷ nguyên Tây lịch, thời gian được nói là Tăng Hội vào đất Kiến nghiệp, quy y cho Tôn Quyền, Phật giáo đã phát triển đến một hình thái nhất định tại Việt Nam, cùng một số kinh Phật được phiên dịch. Điều này cũng được củng cố thêm bởi những điều được ghi chép trong Mâu Tử Lý Hoặc Luận. Có lẽ do hậu quả của thời kỳ Bắc thuộc, hầu hết những điều được tìm thấy trong hành trạng của Khương Tăng Hội và trong ghi chép của Mâu Tử đều bị xóa sạch. Chỉ tồn tại những gì được ghi nhận là truyền từ Trung Quốc.

Dịch giả Phạn Hán đầu tiên tại Trung Quốc được khẳng định là An Thế Cao (đến Trung Quốc trong khoảng Tl. 147 – 167). Tất nhiên trước đó hẳn cũng có các dịch giả khác mà tên tuổi không được ghi nhận. Lương Tăng Hựu căn cứ trên bản Kinh lục xưa nhất của Đạo An (Tl. 312 – 385) ghi nhận có chừng 134 kinh không rõ dịch giả; và do đó cũng không xác định trước hay sau An Thế Cao.

Sự nghiệp phiên dịch Phật kinh Phạn Hán liên tục từ An Thế Cao, cho đến các đời Minh, Thanh được tập thành trong 32 tập của Đại Chánh, bao gồm Thánh điển Nguyên thủy, Bộ phái, Đại thừa, Mật giáo, 1692 bộ. Những trước tác của Trung Hoa, từ sớ giải, luận giải, cho đến sử truyện, du ký, v.v., tập thành từ tập 33 đến 55 trong Đại Chánh, gồm 1492 tác phẩm. Số tác phẩm được ấn hành trong Tục tạng chữ Vạn còn nhiều hơn thế nữa. Đây là hai bản Hán tạng tương đối đầy đủ nhất, trong đó tạng Đại Chánh được sử dụng rộng rãi trên quy mô thế giới.

Sự nghiệp phiên dịch Kinh điển ở nước ta được bắt đầu rất sớm, có thể trước cả thời Khương Tăng Hội, mà dấu vết có thể tìm thấy trong *Lục độ tập kinh*. Ngôn ngữ phiên dịch của Khương Tăng Hội là Hán văn. Hiện chưa có phát hiện nào về các bản dịch Kinh Phật bằng tiếng quốc âm. Suốt trong thời kỳ Bắc thuộc, do nhu cầu tinh thông Hán văn như là sách lược cấp thời để đối phó sự đồng hóa của phương bắc, Hán văn trở thành ngôn ngữ thống trị. Vì vậy công trình phiên dịch Kinh điển thành quốc âm không thể thực hiện. Bởi vì, công trình phiên dịch Tam tạng tại Trung Hoa thành tựu đồ sộ được thấy ngay, chủ yếu do sự bảo trợ của triều đình. Quốc âm chỉ được dùng như là phương tiện hoằng pháp trong nhân gian.

Cho đến thời Pháp thuộc, trước tình trạng vong quốc và sự đe dọa bởi văn hóa xâm lược, văn hóa dân tộc có nguy cơ mất gốc, cho nên sơn môn phát động phong trào chấn hưng Phật giáo, phổ biến kinh điển bằng tiếng quốc ngữ qua ký tự La-tinh. Từ đó, lần lượt các Kinh điển quan trọng từ Hán tạng được phiên dịch theo nhu cầu học và tu của Tăng già và Phật tử tại gia. Phần lớn các Kinh điển này đều thuộc Đại thừa, chỉ một số rất ít được trích dịch từ các A-hàm. Dù Đại thừa hay A-hàm, các Kinh Luận được phiên dịch đều không theo một hệ thống nào cả. Do đó sự nghiên cứu Phật học Việt Nam vẫn chưa có cơ sở chắc chắn. Mặt khác, do ảnh hưởng ngữ pháp Phạn, các bản dịch Hán hàm chứa một số vấn đề ngữ pháp Phạn Hán khiến cho ngay cả các nhà chú giải Kinh điển lớn như Cát Tạng, Trí Khải cũng phạm phải rất nhiều sai lầm. Chính Ngạn Tông, người tổ chức dịch trường theo lệnh của Tùy Dạng đế đã nêu lên một số sai lầm này. Cho đến Huyền Trang, vì phát hiện nhiều sai lầm trong các bản Hán dịch nên quyết tâm nhập Trúc cầu pháp, bất chấp lệnh cấm của triều đình và các nguy hiểm trên lộ trình.

Ngày nay, do sự phát hiện nhiều bản Kinh Luận quan trọng bằng tiếng Sanskrit, cũng như sự phổ biến ngôn ngữ Tây Tạng, mà phần lớn Kinh điển Sanskrit được phiên dịch, nên nhiều công trình chỉnh lý được thực hiện cho các bản dịch Phạn Hán. Thêm vào đó, do sự phổ biến ngôn ngữ Pali, vốn được xem là ngôn ngữ Thánh điển gần với nguyên thuyết nhất, một số sai lầm trong các bản dịch A-hàm cũng được chỉnh lý, và tỉ giảo, khiến cho lời dạy của Đức Thích Tôn được thọ trì một cách trong sáng hơn.

Trên đây là những nhận thức cơ bản để Ban phiên dịch Đại Tạng Kinh Việt Nam y theo đó mà thực hiện các bản dịch. Trước hết, là bản dịch các kinh A-hàm đang được giới thiệu ở đây. Các kinh thuộc bộ A-hàm được dịch sang Hán rất sớm, kể từ thời Hậu Hán với An Thế Cao. Nhưng phần lớn các truyền bản này đều phát xuất từ Tây vực, từ các nước Phật giáo thịnh hành thời đó như Quy-tư, Vu-điền. Do khẩu âm và phương ngữ nên trong các truyền bản được nói là Phạn văn đã hàm chứa khá nhiều sai lạc. Điều này có thể thấy rõ qua sự so sánh các đoạn tương đương Pali, hay các dẫn chứng trong Đại Tì-bà-sa, Du-già sư địa. Thêm vào đó, các dịch giả hầu hết đều học Phật và học tiếng Sanskrit tại các nước Tây Vực chứ không trực tiếp tại Ấn Độ như La-thập và Huyền Trang, nên trình độ ngôn ngữ Phạn có hạn chế. Các vị ấy khi vừa đặt chân lên Trung Hoa, do khát vọng thâm thiết của các Phật tử Trung Hoa, muốn có thêm kinh Phật để học và tu, cho nên trong khi chưa tinh thông tiếng Hán, mà công trình phiên dịch lại được thôi thúc cần thực hiện. Vì không tinh thông Hán ngữ nên công tác phiên dịch luôn luôn qua trung gian một người chuyển ngữ. Quá trình phiên dịch đi qua nhiều giai đoạn mà chính người chủ dịch không thể quán triệt, cho nên trong các bản dịch hàm chứa những đoạn văn rất tối nghĩa, và nhiều khi nhầm lẫn. Trong tình hình như vậy, một bản dịch Việt từ Hán đòi hỏi rất nhiều tham khảo để hy vọng tiếp cận với nguyên bản Sanskrit đã thất lạc, và cũng từ đó mà hy vọng có thể tiếp cận với lời Phật dạy hơn, điều mà các bản Hán dịch do trở ngại ngôn ngữ đã không thể thực hiện được.

Đại Tạng Kinh Việt Nam chủ yếu căn cứ trên Đại Chánh Đại Tạng Kinh, Nhật Bản, gồm 100 tập, được biên tập khởi đầu từ niên hiệu Đại Chánh (Taisho) thứ 11, Tl. 1922, cho đến niên hiệu Chiêu Hòa (Showa) thứ 9, Tl. 1934, tập hợp trên 100 nhà nghiên cứu Phật học hàng đầu của Nhật Bản, dưới sự chủ trì của Cao Nam Thuận Thứ Lang (Takakusu Junjiro) và Độ Biên Hải Húc (Watanabe Kaigyoku). Để bản sử dụng là bản in của chùa Hải Ấn, Triều Tiên, được gọi là bản Cao-lệ. Công trình chỉnh lý văn bản căn cứ các khắc bản Tống, Nguyên, Minh, cùng một số khắc bản và thủ bản tại Hoa và Nhật khác như tả bản Thiên Bình, bản Liêu của Cung nội sảnh, bản chùa Đại Đức, bản chùa Vạn Đức, v.v. Một số bản văn được phát hiện tại các vùng trong Tây Vực như Vu Điền, Đôn Hoàng, Quy Tư, Cao Xương, cũng được dùng làm tham khảo. Nhiều đoạn văn từ Pali và Sanskrit cũng được dẫn dưới cước chú để đối chiếu đoạn Hán dịch mà người biên tập nghi ngờ là không chính xác hoặc thuộc về dị bản nào đó.

Nội dung Đại tạng Đại Chánh được phân làm ba phần chính: phần thứ nhất, gồm 32 tập, là các bản dịch Phạn Hán bao gồm Kinh, Luật, Luận, được thuyết bởi chính kim khẩu của Phật, hay được kiết tập bởi các Thánh đệ tử, hoặc được trước tác bởi các Luận sư. Phần thứ hai, từ Đại Chánh tập 33 đến tập 55, trước tác của Trung Hoa, bao gồm các sớ giải Kinh, Luật, Luận, và luận thuyết riêng biệt của các tông phái Phật giáo Trung Hoa, các sử truyện, truyện ký, du ký, truyền kỳ; các bản Hán dịch thuộc ngoại giáo như Thắng luận, Số luận, Ba tư giáo, Thiên chúa giáo, các tập ngữ vựng Phạn Hán, giáo khoa Phạn Hán, các Kinh lục. Phần thứ ba, từ tập 56 đến 85, tập hợp các trước tác của Nhật Bản, gồm các số giải Kinh, Luật, Luận, phần lớn căn cứ trên các bản số giải Trung Hoa mà giải nghĩa rộng thêm, và các luận thuyết của các tông phái tại Nhật Bản. Còn lại 12 tập sưu tập các đồ tượng, tranh ảnh, phần lớn là các đồ hình mạn-đà-la của Mật tông. 3 tập cuối, tổng mục lục, liệt kê nội dung các bản Đại tạng lưu hành.

Ban phiên dịch Đại Tạng Kinh Việt Nam chọn Đại Chánh tạng làm để bản, phiên dịch tất cả tác phẩm được ấn hành trong đó. Phàm lệ để thực hiện bản dịch tạm thời được quy định như sau:

1. Đại Tạng Kinh Việt Nam bao gồm tất cả các bản dịch tiếng Việt của Tam Tạng Kinh Điển Phật giáo đã xuất hiện ở nước ta từ trước đến nay, qua các thời kỳ với nhiều dịch giả khác nhau, để cho thấy quá trình hình thành Đại Tạng Kinh Việt Nam qua lịch sử.

2. Về bản đáy, bản dịch Việt căn cứ trên ấn bản Đại Chánh Tân Tu Đại Tạng Kinh 100 tập, mỗi tập trên dưới 1000 trang chữ Hán cỡ 10pt và sẽ được đánh số theo thứ tự của số ghi trong bản in Đại Chánh. Mỗi trang của bản in Đại chính được chia làm ba cột: a, b, c. Số trang và cột này đều được ghi trong bản dịch để tiện tham khảo.

3. Vì thế, một bản kinh chữ Hán có thể có nhiều bản dịch tiếng Việt, nên sau số thứ tự của Đại Chánh, sẽ đánh thêm các mẫu tự A, B, C... để phân biệt các bản dịch tiếng Việt khác nhau của cùng một bản kinh chữ Hán đó.

4. Về xử lý văn bản trong khi phiên dịch, phần lớn căn cứ công trình hiệu đính và đối chiếu của bản Đại Chánh. Ngoài ra, tham khảo thêm các công trình hiệu đính và đối chiếu khác.

5. Giữa các ấn bản có những điểm khác nhau, bản Việt sẽ lựa chọn hoặc hiệu đính theo nhận thức của người dịch.

6. Trong bản Hán, nếu chỗ nào xét thấy văn dịch hay từ ngữ không phù hợp với giáo nghĩa truyền thống phổ biến, người dịch sẽ tham khảo các Kinh, Luật, Luận cần thiết để hiệu chính. Những hiệu chính

này được giải thích ở phần cước chú.

7. Bản Hán dịch thực hiện căn cứ phần lớn trên sự truyền khẩu. Do đó những từ phát âm tương tự dễ đưa đến ngộ nhận, như *sam* Pāli hay *sama* và *samyak*; *cala* và *jala*; *muti* và *muṭṭhi*, v.v... Trong những trường hợp này, người dịch sẽ tham chiếu các kinh tương đương, các bản Hán biệt dịch, suy đoán tự dạng nguyên thủy có thể có trong Phạn bản để hiệu chính. Những hiệu chính này đều được ghi ở phần cước chú.

8. Do các truyền bản khác nhau giữa các bộ phái, để có nhận thức về giáo nghĩa nguyên thủy, chung cho tất cả, cần có những nghiên cứu đối chiếu sâu rộng. Công việc này ngoài khả năng hiện tại của các dịch giả. Tuy nhiên, trong trường hợp có thể, những điểm dị biệt giữa các truyền bản sẽ được ghi nhận và đối chiếu. Những ghi nhận này được nêu ở phần cước chú.

9. Bản Hán dịch được phân thành số quyển. Bản dịch Việt không chia số quyển như vậy, nhưng sẽ ghi ở phần cước chú mỗi khi bắt đầu một quyển khác.

10. Các từ Phật học trong một số bản Hán dịch nếu không phổ biến, do đó có thể gây khó khăn cho việc đọc và nghiên cứu, trong các trường hợp như vậy, tuy vẫn giữ nguyên dịch ngữ của bản Hán, nhưng dịch ngữ tương đương thông dụng hơn sẽ được ghi trong phần cước chú. Trong trường hợp có thể, sẽ ghi luôn dịch giả của những dịch ngữ này và xuất xứ của chúng từ bản dịch nào để tiện việc tham khảo.

11. Các kinh sách tham khảo trong cước chú đều được viết tắt theo quy định phổ thông của giới nghiên cứu quốc tế; xem quy định về viết tắt ở cuối mỗi tập của Đại tạng kinh Việt Nam.

II. PHƯƠNG ÁN THỰC HIỆN

Dự án thực hiện bao gồm các công trình phiên dịch, biên tập, và ấn hành, một Hội Đồng phiên dịch Đại Tạng Kinh Việt Nam được thành lập, được điều phối bởi Tổng biên tập, với các nhiệm vụ được phân phối như sau:

1. Ủy ban Phiên dịch. Để hoàn tất một bản dịch, các công tác sau đây cần được thực hiện:

a. Phiên dịch trực tiếp: Các văn bản lần lượt được phân phối đến các vị có trình độ Hán văn tương đối, kiến thức Phật học cơ bản, và khả năng ngôn ngữ cần thiết, phiên dịch trực tiếp từ Hán sang Việt.

b. Hiệu đính và chú thích: nhiệm vụ chủ yếu của phần hiệu chính là đọc lại bản dịch thô và bổ túc những sai lầm có thể có trong bản dịch. Trong thực tế, người hiệu đính còn phải làm nhiều hơn thế nữa.

Trước hết là phần chỉnh lý văn bản. Phần này đáng lý phải thực hiện trước khi phiên dịch. Việc chỉnh lý văn bản thoạt tiên có vẻ đơn giản, vì người dịch chỉ lưu ý một số nhầm lẫn trong việc khắc bản của để bản. Những điểm khác nhau giữa các bản khắc hầu hết được ghi ở cước chú trong ấn bản Đại Chánh, người dịch chỉ cần hiểu rõ nội dung đoạn dịch thì có thể lựa chọn những từ thích hợp trong cước chú. Tuy nhiên, do hạn chế về trình độ Phật pháp và khả năng tham khảo nên đa số người dịch không chọn được từ chính xác. Mặt khác, ngay cả các từ trong cước chú không phải hoàn toàn chính xác. Ngay cả Đại sư Ấn Thuận cũng phạm phải một số sai lầm khi chọn từ, vì không tìm ra các đoạn Pali hoặc Sanskrit tương đương nên phải dựa trên ức đoán. Những ức đoán phần nhiều là sai. Mặt khác, nhiều sai lầm không phải do tả bản hay khắc bản, mà do chính từ truyền bản. Bởi vì, kinh điển từ Ấn Độ truyền sang hầu hết đều do khẩu truyền. Những biến đổi trong khẩu âm, phát âm, khiến nhầm lẫn từ này với từ khác, làm cho ý nghĩa nguyên thủy của giáo lý sai lạc. Người dịch từ Hán văn mà không có trình độ Phạn văn nhất định thì không thể phát hiện những sai lầm này. Điều đáng lưu ý những sai lầm này xuất hiện rất nhiều và rất thường xuyên trong nhiều bản dịch Phạn Hán.

Phần hiệu đính tập trung trên cú pháp Phạn mà ảnh hưởng của nó trong các bản dịch khiến cho nhiều khi ngay cả những vị tinh thông Hán, ngay cả các nhà chú giải kinh điển nổi tiếng cũng phải nhầm lẫn. Để hiểu rõ nội dung bản dịch Hán, cần thiết phải tìm lại nguyên bản Phạn để đối chiếu. Đại sư Cát Tạng đã vấp phải sai lầm khi không có cơ sở để phân tích mệnh đề Hán dịch là năng động hay thụ động, do đó đã nhầm lẫn người giết với kẻ bị giết. Đó là một đoạn văn trong *Thắng man* mà nguyên bản Phạn của kinh này đã thất lạc, nhưng đoạn văn tương đương lại được tìm thấy trong trích dẫn của *Siksasamuccaya* của *Sāntideva*. Nếu không tìm thấy đoạn Sanskrit được trích dẫn này thì không ai có thể biết rằng Cát Tạng đã nhầm lẫn.

Rất nhiều kinh điển trong nguyên bản Phạn đã bị thất lạc. Ngay cả những tác phẩm quan trọng như Đại Tì-bà-sa chỉ tồn tại trong bản dịch của Huyền Trang. Nhiều đoạn được trích dẫn trong bản dịch *Câu-xá*, mà Phạn văn đã được phát hiện, cũng giúp người đọc Đại Tì-bà-sa có manh mối để đi sâu vào nội dung. Đọc một bản văn mà không nắm vững nội dung của nó, nghĩa là chính dịch giả cũng không hiểu, hoặc hiểu sai, sao có thể hy vọng người đọc hiểu được đoạn văn phiên dịch? Do đó, công tác hiệu đính không đơn giản chỉ bổ túc những khuyết điểm trong bản dịch về lối hành văn, mà đòi hỏi công phu tham khảo rất nhiều để nắm vững nội dung nguyên tác trong một giới hạn khả dĩ.

Đại Tạng Kinh Việt Nam là bản dịch Việt từ Hán tạng, do đó không thể tự tiện thay đổi nội dung dù phát hiện những sai lầm trong bản Hán. Những sai lầm mang tính lịch sử, do đó không được phép loại bỏ tùy tiện. Tuy vậy, bản dịch Việt cũng không thể bỏ qua những nhầm lẫn được phát hiện. Những phát hiện sai lầm cần được nêu lên, và những hiệu đính cũng cần được đề nghị. Những điểm này được ghi ở phần cước chú để cho bản Việt vẫn còn gần với bản Hán dịch.

Trên đây là một số điều kiện tất yếu để thực hiện một bản dịch tương đối khả dĩ chấp nhận. Trong tình hình hiện tại, chúng ta chỉ có rất ít vị có thể hội đủ điều kiện yêu cầu như trên. Do đó, dự án thực hiện hướng đến chương trình đào tạo, không đơn giản chỉ là đào tạo chuyên gia dịch thuật, mà là bồi dưỡng những vị có trình độ Phật học cao với khả năng đọc và hiểu các ngôn ngữ chuyển tải Thánh điển, chủ yếu các thứ tiếng Pali, Sanskrit, Tây Tạng và Hán. Trong tình hình nghiên cứu Phật học hiện tại trên thế giới, người muốn nghiên cứu Phật học mà không biết đến các ngôn ngữ này thì khó có thể nắm vững giáo nghĩa căn bản. Và đây cũng là điều mà Ngạn Tông đã nêu rõ trong các điều kiện tham gia dịch thuật trong viện phiên dịch bảo trợ bởi Tùy Dạng Đế, mặc dù Ngạn Tông chỉ yêu cầu hiểu biết Phạn văn nhưng đồng thời cũng yêu cầu kiến thức uyên bác, không chỉ tinh thông Phật điển mà còn cả thư tịch ngoại giáo.

Chi tiết chương trình đào tạo cần được trình bày trong một dịp khác.

2. Ủy ban Ấn hành. Công tác ấn hành gồm các phần:

a. Sửa lỗi chính tả của các bản dịch. Hiện tại lỗi chính tả trong các bản dịch do các Thầy, Cô, và Phật tử tự nguyện chỉnh sửa. Nhưng chỉ là công tác nghiệp dư, do không chuyên trách, và do đó cũng thiếu kinh nghiệm trong việc phát hiện lỗi, nên các bản in phổ biến tồn tại khá nhiều lỗi chính tả.

b. Trình bày bản in. Công tác này tùy thuộc điều kiện kỹ thuật vi tính. Sơ khởi, ban ấn hành chưa đủ điều kiện để có những vị thành thạo sử dụng kỹ thuật vi tính trong việc trình bày văn bản. Công việc này hiện tại do các Thầy, Cô phụ trách, với trình độ kỹ thuật do tự học, và tự phát. Vì vậy, trong nhiều trường hợp không khắc phục được lỗi kỹ thuật nên hình thức trình bày của bản văn chưa được hoàn hảo như mong đợi.

Sự nghiệp phiên dịch được định khoảng 15 năm, hoặc có thể lâu hơn nữa. Hình thức Đại Tạng Kinh do đó không thể được thiết kế một lần hoàn hảo. Trong diễn tiến như vậy, tất nhiên trình độ kỹ thuật được cải tiến theo thời gian, khiến cho hình thức trình bày cũng cần thay đổi cho phù hợp với thời đại. Hậu quả sẽ khó tránh khỏi là sự không đồng bộ giữa các tập Đại Tạng Kinh ấn hành trước và sau.

c. Ấn loát. Sau khi hình thức trình bày được chấp nhận, bản dịch được đưa đi nhà in. Trách nhiệm ấn loát được giao cho nhà in với các khoản được ghi thành hợp đồng. Vấn đề ấn loát như vậy tương đối ổn định. Tuy nhiên, cũng cần có người chuyên trách để theo dõi quá trình ấn loát, hầu tránh những sai sót kỹ thuật có thể có do nhà in.

d. Phát hành, phổ biến và vận động. Một nhiệm vụ không kém quan trọng là phát hành và phổ biến Đại Tạng Kinh. Công việc này đáng lý do một ban phát hành chuyên trách. Nhưng trong điều kiện nhân sự hiện tại, một Ban như vậy chưa thể thành lập, do đó ban ấn hành kiêm nhiệm. Thêm nữa, công trình phiên dịch là sự nghiệp chung của toàn thể Phật tử Việt Nam, không phân biệt Giáo hội, hệ phái, do đó cần có sự tham gia và cống hiến của chư Tăng Ni, Phật tử, bằng hằng sản và hằng tâm, bằng tâm nguyện cá nhân hay tập thể dưới các hình thức hỗ trợ và bảo trợ bằng vật chất hoặc tinh thần, cống hiến bằng tất cả khả năng vật chất và trí tuệ. Công việc vận động này để cho được hữu hiệu với sự tham gia tích cực của nhiều chúng đệ tử cũng cần được chuyên trách bởi một ban vận động. Trong điều kiện nhân sự hiện tại, ban ấn hành kiêm nhiệm.

HẬU TỪ

Trải qua trên dưới 2 nghìn năm du nhập, những giáo nghĩa căn bản mà đức Phật đã giảng được học và hành tại Việt Nam, đã đem lại nhiều an lạc cho nhiều cá nhân và xã hội, đã góp phần xây dựng tình cảm và tư duy của các cộng đồng cư dân trên đất nước Việt. Thế nhưng, sự nghiệp phiên dịch cũng như ấn hành để phổ biến Thánh điển, làm nền tảng sở y cho sự học và hành, chưa được thực hiện trên quy mô rộng lớn toàn quốc.

Sự nghiệp phiên dịch tại Trung Quốc trải qua gần hai nghìn năm, với thành tựu vĩ đại, tập đại thành và bảo tồn kho tàng Thánh điển thoát qua nhiều trận hủy diệt do những đức tin mù quáng, quàng tín. Sự nghiệp ấy đại bộ phận do các quốc vương Phật tử tích cực bảo trợ, đã là sự nghiệp chung của toàn thể nhân dân theo từng giai đoạn đặc biệt của lịch sử. Việt Nam tuy cũng có các minh quân Phật tử, nhưng do tác động bởi các yếu tố chính trị xã hội nên chưa từng được tổ chức quy mô dưới sự bảo trợ của triều đình. Chỉ do yêu cầu thực tế học và hành mà một số kinh điển được phiên dịch, nhưng chưa đủ để lập thành nền tảng tương đối hoàn bị cho sự nghiên cứu sâu giáo nghĩa.

Gần đây, vào năm 1973, một Hội đồng phiên dịch Tam tạng lần đầu tiên trong lịch sử được thành lập. Chủ tịch: Thượng tọa Thích Trí Tịnh, Tổng thư ký: Thượng tọa Thích Quảng Độ, với các thành viên quy tụ tất cả các Thượng tọa và Đại đức đã có công trình phiên dịch và có uy tín trên phương diện nghiên cứu Phật học, dưới sự chỉ đạo của Viện Tăng Thống, Giáo hội Phật giáo Việt Nam Thống nhất. Chương trình phiên dịch được soạn thảo trên quy mô rộng lớn, nhưng do bởi hoàn cảnh chiến tranh cho nên chỉ mới thực hiện được một phần nhỏ. Một phần của thành quả này về sau được ấn hành năm 1993 bởi Viện Nghiên cứu Phật học Việt Nam, trực thuộc Giáo hội Phật giáo Việt Nam, dưới danh hiệu "Đại Tạng Kinh Việt Nam." Thành quả này là các Kinh thuộc bộ A-hàm được phân công bởi Hội đồng Phiên dịch Tam tạng, trong đó, *Trường A-hàm* và *Tạp A-hàm* do TT Thiện Siêu, TT Trí Thành và ĐĐ Tuệ Sỹ thuộc Viện Cao đẳng Phật học Hải đức Nha Trang; *Trung A-hàm* và *Tăng nhất A-hàm* do TT Thanh Từ, TT Bửu Huệ, TT Thiền Tâm thuộc Viện Cao đẳng Phật học Huệ Nghiêm Saigon.

Ngoài ra, một phần phân công khác cũng đã được hoàn thành như:

TT Trí Nghiêm: Đại Bát Nhã (Huyền Trang dịch, 600 cuốn) thuộc bộ Bát-nhã. TT Trí Tịnh: Kinh *Ma-ha Bát-nhã-ba-la-mật* (Đại phẩm) thuộc bộ Bát-nhã; Kinh *Diệu pháp Liên hoa* (La-thập dịch), thuộc bộ Pháp hoa; Kinh Đại phương Quảng Phật Hoa nghiêm (bản Bát thập) thuộc bộ Hoa nghiêm, và toàn bộ Đại bảo tích.

Các bản dịch này cũng đã được ấn hành nhưng do bởi đệ tử của các Ngài chứ chưa đưa vào Đại Tạng Kinh Việt Nam.

Những vị được phân công khác chưa thấy có thành quả được công bố.

Mặc dù với nỗ lực to lớn, nhưng do hoàn cảnh nhiễu nhương của đất nước nên thành tựu rất khiêm nhượng. Thêm nữa, các thành tựu này cũng chưa hội đủ điều kiện và thời gian thuận tiện được hiệu đính và biên tập theo tiêu chuẩn nghiên cứu và phiên dịch Phật điển trong trình độ nghiên cứu Phật giáo hiện đại của thế giới, do đó cũng chưa thể được dự phần trong sự nghiệp phiên dịch và nghiên cứu Phật học trên quy mô quốc tế, như cống hiến của Phật giáo Việt Nam cho cộng đồng nhân loại trong sự nghiệp hoằng dương Chánh pháp chung của toàn thể Phật tử thế giới vì lợi ích và an lạc của hết thảy mọi loài chúng sanh.

Sự nghiệp như vậy không thể là cống hiến cá biệt của một cá nhân hay tập thể, của một Giáo hội hay hệ phái, mà là sự nghiệp chung của toàn thể Tăng tín đồ Phật giáo Việt Nam, không chỉ một thế hệ, mà liên tục trong nhiều thế hệ, cùng tồn tại và tiến bộ theo đà thăng tiến của xã hội và nhân loại. Trên hết là báo đáp ân đức của Phật Tổ, đã vì an lạc của chúng sanh mà trải qua vô vàn khổ hành, qua vô số a-tăng-kỳ kiếp. Thứ đến, kế thừa sự nghiệp hoằng pháp lợi sanh của Thầy Tổ để cho ngọn đèn Chánh pháp luôn luôn được thắp sáng trong thế gian.

Vì vậy, chúng tôi khẩn thiết, trên nương nhờ uy thần nhiếp thọ của Chư Phật và Thánh Tăng, cùng với sự tán trợ của chư vị Trưởng lão hiện tiền trong hàng Tăng bảo, kêu gọi sự hỗ trợ cống hiến bằng tất cả tâm nguyện và trí lực, bằng tất cả hằng sản và hằng tâm, của bốn chúng đệ tử Phật, cho sự nghiệp hoằng pháp đệ nhất tối thắng này được tiến hành vững chắc và liên tục từ thế hệ này cho đến nhiều thế hệ tiếp theo, duy trì ngọn đèn Chánh pháp tồn tại lâu dài trong thế gian vì lợi ích và an lạc của hết thảy chúng sanh.

Mùa Phật đản Pl. 2552 – Mậu Tý 2008
Trí Siêu – Tuệ Sỹ
cẩn bạch

GIÁO HỘI PHẬT GIÁO VIỆT NAM THỐNG NHẤT
HỘI ĐỒNG PHIÊN DỊCH TAM TẠNG LÂM THỜI

DUYÊN KHỞI

Kể từ phong trào chấn hưng Phật giáo vào thập niên 1930, chư vị dịch giả đã cố gắng phiên âm và phiên dịch Kinh điển từ Hán văn hay chữ Nôm sang chữ quốc ngữ để sử dụng trong sinh hoạt thiền môn Việt Nam cũng như để đem giáo lý Phật đi vào quần chúng. Những nỗ lực như vậy rất đáng trân trọng, nhưng vẫn còn là những đóng góp từ cá nhân, mang tính cấp thời, chưa có sự phối hợp đồng bộ, và chưa đủ tầm mức học thuật để giới thiệu Thánh điển Phật giáo tiếng Việt đến với cộng đồng dân tộc.

Vài thập niên sau đó thì chữ quốc ngữ qua ký tự La-tinh mới được phổ cập trong thiền môn, và kinh sách Phật giáo bằng tiếng Việt, phiên dịch cũng như trước tác, mới được bừng khai, không những tạo nên các phong trào tu học của quần chúng khắp nước, mà còn là sự dẫn đạo tư tưởng của Phật giáo Việt Nam đối với các thế hệ trưởng thành trong chiến tranh qua sự thành lập Giáo Hội Phật Giáo Việt Nam Thống Nhất (GHPGVNTN), đồng thời kiến lập Đại Học Vạn Hạnh, một viện đại học tư thục Phật giáo đầu tiên tại Nam Việt Nam vào năm 1964.

Từ nguồn nhân lực dồi dào với nhiều vị pháp sư, học giả được đào tạo trong và ngoài nước, cũng như các cơ sở giáo dục Phật giáo được trải rộng khắp miền Trung và Nam Việt, Viện Tăng Thống GHPGVNTN đã có nền tảng vững chắc về học thuật để quyết định thành lập Hội Đồng Phiên Dịch Tam Tạng; và qua Hội nghị Toàn thể Hội đồng Phiên dịch Tam Tạng tổ chức tại Viện Đại Học Vạn Hạnh vào các ngày 20, 21,

22 tháng 10 năm 1973, hội nghị đã đưa ra dự án phiên dịch với mục lục tổng quát các Kinh điển truyền bản Hán tạng cần phiên dịch, phân chia công việc, cũng như giới thiệu thành viên của Hội đồng Phiên dịch Tam Tạng gồm 18 vị Pháp sư như sau:

HỘI ĐỒNG PHIÊN DỊCH TAM TẠNG 1973

A. *Ủy Ban Phiên Dịch:*

1. Hòa thượng Trưởng lão Thích Trí Tịnh   (1917 – 2014)
   Trưởng Ban

2. Hòa thượng Trưởng lão Thích Minh Châu   (1918 – 2012)
   Phó Trưởng Ban

3. Hòa thượng Trưởng lão Thích Quảng Độ   (1928 – 2020)
   Tổng Thư Ký

4. Hòa thượng Trưởng lão Thích Trí Quang   (1923 – 2019)

5. Hòa thượng Trưởng lão Thích Đức Nhuận   (1924 – 2002)

6. Hòa thượng Trưởng lão Thích Bửu Huệ   (1914 – 1991)

7. Hòa thượng Trưởng lão Thích Trí Thành   (1921 – 1999)

8. Hòa thượng Trưởng lão Thích Nhật Liên   (1923 – 2010)

9. Hòa thượng Trưởng lão Thích Thiện Siêu   (1921 – 2001)

10. Hòa thượng Trưởng lão Thích Huyền Vi   (1926 – 2005)

B. *Thành Viên Bổ Sung:*

1. Hòa thượng Trưởng lão Thích Đức Tâm   (1928 – 1988)

2. Hòa thượng Trưởng lão Thích Huệ Hưng   (1917 – 1990)

3. Hòa thượng Trưởng lão Thích Thuyền Ấn   (1927 – 2010)

4. Hòa thượng Trưởng lão Thích Trí Nghiêm   (1911 – 2003)

5. Hòa thượng Trưởng lão Thích Trung Quán   (1918 – 2003)

6. Hòa thượng Trưởng lão Thích Thiền Tâm   (1925 – 1992)

7. Hòa thượng Trưởng lão Thích Thanh Từ   (1924 –)

8. Hòa thượng Thích Tuệ Sỹ   (1943 – 2023)

Sau gần 50 năm kể từ khi Hội đồng Phiên dịch Tam Tạng được thành lập, nhiều Kinh điển đã được phiên dịch, góp phần đáng kể vào kho tàng Thánh điển Phật giáo Việt Nam, nhưng có thể nói rằng dự án phiên dịch đưa ra thời ấy, vẫn chưa hoàn tất. Lý do thứ nhất, do hoàn cảnh chiến tranh và bất toàn xã hội, các Kinh điển được dịch rồi vẫn không có đủ thời gian thuận tiện để được hiệu đính và nhuận sắc lại theo đúng tiêu chuẩn Phật điển hàn lâm. Thứ nữa, với nguồn tài liệu cổ ngữ, sinh ngữ dồi dào hiện nay cùng với phương tiện kỹ thuật vi tính, thông tin liên mạng, chư vị dịch giả có rất nhiều cơ hội để truy cập, tham khảo, đối chiếu các truyền bản khác nhau để có được định bản tiếng Việt đáng tin cậy, theo chuẩn mực quốc tế. Ngoài ra, chư vị thành viên Hội đồng Phiên dịch đã theo thời gian, tuần tự viên tịch khi công trình phiên dịch còn dang dở. Nay chỉ còn 2 trong số 18 vị dịch giả còn đương tiền, nhưng một vị đang trong tình trạng bất hoạt; vị duy nhất còn lại có thể tiếp tục đảm đương trọng nhiệm là Hòa thượng Thích Tuệ Sỹ. Xét thấy, đây cũng là phước duyên hy hữu cho Phật giáo Việt Nam cũng như cho công trình phiên dịch Tam Tạng do Viện Tăng Thống đề ra nửa thế kỷ trước:

a) Về phương diện học thuật, Hòa thượng Tuệ Sỹ là một trong số ít học giả uy tín trong việc nghiên tầm, phiên dịch, chú giải và giảng thuật về Tam Tạng Kinh điển từ nhiều thập niên qua; đã và đang đào tạo, nâng đỡ nhiều thế hệ Tăng Ni và Cư sĩ có trình độ Phật học và cổ ngữ có thể phụ trợ công trình phiên dịch;

b) Về phương diện điều hành, Hòa thượng Tuệ Sỹ chính thức tiếp nhận ấn tín Viện Tăng Thống từ Đức Đệ ngũ Tăng Thống, hàm nghĩa kế thừa sự nghiệp hoằng pháp của GHPGVNTN, đồng thời kế thừa công trình phiên dịch của Hội đồng Phiên dịch Tam Tạng được Hội đồng Giáo phẩm Trung ương Viện Tăng Thống thành lập năm 1973.

Từ những nhân duyên và điều kiện kể trên, công trình phiên dịch dang dở của chư vị tiền hiền tất yếu phải được Hòa thượng Tuệ Sỹ đưa vai gánh vác, không thể để cho gián đoạn. Đó là lý do, từ danh nghĩa Viện Tăng Thống GHPGVNTN, Hội Đồng Phiên Dịch Tam Tạng Lâm Thời (HĐPDTTLT) đã được thành lập vào ngày 03 tháng 12 năm 2021, theo Thông Bạch số 11/VTT/VP, nhằm kế thừa sự nghiệp phiên dịch Tam Tạng của chư vị Trưởng lão Hội Đồng Phiên Dịch Tam Tạng Viện Tăng Thống, với thành phần nhân sự như sau:

HỘI ĐỒNG PHIÊN DỊCH TAM TẠNG LÂM THỜI 2021*

Cố Vấn: Giáo sư Trí Siêu Lê Mạnh Thát (Việt Nam)
Chủ Tịch: Hòa thượng Thích Tuệ Sỹ (Việt Nam)
Chánh Thư Ký: Hòa thượng Thích Như Điển (Đức quốc)
Phó Thư Ký Quốc Nội: Hòa thượng Thích Thái Hòa (Việt Nam)
Phó Thư Ký Hải Ngoại: Hòa thượng Thích Nguyên Siêu (Hoa Kỳ)

Ủy Ban Duyệt Sách:

Hòa thượng Thích Tuệ Sỹ; Giáo sư Trí Siêu Lê Mạnh Thát.

Ủy Ban Phiên Dịch:

Hòa thượng Thích Đức Thắng (Việt Nam); Hòa thượng Thích Thái Hòa (Việt Nam); Thượng tọa Thích Nguyên Hiền (Việt Nam); Thượng tọa Thích Nhuận Châu (Việt Nam); Đại đức Thích Nhuận Thịnh (Việt Nam); Cư sĩ Đạo Sinh Phan Minh Trị (Việt Nam); Cư sĩ Trí Việt Đỗ Quốc Bảo (Đức quốc).

Ủy Ban Chứng Nghĩa Chuyết Văn:

Hòa thượng Thích Thiện Quang (Canada); Thượng tọa Thích Nguyên Tạng (Úc); Đại đức Thích Nhuận Thịnh (Việt Nam); Cư sĩ Tâm Huy Huỳnh Kim Quang (Hoa Kỳ); Cư sĩ Tâm Quang Vĩnh Hảo (Hoa Kỳ).

Những thành viên khác tùy theo nhu cầu sẽ được thỉnh cử sau.

Xét thấy công hạnh tu trì cũng như kiến văn của thành viên chưa thể sánh ngang với chư Tôn túc Trưởng lão Hội đồng Phiên dịch Tam Tạng 1973, do đó chỉ có thể thành lập Hội đồng Lâm thời để kế thừa việc phiên dịch Kinh-Luật-Luận theo khả năng. Trong điều kiện như thế, HĐPDTTLT sẽ không phiên dịch theo thứ tự lịch sử hình thành Thánh điển như Đại Chánh, mà theo phương pháp các Kinh Lục cổ điển, phân Thánh giáo thành Ba thừa: Thanh Văn Tạng, Bồ-tát Tạng và Mật Tạng. Cho đến khi nào sở học và đạo hạnh được nâng cao, đủ để xác định tín tâm trong hàng bốn chúng đệ tử, bấy giờ Hội đồng Phiên dịch Tam Tạng Lâm thời sẽ chuyển thành chính thức, và sẽ tuần tự thực hiện chương trình phiên dịch đúng theo đề xuất của Hội đồng Phiên dịch Tam Tạng 1973.

---

* Xem thêm chú thích cuối bài.

Sự nghiệp phiên dịch Đại Tạng Kinh là sự nghiệp chung, hệ trọng và trường kỳ, của Tăng tín đồ Phật giáo Việt Nam trong và ngoài nước. Hình thành Đại Tạng Kinh tiếng Việt không những tạo điều kiện thuận lợi cho việc nghiên cứu và thực hành Phật Pháp đúng đắn cho tứ chúng đệ tử, khẳng định vị thế của Phật giáo Việt Nam đối với nhân loại và cộng đồng Phật giáo quốc tế, mà còn là sự phục hưng những giá trị văn hóa dân tộc nhằm góp phần vào việc xây dựng và phát triển đất nước. Nhận thức được tầm quan trọng này, chư vị lãnh đạo các Giáo hội Phật giáo Việt Nam Thống Nhất tại hải ngoại đã vận động thành lập Hội Đồng Hoằng Pháp vào ngày 08 tháng 5 năm 2021, với sự tán trợ của Viện Tăng Thống, nhằm mở rộng con đường hoằng pháp ngoài nước theo tiêu hướng của GHPGVNTN, cũng như để vận động yểm trợ và thúc đẩy công trình phiên dịch và ấn hành Đại Tạng Kinh Việt Nam tiến đến thành tựu viên mãn.

Để tri niệm ân sâu của chư lịch đại Tổ sư và chư vị Tôn túc trong Hội Đồng Phiên Dịch Tam Tạng 1973 trong sự nghiệp hoằng truyền chánh đạo, Hội Đồng Hoằng Pháp nguyện góp phần công đức, toàn tâm ủng hộ, cúng dường tâm lực, trí lực và tài lực để Đại Tạng Kinh Việt Nam chuẩn mực được lần lượt ấn hành, khởi đầu từ Thanh Văn Tạng, tháng 01 năm 2022, cho đến khi hoàn tất Bồ-tát Tạng và Mật Tạng trong thập niên tới.

Nguyện đem công đức Pháp thí này hồi hướng chánh pháp cửu trụ, tứ chúng an hòa, phát Bồ-đề tâm tiến tu đạo nghiệp; lại nguyện nhân loại được an vui, phúc lạc; sớm chấm dứt thiên tai dịch bệnh, khắp loài chúng sinh đều được lạc nghiệp an cư.

Ngưỡng vọng chư tôn Trưởng lão, chư Hòa thượng, Thượng tọa, Đại đức Tăng Ni cùng bốn chúng đệ tử trong và ngoài nước chứng minh và liễu tri.

Nam mô Công Đức Lâm Bồ-tát.

Phật lịch 2565, năm Tân Sửu
Ngày 01 tháng 01 năm 2022
Hội Đồng Phiên Dịch Tam Tạng Lâm Thời
Cẩn bạch

CHÚ THÍCH *(cập nhật 15/09/2024):*

Tham chiếu Quyết định số: 07.VTT/CTK/QĐ do Hòa Thượng Thích Tuệ Sỹ ký 21/09/2023; đồng thời tham chiếu Biên bản kỳ họp Ủy Ban Phiên Dịch Trung Ương mở rộng vào ngày 15/08/2024 và 29/08/2024, từ 9/2024 có những thay đổi về tổ chức và nhân sự sau:

- *Tên gọi mới:*

ỦY BAN PHIÊN DỊCH TRUNG ƯƠNG

- *Nhân sự:*

Chủ tịch:	Hòa Thượng Thích Như Điển
Chánh Thư Ký:	Hòa Thượng Thích Thái Hòa
Phó Thư Ký:	Hòa Thượng Thích Nguyên Siêu
Phụ tá đặc trách Giáo nghĩa	Tỳ-kheo-ni TN. Thanh Trì
Tiểu Ban Phiên Dịch Chuyên Trách:	

PHÀM LỆ

1. Đại Tạng Kinh Việt Nam bao gồm tất cả các bản dịch tiếng Việt của Tam Tạng Kinh Điển Phật giáo đã xuất hiện ở nước ta từ trước đến nay, qua các thời kỳ với nhiều dịch giả khác nhau, để cho thấy quá trình hình thành Đại Tạng Kinh Việt Nam qua lịch sử.

2. Về bản đáy, bản dịch Việt căn cứ trên ấn bản Đại Chánh Tân Tu Đại Tạng Kinh 100 tập, mỗi tập trên dưới 1000 trang chữ Hán cỡ 10pt và sẽ được đánh số theo thứ tự của số ghi trong bản in Đại Chánh. Mỗi trang của bản in Đại chính được chia làm ba cột: a, b, c. Số trang và cột này đều được ghi trong bản dịch để tiện tham khảo.

3. Vì thế, một bản Kinh chữ Hán có thể có nhiều bản dịch tiếng Việt, nên sau số thứ tự của Đại Chánh, sẽ đánh thêm các mẫu tự A, B, C... để phân biệt các bản dịch tiếng Việt khác nhau của cùng một bản Kinh chữ Hán đó.

4. Về xử lý văn bản trong khi phiên dịch, phần lớn căn cứ công trình hiệu đính và đối chiếu của bản Đại Chánh. Ngoài ra, tham khảo thêm các công trình hiệu đính và đối chiếu khác.

5. Giữa các ấn bản có những điểm khác nhau, bản Việt sẽ lựa chọn hoặc hiệu đính theo nhận thức của người dịch.

6. Trong bản Hán, nếu chỗ nào xét thấy văn dịch hay từ ngữ không phù hợp với giáo nghĩa truyền thống phổ biến, người dịch sẽ tham khảo các Kinh, Luật, Luận cần thiết để

hiệu chính. Những hiệu chính này được giải thích ở phần cước chú.

7. Bản Hán dịch thực hiện căn cứ phần lớn trên sự truyền khẩu. Do đó những từ phát âm tương tự dễ đưa đến ngộ nhận, như *sam* Pāli hay *sama* và *samyak*; *cala* và *jala*; *muti* và *muṭṭhi*, v.v... Trong những trường hợp này, người dịch sẽ tham chiếu các Kinh tương đương, các bản Hán biệt dịch, suy đoán tự dạng nguyên thủy có thể có trong Phạn bản để hiệu chính. Những hiệu chính này đều được ghi ở phần cước chú.

8. Do các truyền bản khác nhau giữa các bộ phái, để có nhận thức về giáo nghĩa nguyên thủy, chung cho tất cả, cần có những nghiên cứu đối chiếu sâu rộng. Công việc này ngoài khả năng hiện tại của các dịch giả. Tuy nhiên, trong trường hợp có thể, những điểm dị biệt giữa các truyền bản sẽ được ghi nhận và đối chiếu. Những ghi nhận này được nêu ở phần cước chú.

9. Bản Hán dịch được phân thành số quyển. Bản dịch Việt không chia số quyển như vậy, nhưng sẽ ghi ở phần cước chú mỗi khi bắt đầu một quyển khác.

10. Các từ Phật học trong một số bản Hán dịch nếu không phổ biến, do đó có thể gây khó khăn cho việc đọc và nghiên cứu, trong các trường hợp như vậy, tuy vẫn giữ nguyên dịch ngữ của bản Hán, nhưng dịch ngữ tương đương thông dụng hơn sẽ được ghi trong phần cước chú. Trong trường hợp có thể, sẽ ghi luôn dịch giả của những dịch ngữ này và xuất xứ của chúng từ bản dịch nào để tiện

việc tham khảo.

11. Các Kinh sách tham khảo trong cước chú đều được viết tắt theo quy định phổ thông của giới nghiên cứu quốc tế; xem quy định về viết tắt ở cuối mỗi tập của Đại Tạng Kinh Việt nam.

12. Quy ước các danh từ viết hoa

* *Các từ gốc Sanskrit/Pāli:*

a. Từ thường phiên âm: tất cả viết thường với gạch nối. Như *śūnyatā* = thuấn-nhã-đa tính, *kṣatriya* = sát-đế-lợi. Trừ các từ tôn kính, theo ngữ cảnh; như: *Nirvāṇa* = Niết-bàn; *Ācārya* = A-xà-lê; *Bhikṣu* = Tỳ-kheo v.v...

b. Từ đặc hữu (nhân danh, địa danh): Chữ đầu hoa, còn lại thường, với gạch nối. Như *Śariputra* = Xá-lợi-phất, *Śrāvastī* = Xá-vệ, *Kapilavastu* = Ca-tì-la-vệ.

c. Trường hợp vừa âm vừa nghĩa, phần phiên âm chữ đầu hoa, còn lại thường với gạch nối; phần nghĩa viết Hoa, như *Śariputra* = Xá-lợi Tử.

* *Các từ thuần Việt,* chưa có quy tắc chính thức, nhưng theo cách viết phổ thông hiện nay:

a. Từ phổ thông: tất cả không hoa, trừ trường hợp tôn kính hay đặc biệt.

b. Từ đặc hữu, nhân danh, địa danh: tất cả viết hoa.

Vạn Hạnh, Pl. 2550 - Dl. 2006
Trí Siêu và **Tuệ Sỹ** cẩn chí

BẢNG VIẾT TẮT

A	*Aṅguttara-Nikāya* – Tăng chi bộ kinh
Câu-xá	A-tỳ-đạt-ma-câu-xá luận, T 29 No 1558
Cf.	*confer*, Tham chiếu, so sánh
Cđ., Chân Đế	bản dịch của Chân Đế
cht.	chú thích
Ch.	Chương
...cho đến	Lặp lại nguyên văn đoạn trên
D	*Dīgha-nikāya*, Trường bộ kinh
Đại.	Đại Chánh Tân Tu Đại Tạng Kinh, Taisho
đd	đã dẫn
Dh, Dhp	*Dhammapada*, kinh Pháp cú
Du-già	Du-già sư địa luận, T 30 No 1579
ff.	following, tiếp theo
Ht., Huyền Trang	bản dịch của Huyền Trang
ibid.	*ibidem*, cùng chỗ đã dẫn, đã dẫn, dẫn thượng
M	*Majjhima-Nikāya* – Trung bộ kinh
n.	number, số hiệu
Niss.	*Nissaggiya*, Ni-tát-kỳ
NM	bản in đời Nguyên Minh
nt	như trên
Pl.	Pāli
S	*Samyutta-Nikāya* – Tương ưng bộ kinh
Pāc.	*Pācittiya*, Ba-dật-đề
Sdt.	sách dẫn trên
Sđd.	Sách đã dẫn
Skt.	Sanskrit

Sn	*Sutta-nipāta* – Kinh tập
T.	Taisho (大正), Đại chánh tân tu Đại tạng kinh, dẫn theo số sách, số trang, cột và dòng.
Tập dị	Tập dị môn túc luận
Th 1	*Theragātha* – Trưởng lão kệ
Th 2	*Therīgāthā* – Trưởng lão ni kệ
thc.	tham chiếu
thk.	tham khảo
Tì-bà-sa	A-tì-đạt-ma Đại tì-bà-sa luận
Tl.	Tây lịch
TNM	bản in các đời Tống Nguyên Minh
tr.	Trang
vd.	ví dụ
Vin.	*Vinaya*, Luật tạng Pāli
Vsm.	*Visuddhimagga* – Thanh tịnh đạo luận
x.	xem
X.	Xuzang (續藏), Tục tạng, Vạn.
Wogihara	Phạn Hòa từ điển, Địch Nguyên Vân Lai (Wogihara Unrai)

TIỂU SỬ
HÒA THƯỢNG LUẬT SƯ
THÍCH ĐỖNG MINH
(1927-2005)

1. THÂN THẾ

Hòa thượng họ Đỗ, húy Châu Lân, sinh năm Đinh Mão (1927), tại thôn Quan Quang, xã Nhơn Khánh, huyện An Nhơn, tỉnh Bình Định. Thân phụ là cụ ông Đỗ Hoạch, thân mẫu là cụ bà Trần Thị Tú. Gia đình gồm có năm người con, hai trai, ba gái, Hòa thượng Thích Đỗng Quán thứ ba, ngài thứ tư.

Gia đình ngài đời đời thuần tín Tam bảo. Cha mất sớm, được mẹ chăm lo dạy dỗ. Với bẩm tánh thông minh và hiếu học, năm 11 tuổi ngài thi đậu bằng Yếu Lược, việc này chưa từng xảy ra tại quê ngài, nên đích thân Lý trưởng đến thăm và chúc mừng. Đó là một vinh dự cho gia đình và quê hương ngài lúc bấy giờ.

2. XUẤT GIA HỌC ĐẠO

Vốn có sẵn hạt giống Bồ-đề, túc duyên Phật pháp, năm 13 tuổi, ngài xuất gia với đại sư Chơn Quang - vốn là chú ruột, tại chùa Khánh Vân, thôn Văn Quang, xã Phước Quang, tỉnh Bình Định. Sau đó, ngài được Hòa thượng chùa Thiên Hưng đưa vào Phan Rang và trao cho Hòa thượng Huyền Tân chùa Thiền Lâm làm đệ tử với pháp danh Thị Khai, tự Hạnh Huệ, hiệu Đỗng Minh, thuộc dòng Lâm Tế Chúc Thánh đời thứ 42.

Năm Quý Mùi (1943), ngài thọ Sa-di giới tại Đại giới đàn Thiên

Đức - Bình Định, do Quốc sư Phước Huệ chứng minh.

Năm 19 tuổi (1946), Hòa thượng được Bổn sư cho thọ Đại giới tại Đại giới đàn chùa Thiên Bình - Bình Định. Ngài Huệ Chiếu chùa Thập Tháp làm Đàn đầu Hòa thượng, với tuổi 19 thì chưa đủ tuổi theo Luật định nhưng với thiên tư đĩnh đạc ngài được Bổn sư đặc cách và Hội đồng Thập sư hoan hỷ chấp thuận.

Sống trong cảnh nước mất nhà tan, như bao thanh niên khác, ngài đã tham gia Hội Phật Giáo Cứu Quốc tỉnh Ninh Thuận với cương vị Chủ tịch. Tuy lo việc nước nhưng ngài luôn giữ vững sứ mệnh xuất gia học đạo của mình.

Năm 23 tuổi (Canh Dần - 1950), ngài được Bổn sư cho ra tu học tại Tăng Học Đường Nha Trang, lúc ấy có danh xưng là Tăng Học Đường Nam Phần Trung Việt, đặt tại trường Bồ-đề Nha Trang, do Hòa thượng Thích Thiện Minh làm giám đốc.

Năm 1954, ngài được Ban giám đốc Tăng Học Đường cử vào Sài Gòn học các nghề y tá, bào chế hóa chất... để bổ sung cho y phương minh, công xảo minh... làm tư lương hành đạo sau này.

Năm 1955, ngài xin ra Huế tham học với các ngài Thích Đôn Hậu, Thích Thiện Siêu, Thích Trí Quang để hoàn tất chương trình Đại học Phật giáo. Trong thời gian này, ngài lưu trú tại chùa Từ Quang.

3. THỜI HÓA ĐẠO

Năm Kỷ Sửu (1949), ngài được Hòa thượng Bổn sư cử giữ chức Thủ tọa (trụ trì) chùa Thiền Lâm - Ninh Thuận.

Năm Canh Dần (1950), khi vào tu học tại Tăng Học Đường Nha Trang, ngài được Ban giám đốc và đại chúng đề cử giữ chức Thủ chúng để điều hành mọi sinh hoạt của chúng Tăng. Vì thế, Tăng Ni và Phật tử lúc ấy đều gọi ngài là "Thầy Thủ".

Năm Đinh Dậu (1957), sau khi hoàn tất chương trình Đại học Phật giáo, từ Huế trở về Nha Trang, ngài được Tổng hội Phật giáo Trung phần lúc ấy phân công nghiên cứu, tổ chức thành lập hãng vị trai Lá Bồ-đề để làm kinh tế tự túc cho việc đào tạo Tăng tài. Sau đó, hãng này được phát triển thành hai chi nhánh, một tại Sài Gòn, một tại

Huế. Nguồn thu nhập tài chánh của ba cơ sở kinh tế này đã giữ một vai trò quan trọng trong việc đào tạo Tăng tài lúc bấy giờ. Ngài đã đảm nhiệm chức vụ Giám đốc cơ sở sản xuất này từ lúc thành lập cho đến lúc chuyển thể.

Cũng trong năm này, Tăng học đường Nha Trang và Phật học đường Báo Quốc - Huế hợp lại thành Phật học viện Trung phần đặt tại chùa Hải Đức - Nha Trang (thường gọi là Phật học viện Hải Đức Nha Trang), do Hòa thượng Thích Giác Nhiên làm Viện trưởng, Hòa thượng Thích Trí Thủ làm Giám viện và Hòa thượng Thích Thiện Siêu làm Giáo thọ trưởng, ngài được mời giữ chức "Trưởng ban kinh tế tự túc" và làm giáo thọ giảng dạy thường xuyên tại Viện và các Phật học viện phụ cận trong những năm sau đó.

Năm Quý Mão (1963), ngài là thành viên Ủy ban bảo vệ Phật giáo tại Nha Trang - Khánh Hòa, cùng với Tăng, Ni và Phật tử vận động tranh đấu, chống lại chính sách kỳ thị và đàn áp tôn giáo của chính quyền Ngô Đình Diệm.

Năm Đinh Mùi (1967), Giáo hội Phật giáo Việt Nam Thống nhất mời ngài giữ chức vụ Chánh đại diện miền Khuông Việt, gồm các tỉnh Cao nguyên Trung phần.

Năm Mậu Thân (1968), ngài giữ chức Vụ trưởng Phật học vụ thuộc Tổng vụ Giáo dục Giáo Hội Phật Giáo Việt Nam Thống Nhất, điều phối và chăm sóc các Phật học viện toàn miền Nam lúc bấy giờ; cũng trong năm này Phật học viện Hải Đức Nha Trang khai Đại giới đàn lần thứ hai, ngài được cử làm Chánh chủ khảo.

Năm Canh Tuất (1970), Phật học viện Hải Đức - Nha Trang mở lớp chuyên khoa Phật học, ngài được mời giữ chức Giám học thường xuyên đôn đốc việc tu học của Tăng Ni sinh.

Ngày 19 tháng 09 năm Quý Sửu (1973), ngài cùng với Trưởng lão Hòa thượng Thích Trí Thủ mở Đại giới đàn Phước Huệ cho Tăng Ni từ Quảng Trị trở vào Nam thọ giới - đây là giới đàn lớn nhất. Hội đồng Thập sư được cung thỉnh từ Trung vô Nam và Đại lão Hòa thượng Thích Phúc Hộ làm Đàn đầu Hòa thượng.

Năm Giáp Dần (1974), Viện Cao đẳng Phật học Hải Đức - Nha

Trang thành lập, do Hòa thượng Thích Thiện Siêu làm Viện trưởng, ngài giữ chức Phó viện trưởng điều hành, theo dõi chăm sóc mọi sinh hoạt của Viện.

Từ ngày thành lập Phật học viện đến Viện Cao đẳng, ngài và Hòa thượng Thích Trừng San là hai trợ lý đắc lực cho Hòa thượng Giám viện Thích Trí Thủ.

Đầu năm Mậu Ngọ (1978), ngài vào Sài Gòn dự tang lễ đức Phó Tăng thống GHPGVNTN, trên đường về thì ngài mắc nạn, rồi bị giam giữ tại Nha Trang gần hai năm. Đây là một khổ duyên giúp cho ngài tăng trưởng nhẫn nhục Ba-la-mật... Trong thời gian này, ngài đã chú tâm tu niệm và dịch thuộc lòng bộ Tỳ-ni nhật dụng thiết yếu (gồm 4 quyển) ra văn vần.

Năm Tân Dậu (1981), Giáo Hội Phật Giáo Việt Nam thành lập, ngài được mời làm Đại biểu dự Đại hội trong Phái đoàn GHPGVNTN.

Năm 1982 và năm 1983, ngài an cư và dạy Luật tại Tu viện Quảng Hương Già-lam và Phật học Vạn Hạnh. Từ năm 1983, ngài được mời làm Thành viên Ban Giáo dục Tăng Ni Trung ương trong suốt 4 nhiệm kỳ.

Năm 1990, trường Cơ bản Phật học tỉnh Khánh Hòa thành lập, ngài được cung thỉnh giữ chức Giáo thọ trưởng và giảng dạy cho trường.

Từ năm 1993 đến 2001, ngài được cung thỉnh làm Tuyên luật sư cho các Đại giới đàn Trí Thủ I (1993), II (1997) và III (2001) tại chùa Long Sơn, Nha Trang - Khánh Hòa.

Năm Ất Hợi (1995), được sự tài trợ của Hòa thượng Thích Tịnh Hạnh ở Đài Loan, ngài tổ chức đào tạo một lớp phiên dịch cho Tăng, Ni. Sau đó, tiếp tục hướng dẫn Tăng Ni, Cư sĩ dịch được nhiều bộ kinh trong tạng Đại Chánh Tân Tu, đồng thời ngài chứng nghĩa tất cả các bản dịch.

Năm Bính Tý (1996), ngài được cung thỉnh làm Tuyên luật sư cho Đại giới đàn Thiện Hòa tại Đại Tùng Lâm – Bà Rịa Vũng Tàu.

Năm Đinh Sửu (1997), ngài được Giáo hội Phật giáo Việt Nam tấn phong Hòa thượng và suy tôn vào Hội đồng Chứng minh Trung ương

Giáo Hội Phật Giáo Việt Nam.

Năm Tân Tỵ (2001), trong Đại hội nhiệm kỳ III, Ban trị sự Tỉnh hội Phật giáo Khánh Hòa cung thỉnh ngài làm Chứng minh và cố vấn cho Tỉnh hội, đồng thời thỉnh ngài làm cố vấn cho Ban Tăng sự và Ban giáo dục Tăng Ni của Tỉnh hội.

Năm Nhâm Ngọ (2002), được sự hỗ trợ của các pháp hữu ở hải ngoại, ngài vận động thành lập Ban phiên dịch Pháp Tạng Phật Giáo Việt Nam và giữ trách nhiệm Trưởng ban hướng dẫn Tăng, Ni, Cư sĩ phiên dịch. Từ đó đến nay đã dịch được nhiều kinh sách và lưu hành rộng rãi cả trong nước lẫn ngoài nước.

Năm Quý Mùi (2003), ngài được Viện Nghiên cứu Phật học Việt Nam mời giữ chức Phó Viện trưởng.

4. PHIÊN DỊCH LUẬT TẠNG

Vì bản hoài sách tấn Tăng, Ni nghiêm trì giới luật, thể hiện đạo phong Trưởng tử Như Lai, phụng sự đạo pháp nên từ lâu ngài đã dụng công nghiên cứu Luật tạng và từ năm 1978 đến nay, ngài đã phiên dịch những bộ quảng luật thuộc hệ thống Luật tạng thuộc Đại Chánh Tân Tu Đại Tạng Kinh như:

1. *Tứ phần luật* (60 quyển) – Hán dịch: Diêu Tần, Phật-đà-da-xá và Trúc Phật Niệm, Đại Chánh 22n1428.

2. *Di-sa-tắc bộ hòa hê ngũ phần luật* (30 quyển) – Hán dịch: Lưu Tống, Phật-đà-thập cùng Trúc Đạo Sinh, Đại Chánh 22n1421.

3. *Căn bản thuyết nhất thiết hữu bộ tỳ-nại-da* (50 quyển) – Hán dịch: Đường, Nghĩa Tịnh, Đại Chánh 23n1442.

4. *Căn bản thuyết nhất thiết hữu bộ Bí-sô-ni tỳ-nại-da* (20 quyển) – Hán dịch: Đường, Nghĩa Tịnh, Đại Chánh 23n1443.

Ngoài ra, ngài còn dịch các bộ:

- *Trùng trị tỳ-ni sự nghĩa tập yếu* (19 quyển, bản Biệt hành), Sa-môn Trí Húc biên soạn.

- *Tỳ-kheo giới bổn sớ nghĩa* (02 quyển, bản Biệt hành), Sa-môn Truyền Nghiêm tập thuật.

Và biên soạn:

- Dịch thuộc lòng bộ *Luật tiểu* (04 quyển) ra văn vần trong thời gian bị quản chế tại Nha Trang.

- Nghi truyền giới.

Năm 1991, là thành viên Hội đồng phiên dịch Luật tạng Phật giáo Việt Nam (do Phân viện Nghiên cứu Phật học Hà Nội mời).

5. VIÊN TỊCH

Cuộc đời ngài với nhiều sóng gió, đến lúc già mới có phần nhẹ nhàng. Nhưng với nếp sống nghiêm túc, khắc kỷ và tuổi già sức yếu do bao gian nan thời niên thiếu, ngài lâm trọng bệnh. Thân tuy bệnh nhưng tâm ngài luôn an nhiên tự tại, biết ngày về với Phật không còn lâu, ngài đã sắp xếp việc phiên dịch, việc sử dụng tịnh tài dùng trị bệnh của ngài còn lại, duy trì và phát huy giới luật và khuyên thị giả cố gắng nối tiếp công việc này. Có lần thị giả hỏi: "Ôn còn gì dặn dò?" ngài đáp: "Những gì cần làm tôi đã làm, có gì nữa để dặn dò", từ đó ngài nhiếp tâm niệm Phật.

Ngày 11 tháng Năm năm Ất Dậu (17. 06. 2005), ngài yếu dần, bảo thị giả đưa lên giường nằm. Đến 18 giờ 35 phút, ngài an nhiên xả báo thân trong tư thế cát tường.

Trụ thế 79 năm, 60 hạ lạp, cả cuộc đời của ngài là một bài học về thân giáo, ngài luôn thể hiện lối sống của một bậc chân tu, thiểu dục tri túc, giới đức tinh nghiêm, gắn liền đời sống của mình với sự nghiệp giáo dục đào Tăng tài. Mặc dù về già, ngài chuyên về dịch thuật nhưng vẫn luôn theo dõi khích lệ đàn hậu bối, mà sự dịch thuật của ngài cũng nhằm mục đích giáo dục.

Giờ đây, ngài không còn nữa, nhưng tấm gương nghiêm trì giới luật, tinh tấn tu hành, tiếp dẫn hậu lai vẫn mãi mãi sáng tỏa rạng ngời, để đàn hậu tấn noi theo. Chúng con xin nguyện cố gắng hết sức mình để nối tiếp tâm nguyện của ngài trong việc hoàn thành kho Pháp Tạng Phật Giáo Việt Nam.

Nam Mô Tự Lâm Tế Chánh Tông, Tứ Thập Nhị Thế, Ninh Thuận Thiền Lâm Phó Pháp, Khánh Hòa Long Sơn Hóa Đạo,

Huý Thượng Thị Hạ Khai, Tự Hạnh Huệ, Hiệu Đổng Minh Hòa Thượng Giác Linh.

PHẦN THỨ HAI

꿍 ❀ 꿎

第二分

(Hán dịch quyển 11-14)

PHẦN THỨ HAI
CHƯƠNG I: TÁM PHÁP BA-LA-DI[1]

A. THÔNG GIỚI

I. BẤT TỊNH HẠNH*[2]

Đức Phật ở tại thành Xá-vệ.[3] Bấy giờ, Trưởng lão Ưu-ba-ly[4] thưa hỏi đức Phật: "Đức Thế Tôn đã vì các tỳ-kheo kết giới:[5] *'Tỳ-kheo nào cùng các tỳ-kheo đồng học giới pháp, [77c01] giới sút kém, không xả mà hành pháp dâm dục,... cho đến cùng với loài súc sanh. Tỳ-kheo ấy là kẻ Ba-la-di, không được sống chung.'* Giới này con nên thọ trì thế nào? Là nên thọ trì cho một bộ Tăng hay hai bộ Tăng?"

Đức Phật dạy:

---

[1] Bản Hán, *Ngũ phần* 11 (tr. 77b27): Phần II. Ni luật. *Tăng-kỳ* 36 (tr. 514a25). *Tứ phần* 22 (tr. 714a1). *Thập tụng* 42 (tr. 302c15): Ni luật. *Căn bản Thuyết nhất thiết hữu bộ Bí-sô-ni Tỳ-nại-da* (vt. *Căn bản ni*) 1 (tr. 907a1, T23n1443). *Bhikkhunīvibhaṅga*, Vin. iv. 206. Các bộ đều có 8 điều. Trong đó, 4 điều thuộc thông giới. Những học xứ, tuy duyên khởi từ tỳ-kheo, chung cho cả hai bộ. Duyên khởi, giới tướng, giải thích từ ngữ, của những học xứ này đại thể giống nhau. Xem Phần I, các điều liên hệ. Các thông giới sẽ được đánh dấu hoa thị (*).

[2] Thông giới. Các bộ trong Hán tạng đều có nguyên nhân kết, và giới văn của 4 thông giới. *Thập tụng* và luật Pāli không có giới văn của 4 thông giới này.

[3] *Tăng-kỳ*: Ca-duy-la-vệ thành 迦維羅衛城; *Tứ phần* Tỳ-xá-ly 毘舍離.

[4] *Tăng-kỳ*: Đại Ái Đạo thưa thỉnh; *Tứ phần*: Phật tự nói. Xem Phần I, Ch. i, Ba-la-di 1.

[5] Nguyên nhân bởi Tỳ-kheo Tu-đề-na; xem Phần I, Ch. i, Ba-la-di 1.

"Nên thọ trì cho cả hai bộ Tăng. Từ nay giới này nên nói như vầy:

Tỳ-kheo-ni nào cùng các tỳ-kheo-ni đồng học giới pháp, giới sút kém, không xả, tùy ý hành dâm, cho đến cùng với loài súc sanh, tỳ-kheo-ni này phạm Ba-la-di, không được sống chung."

II. BẤT DỮ THỦ*

Bấy giờ, Trưởng lão Ưu-ba-ly[6] lại hỏi Phật: "Đức Thế Tôn đã vì các tỳ-kheo kết giới: *'Tỳ-kheo nào nơi tụ lạc hoặc nơi đất trống, với tâm trộm cắp lấy vật không cho... cho đến không được sống chung.'* Con nên thọ trì thế nào?"

Đức Phật dạy:

"Nên thọ trì cho cả hai bộ Tăng. Từ nay giới này nên nói như vầy:

Tỳ-kheo-ni nào, ở nơi thôn xóm hoặc chỗ đất trống, lấy vật không được cho, với tâm trộm cắp, mà bị vua hay đại thần bắt, hoặc trói, hoặc giết, hoặc đuổi (khỏi nước), nói rằng: "Ngươi là giặc, ngươi là kẻ ấu trĩ, ngươi là kẻ ngu si." Tỳ-kheo-ni này phạm Ba-la-di, không được sống chung."

III. ĐOẠN NHÂN MẠNG*

Trưởng lão Ưu-ba-ly[7] lại thưa hỏi đức Phật: "Đức Thế Tôn đã vì các tỳ-kheo kết giới: *'Tỳ-kheo nào tự tay giết người, hoặc tương tợ người,... cho đến không được sống chung.'* Con nên thọ trì thế nào?"

Đức Phật dạy:

"Nên thọ trì cho hai bộ Tăng. Từ nay giới này nên nói như vầy:

Tỳ-kheo-ni nào, tự tay giết người, hoặc tương tợ người; hoặc đưa dao hay thuốc độc để giết; hoặc bảo người giết, hoặc bảo tự giết, khen ngợi sự chết, khích lệ cho chết, nói: "Ôi chao, này người kia, ích gì đời sống xấu xa ấy! Thà chết

---

[6] *Tăng-kỳ*: Đại Ái Đạo thưa thỉnh; *Tứ phần*: Phật tự nói. (Xem Phần I, Ch. i, Ba-la-di 2).

[7] *Tăng-kỳ*: Đại Ái Đạo thưa thỉnh; *Tứ phần*: Phật tự nói. (Xem Phần I, Ch. i, Ba-la-di 3).

còn tốt hơn sống"; với tâm ý như vậy, tùy theo tâm mà sát, bằng mọi nhân duyên như thế, người kia do vậy mà chết. Tỳ-kheo-ni này phạm Ba-la-di, không được sống chung."

IV. ĐẠI VỌNG NGỮ*

Trưởng lão Ưu-ba-ly[8] lại thưa hỏi đức Phật: "Đức Thế Tôn đã vì các tỳ-kheo kết giới: '*Tỳ-kheo nào không biết, không thấy pháp siêu việt con người,... cho đến không được sống chung.*' Con nên thọ trì thế nào?"

Đức Phật dạy:

"Nên thọ trì cho cả hai bộ Tăng. Từ nay giới này nên nói như vầy:

Tỳ-kheo-ni nào, không biết, không thấy pháp siêu việt con người, thành tựu mục đích Thánh giả, mà tự xưng là "Tôi biết như vậy, thấy như vậy." Sau đó, Tỳ-kheo-ni này hoặc bị người cật vấn, hoặc không bị người cật vấn, vì [78a01] muốn khỏi tội, cầu thanh tịnh nên tự nói như vầy: "Tôi không biết mà nói biết, không thấy mà nói thấy, hư cuống vọng ngữ." Trừ tăng thượng mạn, Tỳ-kheo-ni này phạm Ba-la-di, không được sống chung."

B. BẤT CỘNG GIỚI

V. MA XÚC[9]

a. Duyên khởi

Bấy giờ, người rể của bà Tỳ-xá-khư tên là Lộc Tử. Lộc Tử kính mến bà Tỳ-xá-khư như kính mến mẹ đẻ của mình. Người bấy giờ gọi bà là Tỳ-xá-khư Lộc Tử Mẫu. Lộc Tử có người cháu tên là Thi-lợi-bạt,[10]

---

[8] *Tăng-kỳ*: Đại Ái Đạo thưa thỉnh; *Tứ phần*: Phật tự nói. (Xem Phần I, Ch. i, Ba-la-di 4).

[9] *Tăng-kỳ* 36 (tr. 515a17). *Tứ phần* 22 (tr. 715a06); *Thập tụng* 42 (tr. 302c16). *Căn bản ni* 5 (tr. 929a29). Pāli, Vin. iv. 211.

[10] *Tăng-kỳ*: Phật tại Ca-duy-la-vệ; nhân duyên bởi Tỳ-kheo-ni Lại-tra; *Tứ phần*: Phật tại nước Xá-vệ: Đại Thiện Lộc Lạc 大善鹿樂; *Thập tụng*: Phật tại nước Xá-vệ: Lộc Tử cư sĩ nhi 鹿子居士兒, con trai ông Lộc

thường để ý Tỳ-kheo-ni Thâu-la-nan-đà.[11] Sau đó, (Thi-lợi-bạt)* thỉnh tỳ-kheo-ni Tăng (thọ trai)*, Thâu-la-nan-đà cáo bệnh không đến, ở nhà coi phòng Tăng cùng một sa-di-ni nhỏ. Đến giờ thụ trai, tỳ-kheo-ni Tăng đều đến nhà Thi-lợi-bạt.

Thi-lợi-bạt tự tay dâng thức ăn, rồi hỏi:

"Tại sao Thâu-la-nan-đà không đến?"

Tỳ-kheo-ni đến trả lời:

"Vì cô bị bệnh, Tăng sai giữ phòng, cho nên không đến."

Thi-lợi-bạt dâng cơm cho quí Thượng tọa xong, bèn vội đến chùa, hỏi:

"Cô bị bệnh thế nào?"

Thâu-la-nan-đà trả lời:

"Xương cốt đều bị đau nhức!"

Thi-lợi-bạt liền đấm bóp.

Tỳ-kheo-ni nói:

"Cho phép ông đấm bóp toàn thân thể, nhưng không được hành dục."

Đấm bóp xong, Thi-lợi-bạt hỏi: "Cô cần thứ gì?"

Cô ni trả lời:

"Tôi cần táo khô."

Ông liền mua cho cô. Tỳ-kheo-ni lấy tay cầm táo, hỏi:

Tử; *Căn bản*: Phật tại Thất-la-phạt thành: Tỳ-xá-khư 毘舍佉, mà nguyên nhân do Bí-sô-ni Châu Kế Nan-đà 苾芻尼珠髻難陀.

[11] *Tăng-kỳ*: Lại-tra tỳ-kheo-ni 賴吒比丘尼, dạy kinh cho một thiếu niên họ Thích. *Tứ phần*: Thâu-la-nan-đà 偷羅難陀. *Thập tụng*: Châu-na-nan-đà 周那難陀. *Căn bản*: Bí-sô-ni Châu Kế Nan-đà 苾芻尼珠髻難陀. [Pāli] *Thullanandā*. Cf. Vin. iv. 212, bốn chị em xuất gia: *Nandā, Nandavatī, Sundarīnandā, Thullanandā*. Trong đó, chuyện xảy ra giữa *Thullanandā* và *Sāḷha*.

"Ông thấy trái táo khô này không?"

Trả lời:

"Thấy."

Tỳ-kheo-ni nói:

"Người nào buộc tâm vào nơi không thể hành dục được thì tinh thần bị teo khô cũng như trái táo này."

Ngay lúc đó, Thi-lợi-bạt cùng tỳ-kheo-ni hai thân xúc chạm nhau đủ mọi cách, rồi liền ra về.

Các tỳ-kheo-ni thọ trai xong trở về đến cửa, từ xa thấy (Thi-lợi-bạt đi ra)*, đều sanh nghi là (ông ta)* đã cùng với Thâu-la-nan-đà làm hạnh bất tịnh.

(Các tỳ-kheo-ni)* hỏi:

"Cô đã phá phạm hạnh phải không?"

Thưa:

"Tôi không phá phạm hạnh, chỉ cùng với nam tử hai thân xúc chạm nhau thôi."

Sa-di-ni nhỏ cũng nói như vậy.

Các tỳ-kheo-ni bằng mọi cách quở trách:

"Đức Phật bằng nhiều phương tiện chê trách cùng thân người nam xúc chạm nhau, và bằng nhiều phương tiện khen ngợi không xúc chạm thân người nam, nay tại sao cô lại làm việc xấu này?!"

Quở trách xong đến chỗ đức Phật, đem sự việc này bạch lên Phật. Nhân việc này, đức Phật tập hợp hai bộ Tăng,[12] hỏi Thâu-la-nan-đà:

"Cô có thật vậy không?"

---

[12] *Tăng-kỳ*: Tập hợp tất cả tỳ-kheo-ni tại Ca-duy-la-vệ. *Tứ phần*: Tập hợp Tăng tỳ-kheo. *Thập tụng*: Tập hợp hai bộ Tăng. *Căn bản*: Tập hợp các tỳ-kheo-ni.

Thưa:

"Thật vậy, bạch đức Thế Tôn".

Đức Phật bằng mọi cách quở trách như trên, rồi bảo các tỳ-kheo:

"Vì mười điều lợi nên nay Ta vì các tỳ-kheo-ni kết giới. Từ nay giới này nên nói như vầy:

b. Giới văn

Tỳ-kheo-ni nào vì dục thạnh biến tâm, nhận lấy mọi sự xúc chạm của nam tử, từ chân tóc trở xuống, đầu gối trở lên, khuỷu tay trở ra sau.[13] Tỳ-kheo-ni này phạm Ba-la-di, không được sống chung."

c. Thích từ

Tỳ-kheo-ni: Là (hàng tỳ-kheo-ni)* thọ giới Cụ túc bằng bạch tứ yết-ma.

Từ câu: Vì dục thạnh biến tâm trở xuống, giải thích như trong giới "Tỳ-kheo xúc chạm thân người nữ" đã nói.

VI. TÁM VIỆC[14]

a. Duyên khởi

[78b01] Bấy giờ, các tỳ-kheo-ni nhận sự nắm tay, nắm y của nam tử, hẹn với nhau, một mình cùng đi, cùng đứng, cùng nói, cùng ngồi một chỗ, hai thân gần kề với nhau, do tâm nhiễm dục này nên không thích sống đạo, hoặc có người hoàn tục, hay làm ngoại đạo.

Khi ấy, Tỳ-kheo-ni Thâu-la-nan-đà mặc áo mới nhuộm, thoa chà thân thể, kẽ mí mắt, đến chỗ đông người, có các nam tử[15] nắm tay,

---

[13] *Tăng-kỳ*: Từ bờ vai (giải thích: từ vú) trở xuống, từ đầu gối trở lên (giải thích: đến rốn). *Tứ phần*: Từ nách trở xuống, từ đầu gối trở lên. *Thập tụng*: Từ chân tóc trở xuống, từ đầu gối trở lên. *Căn bản*: Từ con mắt trở xuống, từ đầu gối trở lên. adhakkhakaṃ ubbhajāṇumaṇḍalaṃ, từ xương cổ (xương đòn gánh) trở xuống, từ đầu gối trở lên.

[14] Pāli, bất cộng giới thứ tư.

[15] *Tứ phần*: Sa-lâu Lộc Lạc 沙樓鹿樂. Cùng nhân vật như trên, Đại Thiện

nắm y cô, nói: "Tay cô mềm mại đẹp quá, áo cô trơn láng tốt quá!"

Các tỳ-kheo-ni Trưởng lão thấy, quở trách, rồi đem việc này bạch lên Phật. Nhân việc này đức Phật tập hợp hai bộ Tăng,[16] hỏi các tỳ-kheo-ni:

"Các cô có thật sự hành tám pháp trên không?"

Thưa:

"Thật vậy, bạch đức Thế Tôn."

Đức Phật bằng mọi cách quở trách rồi bảo các tỳ-kheo:

"Nay Ta vì các tỳ-kheo-ni kết giới. Từ nay giới này nên nói như vầy:

b. Giới văn

"Tỳ-kheo-ni nào vì dục thạnh biến tâm, nhận lấy mọi sự nắm tay, nắm y của nam tử, hẹn nhau, một mình cùng đi, cùng đứng, cùng nói,[17] cùng ngồi một chỗ, thân sát kề người nam. Đủ tám pháp[18] thì tỳ-kheo-ni này phạm Ba-la-di, không được sống chung".

c. Thích từ

Nắm tay: Nắm từ khuỷu tay ra trước.[19]

Nắm y: Nắm y đang mặc.

Hẹn nhau: Hẹn đến chỗ nào đó để làm phép hành dục hoặc để xoa chà nơi thân.

Lộc Lạc, nhưng âm nghĩa có khác. [Pāli] *Sādhu Migāraratta*; Hán đọc là Đại Thiện Lộc Lạc.

[16] Như Ba-la-di 5.

[17] *Tăng-kỳ*: "cùng đứng nói chuyện trong tầm tay với."

[18] *Tăng-kỳ*, không có câu này. *Tứ phần*: Vi phạm tám sự vậy. *Thập tụng*: "Biểu lộ tướng tham trước bằng tám việc này." *Căn bản ni*: "Cùng nhau lãnh thọ tám việc như vậy." [Pāli] *aṭṭhavatthukā*, "vì phạm tám sự."

[19] *Tứ phần*: Nắm bàn tay cho đến cổ tay.

Cùng đi: Một mình cùng nam tử đi một đường.

Cùng đứng: Một mình cùng nam tử đứng một chỗ.

Cùng nói: Cùng nam tử nói chuyện.

Cùng ngồi: Cùng nam tử ngồi một giường một ghế.

Hai thân gần kề: Ngồi một chỗ, khi nghiêng mình thì đụng thân nam tử.[20]

Nếu phạm việc nắm tay, cho đến hai thân gần kề nhau, mỗi hành động đều mắc Thâu-lan-giá. Nếu phạm bảy việc, tuy đã tùy theo đó sám hối, sau phạm một việc nữa là đủ tám, cũng thành tội Ba-la-di.[21]

Thức-xoa-ma-na, sa-di-ni, phạm Đột-kiết-la.

---

[20] Tám việc, *Tứ phần* (tr. 716a25): nắm tay, nắm áo, vào chỗ vắng, cùng đứng chỗ vắng, cùng nói, cùng đi, thân dựa nhau, hẹn nhau. *Thập tụng* (tr. 303c20): cho nắm tay; cho nắm áo; cùng đứng; cúng nói; cùng hẹn; vào chỗ khuất; chờ đàn ông đến; trao thân như nữ bạch y. *Căn bản ni* (tr. 930c13): 1. trạo cử; 2. đùa giỡn; 3. cười cợt; 4. chỉ định chỗ; 5. hẹn giờ; 6. ước tín hiệu; 7. đi đến chỗ đàn ông; 8. cùng ở chỗ có thể hành sự. Pāli, *aṭṭhavatthukā: hatthaggahaṇaṃ*, cho nắm tay, *saṅghāṭikaṇṇaggahaṇaṃ*, cho nắm vạt áo Tăng-già-lê, *santiṭṭheyya* (...*purissa hatthapāse*), đứng (trong tầm tay với của đàn ông), *sallapeyya* (...*purissa hatthapāse*), nói chuyện (trong tầm tay với...), *saṅketam vā gaccheyya*, đi đến chỗ hẹn, *purissa vā abbhāgamanaṃ*, cho đàn ông đến gần, *channaṃ vā anupaviseyya*, đi theo vào chỗ khuất, *kāyaṃ vā tadatthāya upasaṃhareyya*, trao thân cho mục đích ấy.

[21] *Tứ phần* (tr. 716b07): phạm trong bảy sự này, nếu không phát lồ sám hối, tội chưa trừ, mà phạm đến việc thứ tám thì phạm Ba-la-di. Pāli, Sớ giải: Phạm đủ tám sự, mất giới tỳ-kheo-ni. Phạm từ một sự, cho đến bảy sự, dù cho đến trăm lần, vẫn chưa mất giới tỳ-kheo-ni (*yā pana ekaṃ vā vatthuṃ satta vā vatthūni satakkhattumpi pūreti, neva assamaṇī hoti*).

VII. TÙY THUẬN BỊ XỬ[22]

a. Duyên khởi

Bấy giờ Tỳ-kheo Xiển-đà luôn luôn phạm tội, lên giường, xuống giường đều không như pháp, thường ăn nhiều lần, ăn biệt chúng; vào xóm làng phi thời không bạch với thiện tỳ-kheo. Tỳ-kheo Tăng trao cho pháp Yết-ma không thấy tội.[23] Tỳ-kheo-ni, chị ông ta là Ưu-ta,[24] tới lui nói chuyện và cung cấp y thực. Các tỳ-kheo-ni thấy, nói:

"Tỷ muội! Tỳ-kheo này đã được tỳ-kheo Tăng hòa hợp trao cho pháp Yết-ma không thấy tội. Các tỳ-kheo đã không cùng ở chung, không cùng làm việc, không cùng nói chuyện, tại sao nay cô lại tới lui cùng nói chuyện và, cung cấp y thực cho ông ta?"

Ưu-ta nói:

"Đây là em tôi, nếu tôi [78c01] không chăm sóc thì ai chăm sóc!"

Các Trưởng lão tỳ-kheo-ni nghe, bằng mọi cách quở trách rồi đem việc này bạch lên Phật. Nhân việc này đức Phật tập hợp hai bộ Tăng, hỏi Ưu-ta: "Cô có thật vậy không?"

Thưa: "Thật vậy, bạch đức Thế Tôn."

Đức Phật bằng mọi cách quở trách rồi bảo các tỳ-kheo:

"Nên sai một tỳ-kheo-ni thân thiện với Ưu-ta đến chỗ vắng

---

[22] *Tứ phần*, Ba-la-di thứ 8. Pāli, bất cộng giới thứ ba.

[23] Hán: bất kiến tội yết-ma 不見罪羯磨. Cf. Phần I, Ch. ii, Tăng-già-bà-thi-sa 13. *Tăng-kỳ*: bất kiến tội cử yết-ma 不見罪舉羯磨. *Tứ phần*: Tôn giả Xiển-đà bị Tăng cử tội. *Thập tụng*: Ca-lưu-la Đề-xá 迦留羅提舍 bị Tăng tác yết-ma bất kiến tấn 不見擯. Tỳ-kheo *Ariṭṭha* bị Tăng xả trí (*samaggena saṅghena ukkhitta*). Cf. Phần I, Ch. v, Ba-dật-đề 68; Pāli, *Pāc.* 69.

[24] Ưu-ta 優蹉. *Tăng-kỳ*: Xiển-đà có mẹ 闡陀母, là tỳ-kheo-ni bênh vực chống lại Tăng. *Tứ phần*: tỳ-kheo-ni tên là Úy-thứ 慰次. *Thập tụng*: Tỳ-kheo Ca-lưu-la Đề-xá 迦留羅提舍 bị Tăng tác yết-ma bất kiến tấn 不見擯 (bị xả trí, vì không nhận tội); có 7 cô em gái đều là tỳ-kheo-ni tùy thuận chống lại Tăng. *Thullanandā* a tòng theo *Ariṭṭha*.

khuyên can: 'Cô không nên không tùy thuận tỳ-kheo bị Tăng Yết-ma không thấy tội.' Nếu cô nghe theo thì tốt, bằng không thì nhiều tỳ-kheo-ni nên đến can. Nếu cô nghe theo thì tốt, bằng không thì tỳ-kheo-ni Tăng nên đến can."

Các tỳ-kheo vâng lời dạy của đức Phật ra lệnh cho các tỳ-kheo-ni, khiến một tỳ-kheo-ni đến khuyên can... *(cho đến câu)*: tỳ-kheo-ni Tăng đến can, đều không thuận nghe.

Các Trưởng lão tỳ-kheo-ni đem việc này bạch lên Phật. Nhân việc này đức Phật tập hợp hai bộ Tăng, bằng mọi cách nhắn lời quở trách Ưu-ta, bảo các tỳ-kheo:

"Nay Ta vì các tỳ-kheo-ni kết giới. Từ nay giới này nên nói như vầy:

b. Giới văn

Tỳ-kheo-ni nào biết Tăng như pháp trao cho tỳ-kheo pháp Yết-ma không thấy tội, các tỳ-kheo không sống chung, không cùng làm việc, không cùng nói chuyện,[25] mà tùy thuận tỳ-kheo ấy. Các tỳ-kheo-ni nói với tỳ-kheo-ni ấy: Tỷ muội! tỳ-kheo này, Tăng đã trao Yết-ma không thấy tội, các tỳ-kheo không sống chung, không cùng làm việc, không cùng nói chuyện, cô đừng tùy thuận. Can gián như vậy mà kiên trì không bỏ, nên can gián lần thứ hai, lần thứ ba. Lần thứ hai, lần thứ ba can gián bỏ việc này thì tốt, không bỏ thì tỳ-kheo-ni này phạm Ba-la-di, không được sống chung".

Ngoài ra, như trong giới "Điều-đạt phá Tăng" đã nói. Trường hợp không phạm cũng như trong giới đó.

VIII. PHÚ TÀNG TRỌNG TỘI[26]

a. Duyên khởi

Bấy giờ, Tỳ-kheo-ni Tu-hưu-ma và Tỳ-kheo-ni Bà-phả[27] thường đi

---

[25] *Tứ phần*: Tăng chưa tác pháp ở chung.

[26] *Tứ phần* (tr. 716b24) Ba-la-di 7. Pāli, bất cộng giới thứ hai.

[27] Hai tỳ-kheo-ni này, theo *Tứ phần* chỉ cho hai chị em Tỳ-kheo-ni Thâu-la-nan-đà 偷羅難陀 và Đề-xá-nan-đà 坻舍難陀; *Thập tụng*: hai

đứng với nhau. Sau đó, Tỳ-kheo-ni Bà-phả qua đời, Tỳ-kheo-ni Tu-hưu-ma vì việc đó mà buồn khóc. Các tỳ-kheo-ni nói:

"Cô đừng như vậy, tất cả pháp hữu vi đều phải tiêu mòn, như đức Phật đã dạy, ân ái biệt ly, không gì còn mãi. Nếu các pháp hữu vi mà không hoại, không tan rã là điều không thể có!"

Tu-hưu-ma nói:

"Hiện tại, tôi không phải vì cô ta mà khóc, (mà khóc)* tại vì lúc sanh tiền (cô ta)* không tu phạm hạnh!"

Các tỳ-kheo-ni hỏi:

"Tại sao cô biết?"

Đáp:

"Vì cô ta cùng đi với tôi, chính tôi thấy, cô ta làm việc dâm dục với nam tử."

Các tỳ-kheo-ni quở trách rằng:

"Tại sao lúc cô ta còn sống, cô lại che giấu tội của cô ta, (cô ta)* chết rồi mới phát lồ?"

Các Trưởng lão tỳ-kheo-ni bằng mọi cách quở trách rồi đem việc này bạch lên Phật. Nhân việc này, đức Phật tập hợp hai bộ Tăng, hỏi Tu-hưu-ma:

"Cô có thật vậy không?

Thưa:

"Thật vậy, bạch đức Thế Tôn."

Bằng mọi cách quở trách rồi, đức Phật bảo các tỳ-kheo:

"Nay Ta vì **[79a01]** các tỳ-kheo-ni kết giới. Từ nay giới này nên nói

---

chị em, Tỳ-kheo-ni Di-đa-la 彌多羅 phạm giới dâm; em gái là Tỳ-kheo-ni Di-đế-lệ 彌帝隸, thanh tịnh, biết nhưng giấu tội cho chị. *Sundarīnandā*. (*Thullanandā*. Cf. Vin. iv. 212, bốn chị em xuất gia: *Nandā, Nandavatī, Sundarīnandā, Thullanandā*. Trong đó, chuyện xảy ra giữa *Thullanandā* và *Sāḷha*).

như vầy:

b. Giới văn

Tỳ-kheo-ni nào thấy tỳ-kheo-ni phạm Ba-la-di mà che giấu. Tỳ-kheo-ni kia, sau đó còn sống hay đã chết; hoặc đi xa hay bị tẫn xuất; hoặc thôi tu hay biến hình, khi ấy mới nói: 'Trước đây chính tôi thấy (cô ni)* kia phạm Ba-la-di, thì tỳ-kheo-ni này phạm Ba-la-di, không được sống chung".

c. Thích từ

Che giấu: Từ sáng sớm cho đến phần đầu của đêm đầu, mỗi một giờ đều một Đột-kiết-la; từ phần đầu của đêm đầu cho đến tướng mặt trời chưa xuất hiện, mỗi một giờ đều một Thâu-lan-giá; khi tướng mặt trời xuất hiện, phạm Ba-la-di.

Thức-xoa-ma-na, sa-di-ni, phạm Đột-kiết-la.

Nếu muốn nói mà không có tỳ-kheo-ni nên chưa nói, hoặc khi nhập đại xả định hay khi tám nạn khởi[28] đều không phạm.

Tám nạn: 1. bệnh, 2. vua, 3. giặc, 4. nước, 5. lửa, 6. y bát, 7. mạng sống, 8. phạm hạnh.

---

[28] *Tăng-kỳ:* Nếu tỳ-kheo-ni có tâm tương ưng với: "Hễ gây nghiệp thì có quả báo, họ tự biết lấy. Ví như hỏa hoạn xảy ra cháy nhà, ta chỉ nên tự cứu mình, hơi đâu mà lo việc người." Thì không tội. *Tứ phần:* phạm lần đầu tiên khi chưa chế giới, si cuồng, loạn tâm, thống não bức bách. *Thập tụng:* Nếu tỳ-kheo-ni này tâm cuồng, tâm loạn, tâm bệnh hoạn, lúc ấy che giấu thì không phạm.

CHƯƠNG II: PHÁP TĂNG TÀN[29]

I. MAI MỐI*

Bấy giờ, Trưởng lão Ưu-ba-ly[30] hỏi đức Phật: "Đức Thế Tôn đã vì các tỳ-kheo kết giới: '*Nếu tỳ-kheo hành pháp mai mối, cho đến chỉ một lần giao hội thì, Tăng-già-bà-thi-sa.*' Nay con nên thọ trì thế nào?"

Đức Phật dạy:

"Nên thọ trì cả hai bộ Tăng. Từ nay giới này nên nói như vầy:

Tỳ-kheo-ni nào hành pháp mai mối, hoặc làm việc để cho tư thông, đem ý người nam nói với người nữ, đem ý người nữ nói với người nam, cho đến chỉ một lần giao hội. Tỳ-kheo-ni này vừa làm là phạm Tăng-già-bà-thi-sa, cần phải hối quá."[31]

---

[29] *Tăng-kỳ*: 19 điều, 6 thông giới. *Tứ phần*: 17 điều, trong đó, 7 thông giới. *Căn bản*: 20 điều. *Thập tụng*, Pāli, 17 điều, trong đó 7 thông giới, đều không có giới văn của các thông giới.

[30] Thông giới, duyên khởi, xem Phần I, Chương ii, Tăng-già-bà-thi-sa 5.

[31] "Tỳ-kheo-ni này vừa làm là phạm Tăng-già-bà-thi-sa, cần phải hối quá". *Tứ phần*: Phạm sơ pháp ưng xả Tăng-già-bà-thi-sa 犯初法應捨僧伽婆尸沙. *Tăng-kỳ*: Thị pháp sơ tội Tăng-già-bà-thi-sa 是法初罪僧伽婆尸沙. *Thập tụng*: Thị pháp sơ phạm Tăng-già-bà-thi-sa khả hối quá 是法初犯僧伽婆尸沙可悔過. Vin. i. 224: *ayaṃ bhikkhunī paṭhamāpattikaṃ dhammaṃ āpannā nissāranīyam saṅghā-disesam*, "Tỳ-kheo-ni này phạm pháp lần thứ nhất, Tăng-già-bà-thi-sa, cần phải bị xả ly." Nghĩa là, ngay khi vi phạm lần đầu, tức thành Tăng-già-bà-thi-sa với hình phạt là bị cách ly với Tăng (*saṅghamhā nissārīyati*) mà không kinh qua sự khuyến cáo (*asamanubhāsanāya*).

II. VÔ CĂN BÁNG*

Trưởng lão Ưu-ba-ly[32] lại hỏi: "Đức Thế Tôn đã vì các tỳ-kheo kết giới: *'Tỳ-kheo nào tự mình không như pháp, do giận dữ nên dùng pháp Ba-la-di không căn cứ hủy báng tỳ-kheo không phải Ba-la-di, cho đến Tăng-già-bà-thi-sa.'* Nay con nên thọ trì thế nào?"

Đức Phật dạy:

"Nên thọ cả hai bộ Tăng. Từ nay giới này nên nói như vầy:

Tỳ-kheo-ni nào tự mình không như pháp, do hận thù nên dùng pháp Ba-la-di không căn cứ, hủy báng tỳ-kheo-ni không phạm Ba-la-di; vì muốn phá hoại phạm hạnh của vị ấy. Tỳ-kheo-ni kia, sau thời gian hoặc bị cật vấn, hay không bị cật vấn, nói: 'Việc này không căn cứ, vì ôm hận nên tôi hủy báng.' Tỳ-kheo-ni ấy vừa làm là phạm Tăng-già-bà-thi-sa, cần phải hối quá".

III. GIẢ CĂN BÁNG*

Trưởng lão Ưu-ba-ly[33] lại hỏi đức Phật: "Đức Thế Tôn đã vì các tỳ-kheo kết giới: *'Tỳ-kheo nào tự mình không như pháp, vì giận hờn nên lấy một phần của phận sự khác, hoặc một phần tương tợ, (cho đến câu): Tăng-già-bà-thi-sa.'* Nay con nên thọ trì thế nào?"

Đức Phật dạy:

"Cả hai bộ Tăng nên thọ trì. Từ nay giới này nên nói như vầy:

Tỳ-kheo-ni nào [79b01] tự mình không như pháp, vì hận thù nên lấy một phần của phận sự khác, hoặc một phần tương tợ làm Ba-la-di, hủy báng tỳ-kheo-ni không Ba-la-di, vì muốn phá phạm hạnh của vị ấy. Tỳ-kheo-ni ấy, sau đó, hoặc bị cật vấn hay không bị cật vấn, nói: 'Việc này, tôi vì ôm hận nên lấy một phần của phận sự khác, hoặc một phần tương tợ để hủy báng.' Tỳ-kheo-ni này vừa làm là phạm Tăng-già-bà-thi-sa, cần phải hối quá".

---

[32] Duyên khởi, xem Phần I, Ch. ii, Tăng-già-bà-thi-sa 8.
[33] Duyên khởi, xem Phần I, Ch.ii, Tăng-già-bà-thi-sa 9.

IV. ĐỘ NỮ TẶC³⁴

a. Duyên khởi

Bấy giờ, mọi người trong dòng họ Thích cùng lập qui ước: Chúng ta không cùng thứ dân làm hôn nhân. Nếu ai vi phạm sẽ bị trọng tội. Bấy giờ, trong dòng họ Thích có người đàn bà Hắc Ly-xa³⁵ chồng mất. Em chồng muốn lấy làm vợ, bà ta không chịu. Qua ba lần ngỏ xin đều không được bà chấp thuận, nên nghĩ như vầy: 'Chắc cô này có ngoại tình, ta sẽ giết cô ta.' (Ông ta)* giả bộ vì anh tổ chức cuộc lễ và nói, vì chồng cô mà tổ chức cuộc lễ, cô nên đến để hành hương. Sau khi cô ta đến rồi, bị phục rượu cho say và cùng làm hạnh bất tịnh, rồi dùng tay, móng tay đánh cào vào thịt gây thương tích cô và báo cáo với nhà quan rằng: "Hắc Ly-xa là vợ của tôi, nay cùng tư thông với người ngoài."

Nhà quan liền truy bắt. Sau khi tỉnh rượu, bà ta thấy thân thể mình chỗ nào cũng bị thương tích, bèn nghĩ như vầy: 'Người này sẽ bắt giết mình.' Bà ta liền trốn thoát, chạy về thành Xá-vệ, đến chỗ tỳ-kheo-ni, xin xuất gia học đạo. Nhà quan bắt không được, nhưng biết (phạm nhân)* đã chạy đến thành Xá-vệ, bèn gởi công hàm đến vua Ba-tư-nặc nói: "Người đàn bà nước tôi có phạm tội đáng chết, đã trốn thoát vào nước ngài, xin ngài giao hoàn lại cho tôi. Nếu quí quốc có kẻ phạm tội, trốn thoát qua nước tôi, cũng sẽ giao trả."

Lúc ấy, vua Ba-tư-nặc liền hỏi các quan tả hữu:

"Có người đàn bà như vậy vào nước ta không?"

Tâu:

"Thưa có, nhưng đã được các tỳ-kheo-ni độ cho học đạo. Trước đây, vua có ra lệnh: Trong nước ta, nếu ai xâm phạm vào tỳ-kheo, tỳ-kheo-ni sẽ bị tội nặng. Nay họ đã xuất gia nên không

---

³⁴ *Tăng-kỳ*: Tăng-già-bà-thi-sa 8. *Tứ phần*: Tăng-già-bà-thi-sa 5. *Thập tụng*: Tăng-già-bà-thi-sa 8. *Căn bản*: Tăng-già-bà-thi-sa 10. Pāli, biệt giới 2.

³⁵ Hán: Hắc Ly-xa nữ 黑離車女. Phiên Phạn ngữ 5, T54n2130, tr. 1018a20: giải thích, "Ly-xa còn gọi là Ly-xa-tỳ, dịch là da trơn láng mịn màng". Nghĩa là người nữ da đen mịn màng.

dám hủy nhục."

Nhà vua bèn gởi thư phúc đáp:

"Sự thật có người đàn bà này chạy vào nước tôi, nhưng nay đã xuất gia, không thể truy tội. Nếu có trường hợp khác, xin sẽ đáp ứng lại".

Những người họ Thích liền cơ hiềm, nói:

"Phàm người có tội như vậy mà không thu phục được để trị, nước ta sẽ loạn vậy! Các tỳ-kheo-ni tại sao không biết người nào có thể độ, người nào không thể độ, mà lại độ như vậy! Họ không có hạnh sa-môn, phá pháp sa-môn."

Các tỳ-kheo-ni Trưởng lão nghe, bằng mọi cách quở trách, rồi đem việc này bạch lên Phật. Nhân việc này, đức Phật tập hợp hai bộ Tăng, hỏi các tỳ-kheo-ni:

"Các cô, có thật vậy không?"

Thưa:

"Thật vậy, bạch đức Thế Tôn."

Bằng mọi cách, đức Phật quở trách rồi bảo các tỳ-kheo:

"Nay Ta vì các tỳ-kheo-ni kết giới. Từ nay giới này nên nói như vầy:

[79c01] **"Tỳ-kheo-ni nào, biết người nữ có tội mà độ cho làm tỳ-kheo-ni, tỳ-kheo-ni ấy lần đầu làm liền phạm Tăng-già-bà-thi-sa, cần phải hối quá".**

Lại có những người nữ giặc, nữ trộm, người nữ đáng chết, các cư sĩ nói:

"Nếu có thể xuất gia thì tôi có thể cho họ sống."

Họ liền bạch các tỳ-kheo-ni cầu xin xuất gia, cầu xin độ thoát. Các tỳ-kheo-ni nói:

"Đức Phật chưa cho phép chúng tôi độ hạng người như vậy." Rồi đem việc này bạch lên Phật. Nhân việc này, đức Phật tập hợp hai bộ Tăng, bảo các tỳ-kheo:

"Nếu người chủ cho phép thì chư tỳ-kheo-ni được quyền độ họ. Từ nay giới này nên nói như vầy:

Tỳ-kheo-ni nào, biết người nữ có tội, người chủ không cho phép mà độ, tỳ-kheo-ni ấy vừa làm liền phạm Tăng-già-bà-thi-sa, cần phải hối quá".

Lại có người nữ phạm tội, không được xuất gia ở trong giáo pháp của Phật, bèn vào ngoại đạo. Sau đó, các cư sĩ thấy, nói: Đây là người nữ phạm tội đối với chúng ta, nên đoạt y phục ngoại đạo của họ. Hoặc có người nói: "Xuất gia trong ngoại đạo đã là một hình phạt nặng, có thể bỏ qua", bèn phóng thích.

Sau đó, những người nữ này đến nương nhờ các tỳ-kheo-ni, thưa: "Tỷ muội! Chúng con vốn không phải là không kính tín Phật pháp mà xuất gia nơi ngoại đạo, nhưng vì các cô không chịu độ, cho nên không giữ được đành phải vào ngoại đạo thôi! Nay chỗ sợ của chúng con đã cho phép chúng con xuất gia, xin các cô rủ lòng thương, độ chúng con."

Các tỳ-kheo-ni không biết nên như thế nào, đem việc này bạch lên Phật. Nhân việc này đức Phật tập hợp hai bộ Tăng, bảo các tỳ-kheo:

"Nếu người nữ có tội, trước đã xuất gia, nay cho phép được độ. Từ nay giới này nên nói như vầy:

b. Giới văn

Tỳ-kheo-ni nào biết người nữ có tội,[36] người chủ chưa cho phép[37] mà độ, trừ trước đã xuất gia, tỳ-kheo-ni ấy vừa làm liền phạm Tăng-già-bà-thi-sa, cần phải hối quá."

---

[36] Pāli *corī*, nữ tặc. Phân biệt ăn trộm (*adinnadāna*: bất dữ thủ, lấy trộm vật dưới 5 *māsaka*), và trộm cướp (*cora*), trộm vật có giá trên 5 *māsaka*.

[37] *Tăng-kỳ*: chủ chưa cho. *Thập tụng*: vua và chúng sát-lợi chưa hủy án tử. Pāli, Vin. 226, "Chưa được phép của vua, của Tăng (*saṅgha*), của cộng đồng (*gaṇa*), của hội đoàn (*seṇi*), trừ phi hợp pháp (*kappā*)."

c. Thích từ

Có tội: Hoặc phạm gian dâm, dối trá hoặc trộm cắp đó gọi là có tội.

Chủ: Sống chết do người ấy, đó gọi là chủ.

Nếu tỳ-kheo-ni phát khởi ý muốn độ người nữ như vậy, từ khi chuẩn bị cho đến tập Tăng, ba lần Yết-ma chưa xong đều phạm Đột-kiết-la; ba lần Yết-ma xong, Hòa thượng phạm Tăng-già-bà-thi-sa, các Ni sư Tăng khác đều phạm Thâu-lan-giá.

V. TỰ Ý GIẢI TỘI[38]

a. Duyên khởi

Bấy giờ, Tỳ-kheo-ni Ưu-ta[39] thường phạm tội, lên giường, xuống giường đều không như pháp, ăn luôn luôn, ăn riêng chúng, vào nhà người phi thời. Tỳ-kheo-ni Tăng trao cho pháp "Mặc tẫn, vì không thấy tội".

Khi ấy, Tỳ-kheo-ni Thâu-la-nan-đà biết Ưu-ta tâm chưa điều phục, không kính thuận Tăng, không theo lệnh của chúng; tự tiện cùng với người quen thuộc, ở ngoài giới, vì cô ta giải tội mặc tẫn. Tỳ-kheo-ni Ưu-ta đã được giải tội mặc tẫn rồi càng thêm kiêu mạn [80a01] không kính chúng Tăng. Các tỳ-kheo-ni Trưởng lão thấy, bằng mọi cách quở trách rồi đem việc này bạch lên Phật. Nhân việc này đức Phật tập hợp hai bộ Tăng, hỏi Thâu-la-nan-đà:

"Cô có thật vậy không?"

---

[38] *Tăng-kỳ:* Tăng-già-bà-thi-sa 8. *Tứ phần:* Tăng-già-bà-thi-sa 6. *Thập tụng:* Tăng-già-bà-thi-sa 10. *Căn bản:* Tăng-già-bà-thi-sa 12. Pāli, biệt giới 4.

[39] Xem Ch. i, Ba-la-di 8. *Thập tụng* 43 (tr. 310b19): Tỳ-kheo-ni Xiển-đề 闡提, em gái của Xa-nặc, tính ngang ngược, bị các tỳ-kheo-ni tác yết-ma bất kiến tẫn (bị xả trí vì ngoan cố không nhận tội). Mẹ là Tỳ-kheo-ni Ưu-bà-hòa 憂婆和, vốn là người đoán sự của Tăng, tự ý ra ngoài giới tác pháp giải tội. Pāli, Vin. iv. 231: Tỳ-kheo-ni *Caṇḍakālī* bị các tỳ-kheo xả trí vì không nhận tội (*āpattiyā adassane ukkhipi*). Tỳ-kheo-ni *Thullanandā* tự ý tập hợp tỳ-kheo-ni giải tội cho *Caṇḍakali*.

mà không dám một mình ngủ các chỗ khác. Các tỳ-kheo-ni không biết nên như thế nào, đem việc này bạch lên Phật. Nhân việc này, đức Phật tập hợp hai bộ Tăng, bảo các tỳ-kheo:

"Nếu có nhân duyên thì cho phép tùy ý đi một mình. Từ nay giới này nên nói như vầy:

b. Giới văn

Tỳ-kheo-ni nào đi một mình, ngủ đêm một mình, lội nước một mình, đi sau một mình ở trên đường, vì nhiễm tâm với nam tử; trừ nhân duyên, tỳ-kheo-ni ấy vừa làm liền phạm Tăng-già-bà-thi-sa, cần phải hối quá. Nhân duyên là, khi sợ sệt phải chạy, già bệnh nhọc mệt đi không kịp bạn, chỗ nước cạn có cầu đò, chỗ sợ có nam tử, đó gọi là có nhân duyên."

c. Thích từ

Nếu đi một mình, chỗ không có xóm làng thì nửa do-tuần, chỗ có xóm làng thì từ xóm làng này đến xóm làng kia đều Tăng-già-bà-thi-sa. Nếu đi đằng sau, từ xa trông thấy tỳ-kheo-ni nhưng không nghe tiếng hoặc nghe tiếng mà không thấy hình đều phạm Đột-kiết-la. Nếu không thấy, không nghe thì phạm Tăng-già-bà-thi-sa. Nếu lội nước một mình, mà bề rộng của nước bằng mười khuỷu tay, bề sâu của nước đến nửa đùi vế thì phạm Tăng-già-bà-thi-sa; nếu cạn hơn thì phạm Đột-kiết-la. Nếu ngủ đêm, đưa tay ra phải đụng nhau; nếu tay không đụng nhau thì đầu đêm và nửa đêm, phạm Thâu-lan-giá; tướng mặt trời xuất hiện thì phạm Tăng-già-bà-thi-sa. Thức-xoa-ma-na, sa-di-ni, phạm Đột-kiết-la.

VII. TỐ TỤNG[42]

a. Duyên khởi

Bấy giờ, có một gia chủ đem một căn nhà cúng cho tỳ-kheo Tăng, tỳ-kheo Tăng lại đổi cho tỳ-kheo-ni để lấy khu rừng An-đà. Sau đó,

---

[42] *Tăng-kỳ*: Tăng-già-bà-thi-sa 4. *Tứ phần*: Tăng-già-bà-thi-sa 4. *Thập tụng*: Tăng-già-bà-thi-sa 7. *Pāli*, biệt giới 1.

Mạt-lợi phu nhân lại đem vườn của vua cúng cho tỳ-kheo-ni Tăng. Tỳ-kheo-ni Tăng dỡ cái nhà cũ kia đem cất nơi vườn của nhà vua. Nơi ngôi nhà cũ trở thành đất trống.

Khi ấy, con gia chủ cúng nhà, lại nghĩ như vầy: "Xưa kia cha ta đem cúng cho Tăng, Tăng đem đổi cho Ni, nhưng nay các tỳ-kheo-ni lại không ở nơi đó, ta có thể lấy lại để canh tác ở trong đó. (Ông ta)* liền lấy đất lại.

Các tỳ-kheo-ni nói:

"Ông đừng có lấy đất của Tăng."

Trả lời:

"Tuy (xưa kia)* cha tôi đem cúng cho Tăng, nhưng Tăng lại không sử dụng, nên nay thuộc về lại tôi."

Các tỳ-kheo-ni nói:

"Chúng tôi không bỏ miếng đất này. Nếu không, khiến đến cửa quan kiện thì ông lại bị tịch thu tài sản hết!"

Ông ta không bằng lòng hoàn trả. (Chư ni)* liền đến quan kiện, ông ta lại bị tịch thu tài sản hết.

Các cư sĩ thấy, cơ hiềm nói:

"Tại sao các tỳ-kheo-ni này đến quan kiện người, làm cho bị tịch biên tài sản hết! Bọn người này nhận của cúng dường người ta mà còn kiện như thế, huống là đối với người khác, không có hạnh của sa-môn, phá pháp của sa-môn.

Các tỳ-kheo-ni Trưởng lão nghe, bằng mọi cách quở trách rồi đem việc này bạch lên Phật. Nhân việc này đức Phật tập hợp hai bộ Tăng,[43] hỏi các tỳ-kheo-ni:

"Các cô có thật vậy không?"

Thưa: "Thật vậy, bạch đức Thế Tôn."

---

[43] *Tăng-kỳ*: Phật bảo Tỳ-kheo-ni Đại Ái Đạo, tập hợp các tỳ-kheo-ni; *Tứ phần:* Tập hợp các tỳ-kheo. *Thập tụng:* Tập hợp hai bộ Tăng.

Đức Phật bằng mọi cách quở trách rồi bảo các **[80c01]** tỳ-kheo:

"Nay Ta vì các tỳ-kheo-ni kết giới. Từ nay giới này nên nói như vầy:

b. Giới văn

Tỳ-kheo-ni nào đến quan kiện người khác,[44] tỳ-kheo-ni ấy vừa làm liền phạm Tăng-già-bà-thi-sa, cần phải hối quá".

Nếu tỳ-kheo-ni nào, bị người khinh mạ thì nên nói với cha mẹ họ, nếu không có cha mẹ thì nói với bà con, không có bà con thì nói với tỳ-kheo, tỳ-kheo-ni, ưu-bà-tắc, ưu-bà-di.

Nếu tỳ-kheo, tỳ-kheo-ni có thế lực mà không bảo hộ thì phạm Đột-kiết-la. Khi nói, nên nói: Người kia khinh tôi, vì tôi can gián giùm. Nếu đến cửa quan để kiện thì mỗi một lần đi về là phạm một Tăng-già-bà-thi-sa.

Thức-xoa-ma-na, sa-di-ni, phạm Đột-kiết-la.

VIII. NHẬN CỦA NAM NHIỄM TÂM[45]

a. Duyên khởi

Bấy giờ, có một người khách buôn, vợ chết, lại nghĩ như vầy: 'Nay ta nên tìm kiếm người vợ hiền ở nơi nào? Khi ấy, Tỳ-kheo-ni Chiên-trà Tu-ma-na có người đệ tử tên là Tu-ma,[46] nhan sắc tuyệt vời; người khách buôn nhìn thấy Tu-ma, liền đem lòng say đắm và lòng tự nghĩ như vầy: Nên dùng thức ăn để dụ, có thể đạt được kết quả.

(Người khách buôn)* liền nói:

"Nếu cô cần tô, du, mật, thạch mật, bổ-xà-ni, khư-xà-ni, thì cứ

---

[44] *Tứ phần*: Tương ngôn 相言. *Tăng-kỳ*: Tranh tụng tương ngôn 諍訟相言. *Thập tụng*: Thị thế ngôn nhân 恃勢言人. 恃勢 ussaya-ādika, kiện cáo.

[45] *Tăng-kỳ*: Tăng-già-bà-thi-sa 11. *Tứ phần*: Tăng-già-bà-thi-sa 8. *Thập tụng*: Tăng-già-bà-thi-sa 4. *Căn bản*: Tăng-già-bà-thi-sa 4. Pāli, biệt giới 5.

[46] *Tăng-kỳ*: Tỳ-kheo-ni Thọ Đề 樹提比丘尼; *Tứ phần*: Tỳ-kheo-ni Đề-xá 提舍比丘尼; *Thập tụng*: Tỳ-kheo-ni Thi Việt 施越比丘尼; *Căn bản*: Tỳ-kheo-ni Châu Kế Nan-đà 珠髻難陀比丘尼.

đến tôi lấy."

Tỳ-kheo-ni Tu-ma bèn đến lấy.

Sau khi đã quen thân nhau, liền hỏi tỳ-kheo-ni: "Cô có biết tôi cho cô thức ăn là có ý gì không?"

Trả lời:

"Ông vì cầu phúc nên cho tôi ăn."

Người khách buôn nói:

"Tôi không vì việc này, mà là vì vợ tôi chết, thấy cô tu hành thanh tịnh nên rất đem lòng ham thích. Cô có thể đồng ý không?"

Trả lời:

"Không thể được."

Người kia lại nói:

"Cô làm vợ tôi, sẽ cho cô những đồ quí báu, y phục đẹp đẽ, ăn uống tùy thời không bao giờ thiếu thốn!"

(Cô ni)* vẫn trả lời như lần đầu.

Những người khách buôn khác nói hùa theo giúp ông ta:

"Nếu cô không muốn làm vợ người ta sao lại nhận đồ ăn thức uống người ta? Nếu quả thật không thể thì, (chúng tôi)* sẽ đoạt hết y bát cô."

Hoặc có người lại nói:

"Hãy đi, giải tán mau, đừng để người ta nghe. Nếu vua biết được, chắc chúng ta sẽ bị trị nặng."

Các cư sĩ nghe, cơ hiềm nói:

"Tại sao tỳ-kheo-ni lại nhận thức ăn của người nam tử có nhiễm tâm, hạng người này không có hạnh sa-môn, phá pháp của sa-môn."

Các tỳ-kheo Trưởng lão nghe, bằng mọi cách quở trách, rồi đem việc này bạch lên Phật. Nhân việc này đức Phật tập hợp hai bộ Tăng, hỏi Tỳ-kheo-ni Tu-ma:

"Cô có thật vậy không?"

Thưa:

"Thật vậy, bạch đức Thế Tôn."

Bằng mọi cách đức Phật quở trách rồi bảo các tỳ-kheo:

"Nay Ta vì các tỳ-kheo-ni kết giới. Từ nay giới này nên nói như vầy:

Tỳ-kheo-ni nào, nhận thức ăn của nam tử có tâm nhiễm trước, tỳ-kheo-ni ấy vừa làm liền phạm [81a01] **Tăng-già-bà-thi-sa, cần phải hối quá".**

Có các nam tử mời tỳ-kheo-ni vào bữa ăn trước, vào bữa ăn sau, giữa thời gian sanh tâm nhiễm trước, các tỳ-kheo-ni biết, không dám ăn, đem việc này bạch lên Phật. Nhân việc này, đức Phật tập hợp hai bộ Tăng, bảo các tỳ-kheo:

"Nếu tỳ-kheo-ni không có tâm nhiễm trước, nhận thức ăn của nam tử có tâm nhiễm, mà phạm Tăng-già-bà-thi-sa là điều không thể có. Từ nay giới này nên nói như vầy:

Tỳ-kheo-ni nào, có tâm nhiễm trước, nhận thức ăn của nam tử có tâm nhiễm trước, tỳ-kheo-ni ấy vừa làm liền phạm Tăng-già-bà-thi-sa, cần phải sám hối."

Lại có một tỳ-kheo-ni có tâm nhiễm trước nhận thức ăn từ một nam tử có tâm nhiễm trước, nhận rồi sanh nghi: "Ta sẽ không phạm Tăng-già-bà-thi-sa chứ!", liền đem cho tỳ-kheo-ni khác. Tỳ-kheo-ni khác hỏi:

"Thức ăn ngon thế này tại sao cô không dám ăn?"

Cô đem việc này trả lời đầy đủ. Tỳ-kheo-ni khác nói:

"Chỗ cô sợ thì tôi cũng nên sợ!"

Đem việc này bạch lên Phật. Nhân việc này đức Phật tập hợp hai bộ Tăng, bảo các tỳ-kheo:

"Tỳ-kheo-ni nào, có tâm nhiễm trước, tự tay nhận lấy thức ăn của nam tử có tâm nhiễm trước, rồi không ăn, đem cho người khác ăn đều không phạm. Từ nay giới này nên nói như vầy:

b. Giới văn

Tỳ-kheo-ni nào, có tâm nhiễm trước,[47] tự tay nhận lấy thức ăn của nam tử có tâm nhiễm trước mà ăn, tỳ-kheo-ni ấy vừa làm là phạm Tăng-già-bà-thi-sa, cần phải hối quá."

Thức-xoa-ma-na, sa-di-ni, phạm Đột-kiết-la.

IX. TÁN TRỢ NI KHẤT THỰC BẤT CHÍNH[48]

a. Duyên khởi

Bấy giờ, người khách buôn lại nghĩ như vầy: Trước đây ta dùng thức ăn để dụ tỳ-kheo-ni kia, với thời gian ngắn ngủi nên không kết quả. Nay ta dùng thức ăn dụ lại lâu dài có thể làm xiêu lòng.

(Ông ta)* liền đến chỗ cô nói:

"Trước đây tôi nói vui đùa, đưa đến thiếu nhã nhặn, xin cô nhận sự sám hối của tôi. Từ nay cứ như trước đây, cô đến nhận thức ăn nơi tôi."

Tỳ-kheo-ni kia nói:

"Thôi, thôi! Ông ơi! Trước đây ông đã gây phiền tôi nên bị đức Phật quở trách nặng và Ngài vì các tỳ-kheo-ni kết giới, ngày nay cớ gì ông lại muốn điếm nhục tôi nữa!"

---

[47] *Tăng-kỳ*: tỳ-kheo-ni không có lậu tâm 無漏心. *Tứ phần*: tỳ-kheo-ni có tâm nhiễm ô; *Thập tụng*: tỳ-kheo-ni có lậu tâm, và người nam cũng vậy. 🔲 *bhikkunī avassutā avassutassa purisapuggalassa*, tỳ-kheo-ni có tâm nhiễm ô, (nhận) của người nam có tâm nhiễm ô. 🔲 *avassutā*, bị rò rỉ (lậu tiết bởi dục); giải thích: ham muốn dục lạc (*sārattā*), mơ tưởng dục lạc (*apekkavatī*), tâm bị hệ lụy (*paṭibaddhacittā*).

[48] *Tứ phần*: Tăng-già-bà-thi-sa 9. *Tăng-kỳ*: Tăng-già-bà-thi-sa 12. *Thập tụng*: Tăng-già-bà-thi-sa 5. *Căn bản*: Tăng-già-bà-thi-sa 5. Pāli, biệt giới 8.

Hòa thượng của tỳ-kheo-ni này lại nói:

"Trước đây thường được nhiều thức ăn ngon bổ, tại sao nay lại không được?"

(Tỳ-kheo-ni Tu-ma)* thưa:

"Trước đây, ông ấy gây xúc não con, nhân đó Phật chế giới cấm nên không dám nhận trở lại."

Hòa thượng lại nói:

"Cô chỉ cần không sanh nhiễm đắm thì nhận thức ăn có khó nào? Dù ông ta sanh nhiễm đắm thì đâu có can gì đến việc cô?"

Tỳ-kheo-ni Tu-ma cơ hiềm Hòa thượng, nói:

"Đức Phật bằng mọi cách quở trách gần gũi nam tử, khen ngợi sự xa lìa, tại sao thầy lại bảo con nhận thức ăn của nam tử có tâm nhiễm trước?!"

Các tỳ-kheo-ni nghe, quở trách vị thầy kia:

[81b01] "Tại sao lại bảo đệ tử nhận thức ăn của nam tử có tâm nhiễm trước!"

Bằng mọi cách quở trách rồi, đem việc này bạch lên Phật. Nhân việc này đức Phật tập hợp hai bộ Tăng, hỏi Chiên-trà-tu-ma-na:

"Cô có thật vậy không?"

Thưa:

"Thật vậy, bạch đức Thế Tôn."

Đức Phật bằng mọi cách quở trách rồi, bảo các tỳ-kheo:

"Nay Ta vì các tỳ-kheo-ni kết giới. Từ nay giới này nên nói như vầy:

b. Giới văn

Tỳ-kheo-ni nào, bảo tỳ-kheo-ni khác như vầy: 'Chỉ cần cô không sanh đắm nhiễm thì nhận thức ăn của nam tử sanh tâm đắm nhiễm nào có khó gì?' Tỳ-kheo-ni này vừa

làm liền phạm Tăng-già-bà-thi-sa, cần phải hối quá."⁴⁹

Tỳ-kheo-ni bảo như thế, thì mỗi một lời nói, phạm một Tăng-già-bà-thi-sa. Thức-xoa-ma-na, sa-di-ni phạm Đột-kiết-la.

X. PHÁ HÒA HỢP TĂNG*

a. Duyên khởi

Ưu-ba-ly⁵⁰ lại thưa hỏi đức Phật: "Đức Thế Tôn đã vì các tỳ-kheo kết giới: '*Tỳ-kheo nào làm việc phá hòa hợp Tăng, siêng năng, tạo phương tiện... (cho đến câu): Tăng-già-bà-thi-sa.*' Con nên thọ trì thế nào?"

Đức Phật dạy:

"Cả hai bộ Tăng nên thọ trì. Từ nay giới này nên nói như vầy:

b. Giới văn

Tỳ-kheo-ni nào nỗ lực tiến hành phá hòa hợp Tăng, các Tỳ-kheo-ni nên nói với Tỳ-kheo-ni kia rằng: "Cô chớ nên nỗ lực tiến hành phá hòa hợp Tăng, hãy cùng Tăng hòa hợp. Vì Tăng hòa hợp, hoan hỷ không tranh chấp, cùng một lòng, cùng học một Thầy, hòa hợp như nước với sữa; cùng hoằng hóa lời Đại sư dạy, sống an lạc." Can gián như vậy mà kiên trì không bỏ thì nên can gián lần thứ hai, lần thứ ba. Can gián lần thứ hai, lần thứ ba bỏ thì tốt, nếu không bỏ thì Tỳ-kheo-ni này, sau ba lần can gián, phạm Tăng-già-bà-thi-sa, cần phải hối quá."⁵¹

---

⁴⁹ Các bộ giống nhau. *Tăng-kỳ* (tr. 521c5): tỳ-kheo-ni (nói như vậy), sau ba lần được can gián mà không bỏ, Tăng-già-bà-thi-sa.

⁵⁰ Thông giới, duyên khởi, xem Phần I, Ch. ii, Tăng-già-bà-thi-sa 10.

⁵¹ *Tứ phần:* Phạm tam pháp ưng xả Tăng-già-bà-thi-sa 犯三法應捨僧伽婆尸沙. Pāli, không có giới văn cho thông giới này. Tham khảo biệt giới 7 (Vin. iv. 236): *yāvatatiyakaṃ dhammaṃ āpannā nissaraṇiyaṃ saṅghādisesaṃ*, phạm pháp này, (được can gián) cho đến lần thứ ba, Tăng-già-bà-thi-sa cần xả trí.

XI. TÙY THUẬN PHÁ TĂNG*

a. Duyên khởi

Ưu-ba-ly[52] lại thưa hỏi đức Phật: "Thế Tôn đã vì các tỳ-kheo kết giới: *'Tỳ-kheo nào trợ giúp vào việc phá hòa hợp Tăng,* (cho đến câu): *Tăng-già-bà-thi-sa.'* Con nên thọ trì thế nào?"

Đức Phật dạy:

"Cả hai bộ Tăng đều thọ trì. Từ nay giới này nên nói như vầy:

b. Giới văn

Tỳ-kheo-ni nào tán trợ phá hòa hợp Tăng, hoặc một, hoặc hai, hoặc số đông, nói với các Tỳ-kheo-ni rằng: "Những gì Tỳ-kheo-ni này nói, là biết mà nói chứ không phải không biết mà nói; nói như pháp chứ không phải nói phi pháp, nói đúng luật chứ không phải nói sai luật. Những điều ấy, tâm chúng tôi chấp nhận, vui thích." Các Tỳ-kheo-ni nói với Tỳ-kheo-ni ấy rằng: "Cô chớ nói như vầy: 'Những gì Tỳ-kheo-ni ấy nói, là biết mà nói chứ không phải không biết mà nói; nói như pháp chứ không phải nói phi pháp, nói đúng luật chứ không phải nói sai luật; những điều ấy, tâm chúng tôi chấp nhận, vui thích.' Tại sao vậy? Vì Tỳ-kheo-ni này không phải biết mà nói, không nói như pháp, không nói đúng luật. Cô chớ nên vui thích tán trợ phá hòa hợp Tăng, nên vui vẻ tán trợ hòa hợp Tăng. Vì Tăng hòa hợp hoan hỷ, không tranh chấp, một lòng cùng học một thầy như nước hòa với sữa; cùng hoằng truyền lời dạy của Đại sư, [81c01] sống an lạc. Can gián như vậy mà kiên trì không bỏ, nên can gián lần thứ hai, lần thứ ba. Lần thứ hai, lần thứ ba can gián, bỏ việc này thì tốt, nếu không bỏ thì Tỳ-kheo-ni này, sau ba lần can gián, phạm Tăng-già-bà-thi-sa, cần phải hối quá."

---

[52] Thông giới, duyên khởi, xem Phần I, Ch. ii, Tăng-già-bà-thi-sa 11.

XII. ÁC TÁNH BẤT THỌ GIÁN NGỮ*⁵³

a. Duyên khởi

Ưu-ba-ly⁵⁴ lại thưa hỏi: "Đức Thế Tôn đã vì các tỳ-kheo kết giới: *'Tỳ-kheo nào có tánh xấu khó dạy, cùng các tỳ-kheo đồng học Giới Kinh, thường phạm tội,* (cho đến câu): *Tăng-già-bà-thi-sa.'* Con nên thọ trì thế nào?"

Đức Phật dạy:

"Nên thọ trì cả hai bộ Tăng. Từ nay giới này nên nói như vầy:

b. Giới văn

Tỳ-kheo-ni nào có tánh xấu, khó khuyên bảo, cùng các Tỳ-kheo-ni đồng học kinh, luật, thường hay phạm tội. Các Tỳ-kheo-ni như pháp, như luật can gián kẻ phạm tội kia. Vị kia lại nói: "Này các cô! Các cô đừng nói với tôi điều gì hoặc tốt hoặc xấu, tôi cũng không nói với các cô điều gì hoặc tốt hoặc xấu." Các Tỳ-kheo-ni lại nói: "Cô chớ tự mình không thể cùng nói với ai, cô nên như pháp nói với các Tỳ-kheo-ni, các Tỳ-kheo-ni cũng như pháp nói với cô. Như vậy, lần lượt khuyên bảo lẫn nhau, chỉ ra các tội cho nhau, như vậy mới thành Tăng của Như Lai." Can gián như vậy vẫn kiên trì không bỏ thì nên can gián lần thứ hai, lần thứ ba. Lần thứ hai, lần thứ ba can gián, bỏ thì tốt, nếu không bỏ, tỳ-kheo-ni ấy, sau ba lần can gián, phạm Tăng-già-bà-thi-sa, cần phải hối quá."

XIII. Ô THA GIA*⁵⁵

a. Duyên khởi

Ưu-ba-ly⁵⁶ lại thưa hỏi: "Thế Tôn đã vì các tỳ-kheo kết giới: *'Tỳ-kheo nào nương ở nơi xóm làng, làm hạnh ác, hoen ố nhà người,* (cho

---

⁵³ *Tứ phần*: Tăng-già-bà-thi-sa 13.
⁵⁴ Thông giới, duyên khởi, xem Phần I, Ch. ii, Tăng-già-bà-thi-sa 12.
⁵⁵ *Tứ phần*: Tăng-già-bà-thi-sa 12.
⁵⁶ Thông giới, duyên khởi, xem Phần I, Ch. ii, Tăng-già-bà-thi-sa 13.

đến câu): *Tăng-già-bà-thi-sa.*' Con nên thọ trì thế nào?"

Đức Phật dạy:

"Cả hai bộ Tăng nên thọ trì. Từ nay giới này nên nói như vầy:

b. Giới văn

Tỳ-kheo-ni nào sống tựa làng xóm có hành vi xấu, làm hoen ố nhà người. Hành vi xấu mọi người đều thấy, đều nghe, đều biết. Việc làm hoen ố nhà người, mọi người đều thấy, đều nghe, đều biết. Các Tỳ-kheo-ni nên nói với Tỳ-kheo-ni kia: "Cô có hành vi xấu, làm hoen ố nhà người. Hành vi xấu mọi người đều thấy, đều nghe, đều biết; việc làm hoen ố nhà người, mọi người đều thấy, đều nghe, đều biết." Cô nên đi khỏi, không nên ở đây nữa.

Tỳ-kheo-ni kia nói: "Các đại tỷ có thiên vị, có thù nghịch, có bất minh, có sợ hãi. Tại sao vậy? Vì có Tỳ-kheo-ni đồng tội như vậy mà có người bị đuổi, có người không bị đuổi." Các Tỳ-kheo-ni lại nói rằng: "Cô đừng nói như vầy: 'Các đại tỷ có thiên vị, có thù nghịch, có bất minh, có sợ hãi; vì có Tỳ-kheo-ni đồng tội như vậy mà có người bị đuổi, có người không bị đuổi. Cô có hành vi xấu, làm hoen ố nhà người. Hành vi xấu mọi người đều thấy, đều nghe, đều biết; việc làm hoen ố nhà người, mọi người đều thấy, đều nghe, đều biết; cô nên bỏ lời nói rằng có thiên vị, có thù nghịch, có bất minh, có sợ hãi. Cô nên [82a01] đi khỏi chỗ này, không nên ở nơi đây nữa.' Khi can gián như vậy mà kiên trì không bỏ thì nên can gián lần thứ hai, lần thứ ba. Lần thứ hai, lần thứ ba can gián bỏ việc này thì tốt, còn không bỏ, tỳ-kheo-ni ấy sau ba lần can gián, phạm Tăng-già-bà-thi-sa, cần phải hối quá."

XIV. TƯƠNG THÂN TƯƠNG TRỢ ÁC HÀNH[57]

a. Duyên khởi

Bấy giờ Tỳ-kheo-ni Tu-hưu-ma và Tỳ-kheo-ni Bà-phả[58] cùng có hành vi ác, tiếng xấu đồn vang. Lại cùng nhau che giấu tội lỗi, xúc não chúng Tăng. Các tỳ-kheo-ni nói:

"Các cô có hành vi ác, tiếng xấu đồn vang. Các cô nên xa lìa nhau, bỏ hành vi ác, việc xúc não chúng Tăng này thì sống ở trong Phật pháp, an lạc mới được tăng rộng thêm."

Hai tỳ-kheo-ni nói:

"Chúng tôi không có hành vi ác, không có tiếng xấu đồn vang, cũng không xúc não chúng Tăng. Trong đây có hai tỳ-kheo-ni khác cùng có hành vi ác, tiếng xấu đồn vang, xúc não chúng Tăng."

Các tỳ-kheo-ni nói:

"Các cô đừng nói vậy! Tại sao? Vì trong đây không có hai tỳ-kheo-ni nào khác làm điều ác, xúc não Tăng. Chỉ có hai cô, đáng xa nhau, nên bỏ hành vi ác, và việc xúc não chúng Tăng thì sống ở trong Phật pháp, an lạc mới tăng rộng thêm."

Can gián như vậy, vẫn kiên trì không bỏ, các tỳ-kheo-ni đem việc này bạch lên Phật. Nhân việc này, đức Phật tập hợp hai bộ Tăng, hỏi hai tỳ-kheo-ni kia:

"Các cô có thật vậy không?"

Thưa:

"Thật vậy, bạch đức Thế Tôn."

---

[57] *Tăng-kỳ*: Tăng-già-bà-thi-sa 17. *Tứ phần*: Tăng-già-bà-thi-sa 15. *Thập tụng*: Tăng-già-bà-thi-sa 16. *Căn bản*: Tăng-già-bà-thi-sa 15. Pāli, biệt giới 9.

[58] *Tăng-kỳ*: Chân-đàn 真檀, Uất-đa-la 欝多羅. *Tứ phần*: Tô-ma 蘇摩, Bà-phả-di 婆頗夷. *Thập tụng*: Đạt-ma 達摩, Đàm-di 曇彌. *Căn bản*: Khả Ái 可愛, Tùy Ái 隨愛. *Thullanandā* với các tỳ-kheo-ni đệ tử.

Đức Phật bằng mọi cách quở trách rồi bảo các tỳ-kheo-ni:

"Nên sai một tỳ-kheo-ni nào, thân quen với hai tỳ-kheo-ni kia, đến chỗ vắng khuyên can. Nếu họ chấp thuận thì tốt, bằng không chấp thuận thì số đông tỳ-kheo-ni nên đến khuyên can. Nếu họ chấp nhận thì tốt, bằng không thì Tăng tỳ-kheo-ni nên đến can gián."

Các tỳ-kheo vâng lời dạy, liền sai các tỳ-kheo-ni đến can gián, cả ba lần đều không được chấp nhận. Các tỳ-kheo-ni Trưởng lão bằng mọi cách quở trách rồi đem việc này bạch lên Phật. Nhân việc này, đức Phật tập hợp hai bộ Tăng, bằng mọi cách nhắn trách hai tỳ-kheo-ni kia rồi, bảo các tỳ-kheo:

"Nay Ta vì các tỳ-kheo-ni kết giới. Từ nay giới này nên nói như vầy:

b. Giới văn

Nếu hai tỳ-kheo-ni cùng có hành vi ác, tiếng xấu đồn vang, lại che giấu tội lỗi cho nhau, xúc não chúng Tăng. Các tỳ-kheo-ni nói: 'Hai cô là tỳ-kheo-ni có hành vi ác, tiếng xấu đồn vang, lại che giấu tội lỗi cho nhau, xúc não chúng Tăng. Hai cô nên xa lìa nhau, đừng có hành vi ác, đừng xúc não chúng Tăng thì sống ở trong Phật pháp, an lạc mới được tăng rộng thêm.' Hai tỳ-kheo-ni kia nói: 'Chúng tôi không có hành vi ác, không có tiếng xấu đồn vang, không che giấu tội cho nhau, không xúc não chúng Tăng, mà nơi đây có hai tỳ-kheo-ni khác cùng có hành vi ác, xúc não chúng Tăng.' Các tỳ-kheo-ni lại nói: [82b01] 'Hai cô đừng nói vậy. Tại sao? Vì trong đây không có hai tỳ-kheo-ni nào khác có hành vi ác, xúc não chúng Tăng. Chỉ có hai cô đáng xa lìa nhau, nên bỏ hành vi ác và việc xúc não chúng Tăng này, thì sống ở trong Phật pháp, an lạc mới được tăng rộng thêm.' Khi can gián như vậy vẫn kiên trì không bỏ, thì nên can gián lần thứ hai, lần thứ ba. Lần thứ hai, lần thứ ba can gián bỏ thì tốt, còn không bỏ thì hai tỳ-kheo-ni kia sau ba lần can gián, phạm Tăng-già-bà-thi-sa, cần phải hối quá".

c. Thích từ

Lại che giấu tội cho nhau: Tức tội Tăng-già-bà-thi-sa, Thâu-lan-giá, Ba-dật-đề, Ba-la-đề đề-xá-ni, Đột-kiết-la, hoặc không phòng hộ miệng.

Não Tăng: Tức khi Bố-tát, Tự tứ, hay lúc tác các Yết-ma, như trong giới "Điều-đạt phá Tăng" đã nói.

Thức-xoa-ma-na, sa-di-ni phạm Đột-kiết-la.

XV. CÙNG NHAU GÀN BƯỚNG, KHÔNG NHẬN LỜI CAN GIÁN[59]

a. Duyên khởi

Bấy giờ, Tu-hưu-ma tỳ-kheo-ni và Bà-phả tỳ-kheo-ni cùng có hành vi ác, tiếng xấu đồn vang, *(cho đến câu)*, ở trong Phật pháp, nếp sống an lạc được Tăng rộng thêm *(cũng như giới trên đã nói).*

Hai tỳ-kheo-ni nói:

"Chúng tôi không có hành vi xấu, không xúc não chúng Tăng. Tăng thấy chúng tôi yếu thế, khinh dể chúng tôi nên nói như vậy."

Các tỳ-kheo-ni lại nói:

"Các cô đừng nói vậy! Tại sao? Vì Tăng không thấy các cô yếu thế mà khinh dể các cô, mà tự các cô có hành vi xấu, xúc não chúng Tăng. Cần phải xa lìa nhau, nên bỏ hành vi xấu này và việc xúc não chúng Tăng này thì sống ở trong Phật pháp, an lạc mới được tăng rộng thêm. Can gián như vậy vẫn kiên trì không bỏ.

Các tỳ-kheo-ni Trưởng lão quở trách, *(cho đến câu)*: "Nay Ta vì các tỳ-kheo-ni kết giới *(cũng như trong giới trên đã nói).* Từ nay giới này nên nói như vầy:

b. Giới văn

Hai tỳ-kheo-ni nào, cùng có hành vi ác, tiếng xấu đồn

---

[59] *Tăng-kỳ*: Tăng-già-bà-thi-sa 18. *Tứ phần*: Tăng-già-bà-thi-sa 15. *Thập tụng*: Tăng-già-bà-thi-sa 17. *Căn bản*: Tăng-già-bà-thi-sa 16. Pāli, biệt giới 10.

vang, lại che giấu tội lỗi cho nhau, xúc não chúng Tăng. Các tỳ-kheo-ni nói: 'Tỳ-kheo-ni hai cô, đừng có hành vi ác, tiếng xấu đồn vang, lại che giấu tội cho nhau, xúc não chúng Tăng. Hai cô nên xa nhau, bỏ hành vi ác, việc xúc não chúng Tăng này thì sống ở trong Phật pháp, an lạc mới được tăng rộng thêm.' Hai tỳ-kheo-ni ấy nói: 'Chúng tôi không có hành vi ác, không có tiếng xấu đồn vang, không che tội cho nhau, không xúc não chúng Tăng, mà tự Tăng thấy chúng tôi yếu thế, khinh dể chúng tôi nên nói như vậy.' Các tỳ-kheo-ni lại nói: 'Đừng nói vậy! Tại sao? Vì Tăng không phải thấy các cô yếu thế khinh dể các cô. Các cô cần phải xa lìa nhau, bỏ hành vi ác và, việc xúc não chúng Tăng này thì sống ở trong Phật pháp, an lạc mới được tăng rộng thêm.'

Khi can gián như vậy mà vẫn kiên trì không bỏ thì nên can gián lần thứ hai, lần thứ ba. Lần thứ hai, lần thứ ba can gián bỏ thì tốt, [82c01] còn không bỏ, tỳ-kheo-ni ấy sau ba lần can gián, phạm Tăng-già-bà-thi-sa, cần phải hối quá."

Ngoài ra như giới trước đã nói. Thức-xoa-ma-na, sa-di-ni phạm Đột-kiết-la.

XVI. VU TĂNG THIÊN VỊ[60]

a. Duyên khởi

Bấy giờ, mẹ của Xiển-đà tên là Tu-ma-na, là người có tánh ác. Người thời ấy gọi bà là Chiên-trà Tu-ma-na,[61] ưa đấu tranh cùng người khác. Tăng xử đoán việc nọ, lại cho rằng Tăng làm việc theo sự ưa, ghét, si, sợ.

---

[60] *Tăng-kỳ*: Tăng-già-bà-thi-sa 15. *Tứ phần*: Tăng-già-bà-thi-sa 17. *Thập tụng*: Tăng-già-bà-thi-sa 15. *Căn bản*: Tăng-già-bà-thi-sa 14. Pāli, biệt giới 8.

[61] Chiên-trà Tu-ma-na 旃荼修摩那. Chiên-trà, còn gọi là Chiên-trà-la, Chiên-đồ-la, Chiên-đà-la, 旃荼羅 caṇḍāla, dịch là người ác. *Tứ phần*: Hắc 黑, *Thập tụng*: Tỳ-kheo-ni Ca-la 迦羅比丘尼. *Căn bản*: Thổ-la-nan-đà 吐羅難陀. 旃荼迦梨 *Caṇḍakālī*.

Các tỳ-kheo-ni nói:

"Cô đừng ưa thích đấu tranh với người khác và cô đừng nói như vầy: 'Tăng làm việc theo sự ưa, ghét, si, sợ.' Tại sao vậy? Vì Tăng không làm việc theo sự ưa, ghét, si, sợ. Cô nên bỏ câu nói này thì sống ở trong Phật pháp, an lạc mới được tăng rộng thêm."

Can gián như vậy vẫn kiên trì không bỏ, *(cho đến câu)*: "Nay Ta vì các tỳ-kheo-ni kết giới *(cũng như giới trên đã nói)*. Từ nay giới này nên nói như vầy:

b. Giới văn

Tỳ-kheo-ni nào, ưa đấu tranh[62] cùng người khác. Tăng xử đoán việc nọ, lại nói: 'Tăng làm việc theo sự ưa, ghét, si, sợ.' Các tỳ-kheo-ni nói: 'Cô đừng ưa đấu tranh với người khác. Cô đừng nói: 'Tăng làm việc theo sự ưa, ghét, si, sợ.' Tại sao vậy? Vì Tăng không làm việc theo sự yêu, ghét, si, sợ. Cô bỏ lời nói ấy thì sống ở trong Phật pháp, an lạc mới được tăng rộng thêm. Can gián như vậy mà vẫn kiên trì không bỏ thì nên can gián lần thứ hai, lần thứ ba. Lần thứ hai, lần thứ ba can gián bỏ thì tốt, còn không bỏ, tỳ-kheo-ni ấy, sau ba lần can gián, phạm Tăng-già-bà-thi-sa, cần phải hối quá."

Ngoài ra như giới trước đã nói.

<h3 style="text-align:center">XVII. DỌA BỎ ĐẠO[63]</h3>

a. Duyên khởi

Bấy giờ, Tỳ-kheo-ni Chiên-trà Tu-ma-na ưa đấu tranh cùng người khác. Tăng xử đoán việc nọ, bèn giận dữ nói:

"Tôi xả Phật, xả pháp, xả Tăng, xả giới làm ngoại đạo. Sa-môn, bà-la-môn khác cũng có học giới, cũng có tàm quí, tôi sẽ theo họ

---

[62] Hán: Đấu tránh 鬥諍. 諍事 adhikaraṇa, tránh sự, có 4.
[63] *Tăng-kỳ*: Tăng-già-bà-thi-sa 19. *Tứ phần*: Tăng-già-bà-thi-sa 16. *Thập tụng*: Tăng-già-bà-thi-sa 14. *Căn bản*: Tăng-già-bà-thi-sa 13. Pāli, biệt giới 7.

tịnh tu phạm hạnh."

Các tỳ-kheo-ni nói:

"Cô đừng ưa đấu tranh với người khác, cô đừng nên nói lời này: 'Tôi xả Phật, *(cho đến câu)*: Tôi sẽ theo họ tịnh tu phạm hạnh.' Tại sao vậy? Vì sa-môn, bà-la-môn không có học giới, không có tàm quí, cô làm sao theo họ để tu phạm hạnh được! Cô nên bỏ ác kiến ấy thì sống ở trong Phật pháp, an lạc mới được tăng rộng thêm."

Khi can gián như vậy mà vẫn kiên trì không bỏ, *(cho đến câu)*: "Nay Ta vì các tỳ-kheo-ni kết giới *(cũng như trong giới trên đã nói)*. Từ nay giới này nên nói như vầy:

b. Giới văn

Tỳ-kheo-ni nào, ưa đấu tranh với kẻ khác, Tăng xử đoán việc nọ, bèn nói: 'Tôi xả Phật, xả pháp, xả Tăng, xả giới làm ngoại đạo. Sa-môn, bà-la-môn khác cũng có học giới, cũng có tàm quí, tôi sẽ theo họ tịnh tu phạm hạnh.' Các tỳ-kheo-ni nên nói: 'Cô đừng nên ưa đấu tranh với người khác, cô đừng nên nói vầy: 'Tôi xả Phật, xả pháp, xả Tăng.' Tại sao vậy? [83a01] Vì sa-môn, bà-la-môn khác không có học giới, không có tàm quí, làm sao cô theo họ mà tịnh tu phạm hạnh được! Cô nên bỏ ác kiến ấy thì sống ở trong Phật pháp, an lạc mới có được tăng rộng thêm. Can gián như vậy mà vẫn kiên trì không bỏ, nên can gián lần thứ hai, lần thứ ba. Lần thứ hai, lần thứ ba can gián bỏ thì tốt, còn không bỏ, tỳ-kheo-ni ấy sau ba lần can gián, phạm Tăng-già-bà-thi-sa, cần phải hối quá".

Ngoài ra như trong giới trên đã nói. Các pháp Tăng tàn đã nói xong.[64]

---

[64] Bản Hán, hết quyển 11.

CHƯƠNG III: PHÁP XẢ ĐỌA[65]

A. THÔNG GIỚI[66]

Đức Phật ở tại thành Xá-vệ. Bấy giờ, Ưu-ba-ly[67] hỏi: "Đức Thế Tôn đã vì các tỳ-kheo kết giới: '*Tỳ-kheo nào ba y đã (may)* xong, y Ca-thi-na đã xả, y dư (được chứa)* cho đến mười ngày, nếu quá, Ni-tát-kỳ ba-dật-đề,... (cho đến câu) tỳ-kheo nào, tự tay cầm vàng bạc và tiền, hoặc sai người cầm, hoặc mống tâm thọ nhận, Ni-tát-kỳ ba-dật-đề.*' Chúng con nên thọ trì như thế nào?"

Đức Phật dạy:

"Nên thọ trì cho cả hai bộ Tăng. Từ nay giới này nên nói như vầy:

ĐIỀU 1*

Tỳ-kheo-ni nào ba y đã xong, y Ca-thi-na đã xả, cất chứa y dư cho đến mười ngày, nếu quá, Ni-tát-kỳ ba-dật-đề."[68]

ĐIỀU 2*

"Tỳ-kheo-ni nào y đã xong, y Ca-thi-na đã xả, lìa một y nào trong năm y,[69] ngủ quá một đêm, trừ Tăng Yết-ma, Ni-

---

[65] *Tăng-kỳ 37*: tr. 524b04. *Tứ phần 23*: tr. 727b29. *Thập tụng 43*: tr. 313b05. Căn bản ni 07 tr. 943b05. Pāli, Vin. iv. 243.

[66] *Tứ phần*: 30 điều, 18 thông giới. Duyên khởi, giới tướng, và các giải thích, xem các điều liên hệ trong Phần I, Ch. iv, Ni-tát-kỳ Ba-dật-đề. Những điều thuộc thông giới có đánh dấu hoa thị (*). *Tăng-kỳ, Thập tụng*: 30 điều. *Căn bản*: 33 điều. Pāli, 30 điều, 18 thông giới.

[67] Duyên khởi các thông giới như tỳ-kheo.

[68] Xem Phần I, Ch. iv, Ni-tát-kỳ 1.

[69] *Tứ phần*: tỳ-kheo-ni phải đủ 5 y. Ba y, như tỳ-kheo. Tỳ-kheo-ni có thêm

tát-kỳ ba-dật-đề.”

ĐIỀU 3*

"Tỳ-kheo-ni nào y đã xong, y Ca-thi-na đã xả, được vải phi thời; cần thì nhận phải nhanh chóng may thành để thọ trì. Nếu đủ thì tốt, không đủ, hy vọng có chỗ cho khiến cho đủ, chờ một tháng; nếu quá, Ni-tát-kỳ ba-dật-đề.”

ĐIỀU 4*

"Tỳ-kheo-ni nào đến cư sĩ hay vợ cư sĩ không phải bà con xin y, trừ có nhân duyên, Ni-tát-kỳ Ba-dật-đề. Nhân duyên là: Y bị đoạt, bị mất, bị cháy, bị trôi, bị hư hoại, như vậy gọi là nhân duyên.”

ĐIỀU 5*

"Tỳ-kheo-ni nào y bị đoạt, bị mất, bị cháy, bị trôi, bị hư hoại, đến nơi [83b01] cư sĩ hay vợ cư sĩ không phải bà con

---

Tăng-kỳ-chi 僧祇支 (Tăng-khước-kỳ) và phú kiên y 覆肩衣. Pāli (Vin. ii. 272): saṅkacchika (Tăng-kỳ-chi hay phú kiên y, hay yếm che ngực), udakasāṭika (quyết-tu-la, thủy dục y, quần hay váy để tắm mưa). *Ngũ phần* 29 (tr. 187c20): phú kiên y 覆肩衣, thủy dục y 水浴衣. Các cô không trùm phú kiên y, đàn ông thấy vai và cánh tay của các cô bèn chọc ghẹo. *Tăng-kỳ* 30 (tr. 472b22): phú kiên y, vũ y 雨衣. *Thập tụng* 46 (tr. 331c05): phú kiên y 覆肩衣 và quyết-tu-la 厥修羅. Phú kiên y, dài 4 khuỷu, rộng 2 khuỷu rưỡi; quyết-tu-la, cũng vậy. *Phiên Phạn ngữ 3* (tr. 5a29): "Tăng-kỳ-chi, cựu dịch là *thiên đản* 偏袒, trì luật gia gọi là *trợ thân y* 助身衣. Theo các nhà ngữ học, phiên âm đúng phải là *tăng-cát-xỉ* 僧割侈; dịch là *phú kiên y* 覆肩衣. *Căn bản*, năm y của tỳ-kheo-ni: Tăng-già-chi 僧伽胝 (tức tăng-già-lê), ốt-đát-la-tăng-già 嗢怛羅僧伽 (tức uất-đa-la-tăng), an-đát-bà-sa 安怛婆娑 (tức an-đà-hội), quyết-tô-lạc-ca 厥蘇洛迦 (tức *quyết-tu-la*, *kusūlaka*, không có Pāli tương đương), và Tăng-khước-kỳ 僧脚崎. *Hữu bộ Bách nhất yết-ma* (tr. 461b07): *quyết-tô-lạc-ca*, dịch là *hạ quần*. Tăng-khước-kỳ dịch *yếm* dịch 掩腋: che nách, cùng nghĩa phú kiên y.

xin y. Nếu cư sĩ, vợ cư sĩ muốn cúng nhiều y, tỳ-kheo-ni ấy nên nhận hai y,[70] nếu nhận quá hạn, Ni-tát-kỳ ba-dật-đề."

ĐIỀU 6*

"(Tỳ-kheo-ni nào)* có cư sĩ, vợ cư sĩ không phải bà con cùng nhau bàn: 'Nên dùng số tiền y, may y như thế, cúng cho tỳ-kheo-ni có tên...' Tỳ-kheo-ni ấy trước không được mời tuỳ ý, bèn đến cư sĩ hay vợ cư sĩ hỏi: 'Người vì tôi dùng số tiền y, may y như thế phải không?' Họ trả lời đúng vậy. (Tỳ-kheo-ni)* liền nói: 'Lành thay! Cư sĩ, vợ cư sĩ có thể may y như vậy, như vậy cho tôi.' Vì muốn đẹp, Ni-tát-kỳ ba-dật-đề."

ĐIỀU 7*

(Tỳ-kheo-ni nào)* có cư sĩ, vợ cư sĩ không phải bà con cùng nhau bàn: 'Mỗi người chúng ta nên dùng số tiền y, may y như thế, cho tỳ-kheo-ni có tên...' Tỳ-kheo-ni ấy trước không nhận lời mời tùy ý, mà đến cư sĩ, vợ cư sĩ hỏi: 'Quí vị vì tôi dùng số tiền y, may y như thế cho tôi phải không?' Họ trả lời, đúng vậy. Tỳ-kheo-ni bèn nói: 'Lành thay! Cư sĩ vợ cư sĩ có thể hợp lại may một cái cho tôi.' Vì muốn đẹp, Ni-tát-kỳ ba-dật-đề."

ĐIỀU 8*

(Tỳ-kheo-ni nào)* có đại thần, bà-la-môn, cư sĩ vì tỳ-kheo-ni nên sai sứ giả đem tiền may y đến. Sứ giả đến chỗ tỳ-kheo-ni nói: Đại tỷ! Vua, đại thần... sai mang số tiền may y này đến, đại tỷ nhận cho. Tỳ-kheo-ni này nói: 'Tôi không được phép nhận tiền để may y. Nếu được tịnh y sẽ tự nhận thọ trì.' Sứ giả nói: 'Đại tỷ có người chấp sự không?' Tỳ-kheo-ni liền chỉ chỗ. Sứ giả đến chỗ người chấp sự nói: 'Vua, đại thần... sai đem số tiền may y này cho tỳ-kheo-ni có tên... Ngươi vì sư cô nhận số tiền này để may y!' Sứ giả

---

[70] *Tứ phần*, tỳ-kheo-ni ấy nên biết đủ để nhận.

liền giao cho, rồi trở lại chỗ tỳ-kheo-ni thưa: 'Đại tỷ! Người chấp sự mà sư cô chỉ, tôi đã giao rồi. Khi nào cần y, đại tỷ có thể đến lấy.' Tỳ-kheo-ni này hai lần, ba lần đến chỗ người chấp sự nói: 'Tôi cần y! Tôi cần y!' Nếu nhận được thì tốt, bằng không được thì, lần thứ tư, lần thứ năm, lần thứ sáu đến trước người chấp sự đứng im lặng. Nhận được thì tốt, nếu đến quá (sáu lần)* cầu được, Ni-tát-kỳ ba-dật-đề."

Trường hợp không nhận được y thì nên tự mình đến chỗ người cúng y, hoặc sai người đến nói: "Người vì tỳ-kheo-ni... sai người đem tiền cúng y đến, cuối cùng tỳ-kheo-ni này không nhận được; người tự trở lại lấy chứ đừng để mất." Sự việc này nên (giải quyết)* như vậy."

ĐIỀU 9*[71]

"Tỳ-kheo-ni nào tự đi xin tơ tằm, thuê thợ dệt dệt thành y, Ni-tát-kỳ ba-dật-đề."

ĐIỀU 10*[72]

"Tỳ-kheo-ni nào có cư sĩ vợ cư sĩ vì tỳ-kheo-ni thuê thợ dệt, dệt y, tỳ-kheo-ni ấy trước không nhận được lời mời tuỳ ý, mà đến thợ dệt nói: [83c01] 'Người biết chăng? Y này họ vì tôi may, người nên vì tôi dệt cho tốt, cho rộng và kỹ, tôi sẽ trả ơn riêng.' Sau đó (trả ơn)* bằng một bữa ăn hay trị giá bằng một bữa ăn. Nhận được y, Ni-tát-kỳ ba-dật-đề."

ĐIỀU 11*[73]

"Tỳ-kheo-ni nào cho y tỳ-kheo-ni, sau vì giận hờn không vui, tự mình đoạt lại, hay sai người đoạt lại, nói: 'Trả y lại cho tôi, tôi không cho cô', Ni-tát-kỳ ba-dật-đề."

---

[71] *Tứ phần:* Ni-tát-kỳ 13.

[72] *Tứ phần:* Ni-tát-kỳ 14.

[73] *Tứ phần:* Ni-tát-kỳ 15

ĐIỀU 12[74]

"Tỳ-kheo-ni nào biết đàn-việt muốn cúng vật cho Tăng, mà xoay về cho mình, Ni-tát-kỳ ba-dật-đề."

ĐIỀU 13[75]

"Tỳ-kheo-ni nào bệnh được uống bốn thứ thuốc hàm tiêu: tô, du, mật, thạch mật. Một lần nhận được để đến bảy ngày, nếu để quá, Ni-tát-kỳ ba-dật-đề."

ĐIỀU 14[76]

"Tỳ-kheo-ni nào hoặc tiền hay hậu an cư, còn mười ngày mới đến lễ Tự tứ, nhận được y cấp thí. Nếu cần thì nhận, cho đến thời của y, nếu để quá, Ni-tát-kỳ ba-dật-đề."

ĐIỀU 15[77]

"Tỳ-kheo-ni nào bình bát chưa đủ năm chỗ vá, lại xin bát mới. Vì muốn đẹp, Ni-tát-kỳ ba-dật-đề."

ĐIỀU 16[78]

"Tỳ-kheo-ni nào mua bán bằng mọi cách để cầu lợi, Ni-tát-kỳ ba-dật-đề."

ĐIỀU 17[79]

"Tỳ-kheo-ni nào dùng vàng, bạc và tiền để trao đổi, mua bán các loại, Ni-tát-kỳ ba-dật-đề."

---

[74] *Tứ phần:* Ni-tát-kỳ 18.

[75] *Tứ phần:* Ni-tát-kỳ 16.

[76] *Tứ phần:* Ni-tát-kỳ 17.

[77] *Tứ phần:* Ni-tát-kỳ 12.

[78] *Tứ phần:* Ni-tát-kỳ 11.

[79] *Tứ phần:* Ni-tát-kỳ 10.

ĐIỀU 18[*80]

"Tỳ-kheo-ni nào tự tay cầm vàng, bạc, tiền, hoặc sai người cầm, hay mống tâm thọ nhận, Ni-tát-kỳ ba-dật-đề."

B. BẤT CỘNG GIỚI

ĐIỀU 19. CẦN VẬT NÀY LẠI ĐÒI VẬT KIA[81]

a. Duyên khởi

Bấy giờ, Tỳ-kheo-ni Thâu-la-nan-đà đến xin bát[82] nơi người bán hàng. Họ liền mua bát cho. Khi nhận được bát, liền nói: "Tôi không cần nữa, có thể cho tô." Họ lại cho tô, rồi đem cái bát vừa mua bán lại. Người bán hàng kế bên thấy vậy nói:

"Bán các thứ hiện có nơi quán không đủ sống hay sao nay lại vì người bán bát?"

Trả lời:

"Thâu-la-nan-đà đến tôi xin bát, tôi mua bát cho. Cô ta lại nói không dùng, xin tôi tô, đem cho tô, nên bán cái bát này."

Mọi người đều nói:

"Phàm người xin thì nên lấy những gì đã xin, vì lý do gì đã được mà không lấy, lại đòi vật khác!? Bọn người này thường nói thiểu dục tri túc, nhưng nay lại không hề biết chán, không có hạnh sa-môn, phá pháp sa-môn."

Các tỳ-kheo-ni Trưởng lão nghe, bằng mọi cách quở trách rồi đem việc này bạch lên Phật. Nhân việc này, đức Phật tập hợp hai bộ Tăng, hỏi Thâu-la-nan-đà:

"Cô có thật vậy không?"

---

[80] *Tứ phần*: Ni-tát-kỳ 09.

[81] *Tứ phần, điều* 19. *Thập tụng, điều* 25. Pāli, Niss. 4, Vin. iv 248; Cf. Niss. 5, Vin. iv 249.

[82] *Tứ phần*: Tô 酥. Pāli, *Thullanandā* bịnh, cần thục tô tức bơ lỏng (*sappina*).

Thưa:

"Thật vậy, bạch đức Thế Tôn."

Bằng mọi cách đức Phật quở trách rồi bảo các tỳ-kheo:

"Nay Ta vì các tỳ-kheo-ni kết giới. Từ nay giới này nên nói như vầy:

b. Giới văn

Tỳ-kheo-ni nào, vật gì đã xin trước được rồi, không dùng, lại đòi xin thứ khác,[83] **Ni-tát-kỳ ba-dật-đề."**

Tùy theo vật xin lại nhiều hay ít, mỗi thứ đều phạm Ni-tát-kỳ ba-dật-đề. **[84a01]** Thức-xoa-ma-na, sa-di-ni, phạm Đột-kiết-la.

ĐIỀU 20. DÙNG Y PHI THỜI LÀM THỜI Y[84]

a. Duyên khởi

Bấy giờ, các tỳ-kheo-ni thọ trì y phi thời làm thời y, nên các tỳ-kheo-ni khách không thể nhận được y. Các tỳ-kheo-ni Trưởng lão thấy, bằng mọi cách quở trách rồi đem việc này bạch lên Phật. Nhân việc này, đức Phật tập hợp hai bộ Tăng, hỏi các tỳ-kheo-ni:

"Các cô có thật vậy không?"

Thưa:

"Thật vậy, bạch đức Thế Tôn."

Bằng mọi cách đức Phật quở trách rồi bảo các tỳ-kheo:

"Nay Ta vì các tỳ-kheo-ni kết giới. Từ nay giới này nên nói như vầy:

b. Giới văn

Tỳ-kheo-ni nào thọ trì y phi thời làm thời y,[85] **Ni-tát-kỳ**

---

[83] *Tứ phần*: "...cần vật này lại đòi vật kia ." *Thập tụng*: "...đã xin được cái này rồi, lại xin thêm cái khác."

[84] *Tứ phần, điều 27. Thập tụng, điều 20, điều 21. Pāli, Niss. 2, Vin. iv 245.*

[85] *Tứ phần, điều 27. Pāli, Niss. 2:* Sau an cư, cư sĩ cúng cho các tỳ-kheo-ni

ba-dật-đề.”

Y này nên xả cho Tăng. Không được xả cho một, hai hoặc ba tỳ-kheo-ni.

Thức-xoa-ma-na, sa-di-ni, phạm Đột-kiết-la.

ĐIỀU 21. ĐỔI Y RỒI ĐOẠT LẠI[86]

a. Duyên khởi

Bấy giờ, có một tỳ-kheo-ni hạ tọa, ít người quen biết, nhận được vải chưa thành y, không biết may, mang đến chỗ các tỳ-kheo-ni thưa:

> “Con là hạng tối hạ tọa, không quen biết ai, nguyện xin vì con may giùm.”

Các tỳ-kheo-ni nói:

> “Chúng tôi công việc đa đoan, không thể may cho cô được. Cô có thể đến nơi Thâu-la-nan-đà hỏi xem sao! Cô ấy có nhiều y may đã thành, có thể trao đổi mua bán với cô ta.”

Tỳ-kheo-ni kia liền đem đến thưa hỏi Thâu-la-nan-đà. (Thâu-la-nan-đà)* liền lấy y đã may sẵn đổi lấy vải. Tỳ-kheo-ni kia nhận được y rồi đem về trú xứ.

Các tỳ-kheo-ni hỏi: “Cô được y chưa?”

Trả lời:

> “Được rồi.”

Lại hỏi:

> “Cô nhận được y từ vị nào?”

Thưa:

---

y phi thời (*akālacīvarā*) cho các tỳ-kheo-ni có y rách. Tỳ-kheo-ni *Thullanandā* nói đó là thời y (*kālacīvara*), bèn đem phân phối trong Tăng; do đó các tỳ-kheo-ni có y rách không nhận được y mới.”

[86] *Tứ phần, điều 28. Tăng-kỳ, điều 24. Thập tụng, điều 22. Căn bản: điều 17. Pāli, Niss. 3, Vin. iv. 246.*

"Thâu-la-nan-đà."

Các tỳ-kheo-ni nói:

"Đem y đến để cùng xem với!"

Y liền được mang ra cho xem xét. Các tỳ-kheo-ni nói:

"Chiếc y này tốt hơn chỗ vải của cô gấp bội. Xưa nay không người nào được điều may mắn như thế này. Nay bỗng dưng cô được rất là hy hữu."

Khi ấy, Thâu-la-nan-đà cách vách nghe, bèn nói với tỳ-kheo-ni kia: "Hoàn y lại cho tôi, không trao đổi cho cô."

Các tỳ-kheo-ni Trưởng lão nghe, bằng mọi cách quở trách *(cho đến câu)*:

"Nay Ta vì các tỳ-kheo-ni kết giới *cũng như trên*. Từ nay giới này nên nói như vầy:

b. Giới văn

Tỳ-kheo-ni nào đổi y cho tỳ-kheo-ni khác, sau hối hận đòi lại, nhận được y, Ni-tát-kỳ Ba-dật-đề."

Thức-xoa-ma-na, sa-di-ni, phạm Đột-kiết-la.

Nếu cả hai bên đều hối hận, nhận được y, không đúng như lời cam kết thì lấy lại, không phạm.

ĐIỀU 22. TRƯỚC NÓI KHÔNG DÙNG, SAU LẠI LẤY[87]

a. Duyên khởi

Bấy giờ, Tỳ-xá-khư Mẫu[88] phát tâm cúng dường cho tỳ-kheo-ni Tăng y ngăn che nguyệt thủy,[89] sai người đáng tin đến đo kích cỡ. (Chư ni)* đều để đo, chỉ có Thâu-la-nan-đà không cho, lại nói với người đáng tin đến đo rằng:

"Tôi đã ly dục, không còn nguyệt thủy, nên không cần y này."

Tỳ-xá-khư Mẫu may y xong, sai người đáng tin đến thưa với các tỳ-kheo-ni:

"Y đã may xong, **[84b01]** xin các cô đến nhận."

Các tỳ-kheo-ni đều đến để nhận. Khi ấy, nhằm lúc Thâu-la-nan-đà đang có nguyệt thủy, bèn nhận y trước. Theo thứ tự các tỳ-kheo-ni nhận y, y bị thiếu không đủ, một vị hạ tọa không được.

Tỳ-xá-khư Mẫu hỏi:

"Chư ni nhận đủ hết y chưa?"

Có vị đáp:

"Một vị hạ tọa không được."

Hỏi:

"Tại sao vậy?"

Các cô nói:

"Vì Thâu-la-nan-đà trước đây nói không cần, nên không cho đo kích cỡ, nay lại lấy trước, vì vậy nên thiếu!"

Tỳ-xá-khư Mẫu nói:

"Tại sao trước nói không cần, gặp lúc liền lấy trước, làm cho người khác không được!"

Các tỳ-kheo-ni Trưởng lão bằng mọi cách quở trách rồi, *(cho đến câu)*:

"Nay Ta vì các tỳ-kheo-ni kết giới *cũng như trên*. Từ nay giới này nên nói như vầy:

b. Giới văn

Tỳ-kheo-ni nào, khi các tỳ-kheo-ni nói: 'Cô lấy y ngăn che (khi có)* nguyệt thủy,' mà tự nói: 'Không dùng' khi gặp thời (kinh nguyệt)* lại lấy trước, Ni-tát-kỳ ba-dật-đề."

Y này nên xả cho Tăng, không được xả cho một, hai, ba vị tỳ-kheo-ni. Thức-xoa-ma-na, sa-di-ni, phạm Đột-kiết-la.

Trường hợp tuy trước nói không dùng nhưng sau y có dư mà nhận thì không phạm.

ĐIỀU 23. XIN Y NẶNG[90]

a. Duyên khởi

Bấy giờ, Thâu-la-nan-đà tỳ-kheo-ni thường ra vào trong vương cung của vua Ba-tư-nặc.

Nhà vua nói:

"Đại tỷ, nếu cô có cần gì cứ đến tôi lấy."

Cô ni nói:

"Tôi cần y nặng (áo ấm)."

Nhà vua nói:

"Cô đến hậu cung lấy."

Cô lại nói:

"Tôi muốn chiếc y khâm-bà-la[91] vua đang mặc."

Nhà vua liền cúng. Các quan cơ hiềm, nói:

"Tỳ-kheo-ni này xuất gia trong pháp vô vi, mặc áo hoại sắc cắt rọc, mà nay tại sao lại đòi xin áo vua đang mặc. Tuy nhà vua không tiếc, nhưng người thọ nhận phải tự lượng chứ. Bọn người này thường nói thiểu dục tri túc mà nay không chán, không có hạnh sa-môn, phá pháp sa-môn."

Khi ấy, Tỳ-kheo-ni Hắc ly-xa được các Ly-xa[92] ở Tỳ-xá-ly cung kính cúng dường, vì mọi người nếu bị việc quan (thưa kiện)*, có thể vì họ (mọi người) mà cứu giải, nên không ai là không hoan hỷ bảo:

---

[90] *Tứ phần*: Điều 29. Pāli, Niss. 11.

[91] Y Khâm-bà-la: **Xem cht. 334**, Phần I, Ch. iv, Xả đọa.

[92] Lê-xa, hoặc phiên âm Ly-xa 離車. ▨ *Licchavī*. Chủng tộc Sát-đế-lợi ở thành Tỳ-xá-ly (▨ *Vaiśālī*) thuộc Trung Ấn độ, là một bộ phận của chủng tộc Bạt-kì (▨ *Vṛji*). Khi đức Phật còn tại thế, họ theo chế độ cộng hòa, nước mạnh dân giàu, sánh ngang với nước Ma-kiệt-đà.

"Chúng ta nhờ ân Đại tỷ nên được khỏi tội ách. Nay cô có cần những thứ gì chúng ta cùng nhau phụng sự."

Cô liền nói:

"Tôi cần y nặng."

Lại hỏi:

"Cần y nặng, trị giá bao nhiêu?"

Trả lời:

"Tôi cần y hai lớp trị giá một ngàn tiền."

Mọi người liền cơ hiềm nói: "Chúng ta dùng phí tổn cho việc kiện thưa này, dù có gấp năm, sáu lần hơn cũng không bằng giá tiền này. Bọn người này thường nói thiểu dục tri túc mà nay không chán!"

Các tỳ-kheo-ni Trưởng lão nghe, bằng mọi cách quở trách... *(cho đến câu)*:

"Nay Ta vì các tỳ-kheo-ni kết giới *cũng như trên*. Từ nay giới này nên nói như vầy:

b. Giới văn

Tỳ-kheo-ni nào xin y nặng[93] thì nên nhận lấy loại kém giá trị nhất, ngang với bốn [84c01] đại tiền[94] mà thôi, nếu nhận y quí giá, Ni-tát-kỳ ba-dật-đề."

Y nặng: Là y mặc trong khi lạnh.

Thức-xoa-ma-na, sa-di-ni, phạm Đột-kiết-la.

---

[93] Trọng y 重衣 (y dày), trái với khinh y (y nhẹ) được nói ở điều sau. Pāli, Niss.11, Vin.iv. 255: *garupāvuraṇa,* giải thích: *yaṃ kiñci sītakāle pāvuraṇaṃ,* loại áo choàng ngoài vào mùa lạnh.

[94] *Tăng-kỳ (điều 19):* "...mua y nặng quá 4 yết-lị-sa-bàn 羯利沙槃···" *Tứ phần (điều 29):* Trương điệp 張疊. *Thập tụng (điều 29):* "...xin y nặng, nên xin y với giá 4 tiền, không được quá..." Pāli, ibid., *catukaṃsaparamaṃ,* 4 tiền đồng. *Kaṃsa,* tiền đúc bằng đồng thau hay đồng la. 1 *kaṃsa* bằng 4 *kahāpaṇa.* Không có ý kiến thống nhất về giá trị các đơn vị tiền tệ này.

ĐIỀU 24. XIN Y NHẸ[95]

a. Duyên khởi

Bấy giờ, Tỳ-kheo-ni Thâu-la-nan-đà lại đến vua Ba-tư-nặc xin chiếc y nhẹ (mỏng), mà nhà vua đang mặc và, Tỳ-kheo-ni Hắc ly-xa đến các người Ly-xa đòi y nhẹ, trị giá năm trăm tiền. Các quan và mọi người cơ hiềm... (cho đến câu):

"Nay Ta vì các tỳ-kheo-ni kết giới *(cũng như trước)*. Từ nay giới này nên nói như vầy:

b. Giới văn

Tỳ-kheo-ni nào xin y nhẹ[96] chỉ nên nhận thứ kém giá trị, ngang với hai tiền rưỡi[97] mà thôi, nếu nhận y quí giá, Ni-tát-kỳ ba-dật-đề".

Y nhẹ: Là loại y mặc lúc nóng. Thức-xoa-ma-na, sa-di-ni phạm Đột-kiết-la.

ĐIỀU 25. LẠM DỤNG VẬT CỦA ĐÀN-VIỆT[98]

a. Duyên khởi

Bấy giờ, Tỳ-kheo-ni Sai-ma đến thành Xá-vệ, Bố-tát nơi đất trống, bị gió mưa đất bụi mòng muỗi gây phiền toái.

Tỳ-kheo-ni cựu trú nói với một cư sĩ:

"Nay tỳ-kheo-ni Tăng Bố-tát giữa trời, gặp phải những phiền toái như vậy, như vậy, như lời Phật dạy: Nếu cúng dường phòng xá cho Tăng là điều tốt nhất. Lành thay! Cư sĩ, có thể vì Tăng làm nhà Bố-tát."

---

[95] *Tứ phần, điều* 30. Pāli, Niss. 12.

[96] Khinh y 輕衣, y (vải) nhẹ hay mỏng; trái với trọng y, **xem cht. 93 trước**. Pāli, *Pāc.* 12, Vin. iv 256: *lahupāraṇaṃ*, áo choàng nhẹ mặc trong mùa nóng (*uṇhakāle pāvuraṇaṃ*).

[97] *Tăng-kỳ (điều* 20): "... y nhẹ, ... quá 2 yết-lị-sa-bàn rưỡi..." *Tứ phần:* Trương điệp; **xem cht. 96 trên**, *điều* 23. *Thập tụng:* "... y nhẹ... 2 tiền rưỡi..."

[98] *Tứ phần, điều* 22; *Thập tụng, điều* 26. Pāli, *Nissaggi* 6 & 8.

Trả lời:

> "Tôi bận nhiều việc không thể tự mình làm được. Nay đem vật*[99] này giao cho Đại tỷ liệu lý giùm, làm xong nói với tôi, tôi sẽ đích thân đến dâng cúng cho Tăng."

Các tỳ-kheo-ni sau khi đã nhận được vật* rồi cùng nhau bàn như vầy: 'Y phục chúng ta bị rách nát, vật* này có thể chia cho nhau để may y phục, mọi người vẫn chịu phiền Bố-tát ngoài trời.' Bàn xong, liền chia nhau may y, rồi nói với cư sĩ:

> "Người nên hoan hỷ, y phục của các tỳ-kheo-ni bị rách nát, nên những vật* của người cúng được chia dùng để may y và, việc may y cũng đã xong rồi."

Cư sĩ nghe qua, liền cơ hiềm, nói:

> "Tôi không hoan hỷ được! Tại sao vậy? Vì trước đây cô nói, cúng dường nhà Bố-tát là điều tốt nhất, mà tại sao nay lại đem dùng may y phục?"

Các tỳ-kheo-ni Trưởng lão nghe, bằng mọi cách quở trách... *(cho đến câu)*:

> "Nay Ta vì các tỳ-kheo-ni kết giới... *cũng như trước đã nói. Từ nay* giới này nên nói như vầy:

b. Giới văn

> **Tỳ-kheo-ni nào vì Tăng đến một cư sĩ xin (phương tiện)* làm việc này, mà dùng làm việc khác,[100] Ni-tát-kỳ ba-dật-đề."**

Nếu mống tâm muốn phân chia cùng tạo phương tiện đều phạm Đột-kiết-la.

Vật ấy nên xả cho Tăng, không được xả cho một, hai, ba tỳ-kheo-ni.

---

[99] Hán: Vật 物, chỉ cho phương tiện để tạo ra phòng xá (có thể vàng, bạc, châu báu hay tiền ...)

[100] *Tứ phần*, Ni-tát-kỳ 20: "...vì Tăng... xin từ *một* cư sĩ mà dùng vào việc khác." *Thập tụng*, Ni-tát-kỳ 26: "...vì Tăng, xin để làm việc này, đem dùng vào việc khác..." [Pali] vật chỉ định cho Tăng (*saṅghikena saññācikena*) cho việc này mà dùng vào việc khác.

Thức-xoa-ma-na, sa-di-ni phạm Đột-kiết-la.

Trường hợp tuy xin đàn-việt vì việc này, sau đó họ đồng ý làm việc khác thì không phạm.

ĐIỀU 26. LẠM DỤNG VẬT CỦA ĐÀN-VIỆT CÚNG CHO TĂNG[101]

a. Duyên khởi

Bấy giờ, Tỳ-kheo-ni Sai-ma[102] Bố-tát giữa trời… *(cho đến câu)*: Bị mòng muỗi gây phiền toái **[85a01]** *như trên đã nói.*

Các tỳ-kheo-ni cần làm nhà Bố-tát đi khắp nơi xin… *(cho đến câu)*:

"Nay Ta vì các tỳ-kheo-ni kết giới… *như trên đã nói.* Từ nay giới này nên nói như vầy:

b. Giới văn

Tỳ-kheo-ni nào vì Tăng đến nhà cư sĩ xin (phương tiện)* làm việc này, mà dùng làm việc khác, Ni-tát-kỳ ba-dật-đề."

Ngoài ra như giới trên đã nói.

ĐIỀU 27. XIN VIỆC NÀY LÀM VIỆC KHÁC, TỪ MỘT NHÀ[103]

a. Duyên khởi

Bấy giờ, Tỳ-kheo-ni Sai-ma không có chỗ để nghỉ ngơi, đến một cư sĩ nói:

"Tôi không có chỗ để nghỉ ngơi, làm cho tôi một tinh xá."

Cư sĩ trả lời như trước, liền trao cho vật*. Khi nhận được phương tiện rồi, lại nghĩ như vầy: 'Y phục ta xấu bị rách nát nên dùng (phương tiện này)* để may y, còn nơi nghỉ thì không thiếu gì,' nên đã dùng nó may y. Sau khi may y, đến nói với cư sĩ… *(cho đến câu)*:

"Nay Ta vì các tỳ-kheo-ni kết giới, *cũng như trên.* Từ nay giới này nên nói như vầy:

---

[101] Cf. Pāli, Niss. 7.

[102] *Tứ phần*: Tỳ-kheo-ni An Ẩn 安隱.

[103] *Tứ phần, điều 23. Pāli, Cf. Niss. 7.*

b. Giới văn

Tỳ-kheo-ni nào tự mình đi đến cư sĩ xin phương tiện để làm việc này, mà dùng làm việc khác,[104] Ni-tát-kỳ Ba-dật-đề."

Ngoài ra như giới trên đã nói.

ĐIỀU 28. XIN VIỆC NÀY LÀM VIỆC KHÁC, TỪ NHIỀU NHÀ[105]

a. Duyên khởi

Bấy giờ, Tỳ-kheo-ni Sai-ma không có nơi để nghỉ ngơi, đến nhiều nhà cư sĩ xin... (cho đến câu):

"Nay Ta vì các tỳ-kheo-ni kết giới... (cũng như trên). Từ nay giới này nên nói như vầy:

b. Giới văn

Tỳ-kheo-ni nào tự mình đến nhiều nhà cư sĩ xin (phương tiện)* làm việc này, rồi tự dùng làm việc khác,[106] Ni-tát-kỳ ba-dật-đề."

Ngoài ra như trên đã nói.

ĐIỀU 29. CHỨA NHIỀU VẬT DỤNG[107]

a. Duyên khởi

Bấy giờ, các tỳ-kheo-ni dồn chứa nhiều vật dụng. Trước, sau, trong

---

[104] Phân biệt điều 27 này (vì tập thể) với điều 26 (vì Tăng). *Tứ phần*, Ni-tát-kỳ 23: "... tự mình vì Tăng... xin từ *nhiều* cư sĩ mà dùng vào việc khác (cho Tăng)" Pāli, *nissaggi* 9: vật chỉ định cho đại chúng, do cá nhân xin.

[105] *Tứ phần*, Ni-tát-kỳ 21. Cf. Pāli, Niss. 7.

[106] *Tứ phần*, Ni-tát-kỳ 21: "... vật được bố thí cho việc khác do tự mình xin, xoay dùng việc khác cho Tăng..." *Thập tụng*, Ni-tát-kỳ 28: "vì số đông (tập thể) 多人 mà xin cho việc này lại dùng vào việc khác." Pāli, *nissaggi* 8: vật chỉ định cho đại chúng (*mahājanikena saññācikena*), không phải Tăng, phân biệt với điều 27.

[107] *Tứ phần*, điều 25; *Tăng-kỳ*, điều 14, cf. điều 21; *Thập tụng*, điều 19; *Căn bản*: điều 20. Cf. Pāli, Niss. 1, Vin. iv 243.

nhà chỗ nào cũng đều có. Gặp lúc nhà bị cháy, mọi thứ đồ vật lôi ra nhiều vô số, các cư sĩ chữa cháy thấy, hỏi:

"Đây là đồ vật của ai?"

Trả lời:

"Đó là vật dụng của các tỳ-kheo-ni."

Họ cơ hiềm nói:

"Hạng người này thuộc loại đại bất lợi, không tốt, xuất gia ở trong pháp vô vi, mặc áo hoại sắc cắt rọc mà dồn chứa vật dụng nhiều như vua, đại thần. Họ thường nói thiểu dục tri túc mà nay lại dồn chứa không chán, không có hạnh của sa-môn, phá pháp sa-môn."

Các Trưởng lão tỳ-kheo-ni nghe, bằng mọi cách quở trách... *(cho đến câu)*:

"Nay Ta vì các tỳ-kheo-ni kết giới *(cũng như trên)*. Từ nay giới này nên nói như vầy:

b. Giới văn

Tỳ-kheo-ni nào tích chứa vật dụng,[108] **Ni-tát-kỳ ba-dật-đề."**

c. Thích từ

Vật dụng: Tức là đồ dùng cho cuộc sống.

Luật chỉ cho phép chứa tô, du, mật, hương dược, mỗi thứ có một cái bình để đựng. Lại cho phép chứa vạc, thìa, bình sành; mỗi thứ một cái để đựng thức ăn, chứa quá mức định, phạm Ni-tát-kỳ ba-dật-đề.

Thức-xoa-ma-na, sa-di-ni phạm Đột-kiết-la.

---

[108] Tích chứa vật dụng, Hán: tàng tích khí vật 藏積器物. *Tứ phần:* Đa súc hảo sắc khí 多畜好色器, chứa nhiều đồ dùng có màu sắc đẹp.

ĐIỀU 30. CHỨA BÁT DƯ[109]

a. Duyên khởi

Bấy giờ, các tỳ-kheo-ni dồn chứa nhiều bình bát... *(cho đến câu)*:

"Nay Ta vì các tỳ-kheo-ni **[85b01]** kết giới... *cũng như trước.* Từ nay giới này nên nói như vầy:

b. Giới văn

> **Tỳ-kheo-ni nào dồn chứa nhiều bình bát,[110] Ni-tát-kỳ ba-dật-đề."**

Cho phép chứa bảy loại bát thô: 1. Dùng đựng cơm, 2. Dùng đựng hương, 3. Dùng đựng thuốc, 4. Dùng đựng thức ăn dư, 5. Dùng đựng nước, 6. Dùng đựng rác, 7. Dùng đựng nước tiểu.

Thức-xoa-ma-na, sa-di-ni, phạm Đột-kiết-la.

---

[109] *Tăng-kỳ*, điều 14, cf. điều 21; *Tứ phần*, điều 24; *Thập tụng*, điều 19; *Căn bản*: điều 20. Cf. Pāli, Niss. 1, Vin. iv 243.

[110] *Tăng-kỳ*, điều 14: "... chứa bát dư..."; điều 21: "...bát dư được phép chứa 10 ngày..." *Tứ phần*: Súc trưởng bát 畜長鉢. *Thập tụng*: "chứa bát dư cho đến một đêm." *Căn bản*: "được chứa bát dư qua một đêm." 鉢多 *pattasannicayaṃ*, tích chứa bát. Giải thích, Vin. iv. 243: *nissaggiyo hotīti saha aruṇuggamanā nissaggiyo hoti*, (cất chứa qua một đêm), khi mặt trời mọc, phạm Ni-tát-kỳ.

CHƯƠNG IV: PHÁP ĐỌA

A. THÔNG GIỚI[111]

Đức Phật ở tại thành Xá-vệ, bấy giờ Ưu-ba-ly hỏi Phật: "Đức Thế Tôn đã vì các tỳ-kheo kết giới: *'Tỳ-kheo nào cố ý nói dối, phạm Ba-dật-đề...* (cho đến giới): *'Tỳ-kheo nào, biết đàn-việt muốn cúng vật cho Tăng mà xoay về cho người khác, Ba-dật-đề'.* Chúng con nên thọ trì thế nào?"

Đức Phật dạy:

"Nên thọ trì cho cả hai bộ Tăng. Từ nay giới này nên nói như vầy:

ĐIỀU 1*

Tỳ-kheo-ni nào cố ý nói dối, Ba-dật-đề.[112]

ĐIỀU 2*

Tỳ-kheo-ni nào hủy báng tỳ-kheo-ni, Ba-dật-đề.[113]

---

[111] *Ngũ phần* 12 (tr. 85b06): 207 Ba-dật-đề 波逸提 (Giới bản: 210), 68 điều thông giới, có giới văn nhưng không chép duyên khởi. *Tăng-kỳ* 37 (tr. 527b17): 141 ba-dạ-đề 波夜提, 70 thông giới và 71 biệt giới. *Tứ phần* 24 (tr. 734c06): 178 điều, có 69 thông giới, là những điều học chung cho cả hai bộ. Duyên khởi, từ các tỳ-kheo. Xem Phần I, Ch. vi. Những điều thuộc thông giới có đánh dấu hoa thị (*). *Thập tụng* 44 (tr. 317a24): 178 Ba-dạ-đề 波夜提. *Căn bản ni* 11 (tr. 966a27): 180 Ba-dật-để-ca 波逸底迦. Pāli, *pācittiyā*, 166 điều; trong đó, 70 điều thuộc thông giới không có giới văn.

[112] Xem Phần I, Ch. v, Ba-dật-đề 1 (Tỳ-kheo). Văn cú có vài điểm bất đồng về hình thức; do hành văn của bản Hán.

[113] nt. Ba-dật-đề 2.

ĐIỀU 3*

Tỳ-kheo-ni nào nói hai lưỡi đấu loạn tỳ-kheo-ni, Ba-dật-đề.[114]

ĐIỀU 4*

Tỳ-kheo-ni nào vì người nam nói pháp quá năm, sáu lời, trừ có người nữ hiểu biết việc tốt hay xấu, Ba-dật-đề.[115]

ĐIỀU 5*

Tỳ-kheo-ni nào biết Tăng như pháp đoán sự rồi, phát khởi trở lại, Ba-dật-đề.[116]

ĐIỀU 6*

Tỳ-kheo-ni nào dạy người nữ chưa thọ Cụ túc học kinh và tụng, Ba-dật-đề.[117]

ĐIỀU 7*

Tỳ-kheo-ni nào cùng người nữ chưa thọ Cụ túc cùng ngủ một nhà, quá hai đêm, Ba-dật-đề.[118]

ĐIỀU 8

Tỳ-kheo-ni nào hướng đến người nữ chưa thọ Cụ túc nói mình được pháp hơn người, như nói tôi biết như vậy, tôi thấy như vậy, dù là sự thật, Ba-dật-đề.[119]

ĐIỀU 9

Tỳ-kheo-ni nào biết tỳ-kheo-ni phạm thô tội, đến nói với

---

[114] nt. Ba-dật-đề 3.
[115] nt. Ba-dật-đề 4; *Tứ phần, điều* 9.
[116] nt. Ba-dật-đề 5.
[117] nt. Ba-dật-đề 6.
[118] nt. Ba-dật-đề 7.
[119] nt. Ba-dật-đề 8.

người nữ chưa thọ đại giới, trừ Tăng Yết-ma, Ba-dật-đề.[120]

ĐIỀU 10

Tỳ-kheo-ni nào nói như vầy: 'Phiền gì phải tụng những giới vụn vặt, khi tụng giới này khiến người ưu não,' chê bai giới như vậy, Ba-dật-đề.[121]

Xong mười việc.

ĐIỀU 11

Tỳ-kheo-ni nào tự mình chặt phá thôn xóm của quỉ thần, hoặc sai người chặt hay nói: "Chặt cây này," Ba-dật-đề.[122]

ĐIỀU 12

Tỳ-kheo-ni nào cố ý không trả lời câu hỏi, Ba-dật-đề.[123]

ĐIỀU 13

Tỳ-kheo-ni nào vu khống người được Tăng sai, Ba-dật-đề.[124]

ĐIỀU 14

Tỳ-kheo-ni nào nơi đất trống, tự mình trải tọa cụ của Tăng, hoặc sai người trải, hoặc người khác trải mà mình nằm ngồi; khi đi không dọn, không bảo người dọn, không dặn ai dọn, Ba-dật-đề.[125]

ĐIỀU 15

Tỳ-kheo-ni nào trong phòng của Tăng, tự mình trải ngọa cụ của Tăng, hoặc sai người trải, hoặc người khác trải mà

---

[120] nt. Ba-dật-đề 9. *Tứ phần, điều 7.*
[121] nt. Ba-dật-đề 10. *Tứ phần, điều 56.*
[122] nt. Ba-dật-đề 11.
[123] nt. Ba-dật-đề 12.
[124] nt. Ba-dật-đề 13.
[125] nt. Ba-dật-đề 14.

mình nằm ngồi, [85c01] khi đi không dọn, không bảo người dọn, không dặn ai dọn, Ba-dật-đề.[126]

ĐIỀU 16

Tỳ-kheo-ni nào vì giận, không vui, ở trong phòng của Tăng tự mình kéo tỳ-kheo-ni ra, hoặc sai người kéo, nói như vầy: "Cô đi khỏi chỗ này cho khuất mắt, đừng ở nơi đây nữa," Ba-dật-đề.[127]

ĐIỀU 17

Tỳ-kheo-ni nào biết người khác đã trải ngọa cụ trước, mình đến sau cưỡng bức tự trải, hay bảo người trải, hoặc có ý nghĩ: 'Nếu họ không vui sẽ tự bỏ đi chỗ khác,' Ba-dật-đề.[128]

ĐIỀU 18

Tỳ-kheo-ni nào trên nhà gác của Tăng mà ngồi mạnh trên giường dây, giường cây có chân nhọn, Ba-dật-đề.[129]

ĐIỀU 19

Tỳ-kheo-ni nào biết nước có trùng mà nhồi đất, tưới cây, hay dùng trong việc ăn uống, Ba-dật-đề.[130]

ĐIỀU 20

Tỳ-kheo-ni nào ăn mãi ăn hoài, trừ nhân duyên, Ba-dật-đề.[131] Nhân duyên là khi bệnh, khi thời y, khi dâng y gọi là nhân duyên.

Xong hai mươi việc.

---

[126] nt. Ba-dật-đề 15.

[127] nt. Ba-dật-đề 16. *Tứ phần, điều* 17.

[128] nt. Ba-dật-đề 17. *Tứ phần, điều* 16.

[129] nt. Ba-dật-đề 18.

[130] nt. Ba-dật-đề 19.

[131] nt. Ba-dật-đề 20.

ĐIỀU 21

Tỳ-kheo-ni nào nhận ăn riêng chúng, trừ nhân duyên, Ba-dật-đề.[132] Nhân duyên là khi bệnh, khi thời y, khi dâng y, khi may y, khi đi đường, khi đi trên thuyền, khi đại hội, đó gọi là nhân duyên.

ĐIỀU 22

Tỳ-kheo-ni nào không bệnh, nơi chỗ cúng một bữa ăn, mà nhận quá một bữa, Ba-dật-đề.[133]

ĐIỀU 23

Tỳ-kheo-ni nào đến nhà bạch y, họ cho nhiều thức ăn như bánh, lương khô, nếu không ở tại nhà đó ăn, cần thì nhận hai, ba bát đem về, nên chia cho các tỳ-kheo-ni khác cùng ăn. Nếu không có bệnh mà nhận quá và không chia cho các tỳ-kheo-ni khác cùng ăn, Ba-dật-đề.[134]

ĐIỀU 24

Tỳ-kheo-ni nào ăn rồi, không làm pháp tàn thực mà ăn, Ba-dật-đề.[135]

ĐIỀU 25

Tỳ-kheo-ni nào biết tỳ-kheo-ni ăn xong, không làm pháp tàn thực, cố sức nài nỉ bảo ăn, muốn cho cô kia phạm, Ba-dật-đề.[136]

ĐIỀU 26

Tỳ-kheo-ni nào chưa được mời ăn mà để thức ăn vào

---

[132] nt. Ba-dật-đề 21. *Tứ phần, điều 22.*
[133] nt. Ba-dật-đề 22.
[134] nt. Ba-dật-đề 23.
[135] nt. Ba-dật-đề 24.
[136] nt. Ba-dật-đề 25.

miệng, trừ nếm, tăm xỉa răng và nước uống, Ba-dật-đề.[137]

ĐIỀU 27

Tỳ-kheo-ni nào ăn phi thời, Ba-dật-đề.[138]

ĐIỀU 28

Tỳ-kheo-ni nào ăn thức ăn cách đêm, Ba-dật-đề.[139]

ĐIỀU 29

Tỳ-kheo-ni nào trong nhà ăn, cùng ngồi với nam tử, Ba-dật-đề.[140]

ĐIỀU 30

Tỳ-kheo-ni nào xem quân trận khởi hành, Ba-dật-đề.[141]

Xong ba mươi việc.

ĐIỀU 31

Tỳ-kheo-ni nào có nhân duyên đến trong quân đội, cho đến hai, ba đêm, nếu ở quá, Ba-dật-đề.[142]

ĐIỀU 32

Tỳ-kheo-ni nào có nhân duyên đến trong quân đội hai, ba đêm để xem quân trận hợp chiến, Ba-dật-đề.[143]

ĐIỀU 33

Tỳ-kheo-ni nào, nói như vầy: "Như chỗ tôi hiểu, những gì Phật dạy là pháp chướng đạo thì không phải chướng đạo."

---

[137] nt. Ba-dật-đề 26.
[138] nt. Ba-dật-đề 27. *Tứ phần, điều* 24.
[139] nt. Ba-dật-đề 28. *Tứ phần, điều* 25.
[140] nt. Ba-dật-đề 29. *Tứ phần, điều* 30.
[141] nt. Ba-dật-đề 30. *Tứ phần, điều* 33.
[142] nt. Ba-dật-đề 31. *Tứ phần, điều* 34.
[143] nt. Ba-dật-đề 32. *Tứ phần, điều* 35.

Các tỳ-kheo-ni nên nói với tỳ-kheo-ni ấy: "Cô đừng nói như vậy, đừng hủy báng Phật, đừng vu khống Phật. Phật nói [86a01] pháp chướng đạo, thật là chướng đạo. Cô nên bỏ ác tà kiến đó đi." Can gián như vậy mà vẫn kiên trì không bỏ, nên can gián lần thứ hai, lần thứ ba. Lần thứ hai, lần thứ ba can gián, bỏ việc này thì tốt, không bỏ, Ba-dật-đề.¹⁴⁴

ĐIỀU 34

Tỳ-kheo-ni nào biết tỳ-kheo-ni này không như pháp sám hối, không bỏ ác tà kiến mà cùng chuyện vãn, cùng ngồi, cùng ngủ, cùng làm việc, Ba-dật-đề.¹⁴⁵

ĐIỀU 35

Nếu sa-di-ni nào nói như vầy: "Như chỗ tôi hiểu, những lời đức Phật dạy về thọ năm dục, không thể chướng ngại đạo." Các tỳ-kheo-ni nói với sa-di-ni ấy rằng: "Cô không nên nói vậy, chớ huỷ báng Phật, chớ vu khống Phật. Đức Phật nói năm dục chướng đạo là thật sự chướng đạo. Này sa-di-ni! Cô nên bỏ ác tà kiến đó đi." Khi khuyên can như vậy mà vẫn kiên trì không bỏ, nên khuyên can lần thứ hai, lần thứ ba. Lần thứ hai, lần thứ ba khuyên can bỏ việc này thì tốt; nếu không bỏ, các tỳ-kheo-ni nên nói với sa-di-ni ấy: "Cô nên đi khỏi chỗ này, từ nay đừng nói, đức Phật là thầy của tôi nữa; cô đừng nên đi sau các tỳ-kheo-ni. Như các sa-di-ni khác, được phép cùng phòng ngủ với các tỳ-kheo-ni hai đêm, còn cô không được việc ấy. Cô là kẻ ngu si nên đi khỏi chỗ này, chớ ở nơi đây nữa." Tỳ-kheo-ni nào, biết Sa-di-ni đã bị tẩn như pháp, mà đem về nuôi, sai bảo, cùng ở, cùng nói chuyện, Ba-dật-đề.¹⁴⁶

---

¹⁴⁴ nt. Ba-dật-đề 33. *Tứ phần, điều 52.*
¹⁴⁵ nt. Ba-dật-đề 34.
¹⁴⁶ nt. Ba-dật-đề 35. *Tứ phần, điều 54.*

ĐIỀU 36

"Tỳ-kheo-ni nào cố tình làm cho tỳ-kheo-ni khác sanh nghi hối; với ý nghĩ như vầy: 'khiến cho tỳ-kheo-ni kia bị phiền, dù trong chốc lát,' Ba-dật-đề.[147]

ĐIỀU 37

Tỳ-kheo-ni nào khi Tăng đoán sự, không dữ dục mà đứng dậy bỏ đi, Ba-dật-đề.[148]

ĐIỀU 38

Tỳ-kheo-ni nào thọc lét tỳ-kheo-ni khác, Ba-dật-đề.[149]

ĐIỀU 39

Tỳ-kheo-ni nào giỡn trong nước, Ba-dật-đề.[150]

ĐIỀU 40

Tỳ-kheo-ni nào cùng nam tử ngủ chung một nhà, Ba-dật-đề.[151]

Xong bốn mươi việc.

ĐIỀU 41

Tỳ-kheo-ni nào uống rượu, Ba-dật-đề.[152]

ĐIỀU 42

Tỳ-kheo-ni nào khinh thầy, Ba-dật-đề.[153]

---

[147] nt. Ba-dật-đề 36.
[148] nt. Ba-dật-đề 37.
[149] nt. Ba-dật-đề 38.
[150] nt. Ba-dật-đề 39.
[151] nt. Ba-dật-đề 40.
[152] nt. Ba-dật-đề 41.
[153] nt. Ba-dật-đề 42.

ĐIỀU 43

Tỳ-kheo-ni nào tự đào đất, hoặc sai người đào, nói: 'Đào chỗ này,' Ba-dật-đề.[154]

ĐIỀU 44

Tỳ-kheo-ni nào tranh cãi nhau rồi, lén nghe [điều người kia nói], nghĩ như vầy: 'Những gì các tỳ-kheo-ni đã nói, ta sẽ nhớ mãi,' Ba-dật-đề.[155]

ĐIỀU 45

Tỳ-kheo-ni nào thỉnh tùy ý thuốc bốn tháng, nếu nhận quá mức, Ba-dật-đề;[156] trừ mời lại, tự đưa đến và mời lâu dài.

ĐIỀU 46

Tỳ-kheo-ni nào thường xuyên phạm tội, các tỳ-kheo-ni như pháp can gián, lại nói như vầy: 'Tôi không học giới này, sẽ hỏi tỳ-kheo-ni trì pháp trì luật khác,' Ba-dật-đề.[157]

ĐIỀU 47

Tỳ-kheo-ni nào, khi thuyết giới, nói như vầy: "Nay tôi mới biết pháp này trong Giới kinh, thuyết vào ngày bố-tát mỗi nửa tháng." Các tỳ-kheo-ni biết tỳ-kheo-ni này đã ba lần ngồi Bố-tát. Tỳ-kheo-ni này không vì không biết [86b01] mà thoát tội. Tùy theo chỗ phạm tội như pháp xử trị và, nên quở trách việc không biết kia, nói: 'Điều cô đã làm không tốt, khi thuyết giới, không một lòng lắng nghe, không lưu tâm để ý,' Ba-dật-đề.[158]

---

[154] nt. Ba-dật-đề 43.
[155] nt. Ba-dật-đề 44.
[156] nt. Ba-dật-đề 45.
[157] nt. Ba-dật-đề 46.
[158] nt. Ba-dật-đề 47. *Tứ phần, điều 57.*

ĐIỀU 48

Tỳ-kheo-ni nào hẹn với bọn giặc cùng đi chung đường, từ tụ lạc này đến tụ lạc kia, Ba-dật-đề.[159]

ĐIỀU 49

Tỳ-kheo-ni nào hẹn cùng nam tử đi chung đường, từ tụ lạc này đến tụ lạc kia, Ba-dật-đề.[160]

ĐIỀU 50

Tỳ-kheo-ni nào không bệnh mà vì sưởi ấm, tự mình cố ý đốt lửa, hoặc sai người đốt, Ba-dật-đề.[161]

Xong năm mươi việc.

ĐIỀU 51

Tỳ-kheo-ni nào tự mình cầm lấy hay sai người cầm vật báu hay các đồ trang sức bằng vật báu, trừ trong Tăng phường hay nơi ký túc (nghỉ đêm), Ba-dật-đề.[162]

Trong Tăng phường hay nơi ký túc cầm lấy vật báu hay các đồ trang sức báu, sau có người chủ đến đòi thì trả lại. Việc này nên giải quyết như vậy.

ĐIỀU 52

Tỳ-kheo-ni nào mỗi nửa tháng tắm một lần, trừ nhân duyên, Ba-dật-đề.[163] Nhân duyên: Là khi bệnh, khi làm việc, khi đi đường, khi mưa gió, khi nóng bức, đó gọi là nhân duyên.

---

[159] nt. Ba-dật-đề 48.

[160] nt. Ba-dật-đề 49.

[161] nt. Ba-dật-đề 50.

[162] nt. Ba-dật-đề 51.

[163] nt. Ba-dật-đề 52.

ĐIỀU 53

Tỳ-kheo-ni nào, vì giận hờn nên đánh tỳ-kheo-ni khác, Ba-dật-đề.[164]

ĐIỀU 54

Tỳ-kheo-ni nào vì giận hờn nên dùng tay nhá đánh tỳ-kheo-ni khác, Ba-dật-đề.[165]

ĐIỀU 55

Tỳ-kheo-ni nào cố ý khủng bố tỳ-kheo-ni khác, Ba-dật-đề.[166]

ĐIỀU 56

Tỳ-kheo-ni nào dùng pháp Tăng-già-bà-thi-sa không căn cứ, vu khống tỳ-kheo-ni khác, Ba-dật-đề.[167]

ĐIỀU 57

Tỳ-kheo-ni nào nói với tỳ-kheo-ni kia cùng đến các nhà (tôi)* sẽ cho cô thức ăn ngon; khi đến rồi không cho, lại nói như vầy: 'Cô đi chỗ khác, cùng cô hoặc ngồi hoặc nói chuyện không vui, tôi ngồi một mình, nói chuyện một mình vui hơn,' vì cố ý muốn gây phiền, Ba-dật-đề.[168]

ĐIỀU 58

Tỳ-kheo-ni nào nhận được y mới, nên dùng ba loại màu hoặc xanh hoặc đen hoặc mộc lan để làm dấu; nếu không dùng ba màu làm dấu, Ba-dật-đề.[169]

---

[164] nt. Ba-dật-đề 53.
[165] nt. Ba-dật-đề 54.
[166] nt. Ba-dật-đề 55.
[167] nt. Ba-dật-đề 56.
[168] nt. Ba-dật-đề 57.
[169] nt. Ba-dật-đề 58.

ĐIỀU 59

Tỳ-kheo-ni nào vì đùa giỡn nên giấu, hoặc sai người giấu y, bát, tọa cụ, ống đựng kim cho đến tất cả những tư cụ sinh hoạt hàng ngày của tỳ-kheo-ni khác, Ba-dật-đề.[170]

ĐIỀU 60

Tỳ-kheo-ni nào khi Tăng đoán sự như pháp, dữ dục rồi, sau lại trách cứ, Ba-dật-đề.[171]

Xong sáu mươi việc.

ĐIỀU 61

Tỳ-kheo-ni nào, nói như vầy: 'Các tỳ-kheo-ni tùy theo sự quen biết xoay vật của Tăng cho người khác,' Ba-dật-đề.[172]

ĐIỀU 62

Tỳ-kheo-ni nào đã tịnh thí y cho tỳ-kheo, tỳ-kheo-ni, thức-xoa-ma-na, sa-di, sa-di-ni rồi, cưỡng đoạt lấy lại, Ba-dật-đề.[173]

ĐIỀU 63

Tỳ-kheo-ni nào nhận lời mời của người khác, trước bữa ăn, sau bữa ăn đi đến các nhà khác, không báo cáo tỳ-kheo-ni khác kế bên, trừ nhân duyên, Ba-dật-đề.[174] Nhân duyên: Là thời gian của y, gọi là nhân duyên.

ĐIỀU 64

Tỳ-kheo-ni nào dùng bông đâu-la[175] để nhồi tọa, ngọa cụ,

---

[170] nt. Ba-dật-đề 59.
[171] nt. Ba-dật-đề 60.
[172] nt. Ba-dật-đề 61.
[173] nt. Ba-dật-đề 62.
[174] nt. Ba-dật-đề 63.
[175] Bông Đâu-la 兜羅. *Tūla*. **Xem cht. 925**, Phần I, Ch. v, Pháp Đọa.

Ba-dật-đề.[176]

ĐIỀU 65

[86c01] **Tỳ-kheo-ni nào tự làm vật dụng nằm ngồi, giường dây, giường cây thì chân nên cao tám ngón tay Tu-già-đà,[177] trừ phần vào lỗ mộng; nếu cao quá, Ba-dật-đề.[178]**

ĐIỀU 66

Tỳ-kheo-ni nào dùng xương, răng, sừng làm ống đựng kim, Ba-dật-đề.[179]

ĐIỀU 67

Tỳ-kheo-ni nào may y của mình bằng hay hơn lượng y của Tu-già-đà; Ba-dật-đề.[180] Lượng y của Tu-già-đà: Là dài chín ngang tay, rộng sáu gang tay của Tu-già-đà. Đó gọi là lượng y của Tu-già-đà.

ĐIỀU 68

Tỳ-kheo-ni nào biết đàn-việt muốn cúng vật cho Tăng mà xoay về cho người khác, Ba-dật-đề.[181]

Xong sáu mươi tám việc.

B. BẤT CỘNG GIỚI

ĐIỀU 69. ĂN TỎI[182]

a. Duyên khởi

Bấy giờ, trước giờ ngọ, sau giờ ngọ các tỳ-kheo-ni ăn tỏi sống,

---

[176] nt. Ba-dật-đề 64.

[177] Tám ngón tay của Tu-già-đà: **Xem cht. 928**, Phần I, Ch. v, Pháp Đọa.

[178] nt. Ba-dật-đề 65.

[179] nt. Ba-dật-đề 66.

[180] nt. Ba-dật-đề 67.

[181] nt. Ba-dật-đề 68.

[182] Giới bản, điều 70; *Tăng-kỳ* 38 (tr. 530b14): Điều 80; *Tứ phần* 25 (tr.

tỏi chín; hoặc ăn riêng tỏi hoặc ăn với thức ăn, mùi tỏi làm hôi hám phòng xá. Các cư sĩ đến thăm, nghe hôi mùi tỏi, cơ hiềm nói:

"Giống như nơi ăn của bạch y."

Lại có các tỳ-kheo-ni đến nhà gia chủ, gia chủ nghe mùi hôi của tỏi, liền nói rằng:

"Đại tỷ, đi xa ra, trong miệng hôi tỏi."

Các tỳ-kheo-ni xấu hổ.

Lại có một người buôn tỏi, xin cúng tỏi cho các tỳ-kheo-ni, do việc làm này, đưa đến việc ăn uống sa sút không vực dậy được. Mọi người nói rằng:

"Nếu không thể cung cấp thức ăn cho chúng tôi thì cho chúng tôi đi khỏi đây, ông bà hãy tự làm đầy tớ mãi mãi cho tỳ-kheo-ni!"

Người hàng xóm nghe thế đều chê trách nói:

"Nhà ông bà tự không đủ thức ăn, tại sao phải góp phần cho các tỳ-kheo-ni?"

Nhà buôn kia trình bày hết mọi việc. Có người không tin ưa Phật pháp nói:

"Do ông gần gũi tỳ-kheo-ni nên đưa đến tình trạng khổ như thế; nếu còn tiếp tục gần gũi sẽ còn hơn đây nữa. Những người xuất gia này chủ yếu là cầu giải thoát, mà nay tham đắm của ngon vật lạ, không có hạnh sa-môn, phá pháp sa-môn."

Các tỳ-kheo-ni Trưởng lão nghe, bằng mọi cách quở trách, *(cho đến câu)*:

"Nay Ta vì các tỳ-kheo-ni kết giới *(cũng như trên)*. Từ nay giới này nên nói như vầy:

b. Giới văn

Tỳ-kheo-ni nào, ăn tỏi, phạm Ba-dật-đề. Nếu ăn tỏi sống thì mỗi

---

736c04): Điều 70; *Thập tụng* 44 (tr. 317a27): Điều 72; *Căn bản ni* 17 (tr. 997a08): Điều 73. Pāli, *Pāc.* 1, Vin. iv. 258.

một lần nuốt, một Ba-dật-đề."[183]

Ăn tỏi chín, phạm Đột-kiết-la.

Thức-xoa-ma-na, sa-di-ni phạm Đột-kiết-la.

Nếu khi bệnh ăn hay cường lực bắt ăn thì không phạm.

ĐIỀU 70. VỖ NỮ CĂN[184]

a. Duyên khởi

Bấy giờ các tỳ-kheo-ni dùng tay vỗ nữ căn, sanh tâm ái dục, nên có người hoàn tục làm ngoại đạo.

Thâu-la-nan-đà cũng dùng tay vỗ nữ căn, nữ căn sưng lớn không thể đi lại được. Đệ tử vì cô đến những gia đình thường cúng dường nói:

"Thầy bệnh đòi xin thức ăn."

Họ liền cung cấp cho. Giới phụ nữ trong gia đình ấy tìm đến thăm hỏi:

"Đại tỷ bệnh đau chỗ nào?"

Trả lời:

"Tôi bị bệnh."

Lại hỏi:

"Chứng bệnh ấy như thế nào? Chúng ta đồng là nữ giới tại sao không tỏ bày?"

(Thâu-la-nan-đà)* bèn nói sự thật. Thế là các cư sĩ nữ **[87a01]** cơ hiềm nói:

"Những người này thường chê trách dục, dục tưởng, dục nhiệt, dục giác, mà nay lại làm việc như vậy? Sao không thôi tu để thọ hưởng năm dục lạc đi! Họ không có hạnh sa-môn, phá pháp sa-môn."

---

[183] Các bộ khác không có chi tiết này.

[184] *Tứ phần*, điều 74. *Thập tụng*, điều 75. *Căn bản ni*, điều 76. Pāli, *Pāc.* 3.

Các tỳ-kheo-ni Trưởng lão nghe, bằng mọi cách quở trách, *(cho đến câu)*:

"Nay Ta vì các tỳ-kheo-ni kết giới... *cũng như trên*. Từ nay giới này nên nói như vầy:

b. Giới văn

Tỳ-kheo-ni nào, dùng tay vỗ nữ căn, Ba-dật-đề."

Dùng tay vỗ thì mỗi một lần vỗ, phạm Ba-dật-đề; xuất bất tịnh, phạm Thâu-lan-giá.

Thức-xoa-ma-na, sa-di-ni phạm Đột-kiết-la.

Xong bảy mươi việc.

ĐIỀU 71. HỒ GIAO[185]
a. Duyên khởi

Bấy giờ các tỳ-kheo-ni dùng hồ giao[186] làm nam căn để vào nữ căn, sanh tâm ái dục, nên có vị hoàn tục làm ngoại đạo.

Lại có một tỳ-kheo-ni cột nam căn (hồ giao)* vào ống chân rồi đặt vào nữ căn. Lúc ấy, một thức-xoa-ma-na khử dầu bị phát hỏa cháy nhà, tỳ-kheo-ni kia hoảng hồn quên mở vật cột ống chân, chạy ra ngoài. Mọi người chữa lửa, thấy hỏi:

"Đại tỷ, cái gì bên ống chân vậy?"

Cô đem việc này nói thật. Liền bị người cơ hiềm nói... *(cho đến câu)*:

"Nay Ta vì các tỳ-kheo-ni kết giới... *cũng như trên*. Từ nay giới này nên nói như vầy:

b. Giới văn

Tỳ-kheo-ni nào làm nam căn để vào nữ căn,[187] Ba-dật-đề."

Xuất bất tịnh, phạm Thâu-lan-giá.

---

[185] *Tứ phần*, điều 73. *Thập tụng*, điều 85. *Căn bản ni*, điều 93. *Pāli, Pāc.* 4.

[186] Hồ giao 胡膠; nhựa, hay cao su. *Căn bản ni*: thọ giao 樹膠.

[187] *Tứ phần*: Dùng hồ giao làm nam căn.

Thức-xoa-ma-na, sa-di-ni, phạm Đột-kiết-la.

ĐIỀU 72. RỬA CĂN[188]

a. Duyên khởi

Bấy giờ, các tỳ-kheo-ni hoặc dùng một ngón tay hoặc cả năm ngón tay để rửa bên trong nữ căn, nên bị tổn thương, ra máu, đưa đến bệnh hoạn.

Các tỳ-kheo-ni Trưởng lão nghe, bằng mọi cách quở trách, *(cho đến câu)*:

"Nay Ta vì các tỳ-kheo-ni kết giới *(cũng như trên đã nói)*. Từ nay giới này nên nói như vầy:

b. Giới văn

Tỳ-kheo-ni nào dùng nước rửa nữ căn, Ba-dật-đề".

ĐIỀU 73. TẨY TỊNH QUÁ PHẦN[189]

a. Duyên khởi

Đức Phật đã chế cấm không cho rửa, nên khi trời nóng, (nữ căn)* bất tịnh hôi thúi sanh trùng. Tỳ-kheo-ni Ba-xà-ba-đề[190] cùng năm trăm tỳ-kheo-ni đến chỗ đức Phật, thưa Phật rằng:

"Kính bạch đức Thế Tôn, người nữ chúng con hình thể hôi thúi, phải nhờ nước để rửa,[191] xin Ngài hứa khả cho."

Đức Phật bảo các tỳ-kheo:

"Nay cho phép các tỳ-kheo-ni dùng nước tác tịnh."

Đức Phật đã cho phép rồi, (các tỳ-kheo-ni)* lại dùng phương pháp như trước.

---

[188] *Tứ phần:* Dùng nước tác tịnh.

[189] *Tứ phần, điều 72; Thập tụng, điều 74; Căn bản ni, điều 75. Pāli, Pāc. 5.*

[190] Ma-ha Ba-xà-ba-đề 摩訶波闍波提; chỗ khác gọi là Đại Ái Đạo. Pāli *Mahāpajāpatī.*

[191] *Tứ phần:* Tác tịnh 作淨. *Căn bản ni:* Tẩy tịnh 洗淨. Pāli *udaka-suddhikaṃ*, rửa sạch bằng nước.

Các tỳ-kheo-ni thấy, bằng mọi cách quở trách, ... *(cho đến câu)*: Bảo các tỳ-kheo... *(cũng như trên đã nói)*.

"Từ nay giới này nên nói như vầy:

b. Giới văn

> **Tỳ-kheo-ni nào dùng nước rửa nữ căn, chỉ nên dùng hai ngón tay, đưa vào ngang bằng một đốt để rửa; nếu quá, Ba-dật-đề."**

Thức-xoa-ma-na, sa-di-ni phạm Đột-kiết-la.

Nếu trong căn có ghẻ, hoặc trùng, hoặc cỏ hay cát bụi vào thì dùng quá **[87b01]** một lóng tay không phạm.

ĐIỀU 74. CẠO LÔNG[192]
a. Duyên khởi

Bấy giờ, các tỳ-kheo-ni cạo lông trên hai chỗ: Dưới nách và chỗ kín, sanh tâm ái dục, nên có người hoàn tục làm ngoại đạo.

Lúc ấy, Thâu-la-nan-đà cũng tự mình cạo lông chỗ kín. Người nhà thí chủ có người con gái sắp lấy chồng, cô muốn gặp Thâu-la-nan-đà, nên sai người đến mời. Tỳ-kheo-ni liền đến. Khi ấy, gia đình kia đang vì người con gái sửa soạn nước tắm.

Người con gái nói:

"Mời tỳ-kheo-ni tắm trước."

Họ liền mời tỳ-kheo-ni tắm. Cô ni nói:

"Tôi không cần tắm."

Các người nữ bèn cưỡng bức cởi y bắt cô ni tắm. Nhơn đó họ biết cô ni cạo lông chỗ kín, bèn hỏi:

"Vì lý do gì cô cạo như vậy?"

Cô liền hỏi lại:

"Vậy, vì lý do gì các em lại cạo?"

---

192 *Tứ phần, điều 71, Thập tụng, điều 73; Căn bản ni: điều 74. Pāli, Pāc. 2.*

Các người nữ nói:

"Chúng em vì nam tử nên cạo."

Tỳ-kheo-ni nói:

"Tôi cũng vậy."

Các người nữ bèn cơ hiềm nói:

"Các cô thường chê trách dục, mà nay lại làm việc như vậy, không tu phạm hạnh! Tại sao không hoàn tục tha hồ thụ hưởng ngũ dục? Cô không có hạnh sa-môn, phá pháp sa-môn."

Các tỳ-kheo-ni Trưởng lão nghe, bằng mọi cách quở trách, *(cho đến câu)*:

"Nay Ta vì các tỳ-kheo-ni kết giới *(cũng như trên đã nói)*. Từ nay giới này nên nói như vầy:

b. Giới văn

Tỳ-kheo-ni nào cạo lông nách và chỗ kín,[193] **Ba-dật-đề."**

Nếu cạo thì mỗi lưỡi dao cạo, phạm một Ba-dật-đề.

Thức-xoa-ma-na, sa-di-ni phạm Đột-kiết-la.

Nếu vì có ghẻ mà phải cạo, hay bị cường lực bắt cạo thì đều không phạm.

---

[193] [Pāli] *sambāde lomaṃ saṃhārapeyya*, bản dịch Anh (Horner) hiểu là "dưỡng lông chỗ kín (let the hair of the body grow); do động từ *saṃharāpeti* được hiểu là sưu tập (to cause to collect, PTS). Nhưng Luật sớ Pāli (iv. 920) nói: *kattariyā vā saṇḍasakena vā khurena vā yena kenaci ekapayogena vā nānāpayogena vā ekaṃ vā bahūni vā saṃharāpentiyā*, "...hoặc bằng dao nhỏ, hoặc bằng nhíp nhổ, hoặc bằng dao cạo, bất cứ bằng một hay nhiều phương tiện khác nhau nào... một hay nhiều (sợi lông)" Theo đây, *saṃharāpeti* nên được hiểu là "cạo" như trong các bản Hán. *Tứ phần*, điều 71: "Cạo lông ba chỗ".

ĐIỀU 75. MỘT MÌNH CÙNG VỚI TỲ-KHEO Ở CHỖ KHUẤT

a. Duyên khởi

Bấy giờ, các tỳ-kheo-ni cùng tỳ-kheo một mình chỗ vắng cùng đứng nói chuyện nhau, nên sanh tâm nhiễm trước, có vị hoàn tục làm ngoại đạo. Các bạch y thấy nghi ngờ rằng:

"Tỳ-kheo và tỳ-kheo-ni này một mình chỗ vắng cùng đứng nói chuyện với nhau, chắc chắn là nói việc dâm dục, không có hạnh Sa-môn, phá pháp sa-môn."

Các tỳ-kheo-ni Trưởng lão nghe, thấy, bằng mọi cách quở trách (cho đến câu):

"Nay Ta vì các tỳ-kheo-ni kết giới (cũng như trên đã nói). Từ nay giới này nên nói như vầy:

b. Giới văn

Tỳ-kheo-ni nào cùng tỳ-kheo một mình ở chỗ vắng cùng đứng cùng nói chuyện, Ba-dật-đề."

Thức-xoa-ma-na, sa-di-ni, phạm Đột-kiết-la.

Nếu đông tỳ-kheo-ni với một tỳ-kheo, hoặc khi có tám nạn thì không phạm.

ĐIỀU 76. MỘT MÌNH CÙNG VỚI ĐÀN ÔNG Ở CHỖ KHUẤT

a. Duyên khởi

Bấy giờ, các tỳ-kheo-ni cùng bạch y và ngoại đạo một mình cùng đứng chỗ vắng cùng nói chuyện, đưa đến việc thân thể đụng chạm, nói lời thô ác về dâm dục, hoặc cưỡng bức làm việc dâm dục.

Các tỳ-kheo-ni Trưởng lão thấy, bằng mọi cách quở trách, (cho đến câu):

"Nay Ta vì các tỳ-kheo-ni kết giới (cũng như trên đã nói). Từ nay giới này được nên nói như vầy:

b. Giới văn

[87c01] **Tỳ-kheo-ni nào, cùng bạch y và ngoại đạo một**

mình ở chỗ vắng, cùng đứng cùng nói chuyện, Ba-dật-đề"

Ngoài ra như giới trước đã nói.

ĐIỀU 77. MỘT MÌNH CÙNG TỲ-KHEO Ở CHỖ TRỐNG

a. Duyên khởi

Bấy giờ, các tỳ-kheo-ni cùng tỳ-kheo một mình đứng chỗ trống cùng nói chuyện, nên sanh tâm nhiễm trước, *(cho đến câu)*:

"Nay Ta vì các tỳ-kheo-ni kết giới *(cũng như trên đã nói)*. Từ nay giới này nên nói như vầy:

b. Giới văn

Tỳ-kheo-ni nào cùng một tỳ-kheo một mình đứng nơi chỗ trống cùng nói chuyện, Ba-dật-đề"

Ngoài ra như giới trước.

ĐIỀU 78. MỘT MÌNH CÙNG VỚI ĐÀN ÔNG Ở CHỖ TRỐNG

a. Duyên khởi

Bấy giờ, các tỳ-kheo-ni cùng bạch y và ngoại đạo một mình cùng đứng chỗ đất trống cùng nói chuyện, đưa đến việc thân thể đụng chạm nhau, *(cho đến câu)*:

"Nay Ta vì các tỳ-kheo-ni kết giới *(cũng như trên đã nói)*. Từ nay giới này nên nói như vầy:

b. Giới văn

Tỳ-kheo-ni nào cùng bạch y và ngoại đạo một mình cùng đứng chỗ đất trống cùng nói chuyện, Ba-dật-đề".

Ngoài ra như giới trước.

ĐIỀU 79. THÌ THẦM VỚI TỲ-KHEO NƠI NGÃ TƯ ĐƯỜNG

a. Duyên khởi

Bấy giờ, các tỳ-kheo-ni cùng tỳ-kheo một mình cùng đứng nơi ngã tư đường, nói vừa đủ nghe, bảo tỳ-kheo-ni bạn đi tránh xa. Các cư sĩ cơ hiềm.

Các tỳ-kheo-ni Trưởng lão nghe, bằng mọi cách quở trách, *(cho đến câu)*:

"Nay Ta vì các tỳ-kheo-ni kết giới *(cũng như trên đã nói)*. Từ nay giới này nên nói như vầy:

b. Giới văn

Tỳ-kheo-ni nào cùng tỳ-kheo một mình đứng nơi ngã tư đường, nói vừa đủ nghe, khiến tỳ-kheo-ni bạn đi xa, Ba-dật-đề."

Ngoài ra như giới trước.

ĐIỀU 80. THÌ THẦM VỚI ĐÀN ÔNG NƠI NGÃ TƯ ĐƯỜNG

a. Duyên khởi

Bấy giờ, tỳ-kheo-ni cùng bạch y và ngoại đạo một mình cùng đứng nơi ngã tư đường, nói vừa đủ nghe, khiến tỳ-kheo-ni bạn đi xa.

Cư sĩ thấy cơ hiềm, *(cho đến câu)*:

"Nay Ta vì các tỳ-kheo-ni kết giới *(cũng như trên đã nói)*. Từ nay giới này nên nói như vầy:

b. Giới văn

Tỳ-kheo-ni nào cùng bạch y, ngoại đạo một mình cùng đứng nơi ngã tư đường, nói vừa đủ nghe, khiến tỳ-kheo-ni bạn đi xa, Ba-dật-đề."

Ngoài ra như giới trước đã nói.

ĐIỀU 81. LỘ HÌNH TẮM[194]

a. Duyên khởi

Bấy giờ, các tỳ-kheo-ni lõa hình tắm rửa, các bạch y thấy vậy vây quanh trêu chọc cười giỡn.

Các tỳ-kheo-ni Trưởng lão nghe, bằng mọi cách quở trách, *(cho đến câu)*:

---

[194] *Ngũ phần*: Điều 81-82; *Tứ phần*, điều 101. *Thập tụng*: 159. Pāli, *Pāc.* 21.

"Nay Ta vì các tỳ-kheo-ni kết giới *(cũng như trên đã nói).* Từ nay giới này nên nói như vầy:

b. Giới văn

Tỳ-kheo-ni nào lõa hình tắm rửa, Ba-dật-đề."

Thức-xoa-ma-na, sa-di-ni phạm Đột-kiết-la.

Nếu ngăn không cho người đến, hoặc tắm chỗ vắng, hoặc có y hay cây hoặc vật gì để ngăn che đều không phạm.

Xong tám mươi mốt việc.

ĐIỀU 82. ĐI TẮM

a. Duyên khởi

[88a01] Bấy giờ các tỳ-kheo-ni *(đi tắm)** không mang áo tắm theo, không biết mặc cái gì để tắm.

Các tỳ-kheo-ni Trưởng lão thấy, bằng mọi cách quở trách, *(cho đến câu):*

"Nay Ta vì các tỳ-kheo-ni kết giới, *(cũng như trên đã nói).* Từ nay giới này nên nói như vầy:

b. Giới văn

Tỳ-kheo-ni nào (đi tắm)* không mang theo áo tắm,[195] Ba-dật-đề."

Thức-xoa-ma-na, sa-di-ni phạm Đột-kiết-la.

Nếu áo tắm đang nhuộm, giặt, đập hoặc bị cháy hay nước trôi, hoặc hư hoại thì không phạm.

ĐIỀU 83. NHẬN CÚNG KHÔNG TRẢ LẠI

a. Duyên khởi

Bấy giờ, đệ tử của Tỳ-kheo-ni Chiên-trà Tu-ma-na, một lần nhận

---

[195] *Tứ phần:* "...tắm trong nước sông, nước suối, nước ngòi, nước ao." *Thập tụng:* "Tắm khỏa thân tại chỗ trống." [PHẠN] không có chi tiết này.

được năm chiếc y mới, bạch với thầy Hòa thượng: "Thỉnh thầy, vì con mặc trước để con được phước."

Thầy Hòa thượng mặc rồi không trả lại. Cô đệ tử phải mặc y thô tệ mà đi. Các tỷ-kheo-ni thấy hỏi:

"Cô nhận được năm chiếc y mới, tại sao không mặc?"

Cô ni nói:

"Trước khi sử dụng, tôi cúng dường để Hòa thượng tôi dùng trước. Hòa thượng tôi không trả lại."

Các tỷ-kheo-ni chê trách Chiên-trà Tu-ma-na:

"Tại sao đệ tử nhận được y mới, cúng dường cho mình mặc trước, rồi không trả lại?"

Các tỷ-kheo-ni Trưởng lão đem việc này bạch lên Phật, *(cho đến câu)*:

"Nay Ta vì các tỷ-kheo-ni kết giới *(cũng như trên đã nói)*. Từ nay giới này nên nói như vầy:

b. Giới văn

Tỷ-kheo-ni nào trước đó, nhận được y mới của tỷ-kheo-ni đem cúng dường liền mặc mà không hoàn lại, Ba-dật-đề."

Nếu tỷ-kheo-ni nhận được y mới cúng dường của tỷ-kheo-ni kia, tỷ-kheo-ni này nên mặc một ngày, nếu yêu cầu mặc thêm thì vì họ mặc lâu hay mau tùy ý người chủ; nếu mặc quá hạn, Ba-dật-đề."

Thức-xoa-ma-na, sa-di-ni phạm Đột-kiết-la.

ĐIỀU 84. NGĂN TĂNG CHIA Y[196]

a. Duyên khởi

Bấy giờ, có tỷ-kheo-ni ngăn Tăng chia y, tỷ-kheo-ni khác vì đợi chia nên trở ngại việc tọa thiền, hành đạo. Các tỷ-kheo-ni Trưởng lão quở trách:

---

[196] Pāli, *Pāc.* 27. *Tứ phần*, điều 108. *Thập tụng*, điều 137. *Căn bản*: điều 147.

"Tại sao tỳ-kheo-ni lại ngăn Tăng chia y, bằng mọi cách quở trách, *(cho đến câu):*

"Nay Ta vì các tỳ-kheo-ni kết giới *(cũng như trên đã nói).* Từ nay giới này nên nói như vầy:

b. Giới văn

Tỳ-kheo-ni nào ngăn Tăng chia y, Ba-dật-đề."

Thức-xoa-ma-na, sa-di-ni phạm Đột-kiết-la.

Nếu bệnh không đến được hay không nghe thì không phạm.

ĐIỀU 85. MAY Y QUÁ NĂM NGÀY

a. Duyên khởi

Bấy giờ, có một tỳ-kheo-ni hạ toạ, nhận được vải chưa may thành y, tự mình không biết may mà cũng ít quen biết ai, nên mang đến chỗ Tỳ-kheo-ni Thâu-la-nan-đà nhờ may. (Thâu-la-nan-đà)* trả lời là tôi bận nhiều việc không thể vì cô may được. (Cô ta)* lại mang đến chỗ tỳ-kheo-ni khác, tỳ-kheo-ni khác vì cô may thành y.

Thâu-la-nan-đà hỏi:

"Ai may y cho cô, lấy lại xem có là đúng pháp không?"

Cô liền đem y cho xem. (Thâu-la-nan-đà)* liền nói:

"Y này **[88b01]** không đúng pháp, hãy tháo hết nhanh lên, tôi sẽ may lại giùm cho cô."

Cô ni liền tháo ra rồi mang đến. (Thâu-la-nan-đà)* lại không may. Tỳ-kheo-ni kia (vì may)* không thành được nên phải mặc y thô tệ đi. Những mảnh y bị tháo mượn mái nhà để phơi. Bấy giờ, vì bất cẩn để (nhà)* bị lửa thiêu, gió thổi bay rớt trên nhà bạch y cháy lây sang mọi nhà. Các bạch y thấy lửa từ trú xứ của tỳ-kheo-ni đến, bèn nổi giận nói:

"Chúng ta cúng dường cho các tỳ-kheo-ni này nay trở lại thành oan gia."

Các tỳ-kheo-ni Trưởng lão nghe bằng mọi cách quở trách, *(cho đến câu)*:

"Nay Ta vì các tỳ-kheo-ni kết giới *(cũng như trên đã nói)*. Từ nay giới này nên nói như vầy:

Tỳ-kheo-ni nào tự tháo y của tỳ-kheo-ni khác hoặc sai người tháo, không may thành y lại, phạm Ba-dật-đề."

Lại có các tỳ-kheo-ni tháo y của tỳ-kheo-ni khác, một ngày không may lại thành y, phải đến bốn, năm ngày mới xong, nên đem việc này bạch lên Phật. Nhân việc này đức Phật tập hợp hai bộ Tăng, bảo các tỳ-kheo:

"Nay cho phép các tỳ-kheo-ni tháo y ra bốn, năm ngày phải may lại cho thành. Từ nay giới này nên nói như vầy:

Tỳ-kheo-ni nào, tháo y của tỳ-kheo-ni khác, hoặc sai người tháo, quá bốn, năm ngày, không may thành, phạm Ba-dật-đề."

Lại có tỳ-kheo-ni tháo y của tỳ-kheo-ni khác, rồi bị bệnh không thể may thành, đem việc này bạch lên Phật. Nhân việc này đức Phật tập hợp hai bộ Tăng, bảo các tỳ-kheo:

"Nay cho phép các tỳ-kheo-ni tháo y của người khác rồi, vì bệnh được phép may không thành. Từ nay giới này nên nói như vầy:

b. Giới văn

Tỳ-kheo-ni nào tháo y của tỳ-kheo-ni khác rồi, không bệnh, quá bốn, năm ngày mà may không thành, Ba-dật-đề."

Thức-xoa-ma-na, sa-di-ni phạm Đột-kiết-la.

ĐIỀU 86. KHÔNG MẶC NĂM Y

a. Duyên khởi

Bấy giờ, các tỳ-kheo-ni không mặc năm y mà mặc y thô tệ đến các tư gia.

Các tỳ-kheo-ni Trưởng lão thấy, bằng mọi cách quở trách, *(cho đến câu)*:

"Nay Ta vì các tỳ-kheo-ni kết giới *(cũng như trên đã nói)*. Từ nay

giới này nên nói như vầy:

b. Giới văn

Tỳ-kheo-ni nào không mặc năm y mà đi ra đường, Ba-dật-đề."

Không mặc năm y: Từ một nhà đến một nhà, cho đến ra khỏi cửa trú xứ, phạm Ba-dật-đề.

Thức-xoa-ma-na, sa-di-ni phạm Đột-kiết-la.

Nếu khi giặt, nhuộm, đập hay vá thì không phạm.

ĐIỀU 87. CHO NGOẠI ĐẠO NỮ Y TỲ-KHEO-NI[197]

a. Duyên khởi

Bấy giờ, các tỳ-kheo-ni lấy y của tỳ-kheo-ni cho bạch y và ngoại đạo nữ.[198] Họ mặc đi đường, bạch y khác thấy hướng đến làm lễ, họ nói:

"Tôi là bạch y, tôi là ngoại đạo."

Các bạch y bèn cơ hiềm, nói:

"Tại sao tỳ-kheo-ni lấy y của tỳ-kheo-ni cho bạch y và ngoại đạo nữ?"

Các tỳ-kheo-ni Trưởng lão nghe, bằng mọi cách quở trách, *(cho đến câu):*

"Nay Ta vì các tỳ-kheo-ni kết giới **[88c01]** *(cũng như trên đã nói).* Từ nay giới này nên nói như vầy:

b. Giới văn

Tỳ-kheo-ni nào dùng y tỳ-kheo-ni[199] cho bạch y và ngoại đạo nữ, Ba-dật-đề."

---

[197] *Tăng-kỳ,* điều 72. *Tứ phần,* điều 107. Cf. *Thập tụng,* điều 132. *Căn bản:* điều 142. Pāli, *Pāc.* 28.

[198] *Thullanandā* lấy y sa-môn cho vũ công, ca kỹ, những người làm trò. *Tứ phần:* "Nhóm sáu tỳ-kheo-ni lấy áo của sa-môn đem cho người thôi tu, và cho người gia nhập ngoại đạo kia."

[199] *Tứ phần:* y sa-môn.

Y của tỳ-kheo-ni: Là có nẹp, có viền, có điểm tịnh. Thức-xoa-ma-na, sa-di-ni, phạm Đột-kiết-la.

Người kia có y của tỳ-kheo-ni, dùng để đổi chác hay trả nợ thì không phạm.

ĐIỀU 88. CHUYỂN Y, VẬT CÚNG CÁ NHÂN VỀ CHO TĂNG

a. Duyên khởi

Bấy giờ, Tỳ-kheo-ni Sai-ma muốn đến thành Xá-vệ. Tỳ-kheo-ni Chiên-trà Tu-ma-na nghe Tỳ-kheo-ni Sai-ma muốn đến, bèn đến nhà thí chủ kia nói:

"Tỳ-kheo-ni Sai-ma sắp đến, có thể vì (cô ta)* cúng dường ít nhiều gì không?"

Trả lời:

"Tôi cũng nghe sư cô sắp đến, nên tự muốn hết lòng chuẩn bị thức ăn mỹ vị và y dâng cúng."

Tỳ-kheo-ni kia liền nói:

"Sao không dùng y để cúng cho Tăng. Trong Tăng có vị chánh thú (sống chánh trực) và chánh hạnh, khó ai bì kịp, (sao không cúng)* mà lại cúng cho một tỳ-kheo-ni làm gì?"

Người thí chủ nghe rồi liền chuyển cúng cho Tăng.

Tỳ-kheo-ni Sai-ma đến, nhiều thức ăn mỹ vị được dâng cúng, tự tay người thí chủ hiến dâng. Ăn xong người thí chủ trộm nói:

"Giờ này, chính là lúc dâng y, mà Tỳ-kheo-ni Chiên-trà Tu-ma-na đã ngăn con làm việc này."

Các tỳ-kheo-ni hỏi:

"Các vị nói gì?"

Họ đem việc này trình bày đầy đủ.

Các tỳ-kheo-ni Trưởng lão nghe, bằng mọi cách quở trách:

"Tại sao ngăn chặn vật cúng cho cá nhân để chuyển cho Tăng?" Từ "dùng mọi cách quở trách," *(cho đến câu)*:

"Nay Ta vì các tỳ-kheo-ni kết giới *(cũng như trên đã nói)*. Từ nay giới này nên nói như vầy:

b. Giới văn

> **Tỳ-kheo-ni nào ngăn vật thí cho cá nhân chuyển về cho Tăng, Ba-dật-đề."**

Vật thí cho cá nhân: Cúng riêng cho người nào trong Tăng, gọi là thí cho cá nhân.

Thức-xoa-ma-na, sa-di-ni phạm Đột-kiết-la.

ĐIỀU 89. BẢO HỘ[200]

a. Duyên khởi

Bấy giờ, Tỳ-kheo-ni Sai-ma đến thành Xá-vệ, Tỳ-kheo-ni Chiên-trà Tu-ma-na nói:

"Tôi sẽ giới thiệu thí chủ để họ chăm sóc cô."

Sai-ma nói:

"Không cần cô làm giới thiệu."

Chiên-trà Tu-ma-na lại nói:

"Cô nhận sự giới thiệu của tôi, cô đã được lợi dưỡng mà lại được phước độ người."

Lúc ấy, Sai-ma im lặng chấp thuận. Chiên-trà Tu-ma-na bèn dẫn đến mọi nhà (giới thiệu)*. Tỳ-kheo-ni Sai-ma, vì hành từ tâm tam muội, do đó có nhiều quyến thuộc, không ai không cung kính; còn Tỳ-kheo-ni Chiên-trà Tu-ma-na không được ai cúng dường, bèn sanh tâm tật đố, nói: "Tôi đã giới thiệu mọi nhà để cô ta nhận được nhiều sự cúng dường, mà cô ta lại nói xấu đối với tôi, khiến cho tôi không nhận được thức ăn."[201]

---

[200] *Tăng-kỳ,* điều 90. *Tứ phần,* điều 149. *Thập tụng,* điều 150. *Căn bản ni:* Điều 133, 132. Pāli, *Pāc.* 55.

[201] *Tứ phần:* "Đàn-việt ấy thuần thành, vì ưa cúng dường cô ấy mà!" *Pāli*

Các tỳ-kheo-ni bằng mọi cách quở trách:

"Tại sao tỳ-kheo-ni vừa bảo hộ lại vừa lẫn tiếc nhà người (thí chủ)*."

Các tỳ-kheo-ni Trưởng lão nghe, **[89a01]** bằng mọi cách quở trách, *(cho đến câu):*

"Nay Ta vì các tỳ-kheo-ni kết giới *(cũng như trên đã nói).* Từ nay giới này nên nói như vầy:

b. Giới văn

"Tỳ-kheo-ni nào bảo hộ mà lẫn tiếc nhà người,[202] **Ba-dật-đề."**

Bảo hộ lẫn tiếc nhà người: Nghĩa là muốn cho thí chủ chỉ cúng cho mình không cúng cho người khác.

Thức-xoa-ma-na, sa-di-ni phạm Đột-kiết-la.[203]

ĐIỀU 90. KHÔNG AN CƯ[204]

a. Duyên khởi

Bấy giờ, các tỳ-kheo-ni không an cư, du hành trong nhân gian, hoặc gặp bọn giặc tháng tám, hoặc gặp các nạn nước, lửa.

Các tỳ-kheo-ni Trưởng lão thấy, bằng mọi cách quở trách: "Tại sao gọi là tỳ-kheo-ni mà không an cư kiết hạ!" *(cho đến câu):*

"Nay Ta vì các tỳ-kheo-ni kết giới *(cũng như trên đã nói).* Từ nay

---

một tỳ-kheo-ni không muốn các tỳ-kheo-ni khác đến gia đình cư sĩ nhận cúng dường, bèn nói với các cô: "Nhà đó có chó dữ, có bò hung tợn. Các cô chớ đến."

[202] *Tăng-kỳ:* "Với tâm bủn xỉn, giữ gia đình người riêng cho mình." *Tứ phần:* "Sanh tâm tật đố về gia đình" *Thập tụng:* Hộ tích tha gia 護惜他家. kulamaccharin, "bủn xỉn về gia đình"; giải thích (Vin. iv. 312): Nói xấu một gia đình trước các tỳ-kheo-ni để các cô này không ai đến đó.

[203] Bán Hán, hết quyển 12.

[204] *Tứ phần,* điều 164.

giới này nên nói như vầy:

b. Giới văn

Tỳ-kheo-ni nào không an cư, Ba-dật-đề.”

An cư: Có tiền an cư, hậu an cư. Nếu không có duyên sự gì mà đợi đến hậu an cư, phạm Đột-kiết-la.

Thức-xoa-ma-na, sa-di-ni phạm Đột-kiết-la. Nếu có tám nạn khởi thì không phạm.

Xong chín mươi việc.

ĐIỀU 91. AN CƯ NƠI KHÔNG CÓ CHÚNG TỲ-KHEO[205]

a. Duyên khởi

Bấy giờ, các tỳ-kheo-ni an cư chỗ không có chúng tỳ-kheo, liền có các điều nghi ngờ là: Nên độ hay không nên độ, nên cho thọ giới hay không nên cho thọ giới, may y như pháp hay không như pháp. Đối với giới luật có những điều nghi ngờ như vậy, không biết hỏi ai, lại bị ác nhơn, ngoại đạo khinh miệt, lấn áp.

Các tỳ-kheo-ni Trưởng lão thấy, bằng mọi cách quở trách, đem việc này bạch lên Phật. Nhân việc này, đức Phật tập hợp hai bộ Tăng, hỏi các tỳ-kheo-ni:

“Các cô có thật vậy không?”

Thưa:

“Thật vậy, bạch đức Thế Tôn.”

Bằng mọi cách, đức Phật quở trách:

“Trước đây, Ta đâu không nói Tám kính pháp, tỳ-kheo-ni phải nương theo tỳ-kheo chúng để an cư hay sao!”

Sau khi quở trách, Phật bảo các tỳ-kheo:

“Nay Ta vì các tỳ-kheo-ni kết giới. Từ nay giới này nên nói

---

[205] *Tứ phần, điều 143. Thập tụng, điều 149. Căn bản ni, điều 128 &127. Pāli, Pāc. 56.*

như vầy:

b. Giới văn

> **Tỳ-kheo-ni nào không nương theo chúng tỳ-kheo an cư, Ba-dật-đề.”**

Tuy nương tựa theo tỳ-kheo chúng **[89b01]** mà không có người giáo giới, phạm Đột-kiết-la.

Thức-xoa-ma-na, sa-di-ni, phạm Đột-kiết-la.

Nếu khi an cư, chúng tỳ-kheo dời đi, hoặc qua đời, hay thôi tu, hoặc bị cường lực cưỡng chế, hoặc bệnh đều không phạm.

ĐIỀU 92. TRONG AN CƯ MÀ VẪN DU HÀNH[206]

a. Duyên khởi

Bấy giờ, các tỳ-kheo-ni tuy an cư nhưng vẫn du hành nên gặp các nạn lửa, giặc.

Các tỳ-kheo-ni Trưởng lão thấy, bằng mọi cách quở trách *(cho đến câu)*:

"Nay Ta vì các tỳ-kheo-ni kết giới *(cũng như trên đã nói)*. Từ nay giới này nên nói như vầy:

b. Giới văn

> **Tỳ-kheo-ni nào đang ở trong an cư mà du hành,**[207] **Ba-dật-đề.”**

Du hành: Từ tụ lạc này đến tụ lạc khác, nếu không có tụ lạc thì đi nửa do-tuần, phạm Ba-dật-đề.

Thức-xoa-ma-na, sa-di-ni, phạm Đột-kiết-la. Tám nạn khởi thì không phạm.

---

[206] *Tứ phần, điều 95. Xem thêm, Tứ phần, điều 164; Tăng-kỳ, điều 134; Thập tụng, điều 95. Căn bản ni: điều 101. Pāli, Pāc. 39.*

[207] *Tứ phần: Suốt cả xuân-hạ-đông; Căn bản ni: "Hạ an cư chưa tự tứ…"*

ĐIỀU 93. TỰ TỨ TRƯỚC HAI BỘ TĂNG[208]

a. Duyên khởi

Bấy giờ, các tỳ-kheo-ni an cư rồi, không đến trong tỳ-kheo Tăng thỉnh tội thấy, nghe, nghi, không có người giáo giới, không học được giới luật, nên ngu dốt không hiểu biết gì.

Các Trưởng lão tỳ-kheo-ni bằng mọi cách quở trách rồi đem việc này bạch lên Phật. Nhân việc này đức Phật tập hợp hai bộ Tăng, hỏi các tỳ-kheo-ni:

"Các cô có thật vậy không?"

Thưa:

"Thật vậy, bạch đức Thế Tôn."

Bằng mọi cách đức Phật quở trách, nói:

"Trước đây, Ta đâu không nói Tám kính pháp, tỳ-kheo-ni an cư rồi đến trong chúng tỳ-kheo thỉnh tội thấy, nghe, nghi hay sao!"

Quở trách rồi đức Phật bảo các tỳ-kheo:

"Nay Ta vì các tỳ-kheo-ni kết giới. Từ nay giới này nên nói như vầy:

b. Giới văn

Tỳ-kheo-ni nào, an cư xong, không đến trong tỳ-kheo Tăng thỉnh tội thấy, nghe, nghi,[209] Ba-dật-đề."

Nếu Tăng không hòa hợp, không tập hợp được hoặc khi có tám nạn, không phạm.

---

[208] *Tứ phần, điều 142. Thập tụng, điều 150. Căn bản ni: điều 129. Pāli, Pāc.* 57.

[209] *Tứ phần:* "Hạ an cư xong phải đến trong Tăng tỳ-kheo nói ba việc tự tứ: thấy, nghe và nghi." *Thập tụng* "...giữa hai bộ Tăng, cầu ba sự tự tứ..." ᴾᵃ̄ˡⁱ *ubhatosaṅghe tīhi ṭhānehi ...pāvareyya*, "...tự tứ ba việc trước hai bộ Tăng..."

ĐIỀU 94. AN CƯ XONG KHÔNG ĐI[210]

a. Duyên khởi

Bấy giờ, các gia chủ mời Tỳ-kheo-ni Sai-ma an cư nơi thành Xá-vệ, với lời mời:

"Nếu nhận lời mời của con, (chúng con)* sẽ tùy thời cung cấp." (Sai-ma)* liền nhận lời mời kia, rồi đến ở luôn không đi nơi khác.

Các gia chủ kia cơ hiềm:

"Chúng tôi còn cần làm bao nhiêu việc khác, các tỳ-kheo-ni không biết trù lượng nên không chịu đi. Những người này thường nói, thiểu dục tri túc, mà nay không nhàm chán."

Các tỳ-kheo-ni Trưởng lão nghe, bằng mọi cách quở trách, *(cho đến câu)*:

"Nay Ta vì các tỳ-kheo-ni kết giới *(cũng như trên đã nói)*. Từ nay giới này nên nói như vầy:

b. Giới văn

Tỳ-kheo-ni nào, theo lời mời đến an cư rồi, ở lại một đêm không đi,[211] **Ba-dật-đề."**

Thức-xoa-ma-na, sa-di-ni, phạm Đột-kiết-la.

Nếu bị bệnh hoặc bị khủng bố, hay chưa mãn thời hạn mời hoặc chẳng phải chỗ nhận sự mời an cư, không đi, không phạm.

ĐIỀU 95. DU HÀNH TRONG NƯỚC NƠI KHÔNG AN NINH[212]

a. Duyên khởi

[89c01] Bấy giờ, các tỳ-kheo-ni ở trong nước, du hành những nơi

---

[210] *Tăng-kỳ*, điều 135; *Tứ phần*, điều 96; *Thập tụng*, điều 96. *Căn bản ni*: điều 102. Pāli, *Pāc.* 40.

[211] *Tứ phần*, điều 96: "Hạ an cư xong không đi." [212] "Nếu không ra đi du hành năm hay sáu do-tuần..."

[212] *Tăng-kỳ*, điều 119; *Tứ phần*, điều 98; *Thập tụng*, điều 97. Cf. Điều 199.

có sự khủng bố,²¹³ không có kẻ cứu hộ, bị ác nhơn cướp đoạt.

Các tỳ-kheo-ni Trưởng lão nghe, bằng mọi cách quở trách, *(cho đến câu)*:

"Nay Ta vì các tỳ-kheo-ni kết giới *(cũng như trên đã nói)*. Từ nay giới này nên nói như vầy:

b. Giới văn

Tỳ-kheo-ni nào ở trong nước, chỗ có sự khủng bố, không có người để nương nhờ, mà đi một mình, Ba-dật-đề."

Tuy có số đông tỳ-kheo-ni cùng đi mà không có bạch y làm bạn có sức mạnh thì gọi là đi một mình. Từ một tụ lạc đến một tụ lạc, nếu không có tụ lạc thì đi nửa do-tuần là phạm Ba-dật-đề.

Thức-xoa-ma-na, sa-di-ni phạm Đột-kiết-la.

Nếu có nạn gấp phải thoát chạy thì không phạm.

ĐIỀU 96. RA KHỎI BIÊN GIỚI NƠI KHÔNG AN NINH²¹⁴

a. Duyên khởi

Bấy giờ, các tỳ-kheo-ni ra khỏi biên giới đất nước,²¹⁵ đi nơi có sự khủng bố, cũng không có người cứu hộ, bị kẻ ác cướp đoạt, *(cho đến câu)*:

"Nay Ta vì các tỳ-kheo-ni kết giới *(cũng như trên đã nói)*. Từ nay giới này nên nói như vầy:

Tham chiếu *Căn bản ni*, điều 104. Pāli, *Pāc.* 37.

²¹³ *Tứ phần*: Bấy giờ, nhân dân bên trong quốc giới của vua Ba-tư-nặc nổi lên làm phản (Quốc vương Ba-tư-nặc nước Kiêu [Câu]-tát-la đánh nhau với một tiểu quốc).

²¹⁴ *Tăng-kỳ* (tr. 539b4), điều 118; *Tứ phần*, điều 97; *Thập tụng*, điều 98. *Căn bản ni*, điều 103. Pāli, *Pāc.* 38.

²¹⁵ *Thập tụng* 98 (tr. 323b03): A-xà-thế đang đánh nhau với một tiểu quốc ở biên cảnh. *Căn bản ni* 17 (tr. 1003c05): Vua Vị Sinh Oán (A-xà-thế) chuẩn bị chinh phạt thành Quảng Nghiêm (thành Xá-vệ, nước Câu-tát-la).

b. Giới văn

Tỳ-kheo-ni nào ra khỏi biên giới đất nước,[216] nơi có sự khủng bố, không có người để nương tựa, đi một mình, Ba-dật-đề"

Ngoài ra như trên đã nói.

ĐIỀU 97. AN CƯ XONG, KHÔNG GỞI GẮM TINH XÁ

a. Duyên khởi

Bấy giờ, các tỳ-kheo-ni an cư tại tinh xá do Tỳ-xá-khư Mẫu làm, an cư xong, không gởi gắm cho ai, bỏ chùa không ra đi. Sau đó chùa bị cháy, có người thấy, đến báo với Tỳ-xá-khư Mẫu: "Tinh xá bà cất cho tỳ-kheo-ni đã bị cháy." Tỳ-xá-khư Mẫu liền cho người ở đến cứu chữa, nên chưa cháy hết. Sau đó, các tỳ-kheo-ni trở về, Tỳ-xá-khư Mẫu hỏi:

"Các cô có bị cháy thứ gì không?"

Các ni đáp:

"Chúng tôi bị mất những vật như vậy, như vậy," cũng nói "những vật dư dùng đều mất hết."

Tỳ-xá-khư Mẫu chê trách, nói:

"Tại sao an cư tại tinh xá của tôi, mà đi không giao gởi cho ai, để đến nỗi khiến bị lửa cháy hết, mà còn nói những vật dư dùng đã mất hết!?"

Các Trưởng lão tỳ-kheo-ni nghe, bằng mọi cách quở trách *(cho đến câu)*:

"Nay Ta vì các tỳ-kheo-ni kết giới *(cũng như trên đã nói)*. Từ nay giới này nên nói như vầy:

---

[216] *Tăng-kỳ*: Đi đến chỗ hoang vắng mà không theo đoàn buôn *(Giới bản: đi đến nước khác mà không theo đoàn buôn đi chung)*. *Tứ phần:* Du hành trong nhân gian đến biên giới. [Pāli] *asatthā cārikaṃ careyya*, bản Anh dịch: Du hành mà không vũ khí; nghĩa là không ai bảo vệ. Hoa dịch: du hành mà không theo thương đội. Từ [Pāli] *sattha* có nghĩa là gươm hay vũ khí, cũng có nghĩa là thương đội.

b. Giới văn

Tỳ-kheo-ni nào an cư xong, ra đi, không giao gởi tinh xá cho ai, Ba-dật-đề."

Nếu không giao gởi mà bước một chân ra ngoài cửa ngõ, phạm Đột-kiết-la; bước hai chân ra ngoài cửa ngõ, Ba-dật-đề.

Thức-xoa-ma-na, sa-di-ni phạm Đột-kiết-la.

Nếu có tỳ-kheo, tỳ-kheo-ni đến ở, hoặc không có người giao gởi thì không phạm.

ĐIỀU 98. AN CƯ XONG, KHÔNG TRẢ LẠI TINH XÁ

a. Duyên khởi

Bấy giờ, các tỳ-kheo-ni an cư tại tinh xá của Tỳ-xá-khư Mẫu rồi, không trao trả tinh xá lại mà bỏ đi. Sau đó, (tinh xá)* bị cháy có người thấy nói với Tỳ-xá-khư Mẫu:

[90a01] "Tinh xá của bà cất cho tỳ-kheo-ni bị phát hỏa."

Tỳ-xá-khư Mẫu nói:

"Để mặc cho nó cháy hết. Trước đây các tỳ-kheo-ni ra đi đã không giao gởi cho ai, khiến mất hết vì lửa, sau đó trở về nói đồ dư dùng bị cháy hết, gây tiếng xấu cho tôi!"

Tỳ-kheo-ni kia sau đó trở lại, Tỳ-xá-khư Mẫu hỏi: "Khi các cô đi có để vật gì trong tinh xá không?"

Các ni đáp:

"Không."

(Thí chủ)* liền chê trách, nói:

"Tại sao đi không trả tinh xá lại cho tôi để bị cháy hết!? Nếu nói với tôi thì tự tôi sẽ bảo vệ không đến nỗi này!"

Các Trưởng lão tỳ-kheo-ni nghe, bằng mọi cách quở trách *(cho đến câu)*:

"Nay Ta vì các tỳ-kheo-ni kết giới *(cũng như trên đã nói)*. Từ nay giới này nên nói như vầy:

b. Giới văn

Tỳ-kheo-ni nào, an cư xong, không trả tinh xá lại cho chủ, bỏ đi, Ba-dật-đề."

Ngoài ra như trên đã nói.

ĐIỀU 99. ĐI DẠO XEM MỌI THỨ (DU LÃM CUNG VUA)

a. Duyên khởi

Bấy giờ, các tỳ-kheo-ni dạo xem cung vua và xem phòng họa, rồi lại du lãm các nơi vui đùa, đến cả vườn hoa, ao nước. Những chỗ này đông người tụ tập xem. Tỳ-kheo-ni nói với các nam tử rằng:

"Các ông có thể tránh ra một tý, đừng đến gần chúng tôi!"

Các nam tử nói:

"Hạng người trọc đầu xui xẻo này, đã mặc áo cắt rọc, thì không nên đến nơi đây, mà đã đến đây tức là muốn cầu nam tử tại sao lại bảo chúng ta tránh xa?" Họ bèn nắm tay kéo lôi, nói lời thô ác dâm dục.

Các Trưởng lão tỳ-kheo-ni nghe, bằng mọi cách quở trách *(cho đến câu)*:

"Nay Ta vì các tỳ-kheo-ni kết giới *(cũng như trên đã nói)*. Từ nay giới này nên nói như vầy:

b. Giới văn

Tỳ-kheo-ni nào, đi dạo xem mọi thứ, Ba-dật-đề."

Mống tâm và tạo phương tiện, Đột-kiết-la. Nếu khởi sự đi thì mỗi bước, phạm một Ba-dật-đề.

Thức-xoa-ma-na, sa-di-ni, phạm Đột-kiết-la.

Nếu không vì sự xem coi mà đến xem thì không phạm.

ĐIỀU 100. NỬA THÁNG KHÔNG CẦU TĂNG GIÁO THỌ[217]

a. Duyên khởi

Bấy giờ, các tỳ-kheo-ni cứ mỗi nửa tháng Bố-tát, không đến trong tỳ-kheo Tăng cầu thỉnh thầy giáo giới, do không có người dạy giới nên ngu ám không biết gì, không thể học giới.

Các tỳ-kheo-ni Trưởng lão biết, bằng mọi cách quở trách rồi đem việc này bạch lên Phật. Nhân việc này đức Phật tập hợp hai bộ Tăng, hỏi các tỳ-kheo-ni:

"Các cô có thật vậy không?"

Thưa:

"Thật vậy, bạch đức Thế Tôn."

Bằng mọi cách đức Phật quở trách rồi bảo các tỳ-kheo-ni:

"Trước đây, ta đâu không nói Tám kính pháp, dạy các cô mỗi nửa tháng phải cầu thỉnh thầy giáo thọ hay sao!"

Quở trách rồi, đức Phật bảo các tỳ-kheo:

"Nay Ta vì các tỳ-kheo-ni kết giới. Từ nay giới này nên nói như vầy:

b. Giới văn

Tỳ-kheo-ni nào nửa tháng không đến trong Tăng cầu thỉnh thầy giáo giới,[218] Ba-dật-đề.

Thức-xoa-ma-na, sa-di-ni không cầu thỉnh giáo giới, hối quá, phạm Đột-kiết-la.

[90b01] Nếu thỉnh mà không được, hay bệnh thì không phạm.

Xong một trăm việc.

---

[217] *Tăng-kỳ, điều 132 (Giới bản, 131). Tứ phần, điều 141. Thập tụng, điều 151. Căn bản ni, điều 126. Pāli, Pāc. 59.*

[218] *Tứ phần:* "Mỗi nửa tháng không đến trong Tăng cầu giáo thọ". *Tăng-kỳ (điều 132):* Nửa tháng Tăng (tỳ-kheo) giáo giới, mà không cung kính, không đến (dự). Cf. Pāli, *Pāc. 59:* "Mỗi nửa tháng, tỳ-kheo-ni phải cầu tỳ-kheo Tăng hai việc: hỏi ngày bố-tát, và thỉnh giáo giới."

ĐIỀU 101. VÀO TRÚ XỨ CỦA TỲ-KHEO

a. Duyên khởi

Bấy giờ, Tỳ-kheo-ni Sai-ma qua đời, các tỳ-kheo-ni xây tháp thờ cốt trong Tăng phường tỳ-kheo. Mỗi ngày ba lần, quyến thuộc cô đi nhiễu khóc kể: "Người cho tôi pháp, người cho tôi y thực sàng toạ, ngoạ cụ, y dược; một sớm mới đây, sao lại bỏ chúng tôi ra đi vĩnh viễn!"

Các tỳ-kheo lo ngại việc tọa thiền sẽ bị trở ngại và hành đạo bị phế bỏ. Khi ấy, Ưu-ba-ly lại đến Tăng phường, hỏi cựu trú tỳ-kheo:

"Đây là những tiếng gì?"

Có người trình bày việc này đầy đủ. Ưu-ba-ly liền sai người đập bỏ tháp. Các tỳ-kheo-ni nghe, cùng nhau luận bàn: Mỗi người chúng ta cùng nhau cầm gậy đến đánh tỳ-kheo kia. Nếu cô nào không đến sẽ bị khai trừ. Bàn xong, mọi người cầm gậy đến Tăng phường, thấy tỳ-kheo, bèn bao vây muốn đánh; nhưng biết không phải nên thôi. Họ đến trước đường hẻm gặp Ưu-ba-ly, kẻ trước người sau, chặn đường đưa gậy lên muốn đánh. Ưu-ba-ly liền dùng thần lực bay đến chỗ đức Phật, đem việc này bạch lên Phật. Nhân việc này đức Phật tập hợp hai bộ Tăng, hỏi các tỳ-kheo-ni:

"Các cô có thật vậy không?"

Thưa:

"Thật vậy, bạch đức Thế Tôn."

Bằng mọi cách Đức Phật quở trách tỳ-kheo-ni:

"Việc làm của các cô là phi pháp. Tại sao tỳ-kheo-ni lại đánh tỳ-kheo?"

Quở trách rồi, Phật bảo các tỳ-kheo:

"Nay Ta vì các tỳ-kheo-ni kết giới. Từ nay giới này nên nói như vầy:

"Tỳ-kheo-ni nào vào trong trú xứ tỳ-kheo, phạm Ba-dật-đề."

Có các tỳ-kheo-ni trên đường đi thấy Tăng phường bỏ trống, muốn vào lễ bái mà không dám vào, đem việc này bạch lên Phật. Nhân việc này, đức Phật tập hợp hai bộ Tăng, bảo các tỳ-kheo:

"Nay cho phép tỳ-kheo-ni vào trong Tăng phường bỏ trống. Từ nay giới này nên nói như vầy:

"Tỳ-kheo-ni nào vào trong trú xứ có tỳ-kheo, phạm Ba-dật-đề."

Có các tỳ-kheo-ni có nhân duyên vào trong Tăng phường mà không dám, đem việc này bạch lên Phật. Nhân việc này đức Phật tập hợp hai bộ Tăng, bảo các tỳ-kheo:

"Nay cho phép tỳ-kheo-ni có nhân duyên cần vào Tăng phường thì bạch với tỳ-kheo. Tỳ-kheo cho phép, sau đó, mới vào. Từ nay giới này nên nói như vầy:

"Tỳ-kheo-ni nào, vào trú xứ có tỳ-kheo mà không bạch với tỳ-kheo, phạm Ba-dật-đề."

Có các tỳ-kheo-ni có nhân duyên muốn vào Tăng phường mà các tỳ-kheo hoặc đang tọa thiền hoặc ngủ, không bạch được, đem việc này bạch lên Phật. Nhân việc này đức Phật tập hợp hai bộ Tăng, bảo các tỳ-kheo:

"Nay cho phép các tỳ-kheo-ni khi vào Tăng phường thấy tỳ-kheo liền bạch. Từ nay giới này nên nói như vầy:

"Tỳ-kheo-ni nào, [90c01] vào trong trú xứ có tỳ-kheo, thấy tỳ-kheo mà không bạch, phạm Ba-dật-đề."

Có các tỳ-kheo-ni khi có cấp nạn muốn chạy vào Tăng phường tránh nạn mà không dám, hoặc bị giặc cướp đoạt, hoặc bị ác thú làm hại, đem việc này bạch lên Phật. Nhân việc này đức Phật tập hợp hai bộ Tăng, bảo các tỳ-kheo:

"Nay cho phép tỳ-kheo-ni, nếu khi gặp nạn gấp được tùy tiện vào Tăng phường. Từ nay giới này nên nói như vầy:

b. Giới văn

Tỳ-kheo-ni nào, vào trú xứ có tỳ-kheo, thấy tỳ-kheo mà không bạch, trừ gặp nạn gấp, phạm Ba-dật-đề."

Nếu không thấy tỳ-kheo, không thưa được mà vào, khi thấy tỳ-kheo liền đến thưa. Tỳ-kheo kia nên tính toán, nếu khi có thể cho vào thì cho, nếu thấy không nên cho vào thì đừng cho. Thấy mà không bạch và không cho phép mà vào, phạm Ba-dật-đề.

Thức-xoa-ma-na, sa-di-ni, phạm Đột-kiết-la.

ĐIỀU 102. CHƯA ĐỦ 12 TUỔI HẠ MÀ NUÔI ĐỆ TỬ[219]

a. Duyên khởi

Bấy giờ, các tỳ-kheo-ni chưa đủ 12 tuổi (hạ)* mà nuôi đệ tử, không thể giáo giới, không thể nhiếp thủ. Đệ tử ngu ám không biết gì, không thể học giới.

Các tỳ-kheo-ni Trưởng lão biết, bằng mọi cách quở trách *(cho đến câu)*:

"Nay Ta vì các tỳ-kheo-ni kết giới *(cũng như trên đã nói)*. Từ nay giới này nên nói như vầy:

b. Giới văn

Tỳ-kheo-ni nào, chưa đủ mười hai tuổi (hạ) mà nuôi đệ tử, Ba-dật-đề."

Không đủ mười hai tuổi: Là thọ giới chưa đủ mười hai năm.

Nuôi đệ tử: Là vì người làm Hòa thượng.

Nếu mống tâm muốn nuôi chúng, cho đến bạch tứ Yết-ma chưa xong, phạm Đột-kiết-la; Bạch tứ Yết-ma xong, Hòa thượng, phạm Ba-dật-đề; các sư ni khác, phạm Đột-kiết-la.

ĐIỀU 103. TĂNG CHƯA CHO PHÉP MÀ NUÔI ĐỆ TỬ[220]

a. Duyên khởi

Bấy giờ, các tỳ-kheo-ni tuy đủ mười hai tuổi hạ mà câm ngọng, đui điếc bị nhiều thứ bệnh, không có sự hiểu biết mà nuôi đệ tử, nên

---

[219] *Tăng-kỳ,* điều 92. *Tứ phần,* điều 131. *Thập tụng,* điều 106. *Căn bản:* Điều 106. *Pāli, Pāc.* 74.

[220] *Tăng-kỳ* (tr. 535b9), điều 99. *Tứ phần,* điều 130. *Thập tụng,* điều 112. *Căn bản ni,* điều 107. Cf. *Pāli, Pāc.* 75.

không thể giáo giới, không thể nhiếp thủ. Đệ tử ngu ám, vô tri, không thể học giới.

Các tỳ-kheo-ni Trưởng lão biết, bằng mọi cách quở trách rồi đem việc này bạch lên Phật. Nhân việc này đức Phật tập hợp hai bộ Tăng, hỏi các tỳ-kheo-ni:

"Các cô có thật vậy không?"

Thưa:

"Thật vậy, bạch đức Thế Tôn."

Bằng mọi cách đức Phật quở trách rồi nói:

"Tại sao tỳ-kheo-ni câm, ngọng, điếc, đui, đủ các thứ bệnh mà nuôi đệ tử, không đủ khả năng giáo giới, không thể nhiếp thủ, khiến đệ tử ngu si, không biết gì, không thể học giới."

Quở trách rồi, Phật bảo các tỳ-kheo:

"Nay Ta cho phép các tỳ-kheo-ni bạch nhị Yết-ma cho nuôi chúng."

Tỳ-kheo-ni đó nên đến trong tỳ-kheo-ni Tăng, cởi bỏ giày dép, để trống vai bên hữu, quì gối, chắp tay, bạch:

"Đại tỷ Tăng, xin lắng nghe! Tôi tỳ-kheo-ni tên là...,[221] **đã đủ mười hai tuổi, muốn nuôi chúng, đến xin Tăng pháp Yết-ma nuôi chúng. [91a01] Lành thay ni Tăng! Cho tôi pháp Yết-ma nuôi chúng."**

Xin như vậy ba lần.

Các tỳ-kheo-ni nên tìm hiểu, quan sát tỳ-kheo-ni này có thể nuôi chúng được hay không. Nếu không thể thì không nên cho pháp Yết-ma nuôi chúng. Nếu có thể thì nên cho. Ni Tăng nên sai một tỳ-kheo-ni bậc Thượng tọa hay là ngang bằng bậc Thượng tọa biết pháp, biết luật, xướng như sau:

"Đại tỷ, Tăng xin lắng nghe! Tỳ-kheo-ni này tên...,[222] **đủ**

---

[221] Pāli: "... Tỳ-kheo-ni đã đủ 12 hạ."
[222] Pāli: "... Tỳ-kheo-ni đã đủ 12 hạ này, tên là... "

mười hai tuổi, muốn nuôi cô... làm đệ tử, nên đến xin Tăng pháp Yết-ma nuôi chúng. Nay Tăng cho pháp Yết-ma nuôi chúng. Nếu thời gian thích hợp đối với Tăng, Tăng chấp thuận. Đây là lời tác bạch."

"Đại tỷ Tăng xin lắng nghe! Tỳ-kheo-ni này tên... đủ mười hai tuổi, muốn nuôi cô... làm đệ tử, nên đến xin Tăng pháp Yết-ma nuôi chúng. Nay Tăng cho pháp Yết-ma nuôi chúng, Đại tỷ nào chấp thuận thì im lặng. Vị nào không đồng ý xin nói.

Tăng đã cho tỳ-kheo-ni tên... pháp Yết-ma nuôi chúng rồi. Tăng chấp thuận cho nên im lặng. Việc này tôi ghi nhận như vậy."

"Nay Ta vì các tỳ-kheo-ni kết giới. Từ nay giới này nên nói như vầy:

b. Giới văn

Tỳ-kheo-ni nào[223] đủ mười hai tuổi, Tăng không cho pháp Yết-ma nuôi chúng mà nuôi, Ba-dật-đề."

Ngoài ra như trên đã nói.

ĐIỀU 104. CHO PHỤ NỮ NHỎ TUỔI THỌ CỤ TÚC (THẬP NHỊ TẰNG GIÁ)[224]

a. Duyên khởi

Bấy giờ, các tỳ-kheo-ni cho người nữ đã có chồng chưa đủ mười hai tuổi[225] (tuổi đời), thọ giới Cụ túc, ngu ám không biết gì, không thể

---

[223] *Các bộ, đại thể tương đồng*: đủ 12 tuổi (hạ), nhưng Tăng chưa tác yết-ma súc chúng. "...đã đủ 12 hạ nhưng chưa được Tăng cho phép." (*saṅghena asammatā*).

[224] *Tăng-kỳ*, điều 100, 101, 102. *Tứ phần*, điều 125. *Thập tụng*, điều 108. *Căn bản ni*, điều 108. Pāli, *Pāc*. 65 & 66.

[225] *Tứ phần* (tr. 759a01): Thiếu niên phụ nữ 少年婦女, được hiểu là phụ nữ đã có chồng nhưng còn nhỏ tuổi; bản Hán dịch sót ý. Nên hiểu: "Thiếu nữ nhỏ tuổi đã có chồng." *Thập tụng* (tr. 325c11): Thâu-la-nan-đà độ nữ 12 tuổi nhưng đã có chồng. *Căn bản* (tr. 1004c1): độ

học giới.[226]

Các Trưởng lão tỳ-kheo-ni nghe, bằng mọi cách quở trách *(cho đến câu)*:

"Nay Ta vì các tỳ-kheo-ni kết giới *(cũng như trên đã nói)*. Từ nay giới này nên nói như vầy:

b. Giới văn

Tỳ-kheo-ni nào, cho người nữ đã có chồng, chưa đủ mười hai tuổi,[227] thọ Cụ túc giới, Ba-dật-đề."

Chưa đủ mười hai tuổi: Là tuy đã có chồng mà chưa đủ mười hai tuổi.[228]

Có chồng: Là đã trải qua đối với nam tử.

Ngoài ra như giới nuôi chúng trên đã nói.

---

những cô bé họ Thích đã có chồng, sau khi dòng họ Thích bị vua Lưu Ly tàn sát. Pāli, Vin. iv. 321: ni độ nữ đã có chồng nhưng chưa đủ 12 tuổi (ūnadvādasavassaṃ ghigataṃ).

[226] *Tăng-kỳ:* Quá nhỏ, quá yếu đuối, không kham khổ sự. [226a] (nhỏ quá) không kham nổi lạnh, nóng, đói khát, muỗi mòng các thứ. *Tứ phần:* Không biết nam tử có tâm nhiễm ô hay không có tâm nhiễm ô, bèn cùng đứng, cùng nói chuyện, cùng đùa giỡn với nam tử có tâm nhiễm ô.

[227] *Tứ phần:* Độ phụ nữ 10 tuổi đã từng có chồng; *Tăng-kỳ:* "... thích tha phụ giảm thập nhị vũ 適他婦減十二..." Pāli, *Pāc.* 66: paripuṇṇadvādasavassaṃ gihigataṃ dve vassāni chasu dhammesu asikkhitasikkhaṃ vuṭṭhāpeyya, pācittiyaṃ, nữ đã có chồng, đủ 12 tuổi, chưa đủ 2 năm học giới, mà cho thọ Cụ túc, phạm Ba-dật- đề.

[228] *Tứ phần:* Thiếu niên tằng giá phụ nữ 少年曾嫁婦女. Pāli (Vin. iv. 321): ūnadvādasavassaṃ gihitaṃ, nữ chưa đầy 12 tuổi nhưng đã có chồng (tục tảo hôn)."

ĐIỀU 105. ĐỘ NGƯỜI NỮ CÓ CHỒNG, ĐỦ 12 TUỔI NHƯNG KHÔNG BẠCH TĂNG[229]

a. Duyên khởi

Lúc ấy, các tỳ-kheo-ni cho người nữ đã có chồng tuy đủ mười hai tuổi nhưng câm ngọng, có nhiều thứ bệnh, cho thọ Cụ túc giới, vì ngu si vô trí, nên không thể học giới được.

Các tỳ-kheo-ni Trưởng lão nghe, bằng mọi cách quở trách *(cho đến câu)*:

Nay cho phép các tỳ-kheo-ni bạch tứ Yết-ma, cho người nữ có chồng, đã đủ mười hai tuổi, thọ Cụ túc giới. Người nữ muốn thọ giới Cụ túc kia nên đến trong tỳ-kheo-ni Tăng, bạch:

> **"Đại tỷ Tăng xin lắng nghe! Con tên là... đã có chồng, đủ mười hai tuổi, cầu Hòa thượng hiệu... thọ giới Cụ túc. Nay đến Tăng xin thọ giới Cụ túc. Lành thay Tăng! Cho con thọ giới Cụ túc. Cúi mong Tăng rủ lòng thương đối với con."**

Cầu xin như vậy ba lần.

[91b01] Các tỳ-kheo-ni nên tìm hiểu, nên cho hay không nên cho thọ. Nếu nên cho thì Ni Tăng nên cử một tỳ-kheo-ni tác Yết-ma, y như giới trên đã nói. (Đức Phật)* bảo các tỳ-kheo:

"Nay Ta vì các tỳ-kheo-ni kết giới. Từ nay giới này nên nói như vầy:

b. Giới văn

> **Tỳ-kheo-ni nào, cho người nữ đã có chồng, đủ 12 tuổi, thọ Cụ túc giới mà không được Tăng tác pháp Yết-ma cho phép, Ba-dật-đề."**

Ngoài ra như trong giới nuôi chúng đã nói.

ĐIỀU 106. ĐỘ ĐỒNG NỮ CHƯA ĐỦ 18 TUỔI

a. Duyên khởi

Bấy giờ, các tỳ-kheo-ni cho đồng nữ chưa đủ mười tám tuổi thọ

---

229 *Tăng-kỳ, điều 103. Tứ phần, điều 126. Thập tụng, điều 109. Pāli, Pāc. 67.*

học giới, vì ngu ám vô tri, nên không thể học giới.

Các tỳ-kheo-ni Trưởng lão biết, bằng mọi cách quở trách *(cho đến câu)*:

"Nay Ta vì các tỳ-kheo-ni kết giới *(cũng như trên đã nói)*. Từ nay giới này nên nói như vầy:

b. Giới văn

Tỳ-kheo-ni nào cho đồng nữ chưa đủ mười tám tuổi thọ học giới, Ba-dật-đề."

Đồng nữ: Chưa từng trải qua với nam tử. Phát khởi ý muốn, tạo phương tiện, cho đến bạch nhị Yết-ma chưa đầy đủ, phạm Đột-kiết-la; bạch nhị Yết-ma rồi, Hòa thượng, phạm Ba-dật-đề. Các sư ni khác đều phạm Đột-kiết-la.

ĐIỀU 107. ĐỘ ĐỒNG NỮ ĐỦ 18 TUỔI NHƯNG KHÔNG BẠCH TĂNG

a. Duyên khởi

Bấy giờ, các tỳ-kheo-ni cho người đồng nữ, tuy đủ mười tám tuổi mà điếc ngọng, có nhiều thứ bệnh, thọ học giới *(cho đến câu)*:

"Nay cho phép các tỳ-kheo-ni bạch nhị Yết-ma cho người đồng nữ đủ mười tám tuổi thọ hai năm học giới.

Người muốn thọ học giới nên đến trong tỳ-kheo-ni Tăng, bạch:

"Đại tỷ Tăng xin lắng nghe! Con tên là… Hòa thượng của con hiệu là… Nay đến Tăng xin hai năm học giới. Lành thay, Đại tỷ Tăng! Cho con thọ hai năm học giới, cúi mong Tăng rủ lòng thương đối với con."

Xin như vậy ba lần.

Các tỳ-kheo-ni nên khéo tìm hiểu, nên cho thọ hay không nên cho thọ. Nếu cho, nên sai một tỳ-kheo-ni, y theo như giới trước Yết-ma.

Đức Phật bảo các tỳ-kheo:

"Nay Ta vì các tỳ-kheo-ni kết giới. Từ nay giới này nên nói như vầy:

b. Giới văn

> Tỳ-kheo-ni nào, tuy đồng nữ đủ mười tám tuổi, Tăng không tác Yết-ma mà cho họ thọ học giới, Ba-dật-đề"

Ngoài ra như giới trên đã nói.

ĐIỀU 108. NHẬN Y MÀ KHÔNG ĐỘ NGƯỜI[230]

a. Duyên khởi

Bấy giờ, vợ của người thí chủ[231] đến tỳ-kheo-ni Thâu-la-nan-đà muốn cầu xuất gia. Thâu-la-nan-đà nói:

"Trước hết bà cho tôi y, tôi mới độ bà."

Vợ thí chủ chê trách, nói:

"Tôi là người thí chủ, tại sao đòi cho y trước rồi sau mới độ! Không muốn độ thoát sanh, lão, bệnh, tử của tôi mà ngược lại (đòi độ)* cái lợi y áo của tôi! Những cô này không có hạnh sa-môn, phá pháp sa-môn."

Các tỳ-kheo-ni Trưởng lão biết, bằng mọi cách quở trách *(cho đến câu)*:

"Nay Ta vì các tỳ-kheo-ni kết giới *(cũng như trên đã nói)*. Từ nay giới này **[91c01]** nên nói như sau:

b. Giới văn

> Tỳ-kheo-ni nào nói với phụ nữ bạch y: 'Cho tôi y trước, tôi mới độ cô', Ba-dật-đề."

Tỳ-kheo-ni nào nói với thức-xoa-ma-na, sa-di-ni, phạm Đột-kiết-la.

Nếu người kia mắc nợ, đòi trả nợ rồi sau mới độ thì không phạm.

---

[230] *Tứ phần, điều 137. Thập tụng, điều 123. Căn bản ni, điều 122. Pāli, Pāc.* 77.

[231] *Tứ phần* (tr. 763c01): có thức-xoa-ma-na.

ĐIỀU 109. CHÊ TĂNG CÓ THIÊN VỊ[232]

a. Duyên khởi

Khi ấy, Tỳ-kheo-ni Thâu-la-nan-đà[233] nói với các tỳ-kheo-ni: "Cho tôi Yết-ma nuôi chúng."

Các tỳ-kheo-ni nói:

"Như lời Phật dạy, nên cho người tác Yết-ma nuôi chúng (có điều kiện)*, nhưng cô thì không được việc này, không được cho cô tác Yết-ma nuôi chúng."

Tỳ-kheo-ni kia bèn nói:

"Các tỳ-kheo-ni này làm việc theo thương, ghét, si, sợ. Sợ ai thì cho làm, không sợ ai thì không cho làm!"

Các tỳ-kheo-ni Trưởng lão nghe, bằng mọi cách quở trách *(cho đến câu)*:

"Nay Ta vì các tỳ-kheo-ni kết giới *(cũng như trên đã nói)*. Từ nay giới này nên nói như vầy:

b. Giới văn

Tỳ-kheo-ni nào, các tỳ-kheo-ni nói: 'Như lời Phật dạy, nên cho tác Yết-ma nuôi chúng (có điều kiện)* nhưng cô không được việc này,[234] liền chê trách các tỳ-kheo-ni, Ba-dật-đề."

---

[232] Tăng-kỳ, điều 109. Tứ phần, điều 133. Thập tụng, điều 110. Pāli, Pāc. 76.

[233] Tứ phần: Có tỳ-kheo-ni ngu si. [Pāli] Tỳ-kheo-ni Caṇḍakālī.

[234] Tứ phần: "Tăng có thiên vị, có giận hờn, có sợ hãi, có bất minh, muốn cho ai thì cho, không muốn cho ai thì không cho," [Pāli] sādhū' ti paṭissutvā pacchā thì cho, khīyanadhammaṃ āpajjeyya, đã đồng thuận nhưng sau đó lại bất bình.

ĐIỀU 110. KHI GIÁO GIỚI, YẾT-MA KHÔNG ĐẾN NGHE[235]

a. Duyên khởi

Bấy giờ, các tỳ-kheo-ni khi giáo giới không đến nghe, khi Yết-ma cũng không đến nghe, nên ngu ám vô tri, không thể học giới.

Các Trưởng lão tỳ-kheo-ni bằng mọi cách quở trách *(cho đến câu)*:

"Nay Ta vì các tỳ-kheo-ni kết giới *(cũng như trên đã nói)*. Từ nay giới này nên nói như vầy:

b. Giới văn

Tỳ-kheo-ni nào khi giáo giới và Yết-ma không đến nghe,[236] phạm Ba-dật-đề."

Giáo giới: Là nói Tám kính pháp cùng các pháp.

Yết-ma: Tức bạch yết-ma, bạch nhị Yết-ma, bạch tứ Yết-ma.

Xong một trăm mười việc.

ĐIỀU 111. SAU HAI NĂM HỌC GIỚI KHÔNG TRAO CỤ TÚC[237]

a. Duyên khởi

Bấy giờ, các tỳ-kheo-ni có học giới ni đủ hai năm mà không cho thọ Cụ túc giới; sau đó, họ mắc trọng bệnh, câm, ngọng, điếc, đui, và nhiều bệnh khác, làm trở ngại vấn đề thọ giới pháp.

Đệ tử Tỳ-kheo-ni Sai-ma học giới đủ hai năm cũng không cho thọ giới Cụ túc. Sai-ma lại nói: 'Cô nên học thêm giới này.' Sau đó, cô đệ tử mắc bệnh bạch lại, không biết giải quyết thế nào!

---

[235] *Tăng-kỳ*, điều 131 *(Giới bản*, 130). *Tứ phần*, điều 140. *Thập tụng*, điều 152. *Pāli, Pāc.* 58.

[236] *Tăng-kỳ:* "... Nửa tháng, thanh tịnh bố-tát mà không cung kính (không đến dự)..." *Tứ phần:* Ngày giáo thọ không đến nhận giáo thọ. *ovādāya vā saṃvāsāya na gaccheyya*, không đi dự nghe giáo giới, và sinh hoạt chung (cộng trú). Giải thích: Nghe giáo giới *(ovādāya)*, nghe tám pháp tôn trọng (bát kỉnh pháp).

[237] *Tứ phần*, điều 136. *Tăng-kỳ*, điều 110. *Thập tụng*, điều 125. *Pāli, Pāc.* 78.

Các tỳ-kheo-ni Trưởng lão bằng mọi cách quở trách *(cho đến câu)*:

"Nay Ta vì các tỳ-kheo-ni kết giới *(cũng như trên đã nói)*. Từ nay giới này được nói như sau:

b. Giới văn

Tỳ-kheo-ni nào đối với thức-xoa-ma-na đủ hai năm học giới không có gì trở ngại mà không cho thọ giới Cụ túc, lại nói: 'Cô học thêm giới này,'[238] phạm Ba-dật-đề".

ĐIỀU 112. ĐỘ DÂM NỮ[239]

a. Duyên khởi

Bấy giờ, các tỳ-kheo-ni độ dâm nữ,[240] không thọ giáo giới, thí như cổ trâu bị xỏ không thể đóng xe, hoặc khi đã đóng gọng xe vào thì chỉ muốn ra khỏi (gọng xe)*.

Các tỳ-kheo-ni Trưởng lão **[92a01]** bằng mọi cách quở trách *(cho đến câu)*:

"Nay Ta vì các tỳ-kheo-ni kết giới *(cũng như trên đã nói)*. Từ nay giới này nên nói như vầy:

b. Giới văn

Tỳ-kheo-ni nào độ dâm nữ,[241] phạm Ba-dật-đề."

---

[238] *Tứ phần:* "Cô em, bỏ việc này, học việc này, tôi sẽ trao giới Cụ túc cho". Pāli, Vin. iv. 333: "Nếu cô đi theo tôi hai năm, tôi sẽ cho thọ Cụ túc."

[239] Cf. Pāli, *Pāc.* 70. *Thập tụng*, điều 115. *Tứ phần*, điều 127. *Căn bản*: điều 160 & 114.

[240] *Tứ phần* (tr. 759c08): Vì đã từng làm dâm nữ, nên sau khi cho thọ giới, sau đó đi hành đạo, những người nam đã từng quan hệ sâu với họ, thấy vậy cùng nhau bàn, nói: "Dâm nữ này trước kia cùng chúng tôi làm những việc như vậy như vậy." *Thập tụng* (tr. 328b11): có nhân duyên được phép độ, nhưng phải đưa cô ấy đi chỗ khác từ 5 hay 6 do-tuần trở lên.

[241] *Tứ phần:* Như thị nhân 如是人. *Thập tụng:* "Nuôi dâm nữ làm đệ tử mà không đưa xa khỏi bản xứ 5, 6 do-tuần." Pāli, *Pāc.* 70, nội dung tương tự, nhưng người nữ được nói là *sahajīviniṃ*, người sống chung,

Mống tâm *cho đến* bạch tứ Yết-ma chưa xong, phạm Đột-kiết-la; bạch tứ Yết-ma rồi, Hòa thượng phạm Ba-dật-đề, các sư ni khác phạm Đột-kiết-la.

(Nếu vì) người nữ kia nhàm chán thân xấu ác của mình mà độ thì không phạm.

ĐIỀU 113. CHO NI CHƯA ĐỦ HAI NĂM HỌC GIỚI THỌ CỤ TÚC[242]

a. Duyên khởi

Bấy giờ, các tỳ-kheo-ni cho (người)* chưa đủ hai năm học giới thọ Cụ túc giới. Họ ngu ám vô tri, không thể học giới.

Các tỳ-kheo-ni Trưởng lão biết, bằng mọi cách quở trách *(cho đến câu)*:

"Nay Ta vì các tỳ-kheo-ni kết giới *(cũng như trên đã nói)*. Từ nay giới này nên nói như vầy:

b. Giới văn

Tỳ-kheo-ni nào cho (người)* chưa đủ hai năm học giới, thọ Cụ túc giới,[243] phạm Ba-dật-đề"

Ngoài ra như trong giới nuôi đệ tử đã nói.

---

không nói rõ nguồn gốc. Sau đó, cô này bị chồng hay chủ (*sāmika*) bắt lại. Theo quy định như trong già nạn, nữ có chồng phải được phu chủ cho phép mới được xuất gia (Ni luật, Ba-dật-đề 143). Vậy đây có thể hiểu trường hợp xảy ra tương tự *Tứ phần* hay *Thập tụng*: dâm nữ xuất gia, bị khách cũ săn đuổi.

[242] *Tăng-kỳ*, điều 97. *Tứ phần*, điều 122. *Căn bản*, điều 116. Pāli, *Pāc.* 72 (nhập 2 điều: 122 & 123 làm một).

[243] Pāli *paripuṇṇavīsativassaṃ kumāribhūtaṃ dve vassāni chasu dhammesu asikhitasikkhaṃ vuṭṭhāpeyya*, "cho thọ Cụ túc thiếu nữ đã đủ 20 tuổi nhưng chưa có hai năm học sáu pháp." *Tứ phần*: Đồng nữ 18 tuổi mà không cho hai năm học giới, tuổi đủ hai mươi liền cho thọ giới Cụ túc.

ĐIỀU 114. CHO NI ĐỦ HAI NĂM HỌC GIỚI THỌ CỤ TÚC NHƯNG KHÔNG BẠCH TĂNG[244]

a. Duyên khởi

Bấy giờ, các tỳ-kheo-ni cho (người)* tuy đã đủ hai năm học giới, nhưng bị câm, ngọng, điếc, đui và những chứng bệnh khác, thọ giới Cụ túc.

Các tỳ-kheo-ni Trưởng lão biết, bằng mọi cách quở trách *(cho đến câu)*:

"Nay Ta vì các tỳ-kheo-ni kết giới *(cũng như trong giới đối với người nữ có chồng đủ 12 tuổi trên đã nói)*. Từ nay giới này nên nói như vầy:

b. Giới văn

Tỳ-kheo-ni nào (đối với người tuy)* đã đủ hai năm học giới, nhưng Tăng không tác Yết-ma mà cho thọ Cụ túc giới, Ba-dật-đề."

Ngoài ra như trong giới nuôi đệ tử đã nói.

ĐIỀU 115. CHO NI ĐỦ HAI NĂM CHƯA HỌC GIỚI MÀ THỌ CỤ TÚC

a. Duyên khởi

Bấy giờ, các tỳ-kheo-ni cho người học giới ni đã đủ hai năm nhưng không học giới, thọ Cụ túc giới; vì ngu ám, vô tri, nên không thể học giới.

Các tỳ-kheo-ni Trưởng lão nghe, bằng mọi cách quở trách *(cho đến câu)*:

"Nay Ta vì các tỳ-kheo-ni kết giới *(cũng như trên đã nói)*. Từ nay giới này nên nói như vầy:

b. Giới văn

Tỳ-kheo-ni nào cho học giới ni đủ hai năm nhưng không

---

[244] *Tứ phần*, điều 124. *Tăng-kỳ*, điều 99. Pāli, *Pāc.* 73.

học giới mà cho thọ Cụ túc giới, Ba-dật-đề"

Ngoài ra như trong giới nuôi đệ tử đã nói.

ĐIỀU 116. ĐỘ NGƯỜI NỮ CÓ THAI[245]

a. Duyên khởi

Bấy giờ, các tỳ-kheo-ni cho người nữ mang thai thọ giới Cụ túc, khi vào thôn khất thực, các bạch y thấy chế giễu nói:

"Tỳ-kheo-ni này nặng mang nặng gánh nên cho thức ăn mau."

Hoặc có người nói: "Nên xem cái bụng của cô ta."

Hoặc có người nói: "Những cô này không tu phạm hạnh."

Hoặc có người nói: "Việc này xảy ra khi chưa xuất gia tu phạm hạnh." Liền chê trách các tỳ-kheo-ni, nói:

"Sao không đợi sanh rồi sau đó xuất gia, đây là hủy nhục phạm hạnh! Các tỳ-kheo-ni không biết nên độ hay không nên độ, là không có hạnh sa-môn, hay **[92b01]** phá pháp sa-môn?"

Các Trưởng lão tỳ-kheo-ni nghe, bằng mọi cách quở trách *(cho đến câu)*:

"Nay Ta vì các tỳ-kheo-ni kết giới *(cũng như trên đã nói)*. Từ nay giới này nên nói như vầy:

b. Giới văn

Tỳ-kheo-ni nào cho người nữ có thai thọ giới Cụ túc, Ba-dật-đề."

Mống tâm cho đến bạch tứ Yết-ma xong đều như trên đã nói.

Nếu muốn cho họ thọ Cụ túc giới, nên khám ngực trước hoặc không thấy cấn thai thì không phạm. Nếu thọ giới rồi mới biết mang thai cũng không phạm.

---

245 *Tứ phần*, điều 119. *Căn bản*, điều 111. Pāli, *Pāc.* 61.

ĐIỀU 117. ĐỘ NGƯỜI NỮ MỚI SINH CON[246]

a. Duyên khởi

Bấy giờ, các tỳ-kheo-ni cho người đàn bà mới sanh thọ giới Cụ túc, một tay bưng bát, một tay bồng con đi khất thực. Các bạch y thấy thế chế giễu, nói:

"Mau mau cho hai người ăn."

Các bạch y cơ hiềm chê trách. Các Trưởng lão tỳ-kheo-ni bằng mọi cách quở trách *(cho đến câu)*:

"Nay Ta vì các tỳ-kheo-ni kết giới *(cũng như trên đã nói)*. Từ nay giới này nên nói như vầy:

b. Giới văn

Tỳ-kheo-ni nào cho người đàn bà mới sanh thọ giới Cụ túc,[247] phạm Ba-dật-đề."

Ngoài ra như trong giới nuôi đệ tử đã nói.

ĐIỀU 118. MỖI NĂM CHO ĐỆ TỬ THỌ CỤ TÚC[248]

a. Duyên khởi

Bấy giờ, các tỳ-kheo-ni năm nào cũng cho đệ tử thọ Cụ túc giới. Đệ tử nhiều không thể giáo giới chu đáo, ngu ám vô tri, không thể học giới.

Các Trưởng lão tỳ-kheo-ni biết, bằng mọi cách quở trách... *(cho đến câu)*:

"Nay Ta vì các tỳ-kheo-ni kết giới *(cũng như trên đã nói)*. Từ nay giới này nên nói như vầy:

---

[246] Pāli, *Pāc.* 62. *Tứ phần, điều* 120.

[247] *Tứ phần:* Biết phụ nữ còn cho con bú.

[248] *Tăng-kỳ, điều* 104. *Tứ phần, điều* 138. *Thập tụng, điều* 126. *Căn bản ni, điều* 124. Pāli, *Pāc.* 82 & 83.

b. Giới văn

> Tỳ-kheo-ni nào năm nào cũng cho đệ tử thọ giới Cụ túc,[249] phạm Ba-dật-đề."

Tỳ-kheo-ni cách một năm mới được cho một đệ tử thọ giới Cụ túc. Ngoài ra như trong giới nuôi đệ tử đã nói.

ĐIỀU 119. CÁCH ĐÊM CHÁNH PHÁP YẾT-MA[250]

a. Duyên khởi

Bấy giờ, các tỳ-kheo-ni trao giới Cụ túc cho đệ tử ở trong tỳ-kheo-ni Tăng, mà để cách đêm rồi mới đến trong tỳ-kheo Tăng nhận giới.[251] Người thọ giới mắc phải chướng ngại cách đêm mà thọ giới, tỳ-kheo Tăng không cho (người bị chướng ngại cách đêm) thọ giới.

Các Trưởng lão tỳ-kheo-ni nghe, bằng mọi cách quở trách... *(cho đến câu)*:

"Nay Ta vì các tỳ-kheo-ni kết giới *(cũng như trên đã nói)*. Từ nay giới này nên nói như vầy:

b. Giới văn

> Tỳ-kheo-ni nào để cách đêm, cho đệ tử thọ giới Cụ túc, Ba-dật-đề."

Từ khi mống tâm cho đến khi tướng mặt trời chưa xuất hiện, phạm Đột-kiết-la; tướng mặt trời xuất hiện, Hòa thượng phạm Ba-dật-đề, các sư ni khác phạm Đột-kiết-la.

Nếu Tăng không hòa hợp, không tập hợp được, và tám nạn khởi thì không phạm.

---

[249] *Tứ phần*: Chưa đầy 12 tháng, trao giới Cụ túc cho người nữ. ekaṃ vassaṃ dve vuṭṭhāpeyya, trong một năm, truyền Cụ túc cho hai người.

[250] *Tăng-kỳ* (tr. 536c24), điều 107. *Tứ phần*, điều 119. *Thập tụng*, điều 127.

[251] *Tứ phần*: Ở trong ni chúng trao giới Cụ túc; rồi để cách đêm mới đến trong Tăng tỳ-kheo để cầu nhận giới Cụ túc.

ĐIỀU 120. KHÔNG NƯƠNG THỜ HÒA THƯỢNG TRONG SÁU NĂM[252]

a. Duyên khởi

Bấy giờ, các tỳ-kheo-ni mới thọ giới Cụ túc, không y chỉ vâng thừa Hòa thượng, không có người giáo giới, ngu không biết gì, không thể học giới.

Các Trưởng lão tỳ-kheo-ni biết, **[92c01]** bằng mọi cách quở trách... *(cho đến câu)*:

"Nay Ta vì các tỳ-kheo-ni kết giới *(cũng như trên đã nói)*. Từ nay giới này nên nói như vầy:

b. Giới văn

Tỳ-kheo-ni nào mới thọ giới Cụ túc, không y thừa Hòa thượng sáu năm, hoặc sai người y thừa,[253] phạm Ba-dật-đề."

Thức-xoa-ma-na, sa-di-ni, phạm Đột-kiết-la.

Nếu Hòa thượng không cần người y chỉ thừa vâng thì không phạm.

Xong một trăm hai mươi việc.

ĐIỀU 121. CHO ĐỆ TỬ THỌ GIỚI CỤ TÚC RỒI KHÔNG CHĂM SÓC[254]

a. Duyên khởi

Bấy giờ, các tỳ-kheo-ni cho đệ tử thọ giới Cụ túc rồi, không chăm sóc (nhiếp thủ), không giáo giới, không dạy tập tụng, ngu ám vô tri, không thể học giới.

Các Trưởng lão tỳ-kheo-ni biết, bằng mọi cách quở trách... *(cho*

---

[252] *Tăng-kỳ*, điều 105. *Tứ phần*, điều 129. *Thập tụng*, điều 113. *Pāli, Pāc.* 69.

[253] *Tăng-kỳ*: "... sau khi thọ Cụ túc, phải đi theo hầu hạ Hoà thượng trong hai năm..." *Tứ phần*: "Không có hai năm theo Hòa thượng ni."

[254] *Tăng-kỳ*, điều 104. *Tứ phần*, điều 128. *Thập tụng*, điều 114. *Căn bản*, điều 112 & 113. *Pāli, Pāc.* 68.

đến câu):

"Nay Ta vì các tỳ-kheo-ni kết giới *(cũng như trên đã nói)*. Từ nay giới này nên nói như vầy:

b. Giới văn

> **Tỳ-kheo-ni nào nuôi đệ tử trong sáu năm, không tự chăm sóc, không dạy người chăm sóc,**[255] **phạm Ba-dật-đề."**

Nếu đệ tử không chịu giáo (giới) thì không phạm.

ĐIỀU 122. CHO ĐỆ TỬ THỌ GIỚI CỤ TÚC RỒI KHÔNG ĐƯA ĐI XA BỔN XỨ

a. Duyên khởi

Bấy giờ, các tỳ-kheo-ni cho đệ tử thọ giới Cụ túc rồi mà không đưa họ đến chỗ cách xa chỗ ở cũ (bổn xứ) của họ, để nam tử quen biết trước đây trông thấy sanh tâm đắm nhiễm, mà trêu chọc, cùng nói lời thô ác dâm dục.

Các tỳ-kheo-ni Trưởng lão biết, bằng mọi cách quở trách... *(cho đến câu):*

"Nay Ta vì các tỳ-kheo-ni kết giới *(cũng như trên đã nói)*. Từ nay giới này nên nói như vầy:

b. Giới văn

> **Tỳ-kheo-ni nào nuôi đệ tử mà tự mình không đem đi, hay không khiến người khác đem đi cách chỗ ở cũ năm, sáu do-tuần, Ba-dật-đề."**

Bổn xứ: Là chỗ sanh hay chỗ lấy chồng. Nếu đệ tử không theo thì

---

[255] *Tăng-kỳ:* "...cần phải giáo giới trong hai năm..." *Tứ phần:* "...trong hai năm, không dạy học giới, không chăm sóc bằng hai pháp." *Thập tụng:* "...nuôi đệ tử mà không cung cấp tài và pháp..." *Căn bản ni,* gồm 2 điều, 112: không giáo thọ giới (không dạy các học giới), và 113: không nhiếp thọ vệ hộ (không chăm sóc bảo hộ). [Pāli] *dve vassāni neva anugaṇheyya na anuggaṇhāpeyya,* trong hai năm, không chăm sóc, cũng không nhờ người chăm sóc.

không phạm.

ĐIỀU 123. KHÔNG CHĂM SÓC NGƯỜI BỆNH[256]

a. Duyên khởi

Bấy giờ, các tỳ-kheo-ni, người đồng học bị bệnh mà không chăm sóc, hoặc sai (người chăm sóc)* không đúng lúc, đưa đến người bệnh qua đời.

Các Trưởng lão tỳ-kheo-ni biết, bằng mọi cách quở trách... *(cho đến câu)*:

"Nay Ta vì các tỳ-kheo-ni kết giới *(cũng như trên đã nói)*. Từ nay giới này nên nói như vầy:

b. Giới văn

Tỳ-kheo-ni nào (đối với) người đồng học bị bệnh, không tự mình chăm sóc, không sai người chăm sóc,[257] Ba-dật-đề."

Đồng học:[258] Đồng Hòa thượng, A-xà-lê và thường cùng làm bạn. Thức-xoa-ma-na, sa-di-ni, phạm Đột-kiết-la.

Nếu không cùng ở một chỗ thì không phạm.

ĐIỀU 124. ĐỘ NGƯỜI NỮ THUỘC VỀ NGƯỜI

a. Duyên khởi

Bấy giờ, các tỳ-kheo-ni độ phụ nữ thuộc (nhà)* người. Các bạch y cơ hiềm nói:

"Các tỳ-kheo-ni này không biết ai đáng độ, ai không đáng độ."

Các cư sĩ có người nói:

---

[256] Pāli, *Pāc.* 34. *Tứ phần*, điều 93; *Thập tụng*, điều 102. *Căn bản ni*, điều 99.

[257] *Tứ phần*: Không chăm sóc. neva upaṭṭheyya na upaṭṭhāpanāya ussukkaṃ kareyya, không chăm sóc, không nhiệt tình khiến người khác chăm sóc.

[258] *Tứ phần*: Đồng hoạt 同活. *Căn bản ni*: Thân đệ tử, y chỉ đệ tử 親弟子依止弟子. sahajīvitaṃ, sống chung; giải thích: saddhivihārinī, cùng ở chung (một chỗ).

"Nên đoạt lấy y bát, dẫn đến giao cho nhà quan."

Có người nói:

"Vua Ba-tư-nặc có ra lệnh: Ai khinh suất tỳ-kheo-ni sẽ bị trọng tội, nên mau mau thả họ đi, đừng để có ngươi nghe biết."

Mọi người đều nói:

"Các cô này không có hạnh sa-môn, phá pháp sa-môn."

Các Trưởng lão **[93a01]** tỳ-kheo-ni nghe, bằng mọi cách quở trách... *(cho đến câu):*

"Nay Ta vì các tỳ-kheo-ni kết giới *(cũng như trên đã nói)*. Từ nay giới này nên nói như vầy:

b. Giới văn

> **Tỳ-kheo-ni nào độ người nữ thuộc của người, Ba-dật-đề."**

Thuộc về của người: Là thuộc về quan hay thuộc về người khác.

Khi mống tâm cho đến bạch tứ Yết-ma rồi cũng như giới trên đã nói. Nếu người chủ cho phép thì không phạm.

ĐIỀU 125. ĐỘ NGƯỜI NỮ CÓ BỆNH TRẦM KHA

a. Duyên khởi

Bấy giờ, các tỳ-kheo-ni độ người nữ có bệnh trầm kha, không kham nhẫn học giới, ngu ám vô tri.

Các Trưởng lão tỳ-kheo-ni biết, bằng mọi cách quở trách... *(cho đến câu):*

"Nay Ta vì các tỳ-kheo-ni kết giới *(cũng như trên đã nói)*. Từ nay giới này nên nói như vầy:

b. Giới văn

> **Tỳ-kheo-ni nào độ người nữ có bệnh trầm kha, Ba-dật-đề."**

Bệnh trầm kha: Là mùa nóng, mùa lạnh đều có bệnh.

Từ khi mống tâm độ cho đến bạch tứ Yết-ma xong... *cũng như giới trên đã nói.*

Nếu sau khi thọ giới rồi, mắc bệnh ấy thì không phạm.

ĐIỀU 126. ĐỘ NGƯỜI NỮ CÒN LỆ THUỘC CHỒNG[259]

a. Duyên khởi

Bấy giờ, các tỳ-kheo-ni độ người đàn bà bị ràng buộc bởi chồng. Bạch y cơ hiềm, hoặc muốn đoạt y, hoặc muốn phóng thích… *(cho đến câu)*:

"Nay Ta vì các tỳ-kheo-ni kết giới *(đều như trong giới độ phụ nữ thuộc người khác đã nói)*. Từ nay giới này nên nói như vầy:

b. Giới văn

Tỳ-kheo-ni nào độ phụ nữ thuộc quyền chồng,[260] phạm Ba-dật-đề."

Khi mống tâm độ cho đến bạch tứ Yết-ma xong… *cũng như giới trên đã nói.*

ĐIỀU 127. ĐỘ NGƯỜI NỮ CÓ MẮC NỢ[261]

a. Duyên khởi

Khi ấy, các tỳ-kheo-ni độ người nữ có mắc nợ… *(cho đến câu)*:

"Nay Ta vì các tỳ-kheo-ni kết giới *(đều như trong giới độ phụ nữ thuộc quyền của người đã nói)*. Từ nay giới này nên nói như vầy:

b. Giới văn

Tỳ-kheo-ni nào độ người nữ có mắc nợ,[262] phạm Ba-dật-đề."

Khi mống tâm độ, cho đến bạch tứ Yết-ma xong… *cũng như giới trên đã nói.*

---

[259] *Tứ phần, điều 134. Thập tụng, điều 124. Căn bản ni, điều 121. Pāli, Pāc. 80.*

[260] *Tứ phần:* Trao giới Cụ túc cho người mà cha mẹ hay phu chủ không đồng ý. [?] *mātāpitūhi… sikkhamānaṃ vuṭṭhāpeyya,* … thọ Cụ túc cho thức-xoa-ma-na mà cha mẹ…

[261] *Tứ phần, điều 168.*

[262] *Tứ phần:* Người có mắc nợ và có bệnh.

Nếu người ấy nói sau khi xuất gia rồi sẽ trả, thì độ cho họ không phạm.

ĐIỀU 128. ĐỨNG NÓI CHUYỆN VỚI NGƯỜI NAM Ở CHỖ TỐI[263]

a. Duyên khởi

Bấy giờ, các tỳ-kheo-ni cùng nam tử đứng chỗ tối tăm[264] chuyện vãn với nhau, sanh tâm nhiễm đắm, không thích tu phạm hạnh, đưa đến có người hoàn tục làm ngoại đạo.

Các tỳ-kheo-ni Trưởng lão nghe, bằng mọi cách quở trách... *(cho đến câu)*:

"Nay Ta vì các tỳ-kheo-ni kết giới *(cũng như trên đã nói)*. Từ nay giới này nên nói như vầy:

b. Giới văn

Tỳ-kheo-ni nào cùng nam tử đứng nói chuyện chỗ tối,[265] phạm Ba-dật-đề."

Nếu nói chuyện chỗ tối thì mỗi lời nói, phạm một Ba-dật-đề. Thức-xoa-ma-na, sa-di-ni, phạm Đột-kiết-la.

Nếu nghi là chỗ có sự sợ sệt, hoặc đèn tắt bất ngờ thì không phạm.

ĐIỀU 129. NGỒI TRÊN GIƯỜNG KHÔNG HỎI CHỦ NHÀ[266]

a. Duyên khởi

Bấy giờ, các tỳ-kheo-ni tùy theo gia đình quen biết, (khi đến)* vội ngồi nơi giường của họ. Các bạch y **[93b01]** cơ hiềm nói:

"Không thích thấy những hạng người xui xẻo*[267] này, hạng

---

[263] Pāli, *Pāc.* 11. *Tứ phần, điều 86; Tăng-kỳ*, 123.

[264] *Tứ phần:* Ám thất 闇室. 🔲 *rattandhakāre appadīpe*, trong bóng tối ban đêm không đèn.

[265] Pāli, *Pāc.*11: "Một mình cùng người nam đứng hay nói chuyện trong đêm tối không đèn đuốc."

[266] Pāli, *Pāc.* 16. *Tứ phần, điều 84. Căn bản ni, điều 96.*

[267] Hán: Bất cát lợi vật 不吉利物.

người không biết chỗ nào nên ngồi, chỗ nào không nên ngồi, không có tác phong!"

Các tỳ-kheo-ni Trưởng lão nghe, bằng mọi cách quở trách... *(cho đến câu)*:

"Nay Ta vì các tỳ-kheo-ni kết giới *(cũng như trên đã nói)*. Từ nay giới này nên nói như vầy:

b. Giới văn

Tỳ-kheo-ni nào[268] **không nói với người chủ mà vội ngồi**[269]**giường của họ, Ba-dật-đề."**

Thức-xoa-ma-na, sa-di-ni, phạm Đột-kiết-la. Nếu người chủ bảo ngồi thì không phạm.

ĐIỀU 130. CHO BẠCH Y VÀ NGOẠI ĐẠO NAM THỨC ĂN

a. Duyên khởi

Bấy giờ, các tỳ-kheo-ni tự tay cho thức ăn bạch y và nam tử ngoại đạo. Họ nghĩ như vầy: 'Chắc tỳ-kheo-ni này có tâm đắm nhiễm nên cho ta thức ăn,' nên trêu chọc nói lời thô ác dâm dục.

Các Trưởng lão tỳ-kheo-ni nghe, bằng mọi cách quở trách... *(cho đến câu)*:

"Nay Ta vì các tỳ-kheo-ni kết giới *(cũng như trên đã nói)*. Từ nay giới này nên nói như vầy:

b. Giới văn

Tỳ-kheo-ni nào tự tay cho bạch y và ngoại đạo nam tử **thức ăn, Ba-dật-đề."**

Thức-xoa-ma-na, sa-di-ni, phạm Đột-kiết-la.

Nếu không tự tay cho và tự tay cho bà con, đều không phạm.

Xong một trăm ba mươi việc.

---

[268] Tham chiếu, Pāli, *Pāc.* 16, thêm chi tiết: "sau bữa ăn trưa" (*pacchābhattaṃ*).
[269] Pāli "ngồi hoặc nằm."

ĐIỀU 131. ĐẾN NHÀ BẠCH Y NÓI LỖI TỲ-KHEO

a. Duyên khởi

Bấy giờ, các tỳ-kheo-ni đến các bạch y nói tội lỗi của các tỳ-kheo: "Tỳ-kheo kia phá giới, phá kiến, phá oai nghi."

Các tỳ-kheo nghe nổi giận không giáo giới.

Các tỳ-kheo-ni Trưởng lão nghe, bằng mọi cách quở trách rồi đem việc này bạch lên Phật. Nhân việc này đức Phật tập hợp hai bộ Tăng, hỏi các tỳ-kheo-ni:

"Các cô có thật vậy không?"

Thưa:

"Thật vậy, bạch đức Thế Tôn."

Đức Phật bằng mọi cách quở trách:

"Trước đây Ta đâu không vì các cô nói Tám kính pháp hay sao!"

Bằng mọi cách quở trách rồi, Phật bảo các tỳ-kheo:

"Nay Ta vì các tỳ-kheo-ni kết giới. Từ nay giới này nên nói như vầy:

b. Giới văn

Tỳ-kheo-ni nào đến nhà bạch y nói lỗi của các tỳ-kheo, Ba-dật-đề."

Thức-xoa-ma-na, sa-di-ni, phạm Đột-kiết-la.

Nếu bạch y trước đã nghe mà hỏi, thì nên hỏi lại rằng: "Ngươi nghe thế nào?"

Nếu nói:

"Tôi nghe như vậy, như vậy. Các tỳ-kheo-ni nghe cũng như vậy. Sau đó đem sự thật mà trả lời thì không phạm.

ĐIỀU 132. TỰ ĐÁNH VÀO MÌNH KHÓC LA[270]

a. Duyên khởi

Bấy giờ, Tỳ-kheo-ni Chiên-trà Tu-ma-na[271] cùng người đấu tranh rồi tự đấm, tự đánh (vào người)* la khóc lớn.

Các Trưởng lão tỳ-kheo-ni nghe, bằng mọi cách quở trách... *(cho đến câu)*:

"Nay Ta vì các tỳ-kheo-ni kết giới *(cũng như trên đã nói)*. Từ nay giới này nên nói như vầy:

b. Giới văn

Tỳ-kheo-ni nào cùng người đấu tranh[272] rồi tự đánh (thân mình)* khóc la,[273] [93c01] Ba-dật-đề."

Nếu tự đấm, tự đánh, mỗi cú đấm, đánh, đều phạm một Ba-dật-đề.[274] Thức-xoa-ma-na, sa-di-ni, phạm Đột-kiết-la.

ĐIỀU 133. THUẬT LỜI NGHE KHÔNG RÕ[275]

a. Duyên khởi

Bấy giờ, các tỳ-kheo-ni từ xa cùng nhau chỉ tay về Chiên-trà Tu-ma-na nói việc đấu tranh bà ta. (Chiên-trà Tu-ma-na)* liền ngỡ mình đã bị mắng, bèn la to, nói:

"Các tỳ-kheo-ni mắng tôi."

Các tỳ-kheo-ni liền đến hỏi:

---

[270] *Tứ phần,* điều 89. *Căn bản ni,* điều 90. Pāli, *Pāc.* 20, Vin. iv. 77.

[271] *Tứ phần:* Tỳ-kheo-ni Ca-la.

[272] Hán: Đấu tránh 鬪諍. *bhaṇḍitvā,* tranh luận.

[273] *Tứ phần:* Đấm ngực la khóc; *Căn bản ni:* "...vì giận hờn mà tự đấm ngực..." *vadhitā vadhitā rodheyya,* tự đấm mình liên hồi, rồi khóc.

[274] *Tứ phần:* mỗi lần đấm ngực là phạm một Ba-dật-đề; rơi một giọt nước mắt, phạm một Ba-dật-đề. phải đủ cả hai yếu tố, tự đấm và khóc. Tự đấm mà không khóc, hay chỉ khóc mà không tự đấm, phạm Đột-kiết-la.

[275] *Tứ phần,* điều 87. *Căn bản ni,* Ba-dật-đề 92. Pāli, *Pāc.* 18.

"Chúng tôi mắng cô như thế nào?"

Cô ta không biết trả lời thế nào! Các Trưởng lão tỳ-kheo-ni nghe, bằng mọi cách quở trách:

"Tại sao tỳ-kheo-ni không lắng nghe rõ lời của người khác mà lại vọng nói là mắng mình... *(cho đến câu)*:

"Nay Ta vì các tỳ-kheo-ni kết giới *(cũng như trên đã nói)*. Từ nay giới này nên nói như vầy:

b. Giới văn

Tỳ-kheo-ni nào, không nghe rõ lời người mà vọng sân người ta, Ba-dật-đề.[276]

Thức-xoa-ma-na, sa-di-ni, phạm Đột-kiết-la.

ĐIỀU 134. THỀ THỐT[277]

a. Duyên khởi

Bấy giờ, các tỳ-kheo-ni cùng nhau tranh cãi, mỗi người đều thốt lên lời thề: 'Nếu tôi như vậy sẽ đọa địa ngục, thọ tội như Điều-đạt, Cù-già-lê. Tôi cũng sẽ như vậy. Nếu tôi không như vậy thì cô sẽ thọ tội như vậy.'

Các tỳ-kheo-ni Trưởng lão nghe, bằng mọi cách quở trách... *(cho đến câu)*:

"Nay Ta vì các tỳ-kheo-ni kết giới *(cũng như trên đã nói)*. Từ nay giới này nên nói như vầy:

b. Giới văn

Tỳ-kheo-ni nào tự thề thốt, sự thật là nhằm nguyền rủa người khác,[278] **phạm Ba-dật-đề.**"

---

[276] *Căn bản ni*: "...không xét kỹ mà lại cật vấn..." [Pāli] *duggahitena dūpadhāritena paraṃ ujjhāpeyya*, do không hiểu rõ, do hiểu nhầm, khiến người khác bị hiềm trách.

[277] Pāli, *Pāc.* 19. *Tứ phần, điều 88. Căn bản ni: điều 91.*

[278] *Tứ phần*: "Sẽ đọa vào ba đường dữ, không sanh trong Phật pháp".

Người lập lời thề như vậy, mỗi lời phạm một Ba-dật-đề. Thức-xoa-ma-na, sa-di-ni, phạm Đột-kiết-la.

ĐIỀU 135. ĐỔ ĐẠI TIỂU TIỆN RA NGOÀI TƯỜNG[279]

a. Duyên khởi

Bấy giờ, các tỳ-kheo-ni đổ nước tiểu, phân ra ngoài tường rào làm dính hôi nhớp người và phi nhơn. Khi ấy, có đại thần bà-la-môn vừa bị cách chức, lại ra sức chạy tịnh, thanh khiết. Sáng sớm hôm ấy, ông ta tắm rửa, mặc y phục xông hương, để đến thiên miếu cầu phục chức quan. Ông trùm đầu đi đường vì sợ gặp người cạo tóc, (sa-môn)* mặc y cắt rọc. Khi đến ngoài tường (tu viện)* tỳ-kheo-ni, gặp ngay lúc các cô đổ phân và nước tiểu (ra ngoài)* trúng trên đầu, chảy tràn cả mình ông ta. Ông ta quá tức giận nói: "Ta sợ gặp người không may mắn này, mà nay lại bị đổ phân và nước tiểu (đầy cả người),* chắc số mạng của ta gặp phải chuyện không may. Dù vậy, ta cũng cần phải đến chỗ Vua Ba-tư-nặc thưa để giết bọn nữ tì trọc đầu này."[280]

Lúc ấy, ông liền quay lại, gặp một thầy tướng bà-la-môn.[281] Bà-la-môn hỏi: "Tại sao ông như vậy?"

(Vị quan vừa bị cách chức kia)* trả lời đúng sự thật đã xảy ra.

Ông thầy tướng nói:

"Đây là điềm rất may mắn, hôm nay ông sẽ được một ngàn kim tiền, lại được phục chức cũ."[282]

Bởi sân hận không nhịn được, mang cả thân hình bị nhớp phân

Căn bản ni: "...đem phạm hạnh ra mà thề thốt..." Pāli *nirayena brahmacariyena vā abhisapeyya*, nguyền rủa bằng địa ngục hay phạm hạnh.

[279] *Tăng-kỳ, Thập tụng, Tứ phần*, điều 78, 136. *Căn bản*, điều 80. Pāli, *Pāc*. 8.

[280] *Tứ phần*: Vị đại thần ấy nói: "Tôi sẽ đến quan đoán sự thưa kiện việc này!" Pāli ông châm lửa, đòi đốt chùa.

[281] Pāli một ưu-bà-tắc tình cờ đi đến.

[282] *Tứ phần*: "Thôi, đừng nên đến kiện thưa làm gì. Lắm khi không được kiện mà lại mắc tội nữa." Pāli Ưu-bà-tắc này nói: "Điềm tốt đấy!"

này đến thẳng chỗ vua.

Vua hỏi:

"Vì sao như vậy?"

(Vị quan)* liền đem sự việc trình bày lại đầy đủ. Vua vỗ tay cười lớn và, liền ra lệnh ban cho một ngàn kim tiền, cho **[94a01]** phục chức quan trước. Các quan tả hữu của nhà vua liền cơ hiềm nói:

"Quăng phân làm nhơ người chứ đâu phải là có ý tế vật cầu đạo!"

Các tỳ-kheo-ni Trưởng lão nghe, bằng mọi cách quở trách... *(cho đến câu)*:

"Nay Ta vì các tỳ-kheo-ni kết giới *(cũng như trên đã nói)*. Từ nay giới này nên nói như vầy:

b. Giới văn

> **Tỳ-kheo-ni nào quăng phân nước tiểu ra ngoài tường rào,**[283] **hay khiến người quăng, Ba-dật-đề."**

Thức-xoa-ma-na, sa-di-ni, phạm Đột-kiết-la.

ĐIỀU 136. QUĂNG RÁC BỤI VÀ THỨC ĂN DƯ RA NGOÀI TƯỜNG

a. Duyên khởi

Bấy giờ, các tỳ-kheo-ni quăng rác rưởi và thức ăn còn dư ra ngoài tường rào, làm dính nhơ người và phi nhơn. Các bạch y thấy cơ hiềm nói:

"Tại sao tỳ-kheo-ni cách vách tường mà quăng rác rưởi làm dính nhơ người. Những người này không biết phép lịch sự."

Các tỳ-kheo-ni Trưởng lão nghe, bằng mọi cách quở trách... *(cho đến câu)*:

---

[283] *Tứ phần, điều 78:* ban đêm đại tiểu tiện trong bô, sáng ngày đem đổ bên ngoài tường mà không xem trước. ⬚ đổ phân, nước tiểu, rác, cơm dư bên ngoài tường.

"Nay Ta vì các tỳ-kheo-ni kết giới (*cũng như trên đã nói*). Từ nay giới này nên nói như vầy:

b. Giới văn

Tỳ-kheo-ni nào quăng rác rưởi và thức ăn dư ra ngoài tường vách hoặc sai người quăng, Ba-dật-đề."

Thức-xoa-ma-na, sa-di-ni, phạm Đột-kiết-la.

ĐIỀU 137. ĐẠI TIỂU TIỆN TRÊN CỎ TƯƠI[284]

a. Duyên khởi

Bấy giờ, trước tinh xá vườn vua, đất rất bằng phẳng, có loại cỏ rất mềm mại,[285] mọi người thường đến vui chơi nơi đó, làm loạn động sự tọa thiền, hành đạo của các tỳ-kheo-ni. Các tỳ-kheo-ni chán ngán lo ngại, bèn rủ nhau đại tiểu tiện trong đó, làm nhơ không còn sạch, để đuổi mọi người.

Sau đó, như thường lệ mọi người đến vui chơi, tay, chân y phục mọi vật của họ đều bị nhớp. Họ nổi giận nói:

"Ở nơi đây, ai đã đại tiểu tiện tung vãi khắp nơi thế này?!"

Có người nói:

"Là tỳ-kheo-ni."

Mọi người đều cơ hiềm, nói:

"Những người này xuất gia cầu đạo thanh tịnh, tại sao lại làm nhơ nhớp chỗ sạch sẽ, cắt đứt sự vui của mọi người như thế?!"

Các Trưởng lão tỳ-kheo-ni nghe, bằng mọi cách quở trách... (*cho đến câu*):

"Nay Ta vì các tỳ-kheo-ni kết giới (*cũng như trên đã nói*). Từ nay

---

[284] *Tăng-kỳ*, điều 139. *Tứ phần*, điều 77. *Thập tụng*, điều 174. *Căn bản ni*: điều 79. Pāli, *Pāc*. 9.

[285] *Tứ phần*: cỏ Kết lũ (Kết lũ thảo 結縷草?). TNM: cỏ già lâu (già lâu thảo 茄蔞草), cỏ lau (?) Thiều Chửu. 〔巴利〕 *harita*, rau cỏ, các thứ xanh tươi; được giải thích là trồng để làm thức ăn cho con người.

giới này nên nói như vầy:

b. Giới văn

Tỳ-kheo-ni nào đại tiểu tiện trên[286] **cỏ tươi, Ba-dật-đề.”**

Thức-xoa-ma-na, sa-di-ni, phạm Đột-kiết-la. Nếu bị cấp bệnh thì không phạm.

ĐIỀU 138. QUĂNG RÁC, BỤI, THỨC ĂN DƯ TRÊN CỎ TƯƠI

a. Duyên khởi

Bấy giờ, các tỳ-kheo-ni lại quăng rác rưởi, thức ăn dư nơi vùng đất trước tinh xá vườn của vua, để đuổi khéo mọi người. Các bạch y cơ hiềm.

Tỳ-kheo-ni Trưởng lão nghe, bằng mọi cách quở trách... *(cho đến câu)*:

“Nay Ta vì các tỳ-kheo-ni kết giới *(cũng như trên đã nói)*. Từ nay giới này nên nói như vầy:

b. Giới văn

Tỳ-kheo-ni nào quăng rác rưởi, thức ăn dư trên cỏ tươi, Ba-dật-đề.”

Thức-xoa-ma-na, sa-di-ni, phạm Đột-kiết-la.

Nếu quăng trong hầm, không phải chỗ sạch thì không phạm.

ĐIỀU 139. NGỦ NƠI NHÀ “CÓ THỨC ĂN”

a. Duyên khởi

[94b01] Bấy giờ, các tỳ-kheo-ni ngủ nơi nhà “có thức ăn”, nên khi nghe tiếng vợ chồng họ giao hội, sanh tâm ái dục không thích sống đạo, có người hoàn tục làm ngoại đạo.

Các Trưởng lão tỳ-kheo-ni nghe, bằng mọi cách quở trách... *(cho đến câu)*:

---

[286] *Căn bản ni*: Đại tiểu tiện và khạc nhổ. [287] Đổ nước tiểu, phân, rác rưởi, thức ăn thừa, trên cỏ xanh.

"Nay Ta vì các tỳ-kheo-ni kết giới *(cũng như trên đã nói)*. Từ nay giới này nên nói như vầy:

b. Giới văn

Tỳ-kheo-ni nào ngủ nơi nhà 'có thức ăn', Ba-dật-đề."

Có thức ăn: Nơi nam nữ có tình tứ giao hội. Thức-xoa-ma-na, sa-di-ni, phạm Đột-kiết-la.

Nếu có bệnh cần ở lại hay các nạn khởi thì không phạm.

ĐIỀU 140. TỲ-KHEO NHƯ PHÁP HỎI KHÔNG TRẢ LỜI

a. Duyên khởi

Bấy giờ, các tỳ-kheo hỏi các tỳ-kheo-ni:

"Nhà ông bà... ở đâu? Đường này đi về đâu?"

Các tỳ-kheo-ni khinh mạn không trả lời.

Các tỳ-kheo giận, hiềm trách, không giáo giới nữa, nên (các tỳ-kheo-ni) ngu ám, vô tri, không thể học giới.

Các tỳ-kheo-ni Trưởng lão nghe, bằng mọi cách quở trách... *(cho đến câu)*:

"Nay Ta vì các tỳ-kheo-ni kết giới *(cũng như trên đã nói)*. Từ nay giới này nên nói như vầy:

"Tỳ-kheo-ni nào được tỳ-kheo hỏi mà không trả lời, phạm Ba-dật-đề."

Khi ấy Lục quần tỳ-kheo dùng lời thô ác hỏi tỳ-kheo-ni. Tỳ-kheo-ni tuy trả lời mà ôm lòng xấu hổ, nên đem việc này bạch lên Phật. Nhân việc này đức Phật tập hợp hai bộ Tăng, bảo các tỳ-kheo:

"Nay cho phép các tỳ-kheo-ni nếu tỳ-kheo như pháp hỏi thì nên trả lời. Từ nay giới này nên nói như vầy:

b. Giới văn

Tỳ-kheo-ni nào, nếu được tỳ-kheo hỏi mà không trả lời, Ba-dật-đề."

Thức-xoa-ma-na, sa-di-ni, phạm Đột-kiết-la.

Nếu trước đó có sự cơ hiềm với nhau, không cùng nói chuyện, không trả lời thì không phạm.

Xong một trăm bốn mươi việc.

ĐIỀU 141. NGỒI XE ĐI[287]

a. Duyên khởi

Bấy giờ các tỳ-kheo-ni ngồi xe đi đến nhà bạch y. Các bạch y cơ hiềm nói:

"Các tỳ-kheo-ni này như phu nhơn của vua, như phụ nữ của nhà hào quí ngồi xe đi lại, không có nghi pháp."

Các tỳ-kheo-ni Trưởng lão nghe, bằng mọi cách quở trách... *(cho đến câu)*:

"Nay Ta vì các tỳ-kheo-ni kết giới *(cũng như trên đã nói)*. Từ nay giới này nên nói như vầy:

b. Giới văn

Tỳ-kheo-ni nào ngồi xe đi lại,[288] **phạm Ba-dật-đề."**

Xe: Đi các loại xe voi, ngựa, cho đến mang guốc (giày, dép)* đều gọi là xe.[289]

Thức-xoa-ma-na, sa-di-ni, phạm Đột-kiết-la.

Nếu già, bệnh hay bị cường lực ép buộc, hay trên đường đi.... cho đến ngón chân bị đau, đều không phạm.[290]

---

[287] *Tăng-kỳ,* điều 110-111. *Tứ phần,* điều 159. *Thập tụng:* Điều 145. Pāli, *Pāc.* 85.

[288] *Tứ phần:* Không bệnh, ngồi xe cộ mà đi.

[289] *Tứ phần:* Có bốn loại, cộ bằng voi, cộ bằng ngựa, cộ bằng xe, cộ do người đi bộ. [Pāli] *yāna,* định nghĩa: *vayhā,* kiệu đi núi, *ratha,* xe do con vật kéo, *sakaṭa,* xe tải, *sandamānikā,* chiến xa, *sivikā,* cáng, *pāṭaṅkī,* kiệu.

[290] Bản Hán, hết quyển 13.

ĐIỀU 142. MANG DÉP DA, CẦM DÙ[291]

a. Duyên khởi

[94c07] Bấy giờ các tỳ-kheo-ni mang dép da,[292] cầm dù đến các nhà bạch y. Các bạch y cơ hiềm nói:

"Các tỳ-kheo-ni này đi lại như dâm nữ."

Các Trưởng lão tỳ-kheo-ni nghe, bằng mọi cách quở trách... *(cho đến câu)*:

"Nay Ta vì các tỳ-kheo-ni kết giới *(cũng như trên đã nói)*. Từ nay giới này nên nói như vầy:

b. Giới văn

Tỳ-kheo-ni nào mang dép da, cầm dù đi, Ba-dật-đề."

Dù: Kể cả dù bằng cỏ.

Dép da: Cho đến chỉ một lớp.

Thức-xoa-ma-na, sa-di-ni, phạm Đột-kiết-la.

Không phạm như trên.

ĐIỀU 143. ĐEM NƯỚC MỜI TỲ-KHEO VÀ QUẠT HẦU TỲ-KHEO[293]

a. Duyên khởi

Bấy giờ, có hai vợ chồng xuất gia cùng một lúc. Vị tỳ-kheo chồng kia khất thực rồi đem đến trú xứ vị tỳ-kheo-ni vợ để ăn. Vị tỳ-kheo-ni vợ cầm bình nước đứng trước, rót nước mời và quạt hầu, vấn an sức khỏe. Vị tỳ-kheo chồng kia cúi đầu ăn, không ngó, không nói chuyện. Vị tỳ-kheo này khi còn là bạch y có tư thông với một người nữ, cũng đã xuất gia tại trú xứ này. Cô ta đến gặp ông, tỳ-kheo liền cười. Tỳ-

---

[291] *Tăng-kỳ, điều 111 (Giới bản 112)-112. Tứ phần, điều 158. Thập tụng, điều 148. Căn bản ni, điều 157 & 158. Pāli, Pāc. 84.*

[292] *Tứ phần, Ngũ phần, Tăng-kỳ, giống nhau: cách tỉ 革屣. Căn bản ni (điều 158): Thể sắc hài lý 彩色鞋履, giày dép màu sắc. upāhana, giày dép (chung các thứ).*

[293] *Tăng-kỳ, điều 79. Tứ phần, điều 75. Thập tụng, điều 77. Pāli, Pāc. 6.*

kheo-ni vợ kia tâm ghen phát khởi, liền dùng bình đựng nước đánh bể đầu tỳ-kheo chồng.

Các tỳ-kheo-ni quở trách:

"Tại sao tỳ-kheo-ni lại cầm bình nước và quạt đứng trước tỳ-kheo mời nước và quạt hầu rồi đánh bể đầu tỳ-kheo?!"

Các tỳ-kheo-ni Trưởng lão nghe, bằng mọi cách quở trách... *(cho đến câu)*:

"Nay Ta vì các tỳ-kheo-ni kết giới *(cũng như trên đã nói)*. Từ nay giới này nên nói như vầy:

b. Giới văn

Tỳ-kheo-ni nào cầm bình nước và quạt đứng trước²⁹⁴ tỳ-kheo hoặc mời nước hay quạt hầu, Ba-dật-đề."

Nếu muốn mời nước thì mời xong nên (đứng)* cách xa chứ không nên đứng ở trước.

Thức-xoa-ma-na, sa-di-ni, phạm Đột-kiết-la.

ĐIỀU 144. ĐỌC KINH TRỊ BỆNH

a. Duyên khởi

Bấy giờ, các tỳ-kheo-ni đọc tụng kinh về phương pháp trị bệnh. Các bạch y cơ hiềm nói:

"Những người này chỉ học y thuật, không có ý cầu đạo, sao không dùng thì giờ ấy đọc kinh Phật?"

Các Trưởng lão tỳ-kheo-ni nghe, bằng mọi cách quở trách... *(cho đến câu)*:

"Nay Ta vì các tỳ-kheo-ni **[95a01]** kết giới *(cũng như trên đã nói)*. Từ nay giới này nên nói như vầy:

---

²⁹⁴ *Tứ phần*: "...cung cấp nước, cầm quạt quạt." *Tăng-kỳ*: "... cung cấp nước và quạt..."

b. Giới văn

> **Tỳ-kheo-ni nào đọc tụng kinh về cách trị bệnh, Ba-dật-đề."**

Thức-xoa-ma-na, sa-di-ni, phạm Đột-kiết-la.

Nếu vì mình bệnh, hay vì lòng từ mẫn, hoặc vì cường lực bắt đọc thì không phạm.

ĐIỀU 145. DẠY NGƯỜI KHÁC ĐỌC KINH TRỊ BỆNH

a. Duyên khởi

Bấy giờ, các tỳ-kheo-ni dạy người khác đọc tụng kinh về cách trị bệnh. Các bạch y chê trách.

Các Trưởng lão tỳ-kheo-ni nghe, bằng mọi cách quở trách... *(cho đến câu)*:

"Nay Ta vì các tỳ-kheo-ni kết giới *(cũng như trên đã nói)*. Từ nay giới này nên nói như vầy:

b. Giới văn

> **Tỳ-kheo-ni nào dạy người khác đọc tụng kinh về cách trị bệnh, Ba-dật-đề."**

Ngoài ra như giới trên đã nói.

ĐIỀU 146. TRỊ BỆNH LÀM KẾ SINH NHAI

a. Duyên khởi

Bấy giờ, các tỳ-kheo-ni vì người trị bệnh, cùng nhau nấu, giã các loại thuốc để trị bệnh cho người, suốt đêm chưa từng nghỉ ngơi. Các bạch y thấy chê trách, nói:

> "Những người này như thầy thuốc hay học trò của thầy thuốc, tại sao không cầu đạo để chữa bệnh sanh-tử, mà lại kinh doanh những việc của thế tục làm gì?"

Các Trưởng lão tỳ-kheo-ni nghe, bằng mọi cách quở trách... *(cho đến câu)*:

"Nay Ta vì các tỳ-kheo-ni kết giới *(cũng như trên đã nói)*. Từ nay giới này được nói như sau:

b. Giới văn

Tỳ-kheo-ni nào vì người trị bệnh để làm kế sinh nhai, Ba-dật-đề."

Thức-xoa-ma-na, sa-di-ni, phạm Đột-kiết-la.

Nếu vì lòng thương hay bị cường lực bắt buộc, không vì lợi dưỡng, thì không phạm.

ĐIỀU 147. VÌ KẾ SINH NHAI DẠY NGƯỜI TRỊ BỆNH

a. Duyên khởi

Bấy giờ, các tỳ-kheo-ni dạy người trị bệnh. Các bạch y đến yêu cầu vì tôi nói pháp thì lại nói:

"Bệnh nóng trị như thế này, bệnh lạnh trị như thế này, bệnh phong trị như thế này, các phương pháp trị bệnh là như vậy."

Các bạch y nói:

"Tôi vì pháp đến đây chứ không vì chữa bệnh."

Lại cơ hiềm nói:

"Những người này chỉ học y thuật, không biết chi đạo pháp, nếu không như vậy tại sao không dùng pháp dạy tôi?!"

Các tỳ-kheo-ni Trưởng lão nghe, bằng mọi cách quở trách... *(cho đến câu)*:

"Nay Ta vì các tỳ-kheo-ni kết giới *(cũng như trên đã nói)*. Từ nay giới này nên nói như vầy:

b. Giới văn

Tỳ-kheo-ni nào vì kế sinh nhai dạy người trị bệnh, Ba-dật-đề"

Ngoài ra như giới trước đã nói.

ĐIỀU 148. VÌ SỰ ĂN UỐNG LÀM VIỆC CHO NHÀ BẠCH Y[295]

a. Duyên khởi

Bấy giờ, các tỳ-kheo-ni vì các gia đình quen biết làm việc. Các Cư-sĩ cơ hiềm nói:

"Những người này bỏ làm (việc)* nhà mình đi làm (việc)* nhà người, không có hạnh sa-môn, phá pháp sa-môn."

Các tỳ-kheo-ni Trưởng lão nghe, bằng mọi cách quở trách... *(cho đến câu)*:

"Nay Ta vì các tỳ-kheo-ni kết giới *(cũng như trên đã nói)*. Từ nay giới này nên nói như vầy:

b. Giới văn

[95b01] **Tỳ-kheo-ni nào vì ăn uống nên làm (việc)* cho nhà bạch y,[296] phạm Ba-dật-đề."**

Thức-xoa-ma-na, sa-di-ni, phạm Đột-kiết-la.

Nếu vì lòng thương hay bị cường lực áp bức thì không phạm.

ĐIỀU 149. CÙNG PHỤ NỮ BẠCH Y VÀ NGOẠI ĐẠO ĐẮP CHUNG Y

a. Duyên khởi

Bấy giờ, các tỳ-kheo-ni cùng nằm với phụ nữ bạch y và ngoại đạo đắp chung y (chăn), thân thể xúc chạm nhau, sanh tâm ái dục, không thích phạm hạnh, đưa đến hoàn tục làm ngoại đạo. Sau đó, các phụ nữ tùy theo chỗ quen biết nói:

"Tỳ-kheo-ni... có thân hình đẹp như vậy, như vậy."

Thời gian sau, các bạch y gặp tỳ-kheo-ni liền chỉ trở trêu cợt nói:

"Chính tỳ-kheo-ni này, chính tỳ-kheo-ni kia, cô có thân hình

---

[295] Pāli, *Pāc.* 44. Căn bản, điều 153. Cf. *Tứ phần*, điều 113. *Tăng-kỳ*, điều 84. *Thập tụng*, điều 142.

[296] Pāli *gihiveyyāvaccaṃ kareyya*, chấp tác công việc gia đình, phục dịch người tại gia. *Tứ phần*, điều 113: Làm người sai khiến cho bạch y.

đẹp!" Các tỳ-kheo-ni vì việc này hổ thẹn.

Các tỳ-kheo-ni Trưởng lão nghe, bằng mọi cách quở trách... *(cho đến câu)*:

"Nay Ta vì các tỳ-kheo-ni kết giới *(cũng như trên đã nói)*. Từ nay giới này nên nói như vầy:

b. Giới văn

> **Tỳ-kheo-ni nào cùng nằm với phụ nữ bạch y và ngoại đạo, đắp chung y, Ba-dật-đề."**

Nếu nằm cùng một giường thì phải mặc nội y để cho cách nhau. Thức-xoa-ma-na, sa-di-ni, phạm Đột-kiết-la.

ĐIỀU 150. NẰM VỚI TỲ-KHEO-NI, THỨC-XOA-MA-NA, SA- DI-NI ĐẮP CHUNG Y

a. Duyên khởi

Bấy giờ, các tỳ-kheo-ni nằm cùng với (tỳ-kheo-ni),* thức-xoa-ma-na, sa-di-ni cùng đắp chung y... *(cho đến câu)*:

"Nay Ta vì các tỳ-kheo-ni kết giới *(cũng như trên đã nói)*. Từ nay giới này nên nói như vầy:

> **Tỳ-kheo-ni nào cùng nằm với tỳ-kheo-ni, thức-xoa-ma-na, sa-di-ni cùng đắp chung y, Ba-dật-đề."**

Ngoài ra như giới trước đã nói.

Bấy giờ các tỳ-kheo-ni cùng ngủ với phụ nữ bạch y và ngoại đạo trùm (chăn)* lại với nhau, cùng thấy hình thể nhau, sanh tâm ái dục... *(cho đến câu)*:

"Nay Ta vì các tỳ-kheo-ni kết giới *(cũng như trên đã nói)*. Từ nay giới này nên nói như vầy:

> **Tỳ-kheo-ni nào cùng ngủ với phụ nữ bạch y và ngoại đạo trùm (chăn)* lại với nhau, Ba-dật-đề."**

Ngoài ra như giới trên đã nói.

Nếu trước đã có phủ rồi sau phủ lại thì không phạm.

Bấy giờ các tỳ-kheo-ni cùng ngủ với tỳ-kheo-ni, thức-xoa-ma-na, sa-di-ni cùng phủ (chăn)* lại với nhau nên cùng thấy hình thể nhau... *(cho đến câu)*:

"Nay Ta vì các tỳ-kheo-ni kết giới *(cũng như trên đã nói)*. Từ nay giới này nên nói như vầy:

b. Giới văn

> **Tỳ-kheo-ni nào cùng ngủ với tỳ-kheo-ni, thức-xoa-ma-na, sa-di-ni phủ (chăn)* lại với nhau, Ba-dật-đề."**

Ngoài ra như giới trên đã nói.

Xong một trăm năm mươi việc.

ĐIỀU 151. DÙNG HƯƠNG THOA VÀO THÂN²⁹⁷

a. Duyên khởi

Bấy giờ, các tỳ-kheo-ni dùng hương thoa vào thân, cũng khiến người thoa vào thân, nên sanh tâm ái dục, không thích tu phạm hạnh, đến nỗi hoàn tục làm ngoại đạo.

Các bạch y **[95c01]** nghe mùi hương đó cơ hiềm nói:

"Những người này dùng hương thoa vào thân, giống như dâm nữ, không hạnh sa-môn, phá pháp sa-môn."

Các tỳ-kheo-ni Trưởng lão nghe, bằng mọi cách quở trách... *(cho đến câu)*:

"Nay Ta vì các tỳ-kheo-ni kết giới *(cũng như trên đã nói)*. Từ nay giới này nên nói như vầy:

b. Giới văn

> **Tỳ-kheo-ni nào dùng hương²⁹⁸ thoa vào thân, Ba-dật-đề."**

Hương: Hương của gốc cây, hương của nhánh cây, hương của hoa,

---

²⁹⁷ *Tứ phần,* điều 150. *Thập tụng,* điều 164. *Căn bản,* điều 166 & 167. Pāli, Pāc. 88.

²⁹⁸ *Tứ phần:* Dùng bột hương; Pāli *gandhavaṇṇeka nahāyeyya,* "tắm bằng hương liệu và phẩm màu."

hương của loài trùng, hương của nhựa cây.

Thức-xoa-ma-na, sa-di-ni, phạm Đột-kiết-la.

Nếu vì trị bệnh hay bị cường lực bắt buộc thoa thì không phạm.

ĐIỀU 152. DÙNG CÂY KHÔ NGÂM NƯỚC CỌ XÁT THÂN[299]

a. Duyên khởi

Bấy giờ, các tỳ-kheo-ni dùng cây khô ngâm nước[300] cọ xát vào thân khiến cho sáng mịn. Các bạch y cơ hiềm nói:

"Những người này dùng cây khô ngâm nước cọ xát vào thân khiến cho sáng mịn như dâm nữ, không có hạnh sa-môn, phá pháp sa-môn."

Các tỳ-kheo-ni Trưởng lão nghe, bằng mọi cách quở trách... *(cho đến câu)*:

"Nay Ta vì các tỳ-kheo-ni kết giới *(cũng như trên đã nói)*. Từ nay giới này nên nói như vầy:

b. Giới văn

Tỳ-kheo-ni nào dùng cây khô ngâm nước cọ xát vào thân, Ba-dật-đề."

ĐIỀU 153. KHÔNG BỆNH DÙNG CÂY NGÂM NƯỚC CỌ XÁT VÀO THÂN

a. Duyên khởi

Khi ấy, Tỳ-kheo-ni Bạt-đà Ca-tỳ-la thân thể bị khô, da bị nứt, hỏi thầy thuốc, họ nói:

"Dùng cây khô ngâm nước cọ xát vào thân."

Cô ni nói:

---

[299] *Tứ phần, điều 151. Thập tụng, điều 164; cf. điều 150 trên. Căn bản ni:* Điều 168. Pāli, *Pāc. 89.*

[300] *Tứ phần:* Dùng cặn vừng (mè) (Hồ ma chỉ 胡麻滓). Pāli *piññāka,* nước cặn vừng, bột vừng, tức vừng được nghiền nát thành bột.

"Phật không cho phép tôi dùng cây khô ngâm nước cọ xát vào thân, xin cho lại cách trị liệu khác."

Thầy thuốc nói:

"Không có cách nào khác nữa."

Tỳ-kheo-ni lại nghĩ như vầy:

"Nếu đức Thế-Tôn cho phép khi bệnh được dùng cây khô ngâm nước cọ xát vào thân thì mới thoát khỏi bệnh khổ này."

Rồi đem việc này bạch lên Phật. Nhân việc này đức Phật tập hợp hai bộ Tăng, bảo các tỳ-kheo:

"Nay Ta cho phép tỳ-kheo-ni khi bệnh được dùng cây khô ngâm nước cọ xát vào thân. Từ nay giới này nên nói như vầy:

b. Giới văn

Tỳ-kheo-ni nào không bệnh mà dùng cây khô ngâm nước cọ xát vào thân,[301] **phạm Ba-dật-đề."**

Thức-xoa-ma-na, sa-di-ni, phạm Đột-kiết-la.

ĐIỀU 154. CẤT GIỮ HOẶC ĐEO TRÀNG HOA

a. Duyên khởi

Bấy giờ các tỳ-kheo-ni cất giữ, hoặc đeo tràng hoa, sanh tâm nhiễm trước, không thích tu phạm hạnh, đưa đến việc hoàn tục làm ngoại đạo.

Các tỳ-kheo-ni Trưởng lão nghe, bằng mọi cách quở trách... *(cho đến câu)*:

"Nay Ta vì các tỳ-kheo-ni kết giới *(cũng như trên đã nói)*. Từ nay giới này nên nói như vầy:

b. Giới văn

Tỳ-kheo-ni nào cất giữ hoặc đeo tràng hoa, Ba-dật-đề."

---

[301] *Tứ phần:* "Dùng cặn vừng (mè) thoa chà vào thân". *Pāli:* vāsitena *piññākena nahāyeyya*, tắm bằng nước ướp vừng.

Cho đến dùng cỏ, lá xâu lại đội trên đầu làm đẹp cũng đều gọi là đeo tràng hoa.

Thức-xoa-ma-na, sa-di-ni, phạm Đột-kiết-la.

Nếu bị cường lực bắt buộc thì không phạm.

ĐIỀU 155. ĐEO ANH LẠC QUÍ BÁU

a. Duyên khởi

Bấy giờ, các tỳ-kheo-ni đeo anh lạc báu, rồi sanh tâm ái nhiễm, không thích tu phạm hạnh, **[96a01]** đến nỗi hoàn tục, làm ngoại đạo.

Các tỳ-kheo-ni Trưởng lão thấy, bằng mọi cách quở trách... *(cho đến câu)*:

"Nay Ta vì các tỳ-kheo-ni kết giới *(cũng như trên đã nói)*. Từ nay giới này nên nói như vầy:

b. Giới văn

Tỳ-kheo-ni nào đeo anh lạc báu, Ba-dật-đề."

Cho đến dùng cây làm anh lạc cũng như vậy. Thức-xoa-ma-na, sa-di-ni, phạm Đột-kiết-la.

[Trường hợp] Không phạm thì như đã nêu ở giới trước.

ĐIỀU 156. MẶC ÁO BÓ SÁT THÂN

a. Duyên khởi

Bấy giờ, các tỳ-kheo-ni mặc áo bó sát thân, khiến cho thân hình như gói lại, rồi sanh tâm ái dục... *(cho đến câu)*:

"Nay Ta vì các tỳ-kheo-ni kết giới *(cũng như trên đã nói)*. Từ nay giới này nên nói như vầy:

b. Giới văn

Tỳ-kheo-ni nào mặc áo bó sát thân, Ba-dật-đề."

Thức-xoa-ma-na, sa-di-ni, phạm Đột-kiết-la.

[Trường hợp] Không phạm thì như đã nêu ở giới trước.

ĐIỀU 157. CHỨA ĐỒ TRANG SỨC

a. Duyên khởi

Bấy giờ, các tỳ-kheo-ni cất chứa các thứ trang điểm thân hình nên sanh tâm ái dục... *(cho đến câu):*

"Nay Ta vì các tỳ-kheo-ni kết giới *(cũng như trên đã nói).* Từ nay giới này nên nói như vầy:

b. Giới văn

Tỳ-kheo-ni nào cất chứa các thứ trang điểm thân hình, Ba-dật-đề."

Thức-xoa-ma-na, sa-di-ni, phạm Đột-kiết-la.

ĐIỀU 158. CẤT CHỨA ĐẦU TÓC

a. Duyên khởi

Bấy giờ, các tỳ-kheo-ni cất chứa tóc (đầu)*... *(cho đến câu):*

"Nay Ta vì các tỳ-kheo-ni kết giới *(cũng như trên đã nói).* Từ nay giới này nên nói như vầy:

b. Giới văn

Tỳ-kheo-ni nào cất chứa tóc (đầu)*, Ba-dật-đề."

Tỳ-kheo-ni để tóc dài, Ba-dật-đề.

Thức-xoa-ma-na, sa-di-ni chứa tóc (đầu)* và để tóc dài không cạo, phạm Đột-kiết-la.

Nửa tháng cạo một lần, quá thời gian ấy gọi là tóc dài. Nếu không có người cạo hay bị cường lực bắt buộc không cho cạo thì không phạm.

ĐIỀU 159. ĐEO TRANG SỨC CỦA BẠCH Y[302]

a. Duyên khởi

Bấy giờ, các tỳ-kheo-ni đeo các đồ trang sức của người nữ bạch

---

[302] *Tứ phần, điều 157. Thập tụng, điều 160. Căn bản ni, điều 170. Pāli, Pāc. 87.*

y, rồi sanh tâm ái dục. Khi ấy, người thí chủ của Tỳ-kheo-ni Thâu-la-nan-đà mới cưới vợ. Người vợ đưa đồ trang sức của mình cho (cô ni)* đeo. (Cô ni)* mang rồi trùm đầu nằm ngủ trên giường. Người chồng từ ngoài trở về, muốn gần vợ mình, giở đầu ra mới biết, bèn trách:

"Nếu tôi không giở đầu ra thì tôi đã hành dục, như vậy đâu không mắc phải đại tội?! Tại sao tỳ-kheo-ni lại làm việc này? Không hạnh sa-môn, phá pháp sa-môn."

Các tỳ-kheo-ni Trưởng lão nghe, bằng mọi cách quở trách... *(cho đến câu):*

"Nay Ta vì các tỳ-kheo-ni kết giới *(cũng như trên đã nói).* Từ nay giới này nên nói như vầy:

b. Giới văn

Tỳ-kheo-ni nào đeo[303] **đồ trang sức**[304] **(vào thân)*, Ba-dật-đề."**

Thức-xoa-ma-na, sa-di-ni, phạm Đột-kiết-la.

[Trường hợp] Không phạm thì như đã nêu ở giới trước.

ĐIỀU 160. LÀM ĐỒ TRANG SỨC[305]

a. Duyên khởi

Bấy giờ, các tỳ-kheo-ni vì người làm đồ trang sức thân. Các bạch y cơ hiềm nói:

[96b01] "Những người này như dâm nữ làm đồ trang sức thân."

Các Trưởng lão tỳ-kheo-ni nghe, bằng mọi cách quở trách... *(cho đến câu):*

"Nay Ta vì các tỳ-kheo-ni kết giới *(cũng như trên đã nói).* Từ nay

---

[303] *Tứ phần:* Chứa, cất. Pāli, *Pāc.* 87: *itthālaṅkāraṃ dhāreyya,* mang (đeo) đồ trang sức phụ nữ.

[304] *Tứ phần:* "chứa những đồ trang sức của phụ nữ".

[305] *Tứ phần, điều 157. Thập tụng, điều 160. Căn bản ni, điều 170. Pāli, Pāc. 87.*

giới này nên nói như vầy:

b. Giới văn

Tỳ-kheo-ni nào vì người làm đồ trang sức thân, Ba-dật-đề."

Thức-xoa-ma-na, sa-di-ni, phạm Đột-kiết-la.

Xong một trăm sáu mươi việc.

ĐIỀU 161. TỰ KÉO TƠ[306]

a. Duyên khởi

Bấy giờ, các tỳ-kheo-ni kéo tơ, các bạch y cơ hiềm nói:

"Những người này, y thực đã nhờ người khác, không nghĩ đến việc hành đạo để trả ơn tín thí, lại kéo tơ làm gì?! Không có hạnh sa-môn, phá pháp sa-môn."

Các Trưởng lão tỳ-kheo-ni nghe, bằng mọi cách quở trách... *(cho đến câu)*:

"Nay Ta vì các tỳ-kheo-ni kết giới *(cũng như trên đã nói)*. Từ nay giới này nên nói như vầy:

b. Giới văn

Tỳ-kheo-ni nào kéo tơ, Ba-dật-đề."

Thức-xoa-ma-na, sa-di-ni, phạm Đột-kiết-la.

Nếu làm sợi dây ngồi thiền, cái đãy đựng hay chỉ may y thì không phạm.

ĐIỀU 162. TỰ TIỆN TRẢI NGỌA CỤ KHÔNG HỎI CHỦ[307]

a. Duyên khởi

Bấy giờ, các tỳ-kheo-ni tuỳ theo sự quen biết, ở nhà bạch y trải tọa

---

[306] *Tứ phần, điều 114. Thập tụng, điều 146. Căn bản ni: Điều 156 (& 155). Pāli, Pāc. 43.*

[307] *Pāli, Pāc. 17. Tứ phần, điều 85. Thập tụng, điều 105. Căn bản: điều 97.*

cụ. Các bạch y cơ hiềm, nói:

"Tại sao bỏ nhà mình đến ở nhà người ta?[308] Chúng tôi không thích thấy hạng người xui xẻo này*."

Các Trưởng lão tỳ-kheo-ni nghe, bằng mọi cách quở trách... *(cho đến câu)*:

"Nay Ta vì các tỳ-kheo-ni kết giới *(cũng như trên đã nói)*. Từ nay giới này nên nói như vầy:

b. Giới văn

Tỳ-kheo-ni nào không hỏi bạch y mà tự trải[309]ngọa cụ trong nhà người ta nằm, Ba-dật-đề."

Thức-xoa-ma-na, sa-di-ni, phạm Đột-kiết-la.

Nếu nằm nơi nhà bà con thì không phạm.

ĐIỀU 163. TỰ TIỆN HOẶC SAI NGƯỜI TRẢI TỌA, NGỌA CỤ CỦA CHỦ KHI ĐI KHÔNG DỌN DẸP

a. Duyên khởi

Bấy giờ, các tỳ-kheo-ni ở nhà bạch y tự trải tọa, ngọa cụ của người chủ hoặc sai người trải để nằm ngồi, khi đi không tự đem cất, không bảo người đem cất. Các bạch y cơ hiềm, nói:

"Tại sao tỳ-kheo-ni trải tọa, ngọa cụ của người ta, khi ra đi lại không cất, chúng ta thường vì những người này làm tôi tớ chắc!"

Các tỳ-kheo-ni Trưởng lão nghe, bằng mọi cách quở trách... *(cho đến câu)*:

"Nay Ta vì các tỳ-kheo-ni kết giới *(cũng như trên đã nói)*. Từ nay giới này nên nói như vầy:

---

[308] *Tứ phần:* Có số đông tỳ-kheo-ni trên đường đi đến nước Câu-tát-la, tới một thôn không có trú xứ (không có chùa hay tinh xá). Bản Hán (*Tứ phần*) có thể nhảy sót. Nên thêm: "Vào một nhà nọ." Tham chiếu [Pali] "Đến xin nghỉ đêm tại nhà một người bà-la-môn."

[309] [Pali] trải hay khiến người trải.

b. Giới văn

> Tỳ-kheo-ni nào đến nhà bạch y tự trải toạ, ngoạ cụ của người, hoặc sai người trải, khi ra đi không tự cất, không bảo người cất, Ba-dật-đề.”

Thức-xoa-ma-na, sa-di-ni, phạm Đột-kiết-la.

Nếu có nhờ người dọn thì không phạm.

ĐIỀU 164. TỰ NẤU VẬT SỐNG LÀM THỨC ĂN

a. Duyên khởi

Bấy giờ, các tỳ-kheo-ni tự nấu vật sống làm thức ăn. Các bạch y cơ hiềm nói:

> "Tại sao tỳ-kheo-ni tự nấu sanh vật sống? Đã tự nấu làm thức ăn, **[96c01]** sao lại còn đến người để xin? Không có hạnh sa-môn, phá pháp sa-môn.”

Các Trưởng lão tỳ-kheo-ni nghe, bằng mọi cách quở trách... *(cho đến câu)*:

> "Nay Ta vì các tỳ-kheo-ni kết giới *(cũng như trên đã nói)*. Từ nay giới này nên nói như vầy:

b. Giới văn

> Tỳ-kheo-ni nào tự nấu vật sống làm thức ăn, Ba-dật-đề.”

Nếu vì bệnh thì không phạm.

ĐIỀU 165. TRƯỚC CHO Ở, SAU LẠI HỦY BÁNG

a. Duyên khởi

Bấy giờ, Tỳ-kheo-ni Sai-ma đến thành Xá-vệ; Tỳ-kheo-ni Chiên-trà Tu-ma-na cho mượn tinh xá để ở. Sai-ma chứng đắc tam-muội từ tâm, có oai đức lớn, thành tựu quyến thuộc, các đệ tử Chiên-Trà đều tôn trọng, cùng muốn đi theo Sai-ma.

Chiên-Trà biết điều đó bèn giận mắng:

> "Tôi cho cô mượn tinh xá để ở, tại sao lại dẫn dụ đệ tử của tôi

phản lại?"

Các tỳ-kheo-ni Trưởng lão nghe, bằng mọi cách quở trách:

"Tại sao cho người ta mượn tinh xá rồi sau lại giận hờn hủy báng... *(cho đến câu)*:

"Nay Ta vì các tỳ-kheo-ni kết giới *(cũng như trên đã nói)*. Từ nay giới này nên nói như vầy:

b. Giới văn

Tỳ-kheo-ni nào trước cho người ở rồi sau lại giận hờn hủy báng, Ba-dật-đề."

Thức-xoa-ma-na, sa-di-ni, phạm Đột-kiết-la.

Nếu sự thật đúng như vậy mà sân hận thì không phạm.

ĐIỀU 166. NHỜ NGƯỜI NAM TRỊ BỆNH (MỔ NẶN NHỌT)[310]

a. Duyên khởi

Bấy giờ, Tỳ-kheo-ni Bạt-đà-già Tỳ-la[311] trong bắp vế sinh mụt nhọt, không bạch với Tăng mà vội khiến nam y sĩ mổ ra, nặn mủ, rửa rồi đặt thuốc vào.

Các tỳ-kheo-ni Trưởng lão thấy, quở trách:

"Cô đã ly dục nên có thể như vậy, nếu người chưa ly dục không tránh khỏi phạm đại sự... *(cho đến câu)*:

"Nay Ta vì các tỳ-kheo-ni kết giới *(cũng như trên đã nói)*. Từ nay giới này nên nói như vầy:

---

[310] *Tăng-kỳ*, điều 132 (Giới bản 133). *Tứ phần*, điều 147. *Thập tụng*, điều 162. *Căn bản ni*: Điều 159. Pāli, *Pāc.* 60.

[311] Bạt-đà-già Tỳ-la 跋陀伽毘羅. *Tứ phần*: Thích-súy-sưu 釋翅搜. sakkesu, giữa những người họ Thích. Nhưng ở đây, nhân duyên theo Pāli, Phật tại Xá-vệ.

b. Giới văn

Tỳ-kheo-ni nào không bạch Tăng[312] mà vội nhờ nam tử trị bệnh,[313] Ba-dật-đề."

Nếu muốn nhờ nam tử trị bệnh thì phải đánh kiền chùy tập Tăng đến chỗ người bệnh. Sau đó dùng y trùm hết thân thể, chỉ chừa chỗ cần trị.

Thức-xoa-ma-na, sa-di-ni, phạm Đột-kiết-la.

Nếu nhờ người nữ trị thì không phạm.

ĐIỀU 167. BAN ĐÊM MỞ CỬA RA NGOÀI KHÔNG DẶN NGƯỜI KHÁC ĐÓNG CỬA[314]

a. Duyên khởi

Bấy giờ, các tỳ-kheo-ni ban đêm tự mở toang cửa ra ngoài không dặn người sau đóng. Đêm đó có kẻ trộm đến đoạt hết y bát các tỳ-kheo-ni.

Các tỳ-kheo-ni Trưởng lão nghe, bằng mọi cách quở trách... *(cho đến câu)*:

"Nay Ta vì các tỳ-kheo-ni kết giới *(cũng như trên đã nói)*. Từ nay giới này nên nói như vầy:

b. Giới văn

Tỳ-kheo-ni nào ban đêm tự mở toang cửa ra ngoài không dặn tỳ-kheo-ni khác đóng lại, Ba-dật-đề."

Thức-xoa-ma-na, sa-di-ni, phạm Đột-kiết-la.

Nơi không có sự đe dọa (khủng bố) thì không phạm.

---

[312] *Tứ phần:* "Không thưa với chúng hay người khác." [318] chưa xin phép Tăng hay chúng hứa khả.

[313] *Tăng-kỳ:* Mụt nhọt chỗ kín, từ đầu gối trở lên, từ vai trở xuống. *Tứ phần:* "Thân thể có ung nhọt, và các loại ghẻ."

[314] *Tứ phần, điều 162.*

ĐIỀU 168. ĐẾN NHÀ BẠCH Y PHI THỜI[315]

a. Duyên khởi

Bấy giờ, các tỳ-kheo-ni đến nhà bạch y phi thời. Có một gia đình rất giàu, **[97a01]** bọn trộm thường muốn cướp đoạt mà chưa có cơ hội. (Chúng)* thừa cơ hỏi người đi đường, ai là người thường tới lui nhà này. Có người nói:

"Tỳ-kheo-ni Thâu-la-nan-đà cùng nhà này thân thiện thường tới lui."

Bọn cướp bèn tới nói với Thâu-la-nan-đà:

"Thưa cô, gia đình... mời cô."

Liền theo lời, chiều (Thâu-la-nan-đà)* đến. Người chủ vì cô mở cửa, bọn cướp liền đột nhập, cướp hết tài sản.

Người chủ giận trách nói:

"Nếu tỳ-kheo-ni này không đến phi thời thì, ta không mở cửa và không gặp nạn này! Cúng dường là mong cầu phước mà trái lại đưa đến họa, giống như nuôi oan gia đâu có khác gì!"

Các tỳ-kheo-ni Trưởng lão nghe, bằng mọi cách quở trách... *(cho đến câu):*

"Nay Ta vì các tỳ-kheo-ni kết giới *(cũng như trên đã nói)*. Từ nay giới này nên nói như vầy:

b. Giới văn

Tỳ-kheo-ni nào vào nhà bạch y phi thời, Ba-dật-đề."

ĐIỀU 169. KHÔNG MỜI, PHI THỜI ĐẾN NHÀ BẠCH Y

a. Duyên khởi

Lại có các tỳ-kheo-ni được bạch y mời mà không dám đến, đem việc này bạch lên Phật. Nhân việc này đức Phật tập hợp hai bộ Tăng, bảo các tỳ-kheo:

---

[315] *Tứ phần, điều 161.*

"Nay cho phép tỳ-kheo-ni, nếu bạch y mời thì được đến. Từ nay giới này nên nói như vầy:

b. Giới văn

Tỳ-kheo-ni nào không được bạch y mời mà vào nhà họ phi thời,[316] Ba-dật-đề."

Phi thời: Từ sau giữa ngày cho đến tướng mặt trời chưa xuất hiện.

Nếu bạch y mời, nên xét kỹ, người đưa tin kia có phải là người đáng tin cậy không. Lại nên xét hỏi để biết việc hư thật. Nếu còn có sự nghi thì khi đến cửa phải hỏi trước, gia đình đó thật sự có mời hay không, sau đó mới vào. Lại cần phải tính toán, chẳng phải là lúc đáng sợ chăng?

Nếu đến nhà bạch y phi thời thì bước ra cửa một chân, phạm Đột-kiết-la; bước ra cửa hai chân, phạm Ba-dật-đề.

Thức-xoa-ma-na, sa-di-ni, phạm Đột-kiết-la.

ĐIỀU 170. NGƯỜI CHỦ CHƯA CÓ LỜI MỜI MÀ ĂN

a. Duyên khởi

Bấy giờ, có các cư sĩ mời tỳ-kheo-ni Tăng thọ trai. Trước bữa ăn tỳ-kheo-ni mặc y bưng bát đến nhà kia. (Chư ni)* đến người làm thức ăn, đòi thức uống, hoặc đòi bắt nồi nấu, hoặc đòi cơm. Người làm thức ăn nghĩ như vầy: "Nay sửa soạn thức ăn này chính là vì những người này, cho trước cho sau cũng trở lại (họ thôi)*?!" Liền cho đồ ăn thức uống hết. Đến giờ, người chủ đánh kiền chùy tập hợp Tăng và ra lệnh sai dọn thức ăn ra. Người làm thức ăn đem sự việc trình bày đầy đủ. Cư sĩ bèn cơ hiềm nói:

"Các tỳ-kheo-ni này giống như con nít, không thể chờ một chút, ham ăn như vậy làm gì có đạo?!"

Các Trưởng lão tỳ-kheo-ni nghe, bằng mọi cách quở trách... *(cho đến câu):*

Tứ phần: Xẩm tối đến nhà cư sĩ, nhà bạch y.

"Nay Ta vì các tỳ-kheo-ni kết giới *(cũng như trên đã nói)*. Từ nay giới này nên nói như vầy:

b. Giới văn

Tỳ-kheo-ni nào nhận lời mời, người chủ chưa xướng 'tùy ý thực' [97b01] mà ăn, Ba-dật-đề."

Nếu chưa xướng "tùy ý thực" mà ăn, mỗi miếng ăn phạm một Ba-dật-đề.

Thức-xoa-ma-na, sa-di-ni, phạm Đột-kiết-la.

Xong một trăm bảy mươi việc.

ĐIỀU 171. BỊ TÁC PHÁP YẾT-MA ĐUỔI ĐI MÀ KHÔNG ĐI[317]

a. Duyên khởi

Bấy giờ, các tỳ-kheo-ni như pháp tác Yết-ma khu xuất (đuổi đi) rồi, tỳ-kheo-ni bị khu xuất không chịu đi.

Các Trưởng lão tỳ-kheo-ni bằng mọi cách quở trách nói: "(Như vậy)* người bị Yết-ma khu xuất với người không bị Yết-ma khu xuất có gì khác đâu!..." *(cho đến câu)*:

"Nay Ta vì các tỳ-kheo-ni kết giới *(cũng như trên đã nói)*. Từ nay giới này nên nói như vầy:

b. Giới văn

Tỳ-kheo-ni nào bị Yết-ma khu xuất[318] mà không đi, Ba-dật-đề."

Yết-ma khu xuất: Là bạch tứ Yết-ma.

Thức-xoa-ma-na, sa-di-ni, phạm Đột-kiết-la.

Nếu bị bệnh hoặc tám nạn khởi, hay Yết-ma phi pháp, đều không phạm.

---

[317] *Tứ phần*, điều 171.

[318] *Tứ phần*: Bị tẫn 被擯 (bị đuổi).

ĐIỀU 172. TĂNG NHƯ PHÁP TẬP HỢP MÀ KHÔNG ĐẾN LIỀN

a. Duyên khởi

Bấy giờ, các tỳ-kheo-ni tập hợp Tăng như pháp, có các tỳ-kheo-ni không đến liền, các tỳ-kheo-ni phải đợi nên trở ngại việc hành đạo.

Các Trưởng lão tỳ-kheo-ni nghe bằng mọi cách quở trách... *(cho đến câu)*:

"Nay Ta vì các tỳ-kheo-ni kết giới *(cũng như trên đã nói)*. Từ nay giới này nên nói như vầy:

b. Giới văn

Tỳ-kheo-ni nào Tăng như pháp tập hợp mà không đến liền, Ba-dật-đề."

Thức-xoa-ma-na, sa-di-ni, phạm Đột-kiết-la.

Nếu bệnh, hoặc không nghe, hay tám nạn khởi, đều không phạm.

ĐIỀU 173. ĐI XEM CA MÚA KỸ NHẠC

a. Duyên khởi

Bấy giờ, các tỳ-kheo-ni đến xem ca vũ kỹ nhạc, sanh tâm nhiễm trước, không thích sống với đạo, có vị hoàn tục làm ngoại đạo. Các bạch y thấy cơ hiềm nói:

"Những người này xem múa hát kỹ nhạc như dâm nữ, không có hạnh sa-môn, phá pháp sa-môn."

Các tỳ-kheo-ni Trưởng lão nghe, bằng mọi cách quở trách... *(cho đến câu)*:

"Nay Ta vì các tỳ-kheo-ni kết giới *(cũng như trên đã nói)*. Từ nay giới này nên nói như vầy:

b. Giới văn

Tỳ-kheo-ni nào xem ca múa kỹ nhạc, Ba-dật-đề."

Thức-xoa-ma-na, sa-di-ni, phạm Đột-kiết-la.

[Trường hợp] Không phạm thì như trong giới xem cung vua và

xem triển lãm đã nói trên.

ĐIỀU 174. ĐẾN CHỖ BIÊN ĐỊA

a. Duyên khởi

Bấy giờ, các tỳ-kheo-ni đi đến biên địa, bị người biên địa bắt lấy làm nô tỳ, hoặc đoạt y bát, hoặc phá phạm hạnh.

Các tỳ-kheo-ni Trưởng lão nghe, bằng mọi cách quở trách... *(cho đến câu)*:

"Nay Ta vì các tỳ-kheo-ni kết giới *(cũng như trên đã nói)*. Từ nay giới này nên nói như vầy:

b. Giới văn

Tỳ-kheo-ni nào đến chỗ biên địa, Ba-dật-đề."

Biên địa: Là chỗ không có tỳ-kheo, tỳ-kheo-ni.

Thức-xoa-ma-na, sa-di-ni, phạm Đột-kiết-la.

Nếu đi bằng cách bay thì không phạm.

ĐIỀU 175. ĐỘ NGƯỜI HAI CĂN[319]

a. Duyên khởi

[97c01] Bấy giờ, các tỳ-kheo-ni độ người hai căn, các bạch y cơ hiềm nói:

"Tại sao tỳ-kheo-ni lại độ người hai căn,[320] độ người không đáng độ, không có hạnh sa-môn, phá pháp sa-môn."

Các tỳ-kheo-ni Trưởng lão nghe, bằng mọi cách quở trách... *(cho đến câu)*:

"Nay Ta vì các tỳ-kheo-ni kết giới *(cũng như trên đã nói)*. Từ nay giới này nên nói như vầy:

---

[319] *Tứ phần,* điều 166.
[320] Nhị căn 二根. *Tứ phần:* Nhị hình 二形.

b. Giới văn

Tỳ-kheo-ni nào độ người hai căn, Ba-dật-đề."

Nếu nghi thì nên khám trước. Khi mống tâm muốn độ cho đến Yết-ma ba lần chưa xong, phạm Đột-kiết-la; Yết-ma xong, Hòa thượng phạm Ba-dật-đề, các sư ni khác phạm Đột-kiết-la.

ĐIỀU 176. ĐỘ NGƯỜI NỮ HAI ĐƯỜNG HIỆP MỘT[321]

a. Duyên khởi

Bấy giờ, các tỳ-kheo-ni độ người nữ hai đường hiệp một.

Các tỳ-kheo-ni Trưởng lão bằng mọi cách quở trách... *(cho đến câu)*:

"Nay Ta vì các tỳ-kheo-ni kết giới *(cũng như trên đã nói)*. Từ nay giới này nên nói như vầy:

b. Giới văn

Tỳ-kheo-ni nào độ người nữ hai đường hiệp một, Ba-dật-đề."

Nếu độ rồi mới có bệnh này thì không phạm.

Ngoài ra như giới trên.

ĐIỀU 177. ĐỘ NGƯỜI NỮ THƯỜNG CÓ "NGUYỆT THỦY"

a. Duyên khởi

Bấy giờ, các tỳ-kheo-ni độ người nữ thường có nguyệt thuỷ*, đi khất thực máu chảy nhớp chân. Các bạch y thấy khinh ghét, cơ hiềm nói:

"Các tỳ-kheo-ni, không biết người nào đáng độ và người nào không đáng độ! Độ hạng người như vậy làm nhớp cả chiếu giường người ta, không có hạnh sa-môn, phá pháp sa-môn."

Các tỳ-kheo-ni Trưởng lão nghe, bằng mọi cách quở trách... *(cho đến câu)*:

---

[321] *Tứ phần*, điều 167.

"Nay Ta vì các tỳ-kheo-ni kết giới *(cũng như trên đã nói)*. Từ nay giới này nên nói như vầy:

b. Giới văn

> **Tỳ-kheo-ni nào độ người nữ thường bị nguyệt thuỷ, Ba-dật-đề."**

Ngoài ra như trên đã nói.

ĐIỀU 178. KHÔNG LỄ BÁI TỲ-KHEO[322]

a. Duyên khởi

Bấy giờ, các tỳ-kheo-ni không kính lễ, không nghinh đón, không tiễn đưa, cũng không mời tỳ-kheo ngồi. Các tỳ-kheo giận không giáo giới, nên các tỳ-kheo-ni ngu ám vô tri, không thể học giới.

Các Trưởng lão tỳ-kheo-ni biết, bằng mọi cách quở trách rồi đem việc này bạch lên Phật. Nhân việc này đức Phật tập hợp hai bộ Tăng, hỏi các tỳ-kheo-ni:

"Các cô có thật vậy không?"

Thưa:

"Thật vậy, bạch đức Thế Tôn."

Đức Phật bằng mọi cách quở trách:

"Trước đây ta đâu không nói Tám kính pháp, phải nên kính lễ tỳ-kheo hay chăng?! Từ nay giới này nên nói như vầy:

b. Giới văn

> **Tỳ-kheo-ni nào thấy tỳ-kheo,[323] không đứng dậy, không kính lễ, không mời ngồi, Ba-dật-đề."**

Thức-xoa-ma-na, sa-di-ni, phạm Đột-kiết-la.

Nếu bệnh hay trước có sự oán hiềm không cùng nói năng với nhau thì không phạm.

---

[322] *Tứ phần, điều 175.*
[323] *Tứ phần: "Tỳ-kheo mới thọ giới."*

ĐIỀU 179. DÙNG LỬA ĐỐT CHỖ KÍN

a. Duyên khởi

Bấy giờ các tỳ-kheo-ni nghĩ như vầy: 'Đức Phật không cho phép chúng ta cạo lông chỗ kín, **[98a01]** nay nên dùng lửa đốt; họ liền dùng lửa đốt. Bấy giờ, có bà-la-môn mất dê đi tìm, đến đường hẻm tỳ-kheo-ni ở, nghe mùi lông đốt, nghĩ là tỳ-kheo-ni ăn trộm dê họ đem thui, bèn đến chỗ vua. Đem việc này tâu vua. Nhà vua liền kêu tỳ-kheo-ni hỏi:

"Cô giết con dê của bà-la-môn phải không?"

Trả lời:

"Không giết."

Hỏi:

"Nếu không giết sao có mùi lông dê đốt?"

(Các cô ni)* liền đem sự thật để trả lời. Nhà vua cả cười rồi bảo các cô về.

Các quan nghe, cơ hiềm nói:

"Tại sao tỳ-kheo-ni không nghĩ đến chuyện hành đạo lại đốt lông chỗ kín?!"

Các Trưởng lão tỳ-kheo-ni nghe bằng mọi cách quở trách...(cho đến câu):

"Nay Ta vì các tỳ-kheo-ni kết giới (cũng như trên đã nói). Từ nay giới này nên nói như vầy:

b. Giới văn

Tỳ-kheo-ni nào đốt lông chỗ kín, Ba-dật-đề."

Ngoài ra như trong giới cạo lông chỗ kín đã nói.

ĐIỀU 180. VÀO NHÀ BẠCH Y KHÔNG MẶC TĂNG-KỲ-CHI[324]

a. Duyên khởi

Bấy giờ, các tỳ-kheo-ni không mặc Tăng-kỳ-chi[325] đến nhà bạch y, gió thổi y trên bị bay, thân hình bị lộ. Các bạch y thấy bèn cùng nhau trêu nói lời thô tục, vì vậy mà xấu hổ.

Các Trưởng lão tỳ-kheo-ni nghe, bằng mọi cách quở trách... *(cho đến câu)*:

"Nay Ta vì các tỳ-kheo-ni kết giới *(cũng như trên đã nói)*. Từ nay giới này nên nói như vầy:

b. Giới văn

Tỳ-kheo-ni nào không mặc Tăng-kỳ-chi mà vào nhà bạch y, Ba-dật-đề."

Thức-xoa-ma-na, sa-di-ni, phạm Đột-kiết-la.

Nếu đang giặt, nhuộm, đập, vá, hay không có, thì không phạm.

Xong một trăm tám mươi việc.

ĐIỀU 181. NGỒI GẦN BẠCH Y NÓI PHÁP

a. Duyên khởi

Bấy giờ, các tỳ-kheo-ni cùng bạch y ngồi đối nhau, để thân kề nhau nói pháp, giống như nói việc riêng tư. Trong số đó, có người sanh tâm nhiễm đắm, đưa đến hoàn tục, làm ngoại đạo. Các bạch y chê trách.

Chư vị Trưởng lão tỳ-kheo-ni nghe, bằng mọi cách quở trách... *(cho đến câu)*:

"Nay Ta vì các tỳ-kheo-ni kết giới *(cũng như trên đã nói)*. Từ nay giới này nên nói như vầy:

---

[324] *Tứ phần*, điều 160. Pāli, *Pāc.* 96.

[325] Tăng-kỳ-chi 僧祇支. *Căn bản*: Tăng-khước-kỳ. 僧却崎 saṅkicchā (yếm), định nghĩa (Vin. iv. 345): áo che ngực, phần từ xương cổ xuống, rốn trở lên. **Xem cht. 69**, Ch. iii, Xả đọa (ni).

b. Giới văn

Tỳ-kheo-ni nào cùng bạch y ngồi đối nhau, thân gần kề nhau nói pháp, Ba-dật-đề."

Thức-xoa-ma-na, sa-di-ni, phạm Đột-kiết-la.

ĐIỀU 182. TỰ MÌNH CA MÚA

a. Duyên khởi

Bấy giờ, các tỳ-kheo-ni tự mình ca múa. Các cư-sĩ cơ hiềm nói: "Tỳ-kheo-ni này tự mình ca múa như dâm nữ."

Các tỳ-kheo-ni Trưởng lão nghe, bằng mọi cách quở trách... *(cho đến câu):*

"Nay Ta vì các tỳ-kheo-ni kết giới *(cũng như trên đã nói).* Từ nay giới này nên nói như vầy:

b. Giới văn

Tỳ-kheo-ni nào tự mình ca múa, Ba-dật-đề."

Thức-xoa-ma-na, sa-di-ni, phạm Đột-kiết-la.

ĐIỀU 183. NGĂN THỌ Y CA-THI-NA[326]

a. Duyên khởi

Bấy giờ, các tỳ-kheo-ni ngăn thọ y Ca-thi-na. Các tỳ-kheo-ni đợi lâu **[98b01]** không đến, trở ngại việc hành đạo.

Các Trưởng lão tỳ-kheo-ni nghe, bằng mọi cách quở trách... *(cho đến câu):*

"Nay Ta vì các tỳ-kheo-ni kết giới *(cũng như trên đã nói).* Từ nay giới này nên nói như vầy:

b. Giới văn

Tỳ-kheo-ni nào ngăn thọ y Ca-thi-na, Ba-dật-đề."

---

[326] Pāli, *Pāc.* 29. *Tứ phần,* điều 109: ngăn cản thọ y Ca-thi-na. *Thập tụng,* Ba-dật- đề 135: Thâu-lan-nan-đà hy vọng y mà chưa nhận được nên không thuận theo Tăng xả y ca-thi-na." Xem Ni-tát-kỳ 3 (thông giới).

Nếu vì bệnh hay không nghe thì không phạm.

ĐIỀU 184. NGĂN XẢ Y CA-THI-NA[327]

a. Duyên khởi

Bấy giờ, các tỳ-kheo-ni ngăn xả y Ca-thi-na... *(cho đến câu)*:

"Nay Ta vì các tỳ-kheo-ni kết giới *(cũng như trên đã nói)*. Từ nay giới này nên nói như vầy:

b. Giới văn

Tỳ-kheo-ni nào ngăn xả y Ca-thi-na, Ba-dật-đề."

Ngoài ra như giới trước đã nói.

ĐIỀU 185. KHÔNG BẠCH TỲ-KHEO MÀ HỎI NGHĨA KINH[328]

a. Duyên khởi

Bấy giờ, Tỳ-kheo-ni Sai-Ma thông minh xảo ngữ, nạn vấn các tỳ-kheo, các tỳ-kheo không thể trả lời được, nên rất xấu hổ, cho nên thấy các tỳ-kheo-ni liền tránh đi đường khác, đưa đến việc không ai giáo giới tỳ-kheo-ni lại, (nên họ)* trở thành ngu ám vô tri, không thể học giới.

Các Trưởng lão tỳ-kheo-ni nghe, bằng mọi cách quở trách... *(cho đến câu)*:

"Nay Ta vì các tỳ-kheo-ni kết giới *(cũng như trên đã nói)*. Từ nay giới này nên nói như vầy:

"Tỳ-kheo-ni nào vấn nạn tỳ-kheo, Ba-dật-đề."

Có các tỳ-kheo-ni có chỗ nghi, không dám vấn nạn, vì vậy lại ngu ám, vô tri, không thể học giới, đem việc này bạch lên Phật. Nhân việc này đức Phật tập hợp hai bộ Tăng, bảo các tỳ-kheo:

"Nay cho phép các tỳ-kheo-ni trước phải bạch tỳ-kheo, tỳ-kheo cho

---

[327] *Thập tụng, điều 136. Tứ phần, điều 110. Căn bản: điều 146.*

[328] *Tứ phần, điều 172. Thập tụng, điều 158. Căn bản ni, điều 169. Pāli, Pāc. 95.*

phép hỏi mới hỏi. Từ nay giới này nên nói như vầy:

b. Giới văn

Tỳ-kheo-ni nào không bạch tỳ-kheo mà vội hỏi nghĩa kinh,[329] Ba-dật-đề."

Thức-xoa-ma-na, sa-di-ni, phạm Đột-kiết-la.

ĐIỀU 186. LẤY BẤT TỊNH CỦA NGƯỜI NAM ĐỂ VÀO NỮ CĂN MÌNH

a. Duyên khởi

Bấy giờ, Bạt-nan-đà thường tới lui chỗ Tỳ-kheo-ni Thâu-la-nan-đà. Một hôm, Bạt-nan-đà đắp y bưng bát đến chỗ cô, do đứng ngồi sơ ý nên cùng thấy "hình" nhau. Bạt-nan-đà bèn xuất bất tịnh.[330] Thâu-la-nan-đà lấy nội y giặt, tự lấy bất tịnh để vào trong "hình" (mình)*, nên dẫn đến có thai. Các tỳ-kheo-ni thấy hỏi: "Cô không tu phạm hạnh hay sao?"

Thâu-la-nan-đà trả lời rằng:

"Không phải không tu phạm hạnh, mà do tự lấy bất tịnh của nam tử để vào trong "hình" tôi, nên đưa đến tình trạng có thai như vậy thôi."

Các Trưởng lão tỳ-kheo-ni nghe, bằng mọi cách quở trách... *(cho đến câu)*:

"Nay Ta vì các tỳ-kheo-ni kết giới *(cũng như trên đã nói)*. Từ nay giới này nên nói như vầy:

b. Giới văn

Tỳ-kheo-ni nào lấy bất tịnh của nam tử tự đặt vào nữ căn của mình, Ba-dật-đề."

Thức-xoa-ma-na, sa-di-ni, phạm Đột-kiết-la.

---

[329] *Tứ phần:* "Không xin phép trước mà hỏi". *Thập tụng:* "...chưa được cho phép, mà hỏi Kinh, Luật, Tỳ-đàm..."

[330] Hán: thất bất tịnh 失不淨.

ĐIỀU 187. THEO PHÁP THỜ LỬA CỦA NGOẠI ĐẠO

a. Duyên khởi

Bấy giờ, các tỳ-kheo-ni làm theo pháp thờ lửa của ngoại đạo, đốt lửa và tụng chú ngữ **[98c01]** của họ. Các cư sĩ cơ hiềm nói:

"Những người này còn không thể trong sạch cái thấy của chính mình thì, làm sao có đạo được? Thật là không có hạnh sa-môn, phá pháp sa-môn."

Các Trưởng lão tỳ-kheo-ni nghe, bằng mọi cách quở trách... *(cho đến câu)*:

"Nay Ta vì các tỳ-kheo-ni kết giới *(cũng như trên đã nói)*. Từ nay giới này nên nói như vầy:

b. Giới văn

> **Tỳ-kheo-ni nào đốt lửa, làm pháp thờ lửa của ngoại đạo, Ba-dật-đề."**

Nếu làm theo tà kiến thì phạm Thâu-lan-giá.

Nếu làm các pháp phụng thờ của các ngoại đạo đều phạm Ba-dật-đề.

Thức-xoa-ma-na, sa-di-ni, phạm Đột-kiết-la.

ĐIỀU 188. TẮM CHỖ CÓ NGƯỜI

a. Duyên khởi

Bấy giờ các tỳ-kheo-ni tắm ở chỗ có người, mọi người thấy đó dòm ngó đùa cợt.

Các Trưởng lão tỳ-kheo-ni thấy, bằng mọi cách quở trách... *(cho đến câu)*:

"Nay Ta vì các tỳ-kheo-ni kết giới *(cũng như trên đã nói)*. Từ nay giới này nên nói như vầy:

b. Giới văn

> **Tỳ-kheo-ni nào tắm chỗ có người, Ba-dật-đề."**

Thức-xoa-ma-na, sa-di-ni, phạm Đột-kiết-la.

ĐIỀU 189. TỤNG CHÚ THUẬT CỦA NGOẠI ĐẠO[331]

a. Duyên khởi

Bấy giờ, các tỳ-kheo-ni tụng chú thuật[332] của ngoại đạo, các bạch y cơ hiềm:

"Những người này tụng chú thuật của ngoại đạo, không có tâm cầu đạo..." *(cho đến câu)*:

"Nay Ta vì các tỳ-kheo-ni kết giới... *như trong giới phương pháp tụng kinh trị bệnh đã nói. Từ nay giới này nên nói như vầy:*

b. Giới văn

Tỳ-kheo-ni nào tụng chú thuật ngoại đạo, hoặc dạy người tụng,[333] Ba-dật-đề."

Thức-xoa-ma-na, sa-di-ni, phạm Đột-kiết-la.

ĐIỀU 190. MỘT CHÚNG TRAO GIỚI CỤ TÚC

a. Duyên khởi

Bấy giờ, chúng tỳ-kheo-ni tự trao giới Cụ túc, nên họ ngu ám vô tri, không thể học giới.

Các Trưởng lão tỳ-kheo-ni nghe, bằng mọi cách quở trách... *(cho*

---

[331] *Tứ phần*, điều 117; *Thập tụng*, điều 140. *Căn bản ni*: điều 150. Pāli, Pāc. 49.

[332] *Tứ phần*: Tạp chú thuật 雜咒術, các môn học (chú thuật) tạp nhạp vô ích. Xem, *Trường A-hàm* 13, kinh "A-ma-trú", T1, tr. 84c1. Xem, Pāli, D. 9, liệt kê các loại chú thuật (*tiracchāna-vijjā*: khoa học súc sinh): *aṅga-vijjā* (chi tiết chú 支節咒), khoa xem tướng tay chân; *khattiya-vijjā* (sát-lị chú 刹利咒), khoa xem tướng cho vua chúa...

[333] *Tứ phần*, Điều 117-118: Tập tụng chú thuật của thế tục hay dạy người tập tụng chú thuật. Pāli *tiracchāna-vijjā* (súc sanh minh), được giải thích là các học thuật của thế gian, không liên hệ Thánh đạo. Các môn học này được coi là bắt nguồn từ Vệ-đà (thần bí), nên cũng thường hiểu là minh chú. Trong điều luật này, quy định tỳ-kheo-ni không được học các môn học thế tục, chứ không phải chỉ cấm học bùa chú.

đến câu):

"Nay Ta vì các tỳ-kheo-ni kết giới *(cũng như trên đã nói)*. Từ nay giới này nên nói như vầy:

b. Giới văn

Tỳ-kheo-ni nào một chúng mà trao giới Cụ túc, Ba-dật-đề."

Từ khi mống tâm cho đến khi bạch tứ Yết-ma chưa xong, phạm Đột-kiết-la; bạch tứ Yết-ma xong, Hòa thượng phạm Ba-dật-đề; các sư ni khác, phạm Đột-kiết-la.

Xong một trăm chín mươi việc.

ĐIỀU 191. TỰ TÁC PHÁP YẾT-MA NUÔI CHÚNG

a. Duyên khởi

Bấy giờ, các tỳ-kheo-ni tự tác Yết-ma nuôi chúng, tự tác Yết-ma hai năm học giới, tự trao hai năm học giới, không thể giáo giới đệ tử, nên ngu ám vô tri, không thể học giới.

Các Trưởng lão tỳ-kheo-ni nghe, bằng mọi cách quở trách... *(cho đến câu)*:

"Nay Ta vì các tỳ-kheo-ni kết giới *(cũng như trên đã nói)*. Từ nay giới này nên nói như vầy:

b. Giới văn

Tỳ-kheo-ni nào tự tác Yết-ma nuôi chúng, Ba-dật-đề."

Tỳ-kheo-ni nào, tự tác Yết-ma hai năm học giới, phạm Ba-dật-đề. Tỳ-kheo-ni **[99a01]** nào, tự trao hai năm học giới, phạm Ba-dật-đề.

Ngoài ra như giới trước đã nói.

ĐIỀU 192. TÁC PHÁP YẾT-MA HAI NĂM HỌC GIỚI, SAU CÁCH ĐÊM CHO THỌ CỤ TÚC

a. Duyên khởi

Bấy giờ, các tỳ-kheo-ni tác Yết-ma hai năm học giới rồi, để cách đêm mới cho thọ Cụ túc giới, giữa thời gian đó có nạn xảy ra không được thọ Cụ túc giới.

Các Trưởng lão tỳ-kheo-ni nghe, bằng mọi cách quở trách... *(cho đến câu)*:

"Nay Ta vì các tỳ-kheo-ni kết giới *(cũng như trên đã nói)*. Từ nay giới này nên nói như vầy:

b. Giới văn

> **Tỳ-kheo-ni nào tác Yết-ma hai năm học giới rồi, để cách đêm mới cho thọ Cụ túc, Ba-dật-đề."**

Khi mống tâm cho đến tướng ánh sáng chưa xuất hiện, phạm Đột-kiết-la; tướng ánh sáng xuất hiện rồi, Hòa thượng phạm Ba-dật-đề; sư chúng khác phạm Đột-kiết-la.

Nếu bệnh hoặc nạn khởi, hay Tăng không tập hợp, thì không phạm.

ĐIỀU 193. TÁC PHÁP YẾT-MA HAI NĂM HỌC GIỚI, RỒI CÁCH ĐÊM TRAO HỌC GIỚI CHO ĐƯƠNG SỰ

a. Duyên khởi

Bấy giờ, các tỳ-kheo-ni tác Yết-ma hai năm học giới rồi, để cách đêm mới trao học giới cho họ; trong thời gian đó nạn khởi nên không thọ được.

Các Trưởng lão tỳ-kheo-ni nghe, bằng mọi cách quở trách... *(cho đến câu)*:

"Nay Ta vì các tỳ-kheo-ni kết giới *(cũng như trên đã nói)*. Từ nay giới này nên nói như vầy:

B. Giới văn

> **Tỳ-kheo-ni nào tác Yết-ma hai năm học giới rồi, để cách đêm mới trao học giới cho họ, Ba-dật-đề."**

Khi mống tâm cho đến khi tướng ánh sáng chưa xuất hiện, phạm Đột-kiết-la; tướng ánh sáng xuất hiện rồi, Hòa thượng, phạm Ba-dật-đề; các sư chúng khác, phạm Đột-kiết-la.

[Trường hợp] Không phạm thì như đã nêu ở giới trước.

ĐIỀU 194. TỰ DỆT Y CHO MÌNH

a. Duyên khởi

Bấy giờ, các tỷ-kheo-ni tự dệt lấy y của mình. Các bạch y cơ hiềm nói:

"Tại sao tỷ-kheo-ni không nghĩ đến chuyện hành đạo mà lại tự dệt y cho mình như những người thợ dệt khác."

Các Trưởng lão tỷ-kheo-ni nghe, bằng mọi cách quở trách... *(cho đến câu)*:

"Nay Ta vì các tỷ-kheo-ni kết giới *(cũng như trên đã nói)*. Từ nay giới này nên nói như vầy:

b. Giới văn

Tỷ-kheo-ni nào tự dệt y cho mình, Ba-dật-đề."

Nếu dệt bằng khung cửi thì mỗi một lần đưa thoi qua là phạm một Ba-dật-đề.

Thức-xoa-ma-na, sa-di-ni, phạm Đột-kiết-la.

Nếu dệt dây lưng hay dây ngồi thiền thì không phạm.

ĐIỀU 195. DU HÀNH TRONG NƯỚC NƠI CÓ SỰ KHỦNG BỐ

a. Duyên khởi

Bấy giờ, người hầu cận của vua Ba-tư-nặc và các tỷ-kheo-ni đi tham quan nơi có sự khủng bố, bị giặc cướp đoạt, hoặc bị phá phạm hạnh, hoặc bị bắt dẫn đi. Các tỷ-kheo-ni khác đem việc này báo cáo nhà vua. Nhà vua nói:

"Nay ta không được tự tại thì nên đối phó thế nào cho tỷ-kheo-ni!"

Các Trưởng lão tỷ-kheo-ni nghe, bằng mọi cách quở trách nói, tại sao lại đi tham quan nơi có sự khủng bố... *(cho đến câu)*:

"Nay Ta vì các tỷ-kheo-ni kết giới *(cũng như trên đã nói)*. Từ nay giới này nên nói như vầy:

b. Giới văn

Tỳ-kheo-ni nào du hành trong nước nơi có sự khủng bố, [99b01] Ba-dật-đề.

Thức-xoa-ma-na, sa-di-ni, phạm Đột-kiết-la.

Nếu trước đi nơi đường lộ, sau đó có sự nạn khởi thì không phạm.

ĐIỀU 196. TỰ TẠO TƯỢNG CHO MÌNH

a. Duyên khởi

Bấy giờ, các tỳ-kheo-ni tự tạo tượng của chính mình, cũng sai người khác tạo. Khi ấy, Thâu-la-nan-đà cũng sai người tạo, sau khi thấy tượng mình sanh tâm đắm nhiễm, lại nghĩ như vầy: "Nhan sắc ta như vậy, tại sao hủy hoại để tu phạm hạnh!"

Các Trưởng lão tỳ-kheo-ni biết, bằng mọi cách quở trách... *(cho đến câu)*:

"Nay Ta vì các tỳ-kheo-ni kết giới *(cũng như trên đã nói)*. Từ nay giới này nên nói như vầy:

b. Giới văn

Tỳ-kheo-ni nào tự tạo tượng mình, hoặc sai người làm, Ba-dật-đề.

Tạo tượng cho chính mình: Hoặc vẽ hoặc dùng cây, hoặc dùng chất dẻo để làm.

Thức-xoa-ma-na, sa-di-ni, phạm Đột-kiết-la.

Nếu người khác tự ý làm cho mình thì không phạm.

ĐIỀU 197. TRANG ĐIỂM CHO NGƯỜI NỮ

a. Duyên khởi

Bấy giờ, các tỳ-kheo-ni trang điểm cho người nữ, bèn sanh tâm không thích đạo, đến nỗi hoàn tục làm ngoại đạo. Các bạch y chê trách, nói:

"Tại sao tỳ-kheo-ni lại trang điểm cho người nữ, như (một

kiểu)* tạo mẫu, cùng với tự trang điểm cho chính mình, nào có khác gì đâu? Không nghĩ đến việc hành đạo, chỉ làm việc trang sức bất chánh, không có hạnh sa-môn, phá pháp sa-môn!"

Các Trưởng lão tỳ-kheo-ni nghe, bằng mọi cách quở trách... *(cho đến câu)*:

"Nay Ta vì các tỳ-kheo-ni kết giới *(cũng như trên đã nói)*. Từ nay giới này nên nói như vầy:

b. Giới văn

Tỳ-kheo-ni nào trang điểm cho người nữ, Ba-dật-đề."

Trang điểm: Chải đầu cho đến gắn một đóa hoa, đeo chiếc xuyến, mỗi một việc làm, phạm một Ba-dật-đề.

Thức-xoa-ma-na, sa-di-ni, phạm Đột-kiết-la.

ĐIỀU 198. TẮM RỬA TRONG NƯỚC

a. Duyên khởi

Bấy giờ, các tỳ-kheo-ni tắm rửa trong nước, lội ngược dòng, bị nước xúc chạm, sanh tâm ái dục, đến nỗi hoàn tục làm người ngoại đạo.

Các Trưởng lão tỳ-kheo-ni nghe, bằng mọi cách quở trách... *(cho đến câu)*:

"Nay Ta vì các tỳ-kheo-ni kết giới *(cũng như trên đã nói)*. Từ nay giới này nên nói như vầy:

b. Giới văn

Tỳ-kheo-ni nào đi (lội) ngược dòng nước, Ba-dật-đề."

Nếu đi (lội) ngược dòng nước, mỗi một bước đi phạm một Ba-dật-đề. Xuất bất tịnh thì phạm Thâu-lan-giá.

Thức-xoa-ma-na, sa-di-ni, phạm Đột-kiết-la.

Nếu không có tâm dục thì không phạm.

ĐIỀU 199. NẰM NGỬA

a. Duyên khởi

Bấy giờ, các tỳ-kheo-ni nằm ngửa chỗ nhà dột, giọt nước vào trong "hình", sanh tâm ái dục, đưa đến việc hoàn tục, làm người ngoại đạo.

Các Trưởng lão tỳ-kheo-ni nghe, bằng mọi cách quở trách... *(cho đến câu)*:

"Nay Ta vì các tỳ-kheo-ni kết giới *(cũng như trên đã nói)*. **[99c01]** Từ nay giới này nên nói như vầy:

b. Giới văn

Tỳ-kheo-ni nào nằm ngửa cho nước nhỏ xuống chỗ kín, Ba-dật-đề."

Ngoài ra như giới trước đã nói.

ĐIỀU 200. DÙNG DÂY BUỘC CHO EO LƯNG NHỎ[334]

a. Duyên khởi

Bấy giờ, các tỳ-kheo-ni dùng dây buộc eo khiến cho thon đẹp rồi sanh tâm ái dục. Các bạch y chê trách, nói:

"Bọn người này chăm sóc eo cho thon như người dâm nữ, không có tâm đạo, chỉ làm việc tà."

Các Trưởng lão tỳ-kheo-ni nghe, bằng mọi cách quở trách... *(cho đến câu)*:

"Nay Ta vì các tỳ-kheo-ni kết giới *(cũng như trên đã nói)*. Từ nay giới này nên nói như vầy:

b. Duyên khởi

Tỳ-kheo-ni nào chăm sóc eo cho thon, Ba-dật-đề."

Thức-xoa-ma-na, sa-di-ni, phạm Đột-kiết-la.

---

[334] *Tứ phần, điều* 177. *Thập tụng*: 167-172: tự mình và nhờ người chà đầu; tự mình và nhờ người chải tóc; tự mình và nhờ người bện tóc. Tham chiếu, Pāli, *Pāc.* 87.

Xong hai trăm việc.

ĐIỀU 201. SỬA THÂN THỂ ĐẸP

a. Duyên khởi

Bấy giờ, các tỳ-kheo-ni bằng nhiều cách chăm sóc thân hình cho đẹp, rồi sanh tâm ái dục... *(cho đến câu)*:

"Nay Ta vì các tỳ-kheo-ni kết giới *(cũng như trên đã nói)*. Từ nay giới này nên nói như vầy:

b. Giới văn

> Tỳ-kheo-ni nào bằng nhiều cách chăm sóc thân (cho đẹp)*, Ba-dật-đề."

Ngoài ra như giới trước đã nói.

ĐIỀU 202. MẶC Y THEO CÁCH THỨC CỦA KỸ NỮ[335]

a. Duyên khởi

Bấy giờ, các tỳ-kheo-ni ăn mặc theo kiểu kỹ nữ, rồi sanh tâm không thích đạo, đến nỗi hoàn tục... *(cho đến câu)*:

"Nay Ta vì các tỳ-kheo-ni kết giới *(cũng như trên đã nói)*. Từ nay giới này nên nói như vầy:

b. Giới văn

> Tỳ-kheo-ni nào mặc y theo kiểu kỹ nữ, Ba-dật-đề."

Thức-xoa-ma-na, sa-di-ni, phạm Đột-kiết-la.

ĐIỀU 203. MẶC Y THEO CÁCH THỨC PHỤ NỮ BẠCH Y

a. Duyên khởi

Bấy giờ, các tỳ-kheo-ni mặc y theo kiểu phụ nữ bạch y,[336] rồi sanh

---

[335] *Ngũ phần, điều 202-203; Tứ phần, điều 156. Pāli, Pāc. 86.*

[336] *Tứ phần:* Trữ khỏa y [袖-由+宁] 褉衣, quần chẽn bó đùi. (Tỳ-kheo-ni Thâu-la-nan-đà có ý nghĩ, mặc váy lót); [Pāli] *saṅghāṇi* váy hay quần đùi. Duyên khởi Pāli (Vin. iv. 339): một nữ tín chủ nhờ một ni cô

tâm không thích đạo... *(cho đến câu)*:

"Nay Ta vì các tỳ-kheo-ni kết giới *(cũng như trên đã nói)*. Từ nay giới này nên nói như vầy:

b. Giới văn

Tỳ-kheo-ni nào mặc y theo kiểu phụ nữ bạch y, Ba-dật-đề."

Ngoài ra như trên đã nói.

ĐIỀU 204. TỰ NHÌN THÂN THỂ VỚI TÂM DỤC

a. Duyên khởi

Bấy giờ, các tỳ-kheo-ni vì tâm dục tự ngắm thân thể mình, rồi sanh tâm ái dục... *(cho đến câu)*:

"Nay Ta vì các tỳ-kheo-ni kết giới *(cũng như trên đã nói)*. Từ nay giới này nên nói như vầy:

b. Giới văn

Tỳ-kheo-ni nào vì tâm dục tự ngắm thân thể mình, Ba-dật-đề."

Thức-xoa-ma-na, sa-di-ni, phạm Đột-kiết-la.

ĐIỀU 205. SOI GƯƠNG

a. Duyên khởi

Bấy giờ, các tỳ-kheo-ni soi gương, rồi sanh tâm không thích đạo... *(cho đến câu)*:

"Nay Ta vì các tỳ-kheo-ni kết giới *(cũng như trên đã nói)*. Từ nay giới này nên nói như vầy:

b. Giới văn

Tỳ-kheo-ni nào soi gương, Ba-dật-đề."

---

mang một cái váy lót đến cho người khác. Cô ni vì không tiện bỏ váy vào bát, nên mặc vào người. Giữa đường, giây lưng đứt, váy bị tuột. Mọi người chê cười.

Nếu soi trong nước, phạm Đột-kiết-la.

Thức-xoa-ma-na, sa-di-ni, phạm Đột-kiết-la.

Nếu mặt có mụn nhọt, soi để thấy thì không phạm.

ĐIỀU 206. TỰ MÌNH XEM HAY ĐẾN NGƯỜI KHÁC XEM BÓI TOÁN

a. Duyên khởi

[100a01] Bấy giờ, các tỳ-kheo-ni bằng nhiều cách, tự mình bói toán cũng đến người khác bói toán. Các bạch y chê trách nói:

"Bọn này không bỏ tà kiến, làm sao đắc đạo?"

Các Trưởng lão tỳ-kheo-ni nghe, bằng mọi cách quở trách... *(cho đến câu)*:

"Nay Ta vì các tỳ-kheo-ni kết giới *(cũng như trên đã nói)*. Từ nay giới này nên nói như vầy:

b. Giới văn

Tỳ-kheo-ni nào tự mình bói toán, hoặc đến người bói toán, Ba-dật-đề."

Thức-xoa-ma-na, sa-di-ni, phạm Đột-kiết-la.

ĐIỀU 207. LUẬN BÀN VIỆC THẾ TỤC

a. Duyên khởi

Bấy giờ, các tỳ-kheo-ni cùng nhau bàn luận việc riêng tư, như chúng ta xuất gia sẽ đặng cứu cánh hay là không đặng cứu cánh; nên bỏ đạo hay không nên bỏ đạo; nếu ai bỏ đạo được chồng tốt chăng? Con cái nhiều hay ít, phước tướng thế nào? Vì những luận bàn này mà sanh tình thế tục, không thích đạo nữa, đến nỗi hoàn tục làm người ngoại đạo.

Các Trưởng lão tỳ-kheo-ni nghe, bằng mọi cách quở trách, tại sao tỳ-kheo-ni lại luận bàn thế tục, mà quên ý đạo... *(cho đến câu)*:

"Nay Ta vì các tỳ-kheo-ni kết giới *(cũng như trên đã nói)*. Từ nay giới này nên nói như vầy:

b. Giới văn

Tỳ-kheo-ni nào luận bàn theo thế tục, Ba-dật-đề."

Thức-xoa-ma-na, sa-di-ni, phạm Đột-kiết-la.

Xong hai trăm lẻ bảy việc.

CHƯƠNG V: PHÁP HỐI QUÁ[337]

ĐIỀU 1

a. Duyên khởi

Bấy giờ, các tỳ-kheo-ni thích ăn tô, thường đến nhà người xin. Các bạch y chê trách nói:

"Tô làm cho người tươi nhuận, là thức ăn của người đời. Tại sao tỳ-kheo-ni không cầu pháp vị, mà lại tham đắm ưa thích mỹ vị, mong cầu nhan sắc cho đẹp, so với dâm nữ đâu có khác gì?! Không có hạnh sa-môn, phá pháp sa-môn."

Các Trưởng lão tỳ-kheo-ni nghe, bằng mọi cách quở trách rồi đem việc này bạch lên Phật. Nhân việc này đức Phật tập hợp hai bộ Tăng, hỏi các tỳ-kheo-ni:

"Các cô có thật vậy không?"

Thưa:

"Thật vậy, bạch đức Thế-Tôn."

Đức Phật bằng mọi cách quở trách rồi bảo các tỳ-kheo:

"Nay Ta vì các tỳ-kheo-ni kết giới Ba-la-đề-đề-xá-ni. Từ nay giới này nên nói như vầy:

Tỳ-kheo-ni nào ăn tô thì nên đến bên các tỳ-kheo-ni (nói lên lời)* ăn năn: *Tôi đã rơi vào pháp đáng trách, nay hướng đến các cô để ăn năn.'* Đó gọi là pháp hối quá."

Khi ấy, các tỳ-kheo-ni ăn trong Tăng, được tô do người mời ăn,

---

cùng khất thực nhưng không dám ăn, đem việc này bạch lên Phật. Nhân việc này đức Phật tập hợp hai bộ Tăng, bảo các tỳ-kheo:

"Nay cho phép tỳ-kheo-ni không xin mà nhận được tô thì nên ăn. Từ nay giới này nên nói như vầy:

Tỳ-kheo-ni nào xin tô ăn thì **[100b01]** tỳ-kheo-ni ấy nên đến bên các tỳ-kheo-ni (nói lên lời)* ăn năn: *'Tôi đã rơi vào pháp đáng trách, nay hướng đến các cô để ăn năn.'* Đó gọi là pháp hối quá".

Có các tỳ-kheo-ni bệnh cần tô mà không dám xin, đem việc này bạch lên Phật. Nhân việc này Đức Phật tập hợp hai bộ Tăng, bảo các tỳ-kheo:

"Nay cho phép tỳ-kheo-ni bệnh được xin tô để ăn. Từ nay giới này nên nói như vầy:

b. Giới văn

Tỳ-kheo-ni nào, không bệnh mà vì mình xin tô ăn, tỳ-kheo-ni ấy nên đến bên các tỳ-kheo-ni (nói lên lời)* ăn năn: 'Tôi đã rơi vào pháp đáng trách, nay hướng đến các cô để ăn năn.' Đó gọi là pháp hối quá".

Thức-xoa-ma-na, sa-di-ni, phạm Đột-kiết-la.

ĐIỀU 2 - ĐIỀU 8

2. tỳ-kheo-ni xin dầu; 3. xin mật; 4. xin đường phèn; 5. xin sữa; 6. xin lạc; 7. xin cá; 8. xin thịt, đều như trên đã nói.

CHƯƠNG VI: PHÁP CHÚNG HỌC

Bấy giờ, Ưu-ba-ly hỏi đức Phật: "Thế Tôn đã vì các tỳ-kheo kết pháp nên học, như không mặc Hạ y cao, cần phải học…" *(cho đến câu)*:

"Cây cao quá đầu người không được leo lên, trừ có nhân duyên lớn, cần phải học, chúng con nên thọ trì thế nào?"

Đức Phật dạy:

"Nên thọ trì cả hai bộ Tăng. Từ nay giới này được nói như vầy:

ĐIỀU 1 - ĐIỀU 10

Không mặc Hạ y cao, cần phải học.

Không mặc Hạ y thấp. Không mặc Hạ y so le. Không mặc Hạ y như lá cây Đa-la. Không mặc Hạ y như vòi con voi. Không mặc hạ y như quả nại tròn. Không mặc Hạ y xếp thành lần nhỏ. Không mặc y cao. Không mặc y thấp. Không mặc y so le.

ĐIỀU 11 - ĐIỀU 18

Khéo che thân khi vào nhà bạch y. Khéo che thân khi ngồi trong nhà bạch y. Không lật ngược y lên vai bên hữu khi vào nhà bạch y. Không lật ngược y lên vai bên hữu khi ngồi trong nhà bạch y. Không lật ngược y lên vai bên tả khi vào nhà bạch y. Không lật ngược y lên vai bên tả khi ngồi trong nhà bạch y. Không lật ngược y lên cả hai vai khi vào nhà bạch y. Không lật ngược y lên cả hai vai khi ngồi trong nhà bạch y.

ĐIỀU 19 - ĐIỀU 24

Không lắc thân khi vào nhà bạch y. Không lắc thân khi

ngồi trong nhà bạch y. Không lắc đầu khi vào nhà bạch y. Không lắc đầu khi ngồi trong nhà bạch y. Không lắc vai khi vào nhà bạch y. Không lắc vai khi ngồi trong nhà bạch y.

ĐIỀU 25 - ĐIỀU 44

Không nắm tay nhau khi vào nhà bạch y. Không nắm tay nhau khi ngồi trong nhà bạch y. Không ẩn người khi vào nhà bạch y. Không ẩn người khi ngồi trong nhà bạch y. Không được chống nạnh khi vào nhà bạch y. Không được chống nạnh [100c01] khi ngồi trong nhà bạch y. Không được chống má khi vào nhà bạch y. Không được chống má khi ngồi trong nhà bạch y. Không đưa tay khi vào nhà bạch y. Không được đưa tay khi ngồi trong nhà bạch y. Không được nhìn lên cao khi vào nhà bạch y. Không được nhìn lên cao khi ngồi trong nhà bạch y. Không được ngó hai bên khi vào nhà bạch y. Không được ngó hai bên khi ngồi trong nhà bạch y. Không được đi xoạc chân khi vào nhà bạch y. Không được ngồi xoạc chân trong nhà bạch y. Không được đi ngóng mặt khi vào nhà bạch y. Không được ngồi ngóng mặt trong nhà bạch y. Không được trùm đầu khi vào nhà bạch y. Không được trùm đầu khi ngồi trong nhà bạch y.

ĐIỀU 45 - ĐIỀU 50

Không được giỡn cười khi vào nhà bạch y. Không được giỡn cười khi ngồi trong nhà bạch y. Không được cao tiếng khi vào nhà bạch y. Không được cao tiếng khi ngồi trong nhà bạch y. Nên đường hoàng khi vào nhà bạch y. Nên đường hoàng khi ngồi trong nhà bạch y.

ĐIỀU 51 - ĐIỀU 80

Để ý khi nhận thức ăn. Không nhận thức ăn đầy tràn bát. Canh cơm cùng ăn. Không nên moi khắp trong bát để ăn. Không nên khoét giữa bát để ăn. Không cong ngón tay để vét bát ăn. Không ngửi thức ăn khi ăn. Nhìn kỹ bát khi ăn. Không vất bỏ thức ăn. Không dùng tay đang bốc thức ăn cầm đồ sạch. Không húp thức ăn. Không nhai thức ăn có tiếng. Không liếm thức ăn. Không bốc thức ăn đầy tay để ăn. Không hả miệng lớn để ăn. Cơm chưa đến không nên mở miệng lớn để chờ. Không hỉnh mũi khi ăn. Không ngậm thức ăn mà nói. Không búng má để ăn. Không nhai phân nửa rồi nuốt. Không duỗi cánh tay lấy thức ăn. Không rảy tay để ăn. Không le lưỡi ra để ăn. Không nuốt trọng thức ăn. Không vò cơm từ xa ném vào miệng. Không dùng nước trong bát có thức ăn rưới trong nhà bạch y. Không dùng cơm phủ canh mong được thêm canh. Không hiềm chê thức ăn. Không vì mình đòi thêm thức ăn. Không nhìn vào bát người ngồi gần với tâm hiềm tỵ.

ĐIỀU 81 - ĐIỀU 100

Không đứng đại tiểu tiện, trừ bệnh. Không đại tiểu tiện trong nước sạch, trừ bệnh. Không đại tiểu tiện trên rau cỏ tươi, trừ bệnh. Người mang guốc không nên vì họ nói pháp, trừ bệnh. Người mang dép không nên vì họ nói pháp, trừ bệnh. Người để trống ngực không nên vì họ nói pháp, trừ bệnh. Người ngồi, tỳ-kheo-ni đứng không nên vì họ nói pháp, trừ bệnh. Người ngồi chỗ cao, tỳ-kheo-ni ngồi chỗ thấp không nên vì họ nói pháp, trừ bệnh. Người nằm, tỳ-kheo-ni ngồi không nên vì họ nói pháp, trừ bệnh. Người ở trước, tỳ-kheo-ni ở sau không nên vì họ nói pháp, trừ bệnh. Người ở giữa đường, tỳ-kheo-ni ở bên đường không nên vì họ nói pháp, trừ bệnh. Không vì người trùm đầu nói pháp, trừ bệnh. Không nên vì người lật ngược y nói pháp, trừ bệnh. Không vì người lật ngược y lên hai vai nói pháp, trừ bệnh. Không vì người cầm dù che thân nói pháp, [101a01] trừ bệnh. Không vì người cưỡi ngựa nói pháp, trừ bệnh. Không vì người cầm gậy nói pháp, trừ bệnh. Không vì người cầm dao mà nói pháp. Không vì người cầm cung tên mà nói pháp. Cây cao quá đầu người không được leo lên, trừ có trường hợp đặc biệt, cần nên học. Trường hợp đặc biệt: Bị ác thú hay các nạn, gọi là trường hợp đặc biệt".[338]

---

[338] Bản Hán, hết quyển 14.

PHẦN THỨ BA

ഇ ❀ ൩

第 三 分

(Hán dịch quyển 15-22)

1. Pháp Thọ giới   受戒法
2. Pháp Bố-tát   布薩法
3. Pháp An cư   安居法
4. Pháp Tự tứ   自恣法
5. Pháp Y   衣法
6. Pháp Da thuộc   皮革法
7. Pháp Thuốc   藥法
8. Pháp Thực   食法
9. Pháp Y Ca-thi-na   迦絺那衣法

PHẦN THỨ BA
CHƯƠNG I: PHÁP THỌ GIỚI[339]

I. THÍCH THỊ THẾ PHỔ

Đức Phật ở tại thành Vương Xá[340] bảo các tỳ-kheo: Thời quá khứ có vua tên là Uất-ma.[341] Vợ thứ có bốn người con, một tên Chiếu Mục, hai tên Thông Mục, ba tên Điều Phục Tượng, bốn tên Ni-lâu đều thông minh viễn đạt, có oai đức. Đệ nhất phu nhân có một người con tên là Trường Sanh, ngu đần xấu xí, mọi người đều khinh rẻ. Phu nhân nghĩ: "Con ta tuy là lớn nhưng tài không bằng ai, còn bốn đứa kia đều có oai đức, ngôi vị của nước chắc về tay chúng. Ta nên lập kế sách nào để củng cố cơ nghiệp cho con ta." Bà ta lại nghĩ: "Hiện nay nhà vua coi trọng và tin yêu mình hơn các phu nhân khác. Trước hết ta nên dùng

---

[339] Hán: Thọ giới pháp "受戒法" (T22n1421, tr. 101a12). *Mahākhandhaka*, chương nói về thọ giới. *Tứ phần 31* (tr. 779a06); *Tăng-kỳ 23* (tr. 412b24); *Thập tụng 21* (tr. 148a6); *Căn bản xuất gia sự 1* (T23n1444, tr. 1020b17). Pāli, *Mahāvagga*, Vin. i. 1 ff.

[340] Vương xá 王舍; *Rājagaha/ Rājagṛha*. Còn gọi là La-duyệt thành 羅閱城; phiên âm đủ là La-duyệt-kỳ 羅閱祇; Thủ phủ nước Ma-kiệt-đà.

[341] *Tứ phần*: "Từ xa xưa về trước, có vị vua đầu tiên xuất hiện trong đời, tên là Đại Nhân, được đại chúng suy cử." *Trường A-hàm 6*, kinh số 5 "Tiểu duyên" (T01n01, tr. 38b21): "Bấy giờ đại chúng suy cử một người để giải quyết những tranh chấp; gọi là Bình đẳng chủ 平等 主." Cf. *Trung A-hàm 39*, kinh 154 "Bà-la-bà-đường". Pāli, D. 27. *Aggañña* (D. iii. 92): Nhân dân suy cử một người phân xử, gọi là *Mahāsammato*. Họ gọi người này là *rājā* (vua). Đó là vị vua tối sơ xuất hiện trong thế gian.

tình cảm, sau sẽ dùng lý để giải quyết." Như kế đã nghĩ, bà ta bèn trang điểm hết sức đẹp đẽ để khi vua đến là muốn gần gũi bà ngay.

Khi (nhà vua gặp bà),* bà ta khóc sướt mướt, nhà vua hỏi lý do, bà ta trả lời: "Thiếp có lời nguyện nhỏ, e không toại, đành phải chết cho xong đời."

Nhà vua nói:

"Nàng có lời nguyện thế nào, nếu hợp lý thì trẫm đâu trái được".

Bà ta bèn tâu với nhà vua:

"Bốn đứa con của vua đều có oai đức, còn đứa con của thiếp tuy lớn, nhưng tài đức không bằng ai, vấn đề kế thừa đại nghiệp e chúng nó sẽ đoạt đi thôi. Nếu nhà vua loại bỏ, đuổi bốn đứa kia (ra khỏi hoàng cung)* thì thiếp mới yên tâm."

Nhà vua nói:

"Bốn đứa đó đều hiếu kính và thuận thảo nhau,³⁴² đối với đất nước không có lỗi lầm gì, trẫm làm thế nào đuổi chúng được?!"

Bà ta lại nói:

"Tâm thiếp lao nhọc cho cả việc nhà lẫn việc nước, nhưng bốn đứa con của bệ hạ đều có oai đức, nhân dân đều quí mến chúng, một ngày nào đó chúng nó cạnh tranh nhau ngôi vị thì ắt hẳn sẽ sát hại nhau và lộc nước lớn lao kia sẽ bị tiêu diệt, mai hậu làm gì có đến bệ hạ?!"

Nhà vua nói: "Thôi! Thôi! Đừng nói nữa."

Nhà vua liền kêu bốn người con (kia lại)* **[101b01]** ra lệnh phải ra khỏi nước. Bốn người con vâng lệnh, liền chuẩn bị hành trang. Khi ấy bà mẹ của bốn người con và các chị em ruột đều xin được cùng đi. Không những thế, các lực sĩ, bách quan, bà-la-môn, trưởng giả, cư sĩ, tất cả nhân dân, hầu hết ai cũng vui lòng xin được đi theo. Nhà vua chấp thuận cho theo tất cả. Thế là bốn người con bái từ ra đi. Qua được bên kia sông Bàng-kỳ-la,³⁴³ họ đến phía bắc Tuyết Sơn, nơi đó

---

³⁴² Hiếu kính và thuận thảo nhau, nguyên Hán: Hiếu hữu 孝友.

³⁴³ Sông Bàng-kỳ-la 傍耆羅河. Phiên Phạn ngữ 9, T54n2130, tr. 1045a01:

đất bằng phẳng rộng rãi, bốn bề ngút ngàn, trong lành, tĩnh mịch, lại nhiều trái ngọt, cây lành, kỳ hoa, dị thảo, và muôn thú đủ loại. Nhận ra đất lành, bốn người con cho dừng lại rồi gọi bà-la-môn, trưởng giả, cư sĩ đến để cùng nhau bàn bạc: "Các nơi đã đi qua, không nơi nào hơn chỗ này, có thể định cư được rồi". Tất cả đều nhất trí, nơi đây là quê hương mới. Họ xây dựng thành ấp và chỉ trong thời gian vài năm số người qui tụ đông đúc, dần dần phồn thịnh trở thành đại quốc. Cách vài năm sau, vua cha nhớ đến các con, hỏi quần thần:

"Bốn đứa con của trẫm nay ở đâu?"

Quần thần tâu:

"Ở phía bắc Tuyết Sơn, gần rừng Xá-di, xây dựng thành quách doanh ấp, nhân dân phát đạt, đất đai màu mỡ, áo cơm sung túc không hề thiếu thốn."

Nhà vua nghe rồi ba lần khen ngợi con ta có đủ khả năng! Nhà vua ba lần lập lại lời khen như thế. Từ đó, mang danh hiệu là Thích-ca chủng tộc.

II. TRUYỆN ĐỨC THÍCH TÔN
A. Xuất gia thành đạo

1. Vương tử họ Thích

Ni-lâu[344] có con tên là Tượng-đầu-la. Tượng-đầu-la có con tên là Cù-đầu-la. Cù-đầu-la có con tên là Ni-hưu-la. Ni-hưu-la[345] có bốn đứa

---

Sông Bàng-kỳ-la, dịch là sông uốn khúc (*kuñja, vaṅka*). *Trường A-hàm* 13, T01n1, p. 82c25: Bốn người con của vua... đến phía nam Tuyết Sơn, sống trong rừng Trực Thọ (直樹林, *Sākasaṇḍa*).

[344] Vua Ni-lâu là người con thứ tư của vị phu nhân kế của vua Uất-ma (thỉ tổ của dòng họ Thích theo Ngũ phần).

[345] Danh sách các vị vua kể theo *Mahāvastu* (tr. 289): vua *Mahāsammata* (Đại Nhân 大人), *Kalyāṇa* (Thiện 善), *Upoṣadha* (Trai 齋), *Māndhātṛ* (Đảnh Sanh 頂生). Kể xuống nữa có vua *Ikśvāku* (Ý-sư-ma 懿師摩). *Ikśvāku* (Okkāka) là ông tổ của dòng họ Thích. Xuống nữa là *Siṃhahanu* (Sư Tử Giáp 師子頰). Ông này có bốn người con trai. Con cả là *Śuddhodana* (Duyệt-đầu-đàn 悅頭檀) sinh Bồ-tát sau

con: một tên là Tịnh Phạn,[346] hai tên là Bạch Phạn, ba tên là Hộc Phạn, bốn tên là Cam Lồ Phạn. Vua Tịnh Phạn có hai người con: một tên là Bồ-tát,[347] hai tên là Nan-đà. Bạch Phạn có hai người con: một tên là A-nan, hai tên là Điều Đạt. Hộc Phạn có hai người con: một tên là Ma-ha-nam, hai tên là A-na-luật. Cam Lồ Phạn có hai người con: một tên là Bà-bà, hai tên là Bạt-đề. Bồ-tát có con tên là La-hầu-la. Khi còn nhỏ Bồ-tát đã có chí xuất gia. Vua cha sợ con học đạo, thường dùng ngũ dục để cho con vui chơi. Đến 14 tuổi, Bồ-tát oai nghiêm lên xa giá du ngoạn cửa thành phía Đông, thấy một người già đầu bạc lưng khòm, chống gậy bước đi yếu ớt, Bồ-tát hỏi người đánh xe:

"Đó là người gì?"

Tên hầu đánh xe thưa:

"Thưa ngài, đó là người già"

Bồ-tát lại hỏi:

"Già là thế nào?"

"Thưa Bồ-tát, già là tuổi đã lớn, căn cốt chín mùi, hình dạng biến đổi, sắc tướng suy tàn, đứng ngồi khổ sở, mạng sống không còn bao lâu, cho nên gọi là già."

Bồ-tát hỏi:

"Ta có tránh khỏi tình trạng đó không?"

"Thưa ngài, làm sao tránh khỏi."

Bồ-tát bảo quay xe về lại cung, luôn nghĩ chưa lìa được sự già nên

---

thành Phật.

[346] Pāli *Sīhahanu*; Mhv. ii. 15, Dpv. ii. 44, Sư Tử Giáp 師子頰 (*Siṃhahanu*) con trai của *Jayasena*.

[347] Theo *Ngũ phần*: Vương thống của dòng họ Thích đến đời Bồ-tát là đời thứ bảy, kể từ vua đầu là Uất-ma. *Theo Tứ phần*: Nếu từ Bồ-tát trở lên đến đời thứ nhất thì chính là vua *Ikśvāku* (Ý-sư-ma 懿師摩) (tương đương với đời thứ nhất ông Tổ dòng họ Thích của Ngũ phần). Còn phần tương thừa trên nữa như *Tứ phần* thì bên *Ngũ phần* không có.

sầu ưu không vui.

Vua cha hỏi tên hầu đánh xe:

"Thái tử đi chơi có vui hay không?"

Tên hầu đánh xe tâu:

"Dạ, không vui."

"Tại sao vậy?"

"Vì gặp một người già nên thái tử không vui."

Nhà vua sợ đúng như lời ông thầy tướng, e thái tử không lâu nữa sẽ xuất gia, nên tăng thêm ngũ dục để mua vui cho thái tử.

Thời gian lâu sau, thái tử lại ra lệnh **[101c01]** tên đánh xe nghiêm xa giá du ngoạn cửa thành phía Nam. Gặp một người bệnh hình thể ốm yếu, dựa cửa thở hổn hển, Thái tử hỏi tên hầu đánh xe:

"Đó là người gì?"

Thưa thái tử:

"Thưa ngài, đó là người bệnh."

Bồ-tát lại hỏi:

"Thế nào gọi là người bệnh?"

"Thưa ngài, bốn đại càng tổn giảm nhiều, ăn uống không được, sức lực yếu dần, mạng sống ở trong khoảnh khắc, cho nên gọi là bệnh."

Bồ-tát hỏi:

"Ta có tránh khỏi tình trạng đó không?"

"Thưa ngài, làm sao tránh khỏi."

Thái tử bảo quay xe về cung, tự nghĩ không thể lìa khỏi sự già và bệnh, nên càng ưu buồn.

Nhà vua hỏi tên hầu đánh xe:

"Thái tử đi chơi có vui không?"

Tên hầu đánh xe tâu:

"Tâu bệ hạ, lại càng không vui!"

Vua lại hỏi: "Vì sao?"

"Dạ, vì gặp một người bệnh cho nên không vui."

Nhà vua sợ thái tử xuất gia, lại tăng thêm ngũ dục ngày đêm để cho thái tử vui.

Sau một thời gian, Bồ-tát lại bảo người đánh xe nghiêm xa giá, du ngoạn cửa thành phía Tây. Gặp một người chết, tử thi khiêng đi trước, gia đình cả nam lẫn nữ đi sau khóc kể. Thái tử hỏi tên hầu đánh xe:

"Đó là người gì?"

"Thưa ngài, đó là người chết."

"Thế nào gọi là chết?"

"Thưa ngài, hơi thở chấm dứt, tinh thần không biết gì nữa, vất bỏ nơi đồng trống, vĩnh viễn xa lìa người thân, cho nên gọi là chết."

Bồ-tát hỏi:

"Ta có tránh khỏi cảnh trạng đó không?"

Tên hầu đánh xe thưa:

"Thưa ngài, làm sao tránh khỏi."

Bồ-tát nghĩ không thể tránh khỏi già, bệnh, chết, nên ưu buồn càng tăng thêm, liền quay xe trở về. Trên đường về, thấy một người cạo bỏ râu tóc, mặc pháp phục, bưng bát nhìn đất mà đi, thái tử hỏi tên hầu đánh xe:

"Đó là người gì, mà y phục khác với người đời?"

"Thưa ngài, đó là người xuất gia."

Lại hỏi:

"Thế nào gọi là người xuất gia?"

"Thưa ngài, người khéo tự điều phục, đủ các oai nghi, thường hành nhẫn nhục, lân mẫn chúng sinh, nên gọi là xuất gia."

Bồ-tát nghe rồi, ba lần thốt lên:

"Lành thay! Đây là sự sống khoái lạc duy nhất!"

Bồ-tát liền xuống xe đến gần cung kính hỏi: "Tại sao hình thức y phục của ngài không giống người đời?" *(cách trả lời cũng giống như trên).*

Bồ-tát lại ba lần khen:

"Lành thay! **[102a01]** Nếp sống này là an vui nhất."

Bồ-tát lên xe về cung. Từ xa có một người nữ trông thấy Bồ-tát, trái tim cô ta bị rung động bởi ái dục, liền nói bài kệ:

> *Mẹ vui có con này,*
> *Cha vui cũng như thế.*
> *Người nữ được chồng này*
> *Vui hơn vào Nê-hoàn.*

2. Xuất gia tầm đạo

Bồ-tát nghe nói tiếng Nê-hoàn, hoan hỷ vô cùng, tự nghĩ: "Ta làm thế nào để chứng được Vô thượng Nê-hoàn[348] này?" Trở về cung, Bồ-tát miên man suy nghĩ đến các pháp sanh, lão, bệnh, tử chưa được xa lìa này... Nhà vua hỏi tên hầu đánh xe:

"Hôm nay thái tử đi chơi có vui hay không?"

Tên hầu đánh xe thưa:

"Thưa bệ hạ, khi đi thì không vui nhưng lúc về thì rất vui."

Vua hỏi: "Tại sao vậy?"

"Thưa bệ hạ, khi đi gặp một người chết cho nên không vui, lúc

---

348 Hán: Vô thượng nê-hoàn 無上泥洹. Vô thượng Nê-hoàn còn gọi là vô thượng Niết-bàn 無上涅槃, là quả vị Niết-bàn cao tột. *Tứ phần:* "Vô thượng hưu tức pháp 無上休息法. "Pháp tịch tĩnh tối thượng." Xem, *Trung A-hàm* 56, đã dẫn: vô thượng an ổn Niết-bàn 無上安隱涅槃. Pāli *anuttaraṃ yogakkhemaṃ nibbānaṃ pariyesamāno.*

về thấy một tỳ-kheo cho nên rất vui."

Nhà vua nghĩ rằng: vị thầy tướng nói thái tử sẽ xuất gia chắc là đúng. Nhà vua tăng thêm ngũ dục cả ngày lẫn đêm để thái tử vui chơi. Bồ-tát thưởng thức trò vui của các kỹ nữ, tạm thời ngủ được. Sau đó, bọn kỹ nữ đều vùi mình trong giấc ngủ, Bồ-tát tỉnh dậy thấy các kỹ nữ cùng gối nhau mà ngủ, hoặc lộ hình thể chẳng khác nào con người bằng gỗ, nước mũi, nước mắt, nước dãi từ trong miệng chảy ra; đàn cầm, đàn sắc, ống tiêu... ngổn ngang dưới đất; lại thấy cung điện cũng như gò hoang.

Chứng kiến cảnh tượng này, Bồ-tát ba lần thốt lên lời than: "Họa thay! Họa thay!"

Bồ-tát liền chạy đến cung điện của phụ vương ở, biến trạng của cung điện cũng lại như vậy. Bồ-tát cũng than:

"Họa thay! Họa thay! Chán ngán quá rồi! Phải xa lìa gấp!"

Lúc ấy, Bồ-tát ra lệnh cho tên nô dịch Xiển-đà:[349] "Ngươi hãy thắng ngựa cho ta, đừng cho ai hay!"

Xiển-đà thưa:

"Thưa thái tử, ban đêm không phải là lúc đi, không thể du ngoạn xem cảnh. Hơn nữa đâu có oán địch bức bách nơi hoàng cung, không biết vì lý do gì mà ban đêm bảo thắng ngựa?"

Thái tử trả lời:

"Có đại oán địch, ngươi không biết đâu. Cái oán già, bệnh, chết, cái oán đó mới là lớn. Ngươi phải thắng ngựa gấp, không nên hòa hoãn."

Xiển-đà chuẩn bị bạch mã xong, đem đến trước sân thưa: "Thưa thái tử, ngựa đã thắng xong, đem đến rồi."

Bồ-tát đến bên con ngựa, muốn cỡi lên, con ngựa liền hý lên một tiếng với giọng buồn thảm. Thiên thần sợ có sự trở ngại, liền dùng

---

[349] Xiển-đà 闡陀 (Chandaka; Channa); còn gọi là Xiển-na 闡那, hay Xa-nặc 車匿, là người hầu cận Bồ-tát.

cách làm loãng tiếng ngựa hý, khiến cho mọi người không nghe. Bồ-tát cõi ngựa hướng về phía cửa hông (hoàng cung)*, cửa hông liền mở, lại hướng về cửa thành, cửa thành cũng tự mở. Ra khỏi cửa thành rồi, Bồ-tát hướng về rừng A-nậu-da,[350] cách thành không xa, Bồ-tát xuống ngựa, cởi áo quí báu trao cho Xiển-đà và nói:

"Ngươi đem con ngựa và chiếc áo quý báu này về hoàng cung, tâu lên rằng: Hôm nay ta bái tạ cha mẹ để đi học đạo, không lâu lắm đâu, ta sẽ trở về, xin song thân đừng quá buồn rầu."

Xiển-đà khóc lóc, quỳ gối thưa:

"Vị thầy tướng trước kia có nói, thái tử sẽ làm Chuyển luân thánh vương[351] có bảy món báu; một ngàn người con, làm vua bốn cõi thiên hạ, dùng chánh pháp trị đời,[352] không dùng binh trượng, tự nhiên thái bình, **[102b01]** tại sao nay lại vất bỏ ngôi vua, cởi áo quí báu, nhận sự khổ nơi rừng núi hoang vu?!"

Bồ-tát hỏi lại:

"Vị thầy tướng lúc ấy còn nói gì nữa không?"

Xiển-đà thưa:

"Thầy tướng còn nói, nếu không vui sống với thiên hạ, xuất gia học đạo sẽ thành Vô thượng chánh đẳng giác."

Bồ-tát nói:

"Ngươi nghe rõ như vậy tại sao nay lại buồn? Ngươi phải mau

---

[350] Hán: A-nậu-da lâm 阿[少/兔]耶林. Anupiya. Một thị trấn trong xứ *Malla* về hướng đông *Kapilavatthu* (Ca-tì-la-vệ).

[351] *Tứ phần:* Sát-lợi thuỷ nghiêu đảnh 刹利水澆頂, vua dòng Sát-lợi được truyền ngôi. Sau đó, nếu bảy báu xuất hiện và chinh phục được cả bốn châu thiên hạ, bấy giờ thành Chuyển luân vương. Xem *Trường A-hàm 7*, kinh 6 "Chuyển luân vương tu hành"; *Trung A-hàm 15*, kinh 70 "Chuyển luân vương"; Pāli, D. 26. *Cakkavatti*.

[352] Sau khi chinh phục xong, vua cai trị bằng (chánh) pháp, không bằng đao kiếm (*adaṇḍena asatthena dhammena abhivijiya ajjhāvasi*; D. 26, iii. 59).

trở về tâu với song thân ta: Dù cho xương cốt mục nát mà ta không chấm dứt được nguồn gốc sanh, lão, bệnh, tử thì ta không trở về."

Lúc ấy, Xiển-đà buồn khóc, đến trước kính lễ, đi nhiễu ba vòng, rồi dắt ngựa, đem y báu về cung.

Bồ-tát tiến về phía trước, thấy một người thợ săn mặc chiếc áo ca-sa, liền đến chỗ ông ta, dùng chiếc áo giá đáng trăm ngàn lần đổi lấy chiếc áo kia rồi mặc đi. Bồ-tát hướng đến cây Tu-ma-na, bên gốc cây có người thợ cạo tóc, nhờ cạo đầu. Họ liền cạo tóc cho Bồ-tát. Trời Thích Đề-hoàn Nhân,[353] trong chớp nhoáng, như co duỗi cánh tay, đến trước Bồ-tát, lấy y hứng tóc đem về Thiên cung. Cạo tóc rồi, Bồ-tát nghĩ: "Nay ta đã là người xuất gia, tự nhiên đủ giới". Từ đó, Ngài tuần tự du hành đến thành Vương Xá. Vua Bình-sa[354] lúc thiếu thời có năm lời nguyện:

1. Phụ vương băng hà, ta sẽ nối ngôi.

2. Khi làm vua gặp Phật ra đời.

3. Chính mình được thấy Phật, gần gũi cúng dường.

4. Phát tâm hoan hỷ đặng nghe Chánh pháp.

5. Nghe pháp rồi liền được tín giải.

Bồ-tát vào thành khất thực, oai nghi rạng rỡ, nhìn đất mà đi. Khi ấy chưa có bình bát, Ngài dùng lá sen thay bát đi khắp mọi nẻo đường, bát lá sen không lìa căn sống. Khi ấy, nhà vua cùng quần thần ở trên lầu cao, từ xa thấy Bồ-tát lấy làm kỳ lạ, quay lại nói với quần thần:

"Ta chưa từng thấy ai như người này, chắc là thần thánh."

Quần thần đều tâu:

"Trước đây hạ thần có nghe, phía bắc Tuyết Sơn, vua thành Ca-

---

353 Thích Đề-hoàn Nhân 釋提桓因. *Sakka devānaṃ Inda*, gọi là trời Đế Thích.

354 *Tứ phần:* Ma-kiệt vương Bình-sa 摩竭王洴沙; *Rājā Māgadho Seniyo Bimbisāro.*

duy-la-vệ[355] tên là Tịnh Phạn, sanh người con tên Bồ-tát. Thầy tướng xem tướng nói: "Nếu ở nhà thì sẽ làm Chuyển luân thánh vương, làm chủ bốn cõi thiên hạ, bảy món báu tự đến, tức là luân báu, tượng báu, mã báu, châu báu, nữ báu, thần báu và chủ binh báu. Vua có một ngàn người con dũng kiện sức mạnh phi thường, dùng pháp chế ngự đời, binh trượng không dùng đến, mà tự nhiên thái bình. Nếu không vui sống với thế gian, xuất gia học đạo, chứng thành Phật đạo, độ sanh tử cho người. Nghe thái tử đã xuất gia chắc là người này vậy."

Vua nghe nói như thế, rất vui mừng, nói:

"Năm lời nguyện của ta trước đây, một lời đã thực hiện, còn bốn lời nữa, chắc nay sẽ toại nguyện."

Nhà vua liền sắc chỉ hai người đến xem Bồ-tát trú nghỉ tại đâu để nhà vua đến. Người được sai đi liền thấy **[102c01]** Bồ-tát khất thực xong trở về núi Ba-la-nại,[356] ngồi kiết già hướng về nước Ba-tuần.

Một người theo dõi quan sát, một người về tâu với vua. Nhà vua liền trang nghiêm xa giá thẳng đến nơi. Bồ-tát vừa bước xuống núi, thì nhà vua đã đi lên núi, đến chỗ Bồ-tát. Bồ-tát nói:

"Lành thay Đại vương! Ngài sẽ nhận được điều an lành."

Nhà vua liền cúi đầu kính lễ sát chân rồi ngồi lui qua một bên, bạch Bồ-tát rằng:

"Ngài sanh ở nước nào, từ họ nào mà xuất gia?"

Bồ-tát trả lời:

"Sanh từ phía Bắc Tuyết Sơn, nước Xá-di,[357] thành Ca-duy-la-vệ,

---

[355] Ca-duy(tì)-la-vệ thành 迦維羅衛城. **Xem cht. 350 trước.**

[356] *Tứ phần:* Ban-trà-bà 班茶婆. Paṇḍava, ngọn đồi gần thành *Rājagaha* (Vương xá hay La-duyệt). Bản Cao Ly: chỉ túc 止宿. Tống-Nguyên-Minh: sơn túc 山宿.

[357] Nước Xá-di 舍夷國. Xá-di là tên nước và cũng là một trong những họ của Bồ-tát.

cha tên là Tịnh Phạn, họ là Cù-đàm.[358]

Nhà vua muốn thử Bồ-tát cho nên nói:

"Tộc tánh của tỳ-kheo tôn quí, ngôi vua lớn ở đời, thánh đức tự nhiên, nhiếp hoá bốn biển, bốn biển không một ai không trông chờ. Nếu ngài nhiếp chánh thì tôi cũng hướng về phương Bắc mà phụng thờ."

Bồ-tát trả lời:

"Địa vị nào bằng địa vị Chuyển luân thánh vương mà tôi còn bỏ huống là bốn biển. Sở dĩ tôi xuất gia cầu đạo là muốn độ tất cả cái khổ lớn của sanh tử. Sao không thỉnh tôi thành đạo rồi độ Ngài trước mà lại bo bo cho việc đó là trọng yếu?!"

Nhà vua nói:

"Lành thay! Lời nói này thật vui mừng! Xin Ngài thành đạo rồi độ tôi và người trong nước này trước."

Bồ-tát hứa khả. Nhà vua rất hoan hỷ kính lễ sát chân rồi cáo lui.

3. Thành Đẳng Chánh Giác

Sau khi nhà vua đi rồi, Bồ-tát bèn hướng về cây Bồ-đề.[359] Cách cây Bồ-đề không xa có một người cắt cỏ, tên là Cát An.[360] Ngài đến xin một ít cỏ, đem đến trải dưới gốc cây rồi ngồi kiết già, thẳng người chánh ý, buộc niệm trước mặt, liền trừ được năm cái, lìa dục, lìa ác, bất thiện pháp... *cho đến* đắc đệ tứ thiền và du hý trong đó, thông qua hạnh 37 đạo phẩm. Do tịnh tâm này mà tam minh rỗng chiếu, tức là

---

[358] Cù-đàm 瞿曇, ⓢ *Gautama* hay *Gotama*, ⓟ *Gotama*, là một trong những họ của Bồ-tát. Như Xá-di, Nhựt chủng, Cam giá, Thích-ca và Cù-đàm (theo Thích thị yếu lãm). *Tứ phần*: Họ cha gọi là Nhật. Nhật 日. ⓟ *Ādicca*. Tên chỉ họ của bộ tộc Thích-ca. Do đó, Phật cũng được gọi là đấng Nhật Tôn, hay Nhật Thân, bà con của mặt trời (ⓟ *Ādiccabanddhu*).

[359] *Tứ phần*: Cát tường thọ 吉祥樹; ⓢ *aśvattha*/ ⓟ *assattha*, về sau được gọi là cây Bồ-đề. ⓟ *Bodhirukkha*.

[360] Cát An (Cát Tường) 吉安(祥). ⓟ *Sotthiya*.

Túc mạng minh, Tha tâm minh và Lậu tận minh, như trong *Thụy ứng bổn khởi*[361] đã nói.

Bấy giờ, Ngài đứng dậy đến thôn Uất-tỳ-la,[362] ngồi dưới rừng cây, nơi thành Phật đạo. Đầu đêm, Ngài quán 12 nhân duyên nghịch và thuận. Do duyên cái này có nên cái kia có, do duyên cái này diệt nên cái kia diệt. Nghĩa là vô minh duyên hành, hành duyên thức, thức duyên danh sắc, danh sắc duyên lục nhập, lục nhập duyên xúc, xúc duyên thọ, thọ duyên ái, ái duyên thủ, thủ duyên hữu, hữu duyên sanh, sanh duyên lão tử, ưu bi, khổ não. Nếu vô minh diệt thì hành diệt, hành diệt thì thức diệt, thức diệt thì danh sắc diệt, danh sắc diệt thì lục nhập diệt, lục nhập diệt thì xúc diệt, xúc diệt thì thọ diệt, thọ diệt thì ái diệt, ái diệt thì thủ diệt, thủ diệt thì hữu diệt, hữu diệt thì sanh diệt, sanh diệt thì lão tử, ưu bi, khổ não đều diệt. Thấy rõ nghĩa duyên khởi này rồi, Ngài bèn nói bài kệ:

> [103a01] *Pháp duyên sanh đều vậy*
> *Phạm-chí mới tọa thiền*
> *Đã biết pháp duyên này*
> *Khéo trừ tất cả nghi.*
>
> *Pháp duyên sanh đều vậy*
> *Phạm-chí mới tọa thiền*
> *Đã biết pháp duyên này*
> *Khéo trừ tất cả khổ.*
>
> *Pháp duyên sanh đều vậy*
> *Phạm-chí mới tọa thiền*
> *Phá tối tăm của ma*
> *Như mặt trời lên cao.*

---

361 Thụy ứng bổn khởi, còn gọi kinh Thái tử thụy ứng bổn khởi, v.v..., 2 quyển, Chi Khiêm dịch thời Ngô (Tam Quốc), thu vào tạng Đại chánh quyển 3, số 185. Nội dung kinh ghi chép về cuộc đời đức Phật.

362 Hán: Uất-tỳ-la tụ lạc 欝鞞羅聚落. [Pali] *Uruvelā.* dịch âm khác Ưu-lâu-tần-loa 優樓頻螺,... dịch nghĩa là Đại qua 大瓜, Đại dũng 大勇, v.v... Một địa phương bên bờ sông *Nerañjarā* (Ni-liên-thiền), gần cây Bồ-đề ở Bồ-đề Đạo tràng (*Buddhagayā*).

4. Hai người khách thương

Bấy giờ, đức Thế Tôn mắc bệnh phong,[363] thần núi Ma-tu-la[364] liền lấy trái Ha-lê-lặc[365] dâng Phật, thưa:

"Cúi xin Phật dùng trái cây này để trừ bệnh phong."

Đức Phật thọ nhận và dùng, bệnh phong liền hết, Ngài ngồi kiết già bảy ngày thọ sự vui giải thoát. Sau bảy ngày, Ngài từ tam-muội đứng dậy, du hành trong nhân gian.

Khi ấy có năm trăm khách buôn chở hàng trên năm trăm cổ xe, trong đó có hai người lớn, một tên là Ly-vị, người thứ hai tên là Ba-lợi.[366] Xưa kia hai người có một thiện trí thức qua đời làm Thiện thần,[367] thường đi theo họ, nghĩ rằng: "Nay đức Phật mới thành đạo cả, chưa có người dâng cúng thức ăn, ta nên khiến hai ông bạn cúng dường đức Phật để được an lạc lâu dài." Vị Thiện thần liền dùng thần lực làm cho đoàn xe đều bị trở ngại, mọi người sợ sệt, khấn vái bốn phương. Vị Thiện thần từ không trung nói:

"Các người đừng sợ! Các người đừng sợ! Nay đức Phật Thế Tôn[368] vừa mới thành đạo cả, ngồi yên lặng bảy ngày, từ thiền định đứng dậy du hành và hiện ngồi nơi gốc cây kia, chưa có người dâng cúng, hai ông bạn nên đem lương khô, mật dâng cúng để được an lạc lâu dài."

Mọi người đều hoan hỷ trộn mật với lương khô[369] đem đến để

---

[363] *Tứ phần:* "Do ăn cơm khô trộn với mật nên gió trong thân di động."

[364] *Tứ phần:* Vị thần của cây ấy (Ha-lê-lặc) có lòng tin sâu đậm đối với Phật.

[365] Ha-lê-lặc 阿梨勒. [Pāli/Skt] *harītaka,* trái cây có thể làm thuốc trị bệnh phong, còn gọi là trái ha-tử. **Xem cht. 846,** Phần I, Ch. v, Pháp đọa.

[366] *Tứ phần:* Một người tên Trảo 爪 (*Nakha?* Có lẽ là phiêm âm *Trapuṣa*); một người Ưu-ba-li 優波離 (*Upāli?* Có lẽ *Balluka* đọc nhầm). [Pāli] hai anh em thương khách: *Tapussa* và *Bhallika/* [Skt] *Trapuṣa* & *Bhallika* (*Bhalluka*), Cf. *Mahāvyutpatti,* 5748 & 4781; *Lalitavistara,* ch. 24.

[367] *Tứ phần:* Thần cây 樹神.

[368] *Tứ phần:* Thích-ca Văn Phật 釋迦文佛 (*Sakya Muni Buddha*).

[369] *Tứ phần:* Mật khứu 蜜糗. Mật ong và bánh bột; có lẽ là lương khô

cúng. Từ xa thấy đức Thế Tôn ngồi dưới tàng cây, dung nhan đỉnh đạc, các căn tịch định, có ba mươi hai tướng của đại nhân, ánh sáng tỏa vòng quanh một tầm, giống như núi vàng, họ đến trước mặt, kính lễ sát chân Phật rồi dâng cúng lương khô trộn với mật. Đức Thế Tôn khởi ý nghĩ: "Các đức Phật quá khứ đều dùng bình bát để thọ, các đức Phật đương lai cũng lại như vậy. Nay ta cũng nên dùng bát để thọ nhận thức ăn cúng dường." Tứ thiên vương biết ý Phật, mỗi người tự lấy một cái bát bằng đá sạch có mùi thơm tự nhiên đem đến dâng đức Thế Tôn, bạch rằng:

"Cúi xin Ngài nhận lấy đồ đựng này của chúng con để thọ vật dâng cúng của người lái buôn."

Đức Phật lại suy nghĩ: "Nếu lấy một cái bát của một Thiên vương thì mấy vị kia không bằng lòng." Ngài bèn lấy cả bốn cái để vào trong bàn tay bên tả, dùng tay bên hữu ép lại thành một cái, nhận lấy vật dâng cúng của hai vị khách buôn. Thọ rồi Ngài nói:

"Các người nên quy y Phật, quy y Pháp."

Họ liền thọ hai tự quy. Trong loài người, hai nhà buôn là người thọ hai tự quy y đầu tiên.[370] Ngài nói pháp tùy hỷ, chú nguyện bằng bài kệ:

[103b01] *Hai chân, ngươi an ổn*[371]

---

trộn với mật ong. [Pāli] *manthañca madhupiṇḍikañca. The Book of Discipline*: *mantha*, barley-gruel, cháo lúa mạch; PTS.: rice-cake, bánh bột gạo.

[370] *Tứ phần*: "Những người ưu-bà-tắc đầu tiên nhận lãnh hai quy y".

[371] Hán: Nhị túc nhữ an ổn, tứ túc diệc an ổn 二足汝安隱， 四足亦安隱. Ở đây nên hiểu, đức Phật chú nguyện chung cho loài người và loài vật, không phải chú nguyện riêng hai vị khách buôn. Cf. Kinh *Tăng nhất A-hàm* (T02, no. 125, p. 727b28):

"*Loài hai chân an ổn;*
Loài bốn chân cũng vậy;
Khách đi đường an lành;
Khách đến cũng như vậy..."

Cf. Pāli, *Ratanasutta* (kinh Tam Bảo), được xem như hộ chú (*paritta*), đọc khi cầu an: *Yaṃ kiñci vittaṃ idha vā huraṃ vā, saggesu vā yaṃ*

> *Bốn chân cũng an ổn*
> *Đi cũng được an ổn*
> *Về cũng được an ổn.*
> *Như người cày cầu mong*
> *Gieo giống niềm hy vọng*
> *Người vào biển cầu mong*
> *Thu hoạch như người cày.*[372]

Đức Thế Tôn nói bài kệ này rồi lại vì khách buôn nói các diệu pháp, chỉ dạy lợi ích để họ vui mừng.[373] Sau đó, Ngài đến ngồi dưới bóng cây dùng thức ăn mà Ngài đã thọ nhận. Dùng lương khô trộn mật xong, Ngài lại ngồi kiết già nhập định bảy ngày, thọ sự vui trong giải thoát. Sau bảy ngày, đến chỗ trú ngụ của con rồng Văn-lân,[374] ngồi dưới bóng cây. Con rồng ra khỏi nước dùng thức ăn không phải của loài người dâng lên đức Thế Tôn. Đức Phật nhận và thọ thực rồi lại

---

ratanaṃ paṇītaṃ; na no samaṃ atthi tathāgatena, idampi buddhe ratanaṃ paṇītaṃ; etena saccena suvatthi hotu… "Dù trong đời này hay đời khác, hay trên thiên giới, không có tài bảo vi diệu nào sánh với đức Như Lai. Ở đây, Phật là tài bảo tối thắng vi diệu. Bằng sự thực này, ước nguyện tất cả đều được an lành…"

[372] *Tứ phần:* Sở vi bố thí giả, tất hoạch kỳ lợi nghĩa; nhược vi nhạo cố thí, hậu tất đắc an lạc 所為布施者, 必獲其利義; 若為樂故施, 後必得安樂. Ai làm việc bố thí, chắc chắn được lợi ích; Ai vì lạc bố thí, sau tất được an lạc.

[373] *Tứ phần:* Nhân hai khách buôn sau khi thọ hai quy y thưa hỏi: "Nay chúng con muốn về lại quê nhà. Nếu khi về đến nơi rồi, muốn làm phước thì làm thế nào? Muốn lễ kính cúng dường thì lễ kính cái gì?" Phật liền đem tóc và móng tay cho, nói rằng: "Các ngươi đem vật này về đó, làm phước, lễ bái, cung kính cúng dường." Tuy nhận nhưng họ có vẻ không tin! Nhân đây đức Phật nói về nhân duyên quá khứ của họ và chính đức Phật cho họ rõ. Sự kiện này *Ngũ phần* không đề cập đến.

[374] *Tứ phần:* Cung điện của Long vương Văn-lân, bên bờ sông Văn-lân, dưới bóng cây Văn-lân. *Mucalinda* (âm khác: Mục-chân-lân-đà), gần cây bàng *Ajapāla-nigrodha* ở *Uruvelā*. Chính cây này là cung điện của Long vương *Mucalinda*.

ngồi nhập định bảy ngày, thọ sự vui giải thoát. Khi ấy bầu trời dày đặc mây đen, mưa suốt bảy ngày, khiến người hoảng sợ. Con rồng khởi ý niệm: "Nay trời mưa đáng sợ, ta nên biến hoá làm thành thân lớn vây quanh đức Phật bảy vòng, lấy đầu che trên đức Phật để khỏi mưa gió, mòng muỗi quấy rầy Ngài." Nghĩ xong, rồng liền thực hiện.

Bảy ngày qua rồi, đức Thế Tôn từ tam-muội đứng dậy. Rồng thấy tạnh mưa, vòm trời trong sáng, xả bỏ thân hình lớn kia, biến làm thiếu niên, cúi đầu bạch Phật:

"Con hoá thân lớn, vây quanh bảy vòng, đầu che trên đức Phật, muốn cho gió, mưa mòng muỗi đừng xúc não đến Như Lai."

Vì lý do đó đức Phật nói bài kệ:

Viễn ly, yên tịnh, vui
Nghe pháp, thấy pháp, vui
Không não hại đời, vui
Thương xót chúng sanh, vui.
Ở đời ly dục, vui
Vượt hết ân ái, vui.
Người dẹp được ngã mạn
Đó là vui tối thượng.

5. Hai Quy y

Đức Phật nói kệ rồi, đứng dậy đến thôn (tụ lạc) Uất-tỳ-la Tư-na, vào thôn khất thực, sau đó đến nhà của Bà-la-môn Tư-na, đứng im lặng bên ngoài cửa, có người nữ tên là Tu-xà-đà,[375] thấy oai tướng thần diệu của đức Phật, đến trước mặt, lấy bình bát của đức Phật đựng đầy thức ăn ngon bổ, dâng cúng đức Thế Tôn. Đức Phật thọ thực rồi nói:

"Ngươi có thể quy y Phật, quy y Pháp."

Tu-xà-đà liền thọ hai tự quy. Trong số người nữ, Tu-xà-đà là người

---

[375] *Tứ phần*: Vợ của người Bà-la-môn là con gái của đại tướng Tô-xà-la 蘇闍羅. Pali *Sujāta*, con gái của *Senānī* (Tướng quân) ở thị trấn *Senānigama*, là người nữ đầu tiên thọ hai quy y và cũng là vị Ưu-bà-di đầu tiên.

đầu tiên thọ hai tự quy, làm người Ưu-bà-di. Đức Phật thọ thực rồi, trở lại dưới cây Bồ-đề, ngồi kiết già, nhập định bảy ngày thọ cái vui giải thoát. Sau bảy ngày, từ tam-muội đứng dậy, mặc y bưng bát trở lại nhà ấy. Tư-na dâng thức ăn rồi thọ hai tự quy **[103c01]** *(như trên đã nói)*. Sau đó, đức Phật lại đến nhà ấy, người vợ thấy đức Phật, dâng thức ăn, rồi thọ hai tự quy như trước. Sau đó đức Phật đến lần nữa, bốn chị em của nhà kia thấy Phật, dâng thức ăn, thọ hai tự quy *(cũng như trước)*. Đức Phật thọ thực xong, lại trở về dưới cây Bồ-đề, ngồi nhập định bảy ngày. Khi xuất định, Ngài hướng đến cây A-dự-ba-la ni-câu-loại,[376] giữa đường thấy một người nữ đang khuấy cao sữa (lạc) để làm váng sữa (tô), bèn đến khất thực, người nữ kia lấy bát đựng đầy cao sữa cúng Phật, rồi thọ hai tự quy như trước.

6. Phạm thiên khuyến thỉnh

Đức Phật thọ thực rồi đến gốc cây phía trước ngồi nhập định bảy ngày. Qua bảy ngày rồi, xuất định, khởi ý niệm: "Pháp Ta chứng được rất là vi diệu, khó rõ, khó thấy, tịch mịch, vô vi, chỉ có người trí mới biết chỗ vi diệu ấy, kẻ ngu chẳng thể hiểu được. Chúng sanh lại ưa ở trong hang ổ[377] ba cõi, kết dệt thành cái nghiệp chướng, làm sao có thể ngộ đạo mười hai nhơn duyên thậm thâm vi diệu khó thấy này. Hơn nữa, phải dứt tất cả hành, cắt đứt các dòng chảy, tận diệt nguồn ân ái, đắc Vô dư Nê-hoàn. Quả thật là điều rất khó. Nếu Ta đem nói ra

---

[376] Hán: A-dự-ba-la ni-câu-loại thọ 阿豫波羅尼拘類樹. *Tứ phần:* A-du-ba-la ni-câu-luật thọ 阿踰波羅尼拘律樹. [Pali (Skt)] *Ajapāla-nigrodha*, một loại cây đa.

[377] Hán: Quật trạch 窟宅: *Tứ phần:* Sào quật 樔窟. [Pali (Skt)] *ālaya*, chỉ vật được yêu thích, được cất giữ; chỉ tất cả sở y và đối tượng của ái dục; cũng chỉ vật mà sinh vật tựa vào làm chỗ che chở an toàn cho đời sống, như nhà cửa các thứ. Hán dịch ở đây theo nghĩa thứ hai. Từ Phạn này, trong Duy thức dịch âm là A-lại-da. Đoạn tương đương, dẫn trong *Nhiếp Đại thừa 1* (T31n1594, tr. 134a17), Huyền Trang dịch: "Thế gian chúng sanh ái a-lại-da, lạc a-lại-da, hân a-lại-da, hỷ a-lại-da 世間眾生愛阿賴耶.樂阿賴耶.欣阿賴耶.憙阿賴耶." Pāli tương đương (M.i.167): *ālayarāmā kho panāyaṃ pajā ālayaratā ālayasammuditā*.

thì tự chuốt lấy sự vất vả, nhọc nhằn, cuối cùng không ích gì!" Bấy giờ, đức Thế Tôn muốn nói rõ lý do vì sao không nói pháp, bằng bài kệ:

Đạo Ta thành rất khó
Nói cho người ở hang,
Nghịch dòng xoay sanh tử
Pháp màu sâu khó hiểu.
Bị nhiễm dục phủ che
Ngu ám không thấy được
Người tham, nhuế, ngu si
Không thể vào pháp này.[378]

Do vậy, đức Thế Tôn im lặng trầm tư, không nói pháp. Lúc ấy, trời Phạm thiên[379] ở trên cõi Phạm thiên, từ xa biết được ý của đức Phật, khởi ý niệm: "Nay đức Phật chánh giác xuất hiện ở đời, mà không vì chúng sanh nói pháp tự thân đã chứng ngộ thì thế gian mãi ở trong tăm tối, sau khi chết họ phải đọa vào ba đường dữ." Nghĩ như vậy rồi như kẻ lực sĩ co duỗi cánh tay, trong chớp nhoáng biến dạng nơi cõi Phạm thiên, xuất hiện trước đức Phật, đầu mặt kính lễ sát chân, rồi đứng qua một bên, bạch Phật:

"Cúi xin đức Thế Tôn thương xót chúng sanh, vì họ nói pháp. Vẫn có chúng sanh đủ khả năng lãnh thọ lời Phật dạy. Nếu họ không được nghe pháp sẽ bị thối đọa."

Ba lần thưa thỉnh như vậy, trời Phạm thiên lại dùng nghĩa này nói kệ thỉnh Phật:

Trước đây Ma-Kiệt[380] này
Thường nói pháp tạp uế,[381]

---

[378] Xem bài kệ tương đương *Tứ phần* 32, tr. 786c08; Pāli *Mahāvagga*, Vin. i. 5; M. i. 168, D. ii. 38, S. i. 136.

[379] Hán: Phạm thiên vương 梵天王. *Tứ phần:* Phạm thiên vương (*Brahmā Sahampati*). Vin. i.5: Phạm thiên *Sahampati*, Sa-bà thế giới chủ.

[380] Hán: Ma-kiệt 摩竭. Pāli *Magadhā*.

[381] Cf. Vin. i. 6: *pāturahosi magadhesu pubbe, dhammo asuddho samalehi cintito*, "Trước đây, giữa những người *Magadhā*, xuất hiện pháp bất tịnh được tư duy với sự cấu uế." Sớ giải nói, cấu uế ở đây chỉ nhóm

Nguyện mở cửa cam lồ[382]
Diễn nói nghĩa thuần tịnh!
Chính tôi ở Phạm cung
Đều thấy Phật xưa nói,
[104a01] *Nay cúi xin Thế Tôn*[383]
Cũng mở Pháp đường dạy!
Chúng sanh đầy ưu não
Không lìa sanh, lão tử,
Song đa phần ưa thiện
Xin nói pháp chiến thắng!

Lúc ấy, đức Thế Tôn im lặng nhận lời, rồi dùng Phật nhãn xem khắp thế gian, thấy chúng sanh căn cơ lợi độn: có người sợ đời sau đọa trong ba đường dữ, có người có khả năng thọ pháp như biển cả, có người như mầm chồi hoa sen, dù ở trong bùn, ra khỏi nước hay chưa ra khỏi nước đều không bị ô nhiễm bởi nước bùn. Đức Phật nói kệ:

Trước vì luống nhọc nhằn
Không nói nghĩa thâm sâu.[384]
Lối cam lồ nay mở
Tất cả đều nên nghe.

Bấy giờ, trời Phạm thiên nghe bài kệ vui mừng vô hạn, đến trước Phật kính lễ sát chân, đi quanh bên hữu ba vòng, bỗng nhiên mất bóng, trở về thiên cung. Đức Phật lại nghĩ: "Lối cam lồ sẽ mở, ai là người được nghe trước? Uất-đầu-lam-phất[385] thông minh dễ lãnh

---

Lục sư ngoại đạo.

[382] Hán: Cam lồ môn 甘露門. [Pāli] *Amata-dvāra*.

[383] Hán: Phổ nhãn 普眼. [Pāli] *Samantacakkhu*.

[384] Hán: Bất thuyết thậm thâm nghĩa 不說甚深義. *Tứ phần:* Bất vi nhiễu cố thuyết... 不為嬈故說. Theo văn cú thông thường mà hiểu: "Không vì nhiễu loạn mà thuyết." Nhưng đây văn dịch đảo trang, nên phải hiểu là: *vi nhiễu cố bất thuyết... vi diệu pháp:* vì nhiễu loạn (=mệt nhọc), nên Ta không nói pháp vi diệu." Tham chiếu Pāli, Vin.i. 7 (Cf. D. ii. 39, M. i. 169): *vihiṃsasaññī paguṇaṃ na bhāsiṃ dhammaṃ paṇītaṃ...* vì có ấn tượng não hại, Ta đã không giảng thuyết pháp vi diệu.

[385] Hán: Uất-đầu-lam-phất 欝頭藍弗 (*Uddaka Rāmaputta*). *Tứ phần:*

hội. Người này nên được nghe trước." Phật nghĩ như vậy rồi, sắp sửa muốn đi thì trên không trung chư thiên thưa:

"Uất-đầu-lam-phất qua đời trước đây bảy ngày."

Đức Phật nói:

"Khổ thay cho ông ta bị suy tổn lâu dài. Tại sao không được nghe trống pháp cam lồ?!"

Đức Phật lại nghĩ: "Lối cam lồ sẽ mở, theo thứ tự ai là người được nghe? A-lan-ca-lan[386] thông minh dễ lãnh hội, đây là người kế tiếp nên được nghe." Đức Phật vừa muốn đi, chư thiên lại nói:

"A-lan-ca-lan vừa mới qua đời đêm rồi."

Đức Phật nói:

"Khổ thật! Cam lồ pháp cổ mà không được nghe, sanh tử tới lui, do đâu được chấm dứt?!"

Đức Phật lại suy nghĩ: "Lối cam lồ sẽ mở, ai là người tiếp theo sẽ được nghe trước? Xưa kia phụ vương sai năm người theo hầu ta khổ cực, công đức ấy ta nên đền trả. Năm người đó hiện nay đang ở nước Ba-la-nại trong vườn Nai Tiên nhơn."[387] Đức Phật nghĩ như vậy rồi đi liền. Trên lộ trình, giữa đường Ngài gặp Phạm-chí tên là Ưu-bà-kỳ-bà.[388] Từ xa trông thấy đức Thế Tôn dung nhan đĩnh đạc, các căn tịch định, ánh sáng toả ra một tầm, giống như núi vàng. Phạm-chí bèn hỏi: "Ngài thờ thầy nào? Ngài hành theo đạo pháp nào mà được tôn quí như thế?"

Khi ấy đức Thế Tôn dùng kệ trả lời:

Tất cả trí là hơn

A-lan-ca-lan 阿蘭迦蘭.

[386] Hán: A-lan-ca-lan 阿蘭迦蘭 (Aḷāra Kālāma). *Tứ phần:* Uất-đầu-lam Tử 欝頭藍子.

[387] Hán: Ba-la-nại quốc Tiên nhân Lộc uyển 波羅奈國仙人鹿苑. *Bārāṇasi Isipatana migadāya.*

[388] *Tứ phần:* Ưu-đà-da phạm-chí 優陀耶梵志, chỉ ngoại đạo xuất gia, không phải bà-la-môn. *Upaka ājīvaka,* tà mạng ngoại đạo *Upaka.*

Không lụy, không bị nhiễm,
Không thầy, Ta tự tu
Tự nhiên thông Thánh đạo,
Duy nhất không gì bằng
Khiến đời được an ẩn
Sẽ ở Ba-la-nại
Đánh trống pháp cam lồ.[389]

Phạm-chí lại hỏi:

"Ngài tự nói là tối thắng,[390] xin được nghe nghĩa ấy." Đức Phật lại dùng kệ trả lời:

[104b01] *Hay trừ hết ràng buộc*
Diệt lậu hoặc ba cõi,
Phá tan các ác pháp
Do vậy Ta tối thắng.[391]

Phạm-chí không chấp nhận, vỗ bắp vế ra đi. Vị Thiên thần bạn đời trước của Phạm-chí từ trên không liền nói kệ:

Phật vừa mới ra đời
Bậc tôn kính thế gian,
Tại sao bạn gặp được
Lại bỏ mà ra đi?!

B. Sơ chuyển Pháp luân

1. Trung đạo

Vị Phạm-chí tuy nghe bài kệ, vẫn bỏ đi không ngó lại. Lúc ấy đức Thế Tôn hướng đến Ba-la-nại, nơi chỗ ở của năm người. Năm người từ xa thấy đức Phật đến, cùng dặn nhau rằng:

---

[389] *Tứ phần:* Cam lộ cổ 甘露鼓. [Pāli] *amatadundubhi*, trống bất tử.

[390] *Tứ phần:* "Ta là người không nhiễm trước, tối thắng." Bản Pāli (Vin, i. 8), *Upaka* nói: *arahosi anantajino'ti*, "Ngài xứng đáng là vị Chiến Thắng vô cùng tận."

[391] *Tứ phần:* "Ưu-đa, Ta tối thắng." Bản [Pāli] *jitā me*, "Ta, người đã chiến thắng."

"Sa-môn Cù-Đàm trước kia ăn một ngày một hột mè, một hột thóc còn không đắc đạo, nay nhiều ham muốn, nên cách đạo càng xa, chúng ta chỉ đặt một chiếc ghế nhỏ để ông ta ngồi và đừng nên đứng dậy nghinh đón lễ bái hỏi chào."

Nhưng khi đức Thế Tôn đến, năm người đã tự động đứng dậy kính lễ, rước y bát, trải chỗ ngồi tốt, lấy nước rửa chân, song vẫn còn coi thường Như Lai nên chỉ gọi tánh danh[392] của Ngài để mời ngồi. Đức Phật bảo năm người:

"Các người là kẻ ngu si dặn nhau thế nào mà sao tự huỷ bỏ. Các người chớ nên đối với Phật mà khinh, gọi bằng tánh danh, để rồi phải thọ khổ báo nhiều kiếp. Ta nay đã thành Vô thượng chánh giác, nên phải cùng nhau nhất tâm lãnh thọ lời dạy. Nếu các người tuỳ thuận không chống trái thì không bao lâu sẽ được tộc tánh xuất gia, tịnh tu phạm hạnh, hiện chứng đạo quả, sanh tử đã dứt, phạm hạnh đã lập, việc cần làm đã làm xong, hiểu rõ năm ấm, an hưởng Nê-hoàn."

Năm người lại nói:

"Trước đây ông đã tu những khổ hạnh khó tu mà còn không đắc cái pháp vượt hơn người, đầy đủ lợi ích của bậc Thánh, huống là nay bỏ đạo, sống theo ý muốn đa dục, pháp vượt hơn người làm sao có được?"

Đức Phật lại bảo:

"Các ngươi đừng khinh đức Như Lai bậc Vô thượng chánh giác. Phật không mất đạo cũng không đa dục."

Năm người nghe rồi mới bỏ ý nghĩ cũ. Đức Phật lại bảo:

"Đời có hai cực đoan[393] không nên thân cận, một là tham đắm ái dục, nói dục là không có tội lỗi, hai là tà kiến khổ hình không hề

392 *Tứ phần*: Xưng danh nhữ Như Lai 稱名汝如來. Pāli (Vin. i. 9): *nāmena ca āvusovādena samudācaranti*. Gọi (Phật) bằng tên và bằng từ "ông bạn (hiền giả)."

393 *Tứ phần*: Nhị biên 二邊; chỉ hai cực đoan.

có dấu vết của đạo. Xả bỏ hai cực đoan đó liền được Trung đạo[394] làm phát sanh mắt, sanh trí, sanh minh, sanh giác, hướng đến Nê-hoàn.[395] Trung đạo là gì? Đó là tám chánh:[396] Chánh kiến, Chánh tư, Chánh ngữ, Chánh nghiệp, Chánh mạng, Chánh tinh tấn[397], Chánh niệm, Chánh định. Như vậy gọi là Trung đạo."

2. Chuyển Pháp luân kinh

"Lại có bốn Thánh đế: Khổ thánh đế, Khổ tập thánh đế, Khổ diệt thánh đế và Khổ diệt đạo thánh đế.

Thế nào là Khổ thánh đế? **[104c01]** Nghĩa là sanh khổ, già khổ, bệnh khổ, chết khổ, sầu ưu bi là khổ, oán ghét gặp nhau khổ, yêu thương chia lìa khổ, mong cầu không được khổ. Nói một cách gọn: Năm ấm xí thạnh là khổ.[398] Như vậy là Khổ thánh đế.

Thế nào là Khổ tập thánh đế? Nghĩa là hữu ái và câu sanh phiền não,[399] ưa thích đắm trước khắp nơi. Như vậy gọi là khổ tập thánh đế.

Thế nào là Khổ diệt thánh đế? Đó là ái được đoạn trừ sạch sẽ không chút dư tàn, ái diệt, ái tận, Niết-bàn[400] Như vậy gọi là Khổ diệt

---

[394] 中道, [Pāli] *Majjhimā Paṭipadā.*

[395] *Tứ phần:* Niết-bàn hành 涅槃行; Pāli (Vin. i. 10): *nibbānāya saṃvattati,* vận chuyển đến Niết-bàn.

[396] Hán: Bát chánh 八正, tức Bát chánh đạo, là con đường chân chánh gồm tám chi phần. [Pāli] *aṭṭhaṅgiko maggo,* con đường có tám chi; hay *ariyo aṭṭhaṅgiko maggo,* Thánh đạo tám chi.

[397] Hán: Chánh phương tiện 正方便.

[398] *Tứ phần:* Ngũ thạnh ấm khổ 五盛陰苦. [Pāli] *pañcupādānakkhandā dukkhā/ pañcopādānaskandhā duhkhā:* ngũ thủ uẩn khổ.

[399] Hán: 有愛，及俱生煩惱，處處樂著. Pāli, S.22. 103 (PTS. iii.159): *katamo ca, bhikkhave, dukkhasamudayo? yāyaṃ taṇhā ponobhavikā nandīrāga-sahagatā tatratatrābhinandinī, seyyathidaṃ - kāmataṇhā, bhavataṇhā, vibhavataṇhā - ayaṃ vuccati, bhikkhave, dukkhasamudayo,* "Này các tỳ-kheo, thế nào là khổ tập? Đó là ái đương lai hữu, câu hành với hỷ tham, hoan hỷ nơi này nơi kia, như dục ái, hữu ái, phi hữu ái.

[400] *Tứ phần:* Ái vĩnh tận, vô dục, diệt, xả, xuất yếu, giải thoát, vĩnh tận, hưu

thánh đế.

Thế nào là Khổ diệt đạo thánh đế? Đó là con đường chân chánh gồm tám chi. Như vậy gọi là Khổ diệt đạo thánh đế.

Pháp ấy, trước đây Ta chưa từng nghe, làm cho nhãn sanh, trí sanh, minh sanh, giác sanh, thông sanh, tuệ sanh,[401] pháp như vậy cần phải biết. Pháp ấy, trước đây Ta chưa từng nghe, làm cho nhãn sanh cho đến tuệ sanh, pháp như vậy Ta đã biết.

Pháp ấy, trước đây Ta chưa từng nghe, làm cho nhãn sanh cho đến tuệ sanh, đó là Khổ thánh đế. Khổ thánh đế như vậy cần phải biết, khổ thánh đế như vậy Ta đã biết.

Pháp ấy, trước đây Ta chưa từng nghe, làm cho nhãn sanh cho đến tuệ sanh, đó là Khổ tập thánh đế. Khổ tập thánh đế như vậy cần phải đoạn, Khổ tập thánh đế như vậy Ta đã đoạn.

Pháp ấy, trước đây Ta chưa từng nghe, làm cho nhãn sanh cho đến tuệ sanh, đó là Khổ diệt thánh đế. Khổ diệt thánh đế như vậy cần phải chứng, Khổ diệt thánh đế như vậy Ta đã chứng.

Pháp ấy, trước đây Ta chưa từng nghe, làm cho nhãn sanh cho đến tuệ sanh, đó là Khổ diệt đạo thánh đế. Khổ diệt đạo thánh đế như vậy cần phải tu, Khổ diệt đạo thánh đế như vậy Ta đã tu.

Pháp ấy, trước đây Ta chưa từng nghe, làm cho nhãn sanh cho đến tuệ sanh, Ta đã biết như thật. Đó là ba lần chuyển mười hai hành pháp luân, đặng thành Vô thượng chánh giác."

Khi Phật nói pháp này, quả đất sáu lần rung chuyển, Kiều-trần-

---

tức 愛永盡無欲滅捨出要解脫永盡休息: tất cả các từ này đồng nghĩa với ái diệt. So sánh [Pali] asesavirāganirodho, cāgo, paṭinissago, mutti,... hoàn toàn ly dục và diệt tận (đối với ái), xả bỏ, thoát ly và giải thoát (khỏi ái).

[401] Tham chiếu [Pali] ...pubbe ananussutesu dhammesu cakkhuṃ udapādi, ñāṇaṃ..., paññā..., vijjā..., āloko udapādi, (Thánh đế) đã làm phát sinh con mắt (để thấy) Pháp chưa từng được nghe từ trước; làm phát sinh trí, phát sinh huệ, phát sinh minh, phát sinh ánh sáng (để soi) trên các pháp vốn chưa từng được nghe từ trước.

như xa trần lìa cấu, ở trong các pháp đặng con mắt pháp trong sạch.[402] Đức Phật hỏi ông Kiều-trần-như:

"Ông hiểu chưa? Ông hiểu chưa?"[403] Ông Kiều-trần-như trả lời:

"Bạch đức Thế Tôn, con đã hiểu."

Vị Địa thần nghe rồi báo lên thần Hư không; thần Hư không báo lên trời Tứ thiên vương; trời Tứ thiên vương báo lên trời Đao-lợi; như vậy lần lượt báo đến trời Phạm thiên rằng:

"Nay đức Phật ở nơi Ba-la-nại chuyển bánh xe pháp Vô thượng, trước đây chưa từng được chuyển. Sa-môn, Bà-la-nôn, Trời, Ma, Phạm, tất cả thế gian chưa hề có ai chuyển."

Chư thiên [105a01] hoan hỷ mưa xuống các loại hoa, đều có ánh sáng như các ngôi sao rơi xuống đất. Trong hư không nhạc trời trỗi lên. Lúc ấy Kiều-trần-như từ chỗ ngồi đứng dậy, đảnh lễ sát chân Phật, bạch rằng: "Bạch đức Thế Tôn, xin cho con xuất gia thọ giới Cụ túc."

Đức Phật nói: "Hãy đến đây, tỳ-kheo![404] Thọ giới Cụ túc, ở trong pháp luật khéo nói của Ta có thể hết tất cả khổ, tịnh tu phạm hạnh."

Kiều-trần-như râu tóc tự rơi xuống, cà-sa mặc vào thân, bình bát bưng nơi tay. Như vậy là Kiều-trần-như đã được xuất gia thọ giới Cụ túc. Từ đây về sau gọi là A-nhã Kiều-trần-như.

---

[402] Có nghĩa là chứng đắc Sơ quả Dự lưu.

[403] *Tứ phần*: "Đức Thế Tôn biết sở đắc trong tâm A-nhã Kiều-trần-như, liền khen rằng: 'A-nhã Kiều-trần-như, đã biết! A-nhã Kiều-trần-như, đã biết!' Từ đó về sau vị này được gọi là A-nhã Kiều-trần-như." Kiều-trần-như 憍陳如 (Koṇḍañña; Kauṇḍinya) là tên thật. A-nhã 阿若, là phiên âm từ *añña* (Pāli) hay *ajña*, do bởi Phật khen (Pāli, Vin. i. 12): aññāsi vata, bho koṇḍañño, aññāsi vata, bho koṇḍañño, "Thật sự, ngươi đã biết, *Koṇḍañña*." Do đó thành tên *Aññāta Koṇḍañña*.

[404] Hán: Thiện lai tỳ-kheo 善來比丘. *Tứ phần*: Lai, tỳ-kheo 來比丘 (ehi bhikkhu); Luật tạng nói đây là sự truyền Cụ túc, đắc pháp Tỳ-kheo đầu tiên. Các tỳ-kheo được Phật trực tiếp truyền Cụ túc gọi là đắc pháp bằng "Thiện lai, tỳ-kheo." (*ehi-bhikkhu-upasampada*).

Đức Phật lại vì bốn người kia nói pháp giáo giới. Bạt-đề, Bà-phả[405] hai người đặng con mắt pháp trong sạch, thấy pháp đắc quả. Thấy pháp đắc quả rồi, từ chỗ ngồi đứng dậy đảnh lễ sát chân Phật, bạch rằng:

"Kính bạch đức Thế Tôn! Nguyện cho chúng con được xuất gia thọ giới Cụ túc."

Đức Phật nói: "Hãy đến đây, tỳ-kheo..." *Cho đến câu:* Bình bát bưng nơi tay *(như trên đã nói).*

Đức Phật lại vì hai người nữa nói pháp giáo giới, Át-bệ và Ma-ha-nạp[406] đặng con mắt pháp trong sạch, thấy pháp đắc quả. Thấy pháp đắc quả rồi, từ chỗ ngồi đứng dậy kính lễ sát chân Phật bạch rằng:

"Kính bạch đức Thế Tôn! Nguyện cho chúng con được xuất gia thọ giới Cụ túc."

Phật nói:

"Hãy đến đây, tỳ-kheo..." *Cho đến câu:* Bình bát bưng nơi tay *(như trên đã nói).*

3. Vô ngã tướng kinh

Đức Phật bảo năm tỳ-kheo:

"Các ông một lòng cầu chánh đoạn phiền não, trước đây Ta cũng một lòng cầu chánh đoạn phiền não nên được thành Vô thượng chánh giác. Các ông nghĩ thế nào? Sắc là thường hay là vô thường?"

Thưa: "Sắc là vô thường."

Lại hỏi: "Nếu là vô thường thì khổ hay vui?"

Thưa: "Là khổ."

Lại hỏi: "Nếu là khổ thì ngã hay phi ngã?"

---

[405] *Tứ phần*: Bà-đề 婆提, Pali *Bhaddiya*/ SKT *Bhadrika*; Bà-phu 婆敷, Pali *Vappa*/ SKT *Vāspa*.

[406] *Tứ phần*: A-thấp-ti 阿濕卑, Pali *Assaji*/ SKT *Aśvajit*; Ma-ha-nam 摩訶摩男, Pali/SKT *Mahānāma*.

Thưa: "Là phi ngã."

Thọ, tưởng, hành, thức hỏi đáp cũng như vậy.

"Do đó, này các tỳ-kheo! Sắc dù trong, dù ngoài, dù quá khứ, vị lai, hiện tại đều nên thấy đúng như thật là phi ngã. Thọ, tưởng, hành, thức cũng như vậy. Là Thánh đệ tử⁴⁰⁷ nên quán như vậy, nhàm chán, yếm ly, không nhiễm trước thì được giải thoát, được trí giải thoát, phạm hạnh đã lập, việc cần làm đã làm."

Khi nói pháp như vậy, năm tỳ-kheo đều dứt hết lậu hoặc, đắc A-la-hán đạo. Bấy giờ trong thế gian có sáu vị A-la-hán.

4. Thiện lai tỳ-kheo

Lại có con ông Trưởng giả⁴⁰⁸ tên là Da-xá,⁴⁰⁹ bản tánh hiền thiện, nhàm chán muốn xa lìa thế gian, ưa thích nghe pháp. Đức Thế Tôn khởi ý niệm: "Da-xá, con ông Trưởng giả kia sẽ có lòng tin xuất gia." Đức Thế Tôn bèn đến bên dòng sông Bà-la,⁴¹⁰ trải cỏ nghỉ lại đêm. Khi ấy, con ông Trưởng giả thưởng thức năm dục rồi, tạm thời ngủ, tất cả kỹ nữ cũng đều nằm ngủ. Trong giây lát con ông Trưởng giả thức dậy **[105b01]** thấy nhà cửa mình như bãi tha ma, xem các kỹ nữ đều như người gỗ. Họ gối lên nhau mà ngủ, nước mũi, nước dãi từ trong miệng chảy ra. Đàn cầm, đàn sắt, ống tiêu, ống sáo, đồ đạc ngổn ngang, rất là đáng sợ, sanh lòng nhàm chán muốn xa lìa, bèn chạy đến chỗ cha ở cũng thấy như vậy, càng sanh nhàm chán muốn xa lìa, liền hướng đến cửa hông, cửa tự nhiên mở, hướng đến cửa cái và cửa của đại thành cũng đều tự nhiên mở. Ông đi quanh đến bên dòng sông Bà-la, cao giọng kêu lớn:

---

⁴⁰⁷ *Tứ phần:* Hiền thánh đệ tử 賢聖弟子. 🅟 *sutavā ariyasāvaka,* vị Thánh đệ tử đa văn.

⁴⁰⁸ *Tứ phần:* Tộc tánh tử 族姓子. 🅟 *kulaputta.*

⁴⁰⁹ *Tứ phần:* Da-thâu-già 耶輸伽; 🅟 *Yasa,* con trai một thương gia rất giàu có. Vin. i. 15ff.

⁴¹⁰ Hán: Bà-la hà 婆羅河, có lẽ do Sa-la 娑羅 chép nhầm, tức đồng nhất với 🅟 *Sarabhū,* một trong năm sông lớn của Ấn độ, liệt kê trong *Trường A-hàm* 21 (tr. 137c25), *Thập tụng 33.* Nhưng chưa thấy đâu nói sông này chảy ngang qua *Bārāṇasi.*

"Nay tôi sầu khổ, không có chỗ nương tựa!"

Bấy giờ, đức Thế Tôn duỗi cánh tay sắc vàng vẫy gọi:

"Này đồng tử, hãy đến đây! Đây là chỗ yên lặng, không có sầu khổ!"

Da-xá nghe tiếng nói của Phật, tất cả sầu khổ bỗng nhiên biến mất, bèn cởi đôi giày bằng lưu ly đang mang để nơi bờ sông, lội qua, đến chỗ đức Phật. Từ xa thấy đức Thế Tôn nhan sắc thù đặc, như núi vàng ròng, Da-xá sanh tâm hoan hỷ, đến nơi, đầu mặt đảnh lễ sát chân Phật rồi ngồi lui qua một bên. Đức Phật vì Da-xá nói các pháp vi diệu, chỉ dạy sự lợi ích khiến Da-xá vui mừng. Kế đó, Phật nói tứ đế: Khổ, tập, diệt, đạo. Da-xá liền từ chỗ ngồi xa trần lìa cấu, đắc con mắt pháp trong sạch.

Sau đó bọn kỹ nữ thức dậy, cùng nhau tìm kiếm Da-xá, không biết ở đâu, đến báo cáo với cha mẹ của Da-xá. Cha mẹ ông bao vây tìm kiếm khắp nơi, rồi rao truyền cho mọi người rằng:

"Ai biết con tôi ở đâu, tôi sẽ dùng chiếc áo quí giá đang mặc trong mình biếu cho."

Trong đêm, cha của Da-xá đến nơi cửa thành đợi cửa thành mở mới ra được, thấy dấu giày, bèn truy tầm theo. Khi đến bên bờ sông thấy đôi giày lưu ly để nơi bờ, vừa mừng, vừa lo, liền bỏ đôi giày, lội qua sông.

5. Ba quy y - năm giới

Đức Phật từ xa trông thấy, sợ trở ngại thiện tâm của người con, phương tiện làm cho con thấy cha mà cha không thấy con. Người cha hỏi đức Phật:

"Sa-môn có thấy con của tôi hay không?"

Đức Phật nói:

"Nên ngồi nghỉ đã, nếu có nơi đây thì lo gì không thấy."

Nghe câu nói ấy, người cha nghĩ: "Chắc Sa-môn không nói dối." Người cha liền đến kính lễ sát chân Phật rồi ngồi lui qua một bên. Đức Phật vì ông nói các pháp mầu, dạy bảo sự lợi ích, khiến ông vui mừng. Các pháp mà đức Phật đã nói đó là luận về bố thí, luận về trì giới, luận về sanh thiên, và nói ngũ dục là tội lỗi, sản sanh các lậu hoặc, tại gia là nhiễm ô, xuất gia là không vướng mắc. Đức Phật nói các pháp trợ Bồ-đề đạo, rồi kế đó nói các pháp mà chư Phật thường nói là Khổ, Tập, Tận (Diệt), Đạo. Ông ta liền từ chỗ ngồi xa trần lìa cấu, đặng con mắt pháp trong sạch, thấy pháp đắc quả. Thấy pháp đắc quả rồi thọ ba tự quy, kế tiếp thọ năm giới. Trong chúng Ưu-bà-tắc, cha Da-xá là người đầu tiên thọ tam quy, ngũ giới. Da-xá nghe đức Phật vì cha mình nói pháp bốn chân đế, lậu hoặc hết, tâm ý liễu giải.⁴¹¹ Sau đó đức Phật khiến cho cha con hai bên thấy nhau. **[105c01]** Người cha nói với con:

"Con nên về lại nhà. Mẹ của con bị mất con, ưu sầu muốn chết!"

Đức Phật nói với người cha rằng:

"Nếu người nào đã giải thoát khỏi lậu hoặc thì có thể trở về để thọ dục hay không?"

Người cha trả lời:

"Không thể."

Đức Phật dạy:

"Khi Ta vì ông nói pháp, Da-xá quán các pháp, lậu hoặc đã hết, tâm được giải thoát."

Người cha bạch Phật rằng:

"Thế Tôn vì con nói pháp mà khiến cho Da-xá thu hoạch được thiện lợi."

Khi ấy, Da-xá từ chỗ ngồi đứng dậy, bạch Phật rằng:

"Kính bạch đức Thế Tôn, cho con xuất gia thọ giới Cụ túc."

Đức Phật dạy:

---

⁴¹¹ *Tứ phần*: Nguyên trong bản: Thân lậu tận, ý giải 身漏盡意解. Có lẽ chép nhầm: Hữu lậu tận ý giải (= tâm giải thoát). Đoạn dưới, bản Hán *Tứ phần*, tr. 790b27: đắc tận hữu lậu, tâm đắc giải thoát, vô ngại giải thoát trí sanh 得盡有漏心得解脫無礙解脫智生.

"Hãy đến đây, tỳ-kheo!..." *Cho đến câu:* Bình bát bưng nơi tay *(như trên).* Bấy giờ trong thế gian có bảy vị A-la-hán.

Khi ấy, cha Da-xá từ chỗ ngồi đứng dậy đảnh lễ sát chân Phật, bạch Phật rằng:

"Cúi xin đức Thế Tôn cùng Da-xá nhận bữa cúng dường vào ngày mai tại nhà con."

Đức Phật nhận lời bằng sự im lặng. Ông ta đảnh lễ sát chân Phật, nhiễu ba vòng rồi cáo lui.

Sau khi trở lại nhà, ông cho sửa soạn đầy đủ món ăn, thức uống mỹ vị. Đến giờ, đức Phật cùng Da-xá đắp y bưng bát đến nhà, an tọa nơi tòa. Vợ chồng Trưởng giả tự tay sớt thức ăn, ăn rồi Phật dùng nước uống và rửa tay xong. Bà ta lấy chiếc ghế nhỏ ngồi trước Phật. Đức Phật nói:

"Này cô! Cô nên quy y Phật, quy y pháp, quy y tỳ-kheo Tăng."

Vợ ông Trưởng giả liền thọ ba quy y và kế đó thọ năm giới. Như vậy vợ ông Trưởng giả, mẹ Da-xá là người nữ đầu tiên thọ ba tự quy và năm giới.

Bấy giờ, đức Thế Tôn vì mẹ Da-xá và cả nhà lớn nhỏ, nói các diệu pháp, giảng dạy sự lợi ích, khiến mọi người vui mừng. Tất cả đều xa trần lìa cấu, đặng con mắt pháp trong sạch, thấy pháp đắc quả. Thấy pháp đắc quả rồi, họ đều thọ ba tự quy và năm giới.

6. Những người bạn

Bấy giờ, Da-xá có bốn người bạn, một tên là Mãn Túc, hai tên là Thiện Bác, ba tên là Ly Cấu, bốn tên là Ngưu Chủ,[412] khi nghe Da-xá xuất gia tu phạm hạnh nơi Sa-môn Cù-đàm, họ cùng bàn:

"Đạo này chắc là hơn hết nên khiến cho kẻ hào tộc không đoái hoài đến địa vị vinh hoa của đời. Chúng ta có thể cùng đến chỗ đại Sa-môn để tu phạm hạnh."

---

[412] *Tứ phần:* Bốn người bạn của Da-xá: Vô Cấu 無垢, Thiện Tý 善臂, Mãn Nguyện 滿願, Già-phạm-bà-đề 伽梵婆提. *Vimala, Subāhu, Puṇṇaji, Gavampati.*

Bốn người bèn đến chỗ Da-xá, với tâm ý mộ đạo, hỏi:

"Nơi mà bạn tu phạm hạnh, có khả năng đầy đủ cho sự tối thắng hay không?"

Da-xá đáp:

"Đạo này là vô lượng tối thắng."

Da-xá bèn dẫn bốn người đến chỗ đức Phật, đảnh lễ sát chân Phật rồi đứng qua một bên. Đức Phật vì họ nói các pháp nhiệm mầu, chỉ dạy sự lợi ích, khiến họ vui mừng. Cả bốn người từ nơi chỗ ngồi, họ đều xa trần lìa cấu, đặng con mắt pháp trong sạch, thấy pháp đắc quả. Thấy pháp đắc quả rồi, đảnh lễ sát chân Phật, bạch:

"Cúi xin đức Thế Tôn, cho chúng con xuất gia thọ Cụ túc giới."

Đức Phật nói:

"Hãy đến đây, các tỳ-kheo!..." *Cho đến câu:* Bình bát bưng nơi tay **[106a01]** *(như trên)*. Thọ giới chưa bao lâu, siêng tu không biếng nhác, họ đắc quả A-la-hán. Lúc ấy trong thế gian có mười một vị A-la-hán.

Trước kia Da-xá lại có giao du với năm mươi người bạn, họ nghe Da-xá xuất gia tu phạm hạnh với Cù-Đàm, cùng nhau bàn tính rồi đi xuất gia... Cho đến đắc quả A-la-hán *(như trên)*. Bấy giờ trên thế gian có sáu mươi mốt vị A-la-hán.

Ông thầy tướng A-di⁴¹³ biết Bồ-tát thành Phật, sẽ chuyển bánh xe pháp trong vườn Nai Tiên nhơn, nước Ba-la-nại. Ông ta lại nghĩ: "Sau khi ta qua đời, trong các đệ tử của ta, Na-la-ma-nạp⁴¹⁴ sẽ kế thừa ta, các phẩm vật cúng dường ta sẽ thuộc về hắn. Chắc hắn tham đắm, không để ý nhớ đến việc đức Phật ra đời. Nay ta nên đến bên vườn Nai cất nhà ở, dạy hắn mỗi ngày ba lần để cho nhớ: "Phật sẽ ra đời. Nếu khi Phật xuất thế, con nên đến tu phạm hạnh với Ngài." Nghĩ xong liền thực hiện và giáo dục đệ tử như ý niệm. Không bao lâu A-di

---

⁴¹³ A-di 阿夷, ᴳᴷᵀ *Asita*, cách dịch khác là A-tư-đa 阿私多, A-tư-đà 阿斯陀.

⁴¹⁴ Na-la ma-nạp 那羅摩納, ᴳᴷᵀ *Nara mānavaka*: người thiếu niên, hay người thiếu niên tịnh hạnh.

qua đời, quả thực Na-la nhận được vật cúng dường, tâm tham đắm sâu đậm, không hề nghĩ đến việc đức Phật sẽ ra đời.

7. Long vương Y-bát-la

Khi ấy Long vương Y-la-bát[415] có những suy nghĩ: "Xưa kia đức Phật Ca-diếp có huyền ký với Ta: Đời đương lai sau trăm ngàn vạn ức năm, đức Phật Thích-ca Mâu-ni xuất hiện ở đời, Ngài sẽ huyền ký cho ngươi về thời gian thoát khỏi thân rồng. Nay chính là lúc ta nên đến để gặp đức Phật." Con rồng kia vì cần gặp Phật cho nên trong sáu ngày chay, thường ở trong sông Hằng dùng bát bằng vàng đựng đầy thóc bằng bạc, dùng bát bằng bạc đựng đầy thóc bằng vàng, lại trang sức lộng lẫy cho hai người con gái,[416] mà nói bài kệ:

> *Vua nào trên các vua?*
> *Nhiễm đồng phi nhiễm chăng?*
> *Làm sao được vô cấu?*
> *Người nào gọi là ngu?*
> *Người nào bị nước cuốn?*
> *Được gì gọi là trí?*
> *Làm sao dòng không chảy?*
> *Để gọi là giải thoát?*[417]

---

[415] *Tứ phần*: Y-la-bát-la Long vương 伊羅鉢羅龍王. *Skt. Elāpatra* (Pali *Erāpatha*, chuyện kể, Pháp cú 182, DhA. iii. 230). *Đại trí độ* (T25n1509, tr. 242c18): Y-la-bát-đa-la Long vương 伊羅鉢多羅. Truyện kể chi tiết, *Căn bản Tạp sự 21* (T24n1451, tr. 303a6): Hê-la-bát long 醯羅鉢龍.

[416] *Tứ phần*: Dẫn các Long nữ đi theo. Pāli, DhA. iii. 231: *kiṃsu adhippatī rājā, kiṃsu rājā rajjissaro; kathaṃsu virajo hoti, kathaṃ bāloti vuccati*; làm chủ cái gì gọi là vua? vua gì nhiễm tự tại? làm sao để ly nhiễm? vì sao gọi là ngu?

[417] *Căn bản tạp sự 21* (T24n1451, tr. 303a08), ibid., 何處王為上. 於染而染著. 無染而有染. 何者是愚夫. 何處愚者憂. 何處智者喜. 誰和合別離. 說名為安樂. Ở đâu vua trên hết? Nơi nhiễm mà nhiễm trước? Không nhiễm mà có nhiễm? Vì sao là người ngu? Ở đâu người ngu lo? Ở đâu bậc trí vui? Hòa hiệp, biệt li gì? Được gọi là an lạc? Pāli, bài kệ thứ hai: *kenassu vuyhati bālo, kathaṃ nudati paṇḍito; yogakkhemī*

Long vương nói kệ xong lại nghĩ rằng: "Nếu ai có thể giải được bài kệ này tức là Phật, nếu ai nghe từ đức Phật thì họ sẽ chỉ cho ta chỗ Phật ở. Nay ta thấy tất cả trong thế gian: Sa-môn, Bà-la-môn, chư Thiên, Ma, Phạm, không có ai giải được bài kệ này." Nghĩ như vậy rồi liền rao truyền:

"Nếu ai có thể giải được bài kệ này tôi sẽ biểu cho bát vàng, bạc đựng thóc bạc, vàng và hai người con gái này."

Bấy giờ có quá nhiều sa-môn, bà-la-môn, trưởng giả, cư sĩ tranh nhau muốn giải bài kệ của Long vương. Nhưng Long vương nói kệ không ai giải được. Bấy giờ Ma-nạp Na-la[418] là người được nhân dân nước Ma-kiệt tôn kính. **[106b01]** Mọi người nói:

"Ma-nạp này có tri kiến lớn, chắc có thể giải được, bèn cùng đến yêu cầu."

Ma-nạp suy nghĩ rằng: "Ta được cả nước tôn kính, nếu nói không giải được thì bị mọi người bỏ rơi. Tuy ta chưa giải được nhưng tạo phương tiện để bảo tồn danh dự", nên trả lời:

"Mọi người cùng tôi đến chỗ Long vương, tôi sẽ giải cho."

Thế là mọi người cung kính vây quanh Ma-nạp cùng đến chỗ Long vương. Ma-nạp nói:

"Long vương nói bài kệ, tôi sẽ giải đáp cho."

Long vương liền nói kệ. Ma-nạp nói:

"Bài kệ này rất dễ hiểu, sau bảy ngày tôi sẽ giải đáp."

Ma-nạp bèn đọc thuộc bài kệ, rồi trước hết đem đến hỏi sa-môn, bà-la-môn, Lục sư Bất-lan Ca-diếp,[419] v.v... Tất cả đều không ai giải

---

kathaṃ honti, taṃ me akkhāti pucchito. Ngu bị cuốn bởi cái gì? Trí giả loại trừ cái gì? Làm sao được an ổn? Xin trả lời câu hỏi này.

[418] *Tứ phần:* Phạm-chí tên là Na-la-đà 那羅陀 ở bên cạnh thành Ba-la-nại; *Căn bản tạp sự 21:* Na-lặc-đà 那刺陀. Pāli, *Uttara*.

[419] Sáu tôn sư ngoại đạo: Bất-lan Ca-diếp 不蘭迦葉 (⬛ *Pūraṇo Kassapo*), Mạt-khư-lê-cù-xa-li 末佉梨劬奢離 (⬛ *Makkhali-Gosāla*), A-di-đầu-sí-sá-khâm-bà-la 阿夷頭翅舍欽婆羅 (⬛ *Ajito Kesa-kambalo*),

được, họ đều cáu gắt mắng là dối trá, quỷ quyệt hoặc nói là vô nghĩa, muốn dùng thủ đoạn dấu bớt chữ để không giải được. Ma-nạp lại nghĩ: "Xưa kia, thầy ta bảo ta: Phật sẽ xuất thế nên đến đó để tu phạm hạnh. Nay Sa-môn Cù-đàm ở nơi vườn Nai, chắc có thể giải được, ta nên đến hỏi." Nhưng Ma-nạp lại nghĩ: "Lục sư là hạng thâm niên, bác học còn chưa giải được huống là Sa-môn Cù-đàm tuổi nhỏ, mới xuất gia làm sao giải được!" Tuy vậy, Ma-nạp lại suy luận: "Thông minh hay ngu tối là điều tự nhiên, không thể dựa vào tuổi tác, Cù-đàm tuy nhỏ nhưng không thể khinh được." Nghĩ rồi đến chỗ Phật, đảnh lễ sát chân rồi đứng qua một bên, nói bài kệ của Long vương để hỏi đức Phật. Đức Phật liền dùng kệ trả lời:

Vua thứ sáu[420] *trên hết*
Nhiễm thì đồng với nhiễm.
Không nhiễm là không cấu
Người nhiễm gọi là ngu.[421]
Người ngu bị nước cuốn
Người dứt nhiễm là trí,[422]
Bỏ dòng, không trở lại
Như thế là giải thoát.

Ma-nạp nghe nói bài kệ khẳng định đây là trí thậm thâm của Phật,

---

Mâu-đề-xỉ Bà-hưu-ca-chiên-diên 牟提侈婆休迦栴延 (🅿 *Pakudho Kaccāyano*), San-nhã-tỳ-la-tra Tử 訕若毘羅吒子 (🅿 *Sañjayo Belaṭṭhi-putto*), Ni-kiền Tử 尼捷子 (🅿 *Nigaṇṭho Nāta-putto*).

[420] Đệ lục 第六; chỉ ý thức. 🅿 *chadvārā*: sáu cửa, tức sáu căn.

[421] Pāli, op.cit., *chadvārādhippatī rājā, rajjamāno rajjissaro; arajjaṃ virajo hoti, rajjaṃ bāloti vuccati.* Làm chủ sáu cửa là vua. Nhiễm tự tại là bị tham nhiễm. Ly nhiễm là sạch bụi. Bị nhiễm là kẻ ngu.

[422] *Căn bản tạp sự,* ibid., 第六王為上. 染處即生著. 無染而起染. 說此是愛夫. 愚者於此憂. 智人於此喜. 愛處能別離. 此則名安樂: Vua thứ sáu trên hết. Nơi nhiễm sanh đắm đuối. Không nhiễm mà nổi nhiễm, gọi là kẻ ái nhiễm. Ở đây, kẻ ngu sợ. Chỗ này, bậc trí vui. Lìa xa chỗ ái nhiễm, ấy gọi là an lạc. Pāli, op.cit., *oghena vuyhati bālo, yogā nudati paṇḍito; sabbayogavisaṃyutto, yogakkhemīti vuccati.* Người ngu bị thác cuốn. Bậc trí đoạn trừ do tu tập. Bứt bỏ mọi kết sử, gọi là an ổn.

liền tụng tập thọ trì. Ngày thứ bảy đến chỗ Long vương, khi ấy tám mươi bốn nghìn người tụ tập hai bên bờ sông Hằng để nghe Ma-nạp giảng nói nghĩa bài kệ. Ma-nạp nói với Long vương:

"Ngươi nói bài kệ của ngươi trước."

Long Vương đọc bài kệ. Ma-nạp liền nói bài kệ đã được nghe nơi đức Phật để giảng giải. Long vương nghe bài kệ hoan hỷ vô cùng, nghĩ rằng: "Phật đã ra đời, nay ta nhờ vấn đề này mà được thấy Phật, vì sao vậy? Ta thấy tất cả trong thế gian: Sa-môn, Bà-la-môn, chư Thiên, Ma, Phạm, không có ai có thể giải được nghĩa này. Nghĩ như vậy rồi, hỏi Ma-nạp:

"Ông nên nói thật với tôi, bài kệ ông vừa nói là ông nghe từ ai? Vì hiện nay tôi chưa thấy Sa-môn, Bà-la-môn, tất cả thế gian, người nào có thể nói bài kệ này, **[106c01]** chỉ trừ đức Phật. Ông nghe từ đức Phật phải không?"

Ma-nạp nói:

"Tôi xin nói thật với ông, đức Phật đã xuất thế, tôi nghe từ Ngài."

Long vương vui mừng hỏi:

"Nay đức Phật ở đâu, tôi muốn yết kiến Ngài."

Ma-nạp quì gối đưa tay mặt chỉ về hướng đức Phật ở, nói: "Hiện nay đức Phật ở đó."

Long vương càng thêm vui mừng, ba lần xưng tán:

"Nam mô Như Lai, Ứng cúng, Đẳng chánh giác."

Long vương nói với Ma-nạp:

"Ông có thể đưa tôi đến chỗ Phật để thăm hỏi đức Thế Tôn được không?"

"Được", Ma-nạp trả lời.

Long vương liền hiện lại thân hình, thân thể dài lớn, con mắt như cái bình bát to, hơi thở như sấm, miệng tuôn ra hoả quang, ngược dòng nước mà đi. Tám mươi bốn nghìn người cũng đi theo. Khi đến nơi bãi nhỏ, Long vương lại hóa làm Chuyển luân thánh vương, lên bờ đến chỗ đức Phật. Từ xa thấy đức Thế Tôn dung mạo đặc thù giống như núi vàng. Long vương hoan hỷ, càng tăng thêm lòng kính trọng vô lượng. Đức Phật thấy Long vương liền gọi tên:

"Long vương Y-la-bát, hãy đến đây!"

Long vương nghe lại thêm vui mừng kính trọng, nghĩ: "Đức Thế Tôn biết tên ta! Tu-già-đà biết tên ta!" Long vương đảnh lễ sát chân Phật rồi đứng lui qua một bên, nói bài kệ đó để thưa hỏi đức Phật. Đức Phật nói lại bài kệ như đã nói với Ma-nạp. Long vương nghe rồi, trước hết rất hoan hỷ, rồi sau lại buồn khóc.

Đức Phật hỏi Long vương:

"Tại sao chỉ trong chốc lát vui đó rồi lại buồn đó?"

Long vương thưa:

"Bạch đức Thế Tôn! Con nhớ đời quá khứ, con tịnh tu phạm hạnh chỗ đức Phật Ca-diếp. Thời gian sau, con cầm một cành hoa màu tím đến chỗ Phật Ca-diếp, hỏi: 'Bạch Thế Tôn, nếu tỳ-kheo làm cho cành hoa này chết thì mắc những tội gì?' Phật Ca-diếp nói: 'Do nhân duyên này có thể đọa vào địa ngục rất khổ. Con nghe câu nói ấy không tin, không kính. Con lại đâm vào lá cây Y-la-bát[423] với ý nghĩ: Thử xem có quả báo thế nào. Cuối cùng, con không bỏ ác kiến ấy cũng không sám hối và sau khi chết sanh vào trong loài rồng sống lâu. Do nghiệp ấy cho nên con mang tên là rồng Y-la-bát. Sau khi thọ thân rồng rồi, con trở lại hỏi đức Phật Ca-diếp: 'Khi nào con sẽ thoát khỏi thân rồng này?' Phật Ca-diếp nói: 'Đời đương lai sau trăm ngàn vạn ức năm, có đức Phật Thích-ca Mâu-ni xuất hiện ở đời, Ngài sẽ cho ngươi biết khi nào thoát khỏi thân rồng.' Nay con đã thấy được đức Thế Tôn sanh tâm hy hữu, mới biết lời nói của chư Phật không hư dối, cho nên con vui mừng. Con lại nghĩ xưa kia do trái lời Phật dạy nay lại không thể thọ minh giới của Phật, cho nên con buồn khóc."

---

[423] Y-la-bát 伊羅鉢. ⓢ elā-pattra, lá cây elā, một loại tiểu đậu khấu, hay hoặc hương.

Con rồng lại bạch Phật:

"Nguyện xin Thế Tôn cho con biết khi nào con thoát khỏi thân rồng này?"

Đức Phật dạy:

"Đời đương lai sau trăm ngàn ức vạn năm có đức Phật Di-lặc xuất hiện ở đời, khi ấy ngươi được thoát khỏi thân rồng, xuất gia thọ giới, **[107a01]** rộng tu phạm hạnh, dứt hết gốc khổ."

Đức Phật cho rồng thọ ba tự quy làm ưu-bà-tắc. Phật lại vì tám mươi bốn nghìn người nói các pháp vi diệu, chỉ dạy sự lợi ích, khiến cho họ vui mừng, như nói về pháp bố thí... *cho đến* thoát ly là niềm vui. Họ đều hoan hỷ, Phật lại vì họ nói các pháp mà chư Phật thường nói là khổ, tập, tận, đạo. Tám mươi bốn nghìn người đều từ chỗ ngồi xa trần lìa cấu, đặng con mắt pháp trong sạch, thấy pháp đắc quả, thấy pháp đắc quả rồi thọ ba tự quy, tiếp theo thọ năm giới.

Khi ấy Long vương nói với Ma-nạp rằng:

"Nay ông đâu cần gì đến Long nữ nữa? Long nữ nhiều sân nhuế, hoặc dùng lửa độc, làm hại cho nhau, tùy ông cần vàng bạc vật báu, tôi sẽ biếu hết cho ông."

Ma-nạp nói:

"Thôi đi, Long vương! Tôi không cần Long nữ cũng không cần vàng bạc. Tôi nghe đức Phật nói bài kệ tối hậu, được lìa ham muốn của cõi dục rồi."

Đức Phật thuyết pháp xong, nói với Long vương:

"Ngươi có thể trở về chỗ ở."

Long vương vâng lời đảnh lễ cáo lui.

Sau khi Long vương đi, Ma-nạp đến trước đức Phật, đảnh lễ sát chân, rồi bạch:

"Kính bạch đức Thế Tôn, nguyện cho con xuất gia thọ giới Cụ túc."

Đức Phật dạy:

"Hãy đến đây, tỳ-kheo!..." *Cho đến câu:* Bình bát bưng nơi tay *(như trước).* Xuất gia chưa bao lâu, Ma-nạp siêng năng tu hành không biếng nhác, đặng quả A-la-hán. Bấy giờ trong thế gian có sáu mươi hai vị A-la-hán.[424]

Khi ấy, đức Thế Tôn từ vườn Nai tuần tự du hoá đến rừng Ta-la,[425] ngồi dưới tàng cây. Cách rừng không xa có một khu vườn để dạo chơi. Lúc đó, có ba mươi người[426] đồng bạn đưa vợ đến trong vườn để vui chơi. Trong số đó có một người chưa vợ, thuê một dâm nữ, cho mượn y phục tốt mặc, để đến vườn này vui chơi. Chuẩn bị cho cuộc chơi thoả thích, dâm nữ kia mặc đồ tốt thình lình chạy trốn thoát thân. Bọn thanh niên cùng nhau truy tầm, đến rừng Ta-la, từ xa trông thấy đức Thế Tôn nhan sắc, dung mạo đĩnh đạc, giống như núi vàng, sanh tâm hy hữu, họ cùng đến chỗ Phật, đảnh lễ sát chân, rồi đứng qua một bên và hỏi Phật:

"Đại Sa-môn có thấy một người nữ đến đây không?"

Đức Phật hỏi lại:

"Tự tìm mình và tìm một người khác, điều nào nên làm?"

Đoàn thanh niên thưa:

"Tự tìm lấy mình hơn là tìm người nữ."

Đức Phật dạy:

"Các ngươi ngồi lại đây ta nói pháp cho nghe."

Họ vâng lời kính lễ rồi ngồi xuống. Đức Phật vì họ nói các pháp vi diệu chỉ dạy sự lợi ích khiến họ vui mừng... *cho đến câu:* Khổ, Tập, Tận, Đạo. Ba mươi người đều xa trần lìa cấu, đặng con mắt pháp

---

[424] *Tứ phần:* "Bấy giờ trong thế gian, có một trăm mười một vị A-la-hán. Với Phật nữa, là một trăm mười hai vị. Vin. ii. 20: Bấy giờ thế gian hiện có 61 vị A-la-hán.

[425] *Tứ phần:* Kiếp-ba viên 劫波園. *Mahāvagga*, Vin. i. 23: *aññataro vanasaṇḍo*, một khu rừng dày nọ; và được giải thích (*Jātaka* i. 82) là rừng *kappāsiya*, rừng cây gòn.

[426] *Tứ phần:* Gồm có năm mươi người đồng bạn.

trong sạch, thấy pháp đắc quả. Thấy pháp đắc quả rồi, bạch Phật:

"Xin cho chúng con xuất gia thọ giới Cụ túc."

Đức Phật dạy:

"Hãy đến đây, các tỳ-kheo!..." *Cho đến câu:* Đắc quả A-la-hán, cũng như trên. Khi ấy, trong thế gian có chín mươi hai vị A-la-hán.

Bấy giờ lại có **[107b01]** sáu mươi người làm việc hôn nhân đi qua rừng Ta-la, từ xa thấy đức Thế Tôn nhan sắc, dung mạo đĩnh đạc, giống như núi vàng, đến trước đức Phật đảnh lễ sát chân. Đức Phật vì họ nói pháp... *cho đến câu:* Đắc quả A-la-hán, đều như trước. Bấy giờ trong thế gian có một trăm năm mươi hai vị A-la-hán.[427]

III. TĂNG PHÁP THỌ GIỚI
A. Sơ chế Pháp

1. Uất-tỳ-la Ca-diếp

[108a7] Bấy giờ, đức Thế Tôn bảo các tỳ-kheo:

"Các ông mỗi người đều nên phân bố du hành trong thế gian, có nhiều bậc hiền thiện có thể thọ sự giáo giới. Nay Ta, riêng một mình sẽ đến cõi Ưu-vi,[428] chỗ Uất-tỳ-la Ca-diếp[429] để khai hóa."

Các tỳ-kheo vâng lời dạy chia nhau đi. Đức Thế Tôn đến chỗ Ca-diếp. Ca-diếp thờ một con độc long để trong một ngôi nhà vắng,[430] không ai dám vào, chỉ trừ Ca-diếp. Đức Phật cố ý đến vào buổi chiều để xin ở lại trong nhà có con rồng.

---

[427] Bán Hán, hết quyển 15.

[428] *Tứ phần:* Uất-bệ-la-bà giới 鬱鞞羅婆界. [Pali] *Uruvelā*, địa danh đã gặp trên, chỗ Phật thành đạo. (**Xem cht. 362 trước**).

[429] *Tứ phần:* Uất-tỳ-la Ca-diếp 鬱鞞羅迦葉 là bậc thầy cao cả đối với năm trăm Phạm-chí bện tóc. Người trong nước Ương-già và Ma-kiệt đều xưng ông là A-la-hán. (A-la-hán ở đây là chỉ chung cho các Thánh giả, không riêng đệ tử của Phật). [Pali] *Uruvelā-Kassapa*.

[430] [Pali] *agyāgāre*, trong căn nhà thờ lửa.

Ca-diếp nói:

"Đó là điều không thể chấp nhận, vì trong nhà có con độc long sợ nó làm hại."

Đức Phật nói:

"Không can chi, con rồng không hại tôi đâu."

Ca-diếp nói:

"Nếu không sợ thì tùy ý cứ vào nghỉ."

Đức Phật liền đem cỏ vào nhà trải ra để ngồi, với ý nghĩ: "Ta sẽ làm cho thân con rồng nhỏ lại như que đũa để trong bình bát, điều phục nó." Đức Phật mới ngồi trong giây lát, con rồng nổi giận cả thân đều tuôn khói ra, Phật cũng cho khói tuôn ra. Cả thân rồng thành một đống lửa cháy, cả thân Phật cũng tuôn ra lửa. Cả hai ngọn lửa hừng hực cháy, làm cho cả nhà con rồng tung tóe ánh sáng chói lọi. Khi ấy, Ca-diếp và các đệ tử đến đi quanh nhà con rồng, buồn than nói:

"Đáng tiếc là Đại Sa-môn không chịu nghe lời ta để rồi bây giờ bị con rồng hại!"

Sáng ngày đức Phật dùng bình bát đựng con rồng đem ra và nói với Ca-diếp rằng:

"Độc long ở trong bát này, mọi người đều sợ, nay đã bị hàng phục."

Ca-diếp tâm niệm: "Đại Sa-môn này tuy có thần lực nhưng không bằng chơn đạo của ta." Đức Phật liền dùng thần lực, như người lực sĩ co duỗi cánh tay, chỉ trong chớp nhoáng đem con rồng đến để Trung gian thế giới rồi trở về chỗ Ca-diếp.

Ca-diếp hỏi Phật:

"Để con rồng chỗ nào?"

Phật đáp:

"Để nơi Trung gian thế giới."

Ca-diếp lại nghĩ: "Đại Sa-môn này rất có thần lực chỉ trong chốc lát đã đem con rồng đến để nơi Trung gian thế giới. Tuy vậy không bằng ta đã đặng A-la-hán đạo."[431]

Ca-diếp bạch Phật:

"Mời Đại Sa-môn ở lại đây tôi sẽ cúng dường."[432]

Đức Phật nói:

"Nếu hằng ngày ông có thể đến mời thì tôi có thể nhận lời."

Ca-diếp nói:

"Tốt lắm!"

Cách chỗ Ca-diếp không xa có một khu rừng rậm,[433] đức Phật tạm ở nơi đó. Ban đêm Tứ thiên vương **[108b01]** giáng hạ đến hầu Phật và muốn nghe pháp. Ánh sáng của Tứ thiên vương như bốn đống lửa,[434] Ca-diếp ban đêm thức dậy thấy bên đức Phật như có bốn đống lửa lớn, không biết cái gì, sáng ngày đến thỉnh Phật:

"Thức ăn đã xong, xin mời Ngài đến thọ."

Ca-diếp lại hỏi:

"Đêm vừa rồi nơi đây có bốn ánh sáng lớn, giống như lửa mà không phải. Vậy đó là cái gì?"

Đức Phật nói:

"Đêm vừa rồi Tứ thiên vương xuống cúng dường và nghe pháp, đó là ánh sáng của họ."

Ca-diếp lại nghĩ: "Đại Sa-môn này có đại oai thần nên mới khiến Tứ thiên vương tự đến cúng dường, tuy nhiên vẫn không bằng ta, ta đã đặng A-la-hán đạo."

---

[431] *Mahāvagga*, ibid.: *na tveva ca kho arahā yathā ahan ti*, "Nhưng ông chưa phải là vị A-la-hán như ta."

[432] Pāli nói: *kālo, mahāsamaṇa, niṭṭhaṃ bhattaṃ*, thưa Đại Sa-môn, đã đến giờ, cơm đã dọn xong. Đây là định cú mời thọ thực trong văn Pāli.

[433] *Tứ phần*: Trở về nghỉ đêm tại thạch thất.

[434] *Tứ phần:* Thế Tôn nhập hỏa quang tam-muội, làm cho thạch thất kia sáng rực lên.

Đức Phật nói với Ca-diếp:

"Ông về trước, Ta sẽ đến sau."

Ca-diếp vừa đi, đức Phật như kẻ lực sĩ co duỗi cánh tay, chỉ trong chớp nhoáng đến cây Diêm-phù-đề lấy trái[435] đem đến. Ca-diếp chưa về đến nơi, Phật đã đến ngồi rồi. Ca-diếp về sau, thấy Phật hỏi:

"Tôi không đi đường khác trở về, cũng không ghé nơi nào, không thấy Đại Sa-môn, vậy Đại Sa-môn đi đường nào đến đây?"

Đức Phật nói:

"Sau khi ông vừa ra về, tôi đến nơi cây Diêm-phù-đề hái trái đem đến đây. Trái này thơm ngon có thể ăn được, nay tôi biếu ông ăn thử."

Ca-diếp lại nghĩ: "Đại Sa-môn có đại thần lực nhưng không bằng ta, ta đã đặng A-la-hán đạo."

Đức Phật thọ trai xong, trở về lại khu rừng, ban đêm Thích Đề-hoàn Nhân[436] đích thân xuống hầu hạ và muốn nghe pháp. Ánh sáng của trời Đế Thích chiếu khắp khu rừng hơn gấp bội của Tứ thiên vương. Ban đêm Ca-diếp ban đêm thấy cũng không biết là ánh sáng gì, sáng ngày đến thỉnh Phật đến thọ trai và hỏi ý nghĩ của ánh sáng.

Đức Phật nói:

"Đêm vừa qua, Thích Đề-hoàn Nhân cúng dường và nghe pháp, đó là ánh sáng của vị ấy."

Ca-diếp lại nghĩ: "Đại Sa-môn này là hạng thần lực khuôn mẫu của thần lực nên mới khiến trời Đế Thích tự đến cúng dường, song không bằng ta, ta đã đặng A-la-hán đạo."

Đức Phật bảo Ca-diếp:

---

435 Jambudīpa. Tứ phần: Diêm-phù-đề thọ 閻浮提樹. Diêm-phù quả 閻浮果. jambu, quả đào đỏ.

436 Thích Đề-hoàn Nhân 釋提桓因. Sakko devānam Indo (śakro devendraḥ), Sakka (Thích-ca), vua của chư thiên. Cũng thường gọi là Thiên đế Thích.

"Ông về trước, tôi sẽ đến sau."

Ca-diếp vừa đi, Phật đến bên cạnh Diêm-phù-đề nơi rừng Ha-lê-lặc[437] hái trái đem về. Ca-diếp chưa về đến nơi mà đức Phật đã ngồi nơi tòa. Ca-diếp về đến sau, cũng hỏi như trên. Đức Phật nói:"Sau khi ông vừa đi, tôi đến bên cạnh Diêm-phù-đề, nơi rừng Ha-lê-lặc hái trái đem đến đây. Trái này thơm ngon, có thể ăn được, nay tôi biếu ông ăn thử."

Ca-diếp lại nghĩ như trước. Đức Phật thọ trai xong về lại khu rừng, trong đêm Phạm thiên vương, chủ thế giới Ta-bà xuống hầu và muốn nghe pháp. Ánh sáng của trời Phạm thiên gấp bội so với ánh sáng của Đế Thích. Ca-diếp ban đêm thấy cũng không biết là ánh sáng gì, sáng ngày đến thỉnh Phật thọ trai rồi cũng hỏi ý nghĩ của ánh sáng.

[108c01] Đức Phật nói:

"Đêm vừa rồi Phạm thiên vương đến cúng dường và nghe pháp, đó là ánh sáng của vị ấy."

Ca-diếp lại nghĩ: "Đây là Đại Sa-môn thuộc hạng thần lực khuôn mẫu của thần lực nên mới khiến trời Phạm thiên đến cúng dường, song không bằng ta, ta đã đặng A-la-hán đạo."

Đức Phật bảo Ca-diếp:

"Ông về trước, tôi sẽ đến sau."

Ca-diếp vừa đi, Phật lại đến bên cạnh Diêm-phù-đề nơi rừng A-ma-lặc hái trái đem đến… *Như trước đã nói.*

Đức Phật thọ trai xong trở về lại khu rừng, bấy giờ đức Thế Tôn cần nước để rửa, tự nhiên sông Ni-liên-thiền[438] chảy quanh lại, đi qua bên đức Phật, khiến cho Phật sử dụng được. Sáng ngày Ca-diếp lại

---

[437] *Tứ phần:* Cây ha-lê-lặc 訶梨勒樹, ngoài biên cõi Diêm-phù-đề. 🔲 *harītakī.* Vin. ii. 21: Phật đến hái trái xoài (*amba*) cách cây *jambu* không xa… rồi đến hái trái cây *āmalakī* cách cây xoài không xa… rồi trái cây *harītakī*, cách đó không xa…

[438] Hán: Ni-liên-thiền hà 尼連禪河. 🔲 *Nairañjanā,* 🔲 *Nerañjarā.* **Xem cht. 362 trước, tr. 261.**

đến thỉnh Phật thọ trai, thấy khúc sông chảy quanh liền hỏi:

"Ai đào khúc sông này?"

Đức Phật nói:

"Vừa rồi Ta cần nước, nước tự chảy quanh đến."

Ca-diếp lại nghĩ: "Đây là Đại Sa-môn thuộc hạng thần lực khuôn mẫu của thần lực nên mới khởi ý niệm cần nước, nước liền chảy đến, song không bằng ta, ta đã đặng A-la-hán đạo."

Đức Phật nói với Ca-diếp:

"Ông về trước tôi sẽ đến sau."

Ca-diếp vừa đi, đức Phật đến nơi Câu-da-ni⁴³⁹ lấy sữa bò nơi đó... *(Ngoài ra như trước đã nói)*. Đức Phật thọ trai xong trở về lại khu rừng.

Bấy giờ, có người tớ gái của Bà-la-môn Tư-na chết, bỏ chiếc áo nơi gò mả,⁴⁴⁰ đức Phật lấy đem về, với ý nghĩ nên giặt như thế nào. Khi vừa nghĩ như vậy, Thích Đề-hoàn Nhân liền đến dùng tay chỉ xuống đất, nước liền tuôn ra thành cái ao, rồi bạch Phật:

"Ngài có thể giặt nơi đây."

Sơn thần A-tỳ Thích-ca⁴⁴¹ đưa đến một cái bồn bằng đá lớn, cũng bạch Phật:

"Ngài có thể dùng cái bồn này để giặt."

---

⁴³⁹ Câu-da-ni 俱耶尼, hay gọi là Tây Ngưu hóa châu 西牛貨洲 (🔲 *Apara-godānīya*), ở nơi này dùng bò, dê làm tiền tệ trao đổi nên có tên như vậy.

⁴⁴⁰ *Tứ phần:* "Đức Thế Tôn nhận một chiếc y phấn tảo quý giá." Quý giá phấn tảo 貴價糞掃. Y phấn tảo (🔲 *paṃsukūla*; 🔲 *pāṃsukūla*) là vải lượm từ các đống rác và trong bãi tha ma. Cf. Vin. i. 28: *bhagavato paṃsukūlaṃ uppapannaṃ hoti*, "Thế Tôn nhận được một tấm y phấn tảo." Không có từ phẩm định "quý giá."

⁴⁴¹ Hán: A-tì Thích-ca sơn thần 阿毘釋迦山神; Phiên Phạn ngữ 7, T54n2130, tr. 1028b23: A-tì Thích-ca dịch là "Cực năng". *Tứ phần:* Thích Đề-hoàn Nhân 釋提桓因.

Phật lại nghĩ: "Ta đứng nơi cái gì để giặt y này?" Cách ao không xa có cây Kha-hầu,[442] vị thần cây uốn cong một nhánh cây để Phật vịn nơi đó. Đức Phật giặt y rồi phơi nơi hư không.

Ca-diếp sáng ngày đến thỉnh Phật thọ trai, thấy vấn đề giặt y đều thưa hỏi Đức Phật. Đức Phật kể lại rõ ràng câu chuyện. Ca-diếp cũng với tâm niệm như trước.

Đức Phật nói với Ca-diếp:

"Ông về trước tôi sẽ đến sau."

Ca-diếp vừa đi, đức Phật đến nơi Uất-đơn-việt[443] lấy loại lúa chín tự nhiên[444]... (Ngoài ra như trên đã nói). Đức Phật thọ trai xong, trở về lại khu rừng.

Sáng hôm ấy, nhân lúc có tiết hội, Ca-diếp nghĩ rằng: "Nay ta không thỉnh Phật thọ trai, vì mọi người thấy Ngài, chắc họ sẽ bỏ ta mà tranh nhau phụng sự Ngài." Do vậy không thỉnh. Đức Phật biết việc ấy nên đến Uất-đơn-việt lấy thức ăn để ăn. Ngày ấy qua rồi, Ca-diếp lại đến thỉnh Phật thọ trai và hỏi:

"Ngày vừa qua, tôi không đến thỉnh, Ngài ăn thứ gì?"

Đức Phật nói: "Ngày tiết hội vừa qua ông nghĩ: 'Nếu Phật **[109a01]** đến mọi người thấy, chắc sẽ bỏ ta, tranh nhau phụng sự Ngài.' Cho nên ta đến Uất-đơn-việt lấy thức ăn mà ăn."

Ca-diếp lại nghĩ: "Đây là Đại Sa-môn thần lực thuộc hạng thần lực

---

[442] Hán: Kha-hầu thọ 柯睺樹. *Tứ phần:* Ca-hưu thọ 迦休樹. atha kho kakudhe adhivatthā devatā, khi ấy vị thần ngụ trên cây *kakudha*, cây bàng.

[443] Uất-đơn-việt 鬱單越; *Uttarakuru-dīpa* (Uttara-dvipa), châu lục phía bắc Tu-di. Xem *Trường A-hàm* 18, kinh 30 "Thế ký" phẩm Uất-đan-việt, T01, tr. 117 tt.

[444] Hán: Tự nhiên canh mễ 自然粳米. akaṭṭhapākasāli, lúa tự chín, không cần gieo trồng. Thứ lúa của loài người thời nguyên thuỷ, và của chúng sinh Bắc Câu-lô châu. Tự nhiên mọc và chín sẵn ngoài đồng. Xem *Trường A-hàm* 6 (T01, tr.38a1), *Trung A-hàm 39* (T1, tr. 675a19). Pāli, D. iii. 87.

khuôn mẫu, nên mới biết ý niệm của người khác, song không bằng ta, ta đã đặng A-la-hán đạo." Hôm ấy, đức Phật cùng ông Ca-diếp đến nhà thọ trai, rồi trở lại khu rừng.

Bấy giờ, năm trăm đệ tử của ông Ca-diếp cùng nhau bửa củi mà cái búa giở không lên. Đệ tử thưa với thầy việc này. Thầy nói, sợ Đại Sa-môn làm như vậy, các ông nên đến hỏi Ngài. Họ liền đến hỏi Phật.

Đức Phật hỏi:

"Các ông muốn giở lên hay không?"

Họ thưa:

"Muốn."

Đức Phật nói:

"Các ông cứ đi đi, cái búa tự giở lên."

Khi giở lên rồi, để xuống lại không được, họ lại thưa với thầy. Thầy họ bảo thưa hỏi Phật.

Đức Phật hỏi:

"Muốn để xuống hay không?"

Họ nói:

"Muốn."

Đức Phật bảo:

"Có thể cứ đi, búa sẽ tự để xuống."

Khi để xuống rồi, búa lại dính luôn nơi củi không thể bửa được. Đệ tử lại thưa thầy, thầy họ bảo hỏi Phật.

Đức Phật hỏi:

"Muốn bửa được phải không?"

Họ thưa:

"Vâng!"

Đức Phật nói:

"Cứ đi đi, cái búa tự sử dụng được."

Cái búa sử dụng được. Họ muốn nhen lửa, lửa không chịu cháy, họ thưa với thầy, thầy họ bảo hỏi Phật.

Đức Phật nói:

"Muốn cho lửa cháy phải không?"

Họ thưa:

"Vâng."

Đức Phật nói:

"Có thể cứ đi, lửa nó sẽ tự cháy."

Lửa liền cháy. Khi đã cháy rồi lại không tắt được, họ lại hỏi thầy, thầy họ bảo hỏi Phật.

Đức Phật hỏi:

"Muốn cho lửa tắt phải không?"

Họ thưa:

"Vâng."

Đức Phật nói: "Cứ đi, lửa tự sẽ tắt."

Lửa liền tắt. Họ muốn dội nước để tắt than, nước lại ở trong bình không chịu chảy ra, họ thưa thầy, thầy họ bảo hỏi Phật.

Đức Phật hỏi:

"Muốn cho nước chảy ra phải không?"

Họ thưa:

"Vâng."

Đức Phật nói:

"Cứ đi, nước sẽ chảy ra."

Nước liền chảy ra. Khi đã chảy ra rồi lại không dừng lại, họ thưa thầy, thầy họ bảo hỏi Phật.

Đức Phật hỏi:

"Muốn cho nước ngừng chảy phải không?"

Họ thưa:

"Vâng."

Phật nói:

"Cứ đi, nước sẽ tự ngưng."

Nước liền ngưng chảy. Bấy giờ, mây u ám mưa lớn bảy ngày, nhà Ca-diếp thành một biển nước mênh mông. Đức Phật ở trong rừng, Ca-diếp sợ Phật bị cuốn trôi, đi thuyền đến xem, thấy đức Thế Tôn đi kinh hành trên dòng sông Ni-liên-thiền. Ca-diếp nghĩ: "Đây là Đại Sa-môn có thần lực thuộc loại thần lực khuôn mẫu, nên nước lớn như vậy mà không bị cuốn trôi, lại đi kinh hành trên nước, song không bằng ta, ta đã đặng A-la-hán đạo." Khi ấy, đức Thế Tôn bay lên hư không bảo Ca-diếp rằng:

"Ông không phải là La-hán, tại sao hư dối tự xưng là đắc đạo?!"

Ca-diếp thưa:

"Bạch Thế Tôn, thật vậy! Bạch Thế Tôn, thật vậy!"

Ca-diếp lại bạch Phật:

"Xin được xuất gia chỗ Đại Sa-môn, thọ giới Cụ túc."

Đức Phật **[109b01]** nói:

"Ông đã báo cho đệ tử chưa?"

Ca-diếp thưa:

"Chưa."

Đức Phật nói:

"Nên báo cho họ trước."

Ca-diếp vâng lời, liền trở về nói với hàng đệ tử:

"Các ông biết chăng, ta muốn tịnh tu phạm hạnh chỗ của Đại Sa-môn, các ông, người nào theo ta thì tốt, bằng không vui theo thì tùy ý."

Năm trăm người đệ tử đồng thanh nói:

"Khi chúng con thấy Phật hàng phục con rồng đã sanh lòng tin, chỉ đợi ý kiến của thầy mà thôi. Chúng con xin được tùy tùng."

Thế là thầy trò cùng nhau đến chỗ Phật, bạch Phật: "Thầy trò chúng con đều muốn xuất gia thọ giới Cụ túc."

Đức Phật dạy:

"Hãy đến đây, các tỳ-kheo! Thọ giới Cụ túc, trong pháp luật khéo nói của Ta, có thể chấm dứt tất cả khổ, tịnh tu phạm hạnh."

Ông Ca-diếp và năm trăm đệ tử râu tóc tự rụng, áo cà-sa mặc vào thân, bình bát bưng nơi tay. Khi đã thọ giới rồi những dụng cụ, y phục thờ lửa trước kia đều đem bỏ xuống dòng sông Ni-liên-thiền. Như vậy, Ca-diếp và năm trăm đệ tử thọ giới Cụ túc xong.

Ca-diếp có hai người em, người lớn tên là Na-đề Ca-diếp,[445] người nhỏ tên là Già-da Ca-diếp,[446] người em lớn có ba trăm đệ tử, người em nhỏ có hai trăm. Họ ở cách anh một do-tuần về phía hạ lưu sông Ni-liên, hai người em thấy dụng cụ thờ lửa của anh trôi theo dòng sông, hoảng kinh, sợ anh mình bị người ác hại, bỏ trôi theo dòng nước. Hai người em liền dẫn năm trăm đệ tử ngược dòng nước lên đến chỗ anh, thấy thầy trò của anh mình đều làm Sa-môn, lấy làm lạ, hỏi:

"Tại sao thế này?"

Người anh trả lời:

"Pháp của đạo này nói lên được yếu tố thù thắng tối thượng, không có ai hơn được."

Hai người em cùng năm trăm đệ tử nghị bàn:

"Trí tuệ đệ nhất như anh mình mà nay vui sống với đạo này thì

---

[445] Na-đề Ca-diếp 那提迦葉. [Pali] *Nadī-kassapa*, "Ca-diếp sông", vì sống bên bờ sông. Vin. i. 33.

[446] Già-da Ca-diếp 伽耶迦葉. [Pali] *Gayā-Kassapa*, "Ca-diếp núi đầu voi", [Pali] *Gayāsīsa*, núi đầu voi (Tượng đầu sơn 象頭山), ngọn đồi gần thị trấn *Gayā*. Vin. i. 34.

chắc đạo này tối thắng."

Do đó, họ cùng với đệ tử đồng như người anh xuất gia. Họ liền đến chỗ đức Phật đảnh lễ sát chân, rồi bạch:

"Xin cho chúng con xuất gia, thọ giới Cụ túc."

Đức Phật nói:

"Hãy đến đây, các tỳ-kheo!..." *Cho đến câu:* Bình bát bưng nơi tay, cũng như trước đã nói.

2. Ba cách giáo hóa

Khi ấy, đức Thế Tôn khởi ý nghĩ: "Nơi nào có nhiều ẩm thực, ngọa cụ để giáo hoá, ngõ hầu đủ cung cấp cho một nghìn tỳ-kheo Tăng Phạm-chí này?"

Nơi núi Già-da[447] có đủ ẩm thực ngọa cụ. Nghĩ như vậy, đức Phật dẫn một nghìn tỳ-kheo đến đó, dùng ba việc để mà giáo hóa:[448] một là thần túc,[449] hai là thuyết pháp,[450] ba là giáo sắc.[451]

Thần túc giáo giới là thế nào? Như trong mục thần thông đã nói.

---

[447] *Tứ phần:* Núi Tượng Đầu.

[448] Xem *Trường A-hàm 16*, kinh 24 "Kiên cố" (T01, tr. 101c8), có ba thần túc: thần túc thần túc, quán sát tha tâm thần túc, giáo giới thần túc. Xem *Tập dị môn 6* (T26n1536, tr. 389b17), ba thị đạo: thần biến thị đạo, ký tâm thị đạo, giáo giới thị đạo. Cf. Pāli, *Saṅgīti*, D. iii. 222: *tīṇi pāṭihāriyāni, iddhi-pāṭihāriyaṃ, ādesanā-pāṭihāriyaṃ, anusāsani-pāṭihāriyaṃ.*

[449] *Tứ phần:* Thần túc giáo hoá 神足教化; hay thần biến thị đạo, dùng thần thông để dẫn người vào đạo. [Pāli] *iddh-pāṭihāriyaṃ*/ [SKT] *ṛddhi-prātihāryam.*

[450] *Tứ phần:* Thuyết pháp giáo hoá 說法教化; hay giáo giới thị đạo, hướng dẫn bằng sự khuyên răn dạy bảo. [Pāli] *anusāsanī-pāṭihāriyaṃ*/ [SKT] *anuśāsanī-prātihāryam.*

[451] *Tứ phần:* Ức niệm giáo hoá 憶念教化; hay ký tâm thị đạo, hướng dẫn bằng cách đọc biết tâm ý của người. Truyện kể trên, Phật nhiều lần nói lên ý nghĩ của Ca-diếp, khiến ông cuối cùng quy phục. [Pāli] *ādesanā-pāṭihāriyaṃ*/ [SKT] *ādeśanā-prātihāryam.*

Thuyết pháp giáo giới là thế nào? Như nói tỳ-kheo nên suy nghĩ thế này, không nên suy nghĩ thế này, nên nhớ nghĩ thế này, không nên nhớ nghĩ thế này, nên tu thế này, nên đoạn thế này; nên y theo như vậy mà tu hành.

[109c01] Giáo sắc giáo giới là thế nào? Như dạy: Tỳ-kheo! Tất cả rực cháy.

Thế nào là tất cả rực cháy? Nhãn rực cháy, sắc rực cháy, nhãn thức rực cháy, nhãn xúc rực cháy, các cảm thọ do duyên nhãn xúc sanh cũng rực cháy.

Rực cháy bởi cái gì? Rực cháy bởi lửa tham dục, bởi lửa sân, bởi lửa si... *cho đến ý, pháp...*⁴⁵² cũng như vậy.

Đệ tử của bậc Thánh nghe pháp như vậy, sanh tâm nhàm chán yểm ly, không có nhiễm trước, bèn đặng giải thoát, giải thoát trí sanh, việc làm đã xong, phạm hạnh đã lập, không còn tái sanh. Khi nói pháp như vậy, một nghìn tỳ-kheo hết lậu hoặc, tâm được giải thoát.

3. Vua Bình-sa

Bấy giờ, đức Thế Tôn khởi ý niệm:

"Trước đây Ta cùng vua Bình-sa có lời cam kết là khi đắc đạo thì độ ông ta, nay nên đến đó."

Đức Phật cùng một nghìn Tỳ-kheo kẻ trước người sau vây quanh, tuần tự du hành đến thành Vương Xá.⁴⁵³ Vua Bình-sa nghe Phật thành đạo độ ba anh em Ưu-vi Ca-diếp⁴⁵⁴ và một nghìn đệ tử, nay đến ấp này, liền ra lệnh bốn mươi hai nghìn tụ lạc trong nước, mỗi một tụ lạc chọn hai vị hào kiệt để đến cung nghinh đức Phật. Tám vạn bốn ngàn người cõi voi, ngựa, xe trước sau nối đuôi nhau. Bấy giờ vào tháng cuối mùa xuân khí hậu rất nóng, mọi người đều nghĩ: "Làm sao

---

⁴⁵² Tỉnh lược: "Tai..., tiếng..., thức của tai..., cho đến ý..., pháp..." ^{Pali} *Āditta-sutta*, S. iv. 19 ff; Hán, *Tạp A-hàm*, kinh 197.

⁴⁵³ *Tứ phần:* Trượng lâm 杖林. ^{Pali} *laṭṭhivane*, trong rừng cây cọ.

⁴⁵⁴ Ưu-vi, ^{Pali} *Uruvela*, là Uất-tỳ-la 鬱鞞羅. Ưu-vi nguyên là tên địa danh nơi Ca-diếp người anh cả trú ngụ, nên lấy địa danh đó gọi chung thành tên. (xem cht. 362, tr. 261 và cht. 428 tr. 288 trước).

có được chút bóng mát." Khi ấy trời Thích Đế-hoàn Nhân biết được ý niệm đó, liền hóa làm lọng báu bằng mây, gió mát phảng phất, và tự hóa làm Phạm thiên mặc áo sắc vàng, cầm cây trượng bằng bảy món báu, phất trần khảm bằng bảy báu, cách đất một khủy tay[455] đi trước hướng dẫn.

Khi ấy, người nước Ma-kiệt muốn lấn Phật đi trước, bị trời Đế Thích đuổi chạy. Họ cơ hiềm, nói bài kệ:

> *Hình như tượng Phạm thiên*
> *Cầm trượng đi cách đất,*
> *Miệng nói lời nhu nhuyến*
> *Vì ai làm cấp sứ?*[456]

Thích Đế-hoàn Nhân dùng kệ trả lời:

> *Giải thoát tất cả trói*[457]
> *Điều ngự sĩ tối thượng,*
> *Ứng cúng, bậc Thiện thệ*
> *Vì Phật, làm cấp sứ.*

Khi ấy, vua Bình-sa khởi ý niệm: "Nơi đức Phật nghỉ ngơi, ta sẽ đem chỗ này cúng Phật, để lập tinh xá." Đức Phật biết ý đó, chiều tối đến nghỉ ngơi vườn trúc Ca-lan-đà.[458] Bấy giờ quần chúng đều sanh nghi: "Không biết đức Phật cùng Ưu-vi Ca-diếp ai là đệ tử?" Đức Phật biết ý niệm của quần chúng bèn hướng đến Ưu-vi Ca-diếp nói bài kệ:

---

[455] *Tứ phần:* Cách mặt đất bốn ngón tay. Khoảng 10 cm.

[456] Cấp sứ 給使: Người phụng sự, phục vụ.

[457] Hán: Nhất thiết phược 一切縛. *Tứ phần:* Nhất thiết giải 一切解, theo nghĩa là "thấu hiểu tất cả." Tham chiếu ⓟ *sabbadhi danto*, được chế ngự trong mọi trường hợp; tức các căn hoàn toàn được nhiếp phục. Trong bản Hán, *sabbadhi* (mọi trường hợp) được đọc là *sabbadhī*: thấu hiểu tất cả.

[458] Ca-lan-đà Trúc viên 迦蘭陀竹園. ⓟ *Kalandakanivāpa-Veḷuvana*, chỗ nuôi sóc trong khu rừng Trúc. Trúc lâm, hay rừng Trúc (Veḷuvana) là lạc viên (*uyyāna*) của vua *Bimbisāra*. *Kalandaka*, hay Ca-lan-đà, là một khu trong rừng Trúc; không phải là vườn Trúc có tên là Ca-lan-đà như thường hiểu theo văn Hán.

Ưu-vi! Ông thấy gì
Mà bỏ pháp thờ lửa,
Nay chính Ta hỏi ông
Nên trả lời thành thật.

Ưu-vi Ca-diếp dùng kệ trả lời:

[110a01] *Thường tham những mỹ vị*
Tâm chạy theo thinh, sắc[459]
Con thấy nhơ nhớp này
Nên bỏ nghiệp thờ lửa.

Bấy giờ, đại chúng tuy nghe đức Phật cùng Ca-diếp nói một bài kệ, nhưng chưa rõ được ý chỉ nên còn hồ nghi. Đức Phật biết tâm của đại chúng, lại dùng kệ hỏi:

Ngũ vị ngọt miệng người
Sắc, thinh vui lòng người,
Ông thấy nhơ nhớp này
Do đâu được vô nhiễm?

Ưu-vi Ca-diếp dùng kệ trả lời:

Con thấy đạo tịch tĩnh
Tất cả không đắm trước[460]
Không khác, không thể khác[461]
Do vậy bỏ thờ lửa.

Bấy giờ, tuy hai lần nghe kệ, nhưng họ vẫn còn hoài nghi do dự. Phật biết tâm họ, bèn bảo Ca-diếp:

---

[459] *Tứ phần:* Ái dục, nữ, tế tự. Cf. Pāli, Vin. i. 35: *rūpe ca sadde ca atho rase ca/ kāmitthiyo cābhivadanti yaññā,* "Các tế tự ca ngợi sắc, thanh, vị, dục và nữ."

[460] *Tứ phần:* Ba cõi không trở ngại. Pāli. ibid.: *disvā padaṃ santam anūpadhīkaṃ, akiñcanaṃ kāmabhave assattaṃ,* sau khi thấy con đường an tĩnh, không chấp thủ; con đường không vướng gì cả, không tồn tại trong cõi dục.

[461] Bất dị, bất khả dị 不異不可異. Pāli *anaññathābhāvim anaññaneyyaṃ,* (con đường) không đổi khác, không lạc hướng.

"Ông lấy quạt, quạt Như Lai."

Ca-diếp vâng lời, lấy quạt quạt Phật. Đức Phật lại bảo Ca-diếp: "Hãy hiện thần biến của ông xem nào!"

Ca-diếp liền thị hiện các loại thần biến, phân thân thành trăm ức, lại hiệp thành một, vách đá đều đi xuyên qua được, vào trong đất như vào trong nước, đi trên nước như đi trên đất, ngồi nằm trong không trung như chim bay lượn, cả thân bừng cháy chói sáng, tuôn khói, vụt lên mây, lấy tay rờ mặt trời, mặt trăng, đứng thẳng đến trời Phạm, tự tại vô ngại. Hoặc trên thân tuôn ra nước, dưới thân tuôn ra lửa, hoặc trên thân bừng cháy, thân dưới tuôn ra nước, rồi sau đó giáng hạ cúi đầu đảnh lễ sát chân Phật, đi quanh bên phải ba vòng, quì gối, chắp tay, bạch Phật:

"Thế Tôn là thầy của con, con là đệ tử của Thế Tôn." Thưa như vậy ba lần rồi, nói với đại chúng:

"Những sự hiểu biết cho đến các thần biến của tôi đều do ân của Đại sư."

Khi ấy, đại chúng mới biết Ca-diếp là đệ tử của Phật, nên rất vui mừng, cung kính đức Phật vô cùng. Thường pháp của chư Phật, khi nhân tâm chưa rung chuyển thì không vì họ nói pháp. Đức Phật biết đại chúng đã vui vẻ cung kính, nên nói các diệu pháp, chỉ dạy sự lợi ích, khiến cho họ vui mừng, rồi nói pháp mà chư Phật thường nói: đó là Khổ, Tập, Tận, Đạo. Vua Bình-sa và tám mươi bốn nghìn người từ chỗ ngồi xa trần lìa cấu, đặng con mắt pháp trong sạch, thấy pháp đắc quả rồi thọ ba tự quy và năm giới.

Bấy giờ, vua Bình-sa cúi đầu thỉnh Phật và Tăng sáng ngày thọ trai. Đức Phật nhận lời bằng sự im lặng. Nhà vua vui vẻ trở về cung, ra lệnh chuẩn bị các thức ăn ngon bổ. Sáng ngày, trải tọa cụ nơi vườn Trúc, vua đích thân đến thỉnh Phật thọ trai: "Thức ăn đã chuẩn bị xong!" Đức Phật cùng đại chúng theo thứ tự mà ngồi. Nhà vua tự tay sớt thức ăn vui vẻ không mỏi mệt. Phật và Tăng ăn rồi, dùng nước rửa xong, nhà vua đứng qua một bên, **[110b01]** bạch Phật:

"Con xin dâng cúng vườn Trúc này lên đấng Thế Tôn."

Đức Phật dạy:

"Nên cúng cho Tăng phước đức nhiều hơn."

Nhà vua lại bạch Phật:

"Cúi xin Ngài nạp thọ."

Đức Phật dạy:

"Nên cúng dường cho Tăng, trong đó có Ta."

Nhà vua vâng theo lời dạy dâng cúng cho Tăng bốn phương.[462] Sau đó vua lấy chiếc ghế nhỏ[463] ngồi trước đức Phật. Đức Phật nói pháp tùy hỷ, chú nguyện bằng bài kệ, như vì Tỳ-lan-nhã[464] nói. Nói kệ và nói các pháp vi diệu rồi, bảo vua về lại chỗ ở. Nhà vua từ chỗ ngồi đứng dậy đảnh lễ sát chân Phật, đi quanh bên phải ba vòng rồi cáo lui.

4. Xá-lợi-phất và Mục-kiền-liên

Bấy giờ, đức Thế Tôn ở tinh xá Trúc Viên, tại La-duyệt-kỳ. Nơi đó có một ấp tên là Na-la-đà, có Phạm-chí tên là Sa-nhiên,[465] đệ tử thọ học hai trăm năm mươi người. Trong môn đồ có hai vị cao túc, một tên là Ưu-bà-đề-xá, người thứ hai tên là Câu-luật-đà.[466] Bấy giờ, Át-tỳ[467] mặc y bưng bát vào thành khất thực, nhan sắc hòa duyệt, các căn tịch

---

[462] Hán: Tứ phương Tăng 四方僧, cũng thường gọi là chiêu-đề Tăng, chỉ cộng đồng tỳ-kheo sống cố định một nơi. *Tứ phần*: "Dâng cúng cho Phật, và Tăng bốn phương." Pāli, Vin. i. 39: *anujānāmi bhikkhave ārāmaṃ*, "Này các tỳ-kheo, Ta cho phép nhận Tăng-già-lam." Được xem là khởi đầu cho sự cúng và nhận Tăng-già-lam.

[463] Nguyên Hán: tiểu sàng 小床, cái giường nhỏ.

[464] Xem Phần I, Ch. i, Ba-la-di, Sự kiện ấp Tỳ-lan-nhã.

[465] Sa-nhiên 沙然. [Pāli] *Sañjaya*. *Tứ phần*: San-nhã phạm chí 刪若梵志. Pāli (Vin. i. 39): *Sañcayo paribbājako*; thường được đồng nhất với *Sañjaya-Belaṭṭhiputta*, một trong sáu tôn sư ngoại đạo đương thời Phật.

[466] *Tứ phần*: Ưu-bà-đề-xá và Câu-luật-đà 優波提舍, 拘律陀. Ưu-bà-đề-xá ([Pāli] *Upatissa*) là tên khác của Xá-lợi-phất (*Sāriputta*). Câu-luật-đà ([Pāli] *Kolita*) là tên khác của Mục-kiền-liên (*Moggallāna*).

[467] *Tứ phần*: A-thấp-ti 阿濕卑. [Pāli] *Assaji*, một trong năm tỳ-kheo đầu tiên.

định, y phục tề chỉnh, nhìn đất mà đi. Khi ấy, Ưu-bà-đề-xá dạo chơi, từ xa thấy Át-tỳ oai nghi rõ nét, khen chưa từng có, đợi đến bèn hỏi:

"Pháp tượng ở đâu, y phục khác thường? Có thể cho tôi biết quý danh của bậc tôn sư?"

Át-tỳ nhìn thẳng trả lời:

"Sa-môn Cù-đàm là bậc Đại sư của tôi. Chúng tôi tôn thờ Ngài, theo học nơi Ngài."

Ưu-bà-đề-xá nói:

"Đại sư của tôn giả nói những pháp gì?"

Át-tỳ nói:

"Tôi còn non trẻ,⁴⁶⁸ mới học đạo chưa bao lâu, đâu có thể nói được nghĩa lý rộng lớn của thầy tôi. Nay tôi chỉ có thể vì ông nói cái nghĩa yếu lược. Thầy tôi dạy: 'Các pháp từ duyên sanh, cũng từ duyên diệt. Tất cả các pháp là không, không có chủ thể.'"⁴⁶⁹

Ưu-bà-đề-xá nghe rồi, tâm ngộ ý giải, được con mắt pháp trong sạch bèn trở về chỗ ở, nói lại cho Câu-luật-đà nghe các pháp mình đã nghe. Câu-luật-đà nghe cũng xa trần lìa cấu, đặng con mắt pháp trong sạch, liền hỏi:

"Đức Như Lai du hóa, hiện nay ở đâu?"

"Hiện ở vườn Trúc Ca-lan-đà."

---

⁴⁶⁸ Hán: Niên ấu trĩ 年幼稚. Hán nói theo sáo ngữ; hoặc nuốn nói tuổi đạo còn non trẻ. Pāli: ···navo acirapabbajito, người mới (thọ Tỳ-kheo), xuất gia chưa bao lâu.

⁴⁶⁹ *Tứ phần:* "Đức Như Lai nói về nhân duyên các pháp sanh, cũng nói nhân duyên pháp diệt. Nếu pháp do nhân nào mà sanh, đức Như Lai nói nhân đó. Nếu pháp do nhân nào diệt, Đại Sa-môn cũng nói nghĩa này. Đây là những lời dạy của Thầy tôi." Pāli (Vin. i. 40): *ye dhammā hetuppabhavā, tesaṃ hetuṃ tathāgato āha/ tesañca yo nirodho, evaṃvādī mahāsamaṇo,* "Những pháp gì sinh khởi do nhân, Như Lai nói nhân của các pháp đó, và cũng nói sự diệt tận của chúng. Đó là lời dạy của Đại Sa-môn."

Câu-luật-đà nói:

"Đức Như Lai là thầy của chúng ta, chúng ta nên cùng đến để kính lễ thăm hỏi."

Ưu-bà-đề-xá nói:

"Còn hai trăm năm mươi đệ tử thì sao? Khi thầy gần qua đời có di chúc, chúng ta cần thành tựu cho nhau, đâu có thể không thông báo cho nhau mà xé lẻ ra đi!"

Hai người liền đến chỗ đệ tử nói:

"Chúng tôi muốn theo Sa-môn Cù-đàm để tịnh tu phạm hạnh, các ông mỗi người tùy ý thích lựa chọn."

Khi ấy hai trăm năm mươi người đệ tử đều muốn đi theo. Hai người bèn dẫn đệ tử cùng đến vườn Trúc. Đức Thế Tôn từ xa trông thấy, bảo các tỳ-kheo:

"Hai người sắp đến kia, một tên là Ưu-bà-đề-xá, người thứ hai tên là Câu-luật-đà. Hai người này sẽ là [110c01] bậc tối thượng thủ trong hàng đệ tử của Ta, trí tuệ vô lượng, thần túc đệ nhất."[470]

Trong chốc lát hai người đến, đức Phật vì họ tuần tự nói pháp, luận về việc bố thí, trì giới và sanh thiên, chê trách dục bất tịnh, khen ngợi hạnh xuất ly. Từ nơi chỗ ngồi, họ liền hết các lậu hoặc, tâm ý hiểu rõ, đều đến trước đức Phật, xin được xuất gia tịnh tu phạm hạnh. Đức Phật dạy:

"Hãy đến đây, tỳ-kheo! Ở trong pháp của Ta tịnh tu phạm hạnh, đặng hết nguồn gốc khổ, liền được gọi là xuất gia thọ giới Cụ túc."

Bấy giờ, đức Thế Tôn du hóa nơi La-duyệt-kỳ, anh em Uất-tỳ-la Ca-diếp và một nghìn người đệ tử, Xá-lợi-phất, Mục-kiền-liên và hai trăm năm mươi đệ tử đều xuất gia học đạo. Các tộc tánh hào quý, trưởng giả, cư sĩ nơi La-duyệt-kỳ cũng đều xuất gia. Đại chúng vây quanh tụ hội nơi nước này, đức Phật vì họ nói pháp.

---

470 Pāli, Vin. i. 42: *sāvakayugaṃ... aggaṃ bhaddayugaṃ*, một đôi thượng túc đệ tử; một đôi hiền triết.

B. Hòa Thượng Pháp

1. Pháp thỉnh Hòa Thượng

Đức Phật ở thành Vương Xá, khi ấy đức Thế Tôn chưa dạy các tỳ-kheo cần có Hòa thượng,[471] A-xà-lê.[472] Do không có Hòa thượng, A-xà-lê cho nên oai nghi không tề chỉnh, mặc y thượng, hạ đều không như pháp, không biết việc tịnh hay bất tịnh, không buộc niệm trước mặt, không khéo hộ niệm các căn. Vào tụ lạc khất thực, thọ bất tịnh thực, tự tay nhận lấy thức ăn, không nhận tự người. Khi người trao thức ăn thì bới lên mà lấy ngay trong tay họ; tay xoay viền bát, không đưa bát lên để nhận.[473] Khi ăn lớn tiếng nói ồn. Người không tin ưa Phật pháp chê trách, nói: Các sa-môn này quá hơn ngoại đạo, không có oai nghi... *cho đến câu:* Lớn tiếng nói ồn, không có pháp của sa-môn, phá hạnh sa-môn. Chỗ nào họ không đi qua đều được thiện lợi. Lại có một tỳ-kheo bệnh, không có ai chăm sóc, do đó phải qua đời. Các tỳ-kheo Trưởng lão nghe, bằng mọi cách quở trách, rồi bạch Phật. Nhân việc này đức Phật tập họp tỳ-kheo Tăng, hỏi các tỳ-kheo:

"Các thầy có thật vậy không?"

"Bạch Thế Tôn, thật vậy."

Đức Phật bằng mọi cách quở trách:

"Tại sao các thầy lại tán loạn tâm của mình; đi, đứng, nằm, ngồi đều không như pháp."

Quở trách rồi, Phật bảo các tỳ-kheo:

"Nếu mặc y thượng, y hạ không như pháp... *cho đến câu:* Khi ăn cao tiếng nói ồn đều phạm Đột-kiết-la. Từ nay vì mười điều lợi,

---

471 Hòa thượng 和尚. (Vin. i. 45): *upajjhāya* (upādhyāya), hoặc âm là Ô-ba-đà-da 鄔波馱耶; dịch là thân giáo sư 親教師. *Tứ phần* 33, tr. 799c04. *Thập tụng* 21, tr. 148b.

472 A-xà-lê 阿闍梨. *Ācariya*, dịch là quĩ phạm sư, giáo thọ, truyền thọ...

473 Bất tịnh thực 不淨食 và bất tịnh bát 不淨鉢, nhận thức ăn không như pháp, và dùng bình bát không đúng quy định. Tham chiếu Pāli, Vin. i. 44: khi mọi người đang ăn, họ đưa bát ngay trên thức ăn, trên gia vị, trên thức uống để nhận phần dư.

cho phép các tỳ-kheo phải có Hòa thượng."

Hòa thượng tự nhiên sanh tâm ái niệm đối với đệ tử[474] như đối với con. Đệ tử tự nhiên sanh tâm kính trọng đối với Hòa thượng như cha mẹ,[475] siêng giáo giới cho nhau, tương kính, chia bùi sẻ ngọt cho nhau, thì có thể mở rộng Phật pháp, khiến cho tồn tại lâu dài.

Pháp thỉnh Hòa thượng: Hãy dạy để trống vai bên hữu, cởi bỏ giày dép, quỳ gối, hai tay **[111a01]** ôm chân Hòa thượng, thưa:

"Con tên là... nay cầu ngài làm Hòa thượng. Ngài vì con làm Hòa thượng. Con tha thiết xin ngài làm Hòa thượng cho con y chỉ. Nhờ ngài làm Hòa thượng nên con được thọ giới Cụ túc".

Cần cầu như vậy ba lần. Hòa thượng nên trả lời:

"Được, tốt! Tôi sẽ giáo giới ông. Ông chớ buông lung!"

2. Phận sự của đệ tử

Đệ tử nên phụng thờ Hòa thượng. Nếu không thưa với Hòa thượng mà vào xóm làng, phạm Đột-kiết-la. Nếu cùng đi với tỳ-kheo khác, cũng phải bạch với Hòa thượng; nếu không bạch hay không cho mà đi đều phạm Đột-kiết-la.[476] Tỳ-kheo khác kêu cùng đi cũng như vậy. Nếu muốn đến chỗ tỳ-kheo khác lấy y bát, giày dép của mình cũng phải thưa; nếu không thưa, hay không cho phép mà đi đều phạm Đột-kiết-la. Nếu muốn cho tỳ-kheo khác y bát cũng như vậy. Nếu tỳ-kheo khác muốn vì mình mang y bát và vì mình lấy y bát, cũng phải bạch. Nếu không bạch hay bạch mà không cho phép, vẫn lấy, đều phạm Đột-kiết-la. Nếu tỳ-kheo khác nhờ mang y bát hay khiến lấy cũng như vậy.

Phàm làm việc gì cho đến cạo tóc, hoặc vì người cạo đều phải thưa, chỉ trừ đại tiểu tiện và lấy tăm xỉa răng. Nếu Hòa thượng phạm tội thô

---

[474] Đệ tử 弟子. [Pāli] saddhivihārika, chỉ đệ tử là người đang sống chung trong cùng một trú xứ. Phân biệt với đệ tử thị giả, luôn luôn đi theo hầu thầy, Pāli gọi là antevāsika ([Skt] antevāsa), và đệ tử chỉ đến thọ giáo thôi, gọi là sāvaka ([Skt] śrāvaka; dịch là Thanh văn).

[475] Tứ phần: Nhi ý 兒意, và phụ ý 父意. [Pāli] puttacitta (tâm của người con), pitucitta (tâm của người cha).

[476] Đột-kiết-la 突吉羅. [Pāli] Dukkaṭa, Đột-kiết-la, hành động sai trái (ác tác).

ác, đệ tử nên cố gắng tạo phương tiện, khiến cho sớm trừ diệt (tội đó)*, nếu không tạo phương tiện thì phạm Đột-kiết-la.

Nếu Tăng trao cho Hòa thượng pháp Biệt trú hoặc hành Ma-na-đỏa,[477] hay hành Bổn nhật trị,[478] hành A-phù-ha-na,[479] đệ tử phải cố gắng tạo phương tiện cầu Tăng mau trao cho pháp Biệt trú... cho đến hành A-phù-ha-na, nếu không cố gắng làm thì phạm Đột-kiết-la.

Nếu ngày Hòa thượng được xuất tội, đệ tử nên lau quét, rưới nước, trải chỗ ngồi, chuẩn bị thẻ Xá-la,[480] tập Tăng, cầu tỳ-kheo Yết-ma,[481] nếu không làm như vậy, phạm Đột-kiết-la.

Nếu Tăng trao Hòa thượng pháp Yết-ma khiển trách, Yết-ma khu xuất, Yết-ma y chỉ, Yết-ma cử tội, Yết-ma hạ ý,[482] đệ tử nên cố gắng cầu Tăng khiến Tăng đừng làm, nếu không cầu Tăng, phạm Đột-kiết-la.

Nếu Tăng chắc chắn phải làm các Yết-ma đó, đệ tử mong cầu đừng trái pháp, nếu không mong cầu, phạm Đột-kiết-la.

Nếu Hòa thượng bệnh, đệ tử phải túc trực giúp đỡ. Nếu Hòa

---

[477] Ma-na-đỏa: **Xem cht. 161, 165, Phần I, Ch. ii, Tăng tàn**

[478] Bổn nhật trị: **Xem cht. 573, Phần I, Ch. v, Pháp Đọa.**

[479] A-phù-ha-na: **Xem cht. 165, Phần I, Ch. ii, Tăng tàn; cht. 574, Phần I, Ch. v, Pháp Đọa.**

[480] Thẻ Xá-la 舍羅, ░░ *Śalākā*, chỉ cho cái thẻ bằng tre, gỗ, đồng, sắt... dùng để đếm số tỳ-kheo tham dự khi Tăng tác pháp Diệt tránh, hoặc lúc Bố-tát.

[481] Yết-ma 羯磨, ░░ *Karma*, ░░ *Kamma*, nói đủ: ░░ *karmavācanā* (░░ *kammavācā*), Hán: *Yết-ma ngữ* 羯摩語; dịch *biện sự tác pháp* 辨事作法. Trong nghĩa đen của tiếng Phạn, *karman* hay "Yết-ma" có nghĩa là hành động hay hành vi. Có hành động thuộc cá nhân mà cũng có hành động thuộc tập thể. Để phân biệt rõ hai phạm vi trách nhiệm như thế, trong thuật ngữ Hán dịch, *ngữ nghiệp* luôn luôn được dùng để chỉ cho hành động thuộc cá nhân, và cá nhân ấy hoàn toàn chịu trách nhiệm về những hậu quả đã làm. Trái lại, phiên âm yết-ma chỉ dùng cho các hành vi tập thể.

[482] Yết-ma khiển trách, khu xuất, y chỉ, cử tội, hạ ý: Xem Phần I, Ch. v, Ba-dật-đề 5.

thượng có vật gì nên thưa để lấy đổi, tùy theo bệnh mà lo thức ăn, tùy theo bệnh mà lo thuốc thang. Nếu Hòa thượng không có vật gì mà mình có thì nên làm việc đó. Nếu mình cũng không có vật gì thì nên tìm xin.

Lại nên mai chiều vì Hòa thượng bệnh mà nói pháp. Hòa thượng chưa lành bệnh không nên du hành. Nếu không như vậy, phạm Đột-kiết-la.

Đệ tử phạm tội thô ác... *cho đến câu:* Bệnh chưa lành, Hòa thượng chăm sóc **[111b01]** cũng như vậy.[483]

3. Duyên khởi trao giới bằng Bạch tứ yết-ma

Bấy giờ, các tỳ-kheo trao giới bằng một lời: "Ngươi quy y Phật". Lại có tỳ-kheo trao giới bằng hai lời: "Ngươi quy y Phật, quy y pháp". Lại có tỳ-kheo trao giới bằng ba lời:[484] "Ngươi quy y Phật, quy y pháp, quy y Tăng". Các tỳ-kheo bạch Phật, Phật dạy:

"Không nên trao giới bằng một lời, hai lời, ba lời."

Lại có tỳ-kheo trao giới bằng cách: "Hãy đến đây, tỳ-kheo!"

Các tỳ-kheo Trưởng lão chê trách: "Tại sao thầy lại bắt chước Phật trao giới bằng cách nói: Hãy đến đây, tỳ-kheo?!'"

Họ bạch Phật, đức Phật dạy:

"Không nên trao giới bằng cách nói: 'Hãy đến đây, tỳ-kheo!'"

Bấy giờ, các tỳ-kheo khởi ý nghĩ: "Đức Phật cho tỳ-kheo trao giới, chúng ta cũng được phép. Nếu được thì nên trao bằng cách nào?" Các tỳ-kheo bạch Phật, Phật dạy:

---

[483] Bổn phận của Hòa Thượng đối với đệ tử cũng phải được thực thi như vậy.

[484] Hán: Tam ngữ 三語; chỉ ba quy y. Pāli, *Mahāvagga*, Vin. i. 22: *anujānāmi, bhikkhave, imehi tīhi saraṇagamanehi pabbajjaṃ upasampadan ti*, "Các tỳ-kheo, Ta cho phép xuất gia thọ Cụ túc bằng quy y này." Là dành cho khi đức Phật chưa dạy các tỳ-kheo cần có Hòa thượng.

"Nay cho phép các thầy trao giới cho tỳ-kheo bằng pháp Bạch tứ yết-ma[485] để trao.

4. Bạch tứ yết-ma

Người muốn thọ giới, để trống vai bên hữu, cởi bỏ giày dép, kính lễ Tăng, đầu gối bên hữu chấm đất, bạch:

Đại đức Tăng xin lắng nghe! Con tên... theo Hòa thượng hiệu... để thọ Cụ túc giới. Nay theo Tăng xin thọ giới Cụ túc. Cúi xin Tăng tế độ con, dũ lòng thương thương con.

Thưa xin như vậy ba lần. Trong chúng nên sai một tỳ-kheo biết pháp, bậc Thượng tọa hay ngang bằng với Thượng tọa, bạch giữa Tăng:

Đại đức Tăng xin lắng nghe! Người này tên là... muốn thọ giới Cụ túc, ngài... làm Hòa thượng. Nay Tăng cho... thọ giới Cụ túc với Hòa thượng hiệu... Nếu thời gian thích hợp đối với Tăng, Tăng chấp thuận. Đây là lời tác bạch.

Đại đức Tăng xin lắng nghe! Người này tên là... muốn thọ giới Cụ túc, ngài... làm Hòa thượng. Nay Tăng cho... thọ giới Cụ túc với Hòa thượng hiệu... Các Trưởng lão nào đồng ý thì im lặng. Vị nào không đồng ý xin nói.

(Lần thứ hai, lần thứ ba cũng nói như vậy.)

Tăng đã chấp thuận cho... thọ giới Cụ túc với Hòa thượng hiệu... rồi. Tăng đồng ý nên im lặng. Việc này tôi ghi nhận như vậy."

Bấy giờ, các tỳ-kheo gồm bốn người cho đến chín người trao giới Cụ túc cho một người, cho đến nhiều người. Các tỳ-kheo Trưởng lão quở trách rồi bạch Phật. Đức Phật dạy:

"Cho phép chúng mười người trao giới Cụ túc."

Các tỳ-kheo dùng phi nhơn, bạch y, người bị diệt tẫn, người bị cử

---

[485] Bạch tứ yết-ma 白四羯摩. ⸗ ñatticatutthakamma, tức là một lần tác bạch thưa trình, ba lần Yết-ma biểu quyết (là hình thức tác pháp), gọi là Bạch tứ yết-ma.

tội, người tự ngôn,[486] người bất đồng chánh kiến, người cuồng, người tâm tán loạn, người bệnh hoại tâm, tỳ-kheo-ni, thức-xoa-ma-na, sa-di, sa-di-ni vào trong số chúng mười người trao giới Cụ túc. Các Tỳ-kheo Trưởng lão bạch Phật, Phật dạy:

"Nên dùng mười vị tỳ-kheo như pháp để trao giới Cụ túc."

Các tỳ-kheo trao giới Cụ túc cho người ngủ, **[111c01]** người say, người cuồng, người tâm tán loạn, người bệnh hoại tâm, người dị kiến. Các tỳ-kheo Trưởng lão bạch Phật, Phật dạy:

"Không nên trao giới Cụ túc cho người ngủ... *cho đến* người dị kiến. Nên dùng mười tỳ-kheo như pháp, trao giới Cụ túc cho người như pháp."

Các tỳ-kheo dùng người ngủ, người say, người cuồng, người tâm tán loạn, người bệnh hoại tâm làm Hòa thượng. Các tỳ-kheo Trưởng lão bạch Phật, Phật dạy:

"Không nên dùng những người này làm Hòa thượng."

Các tỳ-kheo lại dùng hai người cho đến mười người làm Hòa thượng. Các tỳ-kheo Trưởng lão bạch Phật, Phật dạy:

"Nên dùng một người làm Hòa thượng, không nên dùng hai cho đến mười người."

Có người muốn thọ giới Cụ túc mà không có đủ mười tỳ-kheo như pháp, các tỳ-kheo khởi ý niệm: "Nếu đức Phật cho phép chúng ta khi Bố-tát, khi Tự tứ, khi Tăng tụ tập trao giới Cụ túc cho người thì đâu có khổ thế này." Các tỳ-kheo bạch Phật, đức Phật dạy:

"Cho phép khi Bố-tát, khi Tự tứ, khi Tăng tụ tập cho người thọ giới Cụ túc."

Bấy giờ, nhóm sáu Tỳ-kheo cùng với Hòa thượng, A-xà-lê không hòa hợp, khiến gây trở ngại cho người thọ giới. Các tỳ-kheo bạch Phật, đức Phật dạy:

---

[486] Người tự ngôn 自言: Tức nói những điều liên hệ đến mình, nói gợi ý về mình. [Pāli] *attupanāyikam.*

"Người thọ giới nếu không có nạn sự thì không nên gây trở ngại, nếu gây trở ngại thì phạm Đột-kiết-la."

Lại có các tỳ-kheo do việc nhỏ mọn mà cưỡng bức gây trở ngại cho người thọ giới, hoặc nói hình như bị mù lòa, hoặc nói chân bị kiễng, hoặc thấy thấp nhỏ bèn nói chưa đủ hai mươi tuổi, hoặc nói cha mẹ hình như chưa cho xuất gia. Các tỳ-kheo bạch Phật, Phật dạy:

"Không nên dựa vào việc nhỏ mọn làm trở ngại cho người thọ giới, nếu làm trở ngại, phạm Đột-kiết-la."

Các tỳ-kheo vẫn gây trở ngại. Các tỳ-kheo bạch Phật, Phật dạy: "Nếu Hòa thượng, A-xà-lê hợp ý thì nên cho thọ giới."

C. Nhân và Sự như pháp

1. Kết và giải tiểu giới

Lại có các tỳ-kheo ở trong một cương giới mà biệt chúng trao giới. Các tỳ-kheo bạch Phật, đức Phật dạy:

"Nên ra ngoài giới Bạch nhị yết-ma[487] kết tiểu giới để trao giới, trước hết sai một tỳ-kheo xướng tướng bốn phương của giới, một tỳ-kheo bạch:

Đại đức Tăng xin lắng nghe! Như tướng bốn phương của giới; do tỳ-kheo... đã xướng, nay Tăng kết làm giới đàn, cùng chung sống, cùng chung Bố-tát, cùng chung nhận của thí. Nếu thời gian thích hợp đối với Tăng, Tăng chấp thuận. Đây là lời tác bạch.

Đại đức Tăng xin lắng nghe! Như tướng bốn phương của giới mà tỳ-kheo... đã xướng, nay Tăng kết làm giới đàn, cùng chung sống, cùng Bố-tát, cùng nhận của thí. Trưởng lão nào đồng ý thì im lặng. Vị nào không đồng ý xin nói.

Tăng đã kết theo tướng giới của tỳ-kheo... xướng làm giới đàn, cùng chung sống, cùng Bố-tát, cùng nhận của thí rồi. Tăng chấp thuận nên im lặng. Việc này tôi nghi nhận như vậy.

---

[487] Bạch nhị yết-ma 白二羯磨. [Pāli] ñattidutiyakamma, là một lần tác bạch, một lần biểu quyết.

[112a01] Các tỳ-kheo kết giới đàn rồi không xả mà đi. Các tỳ-kheo bạch Phật, Phật dạy:

"Nên Bạch nhị yết-ma xả giới rồi đi. Một tỳ-kheo bạch:

Đại đức Tăng xin lắng nghe! Chỗ kết giới này nay Tăng xả giới ấy. Nếu thời gian thích hợp đối với Tăng, Tăng chấp thuận. Đây là lời tác bạch.

Đại đức Tăng xin lắng nghe! Chỗ kết giới[488] ***này nay Tăng xả giới ấy. Các trưởng lão nào đồng ý thì im lặng. Vị nào không đồng ý xin nói.***

Tăng đã xả giới này rồi. Tăng đồng ý nên im lặng. Việc này tôi ghi nhận như vậy."

Khi ấy, các tỳ-kheo dẫn người muốn thọ giới đến chỗ thọ giới, thưa với Thượng tọa rằng:

"Xin ngài vì người này tác Yết-ma."

Thượng tọa nói:

"Tôi không tụng Yết-ma."

Cho đến hạ tọa cũng nói như vậy, nên người ấy không được thọ giới. Các tỳ-kheo bạch Phật, Phật dạy:

"Vị nào cũng phải tụng Yết-ma. Nếu mười tuổi (hạ) trở lên mà không tụng được thì phạm Đột-kiết-la."

Các tỳ-kheo dẫn hai người muốn thọ giới đến chỗ thọ giới, hai người muốn thọ giới tranh nhau thọ trước, nên không thọ được. Các tỳ-kheo bạch Phật, Phật dạy:

"Người nào đến chỗ thọ giới trước thì nên cho thọ trước. Nếu hai người cùng đến một lần thì người nào lớn tuổi nên cho thọ

---

[488] Hán: Kết giới xứ 結界處. ⬛⬛ *Sīmā*. Có nghĩa là biên giới, biên thuỳ hay đường ranh phân chia hai khu vực khác nhau... Cũng là chỉ khu vực hay môi trường sống chung hòa hiệp và các sinh hoạt tập thể của Tăng-già, được qui định bởi các đường ranh bao quanh theo sự chấp thuận tuyệt đối của Tăng đoàn qua những thủ tục Yết-ma.

trước. Nếu đồng một tuổi thì Hòa thượng của vị nào lớn hơn thì cho thọ trước. Nếu Hòa thượng cũng đồng nhau thì Yết-ma một lần, nhưng người nào được xướng tên trước thì thọ trước. Ba người cũng như vậy."

Ngài Ưu-ba-ly hỏi Phật:

"Những việc khác cũng được Yết-ma ba người hay không?"

Đức Phật dạy: "Được."

Ưu-ba-ly lại hỏi:

"Được cho bốn người tác Yết-ma hay không?"

Đức Phật dạy:

"Tất cả không được tác Yết-ma bốn người."

Các tỳ-kheo dẫn người muốn thọ giới đến chỗ thọ giới để thọ, gặp giặc cướp đoạt, hành hung đến gần chết, phải trở lại. Các tỳ-kheo khởi ý nghĩ: "Nếu đức Thế Tôn cho phép chúng ta ở trong Tăng phường lập giới trường để thọ thì khỏi bị nạn này." Họ bạch Phật, Phật dạy:

"Nay cho phép ở trong Tăng phường Bạch nhị yết-ma kết làm giới trường để thọ. Trước hết nên Bạch nhị yết-ma để xả giới của Tăng phường. Một tỳ-kheo biết pháp xướng:

Đại đức Tăng xin lắng nghe! Một trú xứ này, Tăng chung sống, chung Bố-tát, chung nhận vật bố thí. Trước kết giới này nay xả. Nếu thời gian thích hợp đối với Tăng, Tăng chấp thuận. Đây là lời tác bạch.

Đại đức Tăng xin lắng nghe! Một trú xứ này, Tăng chung sống, chung Bố-tát, chung nhận vật bố thí. Trước kết giới này nay xả. Các Trưởng lão nào đồng ý thì im lặng. Vị nào không đồng ý xin nói.

Tăng đã giải giới trước đây kết rồi. Tăng chấp thuận nên im lặng. Việc này tôi ghi nhận như vậy.

Giải giới của Tăng phường rồi, vậy sau mới kết giới trường. Một tỳ-kheo xướng tướng bốn phương của giới trường. Một tỳ-kheo Bạch nhị yết-ma như trên đã nói. **[112b01]** Kết giới trường rồi lại kết giới Tăng phường. Một tỳ-kheo xướng tướng bốn phương của giới, lại xướng trừ nội địa. Một tỳ-kheo tác bạch:

Đại đức Tăng xin lắng nghe! Tỳ-kheo tên là... xướng tướng bốn phương của giới, trừ nội địa. Nay Tăng kết làm đại giới chung sống, chung Bố-tát, chung nhận vật bố thí. Nếu thời gian thích hợp đối với Tăng, Tăng chấp thuận. Đây là lời tác bạch.

Đại đức Tăng xin lắng nghe! Tỳ-kheo tên là... xướng tướng bốn phương của giới, trừ nội địa. Nay Tăng kết làm đại giới chung sống, chung Bố-tát, chung nhận vật bố thí. Các Trưởng lão nào chấp thuận thì im lặng. Vị nào không đồng ý xin nói.

Tăng đã kết tướng giới bốn phương, trừ nội địa, do Tỳ-kheo... xướng, làm đại giới của Tăng chung sống, chung Bố-tát, chung nhận vật bố thí rồi. Tăng chấp thuận nên im lặng. Việc này tôi nghi nhận như vậy.

2. Ngoại đạo xuất gia (1)

Bấy giờ có một Ma-nạp[489] ngoại đạo muốn xuất gia thọ giới Cụ túc trong chánh pháp, đến chỗ Xá-lợi-phất thưa:

"Cho con xuất gia thọ Cụ túc."

Xá-lợi-phất không cho thọ. Như vậy, Ma-nạp tuần tự đi đến khắp chỗ năm trăm tỳ-kheo, đều không vị nào cho thọ, khóc lóc trở về. Đức Phật dùng thiên nhãn xem thấy, hỏi Xá-lợi-phất:

"Ma-nạp này, tại sao khóc lóc ra về?"

Xá-lợi-phất trình bày đầy đủ sự việc. Đức Phật lại hỏi:

"Người này đã từng có lần nào nói một lời tốt lành đối với các tỳ-kheo hay chưa?"

Xá-lợi-phất thưa: "Có."

Đức Phật lại hỏi:

---

489 Ma-nạp: **Xem cht. 273**, Phần I, Ch. ii, Tăng tàn.

"Lời nói lành ấy là thế nào?"

Xá-lợi-phất thưa:

"Trước đây con đi khất thực, người này khen con: 'Sa-môn Thích tử này thiện hảo có đức, nên cho thức ăn.'"

Đức Phật dạy:

"Ân ấy nên trả. Ông có thể độ họ."

Xá-lợi-phất vâng lời Phật cho thọ giới Cụ túc. Lại có một Ma-nạp ngoại đạo bạc phước khất thực không được, khởi ý niệm: "Sa-môn Thích tử khất thực dễ được, đau ốm thuốc men có người giúp đỡ. Nay ta nên đến đó xuất gia thọ giới Cụ túc." Nghĩ rồi, Ma-nạp liền đến Tăng phường bạch các tỳ-kheo:

"Cho con xuất gia thọ giới Cụ túc."

Các tỳ-kheo liền cho thọ giới Cụ túc. Do bạc phước nên theo thứ tự mời đi thọ thực thì bị Tăng gát lại. Các tỳ-kheo nói:

"Thầy có thể mặc y, bưng bát đi khất thực."

Ma-nạp nói: "Thưa Đại đức, tôi sợ đi khất thực lắm cho nên mới xuất gia trong giáo pháp của Phật, nay tại sao lại bảo tôi đi khất thực?"

Các trưởng lão tỳ-kheo chê trách:

"Tại sao lại độ người không thể đi khất thực?" Các tỳ-kheo bạch Phật, đức Phật dạy:

"Không nên độ hạng người này, nếu độ phạm Đột-kiết-la. Khi độ phải hỏi trước: 'Ngươi vì cái gì mà đi xuất gia?' Nếu nói vì ẩm thực, thì không nên độ. [112c01] Nếu nói vì cầu thiện pháp, nhàm chán sanh, lão, bệnh, tử, ưu bi khổ não thì nên độ.

Trước khi trao giới Cụ túc nên nói việc phải nương tựa đó là mặc y phấn tảo, đi khất thực, nương ngồi dưới tàng cây, thọ dụng tàn khí dược. Hỏi: 'Ngươi có thể trọn đời nương theo bốn việc này hay không?' Nếu nói: 'Có thể', thì nên cho thọ. Nếu nói không thể, thì không nên cho thọ."

Có đại trưởng giả bà-la-môn nhàm chán thế gian phiền bận, đã có những suy nghĩ: "Sa-môn Thích tử phụng hành chánh pháp, rộng tu phạm hạnh, xuất gia nơi đó được hết nguồn gốc khổ." Nghĩ như vậy rồi đến trong Tăng phường cầu xuất gia thọ giới Cụ túc. Các tỳ-kheo nói: "Như Lai Ứng cúng đẳng chánh giác nói bốn điều nương tựa,[490] nếu ngươi có thể trọn đời nương theo mới cho ngươi xuất gia, thọ giới Cụ túc."

Bà-la-môn nói:

"Bốn điều nương tựa là những gì?

Các tỳ-kheo liền nói bốn điều nương tựa. Bà-la-môn nói: "Bốn điều này đối với thế gian là tệ mạt, tôi không thể nương được. Nếu Đại đức cho tôi thọ Cụ túc giới trước, vậy sau mới nói thì việc đã rồi, tôi có thể làm theo."

Thế là người bà-la-môn trở về. Các tỳ-kheo nghĩ: "Nếu đức Phật cho phép chúng ta trao giới Cụ túc rồi, vậy sau mới nói bốn điều nương tựa, thì người này đã không thối tâm." Các tỳ-kheo bạch Phật, Phật dạy:

"Cho phép thọ giới Cụ túc rồi, sau nói bốn điều nương tựa."

Bấy giờ các tỳ-kheo thọ giới Cụ túc rồi, đi về trước, người mới thọ giới đi sau, thấy người dâm nữ, tình nhân cũ. Dâm nữ nói:

"Anh không thể sinh sống được nên vào đạo phải không?"

Người mới thọ giới nói:

"Tôi nhàm chán sanh, lão, bệnh, tử, ưu bi khổ não, muốn hết gốc khổ nên vào đạo phụng hành chánh pháp, rộng tu phạm hạnh."

Dâm nữ nói:

"Như lời anh nói thì vấn đề giao hội không còn có nữa rồi, nay có thể cùng em hành dục một lần cuối đi!"

Người mới thọ giới thuận tình, hành dục, chiều tối mới về. Các tỳ-kheo hỏi:

---

[490] Hán: Tứ y 四依. Pāli, Vin. i. 58, *cattāro nissayā*.

"Tại sao thầy ở lại sau?"

Tân tỳ-kheo trả lời đúng sự thật. Các tỳ-kheo bèn đuổi đi và nói: "Thầy đi đi! Thầy cút đi! Trong pháp của tỳ-kheo, nếu làm việc này chẳng phải sa-môn, chẳng phải Thích chủng tử."

Tân tỳ-kheo nghe vậy buồn bã, quỳ xuống đất nói:

"Nếu khi thọ giới nói với tôi, thì dù có mất mạng tôi đâu phạm điều này."

Các tỳ-kheo bạch Phật, Phật dạy:

"Thọ giới Cụ túc rồi phải nói mười hai pháp, bốn đọa pháp, bốn dụ pháp, bốn y pháp (bốn điều nương tựa)."

3. Y chỉ và dứt y chỉ

Bấy giờ đức Phật chưa cho phép các tỳ-kheo có A-xà-lê. Hòa thượng của tỳ-kheo qua đời, do không có Hòa thượng, A-xà-lê nên mặc y **[113a01]** trên dưới không như pháp... *cho đến* khi ăn uống, nói năng ồn ào (đều như trước đã nói). Các Tỳ-kheo Trưởng lão bạch Phật, Phật dạy:

"Từ nay vì mười điều lợi cho phép các tỳ-kheo có A-xà-lê. A-xà-lê tự nhiên sanh tâm xem đệ tử như con, đệ tử tự nhiên sanh tâm xem A-xà-lê như cha. Mọi việc thờ kính như trong pháp thờ Hòa thượng đã nói."

Đức Phật cho phép có A-xà-lê. Các tỳ-kheo không biết có mấy hạng A-xà-lê, bạch Phật, Phật dạy:

"Có năm hạng A-xà-lê: Xuất gia A-xà-lê, Giáo thọ A-xà-lê, Yết-ma A-xà-lê, Thọ kinh A-xà-lê và Y chỉ A-xà-lê."

Các tỳ-kheo không biết ý nghĩa Xuất gia A-xa-lê... *cho đến* Y chỉ A-xà-lê, nên bạch Phật, Phật dạy:

"Mới bắt đầu độ cho thọ giới Sa-di gọi là Xuất gia A-xà-lê. Khi thọ giới Cụ túc, người dạy pháp oai nghi gọi là Giáo thọ A-xà-lê. Khi thọ giới Cụ túc, người tác pháp Yết-ma gọi là Yết-ma A-xà-lê. Người dạy kinh dù chỉ một ngày, gọi là Thọ kinh A-xà-lê. Người mình y chỉ, dù chỉ một đêm, gọi là Y chỉ A-xà-lê."

Đức Phật đã cho phép có Y chỉ A-xà-lê, bèn y chỉ tỳ-kheo-ni, thức-xoa-ma-na, sa-di, sa-di-ni, người cuồng tâm, loạn tâm, bệnh hoại tâm, người bị cử, người bị tẩn, người ở khác chỗ, người Biệt trú, người hành Ma-na-đỏa, người hành bổn nhật, người nên xuất tội, người tự ngôn, người đa nhơn ngữ, người làm các Yết-ma. Các tỳ-kheo bạch Phật, Phật dạy:

"Không nên y chỉ những người như trên, chỉ cho phép y chỉ tỳ-kheo như pháp."

Trong vấn đề này, có trường hợp thành tựu vấn đề xin y chỉ, có trường hợp không thành tựu vấn đề xin y chỉ; có trường hợp thành tựu cho y chỉ, có trường hợp không thành tựu cho y chỉ; có trường hợp thành tựu thọ y chỉ, có trường hợp không thành tựu thọ y chỉ.

Trường hợp không thành tựu xin y chỉ: Nếu tỳ-kheo xin y chỉ với tỳ-kheo-ni, hay thức-xoa-ma-na, sa-di, sa-di-ni, cho đến xin y chỉ với các vị Yết-ma. Như vậy gọi là không thành tựu vấn đề xin y chỉ. Nếu xin y chỉ với tỳ-kheo như pháp mà không nói:

"Con tên… nay cầu ngài làm y chỉ. Ngài vì con làm y chỉ. Con y chỉ nơi ngài để ở. Ngài sẽ giáo giới con. Con sẽ vâng lời dạy bảo của ngài."[491] Không nói như vậy thì cũng không thành tựu vấn đề xin y chỉ.

Trường hợp thành tựu vấn đề xin y chỉ: Đến trước tỳ-kheo như pháp thưa xin như trên thì gọi là thành tựu vấn đề xin y chỉ.

[113b01] *Trường hợp không thành tựu vấn đề cho y chỉ:* Tỳ-kheo-ni, thức-xoa-ma-na, sa-di, sa-di-ni cho đến các vị Yết-ma cho tỳ-kheo y chỉ. Như vậy gọi là không thành tựu vấn đề cho y chỉ. Nếu đối trước tỳ-kheo như pháp, cầu xin như pháp rồi, mà vị được cầu xin không nói: "Ngươi chớ buông lung." Như vậy cũng không thành tựu cho y chỉ. Đó gọi là không thành tựu cho y chỉ.

Trường hợp thành tựu vấn đề cho y chỉ: Đối với tỳ-kheo như pháp, cầu xin như pháp rồi, vị được cầu xin nói: "Ngươi chớ buông lung."

---

[491] Năm điều kiện để cầu xin y chỉ, nếu thiếu một trong năm điều kiện này cũng không thành xin y chỉ.

Như vậy gọi là thành tựu vấn đề cho y chỉ.

Trường hợp không thành tựu vấn đề thọ y chỉ: Tỳ-kheo đến tỳ-kheo-ni, thức-xoa-ma-na, sa-di, sa-di-ni cho đến các vị tác Yết-ma thọ y chỉ, đều không gọi là thọ y chỉ. Nếu đối với tỳ-kheo như pháp, không thưa lời như vầy: Con tên là... nay cầu ngài y chỉ... *cho đến câu:* Con sẽ vâng lời ngài dạy bảo; cũng không thành thọ y chỉ. Như vậy gọi là không thành tựu thọ y chỉ.

Trường hợp thành thọ y chỉ: Đối với tỳ-kheo như pháp thưa như vầy: Con tên là... nay cầu ngài y chỉ... *cho đến câu:* Con vâng lời dạy bảo của ngài. Như vậy gọi là thành thọ y chỉ.

Bấy giờ, các tỳ-kheo cách vách thọ y chỉ, hoặc không cung kính, trùm đầu, trùm vai, mang giày dép, ngồi, nằm thọ y chỉ. Các tỳ-kheo Trưởng lão bạch Phật, Phật dạy:

"Nên để trống vai bên hữu, cởi bỏ giày dép, quỳ gối, chắp tay, xoay mặt lại thưa: Con tên là... nay cầu Ngài làm y chỉ... *cho đến câu:* Con sẽ vâng lời ngài dạy bảo."

Bấy giờ, nhóm sáu tỳ-kheo không kính Hòa thượng, A-xà-lê, không kính giới, các tỳ-kheo khác cũng có vị bắt chước theo. Các tỳ-kheo Trưởng lão bạch Phật, đức Phật hỏi nhóm sáu tỳ-kheo và các tỳ-kheo:

"Thật sự các ông có như vậy không?"

"Sự thật chúng con có như vậy, bạch Thế Tôn."

Đức Phật bằng mọi cách quở trách:

"Các ông ngu si, tại sao không kính thầy, không kính giới!?"

Quở trách rồi, Phật bảo các tỳ-kheo:

"Từ nay nếu tỳ-kheo nào không kính Hòa thượng, A-xà-lê, không kính giới thì phạm Đột-kiết-la."

Trong đó, vẫn còn có tỳ-kheo không kính, họ bạch Phật, Phật dạy:

"Nên tác pháp không cùng nói năng."[492]

---

[492] Hán: Bất cộng ngữ pháp 不共語法. *Tứ phần:* Ha trách 呵責. Cảnh

Các tỳ-kheo lại tác pháp không cùng nói năng suốt đời, cũng không gặp nhau, hoặc đuổi ra khỏi chỗ ở, hoặc tác pháp không cùng nói năng với tỳ-kheo ngu si, tỳ-kheo vô tội; hoặc không nói tội của người kia mà tác pháp không cùng nói năng. Các tỳ-kheo bạch Phật, Phật dạy:

"Không nên vì không kính Hòa thượng, A-xà-lê mà tác pháp không cùng nói năng suốt đời. Người si, người vô tội **[113c01]** không nên tác pháp không cùng nói năng, cũng không nên không nói tội của người kia mà tác pháp không cùng nói năng."

Không cùng nói năng có năm trường hợp: một là nói "ông đừng nói gì với tôi"; hai là nói "ông làm gì đừng thưa với tôi"; ba là nói "ông đừng vào phòng tôi"; bốn là nói "ông đừng cầm y bát và giúp tôi làm mọi việc"; năm là nói "ông đừng đến gặp tôi".⁴⁹³

Các tỳ-kheo lại do việc nhỏ mà tác pháp không cùng nói năng. Các tỳ-kheo bạch Phật, Phật dạy:

"Không nên vì một việc nhỏ mà tác pháp không cùng nói năng. Nếu đệ tử có năm việc sau đây thì thầy nên tác pháp không cùng nói năng:⁴⁹⁴ Đối với thầy không tàm, không quý, không cung kính, không quý mến, không cúng dường. Đó là năm việc. Không có năm việc này thì không nên tác pháp không cùng nói năng."

Có các tỳ-kheo đã tác pháp không cùng nói năng với đệ tử rồi lại cùng nói, cùng ở, đệ tử càng thêm kiêu mạn. Các tỳ-kheo bạch Phật, Phật dạy:

"Không nên đã tác pháp không cùng nói năng rồi lại cùng nói 'Ta không muốn khiến cho người kia mất y chỉ nên tác pháp không cùng nói năng'; vì điều phục tịch tĩnh, hướng đến Niết-

---

cáo hay đuổi cảnh cáo. Đây muốn nói là dứt y chỉ. Pāli (Vin. i. 53): *paṇāmita*: đuổi (đệ tử).

⁴⁹³ *Tứ phần* 34, tr. 804b01: "Ngươi đi đi!", "Ngươi đừng vào phòng ta", "Ngươi đừng làm việc gì cho ta", "Ngươi cũng đừng đến chỗ ta."

⁴⁹⁴ *Tứ phần*: "Không biết xấu, không biết hổ, khó dạy, làm bạn cùng kẻ ác, ưa đến nhà dâm nữ (phụ nữ, đồng nữ lớn tuổi, huỳnh môn, tỳ-kheo-ni, thức-xoa-ma-na, sa-di-ni, ưa xem bắt ba ba, rùa)."

bàn nên tác pháp không cùng nói năng, nếu trở lại cùng nói thì phạm Đột-kiết-la."

Lại có các tỳ-kheo vì đệ tử tác pháp không cùng nói năng, tỳ-kheo khác vội vàng cùng nói năng, do đó đệ tử càng kiêu mạn đối với thầy. Các tỳ-kheo bạch Phật, Phật dạy:

"Không nên cùng nói năng với đệ tử của người khác mà họ đã tác pháp không cùng nói năng."

Đức Phật không cho phép người khác cùng nói năng, do vậy đương sự hoàn tục hoặc làm ngoại đạo. Các tỳ-kheo bạch Phật, Phật dạy:

"Nếu dạy người kia ăn năn đối với thầy thì cho phép được cùng nói năng."

Khi ấy, có thầy tác pháp không nói năng đối với đệ tử, đệ tử không chịu ăn năn. Các tỳ-kheo bạch Phật, Phật dạy:

"Không nên không ăn năn, nên sám hối như vầy: Để trống vai bên hữu, đầu gối bên hữu chấm đất, lấy hai tay ôm chân thầy. Với tất cả sự khép nép, bạch: *Con còn nhỏ dại ngu si, sau không dám tái phạm.*'"

Bấy giờ, có thầy không nhận sự sám hối của đệ tử. Các tỳ-kheo bạch Phật, đức Phật dạy:

"Nếu đệ tử hồi tâm biết xấu hổ, cung kính, quí mến, cúng dường thì không nên không nhận sự sám hối. Người chịu sám hối thì tội tiêu trừ."

Bấy giờ có các thầy không biết đệ tử phạm giới hay không phạm giới, ăn năn hay không ăn năn, thấy đệ tử phạm giới không dạy bảo la rầy. Các tỳ-kheo bạch Phật, Phật dạy:

"Thầy nên biết đệ tử phạm giới hay không phạm giới, ăn năn hay không ăn năn, thấy đệ tử phạm giới nên dạy bảo la rầy, nếu không biết hay không la rầy dạy bảo thì phạm Đột-kiết-la."

[114a01] Bấy giờ tỳ-kheo thường trú không kính lễ tỳ-kheo vãng lai, tỳ-kheo vãng lai cũng không kính lễ tỳ-kheo thường trú. Tỳ-kheo thường trú cũng không kính lễ nhau. Có một tỳ-kheo đến nơi một trú

xứ, không kính lễ các tỳ-kheo, các tỳ-kheo hỏi:

"Thầy ở đâu đến?"

Tỳ-kheo ấy đáp:

"Tôi ở... đến."

Các tỳ-kheo nói:

"Xem thế thì biết các tỳ-kheo nơi trú xứ của thầy kiêu mạn như thầy. Chúng tôi không thể cộng trú."

Các tỳ-kheo bạch Phật, Phật dạy:

"Tất cả phải kính lễ nhau, nếu không kính lễ phạm Đột-kiết-la."

Lại có các tỳ-kheo hoặc cách vách mà kính lễ, hoặc từ xa mà kính lễ, hoặc nói kính lễ khi nằm, hoặc kính lễ bằng cách đưa thẳng tay lên, hoặc cúi đầu một chút. Các Tỳ-kheo Trưởng lão bằng mọi cách quở trách, rồi bạch Phật, Phật dạy:

"Không nên kính lễ như vậy, nên một lần cung kính, cởi bỏ giày dép, để trống vai bên hữu, hai đầu gối sát đất, tiếp giáp với chân mà kính lễ."

Có các tỳ-kheo đảnh lễ khắp tất cả các tỳ-kheo nên bị lạc bạn, bạch Phật, Phật dạy:

"Chỉ nên kính lễ bậc thầy và lễ chung các vị khác rồi đi."

Khi ấy, tỳ-kheo Ưu-ba-tư-na hai tuổi (hạ), dẫn đệ tử một tuổi đến chỗ đức Phật, đầu mặt đảnh lễ sát chân rồi ngồi lui qua một bên. Sau đó, người đệ tử lễ Phật, cái đãy đựng bát rơi trên đầu gối đức Phật. Đức Phật hỏi Ưu-ba-tư-na:

"Thầy này là đệ tử ai?"

"Bạch Thế Tôn! Đệ tử của con."

"Thầy bao nhiêu tuổi?"

"Bạch Thế Tôn! Con hai tuổi."

Đức Phật lại hỏi:

"Đệ tử của thầy bao nhiêu tuổi?"

"Bạch Thế Tôn! Một tuổi."

Đức Phật bằng mọi cách quở trách:

"Việc thầy làm là phi pháp. Tại sao chính mình chưa rời khỏi bầu sữa mà lại làm bầu sữa cho người!"

Quở trách rồi, Phật bảo các tỳ-kheo:

"Không nên mới một tuổi cho đến chín tuổi mà trao giới Cụ túc cho người, mười tuổi như pháp, sau mới được trao giới. Nếu chưa đủ mười tuổi và không như pháp mà trao giới Cụ túc cho người thì phạm Đột-kiết-la. Chín tuổi còn phải y chỉ người khác."[495]

4. Ngoại đạo xuất gia (2)[496]

Đức Phật ở tại thành Vương Xá. Khi ấy có một lõa hình ngoại đạo[497] rất là thông minh, **[114b01]** người trong nước Ma-kiệt gọi ông ta là kẻ biết nhiều thấy rộng, ông ta đến trong Tăng phường hỏi:

"Sa-môn Thích tử, ai dám cùng ta luận nghị?"

Thời điểm ấy, các tỳ-kheo đang du hý trong các thiền định, không ai chịu luận nghị, cũng không ai chịu nói chuyện. Tôn giả Xá-lợi-phất khởi ý niệm: "Người nầy nói như vậy, nếu không có vị nào luận nghị, chắc sẽ hủy nhục Phật pháp. Nay ta có thể cùng người này luận nghị. Hơn nữa, Ni-kiền[498] này được người trong nước Ma-kiệt tôn kính, nếu

---

[495] Bản Hán, hết quyển 16.

[496] Tiếp theo mục 2. Ngoại đạo xuất gia (trước).

[497] *Tứ phần:* Ngoại đạo tên Bố-tát 布薩. Pāli (Vin.i.69): *yo so aññatitthiyapubbo*, một người nguyên trước kia là ngoại đạo.

[498] Ni-kiền hay Ni-kiền-đà, là giáo phái Kỳ-na giáo, một trong sáu phái ngoại đạo vào thời kỳ đức Thế Tôn còn tại thế. Giáo chủ của Kỳ-na giáo là Ni-kiền-đà Nhã-đề Tử (□ *Nigaṇṭho Nāṭaputto*). Cf. *Câu-xá quang ký* 15 thì: "Ni-kiền-đà là từ phiên âm từ tiếng Phạn *Nirgrantha*, có nghĩa là xa lìa phiền não. Bên trong xa lìa hệ phược phiền não, bên ngoài xa lìa sự hệ lụy y phục (bằng sống lõa hình), vì

ta dùng một cú nghĩa để hỏi mà không sâu rộng, chắc chắn ta mất tiếng tăm, ông ta không trở về với đại pháp. Nay ta nên dùng thời gian bảy ngày để luận nghị." Nghĩ như vậy rồi, tuyên bố:

"Tôi sẽ cùng ông luận nghị trong bảy ngày."

Bấy giờ, thành Vương Xá, trưởng giả, cư sĩ, sa-môn, bà-la-môn đều cùng bàn rằng: "Sa-môn Thích tử Xá-lợi-phất là đệ nhị sư[499], hẹn cùng Ni-kiền đệ nhất sư, luận nghị bảy ngày, chúng ta sẽ cùng nhau đến nghe." Thời hạn từ ngày thứ nhất đến ngày thứ sáu luận nói bao nhiêu việc đều khiến cho Ni-kiền thắt lưỡi lại,[500] đến ngày thứ bảy, Xá-lợi-phất nói: "Dục từ tư tưởng sanh."

Ni-kiền Tử nói: "Dục từ đối cảnh sanh."

Khi ấy Xá-lợi-phất nói bài kệ:

> *Các gốc dục thế gian*
> *Đều từ tư tưởng sanh*
> *Trụ gốc dục thế gian*
> *Nên có tâm nhiễm trước.*

Ni-kiền liền dùng kệ nạn vấn lại:

> *Nếu dục từ tưởng sanh,*
> *Do đó sanh nhiễm trước.*
> *Vậy, Tỳ-kheo nghĩ bậy*
> *Bèn mất ngay phạm hạnh.[501]*

---

vậy nên thường gọi là lõa hình ngoại đạo."

[499] Đứng sau đức Phật.

[500] *Tứ phần:* "Lõa hình bị nạn vấn không thể giải thích được." mà không đề cập đến thời gian bao lâu (Lõa hình dùng năm trăm câu bức nạn để nạn vấn).

[501] *Vyākhyā (Kośavyākhyā)* giải thích: có ba loại hưởng thụ dục (*kāmopabhoga*): do bởi thân, ngữ, ý. Vị chưa ly tham, khi hưởng thụ các dục bởi ý, chưa phải là phi tỳ-kheo, mà chỉ là giới không thanh tịnh. Khi nào vi phạm các học xứ của Như Lai bằng thân, ngữ mà hưởng dục, khi ấy mới là phi tỳ-kheo. Xem *Câu-xá* (Việt dịch) tập II, phẩm iii phân biệt thế gian.

Xá-lợi-phất lại dùng kệ trả lời:

> *Dục không từ tưởng sanh,*
> *Mà khởi lên từ cảnh,*
> *Vậy, thầy ông nhìn sắc,*
> *Lẽ nào không thọ dục?*

Ni-kiền nghe kệ này rồi không thể trả lời thêm được gì bèn sanh thiện tâm, muốn xuất gia học đạo trong giáo pháp của đức Phật.[502] Ngay lúc ấy, Bạt-nan-đà là người tướng mạo cao đẹp nhất trong chúng, Xá-lợi-phất lại hình dung thấp nhỏ, Ni-kiền khởi ý nghĩ: "Tỳ-kheo thấp nhỏ này mà tài trí còn như vậy, huống là người với đường đường tướng mạo kia." Ni-kiền liền đến chỗ Bạt-nan-đà thưa:

"Cho con xuất gia thọ giới Cụ túc."

Bạt-nan-đà liền độ. Xá-lợi-phất luận nghị xong, đến chỗ đức Phật, đầu mặt kính lễ sát chân rồi ngồi lui qua một bên, đức Phật hỏi: "Thầy cùng với Ni-kiền luận nghị bảy ngày như thế nào?"

Xá-lợi-phất trình bày đầy đủ. Đức Phật khen:

"Lành thay, lành thay! Xá-lợi-phất! Thầy có nhiều sự lân mẫn, có nhiều sự **[114c01]** lợi ích."

Tỳ-kheo Ni-kiền kia hỏi Bạt-nan-đà về kinh luật, đều không thể trả lời được, bèn khinh khi Phật pháp, cho là các tỳ-kheo đều không biết gì, trở về lại ngoại đạo. Các tỳ-kheo Trưởng lão hỏi, quở trách:

"Tại sao tỳ-kheo mười tuổi (hạ) mà không biết pháp, không thể vì đệ tử giải quyết sự nghi hoặc, khiến cho họ trở về lại với ngoại đạo?"

Các tỳ-kheo bạch Phật. Đức Phật hỏi Bạt-nan-đà: "Thật sự thầy có như vậy không?"

"Bạch Thế Tôn, sự thật con có như vậy."

Đức Phật quở trách như trên rồi bảo các tỳ-kheo:

---

[502] *Tứ phần:* "Thật là kỳ diệu! Thật là hy hữu! Sa-môn Thích tử trí tuệ thông minh. Nay ta hãy theo xuất gia học đạo."

"Nếu chính mình không biết pháp mà cho người xuất gia thọ Cụ túc giới, phạm Đột-kiết-la."

Tỳ-kheo nào thành tựu mười pháp, được trao giới Cụ túc cho người: thành tựu giới, thành tựu oai nghi, cẩn thận sợ tội nhỏ; đa văn, có khả năng thọ trì pháp Phật nói; tụng rành hai bộ luật, phân biệt nghĩa lý; đủ khả năng dạy đệ tử tăng thượng giới học, tăng thượng tâm học, tăng thượng huệ học; có khả năng trừ nghi cho đệ tử, cũng có thể khiến cho người khác trừ nghi của họ; có khả năng trị bệnh cho đệ tử, cũng có khả năng khiến cho người khác trị bệnh của họ; nếu đệ tử sanh ác tà kiến, có thể dạy cho họ bỏ, cũng có thể khiến cho người dạy họ bỏ; nếu đệ tử khởi cảm giác về quốc độ (muốn hoàn tục), có khả năng xoay chuyển ý họ, hoặc nhờ người xoay chuyển ý họ; đủ mười tuổi hạ hay hơn mười tuổi hạ.

Lại thành tựu mười pháp nên trao giới Cụ túc cho người: Biết tội nặng, biết tội nhẹ, biết thô tội, biết phi thô tội; biết tội hữu dư, biết tội vô dư; biết tội có Yết-ma, biết tội không Yết-ma; biết nhân duyên của tội; đủ mười tuổi hay hơn mười tuổi.

Lại phải thành tựu năm pháp[503] nên trao giới Cụ túc cho người: Có khả năng dạy đệ tử tăng thượng giới học, tăng thượng tâm học, tăng thượng tuệ học, xét kỹ việc làm của mình, buộc niệm trước mặt.

Lại thành tựu năm pháp: (Ba pháp trước như trên: tăng thượng giới học, tăng thượng tâm học, tăng thượng tuệ học), thông minh, biện tài.

Lại thành tựu năm pháp: Giới thành tựu, định thành tựu, tuệ thành tựu, giải thoát thành tựu, giải thoát tri kiến thành tựu.

Lại thành tựu năm pháp: Chính mình trụ nơi giới, dạy người trụ nơi giới; tự mình trụ nơi định, dạy người trụ nơi định; tự mình trụ nơi tuệ, dạy người trụ nơi tuệ; tự mình trụ nơi giải thoát, dạy người

---

[503] *Tứ phần:* "Giới không thành tựu, định không thành tựu, trí tuệ không thành tựu, giải thoát không thành tựu, giải thoát tri kiến không thành tựu. Năm pháp này không thành tựu thì không được trao giới Cụ túc cho người."

trụ nơi giải thoát; tự mình trụ nơi giải thoát tri kiến, dạy người trụ nơi giải thoát tri kiến.

Lại thành tựu năm pháp: Thành tựu vô học giới chúng, vô học định chúng, vô học tuệ chúng, vô học giải thoát chúng, vô học giải thoát tri kiến chúng.

Lại thành tựu năm pháp: Có khả năng dạy đệ tử tăng thượng giới; tăng thượng phạm hạnh; biết phạm, biết không phạm; biết sám hối, chưa sám hối; đủ mười tuổi hoặc hơn mười tuổi thì được trao giới Cụ túc cho người. Độ sa-di hay vì người làm y chỉ cũng như vậy.

[115a01] Có một ngoại đạo muốn xuất gia, đến trong Tăng phường thưa với các tỳ-kheo:

"Bạch Đại đức, cho tôi xuất gia thọ giới Cụ túc."

Các tỳ-kheo không biết giải quyết thế nào, bạch Phật. Đức Phật dạy:

"Trước hết nên Bạch nhị yết-ma cho họ biệt trú bốn tháng để thử thách họ. Nếu hợp ý với các tỳ-kheo thì sau đó mới cho họ xuất gia thọ giới Cụ túc. Khi tác pháp Yết-ma, nên bảo ngoại đạo cởi bỏ giày dép, để trống vai bên hữu, kính lễ sát chân tất cả Tăng, quỳ gối chắp tay, thưa:

Đại đức Tăng xin lắng nghe! Con tên là... Trước đây là ngoại đạo, nay cầu xin xuất gia trong pháp luật này, đến xin Tăng bốn tháng biệt trú,504 xin Tăng rủ lòng thương cho con làm pháp biệt trú. Nếu hợp ý với các tỳ-kheo thì sau đó cho con xuất gia thọ giới Cụ túc.

Xin như vậy 3 lần. Tăng nên sai một tỳ-kheo như pháp bạch:

Đại đức Tăng xin lắng nghe! Người này tên là... Trước đây là ngoại đạo, nay muốn xuất gia thọ giới Cụ túc trong pháp luật này, nay đến xin Tăng pháp bốn tháng biệt trú. Nay Tăng cho pháp bốn tháng biệt trú. Nếu sau đó hợp ý với Tăng sẽ cho xuất gia thọ giới

---

504 *Tứ phần:* Cộng trú 共住. Pāli (Vin. i. 67): *parivāsa;* từ này cũng dùng trong tăng-già-bà-thi-sa; nhưng phiên âm là *ba-lợi-bà-sa,* hoặc dịch là *biệt trú.*

Cụ túc. Nếu thời gian thích hợp đối với Tăng, Tăng chấp thuận. Đây là lời tác bạch.

Đại đức Tăng xin lắng nghe! Người này tên là... Trước đây là ngoại đạo, nay muốn xuất gia thọ giới Cụ túc trong pháp luật này, nay đến Tăng xin pháp bốn tháng biệt trú. Nay Tăng cho pháp bốn tháng biệt trú. Nếu sau đó hợp ý với Tăng sẽ cho xuất gia thọ giới Cụ túc. Các Trưởng lão nào chấp thuận xin im lặng. Vị nào không đồng ý xin nói.

Tăng đã cho ngoại đạo tên là... pháp bốn tháng biệt trú rồi. Tăng chấp thuận nên im lặng. Việc này tôi ghi nhận như vậy."

Không hợp ý với Tăng: Nghĩa là sáng sớm vào xóm làng chiều tối mới về, hoặc thường tới lui nhà đàn bà, dâm nữ, con gái trưởng thành; thường cùng với họ nói chuyện, tìm cầu sắc dục bằng mọi phương tiện, hoặc nghe chê bai việc tôn thờ ngoại đạo trước đây thì ôm lòng giận dữ, nghe khen ngợi Tam bảo thì không vui, không thích, không ưa thích oai nghi tỳ-kheo, không ưa tụng tập kinh Phật, không ưa thọ giáo giới. Như vậy gọi là không hợp ý với Tăng. Nếu ngược lại hợp ý thì nên cho xuất gia thọ giới Cụ túc.

5. Các già nạn (1)

1.   Bấy giờ các tỳ-kheo độ người mắc nợ cho thọ giới Cụ túc. Thọ giới Cụ túc rồi, họ vào trong thành Vương Xá[505] khất thực, chủ nợ thấy, nói:

"Ngươi trả nợ cho ta; ai cho ngươi xuất gia?"

Có người nói:

"Nên đoạt lất y bát, bắt đem đến cửa quan."

Có người nói:

"Họ đã vào trong thành vô úy (xuất gia)* nên thả đi cho rồi. Tại sao vậy? Vua Bình-sa **[115b01]** có ra lệnh: Trong nước, nếu ai hủy nhục tỳ-kheo, tỳ-kheo-ni sẽ bị trọng tội."

---

505 *Tứ phần:* Có người đầy tớ xin xuất gia, rồi đi khất thực trong nhân gian, bị người chủ cũ bắt...

Người chủ nợ bèn cơ hiềm nói:

"Các sa-môn này, không biết người nào nên độ, người nào không nên độ, tại sao lại độ kẻ mắc nợ, không có hạnh sa-môn, phá pháp sa-môn."

Các tỳ-kheo Trưởng lão nghe, bằng mọi cách quở trách rồi bạch Phật. Đức Phật hỏi các tỳ-kheo:

"Thật sự các thầy có như vậy không?"

"Bạch Thế Tôn, sự thật chúng con có như vậy."

Đức Phật bằng mọi cách quở trách rồi bảo các tỳ-kheo:

"Không nên độ người mắc nợ, cho thọ giới Cụ túc. Khi độ và trao giới Cụ túc, trước hết nên hỏi: 'Ngươi có mắc nợ ai không?' Nếu nói không mắc nợ thì nên độ, nên cho thọ giới; nếu nói có mắc nợ thì không nên độ, không nên cho thọ giới; nếu độ, cho thọ giới đều phạm Đột-kiết-la. Nếu không hỏi như vậy mà độ đầy tớ cũng như vậy."

2. Bấy giờ có một thiếu nhi cha mẹ bảo đến thầy học chữ và các kỹ thuật. Thầy dạy học sai làm các việc và thường đánh đòn. Thiếu nhi bỏ thầy về lại nhà. Cha mẹ liền bảo trở lại nhà thầy. Thiếu nhi nghĩ: "Thầy hành hạ ta, cha mẹ lại không bênh vực ta. Nay ta nên bằng cách nào để thoát khỏi cái nạn này? Chỉ có một cách là xuất gia thọ giới Cụ túc." Nghĩ xong liền đến Tăng phường thưa với các tỳ-kheo:

"Cho con xuất gia thọ giới Cụ túc."

Các tỳ-kheo bèn độ. Ông thầy giáo mất học trò, đến hỏi cha mẹ nó, cha mẹ nó nói:

"Tôi bảo nó trở lại nơi thầy, tại sao không có!"

Thế là cha mẹ nó và ông thầy đi tìm khắp nơi; đến Tăng phường hỏi các tỳ-kheo, các tỳ-kheo đều nói không thấy, trong đó chỉ có một vị đứng im lặng. Thầy giáo và cha mẹ nó tìm không được ra về. Sau đó, thiếu nhi này vào trong thành Vương Xá khất thực, ông thầy giáo thấy, cơ hiềm nói:

"Sa-môn Thích tử thường nói không nói dối, tại sao độ người

làm của tôi lại nói không thấy?!"

Các tỳ-kheo Trưởng lão nghe, bằng mọi cách quở trách rồi bạch Phật. Đức Phật dạy:

"Không nên độ người làm của kẻ khác, *cũng như trên đã nói*. Từ nay nếu độ người nên dẫn đến từng phòng để lễ Tăng, tự xưng tên khiến cho Tăng đều biết."

3.   Bấy giờ nơi thành Xá-vệ có nhóm mười bảy đồng tử,[506] chưa đủ hai mươi tuổi, Tất-lăng-già-bà-ta cho thọ giới Cụ túc, không thể kham nhẫn được sự đói khát nên kêu khóc đòi ăn *(như trong giới kinh đã nói)*. Khi cho thọ giới Cụ túc nên hỏi: "Đủ hai mươi tuổi không?"

4.   Bấy giờ các tỳ-kheo độ bọn giặc A-luyện-nhã cho thọ giới Cụ túc, sau đó vào thành **[115c01]** Vương Xá khất thực, các cư sĩ thấy nói:

"Người này trước đây đánh cướp tôi như vậy, như vậy... thân cận cướp của cải tôi."

Có người nói nên bắt đem đến nạp cho quan... *cho đến câu:* Phật bảo các tỳ-kheo không nên độ *(như trên đã nói)*. Lại có các bọn giặc nhàm chán việc làm ác, cầu xuất gia thọ giới Cụ túc. Các tỳ-kheo không biết nên giải quyết thế nào, bạch Phật. Đức Phật dạy:

"Cho phép đem đến chỗ không ai biết họ, cho xuất gia thọ Cụ túc giới."

5.   Bấy giờ có một người gây tai họa cho thôn ấp, nhà chức trách tâu với vua:

"Xin vua ra lệnh cho nó đừng làm ác."

Vua bảo:

"Các người dẫn nó đến đây ta sẽ giết nó."

Thủ phạm nghe được liền trốn thoát, truy tìm không được, nhà chức trách tâu lại với vua. Vua liền ra lệnh:

---

[506] Hán: Thập thất quần đồng tử 十七群童子. Xem Phần I, Ch. v. Ba-dật-đề 61.

"Nếu bắt được cho phép giết liền."

Thủ phạm nghe, khởi ý nghĩ: "Nay ta trốn chỗ nào cho được an toàn tánh mạng, chỉ trong đạo Sa-môn Thích tử mới cứu được ta." Thủ phạm bèn đến trong Tăng phường cầu xin xuất gia. Các tỳ-kheo liền độ. Sau đó anh ta vào thành Vương Xá khất thực, mọi người thấy, muốn bắt giết. Có người nói:

"Xuất gia rồi coi như đã chết, khỏi phải giết làm chi."

Có người lại nói: Người này đã vào trong thành vô úy... *cho đến câu:* đức Phật bảo các tỳ-kheo: "Không nên độ" *(như trước đã nói).*

6.   Bấy giờ Bạt-nan-đà có hai sa-di, một tên là Kiển-trà, một tên là Ma-kiệt-đà[507] hành dâm lẫn nhau. Các tỳ-kheo Trưởng lão nghe, bạch Phật. Đức Phật hỏi Bạt-nan-đà:

"Sự thật ông có nuôi hai sa-di không?"

"Bạch Thế Tôn, có."

Đức Phật bằng mọi cách quở trách rồi bảo các tỳ-kheo:

"Không nên nuôi hai sa-di, nếu nuôi thì phạm Đột-kiết-la."

7.   Bấy giờ có một gia đình bị phi nhơn làm hại, chỉ còn hai cha con. Ông cha nghĩ: "Nhà ta bị tai ương, tang khó chưa mãn lại bị đói khổ cùng cực, nên đến nơi nào để tránh khỏi họa này?!" Ông ta lại nghĩ: "Sa-môn Thích tử nhiều sự cúng dường, đau ốm có thuốc thang. Nay ta có thể dẫn hài nhi vào đó xin xuất gia thọ Cụ túc giới." Nghĩ rồi liền đến Tăng phường thưa các tỳ-kheo:

"Cho con xuất gia thọ giới Cụ túc." Các tỳ-kheo bèn cho xuất gia thọ giới Cụ túc. Khi vào thành khất thực, tỳ-kheo kia, một tay bồng con, một tay bưng bình bát, các bạch y thấy cơ hiềm, nói:

"Sa-môn Thích tử này không tu phạm hạnh."

Hoặc có người nói:

---

[507] *Tứ phần:* Kế-na 罽那 và Ma-khư 摩佉. *Thập tụng,* tr. 151c2: Ti-đà 卑陀 và Ma-già 摩伽. *Pali: Kaṇḍaka* và *Mahaka.*

"Khi chưa xuất gia, hài nhi này đã có rồi. **[116a01]** Nhưng các tỳ-kheo sao không đợi hài nhi lớn rồi mới độ họ, để người này khỏi phải bồng con khất thực. Ai mà không lầm tưởng người này phá phạm hạnh?!"

Các tỳ-kheo Trưởng lão nghe, bạch Phật. Đức Phật dạy: "Không nên độ tiểu nhi."

8.   Bấy giờ người nước Ma-kiệt mắc phải bảy thứ trọng bệnh,[508] cả người mọc nhọt ghê tởm, ung thư, hủi trắng, nửa người khô da, quỷ nhập, ban đỏ, mỡ chảy ra. Chữa trị các chứng này chỉ có Kỳ-vực,[509] ngoài ra không ai chữa được, nên vua Bình-sa có ra lệnh cho Kỳ-vực rằng: "Ngươi nên trị bệnh cho nội cung của ta và tỳ-kheo, tỳ-kheo-ni, không được trị cho người khác." Do đó, các bệnh nhân đều tìm cách xuất gia thọ Cụ túc giới, các tỳ-kheo đều cho xuất gia thọ Cụ túc giới. Vì phải tìm dược thảo và bào chế thuốc nên bận rộn nhiều việc, các tỳ-kheo bê trễ việc hành đạo. Các bạch y thấy cơ hiềm, nói:

"Các sa-môn này như thầy thuốc, như đệ tử của thầy thuốc thường bào chế thang dược độ người trọng bệnh, không cân nhắc người đáng độ hay không đáng độ, không có hạnh sa-môn, phá pháp sa-môn."

Lại có trường hợp có một trưởng giả, bỗng nhiên mắc phải bảy thứ trọng bệnh, đến nói với Kỳ-vực:

"Chữa giùm bệnh cho tôi."

Kỳ-vực trả lời:

---

[508] *Tứ phần:* Năm loại bệnh: một là bệnh hủi 癩, hai là bệnh ung thư 癰, ba là bệnh hủi trắng 白癩, bốn là bệnh can tiêu 乾痟, năm là bệnh điên cuồng 顛狂. Pāli, Vin. i. 72, năm chứng bệnh: *kuṭṭhaṃ* (phong hủi), *gaṇḍo* (ung nhọt), *kilāso* (chàm vảy), *soso* (lao phổi), *apamāro* (động kinh).

[509] Kỳ-vực 耆域 . *Tứ phần:* Kỳ-bà Đồng tử 耆婆童子. *Jīvaka-komārabhacca*, vị y sỹ trị bệnh nhi đồng tên là *Jīvaka*. Bản Hán đọc là - *kumāra*: đồng tử hay vương tử, thay vì - *komārabhacca*: y sĩ nhi đồng, hay y sĩ của vương tử.

"Ngài đâu không nghe nhà vua ra lệnh hay chăng?"

Ông trưởng giả nói:

"Ông bí mật, vì tôi chữa bệnh, tôi sẽ tạ ông trăm ngàn kim tiền."

Kỳ-vực trả lời như ban đầu. Ông trưởng giả lại hứa tặng thêm 200, 300, 400, 500, 1000 kim tiền, cho đến giao cả gia tài sự nghiệp và cả vợ con đều làm nô tỳ. Kỳ-vực vẫn trả lời như lúc đầu. Ông trưởng giả khởi ý nghĩ: "Đến thế này vẫn không kết quả, chỉ còn có cách xuất gia thọ giới Cụ túc." Ông bèn đến Tăng phường bạch với các tỳ-kheo: "Cho tôi xuất gia thọ Cụ túc giới." Các tỳ-kheo liền cho xuất gia thọ giới Cụ túc. Kỳ-vực chữa suốt bảy ngày là lành hết các trọng bệnh nên không còn thì giờ để trị bệnh cho người trong cung vua. Bệnh nhân trong cung có người phải chết. Ông trưởng giả kia lành bệnh rồi liền hoàn tục. Kỳ-vực thấy, hỏi:

"Ngài đã xuất gia tại sao lại bỏ đạo?"

Ông trưởng giả nói:

"Sự thật tôi không có ý xuất gia, do ông không chịu chữa bệnh cho tôi; nên tôi quyền biến xuất gia, nay bệnh lành rồi thì tôi hoàn tục."

Khi ấy Kỳ-vực đến chỗ đức Phật, trình bày đầy đủ sự việc và thưa:

"Nếu nhà vua biết việc này thì tội của con không phải nhỏ, nguyện xin đức Phật dạy các tỳ-kheo không nên độ người có trọng bệnh."

Đức Phật vì Kỳ-vực nói các diệu pháp rồi dạy ông trở về lại chỗ ở. Đức Phật hỏi các tỳ-kheo: "Thật sự các thầy có độ người trọng bệnh hay không?"

"Bạch đức Thế Tôn, có."

Đức Phật bằng mọi cách quở trách rồi bảo các tỳ-kheo: "Không nên độ người có trọng bệnh *(như trên)*."

6. Độ người thuộc nhà quan

[116b01] Bấy giờ các tỳ-kheo độ người thuộc về nhà quan, khi

vào thành Vương Xá khất thực, các cư sĩ thấy, biết cơ hiềm, nói:

"Tại sao Sa-môn Thích tử độ người thuộc nhà quan, bọn này không biết ai là người nên độ, ai không nên độ, không có hạnh sa-môn, phá pháp sa-môn."

Lại nữa, vua A-xà-thế[510] có một kiện tướng, sức mạnh bằng một ngàn người, người thời bấy giờ gọi ông là Thiên Nhơn Lực Sĩ.[511] Ông nhàm chán đời khổ, nên có suy nghĩ: "Các Sa-môn Thích tử đều phụng hành chánh pháp, ta nên đến đó xuất gia để dứt gốc khổ." Ông đến trong Tăng phường cầu độ, các tỳ-kheo liền độ. Sau đó, nhà vua muốn xuất quân,[512] không thấy có người này, liền hỏi phần hành thuộc quyền. Họ tâu với vua:

"Không biết Thiên Nhơn Lực Sĩ ở đâu."

Nhà vua liền ra lệnh:

"Nếu quân đội tập hợp, quân sĩ nào không đến, sẽ dùng quân pháp trị tội."

Ngày quân đội tập hợp, nhà vua lại hỏi:

"Kiện tướng đến chưa?"

"Tâu, chưa đến."

Nhà vua nói:

"Bộ binh mà không có người này cũng như tượng quân mà không có đệ nhất tượng."

Quân giáp đã giải tán, mới nghe Sa-môn Thích tử độ cho xuất gia. Nhà vua nổi giận nói:

"Như thế này thì không lâu nữa Sa-môn Thích tử sẽ độ hết binh chủng của ta. Nhà vua liền nghiêm cấm: 'Nếu độ quan nhơn sẽ

---

[510] *Tứ phần:* Vua Ba-tư-nặc (*Pasenadi*). [Pali] vua *Bimbisāra* (Bình-sa vương).

[511] *Tứ phần* 34, tr.811c01: Một đại kiện tướng.

[512] *Tứ phần:* "Trong nước của vua Ba-tư-nặc, nhân dân nổi loạn." Vin. i. 73: quốc cảnh của Ma-kiệt-đà, dưới thời vua *Bimbisāra* có loạn. Nhưng phần lớn quân sĩ đã xuất gia, nên quân số thiếu.

chẻ gân cốt vị Hòa thượng, cắt lưỡi vị A-xà-lê, còn các Tăng khác trị thật nặng, lấy cát lột da, đánh tám roi, đuổi ra khỏi nước.'"[513]

Các tỳ-kheo Trưởng lão nghe, bằng mọi cách quở trách, rồi bạch Phật. Đức Phật hỏi các tỳ-kheo:

"Sự thật các thầy có như vậy không?"

"Kính bạch đức Thế Tôn, có thật như thế."

Đức Phật bằng mọi cách quở trách rồi bảo các tỳ-kheo: "Không nên độ người thuộc của nhà quan *(cũng như trước).*"

Bấy giờ các tỳ-kheo ở mãi nơi thành Vương Xá, các cư sĩ cơ hiềm, nói: "Ngoại đạo còn biết tùy thời đi ở, Sa-môn Thích tử cột chặt niềm vui một chỗ, bốn mùa không thay đổi, cùng người đời đâu có khác?"

Các tỳ-kheo bạch Phật. Phật bảo A-nan: "Thầy phổ biến đến các tỳ-kheo: Nay Như Lai sẽ du hành phương Nam, vị nào muốn tháp tùng thì tùy ý."

Tôn giả A-nan vâng lời Phật dạy đi phổ biến chỉ thị này. Trong số các tỳ-kheo, có vị một tuổi cho đến chín tuổi, thông minh biết tàm quí, muốn học giới, khởi ý niệm: "Nếu Hòa thượng, A-xà-lê của ta đi thì ta đi theo Ngài, còn không đi thì cũng được. Tại sao vậy? Nếu ở đây ta thỉnh y chỉ, đến đó lại cũng thỉnh y chỉ thì lắm chuyện, lắm việc, phế bỏ việc hành đạo." Lúc đức Phật khởi hành, các vị tùy tùng rất ít. Đức Phật cùng số ít tỳ-kheo du hành phương Nam. Chậm rãi thời gian đi qua, đức Phật lại trở về thành Vương Xá, nhân việc này đức Phật tập họp tỳ-kheo Tăng, [116c01] hỏi A-nan: "Tại sao các tỳ-kheo cùng Ta

---

[513] *Tứ phần:* Cũng như *Ngũ phần* người biên tập thuật theo quán tính, nên gán cho vua Ba-tư-nặc (*Pasenadi*), còn Ngũ phần gán cho vua A-xà-thế (*Ajātasattu*) nói điều chỉ trích Tăng như vậy. Tham chiếu, Pāli, ibid., trước khi xuất quân, vua Tần-bà-sa-la (*Bimbisāra*) tập họp tướng lãnh, thấy thiếu mấy viên dũng tướng, nên hỏi và được tâu trình. Vua liền tự thân đến hầu Phật. Thỉnh nguyện, không cho quan viên xuất gia khi chưa được vua cho phép. Bởi vì, có những vua chúa không tin Phật, nhân sự việc này sẽ chỉ trích. Vua không chống đối việc các tướng tá xuất gia.

du hành phương Nam quá ít?"

Tôn giả A-nan trình bày đầy đủ vấn đề. Đức Phật bằng mọi cách khen ngợi người thiểu dục tri túc, khen giới, khen người trì giới rồi, bảo các tỳ-kheo: "Người nào thành tựu năm pháp được lìa y chỉ: giới thành tựu, định thành tựu, tuệ thành tựu, giải thoát thành tựu, giải thoát tri kiến thành tựu. *(Đều như trong giới 'được trao giới cho người' đã nói)."*

7. Sa-di xuất gia

1.   Bấy giờ đức Thế Tôn ở nước Thích-ca,[514] các tỳ-kheo độ người mà cha mẹ họ không cho phép. Các cư sĩ, cơ hiềm, nói *(như trên)*. Sau đó, đức Thế Tôn sáng sớm đắp y bưng bát đến cung vua Tịnh Phạn. Khi ấy, mẹ của La-hầu-la[515] dẫn La-hầu-la lên trên lầu cao, từ xa thấy Phật đi đến, nói:

"Con thấy Sa-môn kia không?"

La-hầu-la thưa:

"Con có thấy."

Gia-du nói:

"Đó là cha của con, con có thể đến đòi của cải."

Đức Phật vào trong cung, ngồi nơi đất trống trước sân. La-hầu-la chạy xuống lầu, đến chỗ Phật, đầu mặt kính lễ sát chân rồi đứng trong bóng của đức Phật, nói:

"Bóng mát này thích quá. Nguyện Phật cho của cải của cha con."

Đức Phật nói:

"Con nghĩ kỹ, có muốn được hay không?"

La-hầu-la thưa:

---

[514] *Tứ phần:* Thích-súy-sấu 釋翅搜; phiên âm cách số 6 (*ư cách*), số nhiều, *śakyeṣu* (Pali) hay *sakkesu* (Pali).

[515] Mẹ của La-hầu-la (La-hầu-la mẫu 羅睺羅母, Pali *Rahulamātā*). La-hầu-la, *Rāhula*.

"Con muốn được."[516]

Đức Phật bèn dẫn về chỗ ở, bảo Xá-lợi-phất:

"Thầy có thể độ đứa nhỏ này."

Xá-lợi-phất bạch Phật:

"Trước đây, đức Thế Tôn cấm không được nuôi hai sa-di, con đã có Châu-na rồi, không thể độ nữa."

Đức Phật dạy:

"Nay cho phép những người như thầy, có khả năng giáo giới được nuôi hai sa-di. Thể thức độ như sau: Trước hết trao cho ưu-bà-tắc ba pháp quy, dạy họ nói:

Con tên là... quy y Phật, quy y Pháp, quy y tỳ-kheo Tăng.[517]

Nói như vậy ba lần. Lại dạy họ nói:

Con tên là... quy y Phật rồi, quy y Pháp rồi, quy y tỳ-kheo Tăng rồi. Cũng nói 3 lần.

Con tên là... ưu-bà-tắc của Phật Bà-già-bà.

Lại nên dạy nói:

Con tên là... trọn đời không sát sanh, trọn đời không trộm cắp, trọn đời không tà dâm, trọn đời không nói dối, trọn đời không uống rượu.

Lại nên dạy họ nói:

---

[516] *Tứ phần:* "Con có thể xuất gia". Pāli, Vin. i. 82 kể như sau: *Rāhula* đứng trước Phật nói: "Cái bóng của Sa-môn mát quá." Rồi đi theo sau Phật, nói: "Bạch Sa-môn, cho con di sản." (*dāyajjaṃ me, samaṇa, dehi*) Phật liền dẫn về tinh xá.

[517] *Tứ phần:* Tam ngữ đắc giới như của tỳ-kheo trước khi đức Phật chưa chế pháp Hòa Thượng và pháp truyền giới "Con tên là... quy y Phật, quy y Pháp, quy y Tăng. Con xin xuất gia trong giáo pháp của đức Như Lai. Đức Như Lai, Chí chân, Đẳng chánh giác, là Thế Tôn của con."

Con tên là... quy y Phật, quy y Pháp, quy y tỳ-kheo Tăng.

Nói như vậy 3 lần.

Nay con ở trong chánh pháp của Thích-ca Mâu-ni Như Lai, Ứng cúng, Đẳng chánh giác, xuất gia làm sa-di, Hòa thượng pháp hiệu...

Kế tiếp dạy họ nói:

Trọn đời không sát sanh là giới của Sa-di; trọn đời không ăn trộm là giới của Sa-di; trọn đời không dâm dục là giới của Sa-di; trọn đời không nói dối là giới của Sa-di; trọn đời không uống rượu là giới của Sa-di; trọn đời không ca múa xướng hát, không đến xem nghe là giới của Sa-di [117a01]*; trọn đời không đeo tràng hoa, thoa đồ thơm vào mình là giới của Sa-di; trọn đời không ngồi nằm trên giường cao rộng là giới của Sa-di; trọn đời không nhận và chứa cất vàng bạc và tiền là giới của Sa-di; trọn đời không ăn quá giờ ngọ là giới của Sa-di. Đây là mười giới của Sa-di.*"

Khi ấy, vua Tịnh Phạn[518] nghe Phật đã độ La-hầu-la nên rất buồn, đến chỗ Phật nói:

"Xưa kia Phật xuất gia, tôi còn có Nan-đà nên không làm cho tôi áo não. Sau, Nan-đà lại xuất gia, tôi còn chút hy vọng ký thác nơi đứa cháu này, nay lại xuất gia! Vấn đề kế thừa việc nước, việc nhà thế là đoạn tuyệt! Kẻ chưa dứt được vọng tình làm sao nhẫn chịu?!"

Nhà vua lại nhân trường hợp của mình, bạch Phật:

"Sự luyến ái đối với con cháu còn hơn cốt tủy, tại sao các tỳ-kheo lại lén dụ dẫn con người ta độ cho làm đạo, cúi xin Phật từ nay ra lệnh các tỳ-kheo: cha mẹ không cho phép thì không được độ."

Đức Phật vì nhà vua nói các pháp mầu, chỉ vẽ sự lợi ích, giúp vua được hoan hỷ rồi nhà vua cáo lui trở về cung. Nhân việc này, đức Phật

---

[518] *Tứ phần:* Thâu-đầu-đàn-na 輸頭檀那. Có chỗ gọi là Duyệt-đầu-đàn. Pāli, Vin. i. 82, *Suddhodana.* Cf. *Thập tụng 21*, tr. 152c13.

tập họp tỳ-kheo Tăng, hỏi các tỳ-kheo:

"Cha mẹ của họ không cho phép, thật sự các ông có độ họ cho thọ giới Cụ túc hay không?"

"Kính bạch Thế Tôn, có."

Đức Phật bằng mọi cách quở trách rồi bảo các tỳ-kheo:

"Từ nay cha mẹ không cho, không được độ *(cũng như trước)*."

2.   Bấy giờ, tại thành Vương Xá có một đại phú trưởng giả tin ưa Phật pháp, thường đãi cơm cho tỳ-kheo, tỳ-kheo-ni, ưu-bà-tắc, ưu-bà-di. Sau đó bị phi nhơn làm hại, chỉ còn hai đứa nhỏ, nghèo khổ bần cùng, thường lượm thức ăn dư để sống. Hai đứa nhỏ trước kia thường gặp các tỳ-kheo, cho nên từ xa thấy các tỳ-kheo bèn chạy đến, cầm y bát ngồi trên bắp vế của tỳ-kheo. Các tỳ-kheo sợ nhớp y bát nên tránh xa nó. Các cư sĩ thấy, cơ hiềm, nói:

"Nhà này, trước đây giàu có, tất cả sa-môn không ngày nào không đến, nay thấy kẻ mồ côi, bần cùng lại tránh đi xa, không biết ơn nuôi dưỡng, chỉ có thức ăn mới gần, không hạnh sa-môn, phá pháp sa-môn."

Các tỳ-kheo Trưởng lão nghe, bằng mọi cách quở trách rồi bạch Phật. Đức Phật hỏi các tỳ-kheo:

"Thật sự các ông có như vậy không?"

"Bạch đức Thế Tôn, có."

Đức Phật bằng mọi cách quở trách rồi hỏi A-nan:

"Hai đứa nhỏ kia đã bao nhiêu tuổi? Có thể đuổi quạ nơi nhà ăn được chưa?"

Tôn giả A-nan thưa:

"Có thể đuổi được. Đứa lớn tám tuổi, đứa nhỏ bảy tuổi."

Đức Phật bảo các tỳ-kheo:

"Nay Ta cho phép độ hai đứa nhỏ... *cho đến câu:* Có thể đuổi quạ."

Các tỳ-kheo độ hai đứa nhỏ rồi, sai nó đuổi quạ nơi nhà ăn mà không cho thức ăn chánh[519]. Các cư sĩ thấy, nói:

> "Các sa-môn **[117b01]** này thường khen ngợi sự bố thí, ăn bình đẳng, nay độ hai đứa nhỏ này chỉ sai đuổi quạ mà không cho thức ăn chánh."

Các tỳ-kheo Trưởng lão nghe, bạch Phật. Đức Phật dạy:

> "Như phần ăn mà Thượng tọa nhận được, phần của sa-di cũng như vậy, đứa nhỏ đuổi quạ cũng cho bình đẳng như trên."

8. Các già nạn (2)[520]

1.   Bấy giờ có một Ma-nạp hại mẹ, suy nghĩ tội nặng, thường có sự hối hận sợ sệt, không biết làm thế nào để tiêu diệt tội này, nghĩ rằng: "Sa-môn Thích tử đều phụng hành chánh pháp, tịnh tu phạm hạnh, nếu ta vào đó xuất gia tội sẽ nhẹ bớt." Nghĩ xong, Ma-nạp bèn đến Tăng phường thưa các tỳ-kheo:

> "Cho tôi xuất gia thọ Cụ túc giới."

Các tỳ-kheo hỏi Ma-nạp:

> "Ngươi là ngoại đạo, không kính tín Phật pháp, tại sao nay lại muốn xuất gia ở nơi này?"

Ma-nạp đem sự thật để trả lời. Các tỳ-kheo không biết giải quyết thế nào, bạch Phật. Đức Phật dạy:

> "Người hại cha mẹ, ở trong pháp Ta, không thể sinh trưởng[521], không nên cho xuất gia thọ Cụ túc giới, nếu đã thọ Cụ túc giới thì nên diệt tẫn."

2.   Bấy giờ có giặc cướp A-luyện-nhã giết một tỳ-kheo ở A-luyện-nhã, từ đó về sau ông ta tâm thường bị đốt cháy não loạn, giống như tro nóng tự nướng cháy thân hình, ngày đêm thống khổ, không có một chút bình yên, bèn nghĩ: "Sa-môn Thích tử đều phụng hành chánh pháp, tịnh tu phạm hạnh; nếu ta xuất gia nơi đó có thể tránh

---

[519] Chánh thực 正食. [Pali] *bhojanīya*: thức ăn loại cứng, loại mềm.

[520] Tiếp các già nạn mục 5.

[521] *Tứ phần*: không có lợi ích gì.

khỏi nỗi nhiệt não này." Nghĩ rồi liền đến Tăng phường cầu xin xuất gia. Các tỳ-kheo nói:

"Ông là giặc A-luyện-nhã, thường ưa muốn giết người, cướp đoạt của cải của người, không có tâm lân mẫn, nay tại sao lại muốn xuất gia trong pháp luật của Phật?"

Đương sự đem sự thật để trả lời. Các tỳ-kheo không biết giải quyết thế nào, bạch Phật. Đức Phật dạy:

"Tỳ-kheo bị giết kia là vị A-la-hán, nên kẻ sát này ở trong pháp Ta, không thể sinh trưởng, không nên cho xuất gia thọ Cụ túc giới, nếu đã thọ Cụ túc giới thì nên diệt tẫn."

2. Bấy giờ Điều-đạt với ác tâm làm thân Phật chảy máu, các tỳ-kheo không biết nên đãi ngộ thế nào, bạch Phật. Phật dạy:

"Với ác tâm làm thân Phật chảy máu, ở trong pháp Ta, không thể sinh trưởng, không nên cho xuất gia thọ giới Cụ túc, nếu đã thọ Cụ túc giới thì nên diệt tẫn. Điều-đạt phá Tăng cũng như vậy, không nên cho xuất gia."

3. Bấy giờ đức Phật du hóa nước Câu-tát-la cùng với đại tỳ-kheo Tăng 1250 vị đầy đủ, tuần tự du hành đến bên sông Hắc Ám,[522] dừng chân dưới rừng Ta-la. Có một tỳ-kheo từ chỗ ngồi đứng dậy, để trống vai bên hữu, đầu gối bên hữu chấm đất, chắp tay, **[117c01]** bạch Phật:

"Bạch đức Thế Tôn, rừng Ta-la này là nơi phá phạm hạnh số đông tỳ-kheo-ni."[523]

Đức Phật hỏi:

"Tại sao ngươi biết?"

"Bạch Thế Tôn, khi ấy con ở đây."

Đức Phật lại hỏi:

---

[522] Hắc ám hà 黑闇河, con sông gần khu rừng sa-la, thuộc nước Câu-tát-la. Pali chuyện xảy ra trên con đường giữa *Sāketa vāvatthi*.

[523] *Tứ phần*: Trong đây, đã từng có người bạch y cùng với người mặc áo ca-sa hành dâm.

"Ngươi có phá phạm hạnh của tỳ-kheo-ni không?"

Tỳ-kheo ấy thưa:

"Bạch Thế Tôn, có."

Đức Phật bảo các tỳ-kheo:

"Người phạm dâm tỳ-kheo-ni, ở trong pháp Ta, không thể sinh trưởng, không nên cho xuất gia thọ giới Cụ túc, nếu đã thọ giới Cụ túc thì nên diệt tẫn."

4. Bấy giờ có một A-tu-la tử nhàm chán sanh, lão, bệnh, tử, khởi ý niệm: "Sa-môn Thích tử phụng hành chánh pháp, tịnh tu phạm hạnh, ta nên đến đó xuất gia, sẽ hết các gốc khổ." Nghĩ rồi, hóa thành hình người đến Tăng phường cầu xin xuất gia, các tỳ-kheo liền cho thọ giới Cụ túc. Tân tỳ-kheo này ăn phần ăn của một người cho đến phần ăn của bảy người mà vẫn không no, ăn cả thức ăn dư của Tăng vẫn không đủ. Khi ấy thành Vương Xá có hai cư sĩ, cùng một ngày, mỗi nơi mời năm trăm vị Tăng thọ trai. Các tỳ-kheo đồng đến một nhà, còn riêng Tỳ-kheo hóa thân kia một mình đến một nhà, chỉ trong chốc lát Tỳ-kheo hoá thân ăn hết năm trăm phần ăn, các cư sĩ cơ hiềm, nói: "Tại sao các Tỳ-kheo lại độ phi nhơn?"

Tỳ-kheo kia biết người ta biết rõ mình rồi, vội vã trở về vị trí cũ. Các tỳ-kheo Trưởng lão nghe, bạch Phật. Đức Phật dạy:

"Ở trong pháp Ta, phi nhơn không thể sinh trưởng, không nên cho xuất gia thọ giới Cụ túc, nếu đã thọ giới Cụ túc thì nên diệt tẫn. Khi thọ giới Cụ túc nên hỏi: Ngươi có phải là phi nhơn không?"

5. Bấy giờ Long vương Thiện tự tại[524] nhàm chán sanh, lão, bệnh, tử, nghĩ muốn xuất gia, hóa làm một Ma-nạp... *cho đến câu*: các tỳ-kheo độ cho xuất gia thọ giới Cụ túc, *cũng như trên.* Theo phép của loài rồng, có hai thời gian không thể biến hình, một là khi hành dục,

---

[524] *Tứ phần*: Thiện Hiện Long vương 善現龍王. Pāli, Vin. i. *aññataro nāgo*, một con rắn (thần) nọ. Các từ "long" trong Hán dịch, thường chỉ loại rắn thần của Ấn Độ.

hai là khi ngủ. Sau đó, tân tỳ-kheo này ngủ, thân đầy cả một phòng, hơi thở nghe như tiếng sấm, trở ngại các tỳ-kheo tọa thiền, mọi người đến xem. Tỳ-kheo kia nghe tiếng người đến bèn thức dậy, trở lại làm thân hình của tỳ-kheo, ngồi kiết già. Các tỳ-kheo kêu, bảo: "Mở cửa!"

Tỳ-kheo kia mở cửa. Các tỳ-kheo hỏi:

"Thầy là ai?"

"Tôi là Sa-môn Thích tử."

Các tỳ-kheo nói:

"Thầy đừng nói dối."

Tỳ-kheo kia bèn trả lời đúng sự thật. Các tỳ-kheo không biết giải quyết thế nào, bạch Phật. Đức Phật dạy:

"Súc sinh ở trong pháp Ta, không thể sinh trưởng, không nên cho xuất gia thọ giới Cụ túc, nếu đã thọ rồi nên diệt tẫn. Từ nay khi thọ giới không biết thì nên để bảy ngày xem thử."

6. Bấy giờ các tỳ-kheo độ huỳnh môn[525] cho thọ giới Cụ túc. Người ấy kêu các sa-di **[118a01]** và người giữ vườn cùng làm hạnh bất tịnh, đi ra ngoài thấy người khác cũng làm như vậy. Các bạch y thấy cơ hiềm, nói: Sa-môn Thích tử độ các huỳnh môn, chắc sẽ cùng làm hạnh bất tịnh, bọn này không biết người nào nên độ, người nào không nên độ... *cho đến câu:* Nếu đã thọ Cụ túc giới thì nên diệt tẫn, *cũng như trên.* Khi thọ giới Cụ túc nên hỏi trước: Ngươi có phải là

---

[525] Huỳnh môn 黃門. Pāli, Vin. i. 85 *paṇḍaka*, người bị thiến. *Tứ phần:* Huỳnh môn có năm loại: sanh huỳnh môn 生 (bẩm sanh), kiền huỳnh môn 犍 (do thiến), đố huỳnh môn 妒 (do ghen), biến huỳnh môn 變 (do biến đổi), bán nguyệt huỳnh môn 半月 (chỉ có nửa tháng). Pāli, Sớ giải, v. 1016: *āsitta-paṇḍako usūyapaṇḍako opakkamika-paṇḍako pakkhapaṇḍako nupuṃsapaṇḍako ti pañca paṇḍakā. Thập tụng 21* (tr. 153c2): ngũ chủng bất năng nam 五種 不能男, sinh, bán nguyệt, tật đố, tinh, bịnh. ⬚ *pañca paṇḍakaḥ, jātipaṇḍaka* (sanh), *pakṣapaṇḍaka* (bán nguyệt), *īrṣyāpaṇḍaka* (tật đố), *āsaktaprādurbhāvīpaṇḍaka* (kiền, hay tinh, hay xúc bão), *āpatpaṇḍaka* (kiền, hay hình tàn, hay bịnh).

trượng phu hay chăng? Hai căn cũng như vậy.

7.   Bấy giờ, có một gia đình bị phi nhơn làm hại, chỉ còn sống sót ông chủ nhà, ông ta nghĩ: "Nay ta cùng cực đói khổ, nên tìm phương cách nào để bảo toàn tánh mạng!" Ông ta lại nghĩ: "Sa-môn Thích tử được nhiều y thực, đau ốm có thuốc thang. Ta nên tự cạo đầu, mặc áo cà-sa ở nhà rồi hằng ngày đến nơi Tăng phường theo thứ tự nhận thức ăn." Nghĩ như vậy liền tự cạo đầu làm tỳ-kheo, đến trú xứ tỳ-kheo tìm thức ăn. Các tỳ-kheo kính lễ, vị ấy đều nhận; vị ấy cũng kính lễ tỳ-kheo. Các tỳ-kheo hỏi:

"Tại sao thầy kính lễ người khác, lại nhận người khác kính lễ? Thầy bao nhiêu tuổi? Thọ giới khi nào? Hòa thượng, A-xà-lê của thầy là ai?"

Tỳ-kheo ấy đáp:

"Tôi tự cạo đầu, mặc pháp phục, không có Hòa thượng, không có năm tháng thọ giới."

Các tỳ-kheo không biết giải quyết thế nào, bạch Phật. Đức Phật dạy:

"Nếu tự cạo đầu, tự xưng tỳ-kheo, ở trong pháp Ta, không thể sinh trưởng, không nên cho xuất gia thọ giới Cụ túc, nếu đã thọ giới Cụ túc thì phải diệt tẩn."

8.   Bấy giờ đệ tử của Bạt-nan-đà là tỳ-kheo Ni-kiền, trước kia bỏ đạo sau lại đến cầu xin xuất gia. Các tỳ-kheo không biết giải quyết thế nào, bạch Phật. Đức Phật dạy:

"Người bỏ nội pháp làm ngoại đạo, ở trong pháp Ta, không thể sinh trưởng, không nên cho thọ giới Cụ túc, nếu đã thọ giới Cụ túc thì nên diệt tẩn."

9.   Bấy giờ Tôn-đà-la Nan-đà Bạt-kỳ tử không xả giới, hành dâm dục. Về sau vị này nói ra chỗ sai phạm này. Các tỳ-kheo không biết giải quyết thế nào, đem vấn đề bạch Phật. Đức Phật dạy:

"Nếu tự nói phạm biên tội, ở trong pháp Ta, không thể sanh trưởng. Không nên cho thọ giới Cụ túc. Nếu đã thọ giới Cụ túc rồi thì phải diệt tẩn. Khi thọ giới phải hỏi: Ông trước đây xuất gia có tịnh tu phạm hạnh không?"

9. Y chỉ và dứt y chỉ (2)[526]

1.   Bấy giờ, các tỳ-kheo không thọ y chỉ mà ở, không có người giáo giới, ngu ám, không biết gì, không thể học giới. Các tỳ-kheo Trưởng lão bạch Phật. Đức Phật dạy:

"Phải thọ y chỉ, nếu một đêm không thọ y chỉ, không được phép ở, kể cả uống nước trong Tăng phường, nếu uống thì phạm Đột-kiết-la."

Đức Phật không cho phép không thọ y chỉ nên không dám **[118b01]** ở trong Tăng phường. Khi ấy, có một tỳ-kheo tránh nơi nghỉ ngơi, đến chỗ đức Phật, đầu mặt kính lễ sát chân rồi đứng qua một bên, đức Phật hỏi:

"Thầy từ đâu đến?"

Tỳ-kheo ấy thưa: "Con từ... đến."

Đức Phật hỏi:

"Trú xứ đó, đệ nhất Thượng tọa, đệ nhị, đệ tam Thượng tọa là ai?"

Bạch Thế Tôn:

"Con không biết."

Đức Phật lại hỏi:

"Trú xứ gần đó, ai là Thượng tọa?"

Lại đáp:

"Con cũng không biết."

Đức Phật lại hỏi:

"Tại sao thầy không biết?"

Lại đáp: "Con tránh trú xứ, không vào trong chúng kia, cho nên không biết."

Đức Phật hỏi:

---

[526] Tiếp y chỉ và dứt y chỉ mục 3.

"Tại sao thầy tránh trú xứ?"

Đáp rằng:

"Vì đức Phật không cho phép không thọ y chỉ, nếu không thọ y chỉ thì ngay cả nước ở trong Tăng phường cũng không cho phép uống, cho nên con tránh."

Đức Phật bằng mọi cách quở trách tỳ-kheo kia:

"Thầy làm điều phi pháp, không nên vì vấn đề thọ y chỉ mà tránh trú xứ."

Quở trách rồi, Phật bảo các tỳ-kheo:

"Nếu vì vấn đề thọ y chỉ mà tránh trú xứ, phạm Đột-kiết-la."

2. Lại có các tỳ-kheo trên đường đi thấy Tăng phường bèn vào thọ y chỉ, gặp lúc các tỳ-kheo ngồi tọa thiền, hoặc gặp lúc bực bội không thọ y chỉ được, do đó không đi kịp đoàn, hoặc thọ y chỉ rồi liền đi, các tỳ-kheo khác hỏi:

"Tại sao thầy thọ y chỉ rồi liền đi?"

Đáp rằng:

"Đức Thế Tôn không cho phép vì vấn đề thọ y chỉ mà tránh trú xứ đi, nay tôi thấy chỗ nghỉ ngơi của Tăng không dám không đến thọ y chỉ, lại cần đi cho kịp đoàn, do vậy nên đi liền."

Có vị vì đi không kịp đoàn bạn nên giữa đường gặp cướp, các tỳ-kheo Trưởng lão bạch Phật, Phật dạy:

"Nay cho phép được một đêm không thọ y chỉ."

Tuy được phép một đêm song vẫn còn gặp các nạn, họ lại bạch Phật, Phật dạy:

"Nay cho phép không thọ y chỉ cho đến đêm thứ sáu."

Lại có các tỳ-kheo qua sáu đêm rồi mà không thọ y chỉ, bạch Phật, Phật dạy:

"Không cho phép quá sáu đêm, nếu quá, phạm Đột-kiết-la."

3. Khi ấy các tỳ-kheo hướng đến cho người tác pháp y chỉ, cũng

hướng đến người y chỉ, bạch Phật, Phật dạy:

"Tất cả không nên như vậy, nên y chỉ với Trưởng lão, các thiện tỳ-kheo như pháp, có khả năng chuyên về giáo giới. Nếu người thọ y chỉ muốn dời chỗ khác, trước hết nên thưa Hòa thượng, A-xà-lê biết nơi đó có người có thể y chỉ, vậy sau mới đi."

Có các đệ tử khi gần đi mới cáo từ Hòa thượng, A-xà-lê, đức Phật dạy:

"Không cho phép khi gần đi mới cáo từ, cần phải thưa trước với thầy hai, ba ngày."

Vị thầy nên tìm hiểu chỗ đến có thể có người y chỉ mới cho đệ tử đi. Khi đến nơi, trước hết phải lễ tháp, kế đến lễ Hòa thượng, rồi xin phòng xá, vậy sau mới cầu y chỉ. Tỳ-kheo tác pháp y chỉ nên hỏi:

[118c01] "Hòa thượng, A-xà-lê của thầy là ai? Trước đây thầy ở đâu và tụng kinh gì? Nếu trả lời như pháp thì nên tác pháp cho y chỉ; nếu trả lời không như pháp thì nên nói: Thầy không biết tôi, tôi không biết thầy, thầy nên đến vị nào biết thầy để cầu y chỉ. Nếu trường hợp nghi thì nói: Thầy chờ thời gian. Người thọ y chỉ nên chờ, cho đến thời gian sáu đêm để xem xét, hợp ý thì nên cho y chỉ, nếu không hợp ý thì nói như trên."

4. Lại có tỳ-kheo bệnh cầu y chỉ, tỳ-kheo kia khởi ý niệm: "Đức Phật dạy tỳ-kheo nên xem xét đệ tử như vậy, như vậy. Nay người này bệnh ta không thể chăm sóc được," bèn không cho tỳ-kheo bệnh y chỉ. Các tỳ-kheo không biết thế nào, bạch Phật, Phật dạy:

"Nay cho phép khi bệnh không thọ y chỉ, lành bệnh rồi sau mới thọ."

5. Lại có tỳ-kheo đang nuôi bệnh cầu y chỉ, tỳ-kheo kia nói:

"Đức Phật dạy tỳ-kheo nên chăm sóc Hòa thượng, A-xà-lê như vậy, như vậy, nay thầy đang nuôi bệnh, không thể cho thầy y chỉ."

Tỳ-kheo nuôi bệnh không được y chỉ, xấu hổ, bèn bỏ bệnh nhân đi cầu y chỉ, người bệnh không có ai chăm sóc, bệnh tình nguy kịch thêm, hoặc đưa đến mạng chung. Các tỳ-kheo bạch Phật, Phật dạy:

"Nay cho phép tỳ-kheo đang nuôi bệnh không thọ y chỉ, đợi bệnh nhân lành, sau mới thọ."

6. Lại có tỳ-kheo đối với chỗ xứng ý hành đạo, đắc đạo quả, cầu y chỉ, các tỳ-kheo không cho bèn mất đạo quả, bạch Phật, Phật dạy:

"Nếu là chỗ xứng ý hành đạo, đắc đạo quả mà không có người cho tác y chỉ thì cho phép ở trong chúng kia, đối với bậc Thượng tọa hay là ngang bằng với bậc Thượng tọa, tâm sanh y chỉ, kính như pháp kính thầy để ở."

Khi ấy các tỳ-kheo, A-xà-lê hoặc qua đời, hoặc thôi tu, hoặc đi xa, hoặc làm ngoại đạo, hoặc ra ngoài giới, không biết mất y chỉ hay không, bạch Phật, Phật dạy:

"Mất y chỉ có tám trường hợp:[527] y chỉ sư đi xa; thôi tu; chết; làm ngoại đạo; Hòa thượng trước đây của mình, hoặc y chỉ sư nói: 'ông trở lại thầy... thọ y chỉ'; y chỉ sư ra ngoài giới cách đêm; đủ năm tuổi hạ, thông minh biện tài, đến khi tướng mặt trời xuất hiện thì dứt y chỉ. Đó là tám trường hợp đều mất y chỉ."

10. Tạp sự

Bấy giờ, các tỳ-kheo phân phẩm vật an cư cho sa-di bằng với mình, sa-di không kính Tăng, bạch Phật, Phật dạy:

"Nên dùng một phần của một tỳ-kheo, cho ba sa-di."

Sa-di vẫn không cung kính, lại bạch Phật, Phật dạy: "Nên phạt sa-di."

Các tỳ-kheo không hỏi thầy của sa-di mà phạt họ, thầy họ không vui, bạch Phật, **[119a01]** Phật dạy:

"Nên nói với thầy của họ."

Thầy của họ làm phi pháp để yểm trợ họ. Các tỳ-kheo bạch Phật, Phật dạy:

"Thầy không nên làm phi pháp để yểm trợ trò."

---

[527] *Tứ phần*: "Có năm pháp bị mất y chỉ: 1. Thầy khiển trách. 2. Bỏ đi. 3. Thôi tu. 4. Không cùng ở với vị y chỉ. 5. Vào trong giới trường. Cf. *Mahāvagga*, Vin. i. 61, *nissayapaṭippassadhika*.

Lại có một sa-di, Tăng phạt đoạn phần ăn. Người thí chủ nọ sau đó thỉnh Tăng thọ trai. Các tỳ-kheo đến, theo thứ tự ngồi xong, người thí chủ không dọn thức ăn, các tỳ-kheo nói:

"Giờ thọ trai đã đến, sao không dọn thức ăn?"

Người thí chủ đáp:

"Đợi Tăng tập."

Các tỳ-kheo nói:

"Tăng đã tập rồi."

Thí chủ nói:

"Vị sa-di mà tôi cúng dường chưa đến."

Các tỳ-kheo nói:

"Vị ấy không được đến."

Thí chủ hỏi:

"Tại sao?"

Tăng đáp:

"Bị phạt không cho ăn."

Người thí chủ nói:

"Có bao nhiêu cách để phạt, tại sao nhẫn tâm đoạn khẩu phần?!"

Các tỳ-kheo bạch Phật, đức Phật dạy:

"Không nên đoạn khẩu phần, nên phạt bằng cách bắt quét đất, dọn dẹp cỏ rác, kéo đá gạch, sửa chỗ đi kinh hành, làm các cấp nơi đường đi... Áp dụng những cách như vậy để phạt."

11. Các liên hệ già nạn

1.   Khi ấy, có một tỳ-kheo nam căn biến mất, nữ căn hiện ra. Các tỳ-kheo không biết giải quyết thế nào, bạch Phật. Đức Phật dạy:

"Nên dùng vấn đề thọ giới, vấn đề thỉnh sư, vấn đề tuổi tác của đương sự chuyển qua trú xứ tỳ-kheo-ni, y pháp tỳ-kheo-ni mà sống. Nếu trước kia phạm cộng giới của hai bộ Tăng, nên hối quá trong tỳ-kheo-ni; nếu trước kia phạm giới bất cộng thì khỏi phải hối quá. Tỳ-kheo-ni căn biến cũng như vậy."

2. Có một thức-xoa-ma-na căn biến, không biết làm thế nào, bạch Phật, Phật dạy: "Nên dùng vấn đề xuất gia của đương sự, nếu tuổi đủ hai mươi thì trong chúng tỳ-kheo mười vị cho thọ giới Cụ túc; nếu tuổi chưa đủ hai mươi thì tức là sa-di. Sa-di-ni cũng như vậy."

3. Có một sa-di căn biến, không biết giải quyết thế nào, bạch Phật, đức Phật dạy:

"Nên dùng vấn đề xuất gia của đương sự, nếu tuổi đủ thì cho hai năm học giới, liền đối trước chúng tỳ-kheo-ni thọ hai năm học giới, nếu tuổi chưa đủ thì không nên cho hai năm học giới, chỉ làm sa-di-ni."

4. Bấy giờ có một tỳ-kheo bị lửa dục thiêu đốt không thể kham nhẫn, tự chặt đứt cái "hình nam căn" của mình. Các tỳ-kheo bạch Phật, đức Phật quở trách:

"Ngươi là người ngu si, cái không nên chặt lại chặt, cái nên chặt lại không chặt."

Phật bảo các tỳ-kheo:

"Nếu chặt cái đầu âm cho đến phân nửa thì phạm Đột-kiết-la; nếu chặt hết thì phạm Thâu-lan-giá; nếu khử đi một tinh hoàn thì phạm Thâu-lan-giá, nếu khử cả hai tinh hoàn thì nên diệt tẫn; nếu bị ác thú cắn, hoặc bị oan gia làm hại, hay tự thối nát hư hoại, không phục hồi khả năng người nam nữa, đều nên diệt tẫn[528]."

5. Bấy giờ các tỳ-kheo độ người tay chân bị chặt, cho thọ giới Cụ túc, các cư sĩ **[119b01]** thấy, cơ hiềm, nói:

"Sa-môn Thích tử không biết người nào nên độ, người nào không nên độ, không có hạnh sa-môn, phá pháp sa-môn."

Các tỳ-kheo Trưởng lão nghe, bạch Phật, Phật dạy:

---

[528] *Tứ phần* (T22n1428_p0813b25): Nếu tự mình hủy hoại thì diệt tẫn; còn do hoàn cảnh khách quan thì không diệt tẫn.

"Không nên độ những người như vậy, nếu độ cho thọ giới Cụ túc, sư Tăng phạm Đột-kiết-la. Từ nay người bị chặt tay, chặt chân, tay chân bị chặt; sứt tai, sứt mũi, tai mũi bị sứt; chặt ngón tay, chặt đầu nam căn, mắt lộ, bị trị phạt bằng roi làm cho hư hoại tướng tốt, phạm tội nhà quan (tội bị xăm đốt để lại vết tích trên người), tay chân co quắp khập khễnh, mất âm thanh; trong thân, ngoài thân bị bướu, thân bên trong cong, thân bên ngoài cong, cả trong lẫn ngoài thân bị cong; mắt lé; một tay dài, một tay ngắn, tay trái bị xụi; câm, điếc, đui; bệnh càn tiêu, bệnh hủi, cuồng, quá già, không có oai nghi, xấu xí, hủy nhục chúng Tăng. Những hạng người như vậy đều không nên độ. Nếu đã độ cho thọ giới Cụ túc... *như trên đã đề cập.*"

6. Các tỳ-kheo độ người nói cà lăm, đức Phật dạy: "Không nên độ người nói cà lăm cho thọ giới Cụ túc."

7. Lại có các tỳ-kheo, trước không cho thọ giới Sa-di, lại cho thọ giới Cụ túc. Lại có các tỳ-kheo, cho thọ giới Cụ túc mà không thỉnh Hòa thượng. Lại có các tỳ-kheo, đương sự không xin thọ giới Cụ túc, lại cho thọ giới Cụ túc. Lại có các tỳ-kheo, cho người lõa hình thọ giới Cụ túc. Lại có các tỳ-kheo, cho người không đủ y, bát thọ giới Cụ túc. Các tỳ-kheo bạch Phật, Phật dạy: "Không nên cho thọ như vậy."

D. Pháp thức truyền thọ Cụ túc

1. Giáo thọ giới tử

Bấy giờ có một tỳ-kheo mượn y bát của người khác thọ giới Cụ túc, thọ giới Cụ túc rồi các tỳ-kheo nói:

"Thầy mặc y bưng bát cùng đi khất thực."

Tỳ-kheo kia nói:

"Tôi không có y, bát."

Các tỳ-kheo nói:

"Đức Phật đâu không cấm người không có y, bát được thọ giới Cụ túc đó sao?"

Tỳ-kheo kia nói:

"Đức Phật có cấm nhưng tôi mượn y, bát của người để thọ."

Các tỳ-kheo không biết nên giải quyết thế nào, bạch Phật. Nhân việc này đức Phật tập họp tỳ-kheo Tăng, bảo các tỳ-kheo:

"Cho phép dẫn người muốn thọ giới, đến bên ngoài giới đàn, để đứng chỗ mắt thấy tai không nghe, thỉnh chúng mười vị lên giới đàn, Hòa thượng nên nói với Yết-ma sư: 'Trưởng lão, nay làm Yết-ma.' Lại nói với giáo thọ sư: 'Trưởng lão, nay làm giáo thọ Yết-ma.' Yết-ma sư nên bạch Tăng như vầy:

Đại đức Tăng xin lắng nghe! Người tên là... cầu thọ giới Cụ túc với ngài hiệu...; ngài hiệu... làm giáo thọ sư. Nếu thời gian thích hợp đối với Tăng, Tăng chấp thuận. Đây là lời tác bạch.'

Giáo thọ sư nên từ chỗ ngồi đứng dậy, đến trước Hòa thượng thưa hỏi: 'Ngài đã độ người này hay chưa?' Nếu nói chưa độ thì nên nói phải độ họ trước. Nếu nói đã độ, nên hỏi: **[119c01]** 'Đã vì họ làm Hòa thượng chưa?' Nếu nói chưa làm, nên nói phải vì họ làm Hòa thượng trước. Nếu nói đã vì họ làm Hòa thượng, nên hỏi người đệ tử: 'Y bát đủ chưa?' Nếu nói chưa đủ, nên nói trước hết phải đủ y bát. Nếu nói, đã đủ, nên hỏi: 'Tự mình có hay mượn của người?' Nếu nói mượn của người, nên nói cần khiến người chủ xả nó. Nếu nói tự mình có, nên đến an ủi, nói với người muốn thọ giới: 'Ngươi chớ nên sợ sệt, trong giây lát nữa ta sẽ đưa ngươi đến chỗ cao cả thù thắng.' Nếu trước chưa tìm hiểu nhau thì không được trao giới Cụ túc một cách mờ mịt. Nhân khi Giáo thọ sư dạy đắp y, nên kín đáo tìm xem họ có như pháp không, có trọng bệnh không. Lại nên hỏi:

'Ba y của ngươi, cái nào là Tăng-già-lê, cái nào là Ưu-đa-la-tăng, cái nào là An đà hội?'

Nếu đương sự không biết, nên nói: 'Cái này là Tăng-già-lê, cái này là Ưu-đa-la-tăng, cái này là An-đà-hội.' Nên cho thọ ba y và bát. Lại nói:

'Ông tên... lắng nghe! Nay là lúc cần nói sự thật! Nay ta hỏi ngươi, nếu thật nói là thật, không thật nói là không thật: Ngươi có các chứng bệnh hủi trắng, hủi ung thư, càn tiêu, điên cuồng, trĩ, lậu nhiệt, phù thũng hay không?'

Nếu nói không, lại hỏi:

'Ngươi có mắc nợ ai không? Ngươi chẳng phải là quan nhơn chứ? Chẳng phải tôi tớ chứ? Là trượng phu phải không? Là người phải không? Đủ hai mươi tuổi không? Có đủ y bát không? Thọ Hòa thượng chưa? Tên ngươi là gì? Hòa thượng tên gì? Ngươi đã từng xuất gia chưa?'

Nếu nói đã từng xuất gia, nên hỏi:

'Trước kia ngươi xuất gia có trì giới đầy đủ không? Cha mẹ có cho phép không? Ngươi muốn thọ giới Cụ túc không?

Trong chúng cũng sẽ hỏi ngươi như vậy, ngươi cũng nên trả lời đúng sự thật như vậy.

Nếu những câu hỏi đều được trả lời như pháp, Giáo sư trở lại lên giới đàn nói với vị Yết-ma rằng:

'Tôi đã giáo thọ... như pháp rồi.' Yết-ma sư lại nên bạch Tăng:

Đại đức Tăng xin lắng nghe! Người tên... cầu thọ giới Cụ túc với ngài...; ngài... như pháp giáo thọ rồi, nên khiến cho họ vào. Nếu thời gian thích hợp đối với Tăng, Tăng chấp thuận. Đây là lời tác bạch.'"

2. Giới tử bạch Tăng

Giáo thọ sư nên dẫn họ vào, theo thứ tự đảnh lễ sát chân tất cả Tăng. Đảnh lễ sát chân tất cả Tăng rồi, đến trước Yết-ma sư, hướng về Yết-ma sư, đầu gối bên hữu chấm đất, chắp tay, dạy họ xin thọ giới Cụ túc như vầy:

"Con tên là... cầu thọ giới Cụ túc với ngài... làm Hòa thượng. Nay con theo Tăng xin thọ giới Cụ túc, nguyện Tăng cứu vớt con, rủ lòng thương đối với con." (Xin như vậy ba lần.)

Vị Giáo thọ sư dạy rồi trở về lại chỗ ngồi cũ. **[120a01]** Yết-ma sư nên bạch Tăng:

"Đại đức Tăng xin lắng nghe! Người này tên là... cầu thọ giới Cụ túc với ngài... Nay theo Tăng xin thọ giới Cụ túc. Giờ tôi sẽ hỏi nạn sự của đương sự, để rồi tác Yết-ma thọ giới Cụ túc. Nếu thời gian

thích hợp đối với Tăng, Tăng chấp thuận. Đây là lời tác bạch".

Kế đó nên nói với người thọ giới rằng:

"Bây giờ là lúc cần nói thật. Nay tôi hỏi ông, thật nói là thật, không thật nói là không thật. Ông có các chứng bệnh như hủi trắng, hủi... cho đến câu: ông muốn thọ giới cụ túc hay không?" *(cũng như trước đã hỏi).* Các câu hỏi trả lời như pháp rồi, Yết-ma sư nói:

3. Bạch tứ yết-ma

"Đại đức Tăng xin lắng nghe! Người này tên... cầu thọ giới Cụ túc với ngài... Người này tên... tự nói thanh tịnh, không có các nạn sự, ba y và bát đủ, đã có Hòa thượng, cha mẹ đã cho phép, nay theo Tăng xin thọ giới Cụ túc. Nay Tăng cho người tên... thọ giới Cụ túc với Hòa thượng... Nếu thời gian thích hợp đối với Tăng, Tăng chấp thuận. Đây là lời tác bạch.

Đại đức Tăng xin lắng nghe! Người này tên... cầu thọ giới Cụ túc với ngài... Người này tên... tự nói thanh tịnh, không có các nạn sự, ba y và bát đủ, đã có Hòa thượng, cha mẹ đã cho phép, nay theo Tăng xin thọ giới Cụ túc. Nay Tăng cho người tên... thọ giới Cụ túc với Hòa thượng... Các Trưởng lão nào đồng ý thì im lặng, nếu không đồng ý xin nói." *(Lần thứ hai, lần thứ ba cũng nói như vậy).*

Tăng đã cho... thọ giới Cụ túc với Hòa thượng... rồi. Tăng đồng ý nên im lặng. Việc này tôi ghi nhận như vậy."

4. Truyền pháp tứ khí và tứ y

a. Tứ khí

Nên nói với người thọ giới:

"Này ông... lắng nghe! Đức Thế Tôn Ứng cúng, Đẳng chánh giác nói bốn đọa pháp, nếu tỳ-kheo phạm một pháp nào thì chẳng phải sa-môn, chẳng phải con dòng họ Thích:

(1) Ông hoàn toàn không được dâm dục, cho đến dùng tâm dục nhiễm xem ngó nữ nhơn. Tỳ-kheo nào hành dâm pháp, cho đến

cùng với loài súc sanh, chẳng phải sa-môn, chẳng phải con dòng họ Thích. Trọn đời, ông không nên phạm. Nếu có thể giữ được thì nên nói giữ được.

(2) *Ông hoàn toàn không được lấy vật không cho, cho đến lá cây ngọn cỏ. Tỳ-kheo nào hoặc trong xóm làng hoặc nơi đất trống, vật thuộc người khác bảo vệ, trộm lấy năm tiền, hay vật đáng giá năm tiền, chẳng phải sa-môn, chẳng phải con dòng họ Thích. Trọn đời, ông không nên phạm. Nếu có thể giữ được thì nên nói: giữ được.*

(3) *Ông hoàn toàn không được sát sanh, cho đến giết loài kiến. Tỳ-kheo nào tự tay giết người, hoặc tương tợ người; hoặc dạy người giết, hoặc tìm dao đưa cho họ giết, hoặc dạy họ cách chết, hoặc khen sự chết, nói:* [120b01] *'Này trượng phu, ích gì đời sống xấu xa ấy, thà chết còn tốt hơn sống!' Với tâm ý như vậy, người kia do vậy mà chết, Tỳ-kheo ấy chẳng phải Sa-môn, chẳng phải con dòng họ Thích. Trọn đời, ông không nên phạm. Nếu có thể giữ được thì nên nói giữ được.*

(4) *Ông hoàn toàn không được nói dối, cho đến nói dối để vui chơi. Tỳ-kheo nào thật sự không có pháp hơn người, tự xưng là được pháp hơn người, các thiền giải thoát tam-muội chánh thọ, cho đến các đạo quả, chẳng phải sa-môn, chẳng phải con dòng họ Thích. Trọn đời, ông không nên phạm. Nếu có thể giữ được thì nên nói giữ được.*

b. Bốn thí dụ

Các đức Phật Thế Tôn vì việc thị hiện, khéo nói thí dụ: cũng như người chết, trọn không thể làm cho thân ấy sống lại, như cây kim bị sứt đít, không có thể dùng để may vá được nữa, như tim cây đa-la bị chặt, không thể sống lại được, không tăng thêm, không lớn rộng, như hòn đá bị bể không thể dính lại được. Nếu tỳ-kheo phạm một đọa pháp nào, trở lại đặng pháp tỳ-kheo, là điều không thể xảy ra.

c. Tứ y

Lại nói: "Này... lắng nghe! Đức Thế Tôn Ứng cúng, Đẳng chánh giác nói pháp tứ y:

(1) *Đã là người xuất gia thọ giới Cụ túc, tỳ-kheo suốt đời phải nương tựa vào y phấn tảo để sống. Nếu ông có thể giữ được thì nên nói giữ được. Về sau, nếu nhận được y Kiếp-bối, y Khâm-bà-la, y Câu-xá-da, y Tha-gia thì được cất dùng.*

(2) *Đã là người xuất gia thọ giới Cụ túc, tỳ-kheo trọn đời nương nơi sự khất thực để sống. Nếu ông có thể giữ được thì nên nói giữ được. Về sau, được bữa ăn trước, bữa ăn sau của Tăng, thức ăn được mời, thì được sử dụng.*[529]

(3) *Đã là người xuất gia thọ giới Cụ túc, Tỳ-kheo trọn đời nương nơi gốc cây để sống. Nếu ông có thể giữ được thì nên nói: giữ được. Về sau, nếu nhận được nhà lớn, nhà nhỏ, nhà gác thì được sử dụng.*

(4) *Đã là người xuất gia thọ giới Cụ túc, tỳ-kheo trọn đời nương nơi tàn khí được để sống. Nếu ông có thể giữ được thì nên nói giữ được. Về sau, nếu nhận được tô, du, mật, thạch mật thì được sử dụng.*

5. Giáo giới và đắc giới

Lại nên nói rằng: "Này... lắng nghe! Ông đã được Bạch tứ yết-ma như pháp thọ Cụ túc giới rồi. Điều này đã được chư Thiên, rồng, quỉ, thần từng phát lời nguyện: 'Đến khi nào ta được thân người thì xuất gia thọ giới Cụ túc trong chánh pháp luật.' Nay ông đã được thọ giới, như người được vương vị, ông thọ Tỳ-kheo pháp cũng như vậy. Ông nên kham nhẫn, nhu hòa, cung kính tiếp nhận lời chỉ dạy của người khác. Các điều giới khác, Hòa thượng,

---

[529] Các loại bữa ăn của tỳ-kheo theo quy định, Cf. *Cūḷavagga* vi. 21.1, Vin. 11. 74: *anujānāmi, bhikhave, saṅghabhataṃ uddesabhattaṃ, nimantanaṃ, salākabhattaṃ, pakkhikaṃ, uposathikaṃ pāṭipadikan'ti.* Quy định các bữa ăn của Tăng: *uddesbhatta*: Tăng thứ, hay Tăng sai, hay Tăng sai thứ thực; *nimantana*: biệt thỉnh thực; *salākabhatta*: hành trù thực; *pakkhika*: Bán nguyệt thực; *uposathika*: Bố-tát thực; *pāṭipadika*: Nguyệt đán thực.

A-xà-lê sẽ vì ông rộng nói. Ông sẽ sớm được học giới Cụ túc, học ba môn vô lậu, diệt ba lửa (tham, sân, si), lìa ba cõi, không còn các uế, thành A-la-hán."

1.   Bấy giờ người thọ giới Cụ túc không biết năm tháng, không biết thời gian thọ giới, bạch Phật. **[120c01]** Đức Phật dạy: "Nên dạy khiến cho họ biết, nói như sau: Ông nay thọ giới năm nào, tháng nào, ngày nào, giờ nào, trọn đời ông phải nhớ rõ việc ấy."

2.   Lại có các tỳ-kheo phạm thô tội biệt trú, nhàm chán biệt trú, bèn xả giới thôi tu. Lại có vị hành Ma-na-đỏa, Bổn nhật trị, A-phù-ha-na, bị Yết-ma khiển trách, Yết-ma khu xuất, Yết-ma y chỉ, Yết-ma cử tội, Yết-ma hạ ý. Các tỳ-kheo như vậy đều nhàm chán, bỏ đạo; thời gian sau lại muốn xuất gia thọ giới Cụ túc trong chánh pháp luật, các tỳ-kheo không biết giải quyết thế nào, bạch Phật. Đức Phật dạy:

> "Nên hỏi họ trước: Ông có thể trở lại hành các việc trước kia, có thể tùy thuận Tăng, cầu Tăng trừ diệt việc trước kia hay không? Nếu nói không thể thì không nên cho xuất gia thọ giới Cụ túc. Nếu nói có thể thì nên cho xuất gia thọ giới Cụ túc. Khi đã thọ giới rồi, nếu trước kia đang Biệt trú thì khiến trở lại Biệt trú... *cho đến* trước kia đang tác pháp Yết-ma hạ ý thì trở lại trao cho tác pháp Yết-ma hạ ý."

3.   Lại có các tỳ-kheo, Hòa thượng, A-xà-lê thôi tu, sau lại đến đệ tử cầu xuất gia thọ giới Cụ túc, các tỳ-kheo không biết giải quyết thế nào, bạch Phật. Đức Phật dạy:

> "Cho phép cho xuất gia thọ giới Cụ túc, đệ tử trước kia nên cho y bát, giúp đỡ khiến cho thành tựu được xuất gia thọ giới Cụ túc."

Vị kia lại cầu người đệ tử mình trước kia làm thầy, các tỳ-kheo không biết giải quyết thế nào, bạch Phật. Đức Phật dạy:

> "Cho phép người đệ tử trước kia được làm thầy."

Lại không biết ai cung kính ai, các tỳ-kheo bạch Phật. Đức Phật dạy:

> "Người thọ giới sau, lại nên như pháp cung kính thầy."

4.   Bấy giờ Ưu-ba-ly bạch Phật:

"Các tỳ-kheo trước đã thọ giới bằng một lời nói, thọ giới bằng hai lời nói, bằng ba lời nói, *cho đến* cả thọ giới bằng nói câu 'Thiện lai tỳ-kheo', thọ giới khi ngủ, khi say, tâm cuồng, tâm tán loạn, tâm bệnh hoại mà thọ giới; Hòa thượng khi ngủ, cho đến tâm bệnh hoại, hai vị cho đến mười vị đều làm Hòa thượng trao giới, những trường hợp như vậy được gọi là thọ giới Cụ túc hay không?"

Đức Phật dạy:

"Trước khi chưa chế giới thì được gọi là thọ giới Cụ túc, sau khi chế giới rồi thì không gọi là thọ giới Cụ túc."

5.   Bấy giờ Xá-lợi-phất, Ma-ha Mục-kiền-liên, Đại Ca-diếp, Ma-ha Câu-hy-la, Ma-ha Ca-chiên-diên, A-na-luật, Phú-lâu-na, Di-đa-la-ni Tử, La-hầu-la, A-nan, Nan-đà, những vị đại A-la-hán này đến chỗ đức Thế Tôn, đầu mặt kính lễ sát chân, rồi ngồi lui qua một bên, đồng thanh như Ưu-ba-ly **[121a01]** hỏi Phật, đức Phật trả lời cũng như trên.

6.   Bấy giờ các tỳ-kheo ngồi, không có trên dưới, không cung kính nhau, các cư sĩ thấy, cơ hiềm, nói:

"Bọn sa-môn này ngồi không biết thượng, trung, hạ, không có lớn nhỏ, không có hạnh sa-môn, phá pháp sa-môn."

Các tỳ-kheo Trưởng lão nghe, bằng mọi cách quở trách, rồi bạch Phật. Nhân việc này đức Phật tập họp tỳ-kheo Tăng, hỏi các tỳ-kheo:

"Thật sự các ông có như vậy không?"

"Bạch Thế Tôn, có như vậy."

Đức Phật bằng mọi cách quở trách, rồi hỏi các tỳ-kheo:

"Ai nên nhận chỗ ngồi thứ nhất, nhận của thí thứ nhất, và nhận cung kính lễ bái thứ nhất?"

Các tỳ-kheo, hoặc có người nói:

"Sát-lợi, bà-la-môn, trưởng giả, cư sĩ, xuất gia nên thọ."

Hoặc có người nói: "Người tụng Tỳ-ni, Pháp sư, A-luyện-nhã, hành mười hai đầu-đà, cho đến đắc A-la-hán quả nên thọ."

Đức Phật dạy: "Không nên như vậy."

Các tỳ-kheo bạch Phật:

"Nếu không nên như vậy thì ai là người nên thọ?"

Đức Phật dạy:

"Đời quá khứ xa xưa, bên bờ biển có cây Ni-câu-luật, bóng cây che phủ cả năm trăm cổ xe. Khi ấy, có ba con thú ở dưới gốc cây này, một là chim trĩ, hai là con khỉ, ba là con voi, tuy là thân hữu mà không có sự tôn kính nhau. Sau thời gian chúng bàn luận: 'Chúng ta đã là thân hữu, tại sao không tôn kính nhau? Nên dựa theo năm, người nào lớn hơn là tôn, người nào nhỏ hơn là ty.' Luận bàn rồi, hỏi voi: 'Bạn nhớ việc lâu xa như thế nào?' Voi nói: 'Tôi nhớ cây này khi nó ngang bụng tôi.' Lại hỏi con khỉ, con khỉ nói: 'Tôi nhớ khi tôi đứng thẳng, cắn tới đọt cây này.' Lại hỏi con chim trĩ, chim trĩ nói: 'Tôi nhớ xưa kia ở nơi chỗ đó, tôi ăn hột cây này, đến đây nhả ra, hột đó bèn mọc lên cây này.' Thế là suy tôn con chim trĩ là lớn, con khỉ bậc trung, con voi nhỏ nhất. Khi cần đi, con khỉ lớn cõng con chim trĩ, con voi cõng con khỉ lớn. Con chim trĩ dạy hai con kia làm mười thiện nghiệp, chúng đều vâng làm. Người đời nghe đều ghi nhận sự giáo hóa đó, bèn gọi hành thiện là trĩ phạm hạnh. Người phụng hành pháp đó khi mạng chung được sanh lên cõi trời. Này các tỳ-kheo! Súc sanh còn biết có tôn ty, huống là trong chánh pháp Ta lại không tương kính hay sao?! Từ nay các ông, người nào thọ giới Cụ túc trước nên được ngồi chỗ thứ nhất, vật cúng thứ nhất, cung kính lễ bái thứ nhất, nên phụng hành như vậy."[530]

---

[530] Bản Hán, hết quyển 17.

CHƯƠNG II: PHÁP BỐ-TÁT[531]

I. PHÁP THỨC THUYẾT GIỚI

[121b7] Đức Phật ở tại thành Vương Xá. Bấy giờ sa-môn ngoại đạo bà-la-môn, mồng 8, 14, 15,[532] cùng nhau tập họp một chỗ hòa hợp Bố-tát thuyết pháp, nhiều người tới lui cúng dường. Vua Bình-sa thấy vậy khởi ý nghĩ: "Đệ tử trong chánh pháp cũng làm như vậy, âu cũng là điều tốt đẹp? Ta sẽ hướng dẫn các quan, quyến thuộc đến đó nghe pháp cung kính cúng dường, khiến cho mọi người được an ổn lâu dài."

Khi ấy, đức Thế Tôn cũng khởi ý niệm như vầy: "Ta vì các tỳ-kheo kết giới mà các tỳ-kheo có người không nghe, không thể tụng học, không thể nhớ để thọ trì. Nay Ta nên cho phép các tỳ-kheo Bố-tát thuyết giới."

Vua Bình-sa nghĩ rồi, đến chỗ Phật, đầu mặt đảnh lễ sát chân Phật rồi ngồi lui qua một bên, đem ý nghĩ đó bạch Phật. Đức Phật vì vua nói các diệu pháp, chỉ dạy sự lợi ích khiến được hoan hỷ rồi, nhà vua liền về lại cung. Nhân việc này đức Phật tập họp tỳ-kheo Tăng, đem lời bạch của vua Bình-sa và ý niệm của mình, nói với các tỳ-kheo:

"Nay vì mười điều lợi, cho phép các tỳ-kheo Bố-tát thuyết giới."

Đức Phật đã cho phép Bố-tát thuyết giới, các tỳ-kheo lại Bố-tát hằng ngày. Các tỳ-kheo bạch Phật, Phật dạy:

"Không nên như vậy."

---

[531] Hán: Bố-tát pháp 布薩法; *Uposathakkhandhaka.*

[532] Tính theo tháng 15 ngày. Nếu tính theo tháng 30 ngày, thì mỗi tháng có sáu lần hội, vào các này: 8, 14, 15, 23, 29, 30.

1. Bố-tát (1)

Các tỳ-kheo lại hai ngày, ba ngày đến năm ngày một lần Bố-tát. Các tỳ-kheo bạch Phật, Phật dạy: "Cũng không nên như vậy, cho phép mồng 8, 14 nói pháp, ngày rằm Bố-tát."

2. Thuyết pháp (1)

1.   Các tỳ-kheo không biết nói pháp gì, bạch Phật. Phật dạy: "Nên khen ngợi Tam bảo, nói niệm xứ, chánh cần, thần túc, căn, lực, giác, đạo;[533] vì các thí chủ khen ngợi chư thiên."

2.   Các tỳ-kheo bèn đồng thanh khen ngợi Tam bảo. Các tỳ-kheo bạch Phật, Phật dạy: "Không nên như vậy, nên mời một vị." Các tỳ-kheo thỉnh người phá giới, phá kiến, tỳ-kheo ấy nhân đây mà được thế lực. Các tỳ-kheo bạch Phật, Phật dạy: "Không nên như vậy, nên thỉnh người học giới."

3.   Các tỳ-kheo lại thỉnh tỳ-kheo mù lòa có các bệnh, hủy nhục chúng Tăng. Các tỳ-kheo bạch Phật, Phật dạy: "Không nên như vậy, nên thỉnh vị có các căn đầy đủ, thành tựu ký luận,[534] thọ trì **[121c01]** A-hàm." Khi ấy trong chúng có nhiều hạng người này, các tỳ-kheo không biết thỉnh ai, bạch Phật, Phật dạy: "Nên thỉnh theo thứ tự." Tỳ-kheo được thỉnh thuyết pháp mỏi mệt, bạch Phật, Phật dạy: "Nên thỉnh người thay phiên." Các tỳ-kheo nói pháp bằng giọng ca vịnh,[535] bạch Phật, Phật dạy: "Không nên như vậy." Khi nói, pháp hội chúng đông, nghe không được hết, bạch Phật, Phật dạy: "Nên trải nơi tòa cao, ngồi trên đó để nói." Nhưng vẫn không nghe hết, bạch Phật, Phật dạy: "Nên đứng để nghe." Đứng lâu chân bị thũng, bạch Phật, Phật dạy: "Nên vừa đi vừa nghe."

---

[533] Tức nói Ba mươi bảy phẩm trợ đạo.

[534] *Tứ phần:* Thuyết nghĩa 說義, một loại thể tài văn học, upadeśa (ưu-ba-đề-xá), cũng dịch là luận nghị, giảng giải ý nghĩa kinh mà Phật đã nói tóm tắt.

[535] Như ca hát, một hình thức đọc tụng Veda. *Căn bản Luật nhiếp 9* (T24, tr. 575b20): "Nếu bằng âm thanh ngâm vịnh mà truyền dạy pháp, phạm ác tác."

3. Bố-tát (2)[536]

1. Bấy giờ, các tỳ-kheo Bố-tát nơi đất trống, bị mòng muỗi, gió mưa, bụi đất làm khốn khổ, bạch Phật, Phật dạy: "Cho phép làm nhà Bố-tát."[537]

2. Nơi nhà Bố-tát kia không có thứ gì trải trên đất, nhớp chân các tỳ-kheo, thường rửa nên sanh bệnh, bạch Phật, Phật dạy: "Nên dùng bùn trét trên đất làm cho đất được sạch, cũng cho phép trải mười loại y, các loại cỏ mềm, kể cả Bà-bà,[538] v.v... ." Đức Phật cho phép dùng y để trải, lại đem gấm trải nơi đất, các cư sĩ thấy cơ hiềm, nói: "Các sa-môn này như đại thần của nhà vua." Các tỳ-kheo bạch Phật, Phật dạy: "Không nên đi kinh hành trên gấm."

4. Thuyết pháp (2)[539]

1. Bấy giờ các tỳ-kheo dùng hoa rải trên tòa của tỳ-kheo Thượng tọa, các cư sĩ thấy, cơ hiềm, nói: "Như vua, đại thần." Các tỳ-kheo bạch Phật, Phật dạy: "Không nên vậy."

2. Lại có các bạch y, vì cúng dường pháp nên muốn dùng hoa rải trên tòa của tỳ-kheo Thượng tọa, các tỳ-kheo không cho, họ nổi giận, trách nói: "Các tỳ-kheo không kham nhận sự cúng dường." Các tỳ-kheo bạch Phật, Phật dạy: "Bạch y muốn rải hoa thì tùy ý họ. Nếu hoa rớt trên đầu tỳ-kheo và trên y thì nên phủi xuống, nếu rớt trên tòa thì không can gì."

3. Khi ấy các bạch y nghe pháp, hoan hỷ muốn cúng dường, các tỳ-kheo sợ rơi vào tình trạng khách sáo, nhiều lần không dám nhận, bạch Phật, Phật dạy: "Vì pháp cúng dường thì cho phép nhận."

4. Khi ấy các tỳ-kheo nói pháp một thời gian ngắn rồi nghỉ, chư thiên, quỉ thần tưởng hết bèn đi. Trong chốc lát tỳ-kheo tiếp tục nói

---

[536] Tiếp theo Bố-tát (1).

[537] Hán: Bố-tát đường 布薩堂. [Pāli] *Uposathāgāra*.

[538] Hán: Bà-bà 婆婆, còn gọi là tu-man thảo. [Pāli] *Babbaja*, loại rễ cỏ thơm, tên khoa học Andropogon Muricatus. Phiên Phạn ngữ 10, T54n2130, tr. 1049a07: cỏ Bà-bà 婆婆草, dịch là cỏ tranh 茅.

[539] Tiếp theo Thuyết pháp (1).

pháp, các vị kia quay trở lại nghe, chẳng phải một mà nhiều lần như vậy. Họ nổi giận nói: "Các tỳ-kheo này không qui định thời gian để nói pháp, giống như con nít giỡn chơi." Các tỳ-kheo bạch Phật, Phật dạy: "Nên qui định thời gian để thuyết pháp, nói pháp rồi nên chú nguyện."

II. TẬP TĂNG

1. Bạch Tăng

Bấy giờ Kiếp-tân-na[540] ở nơi núi Ất-sư-la,[541] khởi ý nghĩ: "Nay ta đến chỗ Tăng tập họp để Bố-tát hay chăng?" Rồi lại nghĩ: "Ta thường thanh tịnh, phiền gì phải đến."

Bấy giờ, đức Thế Tôn biết ý nghĩ của Kiếp-tân-na, liền vắng mặt nơi Vương Xá, và hiện ra trước mắt Kiếp-tân-na, **[122a01]** an tọa nơi tòa, nói:

"Thầy chớ nên nghĩ: Ta thường thanh tịnh, phiền gì phải đến Bố-tát. Nếu thầy không đến, không cung kính Bố-tát, thì ai cung kính?!" Đức Thế Tôn dạy như vậy rồi, bèn cùng Kiếp-tân-na vắng mặt tại đó và hiện về ngay Vương Xá. Nhân việc ấy, đức Phật tập họp các tỳ-kheo Tăng, nói lên điều Kiếp-tân-na nghĩ và lời dạy của mình, rồi bảo các tỳ-kheo:

"Nay cho phép các tỳ-kheo hòa hợp Bố-tát, nếu ai không đến, phạm Đột-kiết-la. Một tỳ-kheo biết pháp, hoặc Thượng tọa, hoặc ngang bằng Thượng tọa nói:

Đại đức Tăng xin lắng nghe! Nay là ngày thứ 15, Bố-tát thuyết giới, Tăng nhất tâm tác pháp Bố-tát thuyết giới. Nếu thời gian thích hợp đối với Tăng, Tăng chấp thuận. Đây là lời tác bạch."

---

540 Kiếp-tân-na 劫賓那. 劫賓 *Kappina. Tứ phần:* Đại Ca-tân-nậu 大迦賓㝹, cũng phiên âm là Ma-ha Kiếp-tân-na. *Thập tụng* 22, tr. 158a18: Đại Kiếp-tân-na 大劫賓那. Pāli, *Mahāvagga* ii, Vin. i. 105, *Mahā-Kappinna.*

541 *Tứ phần:* Tiên nhân trú xứ Hắc thạch sơn 仙人住處黑石山. 黑 tại *Maddakucchi,* trong vườn Nai.

2. Ba-la-đề-mộc-xoa

"Các Đại đức! Nay Bố-tát nói Ba-la-đề-mộc-xoa,[542] *tất cả cùng nghe, khéo tâm niệm kỹ. Nếu có tội nên phát lồ,*[543] *không có tội thì im lặng. Do sự im lặng nên biết tôi và các Đại đức thanh tịnh. Như sự im lặng của bậc Thánh, tôi và các Đại đức cũng như vậy. Tỳ-kheo nào, trong chúng xướng lên như vậy cho đến ba lần, nhớ có tội mà không phát lồ, thì mắc tội cố ý vọng ngữ. Tội cố ý vọng ngữ, đức Phật nói là pháp ngăn đạo.*[544] *Người phát lồ thì được an lạc."*

Ở đây, Ba-la-đề-mộc-xoa có nghĩa là giới phòng hộ các căn, tăng trưởng thiện pháp, đối với các thiện pháp nó là cửa ngõ ban đầu, nên gọi là Ba-la-đề-mộc-xoa. Lại nữa, thường phân biệt danh cú giới pháp này, tổng danh gọi là Ba-la-đề-mộc-xoa.

3. Bố-tát và thuyết giới (1)

Các tỳ-kheo không biết nên có mấy cách Bố-tát, bạch Phật, Phật dạy: "Có năm cách Bố-tát: Một là tâm niệm miệng nói; hai là hướng người khác nói tịnh; ba là rộng hay lược thuyết giới; bốn là Tự tứ Bố-tát; năm là hòa hợp Bố-tát."

Các tỳ-kheo không biết có mấy cách thuyết giới, bạch Phật, Phật dạy: "Có năm cách thuyết giới: Một là nói bài tựa của giới, *rồi nói*: ngoài ra như Tăng thường nghe; hai là nói bài tựa của giới và bốn đọa pháp, *rồi nói*: ngoài ra như Tăng thường nghe; ba là nói bài tựa của

---

[542] Ba-la-đề-mộc-xoa 波羅提木叉. [Pāli] *Pātimokkha. Tứ phần*: Ba-la-đề-mộc-xoa là giới, là tự mình nhiếp trì oai nghi, trú xứ, hành vi; là gốc rễ, là mặt, là đầu, tập họp các pháp lành, thành tựu tam-muội. Vin. i. 103: *pātimokkhan'ti ādimetam mukhametam pamukhametam kusalānam dhammānam.* "Ba-la-đề-mộc-xoa, đây là khởi điểm (căn bản), là mặt, là đầu của hết thảy pháp thiện."

[543] *Tứ phần*: Sám hối 懺悔; tức phát lồ, hay thuyết tội. Vin. i. 103: *So āvikareyya*, giải thích: "Phát lồ là, ở giữa Tăng, hoặc trước nhiều người, hoặc trước một người, mà cáo bạch, thuyết minh, giải bày, nêu rõ (điều đã vi phạm)."

[544] Hán: Già đạo pháp 遮道法; [Pāli] *Antarāyika dhamma*.

giới ... *cho đến* 13 việc, *rồi nói*: Ngoài ra như Tăng thường nghe; bốn là nói bài tựa của giới... *cho đến* 2 pháp bất định, *rồi nói*: ngoài ra như Tăng thường nghe; năm là nói đầy đủ."

Các tỳ-kheo không biết có mấy hạng trì luật, bạch Phật, Phật dạy: "Có 5 hạng trì luật, như trước đã nói. Tỳ-kheo trì luật có năm thứ công đức, cũng như trước đã nói; Tỳ-kheo trì luật có được bảy khả năng: 1- Đa văn các pháp. 2- Biết là pháp hay phi pháp. 3- Khéo tính toán Tỳ-ni. **[122b01]** 4- Khéo tiếp thu lời dạy của thầy. 5- Đến chỗ khác nói năng không sợ. 6- Chính mình trụ nơi Tỳ-ni. 7- Biết cộng, bất cộng giới.

Lại có bảy nghị lực: 1- Chính mình trụ nơi giới, oai nghi thành tựu, cẩn thận sợ tội nhỏ. 2- Đa văn, có khả năng thọ trì pháp Phật nói. 3- Tụng hai bộ giới. 4- Biết phạm. 5- Biết không phạm. 6- Biết sám hối. 7- Biết không sám hối.

Lại có bảy nghi phạm: 1, 2, 3 như trên. 4- Không tùy ái. 5- Không tùy nhuế (sân). 6- Không tùy si. 7- Không tùy úy (sợ)."

Khi ấy, các tỳ-kheo ở trong giới, (1) tác pháp Bố-tát biệt chúng, không như pháp. (2) Lại có Bố-tát hòa hợp mà không như pháp. (3) Lại có Bố-tát như pháp mà biệt chúng. (4) Lại có Bố-tát như pháp hòa hợp. Các tỳ-kheo bạch Phật, Phật dạy: "Ba cách Bố-tát trước có lỗi, Yết-ma không thành, phạm Đột-kiết-la. Cách Bố-tát sau không có lỗi, Yết-ma thành tựu, không phạm."

Bấy giờ vua Bình-sa quy định 5 năm có một tháng nhuần, ngoại đạo sa-môn, bà-la-môn đều y theo mà tính công việc, riêng các tỳ-kheo không chịu áp dụng, các quan và dân đều cơ hiềm nói: "Sa-môn Thích tử ở trong lãnh thổ của vua mà không áp dụng tháng nhuần của vua." Các tỳ-kheo bạch Phật, Phật dạy: "Nên tùy theo vương pháp." Các tỳ-kheo không biết tùy theo vương pháp bằng cách nào, bạch Phật, Phật dạy: "Cho phép Bố-tát thiếu một đêm." Các tỳ-kheo thường Bố-tát thiếu một đêm, bạch Phật, Phật dạy: "Không nên thường Bố-tát thiếu một đêm, nên ba lần đủ, một lần thiếu, như vậy năm năm tính dồn lại đủ một tháng, thuận theo tháng nhuần của vua."

III. KẾT GIỚI

1. Kết Giới trường

Bấy giờ, các tỳ-kheo ngày thuyết giới đến các chỗ Bố-tát, hoặc gặp lửa nơi đồng trống, hoặc gặp nước lớn, hoặc gặp giặc tháng tám, hoặc bị nạn phạm hạnh, nạn y bát, nạn mạng sống, bạch Phật, Phật dạy: "Không nên ngày thuyết giới, vì thuyết giới mà đến chỗ khác, nếu đi thì phạm Đột-kiết-la, cho phép tại trú xứ, nơi chỗ đất bằng, hoặc chỗ có cỏ mềm mại, hoặc có cây đại thọ, hoặc có tảng đá lớn, nên Bạch nhị yết-ma kết làm chỗ Bố-tát. Một tỳ-kheo bạch:

Đại đức Tăng xin lắng nghe! Nay kết nơi đây làm chỗ Bố-tát. Nếu thời gian thích hợp đối với Tăng, Tăng chấp thuận. Đây là lời tác bạch.

Đại đức Tăng xin lắng nghe! Nay kết nơi đây làm chỗ Bố-tát. Các Trưởng lão nào chấp thuận thì im lặng. Vị nào không đồng ý xin nói.

Tăng đã kết nơi đây làm chỗ Bố-tát rồi. Tăng chấp thuận nên im lặng. Việc này tôi ghi nhận như vậy."

Các tỳ-kheo Bố-tát nơi chỗ đất trống, bị gió mưa mòng muỗi gây khốn khổ, [122c01] bạch Phật, đức Phật dạy: "Cho phép lấy phòng chính giữa, nơi dễ lui tới, Bạch nhị yết-ma kết làm nhà Bố-tát, *như trên đã nói.*"

Các tỳ-kheo lại muốn Yết-ma nơi phòng có đông chúng làm chỗ Bố-tát, bạch Phật, Phật dạy: "Cho phép kết." Các tỳ-kheo lại tranh nhau làm chỗ Bố-tát trước, bạch Phật, Phật dạy: "Không cho phép Yết-ma phòng đông chúng làm chỗ Bố-tát."

Có các cư sĩ đến, vào Tăng phường, nói với các tỳ-kheo: "Nếu Bố-tát trong phòng do tôi làm, tôi sẽ cúng bữa ăn trước, bữa ăn sau, đát-bát-na,[545] dầu thoa chân, thoa thân, dầu thắp đèn." Các tỳ-kheo nghĩ: "Nếu đức Thế Tôn trở lại cho Yết-ma làm chỗ Bố-tát nơi phòng đông chúng, thì không khiến chúng ta mất phẩm vật cúng dường này." Các

---

Đát-bát-na: **Xem cht. 425**, Phần I, Ch. iv, Xả đọa.

tỳ-kheo bạch Phật, Phật dạy: "Cho phép trở lại Yết-ma nơi phòng đông chúng làm chỗ Bố-tát, theo thứ tự mà làm chỗ Bố-tát." Phòng nhỏ không dung hết, bạch Phật, Phật dạy: "Cho phép ngồi dưới mái tranh trước và sau, cũng như trong sân." Các tỳ-kheo nghe tiếng không rõ, sợ không thành Bố-tát, bạch Phật, Phật dạy: "Nếu vì Bố-tát mà ở nơi đó, được gọi là Bố-tát."

Các tỳ-kheo khi Bố-tát không khẳng định thời gian nên phế bỏ việc tọa thiền hành đạo. Các tỳ-kheo bạch Phật, Phật dạy: "Nên xướng: 'Đến giờ...', hoặc đánh kiền chùy,⁵⁴⁶ hoặc đánh trống, hoặc thổi ốc." Các tỳ-kheo làm trống bằng vàng, bằng bạc. Các tỳ-kheo bạch Phật, Phật dạy: "Nên dùng đồng, thiếc, sành hay cây, lấy da bịt nơi đầu." Không biết giao ai đánh, bạch Phật, Phật dạy: "Nên sai sa-di hay người giữ vườn đánh." Họ đánh nhiều, các tỳ-kheo bạch Phật, Phật dạy: "Nên đánh ba hồi." Đánh rồi treo giữa sân, người ngoài đến đánh mãi, các tỳ-kheo tưởng hành Tăng sự, đều tập họp, phế bỏ việc hành đạo; hoặc trời mưa ướt, đánh không kêu, các tỳ-kheo bạch Phật, Phật dạy: "Nên treo trong nhà, chỗ vắng." Có sa-di khách đến, phân công đánh, không biết rõ giờ giấc, đánh lung tung, các tỳ-kheo bạch Phật, Phật dạy: "Người cựu trú nên đánh." Cho phép sắm trống Tăng, trống riêng, trống bốn phương Tăng, một cái dự bị."

Các tỳ-kheo lại làm cái tù và bằng vàng, bằng bạc, các tỳ-kheo bạch Phật, Phật dạy: "Nên thổi bằng cái ốc biển, hoặc dùng sừng để làm." Sa-di hay người giữ vườn thổi... *cho đến* một cái tù và có sẵn dự phòng, *cũng như trên đã nói.*

Các tỳ-kheo không biết dùng gỗ gì làm kiền chùy, bạch Phật, Phật dạy: "Trừ cây sơn, cây độc, ngoài ra loại cây nào có tiếng kêu đều cho phép làm." Nếu không có sa-di thì tỳ-kheo cũng đánh được *(ngoài ra như trên).* Các tỳ-kheo không biết nên giao ai xướng ba lần: "Đến giờ..."; bạch Phật, Phật dạy: "Cho phép sa-di hay người giữ vườn **[123a01]** xướng." Tăng trong trú xứ nhiều, nghe không khắp; bạch Phật, Phật dạy: "Nên ở chỗ cao mà xướng." Các tỳ-kheo không biết

---

⁵⁴⁶ Kiền chuỳ 捷椎. 揵稚 *ghaṇṭā,* khí cụ dùng đánh báo giờ, làm bằng gỗ hay đa số làm bằng đồng.

tập họp hay chưa; bạch Phật, Phật dạy: "Tỳ-kheo ngồi gần nên nói cho biết." Sau có khách tỳ-kheo đến, không biết; bạch Phật, Phật dạy: "Nên đếm số." Các tỳ-kheo đếm rồi lại quên; bạch Phật, Phật dạy: "Nên hành trù[547] để lấy số mục." Một người hành trù, rồi tự mình thu lấy, lộn xộn; bạch Phật, Phật dạy: "Nên sai một người thu riêng." Các tỳ-kheo làm thẻ bằng vàng, bằng bạc; bạch Phật, Phật dạy: "Nên dùng đồng, thiếc, răng, sừng, tre, cây để làm, trừ cây sơn, cây độc." Các tỳ-kheo làm có loại ngắn, loại dài; bạch Phật, Phật dạy: "Ngắn không nên ngắn hơn năm ngón tay, dài không được dài quá một khủy tay." Các tỳ-kheo làm hoặc lớn, hoặc nhỏ; bạch Phật, Phật dạy: "Lớn không nên lớn hơn ngón tay út, nhỏ không nên nhỏ hơn chiếc đũa, nên sơn rồi đựng trong ống, treo trên nhà Bố-tát." Các tỳ-kheo không biết ai nên hành trù; bạch Phật, Phật dạy: "Nên sai tỳ-kheo hạ tọa hành trù." Tỳ-kheo hạ tọa không biết hành trù, bạch Phật, Phật dạy: "Nên chọn người biết." Có tỳ-kheo ném thẻ trù cho Tăng; bạch Phật, Phật dạy: "Nên trao tận tay." Thâu rồi không đếm, đếm rồi không xướng; bạch Phật, Phật dạy: "Thâu rồi phải đếm, đếm rồi phải xướng." Xướng rằng: "Thành phần xuất gia tỳ-kheo có bao nhiêu vị, sa-di có bao nhiêu vị, tổng cộng có bao nhiêu vị".

Khi ấy, có bạch y nghe Bố-tát, sau đó có các tỳ-kheo phạm tội, bạch y nêu tội lên. Các tỳ-kheo bạch Phật, Phật dạy: "Không nên cho bạch y nghe, sa-di cũng như vậy." Các tỳ-kheo tuy khiến sa-di đến chỗ không thấy mà vẫn còn nghe được, các tỳ-kheo bạch Phật, Phật dạy: "Nên để chỗ không thấy, không nghe." Lại có các sa-di biết sẽ Bố-tát, vào nằm dưới giường, vẫn nghe được giới, các tỳ-kheo bạch Phật, Phật dạy: "Nên coi dưới giường, lấy lửa soi cho khắp." Lửa soi khói đen cả nhà hoặc bị cháy đồ trải dưới đất, các tỳ-kheo bạch Phật, Phật dạy: "Nên làm cái lồng đèn, cái chân đèn, Tăng và cá nhân có thể cất để dùng." Các tỳ-kheo dùng vàng, bạc để làm; bạch Phật, Phật dạy: "Nên dùng đồng, thiếc, sành và gỗ để làm."

Có các bạch y cất nhà mới xong, trước khi về nhà mới liền thỉnh các tỳ-kheo đến Bố-tát thuyết pháp và cúng dường, các tỳ-kheo không

---

[547] Hán: Hành trù 行籌, cũng là hành xá-la 行舍羅; *śalākagrāhaṇa* (*salāhagāha*): **Xem cht. 480 trước**, Ch. i, Pháp Thọ giới.

biết thế nào, bạch Phật, Phật dạy: "Cho phép thọ." Lại có bạch y, gia đình bị phi nhơn gây não, thỉnh các **[123b01]** tỳ-kheo đến nhà mình Bố-tát thuyết pháp để được cúng dường an lạc, các tỳ-kheo không biết thế nào, bạch Phật, Phật dạy: "Cho phép thọ." Có cư sĩ dâng nước mía, các tỳ-kheo không dám thọ, bạch Phật, Phật dạy: "Cho phép thọ." Có các cư sĩ hỏi các tỳ-kheo: "Hôm nay là ngày mấy?" Các tỳ-kheo nói không biết, họ bèn cơ hiềm nói: "Sa-môn Thích tử ngày tháng còn không biết, huống là chân lý thâm sâu!" Các tỳ-kheo bạch Phật, Phật dạy: "Nếu muốn đến nhà bạch y nên hỏi thầy trước: 'Nay là ngày mấy?' Nếu thầy không biết thì nên hỏi người khác."

Bấy giờ các cư sĩ, ngày Bố-tát, đem thức ăn đúng thời, đồ uống đúng thời, thuốc bảy ngày, thuốc trọn đời đến Tăng phường cúng dường, muốn nghe pháp, thọ tám phần giới,[548] các tỳ-kheo không để ý đến họ, họ nổi giận mang về. Các tỳ-kheo bạch Phật, Phật dạy: "Thượng tọa nên khiến hạ tọa quét đất, lấy nước, khiến tịnh nhơn đem đồ để đựng các trai vật." Các tỳ-kheo ăn hết không cho khách, khách cơ hiềm chê trách nói: "Sa-môn Thích tử thường khen ngợi bố thí, chỉ có nhận sự bố thí của người mà không bố thí cho ai." Các tỳ-kheo bạch Phật, Phật dạy: "Nên cho khách ăn." Khi cho ăn, các tỳ-kheo lại để trong tay họ chứ không có đồ đựng, họ cơ hiềm nói: "Các tỳ-kheo coi họ như con nít." Các tỳ-kheo bạch Phật, Phật dạy: "Nên dùng đồ để đựng thức ăn khi cho, họ ăn xong, Thượng tọa hay vị ngang bằng với Thượng tọa vì họ nói pháp và chú nguyện." Sau khi người khách đi, có bốn vị hay trên bốn vị nên Bố-tát đầy đủ.

Nếu hai vị hay ba vị thì nên hướng với nhau nói lên sự thanh tịnh:

"Nay là ngày thứ 14, 15 Tăng Bố-tát, tôi tỳ-kheo tên là... thanh tịnh,[549] Trưởng lão ghi nhận cho."

Nói như vậy ba lần.

Nếu chỉ có một vị thì nên đợi có vị nào đến thì cùng Bố-tát; nếu không có ai đến thì để trống vai bên hữu, quỳ gối chắp tay, tâm niệm,

---

[548] Bát quan trai giới.

[549] Pāli, Vin. i. 124: trường hợp tác pháp chỉ có ba tỳ-kheo, được gọi là thanh tịnh Bố-tát (*pārisuddhi-uposatha*).

miệng nói:

"Nay ngày thứ 14, 15 chúng Tăng Bố-tát, tôi tâm thọ Bố-tát."

Nói như vậy ba lần.

Đức Phật bảo các tỳ-kheo: "Đây là pháp Bố-tát, từ nay nên trọn đời phụng hành như vậy, không làm, phạm Đột-kiết-la."

Bấy giờ các cư sĩ vào trong Tăng phường hỏi các tỳ-kheo: "Tăng có bao nhiêu vị?" - "Tăng có... vị." Cư sĩ thưa: "Chúng con mời Tăng, ngày mai thọ trai." Các tỳ-kheo ở trú xứ gần đó nghe, sáng ngày kéo hết đến, nên thức ăn không đủ. Các tỳ-kheo nói: "Các người thỉnh Tăng tại sao không cho tôi ăn?" - "Ngày hôm qua, con hỏi Tăng, tùy theo số đó mà sửa soạn, trước không mời mà đến đòi hỏi, không thỉnh mà ăn, **[123c01]** quá hơn ngoại đạo, những người này không có hạnh sa-môn, phá pháp sa-môn."

Các tỳ-kheo Trưởng lão nghe, bằng mọi cách khiển trách, rồi bạch Phật, Phật dạy: "Không thỉnh, không nên đến, nếu đến, phạm Đột-kiết-la."

Lại có các tỳ-kheo, có duyên sự cần gặp, gặp ngày gia chủ mời ăn, xấu hổ không dám đến, bạch Phật, Phật dạy: "Không vì ăn thì được phép đến."

Bấy giờ có cư sĩ mời Tăng thọ trai, có khách tỳ-kheo đến, các tỳ-kheo không biết giải quyết thế nào, bạch Phật, Phật dạy: "Nên nói với người chủ: 'có khách tỳ-kheo đến, được phép mời vào không?' Nếu được phép mời vào càng hay, bằng không, nên nói: 'Cho chúng tôi phần ăn, chúng tôi tự chia nhau bình đẳng để ăn.' Nếu được thì hay, bằng không được thì mỗi người tự lấy bát nhận phần ăn của mình rồi ra ngoài chia nhau cùng ăn. Nếu được thì hay bằng không được thì trong Tăng phường có thức ăn gì nên đem ra cúng dường khách Tăng đó."

2. Giải Giới trường

Năm đó mất mùa, khất thực khó được, tỳ-kheo các nơi bỏ trú xứ của mình, tập trung về thành Vương Xá, Tăng phòng đều bỏ trống, không có người coi ngó, phòng xá ngọa cụ hoặc bị lửa cháy, hoặc bị thấm nước, hoặc bị trùng cắn; bạch Phật, Phật dạy: "Các trú xứ xung quanh gần thành Vương Xá, đều nên Bạch nhị yết-ma, *như trên*, để xả cương giới; sau đó, Bạch nhị yết-ma *như trên*, kết thông làm thành một đại giới, khiến cho các tỳ-kheo không bỏ chỗ ở cũ mà được nhận phần cúng dường."

Thời gian sau, các nơi trở lại sung túc an lạc, tín đồ muốn gặp các tỳ-kheo, sai người tin cậy bạch: "Xin quí vị du hành nhơn gian để chúng con cung cấp y thực." Khi ấy vua Bình-sa cũng muốn các tỳ-kheo du hành giáo hóa nên nói:" Xin quý vị du hành, nếu có thiếu thốn, đệ tử sẽ ra lệnh cho các quan sở tại cung cấp những gì quý vị cần dùng." Các tỳ-kheo bạch Phật, Phật dạy: "Trước hết, Bạch nhị yết-ma, *như trên*, để xả đại giới nơi thành Vương Xá; sau đó, mỗi nơi tùy ý kết, xướng giới tướng, kiết lại tiểu giới."

3. Đại giới cộng trú

Có các tỳ-kheo A-lan-nhã không biết cương giới của mình nên ngang bằng bao nhiêu, bạch Phật, Phật dạy: "Tự nhiên giới cách thân diện 2 câu-lâu-xá,[550] kết cương giới tùy xa gần." Khi ấy các tỳ-kheo kết cương giới không có biên giới, bạch Phật, Phật dạy: "Nếu kết không biên giới, không thành kết giới, người phạm mắc tội Đột-kiết-la."

Các tỳ-kheo lại kết cương giới 12 do-tuần,[551] 10 do-tuần, khi thuyết giới phải đi 4, 5 ngày mới đến; hoặc gặp phải lửa nơi đồng hoang, hoặc bị nước lớn, hoặc gặp giặc cướp **[124a01]** đoạt, có nạn phạm hạnh, nạn y bát, cho đến nạn mạng, bạch Phật, Phật dạy:

---

550 Câu-lâu-xá 句樓賒 (Krośa, Kosa, Câu-lô-xá), là tên thước đo của Ấn Độ vào thời cổ đại. Theo *Đại Đường Tây Vức ký* 2 thì, cự ly của một Câu-lô-xá bằng năm trăm cung. Theo *Tứ phần luật sao bổ tùy cơ yết-ma số* 1 thì một cung bằng bốn khủy tay, một khủy tay bằng một thước tám tấc. Cho nên một Câu-lô-xá bằng 3.600 thước.

551 Do-tuần 由旬 (yojana), theo hệ thống đo đạt của Ấn độ cổ và trong Phật giáo cũng lấy bốn Câu-lô-xá là một Do-tuần (*Phương Quảng Đại Trang Nghiêm 4, phẩm Hiện thế, Ma-đẳng-ca kinh, hạ.*) Nhưng nói chung trong Phật điển đại đa số dùng tám Câu-lô-xá làm một do-tuần. (**xem thêm cht. 104**, Phần I, Ch. i, Ba-la-di).

"Nếu kết cương giới 12 do-tuần, 10 do-tuần, không thành kết giới, phạm Đột-kiết-la. Nay Ta cho phép, xa nhất là 3 do-tuần."

Khi ấy các tỳ-kheo không xướng bốn phương của giới mà kết giới; bạch Phật, Phật dạy:

"Không xướng giới tướng, không thành kết giới, phạm Đột-kiết-la."

Khi ấy các tỳ-kheo dùng những con vật (sống xung quanh) và khói lửa làm giới tướng, hoặc luôn cả giới, hoặc hai giới nhập vào nhau,[552] bạch Phật, Phật dạy: "Đều không thành kết giới, phạm Đột-kiết-la."

Có 2 trú xứ, các tỳ-kheo muốn kết giới làm Bố-tát cùng nhận của cúng, bạch Phật, Phật dạy: "Cho phép mỗi bên Bạch nhị yết-ma giải giới cũ, vậy sau tập họp lại Bạch nhị yết-ma kết cùng một giới."

Lại có các tỳ-kheo muốn kết giới chung sống, chung Bố-tát, cùng nhận của cúng riêng, bạch Phật, Phật dạy: "Cho phép giải giới cũ rồi sau tập họp lại kết giới."

Lại có các tỳ-kheo muốn kết giới chung sống, cùng nhận của cúng mà Bố-tát riêng, bạch Phật, Phật dạy: "Không nên như vậy, phạm Thâu-la(lan)-giá."

Lại có một trú xứ, các tỳ-kheo muốn kết giới sống riêng, Bố-tát riêng, nhận vật cúng riêng, bạch Phật, Phật dạy: "Cho phép giải giới cũ, rồi mỗi bên kết trở lại."

Lại có các tỳ-kheo muốn kết giới sống riêng, Bố-tát riêng, nhận vật cúng chung, bạch Phật, Phật dạy: "Cho phép kết."

Đức Phật bảo các tỳ-kheo: "Tất cả sông, tất cả hồ ao, tất cả biển đều không được kết làm giới. Nếu đi đường thủy, trong chúng người nào có sức khỏe nhất tạt nước ra đến đâu thì lấy đó làm giới tự nhiên."

4. Thất y giới

Đức Phật ở tại vườn Trúc. A-nhã Kiều-trần-như ở núi Lăng-cầu-la,

---

552 Pāli, Vin. i. 107: Phật quy định: trong một trú xứ không được có hai thuyết giới đường (uposathāgāra). Ai làm thế, phạm Đột-kiết-la.

ngày Bố-tát, bỗng hóa làm cái cầu vồng màu xanh, ngồi kết già trong đó, đến chỗ đức Phật. Rất đông người đứng coi. Vì vậy, từ bên trong cầu vồng, A-nhã Kiều-trần-như bước ra, do y phấn tảo nặng, nên khá nhọc mệt trên đường đi. Các tỳ-kheo khởi ý niệm: "Nếu đức Thế Tôn cho phép các tỳ-kheo ở trong xóm làng hay biên giới của xóm làng kết làm giới không mất y, khiến cho các vị Trưởng lão khỏi phải nhọc mệt như vậy." Các tỳ-kheo bạch Phật, Phật bằng mọi cách khen ngợi giới, khen người trì giới rồi, bảo các tỳ-kheo: "Nay cho phép các tỳ-kheo trong xóm làng hay là biên giới của xóm làng Bạch nhị yết-ma kết làm giới không mất y. Sai một tỳ-kheo bạch:

Đại đức Tăng xin lắng nghe! Chỗ kết giới này, trong xóm làng hay biên giới của xóm làng, chung sống, chung Bố-tát, chung nhận phẩm vật cúng dường, nay kết làm giới không mất y.[553] *Nếu thời gian thích hợp đối với Tăng, Tăng chấp thuận [124b01]. Đây là lời tác bạch.*

Đại đức Tăng xin lắng nghe! Chỗ kết giới này, trong xóm làng hay biên giới của xóm làng, chung sống, chung Bố-tát, chung nhận phẩm vật cúng dường, nay kết làm giới không mất y. Trưởng lão nào đồng ý thì im lặng, vị nào không đồng ý xin nói.

Tăng đã kết làm giới không mất y rồi. Tăng đồng ý nên im lặng. Việc này tôi ghi nhận như vậy".

Khi ấy, các tỳ-kheo kết giới không mất y trước, sau mới kết đại giới, bạch Phật, Phật dạy: "Nên kết đại giới trước, sau y nơi đó mới kết giới không mất y."

Các tỳ-kheo lại kết y giới trong tất cả thời, mặc y thô tệ du hành; bạch Phật, Phật dạy:

"Không nên như vậy, nên Bạch nhị yết-ma giải. Một tỳ-kheo bạch:

Đại đức Tăng xin lắng nghe! Chỗ kết giới này, trong xóm làng hay biên giới của xóm làng, trước kết làm giới không mất y, nay Tăng giải giới đó. Nếu thời gian thích hợp đối với Tăng, Tăng chấp thuận. Đây là lời tác bạch.

---

[553] Hán: Bất thất y giới 不失衣界. Ｐｌｉ Ticīvarena.

Đại đức Tăng xin lắng nghe! Chỗ kết giới này, trong xóm làng hay biên giới của xóm làng, trước kết làm giới không mất y, nay Tăng giải giới đó. Các Trưởng lão nào đồng ý thì im lặng. Vị nào không đồng ý xin nói.

Tăng đã giải giới không mất y trước đây rồi. Tăng chấp thuận nên im lặng. Việc này tôi ghi nhận như vậy."

Khi ấy, các tỳ-kheo trước giải đại giới, sau giải y giới, bạch Phật, Phật dạy: "Nên trước giải y giới, sau giải đại giới." Khi ấy, tỳ-kheo vì phòng hộ thân cho nên mất y giới và vì bảo vệ y giới cho nên thân mất đi sự phòng hộ, bạch Phật, Phật dạy: "Cho phép kết y giới trở lại."

Bấy giờ có một trú xứ, ngày Bố-tát, đệ tử xin cáo từ Hòa thượng muốn đi đến chỗ khác. Hòa thượng không biết nên như thế nào, bạch Phật, Phật dạy: "Hòa thượng nên trù liệu, nếu trên đường đi có sự nghi ngờ, sợ sệt mà Hòa thượng cho phép đi, phạm Đột-kiết-la. Nếu không cho mà đệ tử cưỡng đi, mắc tội khinh thầy, phạm Ba-dật-đề.

Nếu trên đường đi tuy không có sự nghi ngờ sợ sệt, mà nơi đến, khất thực khó được, hoặc bạn đồng đi không hiểu biết, không tụng giới, không biết Bố-tát, không biết Yết-ma bố-tát, hoặc nơi đó không có người trì pháp, trì luật,⁵⁵⁴ hiểu rõ luật nghi, hoặc nơi đó ưa thích đấu tranh, hoặc nơi đó có người phá Tăng, hoặc nơi đó mắc bệnh không có thức ăn tùy theo bệnh, thuốc thang, ngọa cụ, người nuôi bệnh, hoặc nơi đó y thực khó được, mà cho đi, đều phạm Đột-kiết-la. Nếu không có các việc như trên thì cho đi, không phạm."

Có một trú xứ, ngày thứ 15 các tỳ-kheo tập họp để Bố-tát, thuyết giới Ba-la-đề-mộc-xoa, mời đệ nhất Thượng tọa thuyết giới, Thượng tọa nói: "Quên không tụng được", đệ nhị Thượng tọa cho đến Hạ tọa đều nói không tụng, nên không Bố-tát được. Các tỳ-kheo bạch Phật, **[124c01]** Phật dạy: "Nên Bạch nhị yết-ma, sai một tỳ-kheo đến nơi chúng khác tụng giới, hoặc tóm lược hoặc tụng đủ, ngay trong

---

⁵⁵⁴ *Tứ phần:* Trì luật, trì Ma-di (Ma-di 摩夷; cũng phiên âm là Ma-đắc-lặc-già 摩得勒伽; dịch nghĩa: Luận mẫu 論母, Trí mẫu 智母 hay Bản mẫu 本母. Luận tạng và Luật tạng đều có thêm bộ phận này để tóm tắt tinh nghĩa. Trong Luật tạng, phần này được dịch nghĩa).

ngày trở về, nếu không được thì không nên ở trú xứ như vậy. Nếu ở, phạm Đột-kiết-la."

5. Hối quá

1. Khi ấy, nhóm sáu tỳ-kheo phạm tội không hối quá[555] mà Bố-tát. Các tỳ-kheo bạch Phật, Phật dạy: "Không nên như vậy, nếu phạm, mắc Đột-kiết-la."

2. Lại có các tỳ-kheo hướng đến người phạm tội để hối quá. Các tỳ-kheo bạch Phật, Phật dạy: "Không nên như vậy."

3. Có một trú xứ, ngày Bố-tát, tất cả Tăng đều phạm tội, các tỳ-kheo không biết giải quyết thế nào, bạch Phật, Phật dạy: "Cho phép Bạch nhị yết-ma, sai một tỳ-kheo đến chúng khác hối quá thanh tịnh rồi trở về, các tỳ-kheo khác đến bên tỳ-kheo ấy hối quá, nếu được thì tốt, bằng không nên tập trung hết nơi nhà Bố-tát, một tỳ-kheo Bạch nhị yết-ma:

Đại đức Tăng xin lắng nghe! Nay Tăng đều phạm tội này, không thể hối quá được, nay cùng nhau gác lại đó, sau sẽ hối quá. Nếu thời gian thích hợp đối với Tăng, Tăng chấp thuận. Đây là lời tác bạch.

Đại đức Tăng xin lắng nghe! Nay Tăng đều có tội này... cho đến câu: *sau sẽ hối quá. Các Trưởng lão nào đồng ý thì im lặng. Vị nào không đồng ý xin nói.*

Tăng đã đồng ý gác tội này lại rồi. Tăng đồng ý nên im lặng. Việc này tôi ghi nhận như vậy.

Đã đúng pháp thì phải Bố-tát,[556] không nên không Bố-tát."

4. Có một tỳ-kheo bệnh, phạm tội, nói với một tỳ-kheo: "Đại đức! Tôi phạm tội." Vị kia trả lời: "Tôi cũng phạm tội." Không hối quá được vị kia mạng chung. Các tỳ-kheo khởi ý niệm: "Nếu Thế Tôn cho phép

---

[555] *Tứ phần*: Sám hối 懺悔. Sám hối tội lỗi đã gây ra do thân hay miệng (thuộc tướng phạm) và ý (nếu tự phát lồ).

[556] *Tứ phần*: "Bạch như vậy rồi sau đó mới thuyết giới." Pháp diệt tránh bằng như thảo phú địa.

hướng đến tỳ-kheo có tội để hối quá thì tỳ-kheo này khỏi phải gặp trường hợp không hối quá mà mạng chung!" Các tỳ-kheo bạch Phật, Phật dạy: "Cho phép hướng đến tỳ-kheo có tội hối quá, chỉ không được hướng đến người đồng tội hối quá."

5. Có một trú xứ Tăng đều đồng phạm một tội, không biết giải quyết thế nào, bạch Phật, Phật dạy: "Cũng nên như trên gác tội lại." Có một bệnh tỳ-kheo bệnh phạm tội, nói với một tỳ-kheo: "Đại đức! Tôi phạm tội này." Vị kia nói: "Tôi cũng phạm tội này." Do vậy không được hối quá mà qua đời. Các tỳ-kheo khởi ý niệm: "Nếu Thế Tôn cho phép hướng đến tỳ-kheo đồng phạm một tội mà hối quá thì tỳ-kheo này khỏi gặp trường hợp không được hối quá mà mạng chung!" Các tỳ-kheo bạch Phật, Phật dạy: "Nay cho phép hướng đến người đồng tội, hay không đồng tội để hối quá."

6. Có một trú xứ, các tỳ-kheo tập họp Bố-tát nói giới, một tỳ-kheo nói với tỳ-kheo nói giới: "Ngưng lại! Tôi nhớ có tội, tôi muốn hối quá." Các tỳ-kheo chê trách, nói: "Tại sao khi nói giới lại làm trở ngại?!" Các tỳ-kheo bạch Phật, Phật dạy: "Khi nói giới, nếu nhớ có tội, cho phép hướng đến tỳ-kheo ngồi gần nói, hoặc miệng nói tâm nghĩ: **[125a01]** 'Tôi có tội như vậy, nói giới rồi sẽ hối quá!' không nên gây trở ngại. Nghi có tội cũng như vậy."

Có một trú xứ, các tỳ-kheo không biết Bố-tát, không biết Yết-ma bố-tát. Có tỳ-kheo biết pháp trì luật, hiểu rõ luật nghi đến, các tỳ-kheo không để ý tiếp đón, không cung cấp ngọa cụ, tỳ-kheo kia bèn đi. Các tỳ-kheo bạch Phật, Phật dạy: "Phải tiếp đón tốt, cung cấp ngọa cụ, nếu không vậy, phạm Đột-kiết-la."

7. Có một trú xứ, Tăng đều phạm tội, không biết tội phạm thuộc về thiên nào, có một tỳ-kheo biết pháp trì luật, hiểu rõ luật nghi đến, trong các tỳ-kheo có một vị đến hỏi: "Phạm như vậy, như vậy là thuộc về thiên nào của tội?" Tỳ-kheo kia nói: "Là thuộc về thiên tội... đó." Vị đó nói: "Tất cả Tăng trong trú xứ này đều phạm tội như vậy." Tỳ-kheo đó liền đến bên tỳ-kheo kia hối quá. Hối quá rồi trở về nói với các tỳ-kheo: "Chúng ta trước đây phạm tội như vậy, thuộc về thiên tội... nên cùng sám hối, đừng để ô nhiễm tu phạm hạnh phải thọ khổ nhiều đời." Các tỳ-kheo khác nổi giận nói: "Tại sao thầy hướng

đến tôi nói như vậy?" Các tỳ-kheo bạch Phật, Phật dạy: "Các tỳ-kheo nên đến nơi vị tỳ-kheo biết pháp kia để hối quá, chẳng phải vị ấy thì không nên nói, chỉ không nên vội hướng đến người nói, nếu nói thì phạm Đột-kiết-la."

8. Bấy giờ Xá-lợi-phất đến trú xứ của nhóm sáu tỳ-kheo, thấy họ phạm giới, nói: "Các thầy chớ nên làm điều này." Nhóm sáu tỳ-kheo bèn xúc não, hỏi: "Những gì nên làm, những gì không nên làm?" Họ gây não suốt đêm. Xá-lợi-phất bạch Phật, bằng mọi cách đức Phật quở trách nhóm sáu tỳ-kheo: "Các ông là người ngu si, tỳ-kheo Thượng tọa lân mẫn dạy các ông, tại sao lại gây não suốt đêm?" Quở trách rồi Phật bảo các tỳ-kheo: "Chẳng phải không nên dạy, chỉ không nên vội dạy người, nếu phạm tội, tự biết có lỗi, vậy sau mới dạy."

Bấy giờ Xá-lợi-phất, Mục-kiền-liên du hành nhân gian, là bậc thầy đáng kính của bốn chúng, quốc vương, đại thần, sa-môn, bà-la-môn. Hai vị đến trú xứ của một tỳ-kheo, các đàn-việt vì hai ngài cúng dường chúng Tăng, bố thí y vật giá trị. Cho đến người giữ vườn cũng được Khâm-bà-la⁵⁵⁷ trị giá 12.000 kim tiền. Ba lần xướng lên rằng: "Ai cần đến lấy." Cuối cùng không ai nhận, nên hoàn lại cho thí chủ. Khi ấy số tỳ-kheo tụ hội tuần tự du hành trở về chỗ Phật. Thường pháp của chư Phật là an ủi các tỳ-kheo, rồi hỏi:

"Xá-lợi-phất, Mục-kiền-liên du hành có phong túc không?"

[125b01] "Bạch Thế Tôn, rất phong túc. Chúng con thấy một điều hy hữu là chúng Tăng đều được một Khâm-bà-la trị giá 12.000 kim tiền, ba lần xướng cúng cho các tỳ-kheo mà không vị nào lấy, nên hoàn lại cho thí chủ."

Khi ấy, có hai tỳ-kheo Ma-ha-lô⁵⁵⁸ ở cách Phật không xa, nghe rồi, một người nói như vầy: "Các Thượng tọa kia là người ngu si, chính mình mất lợi dưỡng mà cũng khiến cho thí chủ không được đại phước, nếu tôi có mặt tại đó sẽ nhận." Một người lại nói: "Tôi là

---

⁵⁵⁷ Khâm-bà-la 欽婆羅, *Kambalacetāpanna*, y Khâm-bà-la mua bằng tiền.

⁵⁵⁸ Ma-ha-lô 磨訶廬, âm khác Ma-ha-la 摩訶羅, *mahālla*, dịch nghĩa lão già, vô tri.

Thượng tọa thì tôi sẽ nhận," đưa đến sự tranh cãi. Đức Phật thấy vậy liền nói kệ:

Hai người Ma-ha-lô
Không ở trong chúng kia,
Do đó, không tranh tụng,
Y quý trả lại chủ

6. Chuyển trú xứ

Đức Phật ở tại thành Xá-vệ. Khi ấy Ưu-ba-ly cùng các vị trì luật du hành, đến trú xứ tỳ-kheo. Vì họ nên tác Yết-ma khiển trách, Yết-ma khu xuất, Yết-ma y chỉ, Yết-ma cử tội, Yết-ma hạ ý, thì đều tác pháp. Vì họ nên tác pháp Biệt trú, Ma-na-đỏa, Bản nhật, A-phù-ha-na, thì đều tác pháp. Nếu cương giới cần giải thì giải, nên kết thì kết. Vì họ nên tác Yết-ma giáo giới tỳ-kheo-ni thì tác Yết-ma giáo giới. Chỗ không kham giáo giới, vì họ phải giải Yết-ma giáo giới thì vì họ giải Yết-ma giáo giới. Các tỳ-kheo khác nghe, nghĩ: "Các tỳ-kheo trì luật này đến chắc chắn khiến chúng ta có nhiều nghi hối, nên bèn dọn ngọa cụ đóng cửa, bỏ trú xứ đi."

Lại có các tỳ-kheo-ni thấy Ưu-ba-ly, nổi giận mắng, nói: "Tỳ-kheo này thường thưa hỏi đức Thế Tôn: "Giới này nên thọ trì cả hai bộ Tăng hay chỉ thọ trì một bộ Tăng? Đức Phật bèn khiến hai bộ Tăng thọ trì. Do đó khiến cho ta có nhiều khốn khổ." Những tỳ-kheo do Ưu-ba-ly hướng dẫn, về đến chỗ Phật. Thường pháp của chư Phật là thăm hỏi rồi, lại hỏi: "Nơi mà Ưu-ba-ly du hành, sự cúng dường có phong túc hay không?" "Bạch Thế Tôn, không đầy đủ." Phật lại hỏi: "Tại sao?" "Thưa Thế Tôn, bởi vì các tỳ-kheo bỏ trú xứ đi và tỳ-kheo-ni giận mắng."

Nhân việc này đức Phật tập họp tỳ-kheo Tăng, hỏi các tỳ-kheo kia: "Sự thật các ông có như vậy không?" "Bạch Thế Tôn, thật sự có như vậy." Đức Phật bằng mọi cách quở trách: "Các ông ngu si, không cung kính tỳ-kheo trì luật thì cung kính ai?!" Quở trách rồi, Phật bảo các tỳ-kheo: "Nay Ta vì các tỳ-kheo kết pháp nên học ban đầu: Tỳ-kheo nào nghe tỳ-kheo trì luật đến, không được đi tránh, nên lau quét, rưới nước, sửa soạn phòng xá ngọa cụ. Nghe vị ấy gần đến nên ra ngoài nửa do-tuần nghinh đón **[125c01]**; nếu nghi có nạn sự thì cũng phải ra khỏi cửa. Nếu tỳ-kheo trì luật có y vật thì nên thay thế xách vào, sửa soạn nước rửa, khăn lau tay chân, chuẩn bị đồ để tắm, thức uống quá giữa ngày, thỉnh thuyết pháp. Nếu thật sự cần giải thích, thì tỳ-kheo trì luật nên như pháp trả lời. Nếu hỏi với tâm xúc não thì không nên đáp. Sáng sớm làm bữa ăn trước, đát-bát-na, kế đó làm bữa ăn sau. Nên cầu thỉnh vị ấy làm thượng thủ, thỉnh ở lại an cư. Lại nên tìm đàn-việt dâng y. Nên làm các việc cúng dường như vậy, bằng không thì phạm Đột-kiết-la."

7. Bố-tát và Thuyết giới (2)[559]

Đức Phật ở tại thành Vương Xá, khi ấy là ngày Bố-tát, đức Thế Tôn cùng các tỳ-kheo kẻ trước người sau vây quanh ngồi nơi đất trống. Đức Phật bảo các tỳ-kheo: "Các ông im lặng, nay sẽ Bố-tát, nói Ba-la-đề-mộc-xoa."

Có một tỳ-kheo từ chỗ ngồi đứng dậy bạch Phật: "Tỳ-kheo Già-già[560] gần như mắc bệnh cuồng, có khi đến có khi không đến, cũng lại không nhớ đến, và không đến,[561] do vậy bê trễ việc hành Tăng sự, nay lại không đến."

Đức Phật dạy: "Sai một tỳ-kheo kêu đến." Một vị vâng lời Phật dạy đến kêu, tìm khắp không thấy, trở về, bạch Phật, Phật dạy: "Nay cho phép các tỳ-kheo, từ xa cùng tác pháp Bạch nhị yết-ma cuồng si. Một tỳ-kheo bạch:

Đại đức Tăng xin lắng nghe! Tỳ-kheo này tên là... mắc bệnh cuồng si, hoặc đến hoặc không đến, cũng lại không nhớ đến hay không đến, do vậy phế bỏ hành Tăng sự. Nay Tăng từ xa, trao cho tỳ-kheo... pháp Yết-ma cuồng si, hoặc có mặt hoặc không có mặt

---

[559] Tiếp Bố-tát và Thuyết giới (1) ở trước.

[560] Hán: Già-già tỳ-kheo 伽伽比丘, *Tăng-kỳ 13*, hai tỳ-kheo đệ tử của Kiếp-tân-na, tên là Nan-đề 難提 và Bát-giá-nan-đề 鉢遮難提; *Tứ phần 36*, tr. 832b17: Na-na-do 那那由; *Thập tụng 22* (T23n1435, tr. 161a29): Thi-việt 施越. Pāli, Vin. i. 123, *Gagga*.

[561] Bịnh phát tác bất thường, nên khi nhớ thì đến, mà khi không nhớ thì không đến.

khi hành Tăng sự. Nếu thời gian thích hợp đối với Tăng, Tăng chấp thuận. Đây là lời tác bạch.

Đại đức Tăng xin lắng nghe! Tỳ-kheo... này mắc bệnh cuồng si, hoặc đến hoặc không đến, cũng lại không nhớ đến hay không đến, do vậy phế bỏ hành Tăng sự. Nay Tăng từ xa, trao cho Tỳ-kheo... pháp Yết-ma cuồng si, hoặc có mặt hoặc không có mặt khi hành Tăng sự. Các Trưởng lão nào chấp thuận thì im lặng. Vị nào không đồng ý xin nói.

Tăng đã trao cho tỳ-kheo... pháp Yết-ma cuồng si rồi. Tăng chấp thuận nên im lặng. Việc này tôi ghi nhận như vậy.”

Sau đó, vị kia được lành bệnh, cầu xin giải Yết-ma, các tỳ-kheo bạch Phật, Phật dạy: “Cho phép Bạch nhị yết-ma để giải.” Tỳ-kheo lành bệnh nên đến giữa Tăng, để trống vai bên hữu, cởi bỏ giày dép, quỳ gối, chắp tay, bạch:

“Đại đức Tăng xin lắng nghe! Con là tỳ-kheo... trước đây mắc bệnh cuồng si, hoặc đến hoặc không đến, cũng lại không nhớ đến cùng không đến. Tăng đã trao cho con pháp Yết-ma cuồng si. Nay con đã lành bệnh, đến Tăng xin giải Yết-ma cuồng si.”

Xin như vậy ba lần. Tăng sai một tỳ-kheo bạch:

“Đại đức Tăng xin lắng nghe! Tỳ-kheo ... này, trước đây cuồng si, hoặc đến hoặc không đến, cũng lại không nhớ đến hay không đến, Tăng trao cho pháp Yết-ma cuồng si. Nay bệnh đã lành, đến Tăng xin giải Yết-ma cuồng si. [126a01] Nay Tăng cho giải Yết-ma cuồng si. Nếu thời gian thích hợp đối với Tăng, Tăng chấp thuận. Đây là lời tác bạch.

Đại đức Tăng xin lắng nghe! Tỳ-kheo... này trước đây mắc bệnh cuồng si, hoặc đến hoặc không đến, cũng lại không nhớ đến hay không đến, Tăng trao cho pháp Yết-ma cuồng si. Nay bệnh đã lành, đến Tăng xin giải Yết-ma cuồng si. Nay Tăng cho giải pháp Yết-ma cuồng si. Các Trưởng lão nào chấp thuận thì im lặng. Vị nào không đồng ý xin nói.

Tăng đã trao cho tỳ-kheo... giải pháp Yết-ma cuồng si rồi. Tăng

đồng ý nên im lặng. Việc này tôi ghi nhận như vậy."

8. Dữ dục

Bấy giờ ngày Bố-tát, đức Thế Tôn cùng các tỳ-kheo, kẻ trước người sau vây quanh, ngồi nơi đất trống. Phật bảo các tỳ-kheo: "Các thầy im lặng, nay Bố-tát thuyết giới."[562]

1.   Có một tỳ-kheo từ chỗ ngồi đứng dậy, bạch Phật:

"Tỳ-kheo... mắc bệnh, không đến được."

Đức Phật dạy: "Nên khiến một tỳ-kheo dẫn đến."

Các tỳ-kheo không biết bằng cách nào dẫn đến, bạch Phật, Phật dạy: "Một người làm cây trụ cho họ vịn, một người đỡ họ, nếu không thể được thì lấy y khiêng họ đến."

Vâng lời Phật dạy, quý thầy khiêng đến. Do khua động nên bệnh nhân nhọc mệt, bệnh trạng thêm khốn khổ, có trường hợp tử vong. Các tỳ-kheo bạch Phật, Phật dạy: "Nên lấy thanh tịnh dục[563] đến."

Trong đó, có trường hợp được gọi là dữ thanh tịnh dục,[564] có trường hợp không được; có trường hợp được gọi là thọ thanh tịnh dục, có trường hợp không được; có trường hợp được gọi là trì thanh tịnh dục đến, có trường hợp không được.

Không được gọi là dữ dục thanh tịnh: Nếu gởi dục thanh tịnh cho tỳ-kheo-ni, thức-xoa-ma-na, sa-di, sa-di-ni, hoặc gởi thanh tịnh dục cho người cuồng tâm, loạn tâm, bệnh hoại tâm, người bị tẩn, người bị cử, người tự nói tội, người ở khác cương giới. Nếu không như pháp

---

562 *Tứ phần 36, tr. 821c05:* "Bấy giờ, đến ngày thuyết giới, Tăng tập họp vì có Tăng sự. Đức Thế Tôn bảo: "Nay có việc của Tăng, các tỳ-kheo tĩnh lặng." Cf. Pāli, Vin. i. 123: (...) *santi saṃghassa karanīyaṃ,* cho gởi dục và thuyết tịnh, vì có Tăng sự cần phải làm.

563 Thanh tịnh dục 清淨欲. *Tứ phần:* Dữ dục 與欲. Pāli, Vin. 121, *chandaṃ dātum,* gởi cho sự thuận tình, tức gởi phiếu thuận (chấp thuận Tăng tác pháp).

564 Dữ thanh tịnh dục 與清淨欲. Pāli (Vin. i. 120): *pārisuddhiṃ dātuṃ.* Gởi thanh tịnh, trong trường hợp Yết-ma thuyết giới.

nói ba lần: "Nay tôi gởi thanh tịnh dục cho thầy, thầy nhận dục thanh tịnh của tôi... *cho đến câu:* Trong Tăng sự như pháp, vì tôi xưng danh nói và giữ thẻ hành trù", đều không gọi là gởi dục thanh tịnh. Nếu ngược lại như trên, gọi là dữ dục thanh tịnh.

Không gọi là thọ thanh tịnh dục: Tự mình không như pháp, không biết danh tánh người kia, ngoài ra như trên, đều không gọi là thọ thanh tịnh dục. Ngược lại, đây gọi là thọ dục thanh tịnh.

Được gọi là trì thanh tịnh dục đến: Nếu tỳ-kheo trì thanh tịnh dục đến trong chỗ Bố-tát bèn ngủ, hoặc cuồng tâm, tán loạn tâm, bệnh hoại tâm, hoặc người bị Tăng trao pháp Yết-ma không thấy tội, Yết-ma không bỏ ác kiến, Yết-ma không hối quá, hoặc biến thành hai căn, huỳnh môn, không căn, hoặc quên nói, như vậy cũng được gọi là trì thanh tịnh dục đến. Nếu ngủ hoặc quên không nói đều phạm Đột-kiết-la. Nếu giữa đường ngủ... *cho đến* quên nói đều không được gọi là trì thanh tịnh dục đến.

2. Lại có các tỳ-kheo bệnh không thể nói thanh tịnh dục, do đó bạch Phật, Phật dạy: "Nên dùng thân gởi dục thanh tịnh." Các tỳ-kheo không biết **[126b01]** dùng thân để gởi dục thanh tịnh như thế nào, bạch Phật, Phật dạy: "Hoặc đưa tay lên, hoặc chỉ tay, hoặc lay động thân, lay động đầu, cho đến nháy mắt, được gọi là dùng thân gởi thanh tịnh dục."

3. Lại có các tỳ-kheo bệnh không thể dùng thân gởi thanh tịnh dục, bạch Phật, Phật dạy: "Nên cả chúng đến chỗ người bệnh, rồi mời tỳ-kheo nói giới ngồi chính giữa để nói, khiến các tỳ-kheo bệnh hướng đến vị nói giới."

9. Bố-tát và Thuyết giới (3)[565]

1. Lại có các tỳ-kheo bệnh, không thể hướng đến vị nói giới, xoay lưng hay ngồi nằm, bạch Phật, Phật dạy: "Nên ra ngoài giới Bố-tát không nên ở trong giới ngồi mà biệt chúng tác pháp Bố-tát."

2. Bấy giờ đức Thế Tôn, ngày thuyết giới, cùng các tỳ-kheo kẻ trước người sau vây quanh, ngồi nơi đất trống. Phật bảo các tỳ-kheo:

---

[565] Tiếp theo Thuyết giới (2) ở trước.

"Các thầy im lặng, nay sẽ Bố-tát thuyết giới."

Có một tỳ-kheo từ chỗ ngồi đứng dậy, bạch Phật: "Tỳ-kheo... bị nhà quan bắt, không đến được." Đức Phật dạy: "Nên sai một tỳ-kheo nói lý do để xin về Bố-tát, nếu được thì tốt, bằng không thì nói bạch y lui ra một chút để lấy thanh tịnh dục, nếu được thì tốt, bằng không thì nên nói: 'Tất cả Tăng nên đến nơi chỗ tỳ-kheo đó Bố-tát, chứ không nên ở trong giới mà Bố-tát biệt chúng.'"

3. Có một trú xứ A-luyện-nhã, các tỳ-kheo ngày 15 tập họp Bố-tát thuyết giới. Khi ấy có giặc đến, các tỳ-kheo thấy bèn thôi không tụng giới, các tên giặc hỏi: "Tại sao ngồi nín thinh?" Các tỳ-kheo nói: "Điều chúng tôi nói, không nên cho bạch y nghe." Bọn giặc lại hỏi: "Những điều nói đó không phải là Phật nói hay sao?" Các tỳ-kheo nói: "Chính là điều Phật nói." Bọn giặc hỏi: "Là điều Phật nói thì ai lại không được nghe? Nay các ông tập họp chắc muốn luận bàn những việc không lợi cho chúng tôi." Bọn giặc nói xong liền đánh các tỳ-kheo và cướp đoạt y bát. Các tỳ-kheo bạch Phật, Phật dạy: "Từ nay, các tỳ-kheo nếu thấy giặc đến nên tụng qua các kinh khác, đừng để dứt đoạn."

4. Bấy giờ có nhà vua tên là Ưu-đà-diên, rành về khoa tướng số, có phu nhân tên là Nguyệt Quang, dung nhan thù diệu, âm thanh và các điệu múa hơn người. Một hôm, nơi lầu cao, phu nhân múa cho nhà vua xem, vua thấy tử tướng xuất hiện, không thể sống hơn một năm. Khi thấy rõ tâm niệm và nhan sắc ấy, nhà vua không vui. Phu nhơn thấy vậy liền hỏi: "Thiếp múa không được hay lắm phải không? Tại sao bệ hạ không vui?" Nhà vua nói: "Không nên hỏi ta điều đó". Phu nhân khổ tâm hỏi đến ba lần. Nhà vua không từ chối được nên phải nói rõ sự việc.

Phu nhân tâu với vua: "Nếu thật vậy thì xin cho thiếp xuất gia." Nhà vua nói: "Trẫm và nàng thương yêu kính trọng nhau, dù chết cũng không lìa nhau, hãy trọn vui với cái ít ỏi còn lại, sao phải sống chia lìa?" [126c01] Phu nhân lại tâu với vua: "Chỉ nhiễm một chút vinh hoa của đời mà mê muội đạo nghiệp. Đây là việc bức xúc, trì hoãn, chỉ đem lại sự khổ cho nhau, xin vua rủ lòng thương cho thiếp xuất gia." Nhà vua nói: "Nàng còn nhỏ, tu đạo nghiệp với sự quyết tâm sáng suốt chắc được sanh thiên, nếu trở lại làm người chúng ta sẽ gặp lại, việc này tùy theo ý của nàng."

Phu nhân thưa: "Nguyện này được thành, thề không trái lời hứa." Nhà vua bèn cho xuất gia. Thế là phu nhân tạ từ ra đi. Hành đạo không lâu chứng được quả A-na-hàm, mạng sống cũng liền chấm dứt, sanh lên cõi Phạm thiên, lại khởi lên ý niệm: "Ta được xuất gia là ân của nhà vua, trọng ân ấy nên trả, không trái với lời hứa trước đây." Liền hiện xuống tại vương cung, đứng trong hư không, nói với nhà vua: "Phu nhân Nguyệt Quang tức là thân của tôi đây, trước đây có hứa với nhà vua cho nên đến đây để tỏ lòng thành tín". Nhà vua nói: "Tôi không biết được loài trời, có thể hiện lại thân cũ." Phu nhân liền biến thành thân hình ngày xưa, đứng trước nhà vua. Nhìn thấy thân hình ấy, lòng lại nặng tình, nhà vua liền đến sát gần muốn ôm lấy. Phu nhân liền bay lên hư không, nói với nhà vua rằng: "Tại sao vua còn quen theo nếp sống ái dục? Dục là vô thường, khổ, không, bất tịnh, suy tư được nghĩa này có thể giải thoát, nếu không chắc chắn đọa trong ba đường, tự mình nhổ bỏ rất khó." Nhà vua nghe câu nói này, tâm liền dịu lại, bèn đem ngôi vua giao cho Thái tử, xuất gia học đạo.

Nhà vua ngồi tu trong một khu núi rừng không xa vương thành. Thái tử thấy cha xuất gia mà không đi xa, lòng nơm nớp sợ cha hối tiếc trở lại đoạt ngôi nên thái tử nguyện xin phụ vương đi đến nước khác. Khi ấy, nhà vua nay là tỳ-kheo suy nghĩ: "Ta phụng hành lời Phật dạy mà chưa thấy được đức Phật, nay đến đó để kính lễ đức Thế Tôn". Nghĩ rồi bèn đi.

Khi ấy, Thái tử cùng các bà-la-môn ở trên lầu cao thấy vua cha rời rừng ra đi, các bà-la-môn nói với tân vương rằng: "Tỳ-kheo vua nay đã đi rồi." Thái tử rất hài lòng.

Nhưng tỳ-kheo vua chợt nhớ ra để quên cái tọa cụ, liền trở lại lấy. Các bà-la-môn lại nói với tân vương rằng: "Tỳ-kheo vua đã trở lại. Đó chẳng phải là điều làm cho Thái tử hoảng sợ sao!?" Thái tử ra lệnh cho các quan: "Ngươi đến giết liền! Tất cả Sa-môn Thích tử cũng đều giết hết!" Tân vương lại ra lệnh: "Nếu người đó sợ chết, tạo nhiều phương tiện, xin muốn gặp ta, cũng phải giết."

Kẻ thi hành lệnh vội vã đến nơi, nói: "Tân vương ra lệnh, tôi giết tỳ-kheo." Tỳ-kheo vua hỏi: "Tại sao giết tôi?!" Họ đáp: "Do tỳ-kheo ra khỏi rừng rồi trở lại, tân vương lo sợ bị cướp ngôi vua nên ra lệnh giết." Tỳ-kheo vua nói: "Tôi không tham vương vị, vừa rồi vì quên tọa cụ nên tạm trở lại lấy, như vậy chuyện gì phải giết tôi?!" Sứ giả nói: "Nhà vua lại ra lệnh dứt khoát, nếu người đó sợ chết, bằng nhiều cách nài nỉ, van xin thì cũng đừng vì thế mà không giết, để rồi trở lại gặp ta. Nay tôi **[127a01]** sao dám làm ngược lại." Tỳ-kheo vua lại nói: "Tôi xuất gia, sở cầu chưa đạt được, ngươi hoãn lại cho tôi một chút, đợi bóng cây kia đến đây." Sứ giả thuận cho. Tỳ-kheo vua liền tinh cần tư duy, đắc Tu-đà-hoàn. Bóng cây vừa ngã đến đó, sứ giả nói: "Bóng cây đã đến đó rồi." Tỳ-kheo vua lại nói: "Sở cầu trong việc xuất gia của tôi chưa đạt hết, có thể hoãn cho tôi một con bóng." Sứ giả thuận cho. Hoãn bốn lần như vậy, tỳ-kheo chứng được bốn quả Sa-môn, bèn nói với sứ giả: "Ngươi có thể thi hành mệnh lệnh, rồi trở về báo cáo với vua của ngươi là ta không tham vương vị, đã ra đi nhưng vì quên tọa cụ cho nên tạm trở lại lấy mà thôi. Vua của ngươi vì việc này mà giết ta, tức giết cha, giết A-la-hán. Ta nghĩ: 'Người ấy sẽ thọ đại khổ lâu dài.'" Nói rồi, trút hơi thở cuối cùng!

Sứ giả giết rồi, trở về chỗ vua. Nhà vua từ xa thấy, liền sanh tâm hối hận. Sứ giả đến trước vua, vua hỏi: "Ngươi đã giết chưa?" Tâu vua: "Thưa, giết rồi." Vua lại hỏi: "Phụ vương khi lâm chung có nói lời gì không?" Sứ giả thở ra, nghẹn lời tâu lại đầy đủ sự việc như trên. Nghe những lời nhắn gửi của cha, huyết từ trong miệng nhà vua tuôn ra, hiện còn sống mà thân đọa vào địa ngục.

Trong thời gian ấy, vua Bình-sa cùng các lân quốc có nghe nhà vua kia ra lệnh giết hết Sa-môn Thích tử. Vì sợ binh lính của vua kia vào trong biên giới của mình giết các Tỳ-kheo, nên vua hạ lệnh cho các trượng sĩ thủ hộ Tỳ-kheo. Trượng sĩ vâng lời canh phòng cẩn mật.

Bấy giờ, một trú xứ nơi thành Vương Xá có năm trăm Tỳ-kheo, ngày thứ 15 tập hợp, bảo Trượng sĩ: "Lui ra một chút, chúng tôi sắp Bố-tát." Trượng sĩ trả lời: "Chúng tôi vâng lệnh không được tạm rời, đâu dám trái lệnh của đại vương!" Các Tỳ-kheo không biết giải quyết thế nào, bạch Phật, Phật dạy: "Nếu họ không chịu đi thì chỉ nói tựa của giới, rồi nói tiếp: 'Ngoài ra như Tăng thường nghe'. Nên Bố-tát như vậy, chứ không nên không Bố-tát."

1.	Khi ấy, các tỳ-kheo, ngày Bố-tát, tập họp muốn thuyết giới, nhóm sáu Tỳ-kheo tranh tụng không thôi, không thuyết giới được. Vua Bình-sa đến, họ bèn tạm đình chỉ, sau đó đấu tranh lại, không thuyết giới được. Các tỳ-kheo không biết giải quyết thế nào, bạch Phật, Phật dạy: "Nếu trường hợp như vua Bình-sa, tỳ-kheo có sự kiêng nể, khi tạm thời đình chỉ đấu tranh, nên nói bài tựa của giới. Nói bài tựa của giới rồi, nói: 'Ngoài ra như Tăng thường nghe.' Nên Bố-tát như vậy, chứ không nên không Bố-tát."

2.	Khi Tăng Bố-tát, muốn tác Yết-ma, nhóm sáu Tỳ-kheo thọ thanh tịnh dục của vị khác, rồi không đến trong Tăng, bèn ra ngoài giới, khiến cho Tăng Yết-ma không thành. Các Tỳ-kheo đem vấn đề bạch Phật, Phật dạy: "Tăng được thành Yết-ma, người thọ thanh tịnh dục ấy phạm Đột-kiết-la."

3.	[127b01] Bấy giờ, các tỳ-kheo thường thuyết giới lược, các niên thiếu tỳ-kheo nói: "Đại đức nên thuyết giới đầy đủ vì chúng con chưa từng nghe." Các tỳ-kheo bạch Phật, Phật dạy: "Không nên thường thuyết giới lược. Có mười nhân duyên cho phép thuyết giới lược: 1- Có quý nhơn, 2- Có ác thú, 3- Có độc trùng, 4- Đất có sanh thảo, 5- Đất có gai gốc, 6- Có hang của độc xà, 7- Bệnh, 8- Tối tăm, 9- Đất có bùn lầy, 10- Ngồi quá chật. Như vậy gọi là mười nhân duyên.

Nếu thuyết giới được trong năm cách thì hay, bằng không thì nên nói: '***Nay là ngày thứ 14, 15***[566] ***Bố-tát, mỗi chúng ta chánh thân, khẩu, ý, chớ phóng dật.***' Đây cũng được gọi là Bố-tát. Nên Bố-tát như vậy chứ không nên không Bố-tát."

Có một trú xứ, khi thuyết giới lại có Tỳ-kheo đến, hoặc nhiều, hoặc bằng, hoặc ít hơn. Lại có một trú xứ, thuyết giới rồi, tất cả chưa đứng dậy, lại có Tỳ-kheo đến, hoặc nhiều, hoặc bằng, hoặc ít hơn. Lại có một trú xứ, thuyết giới rồi, các Tỳ-kheo có vị đã đứng dậy đi, có vị chưa đứng dậy đi, lại có Tỳ-kheo đến, hoặc nhiều, hoặc bằng, hoặc ít hơn. Lại có một trú xứ, thuyết giới rồi, tất cả các Tỳ-kheo đã đứng dậy đi, lại có Tỳ-kheo đến, hoặc nhiều, hoặc bằng, hoặc ít hơn. Các Tỳ-

---

[566] Tháng bạch nguyệt 白月 (trăng sáng) có 15 ngày.

kheo không biết cách giải quyết thế nào, bạch Phật, Phật dạy: "Nếu khi thuyết giới, lại có Tỳ-kheo đến, hoặc nhiều hay bằng, nên vì họ Bố-tát thuyết giới lại; nếu ít hơn thì nên cho phép nghe số giới còn lại. Nếu thuyết giới rồi, tất cả Tỳ-kheo chưa đứng dậy, lại có Tỳ-kheo đến, hoặc nhiều hay bằng, nên vì họ Bố-tát thuyết giới lại;[567] nếu ít hơn, họ nên đến giữa Tăng, quỳ gối nói: 'Thanh tịnh.' Nếu thuyết giới rồi, các Tỳ-kheo có vị đã đứng dậy đi, có vị chưa đứng dậy đi, lại có Tỳ-kheo đến, hoặc nhiều, hay bằng, nên vì họ Bố-tát thuyết giới lại. Nếu ít hơn, nên yêu cầu Tỳ-kheo trước hòa hợp Bố-tát thuyết giới lại, nếu được thì hay, bằng không nên ra ngoài giới Bố-tát, không nên trong giới Bố-tát riêng.

Nếu thuyết giới rồi, tất cả Tỳ-kheo đã đứng dậy đi, lại có Tỳ-kheo đến cũng như vậy. Nếu cựu Tỳ-kheo tập hợp, nếu cựu Tỳ-kheo đến, nếu khách Tỳ-kheo đến, nếu Tỳ-kheo cựu và khách đến, nếu khách Tỳ-kheo tập hợp, nếu khách Tỳ-kheo đến, nếu cựu Tỳ-kheo đến, nếu Tỳ-kheo cựu và khách đến, nếu Tỳ-kheo cựu và khách tập họp, nếu Tỳ-kheo cựu và khách đến, nếu cựu Tỳ-kheo đến, hay khách Tỳ-kheo đến, hoặc nhiều, hoặc bằng, hay ít hơn... *cho đến* tất cả Tỳ-kheo đã đứng dậy đi, *đều như trên đã nói.*"

10. Phá yết-ma

1.   **[127c01]** Có một trú xứ, khi Bố-tát các tỳ-kheo tập họp muốn thuyết giới, thấy có giường dây, y bát khác mà không thấy tỳ-kheo. Các tỳ-kheo không nghĩ trong trú xứ này có tỳ-kheo hay không Tỳ-kheo, bèn cùng nhau thuyết giới.

2.   Có một trú xứ, khi Bố-tát các tỳ-kheo tập họp muốn thuyết giới, thấy giường dây, y bát khác mà không thấy tỳ-kheo. Các tỳ-kheo

---

[567] *Tứ phần:* Ưng cánh dữ thuyết giới 應更與說戒. Cf. *Mahāvagga* ii, Vin. i. 130: Tăng vừa thuyết giới xong (chưa giải tán); có tỳ-kheo chỗ khác đến với số lượng đông hơn; phải thuyết giới trở lại cho các tỳ-kheo này (*tehi bhikkhūhi puna pātimokkhaṃ uddisitabbaṃ*). Nếu đã thuyết giới xong, tất cả đã đứng dậy; Tỳ-kheo khách số lượng đông này phải thuyết tịnh; không thuyết giới trở lại (*uddiṭṭhaṃ su-uddiṭṭhaṃ, tesaṃ santike pārisuddhi ārocetabbā*).

khởi ý niệm: "Trong đây không có tỳ-kheo", bèn thuyết giới.

3. Có một trú xứ, khi Bố-tát các tỳ-kheo tập họp muốn thuyết giới, thấy giường dây, y bát khác mà không thấy tỳ-kheo. Các tỳ-kheo khởi ý niệm: "Trong đây có tỳ-kheo hay không có tỳ-kheo, cần thuyết giới", bèn thuyết giới.

4. Có một trú xứ, khi Bố-tát các tỳ-kheo tập họp muốn thuyết giới, thấy giường dây, y bát khác mà không thấy tỳ-kheo. Các tỳ-kheo khởi ý niệm: "Trong đây có tỳ-kheo mà đi đâu mất rồi", thuyết giới với tâm phá hòa hợp Tăng.

5. Có một trú xứ, khi Bố-tát các tỳ-kheo tập họp muốn thuyết giới, thấy giường dây, y bát khác mà không thấy tỳ-kheo. Các tỳ-kheo khởi ý niệm: "Trong đây có tỳ-kheo", mà không tìm không kiếm bèn thuyết giới.

6. Có một trú xứ, khi Bố-tát các tỳ-kheo tập họp muốn thuyết giới, thấy giường dây, y bát khác mà không thấy tỳ-kheo. Các tỳ-kheo khởi ý niệm: "Trong đây có tỳ-kheo", tìm kiếm mà không thấy, bèn thuyết giới.

7. Có một trú xứ, khi Bố-tát các tỳ-kheo tập họp muốn thuyết giới, thấy giường dây, y bát khác mà không thấy tỳ-kheo. Các tỳ-kheo khởi ý niệm: "Trong đây có tỳ-kheo", tìm kiếm thấy, cùng thuyết giới.

Các tỳ-kheo không biết thế nào, bạch Phật, Phật dạy:

"Trường hợp 1, 2, 3 và 5, bốn trường hợp này thuyết giới đều có lỗi, Yết-ma không thành, phạm Đột-kiết-la.[568]

Trường hợp 4 cũng có lỗi, Yết-ma không thành, phạm Thâu-lan-giá.[569] Trường hợp 6 không lỗi, Yết-ma không thành, không phạm.

---

[568] *Tứ phần*: "Không thành Yết-ma thuyết giới mà lại có tội." Pāli, Vin. i. 133, phạm Đột-kiết-la.

[569] Vì tội gần mức phá hoà hiệp Tăng. Hay có ý phá nhưng không thành. Cf. *Mahāvagga* ii, Vin. i. 133: *passitvā – nassante te, vinassante te, ko tehi atthi - bhedapurekkhārā uposathaṃ karonti, āpatti thullaccayassa,* "Sau khi tìm thấy, bèn nói: Các ngươi hãy diệt đi! Các ngươi hãy hoại đi! Các ngươi có ích lợi gì? Rồi bố-tát với mục đích phá hoại (hoà

Trường hợp 7 không lỗi, Yết-ma thành, không phạm."

8.	Nếu cựu tỳ-kheo tập họp, không thấy cựu tỳ-kheo, không thấy khách tỳ-kheo, không thấy tỳ-kheo cựu và khách. Nếu khách tỳ-kheo tập họp, không thấy khách tỳ-kheo, không thấy cựu tỳ-kheo, không thấy tỳ-kheo khách và cựu. Nếu tỳ-kheo cựu và khách tập họp, không thấy tỳ-kheo cựu và khách, không thấy cựu tỳ-kheo, không thấy khách tỳ-kheo, có lỗi, không lỗi đều như trên.

9.	Có một trú xứ, khi Bố-tát các tỳ-kheo tập họp, nghe tỳ-kheo tằng hắng ho, nhảy mũi hoặc tiếng giũ y, không khởi ý niệm: "Trong đây có tỳ-kheo, không tỳ-kheo", bèn thuyết giới... *cho đến* có một trú xứ, **[128a01]** khi Bố-tát các tỳ-kheo tập họp, nghe tỳ-kheo tằng hắng ho, nhảy mũi hoặc tiếng giũ y khởi ý niệm như vầy: "Trong đây có tỳ-kheo", rồi tìm được cùng thuyết giới. Các tỳ-kheo không biết làm thế nào, bạch Phật, Phật dạy:

"Có lỗi, không lỗi *đều như trên.*"

10.	Có một tỳ-kheo, thọ thanh tịnh dục của một tỳ-kheo, một tỳ-kheo Bố-tát. Có 2 tỳ-kheo thọ thanh tịnh dục của 2 tỳ-kheo, 2 tỳ-kheo Bố-tát. Có 3 tỳ-kheo thọ thanh tịnh dục của 3 tỳ-kheo, 3 tỳ-kheo Bố-tát. Có số đông tỳ-kheo thọ thanh tịnh dục của số đông tỳ-kheo, số đông tỳ-kheo Bố-tát. Các tỳ-kheo bạch Phật, Phật dạy:

"Đều không nên như vậy, nay cho phép nhiều tỳ-kheo tập họp, ít tỳ-kheo trì thanh tịnh dục đến."

11. 1. Có một trú xứ, các tỳ-kheo tập họp muốn Bố-tát thuyết giới, thấy tỳ-kheo ở chỗ khác, khởi tưởng đồng trú, thấy rồi không nhớ, không hỏi, bèn thuyết giới.

11. 2. Có một trú xứ, các tỳ-kheo tập họp muốn Bố-tát thuyết giới, thấy tỳ-kheo ở chỗ khác, khởi tưởng đồng trú, thấy rồi nhớ mà không hỏi bèn thuyết giới.

11. 3. Có một trú xứ, các tỳ-kheo tập họp muốn Bố-tát thuyết giới, thấy tỳ-kheo ở chỗ khác, khởi tưởng đồng trú, thấy rồi nhớ hỏi, cùng

hiệp Tăng), phạm Thâu-lan-giá."

thuyết giới.

11. 4. Có một trú xứ, các tỳ-kheo tập họp muốn Bố-tát thuyết giới, thấy tỳ-kheo ở chỗ khác, đối với giới thì nghi, đối với tỳ-kheo thì không nghi, không nhớ, không hỏi bèn thuyết giới.

11. 5. Có một trú xứ, các tỳ-kheo tập họp muốn Bố-tát thuyết giới, thấy tỳ-kheo ở chỗ khác, đối với giới nghi, đối với tỳ-kheo không nghi, nhớ mà không hỏi, bèn thuyết giới.

11. 6. Có một trú xứ, các tỳ-kheo tập họp muốn Bố-tát thuyết giới, thấy tỳ-kheo ở chỗ khác, đối với giới nghi, đối với tỳ-kheo không nghi, nhớ, hỏi, cùng thuyết giới.

11. 7. Có một trú xứ, các tỳ-kheo tập họp muốn thuyết giới, thấy tỳ-kheo ở chỗ khác, đối với tỳ-kheo nghi, đối với giới không nghi, không nhớ, không hỏi bèn thuyết giới.

11. 8. Có một trú xứ, các tỳ-kheo tập họp muốn Bố-tát thuyết giới, thấy tỳ-kheo ở chỗ khác, đối với tỳ-kheo nghi, đối với giới không nghi, nhớ, không hỏi bèn thuyết giới.

11. 9. Có một trú xứ, các tỳ-kheo tập họp muốn Bố-tát thuyết giới, thấy tỳ-kheo ở chỗ khác, đối với tỳ-kheo nghi, đối với giới không nghi, nhớ, hỏi, cùng thuyết giới. Các tỳ-kheo không biết thế nào, bạch Phật, Phật dạy:

"Sáu trường hợp (trên) có lỗi, Yết-ma không thành, phạm Đột-kiết-la; ba trường hợp (sau) không lỗi, Yết-ma thành, không phạm. Đồng trú cũng như vậy."

11. Bố-tát và thuyết giới (4)[570]

1. Khách tỳ-kheo nói ngày thứ 14, cựu tỳ-kheo nói ngày thứ 15, các tỳ-kheo **[128b01]** không biết thế nào, bạch Phật, Phật dạy: "Khách tỳ-kheo nên theo cựu tỳ-kheo."

2. Không có cựu tỳ-kheo mà khách tỳ-kheo tự cộng tác, khác với trên, không biết thế nào, bạch Phật, Phật dạy: "Kẻ đến sau nên theo

---

[570] Tiếp theo Bố-tát và Thuyết giới (3) trước.

người đến trước."

3. Có khách tỳ-kheo đến cùng lúc, bạch Phật, Phật dạy: "Nên hỏi tỳ-kheo ở trú xứ gần, nếu trú xứ gần không có tỳ-kheo thì nên hỏi ngày mà quan quy định để áp dụng theo."

4. Bấy giờ các tỳ-kheo từ trú xứ có tỳ-kheo đến trú xứ có tỳ-kheo Bố-tát, đến trú xứ không có tỳ-kheo Bố-tát, đến trú xứ có tỳ-kheo không tỳ-kheo Bố-tát, đến trú xứ tỳ-kheo đấu tranh Bố-tát, đến trú xứ tỳ-kheo phá Tăng Bố-tát. Các tỳ-kheo bạch Phật, Phật dạy: "Ngày Bố-tát đến bốn chỗ trước, phạm Đột-kiết-la, đến một chỗ sau phạm Thâu-lan-giá."

5. Có một trú xứ, ngày Bố-tát, Bạt-nan-đà là Thượng tọa, chúng Tăng mời thuyết giới, Bạt-nan-đà trả lời: "Tụng bị quên." Các tỳ-kheo nói: "Nếu quên, sao lại ngồi trên chỗ Thượng tọa?" Các tỳ-kheo bạch Phật, Phật dạy: "Thượng tọa nên thuyết giới, nếu không thuyết, phạm Đột-kiết-la."

6. Các tỳ-kheo không biết ngang mức tuổi nào là Thượng tọa, bạch Phật, Phật dạy: "Trên mình không có người nào lớn, gọi là Thượng tọa."

7. Các tỳ-kheo khi thuyết giới, nửa chừng bị quên, họ bạch Phật, Phật dạy: "Người ngồi gần nên nhắc, nếu còn quên, nhắc lần nữa; quên lần thứ 3, nên sai người khác tụng tiếp theo, chứ không nên tụng lại."

8. Bấy giờ, nhóm sáu Tỳ-kheo, đêm Bố-tát, đấu tranh, trở ngại việc Tăng tụng giới. Các tỳ-kheo bạch Phật, Phật dạy:

"Nếu tổng số người được thuyết giới đứng dậy ít, thì nên trở lại tập họp thuyết giới, nếu người đứng dậy nhiều hơn hay phân nửa, nên để sáng ngày Bố-tát. Nếu nói luật, nói pháp, luận nghị, nhận được nhiều phẩm vật cúng dường, không đủ thì giờ thuyết giới, đều cho phép để sáng ngày thuyết giới."

9. Các tỳ-kheo trước không mời người tụng giới, do đó trở ngại việc thuyết giới, bạch Phật, Phật dạy:

"Nên mời vị thuyết giới trước."

10. Khi ấy, các tỳ-kheo thuyết giới trước, sau mới tác pháp Yết-ma, nhóm sáu Tỳ-kheo thuyết giới rồi bèn đi, không cùng Tăng hòa hợp làm các Yết-ma, làm cho các pháp Yết-ma không như pháp. Các tỳ-kheo bạch Phật, Phật dạy:

"Nên làm các Yết-ma trước, vậy sau mới thuyết giới, để giữ chân Tăng lại, khiến họ không đi được."

11. Khi ấy, các tỳ-kheo cùng tụng giới, họ bạch Phật, Phật dạy: "Không nên cùng tụng giới, nên mời một vị tụng."

Có tỳ-kheo thuyết giới với giọng ngâm nga, các tỳ-kheo bạch Phật, Phật dạy:

"Nên tụng đàng hoàng."

12. [128c01] Khi ấy, một trú xứ Bố-tát, Bạt-nan-đà là Thượng tọa, xướng: "Nay ngày thứ 15, Tăng Bố-tát thuyết giới, các tỳ-kheo không đến, có thuyết dục và thanh tịnh, nay Tăng làm gì?" Vì hỏi các tỳ-kheo làm việc gì nên các tỳ-kheo trả lời: "Tỳ-kheo… nên trao cho pháp Yết-ma khiển trách, Yết-ma khu xuất, Yết-ma y chỉ, Yết-ma cử tội, Yết-ma hạ ý. Tỳ-kheo… nên trao cho Biệt trú, Ma-na-đỏa, Bổn nhật trị, A-phù-ha-na." Bạt-nan-đà nói: "Tôi không biết Yết-ma." Các tỳ-kheo hỏi: "Nếu không biết tại sao hỏi Tăng và các tỳ-kheo làm việc gì?" Các tỳ-kheo bạch Phật, Phật dạy: "Thượng tọa nên thuyết giới, trì luật nên Yết-ma."

13. Khi ấy, các tỳ-kheo hoặc lật ngược y, hoặc chống nạnh, hoặc mang giày dép, hoặc trùm đầu, hoặc nằm hoặc dựa, làm các oai nghi không cung kính như vậy khi nghe thuyết giới. Các tỳ-kheo bạch Phật, Phật dạy:

"Nên gia tâm cung kính, không nên lật ngược y… *cho đến* nằm, dựa mà nghe thuyết giới. Nếu vi phạm, phạm Đột-kiết-la."

14. Ngày Bố-tát có một tỳ-kheo ngủ gục, thuyết giới rồi, thức dậy hớt hải nói: "Tăng tập cùng nhau thuyết giới." Các tỳ-kheo bạch Phật, Phật dạy:

"Từ nay không được ngủ ngày."

15. Lại có các tỳ-kheo chấp sự bị Yết-ma, không ngủ được, mệt

mỏi, thân bất an, bạch Phật, Phật dạy:

"Cho phép ngủ nơi chỗ kín vắng, nên nói với tỳ-kheo quen biết: 'Tôi ngủ chỗ đó, nếu có Tăng sự kêu tôi'."

16. Lại có một tỳ-kheo khi thuyết giới ngủ, thức dậy, nói với các tỳ-kheo: "Sao không thuyết giới?" Các tỳ-kheo hỏi: "Thầy nhớ chuyện gì?" "Tôi ngủ." Các tỳ-kheo bạch Phật, Phật dạy: "Không nên ngủ khi thuyết giới, vi phạm, phạm Đột-kiết-la."

17. Có một trú xứ Bố-tát, các tỳ-kheo thuyết giới chỗ kín vắng, khách tỳ-kheo đến không biết chỗ nào, bạch Phật, Phật dạy: "Nếu không có nạn sự không nên thuyết giới chỗ kín vắng."

18. Có các tỳ-kheo không biết đến ngày thuyết giới, bạch Phật, Phật dạy: "Thượng tọa nên biết đến ngày, bảo Tỳ-kheo Hạ tọa dọn quét, trải tòa, chuẩn bị thẻ hành trù, và đèn lửa." Các tỳ-kheo nhân việc nhỏ bèn chúc thọ (nhờ người khác). Các tỳ-kheo bạch Phật, Phật dạy:

"Không cho phép nhân việc nhỏ mà chúc thọ các tỳ-kheo."

19. Muốn trang nghiêm nhà Bố-tát nên treo tràng phan, bảo cái, rải hoa, cúng dường Tăng ngọ trai; cũng nhân việc này dâng y vật, lại muốn dùng kệ tán thán Phật, Pháp, Tăng. Các tỳ-kheo bạch Phật, Phật dạy:

"Những việc ấy đều cho phép. Nếu có các việc phước cũng nên kịp thời thực hành."[571]

---

[571] Bản Hán, hết quyển 18.

CHƯƠNG III: PHÁP AN CƯ[572]

1. Kết giới an cư

[129a9] 1. Đức Phật ở tại thành Xá-vệ. Khi ấy các Tỳ-kheo[573] vào mùa Xuân, Hạ, Đông, tất cả thời đều du hành, đạp chết trùng cỏ,[574] mang y vật nặng nhọc trên lộ trình, các cư sĩ thấy cơ hiềm nói: "Các ngoại đạo sa-môn, bà-la-môn còn biết mùa Hạ trong ba mùa thì An cư. Các loài chim lại làm tổ, làm hang để ở yên trong mùa này. Ngược lại, các tỳ-kheo không biết 3 mùa, mùa nào nên đi, mùa nào không nên đi. Các tỳ-kheo thường nói thiểu dục, từ mẫn, hộ niệm chúng sanh, mà nay dậm đạp, không có tâm nhân từ trắc ẩn,[575] không hạnh sa-môn, phá pháp sa-môn."

Các Tỳ-kheo Trưởng lão nghe, bằng mọi cách quở trách, rồi bạch Phật. Nhân việc này, đức Phật tập họp các Tỳ-kheo Tăng, hỏi các tỳ-kheo: "Sự thật các ông có như vậy không?" "Bạch Thế Tôn, có." Đức Phật bằng mọi cách quở trách, rồi bảo các tỳ-kheo: "Không nên tất cả thời đều du hành, vi phạm, phạm Đột-kiết-la.

Từ nay cho phép mùa Hạ phải An cư. Kết pháp An cư: Để trống vai bên hữu, cởi bỏ giày dép, quỳ gối, chắp tay, hướng đến một

---

572 Hán: An cư pháp 安居法; [Pali] *Vassupanāyikakkhandhaka*.

573 *Tứ phần*: "Nhóm sáu Tỳ-kheo 六群比丘."

574 *Tứ phần*: "Các cư sĩ tin tưởng cây cỏ có mạng sống" Pāli (Vin. i. 137), *ekindriyaṃ jīvaṃ*, loài có sự sống với một căn; chỉ một căn duy nhất là mạng căn.

575 *Tứ phần*: "Linh cư sĩ cơ hiềm cố đắc tội da 令居士譏嫌故得罪耶." Cf. Vin.i.137: *bahū khuddake pāṇe saṅghātaṃ āpādentā*, dẫn đến tình trạng sát hại nhiều côn trùng. Bản Hán hiểu [Pali] *āpadyant*: *āpadyati* (Pāli, *āpajjati*) là phạm tội.

tỳ-kheo thưa:

'Trưởng lão, nhất tâm niệm! Tôi Tỳ-kheo... an cư mùa Hạ nơi trú xứ này, ba tháng trước, nương nơi xóm làng... phòng xá... Nếu phòng xá có hư hoại sẽ tu bổ.'

Nói như vậy ba lần. Vị kia nói: 'Tôi ghi nhận.'"

2.   Các tỳ-kheo ngày nào cũng kết an cư, hoặc hai ngày cho đến năm ngày một lần kết, bạch Phật, Phật dạy: "Không nên kết như vậy, nên ngày Bố-tát cuối mùa xuân, chia phòng xá ngọa cụ, rồi ngày mồng một mùa Hạ kết an cư."[576]

2. Trú xứ an cư

1.   Có tỳ-kheo muốn nương nơi dưới con voi, hoặc nương nơi xe cộ kết an cư. Lại có tỳ-kheo muốn nương nơi bát úp an cư. Các tỳ-kheo bạch Phật, Phật dạy: "Đều không nên kết như vậy, vi phạm, phạm Đột-kiết-la. Cho phép kết nơi chỗ đủ ngồi kết già và y bát không bị mưa ướt mà an cư."

2.   Có các tỳ-kheo an cư nơi chỗ không có sự cứu hộ, bị giặc cướp đoạt. **[129b01]** Lại có các tỳ-kheo an cư nơi gò mả, bị phi nhân gây não. Lại có các tỳ-kheo an cư trên cây, bị rắn độc làm khốn khổ. Lại có các tỳ-kheo an cư trong nhà lợp bằng da, bên trong lỗ mũi bị sanh thịt. Lại có các tỳ-kheo an cư nơi chỗ đất trống, da bị lột. Các tỳ-kheo bạch Phật, Phật dạy: "Những chỗ trên đều không nên kết."

3.   Bấy giờ các bạch y thỉnh tỳ-kheo an cư ở chỗ không có sự cứu hộ, bạch: "Đại đức có thể an cư nơi chỗ đó, tôi sẽ từ xa làm việc cứu hộ." Các tỳ-kheo bạch Phật, Phật dạy: "Cho phép thọ."

4.   Lại có các tỳ-kheo ở gò mả, lo ngại nơi nhân gian không có phòng xá ngọa cụ, muốn ở lại gò mả an cư, bạch Phật, Phật dạy: "Nếu

---

[576] *Tứ phần* 37, tr. 830c06: "Từ nay về sau, cho phép các tỳ-kheo an cư ba tháng mùa hạ." Cf. *Mahāvagga* iii, Vin. i. 137: *dvemā vassūpanāyikā, purimikā pacchimikā*, "Có hai hạn khởi đầu mùa mưa: hạn đầu và hạn sau." Mùa hạ, theo lịch Ấn Độ, có bốn tháng. Tiền kỳ hạ bắt đầu từ sau ngày trăng tròn tháng *Āsāḷhī* (tháng 6-7, DL). Hậu kỳ hạ, sau ngày trăng tròn một tháng sau đó.

có thể hệ niệm tại tiền, không có sự sợ sệt thì cho phép."

5. Lại có các tỳ-kheo muốn bố trí một chỗ trên lùm cây trong không trung để an cư, bạch Phật, Phật dạy: "Cho phép, nhưng trước hết nên dùng đá ném lên cây, hoặc lấy cây sào đập, lắng nghe có âm thanh nào phát ra hay để có vật gì chạy ra. Nếu không có tiếng gì khác, không có vật gì chạy ra, sau đó mới vào. Lấy bùn kết dính các chỗ hiểm yếu để có sự bằng phẳng, chung quanh làm vách đất, đặt cửa để đóng mở."

6. Bấy giờ long vương A-nậu-đạt thỉnh các tỳ-kheo an cư trong hang ở trong cung, 500 kim ngân và các châu báu làm thành, các tỳ-kheo không dám đến, bạch Phật, Phật dạy:

"Cho phép đến." Các tỳ-kheo muốn làm cấp để đi, lót đá để ngồi, và đá để rửa chân, đều dùng bằng vàng bạc, xấu hổ không dám, bạch Phật, Phật dạy: "Vàng bạc nơi đó cũng như đất đá ở đây, tùy ý sử dụng."

7. Lại có các tỳ-kheo an cư có nạn giặc, nạn vua, nạn bà con. Đem việc này bạch Phật, Phật dạy:

"Nên tránh đi chỗ khác an cư. Có 2 thứ an cư:[577] Tiền an cư và hậu an cư. Nếu không có việc gì thì nên tiền an cư, có việc gì thì cho phép hậu an cư."

Tỳ-kheo hậu an cư đến chỗ khác, tỳ-kheo kia không cung cấp phòng xá, ngọa cụ. Đem việc này bạch Phật, Phật dạy: "Nên cung cấp." Đã cấp rồi không ở, lại đoạt phòng của người khác, các tỳ-kheo bạch Phật, Phật dạy: "Nhận được phòng nào ở phòng ấy. Tỳ-kheo khi muốn an cư, nên trù liệu trước, chỗ này có nạn, không nạn; không nạn nên ở, có nạn nên đi."

8. Bấy giờ thành Xá-vệ, có trưởng giả tên là Ưu-đà-diên[578] tin ưa Phật pháp, thường cung cấp cho các tỳ-kheo. Khi an cư, vì Tăng làm

---

[577] *Tứ phần*: "Pháp an cư ba tháng sau của mùa hạ cũng như vậy." (**xem thêm cht. 576 trước**).

[578] Ưu-đà-diên 憂陀延. *Tứ phần* 37, tr. 835a15: Vương Ưu-đà-diên 王憂陀延. Udena, quốc vương *Kosambī*.

phòng xá, thiết trai nhập xá, muốn **[129c01]** nhân việc ấy đem phòng dâng cúng, mời các tỳ-kheo ở các trú xứ chung quanh, các tỳ-kheo xấu hổ không dám thọ.

Trưởng giả cơ hiềm chê trách nói: "Thức ăn này làm bằng tài vật dư thừa của tôi, các thầy không dám thọ thỉnh à!"

Các tỳ-kheo đem vấn đề bạch Phật, Phật dạy:

"Cho phép thọ. Nếu làm nhà cho tỳ-kheo-ni và phòng cho ngoại đạo, cho đến làm thềm cấp đường đi, thiết trai mời cúng dường, đều cho phép thọ. Nếu có người thỉnh hay không được thỉnh, phải ra ngoài cương giới, tất cả trường hợp đều cho phép 7 ngày phải trở lại."

9. Có một tỳ-kheo tự mình không biết luật, nhưng không nương nơi người trì luật, trong khi an cư sanh nghi, khởi ý niệm: "Đức Thế Tôn không cho phép ta du hành khi an cư, không có ai để hỏi, không biết làm thế nào?" Đem việc này bạch Phật, Phật dạy:

"Cho phép an cư chỗ có tỳ-kheo trì luật. Nếu chỗ tỳ-kheo trì luật phòng xá chật hẹp, cho phép ở chỗ gần tỳ-kheo trì luật, mỗi 7 ngày tới một lần, trong khi đó tâm niệm, từ xa nương vị trì luật mà an cư."

10. Có một tỳ-kheo, chia phòng xá ngọa cụ rồi, không khởi ý niệm: "Nay tôi an cư, miệng cũng không nói, sau sanh nghi hối: ta không kết an cư, có thành an cư không?" Đem việc này Bạch Phật, Phật dạy: "Vì an cư, thọ phòng xá, trải ngọa cụ, tuy không phát tâm, miệng nói để kết, cũng được gọi là an cư."

3. Xuất giới

Bấy giờ tại thành Xá-vệ, người ta muốn đào con kênh thông nước nơi Kỳ-hoàn, vua Ba-tư-nặc nghe, ra lệnh:

"Ai đào kênh thông nước nơi Kỳ-hoàn phải bị đại tội."

Sau đó, nơi biên giới có việc, vua tự xuất chinh. Các ngoại đạo muốn cùng tập trung lực lượng đào kênh thông nước. Các tỳ-kheo đem việc ấy nói với các ưu-bà-tắc, các ưu-bà-tắc nói:

"Việc này không phải thuộc quyền ngăn cấm của chúng tôi, cần phải đến tâu với vua."

Các tỳ-kheo nói:

"Đức Thế Tôn không cho phép trong khi an cư đi quá 7 ngày. Nhà vua hiện ở cách xa đây, làm sao đến kịp."

Các Tỳ-kheo bạch Phật, nhân việc này, đức Phật tập họp Tỳ-kheo Tăng, bảo các tỳ-kheo:

"Từ nay có việc Phật, Pháp, Tăng hay các việc tư, cần đi ngoài 7 ngày, cho phép Bạch nhị yết-ma thọ 15 ngày hoặc 1 tháng để ra ngoài giới. Một tỳ-kheo xướng:

Đại đức Tăng xin lắng nghe! Tỳ-kheo... này vì công việc... muốn đi ra ngoài giới, ngoài 7 ngày, lại thọ 30 đêm rồi trở lại đây an cư. Nếu thời gian thích hợp đối với Tăng, Tăng chấp thuận. Đây là lời tác bạch.

Đại đức Tăng xin lắng nghe! Tỳ-kheo... này vì công việc... muốn đi ra ngoài giới, ngoài 7 ngày, thọ 30 đêm rồi trở lại đây an cư. Các Trưởng lão nào chấp thuận thì im lặng. Vị nào không đồng ý xin nói.

Tăng đã thuận cho Tỳ-kheo... [130a01] *thọ 30 đêm ra ngoài giới rồi. Tăng chấp thuận nên im lặng. Việc này tôi ghi nhận như vậy."*

4. Phá hạ

Có một tỳ-kheo an cư, thức ăn thô cũng không đủ, khởi ý niệm: "Ta ở đây, trong khi an cư, thức ăn thô cũng không đủ, song đức Thế Tôn không cho phép phá an cư, ta nên như thế nào?" Đem việc này bạch Phật, Phật dạy:

"Vì nhân duyên ấy, cho phép phá an cư, không có tội."

Lại có một tỳ-kheo an cư, có một tỳ-kheo-ni quyến rũ cộng tác bất tịnh hạnh. Tỳ-kheo ấy nghĩ: "Nhân tâm dễ thay đổi, sau đó có thể bị lung lạc, nhưng Thế Tôn không cho phép phá an cư, ta nên như thế nào?" Đem việc này bạch Phật, Phật dạy:

"Vì lý do ấy cho phép phá an cư, không có tội. Thức-xoa-ma-na, cho đến huỳnh môn cũng được như vậy." Nếu quốc vương muốn phá hoại phạm hạnh, cho đến cha mẹ, thân thích cũng được như vậy.

Có một tỳ-kheo an cư, bắt gặp kho tàng quí giá, khởi ý nghĩ: "Của phục tàng này đủ nuôi sống một đời ta, nếu ở lâu, ý niệm này có thể bị lung lạc, nhưng đức Thế Tôn không cho phép phá an cư, ta nên thế nào?" Đem việc này bạch Phật, Phật dạy:

"Vì nhân duyên này cho phép phá an cư, không tội." Nếu chứng kiến sự vui sướng, khổ đau của quốc vương, của người tôn quý, kể cả cha mẹ, vì sợ mất đạo ý, đều cũng giải quyết như vậy.

Có một tỳ-kheo an cư, nghe có tỳ-kheo muốn phá Tăng, khởi ý niệm: "Nếu có phá Tăng sự, Tăng không được hòa hợp, không được an lạc, do đức Thế Tôn không cho phép phá an cư, ta nên như thế nào?" Đem việc này bạch Phật, Phật dạy:

"Cho phép vì nhân duyên ấy phá an cư, không có tội."

Lại có một tỳ-kheo an cư, nghe trú xứ khác có tỳ-kheo muốn phá Tăng, mà là chỗ thân mật, khởi ý nghĩ: "Nếu ta đến can gián chắc nghe lời ta, song đức Thế Tôn không cho phép ta phá an cư, ta nên như thế nào?" Đem việc này bạch Phật, Phật dạy:

"Cho phép vì nhân duyên ấy phá an cư, không có tội." Nếu có thể sai người can gián, vì việc này mà đi, nếu nơi đó Tăng đã phá, nếu tự mình hòa hợp, hoặc khiến người hòa hợp, vì việc này mà đi, cũng lại như vậy. Tỳ-kheo-ni có thể hòa hợp Tăng, cũng như vậy.

Bấy giờ có đoàn khách buôn[579] dừng nghỉ, các tỳ-kheo muốn nương theo họ an cư, bạch Phật, Phật dạy: "Cho phép nương đoàn khách buôn an cư." Trong khi an cư, bỗng nhiên họ lại đi, các tỳ-kheo không biết nên thế nào, bạch Phật, Phật dạy: "Cho phép đi theo họ." Các khách buôn chia làm hai đoàn, các tỳ-kheo không biết làm thế nào, bạch Phật, Phật dạy:

"Đoàn nào có lòng tin ưa, phong phú, vui vẻ thì đi theo. Tỳ-kheo có trì luật, nơi đó cũng có nhiều vị trì luật, cho phép theo bộ này mà đi."

---

[579] *Tứ phần:* Áp du nhân 壓油人 (?) Xem Vin. i. 152: *sattha,* thương đoàn. Phật cho phép y thương đoàn mà an cư; và di chuyển theo thương đoàn.

Nếu nương nơi người chăn trâu, **[130b01]** chăn dê, người làm bè, người đi thuyền an cư, đều cũng như vậy.[580]

Có các tỳ-kheo trong khi an cư, phòng xá, ngọa cụ bị cháy không có chỗ ở, không biết nên như thế nào?" Đem việc này bạch Phật, Phật dạy:

"Nếu bị lửa cháy, nước trôi, nạn vua, nạn giặc, nạn phi nhơn, nạn sư tử, hổ lang, các trùng độc cho đến loài kiến, nước, gió đều cho phép phá an cư, không có tội."

5. Tiền hậu an cư

Khi ấy, Bạt-nan-đà thọ an cư, thỉnh Bố-tát rồi, đi giữa đường thấy hai trú xứ, nhiều y thực được dâng cúng, Bạt-nan-đà bèn vào hai nơi đó. Mỗi chỗ đều nhận phân nửa phẩm vật. Các tỳ-kheo bạch Phật. Nhân việc này, đức Phật tập họp Tỳ-kheo Tăng, hỏi Bạt-nan-đà:

"Thật sự ông có như vậy không?"

"Bạch Thế Tôn, có".

Đức Phật bằng mọi cách quở trách:

"Ông là người ngu si, tại sao đã thọ sự thỉnh của người khác, vì lợi dưỡng đến an cư hai trú xứ?" Phật bảo các tỳ-kheo:

"Từ nay, tỳ-kheo nào nhận sự mời của người khác tiền an cư,[581] Bố-tát rồi, đến giữa đường, thấy hai trú xứ, nhiều y thực được dâng cúng bèn vào, thì không có tiền hay hậu an cư, mắc tội trái với lời nói, phạm Đột-kiết-la.[582]

---

[580] *Tứ phần*: "Từ nay về sau, cho phép y nơi người chăn bò để an cư. Trong khi an cư tùy theo sự di chuyển của người chăn bò mà di chuyển theo."

[581] Tiền an cư là an cư phần đầu của mùa hạ. Cụ thể là kết an cư vào ngày mồng 1 trăng tròn tháng 4 A-sa-đà, tức tương đương ngày 16 tháng 4 hay tháng 5 tùy theo cách tính tháng giữa lịch Ấn Độ và lịch Trung quốc (*Tứ phần 37*, tr. 832a26).

[582] *Tứ phần 37*, tr. 835b: "Tỳ-kheo nào nhận lời mời của người tiền an cư nơi đây, đến ngoài giới bố-tát xong rồi đi đến chỗ khác, tỳ-kheo này

"Tỳ-kheo nào nhận sự mời của người khác tiền an cư, Bố-tát rồi mà đi chưa tới nơi, đến ngày 17, tướng ánh sáng[583] xuất hiện, tỳ-kheo ấy không thành tiền an cư mà thành hậu an cư,[584] không phá an cư, mắc tội trái với lời nói.

"Nếu nhận sự mời của người khác tiền an cư, Bố-tát rồi, đến kết an cư, không thọ 7 ngày ra ngoài giới, trong vòng 7 ngày, trở lại, không trở lại, tỳ-kheo ấy không thành tiền an cư mà thành hậu an cư, không phá an cư, mắc tội trái với lời nói.

"Nếu nhận lời mời của người khác tiền an cư, Bố-tát rồi, đến kết an cư, thọ 7 ngày ra ngoài giới không trở lại, không thành tiền an cư mà thành hậu an cư, không phá an cư, mắc tội trái với lời nói. Nếu trong vòng 7 ngày mà trở lại, không phá an cư, không phạm tội trái với lời nói.

"Nếu nhận lời mời của người khác tiền an cư, Bố-tát rồi, đến kết an cư, trước Tự tứ 7 ngày, không có pháp 7 ngày ra ngoài giới, cũng không thành tiền an cư, thành hậu an cư, không phá an cư, mắc tội

---

phá an cư, trái với điều tác bạch trước, mắc tội." Cf. *Thập tụng* 24 (tr. 177c): "Tại trú xứ thỉnh tiền an cư mà tỳ-kheo chưa qua bố-tát (ngày 15 bố tát, ngày 16 thọ an cư), chưa nhận phân phòng xá, nếu xuất giới, chỗ đó không thành tiền an cư." Cf. Pāli (Vin. i. 154): Tỳ-kheo ấy đang đi đến trú xứ (tiền an cư) này, bèn bố-tát ngoài giới (trú xứ tiền an cư), rồi ngày hôm sau đi đến trú xứ khác (cũng để nhận tiền an cư tại đây). Tại trú xứ này, tỳ-kheo nhận phòng xá, v.v... rồi đi trong ngày, hay ở lại đó vài ngày, hay sau đó đi cho công việc thời hạn bảy ngày xuất giới nhưng đi quá: tất cả đều phá tiền an cư. Nếu đi không quá bảy ngày, không phá tiền an cư.

[583] Hán: Minh tướng 明相, tướng sáng, dấu hiệu sáng. 明相 *aruṇuggamane*, khi mặt trời mọc.

[584] Trong khoảng từ ngày 17 tháng 4 hay tháng 5 cho đến hết ngày 16 tháng 5 hay tháng 6 được gọi là thời kỳ của hậu an cư. Nói theo thông lệ ở nước ta, ngày kết tiền an cư là vào ngày 16 tháng 4 âm lịch, và từ ngày 17 đến hết ngày 16 tháng 5 là thời kỳ của hậu an cư. Trong thời kỳ hậu an cư, Luật cũng chia làm hai phần là trung an cư và hậu an cư (*Tứ phần 58*, tr. 998b11).

trái với lời nói. Nếu có pháp 7 ngày ra ngoài giới, không phá an cư, không phạm tội trái với lời nói.

"Tỳ-kheo nào, nhận lời của người khác tiền an cư, đến nơi kia Bố-tát, cũng như vậy.

"Tỳ-kheo nào, nhận lời mời của người khác, hậu an cư, Bố-tát rồi, đến giữa đường, thấy 2 trú xứ có nhiều y thực dâng cúng, bèn ở lại không đi, phá an cư, trái với lời nói, phạm 2 tội Đột-kiết-la. Nếu nhận lời mời của người khác, hậu an cư, Bố-tát rồi đi không đến, đến [130c01] ngày 17, tướng ánh sáng xuất hiện, tỳ-kheo ấy phá an cư, trái với lời nói, phạm 2 tội. Nếu nhận lời mời của người khác, hậu an cư, Bố-tát rồi đến kiết an cư, không thọ 7 ngày ra ngoài giới, trong 7 ngày trở lại hay không trở lại, và thọ 7 ngày, trong 7 ngày không trở lại, đều phá an cư, trái với lời nói, mắc 2 tội. Nếu trong 7 ngày trở lại, không phá an cư, không phạm tội trái với lời nói. Nếu nhận lời mời của người khác, hậu an cư, Bố-tát rồi đến kết an cư, trước Tự tứ 7 ngày, không có pháp ra ngoài giới 7 ngày, phá an cư, trái với lời nói, mắc 2 tội. Nếu có pháp 7 ngày ra ngoài giới, không phá an cư, không phạm tội trái với lời nói. Nếu nhận lời mời của người khác, hậu an cư đến chỗ kia Bố-tát, cũng như vậy."

Có một tỳ-kheo tìm chỗ an cư, thấy có cái hang không, khởi ý niệm: "Ta sẽ an cư nơi đây." Lại có số đông tỳ-kheo thấy, cũng lại có ý niệm như vậy mà không biết nhau. Trước khi an cư, đến ngày Bố-tát, hai bên cùng tập họp nơi đó, đều nói: "Trước đây, tôi đã tìm ra cái hang này." Không biết ai được ở, các tỳ-kheo đem việc này bạch Phật, Phật dạy:

"Nếu ai đến trước nên làm dấu, hoặc để tên mình nơi vách, hoặc nói với người ở xung quanh hang, sau lấy đó làm chứng, thì người này được ở."

Lại có tỳ-kheo trước chiếm trú xứ, sau rồi không đến, tỳ-kheo khác không dám ở, bèn bỏ trống trú xứ đó, bạch Phật, Phật dạy:

"Nên xóa cái dấu, hoặc nói để cho mọi người đều biết, khiến tỳ-kheo khác được ở."

CHƯƠNG IV: PHÁP TỰ TỨ[585]

1. Á pháp

Đức Phật ở tại thành Xá-vệ. Bấy giờ số đông tỳ-kheo ở một chỗ an cư, cùng bàn với nhau:

"Chúng ta nếu cùng nhau nói năng, sẽ đưa đến sự thêm bớt, nên cùng nhau lập qui chế: 'Chớ nên có những lời lẽ gì với nhau. Nếu ai khất thực về trước thì lau quét, rưới nước chỗ dọn ăn, lấy nước đầy bình, đem khăn lau tay, lau chân ra, trải các tọa cụ, để đồ đựng thức ăn dư, lường thức ăn, có dư thì sớt bớt để vào đó, người nào ăn thiếu lấy đó mà ăn, ăn rồi theo thứ tự dọn dẹp, nếu một mình không thể làm được thì ra dấu nhờ bạn cùng làm.' An cư như vậy được sống an lạc, không có cái họa phải quấy, thêm bớt."[586]Luận bàn như vậy rồi liền bèn thực hiện.

An cư xong, thường pháp[587] của chư Phật, một năm có hai lần hội họp, khi đến chỗ Phật, các tỳ-kheo[588] đầu mặt đảnh lễ sát chân, rồi ngồi lui qua một bên. Đức Phật an ủi hỏi: "Các thầy an cư hòa hợp, khất thực không thiếu, trên đường đi không nhọc mệt chứ?"

"Bạch Thế Tôn, chúng con an cư [131a01] hòa hợp, khất thực không thiếu, trên đường đi không nhọc mệt."

Đức Phật lại hỏi:

---

[585] Hán: Tự tứ pháp 自恣法; [PALI] *Pavāraṇakkhandhaka*.
[586] Cf. *Trung A-hàm*, kinh 77 (Sa-kê-đế).
[587] Thường pháp 常法; [PALI] *Dhammatā*, qui định chung.
[588] *Tăng-kỳ* 27, tr. 451a26: Ba Tỳ-kheo A-na-luật, Kim-tì-lô, Bạt-đề lập ước an cư như vậy, bị Phật khiển trách: "Chẳng khác nào kẻ thù sống với nhau." *Trung A-hàm*, ibid.: Ba vị này được Phật khen.

"Các thầy an cư bằng cách nào được hòa hợp?"

Các tỳ-kheo liền trả lời đầy đủ như trên. Đức Phật bằng mọi cách quở trách:

"Các thầy ngu si, như oan gia ở với nhau, làm sao mà được hòa hợp an lạc. Ta đã dùng vô số phương tiện dạy các thầy chung sống, cần phải nhắc nhở nhau, xây dựng, giác ngộ cho nhau, để làm tròn đạo nghiệp. Tại sao nay các thầy lại thực hành pháp câm?![589] Từ nay nếu lại lập cái pháp không cùng nói năng với nhau thì phạm tội Đột-kiết-la."[590]

2. Vấn thính

Bấy giờ, nhóm sáu Tỳ-kheo thường thường phạm tội. Các tỳ-kheo dùng lời Phật dạy, cùng nhau khuyên răn, nói: "Các thầy thường thường phạm tội, nên tự thấy lỗi mà tu cải hối, chớ để ô nhiễm phạm hạnh, tự để lại cái khổ lớn cho mình, phụ lòng tin của tín thí, rốt cuộc không được gì!"

Nhóm sáu Tỳ-kheo không tự cải lỗi, trở lại vu khống, nói các Tỳ-kheo Trưởng lão phạm các tội.

Các ngài nghe rồi, xấu hổ, đến chỗ Phật, bạch Phật. Nhân việc này, đức Phật tập họp Tỳ-kheo Tăng, hỏi nhóm sáu Tỳ-kheo:

"Thật sự các ông có như vậy không?"

"Bạch đức Thế Tôn, có."

Đức Phật bằng mọi cách quở trách rồi, bảo các tỳ-kheo:

"Nếu có tỳ-kheo phạm tội, trước nên hỏi: Tôi muốn khuyên thầy, thầy có cho phép tôi hay không? Vị ấy nói, cho phép, thì khuyên, không cho phép thì thôi. Nếu không cho phép thì phạm Đột-kiết-la."

Thời gian sau, nhóm sáu tỳ-kheo phạm tội bèn hỏi ngược lại tỳ-kheo Trưởng lão: "Tôi muốn khuyên thầy, thầy có cho phép tôi hay không?"

---

[589] Hán: Á pháp 啞法.
[590] *Tứ phần* 37, tr. 836a17: Đột-kiết-la. *Thập tụng* 23, (tr. 165b11): Thâu-lan-giá.

Vị kia khởi ý niệm: Phật chế không được không cho phép, bèn nói:

"Tùy ý thầy cứ nói".

Nhóm sáu Tỳ-kheo nói:

"Nếu tùy ý tôi thì nên theo tôi, tôi nói cho nghe tội gì, nói khi nào, nói chỗ nào?" Vị kia nghe nói những lời này bèn đi theo sau, không dám rời xa.

Các tỳ-kheo bạch Phật, Phật lại hỏi nhóm sáu Tỳ-kheo:

"Sự thật các ông có như vậy không?"

"Thật như vậy, bạch Thế Tôn."

Đức Phật bằng mọi cách quở trách, rồi bảo các tỳ-kheo:

"Nếu thành tựu năm pháp thì không nên hỏi xin phép nói tội. Năm pháp là: Không xấu hổ, ngu si, ít nghe, tự mình không như pháp, mong nêu bày việc ác của người. Nếu có xấu hổ, nghe nhiều, trí tuệ, tự mình như pháp, thật sự muốn khiến cho người xa lìa tội ác, mới được hỏi xin phép[591] nói tội. Lại có năm pháp không nên hỏi xin phép nói tội: 'làm theo ái, giận, sợ, si, không biết đúng lúc hay không đúng lúc.' Ngược lại trên thì nên hỏi xin phép nói tội.[592] Nếu thành tựu năm ác pháp mà hỏi, không nên kính cẩn cho phép nói tội. Nếu thành tựu năm thiện pháp mà hỏi, nên kính cẩn cho phép nói tội."

Khi ấy các tỳ-kheo nghị bàn như sau: "Như đức Thế Tôn dạy, nên cho phép hỏi, không nên cho phép hỏi, **[131b01]** nên kính cẩn cho phép, không nên kính cẩn cho phép, chỉ có La-hán sau đó mới nên hỏi, chúng ta làm sao được phép làm điều này." Các tỳ-kheo bạch Phật. Nhân việc này, đức Phật tập họp Tỳ-kheo Tăng, hỏi các tỳ-kheo: "Thật sự các thầy có nghị bàn như vậy không?"

---

[591] Hán: vấn thính 問聽. *Tứ phần:* "Cầu thính 求聽: "Xin được nghe." Cầu thính hay vấn thính đồng nghĩa với tự tứ. Chỉ có khác, tự tứ thực hiện bởi Tăng.

[592] *Tứ phần:* "Từ nay về sau cho phép người đủ năm pháp sau mới được cầu thính: Biết thời chứ không phi thời; như thật chứ không hư dối; có lợi ích chứ không lợi ích; dịu dàng chứ không thô lỗ; từ tâm chứ không sân hận."

"Bạch Thế Tôn, có."

Đức Phật bảo các tỳ-kheo:

"Từ nay do mười điều lợi, cho các tỳ-kheo làm pháp Tự tứ. Nên yêu cầu Tăng Tự tứ nói tội: 'Xin các Đại đức, nếu thấy tội của tôi, hoặc nghe tội của tôi, hoặc nghi tội của tôi, rủ lòng thương Tự tứ nói, tôi thấy tội sẽ sám hối.' Nói như vậy ba lần."

3. Pháp thức tự tứ

1. Bấy giờ các tỳ-kheo khởi ý niệm: "Đức Thế Tôn dạy chúng ta Tự tứ, nên cùng nhau phụng hành, ngày nào cũng Tự tứ, hoặc hai ngày, ba ngày cho đến năm ngày Tự tứ một lần." Các tỳ-kheo bạch Phật, Phật dạy:

"Không nên như vậy, nên ngày cuối cùng của ba tháng hạ Tự tứ."[593]

Các tỳ-kheo bèn đối trước tỳ-kheo-ni, thức-xoa-ma-na, sa-di, sa-di-ni Tự tứ; hoặc đối trước bạch y, ngoại đạo, cuồng tâm, loạn tâm, bệnh hoại tâm, người bị cử, diệt tẫn, dị kiến để Tự tứ. Các tỳ-kheo bạch Phật, Phật dạy: "Không nên Tự tứ như vậy, nên Tự tứ trong chúng Tỳ-kheo như pháp."

Có các tỳ-kheo ngồi trên giường Tự tứ. Các tỳ-kheo bạch Phật, Phật dạy: "Không nên như vậy."

Các tỳ-kheo Tự tứ ở dưới đất, nhớp y phục, bạch Phật, Phật dạy: "Nên sửa soạn nơi đất cho sạch sẽ, trải cỏ lên trên, Tự tứ."

Nhóm sáu Tỳ-kheo nói: "Đến phiên tôi, tôi sẽ xuống đất." Các tỳ-kheo bạch Phật, Phật dạy: "Không nên như vậy." Trước hết một tỳ-kheo xướng:

"Đại đức Tăng xin lắng nghe! Nay đến giờ Tự tứ của chư Tăng, Tăng nên hòa hợp để Tự tứ. Đây là lời tác bạch."

Sau đó, tất cả đều xuống đất quì gối Tự tứ. Các tỳ-kheo Tự tứ chưa xong, Thượng tọa già bệnh, không thể quỳ lâu, bạch Phật, Phật dạy:

"Cho phép Tự tứ rồi trở lại chỗ ngồi."

---

[593] *Tứ phần:* "Từ nay về sau cho phép an cư rồi tự tứ."

Các tỳ-kheo Tự tứ xong bèn đi ra, bạch Phật, Phật dạy: "Không nên ra trước, phải đợi xong rồi ra một lượt."

Các tỳ-kheo cùng lúc hướng đến Thượng tọa Tự tứ, không biết ai đã Tự tứ, ai chưa Tự tứ, bạch Phật, Phật dạy:

"Không nên cùng lúc Tự tứ."

Các tỳ-kheo lại mỗi vị đến Thượng tọa Tự tứ. Có những người bạch y muốn cúng dường nghe pháp, lâu không thể đợi, bèn cơ hiềm nói: "Chúng tôi bận nhiều việc, phải phế bỏ đến đây, mà các tỳ-kheo không có thì giờ thọ thí, vì tôi nói pháp." Các tỳ-kheo bạch Phật, Phật dạy:

"Không nên mỗi vị, mỗi vị Tự tứ. Cho phép tám vị Thượng tọa Tự tứ riêng, **[131c01]** ngoài ra đồng tuổi với đồng tuổi Tự tứ cùng lúc."

Các tỳ-kheo không biết Tự tứ với ai?⁵⁹⁴ Bạch Phật, Phật dạy: "Nên Bạch nhị yết-ma sai người Tự tứ, hai vị hay nhiều vị. Một tỳ-kheo xướng:

Đại đức Tăng xin lắng nghe! Tỳ-kheo... và Tỳ-kheo... này có thể vì Tăng làm người Tự tứ. Nay Tăng sai Tỳ-kheo..., Tỳ-kheo... làm người Tự tứ. Nếu thời gian thích hợp đối với Tăng, Tăng chấp thuận. Đây là lời tác bạch.

Đại đức Tăng xin lắng nghe! Tỳ-kheo..., Tỳ-kheo... có thể vì Tăng làm người Tự tứ. Nay Tăng sai Tỳ-kheo..., Tỳ-kheo... làm người Tự tứ. Các Trưởng lão nào chấp thuận thì im lặng. Vị nào không đồng ý xin nói.

Tăng đã sai Tỳ-kheo..., Tỳ-kheo... làm người Tự tứ rồi. Tăng đồng ý nên im lặng. Việc này tôi ghi nhận như vậy."

2. Các tỳ-kheo sai Tỳ-kheo vô trí làm người Tự tứ, bạch Phật, Phật dạy: "Người bị chi phối bởi năm pháp sau không nên sai: Làm

---

⁵⁹⁴ Hán: 諸比丘不知自恣已至何處? Các tỳ-kheo không biết Tự tứ rồi đến chỗ nào? *Tứ phần* (T22n1428_p0836b17), Phật dạy: "không được tùy ý Tự tứ, mà phải Tự tứ nơi thượng tọa. Cho phép sai người thọ Tự tứ bằng bạch nhị yết-ma."

theo ái, giận, si, sợ, không biết thời hay phi thời;[595] ngược lại với năm điều trên thì nên sai."

Tỳ-kheo được Tăng sai nên đứng dậy nói với các tỳ-kheo:

"Những vị đồng tuổi ngồi lại một chỗ."

Người Tự tứ không biết mình nên Tự tứ vào lúc nào, bạch Phật, Phật dạy:

"Theo thứ tự, đến mình thì nên Tự tứ."

Các tỳ-kheo Tự tứ theo thể thức như vậy vẫn còn lâu, các bạch y cơ hiềm như trên. Các tỳ-kheo bạch Phật, Phật dạy:

"Người được sai nên xướng: Mỗi vị hướng vào nhau Tự tứ."

Các tỳ-kheo Tự tứ rồi lại Bố-tát, bạch Phật, Phật dạy: "Yết-ma Tự tứ cũng gọi là Bố-tát."

3.   Bấy giờ đức Thế Tôn, ngày Tự tứ, cùng các tỳ-kheo, kẻ trước người sau vây quanh, ngồi nơi đất trống. Phật bảo các tỳ-kheo: "Nay đã đến giờ Tăng hòa hợp Tự tứ, nên cùng nhau Tự tứ." Có một tỳ-kheo đứng dậy bạch Phật: "Có tỳ-kheo bệnh không đến được." Đức Phật dạy:

"Nên sai một tỳ-kheo dìu tới... *cho đến câu:* Ra ngoài giới Tự tứ, như trong mục thuyết giới đã nói."

4.   Ngăn tự tứ

Nhóm sáu Tỳ-kheo có tội mà Tự tứ, bạch Phật, Phật dạy: "Không nên như vậy, vi phạm, mắc tội Đột-kiết-la." Họ vẫn cố có tội mà Tự tứ, bạch Phật, Phật dạy: "Nên ngưng Tự tứ."[596]

Các tỳ-kheo khi chưa Yết-ma bèn ngăn người khác Tự tứ; hoặc có chỗ khác Tự tứ rồi mới ngăn; bạch Phật, Phật dạy: "Không nên như vậy, Yết-ma rồi, khi chưa Tự tứ nên ngăn."

Đức Phật bảo các Tỳ-kheo: "Có bốn pháp không như pháp ngăn Tự

---

[595] *Tứ phần*, đã dẫn: ái, sân, si, sợ, không biết Tự tứ rồi hay chưa Tự tứ.
[596] Hán: Trú kỳ tự tứ 住其自恣. *Tứ phần* 38, tr. 839b23: Già tự tứ 遮自恣.

tứ,[597] bốn pháp như pháp ngưng Tự tứ. Những gì là bốn pháp không như pháp ngưng Tự tứ? Là ngưng vì vô căn phá giới, vô căn phá kiến, **[132a01]** vô căn phá oai nghi, vô căn phá chánh mạng. Nếu ngược lại với trên là bốn pháp như pháp ngưng Tự tứ.

"Lại có bảy pháp không như pháp ngưng Tự tứ, bảy pháp như pháp ngưng Tự tứ. Những gì là bảy pháp không như pháp ngưng Tự tứ? Là ngưng vì vô căn Ba-la-di, vô căn Tăng-già-bà-thi-sa, vô căn Thâu-lan-giá, vô căn Ba-dật-đề, vô căn Ba-la-đề đề-xá-ni, vô căn Đột-kiết-la, vô căn Ác thuyết. Ngược lại với trên là bảy pháp như pháp ngưng Tự tứ.

"Lại có tám pháp không như pháp ngưng Tự tứ, tám pháp như pháp ngưng Tự tứ. Những gì là tám pháp không như pháp ngưng Tự tứ? Là ngưng vô căn phá giới vô tác, vô căn phá kiến vô tác, vô căn phá oai nghi vô tác, vô căn phá chánh mạng vô tác. Ngược lại với trên là tám pháp như pháp ngưng Tự tứ.

"Lại có chín pháp không như pháp ngưng Tự tứ, chín pháp như pháp ngưng Tự tứ. Thế nào là chín pháp không như pháp ngưng Tự tứ? Là vô căn phá giới tác bất tác, vô căn phá kiến, vô căn phá oai nghi cũng như vậy. Ngược lại với trên là chín pháp như pháp ngưng Tự tứ.

"Lại có mười pháp như pháp ngưng Tự tứ, mười pháp không như pháp ngưng Tự tứ. Những gì là mười pháp như pháp ngưng Tự tứ? Có một tỳ-kheo dùng tướng này, dùng sự[598] này, thọ Yết-ma trị tội như pháp. Tỳ-kheo nào thấy vị kia dùng tướng này, dùng việc này, thọ Yết-ma trị tội như pháp. Tỳ-kheo ấy sau đó đối trước Tăng khác nói vị kia

---

[597] *Tứ phần 38*, tr. 839b27: Vô căn, bất tác 無根不作. *Thập tụng 23*, tr. 170c27: bốn tường hợp già tự tứ bất thành (phi pháp): già vì lý do phá giới, phá chánh kiến, phá chánh mạng, phá oai nghi, tất cả đều không căn cứ (vô căn già). Pāli, ibid., *amūlikāya sīlavipattiyā, amūlikāya ācāravipattiyā, amūlikāya diṭṭhivipattiyā amūlikāya ājīvavipattiyā pāṭimokkhaṃ ṭhapeti*, ngăn thuyết giới bằng sự phá giới, phá oai nghi, phá kiến, phá chánh mạng. Cf. Pāli, Vin. i. 170: *avatthusmiṃ akāraṇe*, không có cơ sở (*căn*), không có lý do (*tác*).

[598] Tướng 相 và Sự 事 là chỉ cho căn根 (vatthu), tức cơ sở nêu tội để ngăn Tự tứ.

đã thọ Yết-ma trị tội như pháp, nên ngưng Tự tứ, vị ấy như vậy gọi là như pháp ngưng Tự tứ. Nếu khi ngưng vị kia Tự tứ, có nạn sự xảy ra, Tăng đều phân tán đi, sau thấy vị kia Tự tứ, vị ấy lại như trước kia ngưng Tự tứ. Như vậy gọi là như pháp ngưng Tự tứ.

"Nếu xả giới, hoặc phạm Ba-la-di, hoặc phạm Tăng-già-bà-thi-sa, hoặc phạm Thâu-lan-giá, hoặc phạm Ba-dật-đề, hoặc phạm Ba-la-đề đề-xá-ni, hay phạm Đột-kiết-la, hay phạm Ác thuyết. Tỳ-kheo nào dùng tướng này, dùng sự này, đối giữa Tăng nói vị kia phạm, ngưng Tự tứ vị kia, như vậy gọi là như pháp ngưng Tự tứ. Ngược lại với trên thì gọi là không như pháp ngưng Tự tứ."

Khi ấy, Ưu-ba-ly hỏi Phật: "Bạch Thế Tôn, tỳ-kheo dùng bao nhiêu pháp ngưng Tự tứ người khác?"

Đức Phật dạy: "Dùng năm pháp ngưng Tự tứ người khác: Dùng thật, không dùng hư; dùng thời không dùng phi thời; dùng có lợi ích, không dùng không có lợi ích; dùng từ tâm, không dùng ác ý; dùng lời nhu nhuyến, không dùng lời cứng cỏi."

Lại hỏi đức Thế Tôn: "Muốn ngưng Tự tứ của người khác, nên dùng bao nhiêu pháp để tự trù lượng?"

Đức Phật dạy: [132b01] "Nên dùng năm pháp để tự trù lượng: Nên trù lượng rằng, mình ngưng Tự tứ kia là thật hay là hư. Nếu hư thì không nên ngưng; nếu thật thì nên xét định lại là đúng thời hay phi thời; nếu phi thời thì không nên ngưng; nếu đúng thời thì nên xét định lại là có lợi ích hay vô lợi ích; nếu vô lợi ích thì không nên ngưng; nếu có lợi ích thì nên xét định, là nhân việc này khởi lên tranh cãi phá hòa hợp Tăng hay không phá; nếu phá thì không nên ngưng; nếu không phá thì nên xét định lại. Nên trù lượng rằng, ta ngăn vị kia Tự tứ thì tỳ-kheo trì pháp, trì luật, hiểu rõ luật nghi, thông minh biện tài, học giới có như pháp trợ giúp ta không. Nếu các vị ấy chắc chắn trợ giúp thì cũng nên xét lại. Xét rồi, dùng đúng lúc ngăn Tự tứ."

(Ưu-ba-ly)* lại hỏi đức Thế Tôn: "Muốn ngăn Tự tứ người khác nên chính mình tự quán bao nhiêu pháp?" Đức Phật dạy: "Nên tự quán năm pháp: Tự quán thân hành thanh tịnh, khẩu hành thanh tịnh, ý hành thanh tịnh, tụng nhiều Tu-đa-la,⁵⁹⁹ khéo giải A-tỳ-đàm⁶⁰⁰ hay không? Nếu thân, khẩu, ý hành không thanh tịnh, các tỳ-kheo sẽ nói: Thân hành, khẩu hành, ý hành của thầy không thanh tịnh, làm sao ngưng người khác? Nếu không tụng nhiều Tu-đa-la, các tỳ-kheo sẽ nói: 'Thầy nghe từ ai? Trong kinh nào nói như vậy? Chưa có thể làm thầy cho mình, làm sao làm thầy cho người?' Nếu không khéo giải A-tỳ-đàm, các tỳ-kheo sẽ nói: 'Lời thầy nói có ý nghĩa gì? Tự thầy không biết nghĩa làm sao ngăn người khác?!'"

(Ưu-ba-ly)* lại hỏi Phật: "Có bao nhiêu pháp ngăn người khác Tự tứ, sau không hối hận?" Đức Phật dạy: "Có năm pháp ngăn người khác Tự tứ, sau không hối hận: vì từ mẫn, vì lợi ích, muốn cứu vớt, khiến ra khỏi ác giới, trụ trong giới hoàn toàn."

(Đức Phật)* lại bảo Ưu-ba-ly: "Có năm pháp ngăn người khác Tự tứ, sau sanh hối hận. Các tỳ-kheo nói: 'Thầy nói tội của người khác không thật, thầy nên thôi! Thầy nói không đúng lúc, thầy nên thôi! Thầy nói không có lợi ích, thầy nên thôi! Thầy dùng ác ý nói tội của người khác, chẳng phải là từ tâm, thầy nên thôi! Lời thầy nói cứng cỏi, chẳng phải nhu nhuyến, thầy nên thôi!' Nếu ngược lại với trên, sau không sanh tâm hối hận."

Tỳ-kheo hai bên ngăn Tự tứ, có năm việc không nên lo: Các Tỳ-kheo nói: "Vị kia không như thật ngăn thầy Tự tứ, thầy không nên lo! Vị kia ngăn thầy Tự tứ không đúng lúc, thầy không nên lo! Vị kia ngăn thầy Tự tứ không lợi ích, thầy không nên lo! Vị kia với ác ý ngăn thầy Tự tứ, thầy không nên lo! Vị kia dùng lời không nhu nhuyến ngăn [132c01] thầy Tự tứ, thầy không nên lo!"

Ưu-ba-ly hỏi Phật: "Tỳ-kheo vào trong Tăng nên dùng bao nhiêu pháp?"

Đức Phật dạy: "Nên dùng năm pháp: 1- Hạ ý, 2- Từ tâm, 3- Cung kính, 4- Biết ngồi theo thứ tự, 5- Không luận nói việc khác." Lại có năm pháp: "Không nên lật ngược y, không nên lật ngược y hai vai, không nên chống nạnh, không nên trùm đầu, nên cung kính Tăng."

---

⁵⁹⁹ Tu-đa-la 修多羅. ᴾᵃˡⁱ Sutta (kinh).
⁶⁰⁰ A-tỳ-đàm 阿毘曇. ᴾᵃˡⁱ Abhidhamma (luận).

(Ưu-ba-ly)* lại hỏi Phật: "Tỳ-kheo có bao nhiêu pháp được cùng Tăng hòa hợp Yết-ma?"

Đức Phật dạy: "Có năm pháp được cùng Tăng hòa hợp Yết-ma: Nên đồng kiến, nên tùy Tăng, nên tin có việc, nên tự mình đến, hay nói dữ dục.

Này Ưu-ba-ly! Nếu có Tăng sự, không nên không đến, nếu không đến thì khác với Tăng.[601] Có năm loại kiến đối với Tăng sự không như pháp: việc đáng tâm niệm mà miệng lại nói, đáng nói mà lại tâm niệm, phi pháp trợ Tăng, trợ người phi pháp, phạm nói không phạm. Ngược lại với trên là như pháp."

Có một tỳ-kheo, ngày Tự tứ, phạm tội Đột-kiết-la, hướng đến tỳ-kheo khác nói tội. Một bên, các tỳ-kheo nói là Đột-kiết-la, một bên nói là Ác thuyết. Trong hai bên đều có người trì luật, thông minh trí tuệ, có tâm tàm quí, ưa học giới pháp, cùng nhau tranh luận, không quyết định được, do đó ngưng Tự tứ. Các tỳ-kheo không biết nên thế nào, bạch Phật, Phật dạy:

"Nên sai một tỳ-kheo dẫn đến chỗ mắt thấy tai không nghe, dạy tác pháp hối quá Ác thuyết, rồi trở lại bạch Tăng: 'Tỳ-kheo kia đã tác pháp rồi. Tăng nên Tự tứ.' Các tỳ-kheo không được hỏi tác pháp gì. Người nào hỏi, phạm Đột-kiết-la."

Lại có một tỳ-kheo, ngày Tự tứ, phạm tội Đột-kiết-la, hướng đến các tỳ-kheo nói tội. Một bên, các tỳ-kheo nói là Ba-la-đề đề-xá-ni, một bên nói là Đột-kiết-la... *cho đến* một bên nói là Ba-la-di, một bên nói là Đột-kiết-la. Trong hai bên đều có người trì luật, thông minh, trí tuệ, có tâm tàm quí, ưa học giới pháp, cùng nhau tranh cãi, không quyết đoán được, do vậy, ngưng Tự tứ. Các tỳ-kheo không biết nên giải quyết thế nào, bạch Phật, Phật dạy:

"Nên sai một tỳ-kheo đưa đến chỗ mắt thấy tai không nghe, dạy tác pháp hối quá Đột-kiết-la, rồi trở lại bạch Tăng: 'Vị tỳ-kheo kia đã tác pháp rồi. Tăng nên Tự tứ.' Các tỳ-kheo không được hỏi tác pháp gì. Người nào hỏi, phạm Đột-kiết-la.

---

601 Hán: Dị ư tăng 異於僧, tức không phải là Tăng.

Phạm Ba-la-đề đề-xá-ni,... *cho đến* phạm Thâu-lan-giá, cũng như vậy. Nếu phạm Tăng-già-bà-thi-sa, hoặc phạm Ba-la-di, nên bạch yết-ma đình chỉ việc này:

Đại đức Tăng xin lắng nghe! Nay đình chỉ việc này [133a01] ***sau khi Tự tứ rồi sẽ như pháp quyết đoán. Đây là lời tác bạch."***

Tác bạch này rồi nên Tự tứ, không nên không Tự tứ."

Có một tỳ-kheo, ngày Tự tứ, nói với các tỳ-kheo rằng: "Có vật không người", nhân đó cùng luận về cái "không". Một bên nói là có vật không người, một bên nói có người không vật, cùng nhau tranh luận phân vân. Các tỳ-kheo không biết nên giải quyết thế nào, bạch Phật, Phật dạy: "Nên tác bạch đình chỉ việc này để Tự tứ. Không nên không Tự tứ. Nếu tác bạch đình chỉ rồi, người nào phát khởi việc luận bàn này lại, phạm Ba-dật-đề."

Có tỳ-kheo bệnh ngăn tỳ-kheo bệnh Tự tứ. Tỳ-kheo bệnh ngăn tỳ-kheo không bệnh Tự tứ. Tỳ-kheo không bệnh ngăn tỳ-kheo bệnh Tự tứ, không thuận tùng nhau. Các tỳ-kheo không biết thế nào, bạch Phật, Phật dạy: "Không nên như vậy, người vi phạm đều phạm Đột-kiết-la. Nếu tỳ-kheo bệnh ngăn tỳ-kheo bệnh Tự tứ, các tỳ-kheo nên nói: 'Hiện nay thầy bệnh, làm sao ngăn người khác?' Nếu tỳ-kheo bệnh ngăn tỳ-kheo không bệnh Tự tứ, cũng nên nói như vậy. Nếu tỳ-kheo không bệnh ngăn tỳ-kheo bệnh Tự tứ, các tỳ-kheo nên nói: 'Thầy nên thôi! Tỳ-kheo này bệnh, có thể đợi lành rồi sẽ ngăn.'"

Có các tỳ-kheo sai sứ ngăn người khác Tự tứ, các tỳ-kheo bạch Phật, Phật dạy: "Không nên sai sứ ngăn người khác Tự tứ; ai vi phạm, phạm Đột-kiết-la."

Khi ấy, Bạt-nan-đà vẫn sai sứ ngăn người khác Tự tứ, các tỳ-kheo bạch Phật, Phật dạy: "Người thọ sai mắc Đột-kiết-la, Bạt-nan-đà phạm Ba-dật-đề."

Hoặc tỳ-kheo ngu si ngăn tỳ-kheo ngu si Tự tứ, hoặc tỳ-kheo ngu si ngăn tỳ-kheo trí tuệ Tự tứ; hoặc tỳ-kheo trí tuệ ngăn tỳ-kheo ngu si Tự tứ, không thuận tùng nhau, các tỳ-kheo bạch Phật, Phật dạy: "Không nên làm vậy, ai vi phạm, phạm Đột-kiết-la."

Tỳ-kheo nào ngăn tỳ-kheo khác Tự tứ, chúng Tăng biết rõ người kia thân, khẩu, ý nghiệp không thanh tịnh, ít nghe, ngu si thì không nên nghe theo vị ấy, nên cứ Tự tứ. Nếu Tăng biết người kia thân, khẩu, ý nghiệp vừa có thanh tịnh, vừa không thanh tịnh, và ít nghe, ngu si, cũng như vậy. Nếu Tăng biết người kia thân, khẩu, ý tịnh, đa văn, trí tuệ thì nên nghe lời vị ấy, nhưng phải hỏi: "Thầy thấy vị kia có tội như thế nào, phá giới, phá kiến, phá oai nghi, phá chánh mạng?" Nếu nói phá giới, thì hỏi: "Thầy biết phá giới tướng hay chăng?" Nếu nói: "Không biết!" Các tỳ-kheo **[133b01]** nên chê trách, khiến cho xấu hổ, nói: "Thầy không biết phá giới tướng mà ở giữa Tăng nói vị kia phá giới." Nếu Tăng không làm việc quở trách này thì đều phạm Đột-kiết-la. Nếu nói: "Biết." Các tỳ-kheo hỏi: "Phá những giới gì?" Nếu nói: "Phạm Ba-la-di, Tăng-già-bà-thi-sa." Nếu nói phá kiến, nên hỏi: "Thầy biết tướng phá kiến hay chăng?" Nếu nói không biết!" Các tỳ-kheo nên quở trách như trên; nếu không quở trách thì phạm Đột-kiết-la. Nếu nói biết thì phải hỏi: "Những gì là phá kiến?" Đáp: "Không đời này, không đời sau, không có quả báo do tội phước, không cha, không mẹ, không A-la-hán." Nếu nói phá oai nghi, nên hỏi: "Thầy biết phá tướng oai nghi hay không?" Nếu nói không biết! Các tỳ-kheo nên quở trách như trên, nếu không quở trách, đều phạm Đột-kiết-la. Nếu nói biết, nên hỏi: "Phá những oai nghi nào?" Đáp: "Phạm Ba-dật-đề, Ba-la-đề đề-xá-ni, Đột-kiết-la, Ác thuyết." Nếu nói phá chánh mạng. Các tỳ-kheo phải hỏi: "Thầy biết phá tướng chánh mạng hay không?" Nếu nói không biết. Các tỳ-kheo nên quở trách như trên, nếu không quở trách đều phạm Đột-kiết-la. Nếu nói biết, nên hỏi: "Phá những chánh mạng nào?" Nếu nói: "Tâm siểm khúc, do cầu lợi dưỡng." Tăng lại nên hỏi lại: "Thầy do thấy, do nghe, do nghi?" Nếu nói do thấy, nên hỏi: "Thấy thế nào? Thấy khi nào? Thấy chỗ nào? Thầy ở chỗ nào? Người kia ở chỗ nào?" Nếu hỏi như vậy mà không trả lời được thì nên như pháp trị rồi Tự tứ, không nên không Tự tứ. Nghe, nghi cũng như vậy.

Có một trú xứ, chúng Tăng an cư ba tháng nơi đó, đều chứng được đạo, khởi ý niệm: "Nếu xong ba tháng, Tự tứ rồi di chuyển đi thì mất sự vui này." Các tỳ-kheo không biết nên như thế nào, bạch Phật, Phật dạy:

"Nay cho phép các tỳ-kheo, ba tháng, ngày Tự tứ, đều tập hợp lại một chỗ, sai một tỳ-kheo xướng:

Đại đức Tăng xin lắng nghe! Chúng ta an cư nơi đây được một lòng an lạc, nếu Tự tứ rồi ra đi, thì sẽ mất đi an lạc này. Nay cùng nhau đình chỉ việc này đến tháng 8, đủ 4 tháng sẽ Tự tứ. Đây là lời tác bạch."

Đã bạch như vậy rồi, nếu có tỳ-kheo muốn đi xa, cho phép Tự tứ để đi. Nếu có người muốn ngăn họ Tự tứ, Tăng nên vì họ như pháp kiểm tra cho được Tự tứ mà đi. Nếu tỳ-kheo đi, muốn ngăn sự Tự tứ của tỳ-kheo sau, các tỳ-kheo nên nói: "Chúng tôi chưa Tự tứ, làm sao thầy ngăn được." Nếu vị kia đi rồi, đến khi ngày Tự tứ sau, trở lại ngăn các tỳ-kheo Tự tứ, **[133c01]** các tỳ-kheo nên như pháp kiểm xét rồi nên Tự tứ.

Có các tỳ-kheo an cư một chỗ, nghe các tỳ-kheo ưa đấu tranh ở trú xứ kia sẽ đến. Các tỳ-kheo này luận bàn như vầy: "Họ đến chắc họ ngăn sự Tự tứ của chúng ta." Các tỳ-kheo không biết nên thế nào, bạch Phật, Phật dạy:

"Còn hai, ba ngày nữa Tự tứ, nên Tự tứ để đi. Nếu nghe ngày hôm nay họ đến, nên Tự tứ liền để đi. Nếu nghe họ đã vào trong giới, nên mau mau ra ngoài giới Tự tứ rồi trở về. Nếu không được, nên ra đón rước, lễ bái, hỏi chào, rước y bát, sửa soạn dụng cụ tắm rửa, mời vào phòng tắm để tắm, đưa dầu, mật thoa thân cho họ, rồi ra ngoài giới Tự tứ. Nếu cũng không được, nên sửa soạn thức ăn, tùy theo trong hay ngoài giới, nếu dọn ăn trong giới, khi họ ăn nên ra ngoài giới Tự tứ; nếu dọn ăn ngoài giới, khi ăn nên ở trong giới Tự tứ. Nếu cũng không được, nên cùng tập họp Tự tứ, sai một cựu tỳ-kheo bạch với các tỳ-kheo rằng:

'Đại đức Tăng xin lắng nghe! Nay cùng Bố-tát thuyết giới, sau 4 tháng, ngày thứ 15 không trăng[602] sẽ Tự tứ. Đây là lời tác bạch.' Khách

---

[602] Ngày 15 không trăng (Hắc thập ngũ nhật 黑十五日), tức là chỉ cho nửa tháng (15 ngày) trăng từ từ giảm ánh sáng dần cho đến mất ánh sáng chỉ còn màu đen, còn gọi là hắc nguyệt hay hắc phân: Từ ngày 16 đến ngày 29 hay 30 (黑半月,月虧 [農曆十六日至廿九日或三十日]). Trái lại là bạch nguyệt hay bạch phân: Nửa tháng bắt đầu từ

tỳ-kheo nói: 'Tại sao 4 tháng, ngày thứ 15 không trăng Tự tứ?' Cựu tỳ-kheo nên đáp: 'Ngài không cùng An cư, không nên hỏi tôi'. Nếu khách tỳ-kheo, ngày thứ 15 không trăng lại đến, cựu tỳ-kheo nên bạch như trước: 'Sau ngày 15 có trăng sẽ Tự tứ'... *cho đến câu...:* 'Không nên hỏi tôi', cũng như trước. Khách tỳ-kheo, ngày thứ 15 có trăng lại đến, lại nên làm thức ăn như trước. Nếu được thì tốt, bằng không, nên cưỡng bức cùng hòa hợp Tự tứ, không được không Tự tứ."603

---

ngày mùng một có ánh sáng dần dần cho đến ngày thứ 15 ánh sáng tròn đầy gọi là bạch nguyệt. [Pali] *kaṇhapakkha.*

603 Bản Hán, hết quyển 19.

CHƯƠNG V: PHÁP Y[604]

I. ĐÀN-VIỆT THÍ Y (1)

1. Kỳ-vực thỉnh nguyện

Đức Phật ở tại thành Vương Xá. Bấy giờ, nhũ mẫu của Kỳ-vực[605] tắm rửa cho Kỳ-vực, xem kỹ thấy tướng của Kỳ-vực mà buồn tiếc. Cảm nhận được điều đó, Kỳ-vực liền hỏi mẹ: "Tại sao mẹ nhìn con với dáng vẻ buồn bã như vậy?"

Nhũ mẫu nói: **[134a01]** "Mẹ hận vì thân con có tướng thù đặc mà tâm ý của con chưa gần được Phật, Pháp, chúng Tăng."

Kỳ-vực nghe rồi, khen: "Lành thay! Lành thay! Mẹ đã có thể dạy con điều đó." Kỳ-vực liền mặc áo mới, đi đến chỗ đức Phật. Từ xa thấy đức Thế Tôn dung nghi đỉnh đạc, có ba mươi hai tướng của đại nhân,[606] vầng ánh sáng tỏa ra một tầm giống như núi vàng, sanh lòng tín kính. Kỳ-vực đến trước Phật, kính lễ sát chân Ngài, rồi ngồi lui qua một bên. Đức Phật vì Kỳ-vực nói các pháp nhiệm mầu, chỉ dạy sự lợi ích để được hoan hỷ, như luận về việc bố thí, trì giới và sanh thiên,[607] tại gia là nhiễm lụy, xuất gia không đắm trước, những pháp trợ đạo như vậy làm sáng tỏ vấn đề. Đức Phật lại nói tiếp những pháp mà chư Phật thường nói là khổ, tập, diệt, đạo. Kỳ-vực từ chỗ ngồi xa trần, lìa cấu, đặng con mắt pháp trong sạch, thấy pháp đắc quả rồi quy y Phật,

---

604 Hán: Y pháp 衣法; Pali Cīvarakkhandhaka, chương nói về y.

605 Kỳ-vực: **Xem cht. 509**, Phần III, Ch. i trước.

606 Pali Dvattiṃsa mahāpurisalakkhaṇāni, ba mươi hai tướng đại nhân, hay ba mươi hai tướng Thánh nhân.

607 Pali Dānakathā, Sīlakathā, Saggakathā: Bàn về bố thí, bàn về giữ giới, bàn về sinh lên trời.

Pháp, Tăng và thọ năm giới.

Kỳ-vực khéo phân biệt được ngọn, ngành, tướng của âm thanh, đức Phật dẫn Kỳ-vực đến nơi gò xương cốt, Ngài chỉ đầu lâu của năm người. Kỳ-vực gõ từng cái, bạch Phật: "Cái đầu lâu thứ nhất này sanh vào địa ngục, đầu lâu thứ hai sanh nơi súc sanh, cái thứ ba sanh nơi ngạ quỉ, cái thứ tư sanh vào cõi người, cái thứ năm sanh vào cõi trời."

Đức Phật dạy: "Lành thay! Ông nói đúng cả!" Đức Phật lại chỉ một cái đầu lâu, Kỳ-vực gõ ba lần, không biết sanh ở đâu, bạch Phật: "Con không biết người này sanh vào cõi nào."

Đức Phật dạy: "Ông không biết là phải. Tại sao vậy? Đây là đầu lâu của vị A-la-hán, không còn có chỗ sanh."

Bây giờ, đức Thế Tôn thân bị bệnh[608] nhẹ, bảo A-nan: "Bệnh của ta nên uống thuốc xổ (thổ hạ)."[609] A-nan bạch Phật: "Con sẽ nói với Kỳ-vực." Được A-nan đến thông báo, Kỳ-vực nói: "Tôi không thể dùng thuốc thường để chữa bệnh Phật. Tôi sẽ bào chế thứ thuốc của Chuyển luân thánh vương dùng để dâng lên đức Thế Tôn." Kỳ-vực dùng thuốc ba loại hoa Ưu-bát-la[610] ướp chung, đem đến chỗ đức Phật, bạch: "Xin Ngài ngửi hoa này. Ngửi một hoa sẽ có mười lần xổ, ba hoa sẽ có ba mươi lần, bệnh sẽ khỏi hoàn toàn." Đức Thế Tôn liền ngửi hai hoa, xổ được hai mươi lần, một hoa còn lại được chín lần. Không bao lâu sau, Kỳ-vực lại đến chỗ Phật, bạch: "Ngửi hoa có xổ được không? Xổ nhiều hay ít?" Đức Phật dạy: "Ngửi thuốc tuy xổ được, nhưng còn thiếu một lần." Kỳ-vực bạch Phật: "Nên uống nước nóng."[611] Đức Phật liền uống,

---

[608] *Tứ phần:* Hoạn thuỷ 患水. kāyo dosābhisanno, rối loạn dịch trong cơ thể (Horner, *The Book of Discipline*. iv. 394, n.1).

[609] Hán: Thổ hạ dược 吐下藥, thuốc xổ (cho ra đường dưới). Nguyên cụm từ này là "Thượng thổ hạ tả 上吐下瀉" vừa nôn mửa vừa tiêu chảy. Pāli (Vin. i. 279): icchati tathāgato virecanaṃ pātun ti, "Như Lai muốn uống thuốc xổ (hạ tễ)."

[610] *Tứ phần:* Ưu-bát 優鉢; hay ưu-bát-la, hoa sen xanh. uppala (utpala).

[611] *Tứ phần:* Nhất chưởng noãn thuỷ 一掌煖水. Pāli, ibid., xổ xong lần thứ 29, Thế Tôn sẽ tắm (bhagavā viritto nahāyissati), sau đó sẽ xổ thêm

bèn hạ thêm được một lần, bệnh được lành hẳn. Kỳ-vực lại thưa: "Cần phải bổ dưỡng, con sẽ tùy thời cúng dường những thứ cần dùng." Đức Phật thọ nhận bằng cách im lặng. Kỳ-vực nấu canh bằng gạo Chiên-đàn dâng cúng đức Thế Tôn. Đức Thế Tôn dùng rồi, Kỳ-vực lại bạch: "Con trị bệnh cho quốc vương, thần dân, nhận được hàng trăm ngàn lượng vàng, bảy món quý báu nhiều vô số, hoặc nhận được tụ lạc, hoặc nhận được một ấp, **[134b01]** cúi xin đức Thế Tôn cho con một lời nguyện nhỏ. Đức Phật dạy: "Các đức Phật Như Lai đã vượt qua các lời nguyện."⁶¹²

Kỳ-vực lại bạch Phật: "Xin Phật cho con được nguyện một lời." Đức Phật dạy:

"Nếu hợp lý thì không trái với ý của người."

Khi ấy, Kỳ-vực liền dùng một chiếc y quý giá,⁶¹³ trị giá bằng một nửa nước, dâng lên đức Phật, bạch: "Đây là chiếc y, trong các chiếc y, nó là tối thắng, xin Ngài rủ lòng thương thọ nhận cho." Kỳ-vực lại xin Phật cho phép các tỳ-kheo nhận đàn-việt cúng y. Đức Phật thọ nhận và cho phép các tỳ-kheo được nhận đàn-việt cúng y. Đức Phật vì Kỳ-vực nói các diệu pháp rồi khiến về chỗ cũ.

Nhân việc này, đức Phật tập họp Tỳ-kheo Tăng, bảo các tỳ-kheo: "Kỳ-vực trị bệnh Ta lành, lại đem một thượng y dâng cho Ta, xin cho các tỳ-kheo được phép nhận đàn-việt cúng y. Ta thọ nhận và cũng cho phép các tỳ-kheo nhận đàn-việt cúng y. Từ nay các tỳ-kheo muốn mặc y đàn-việt, cho phép nhận, song kẻ thiểu dục, tri túc mặc y phấn tảo⁶¹⁴ là điều tỳ-kheo khen ngợi."

---

một lần nữa.

⁶¹² *Tứ phần:* "Ta không hề cho ai ước nguyện mà vượt quá điều nguyện." Câu văn chuẩn khi Phật chấp thuận một ước nguyện. Nhưng văn Hán *Tứ phần* tối nghĩa cũng như *Ngũ phần.*

⁶¹³ Y *Siveyyaka,* vải được sản xuất tại nước Sivi, cao giá nhất.

⁶¹⁴ *Tứ phần:* Phấn tảo 糞掃. *Thập tụng:* Bàn-tẩu y 槃藪衣. pamsukūla, (vải) lượm từ đống rác.

2. Nhận y đàn-việt cúng

Bấy giờ, các cư sĩ thành Vương Xá nghe Phật cho phép các tỳ-kheo nhận đàn-việt cúng y, cùng nhau đem ba nghìn xấp kiếp-bối[615] thuần màu xanh, vàng, đỏ, đem đến dâng cúng cho các tỳ-kheo. Do các sắc nên các tỳ-kheo sanh nghi, bạch Phật, Phật dạy: "Cho phép nhận, nhưng nên giặt cho phai màu sắc rồi nhuộm lại để mặc."[616]

II. Y PHẤN TẢO (1)

1. Y gò mả

1.   Có các tỳ-kheo đến nơi gò mả[617] quán tử thi, khởi bất tịnh quán từ chân đến đầu, quỷ nhập vào trong tử thi, tử thi đứng dậy, trương mắt, le lưỡi, đạp các tỳ-kheo, các tỳ-kheo hoảng sợ, phi nhơn được cơ hội, đoạt lấy tinh khí, có vị phải chết.

2.   Lại có một tỳ-kheo, đến nơi gò mả, quán từ chân đến đầu, thây của người nữ mới chết, sanh dục tâm, hành bất tịnh. Do đó, các tỳ-kheo bạch Phật, Phật dạy: "Không nên quán từ chân trước."

2. Y người mới chôn

1.   Lại có tỳ-kheo quán một bên người chết, quỷ lại nhập vào trong tử thi, dựng tử thi dậy, trương mắt le lưỡi, lấy tay đánh tỳ-kheo. Vì vậy, các tỳ-kheo bạch Phật, Phật dạy: "Đừng quán một bên mà nên quán phía trước đầu."

2.   Lại có các tỳ-kheo vì y nên đào thây người mới chết lên, các cư sĩ thấy chê trách, nói: "Sa-môn Thích tử này hôi thúi, bất tịnh, tại sao hạng người này lại đến trong nhà ta?!" Các Tỳ-kheo Trưởng lão nghe, bạch Phật, Phật dạy: "Không được đào thây người chết, vi phạm, phạm Đột-kiết-la."

---

[615] Kiếp-bối: **Xem cht. 42**, Phần I, Ch. i, Ba-la-di.

[616] Một hình thức làm cho vải hoại sắc.

[617] Gò mả, Hán: trủng gian 塚間. *Susāna*, nghĩa địa, nghĩa trang, nơi vất xác người chết.

III. TẠP SỰ (1)

1. Xương người, quỉ thần

1. Lại có tỳ-kheo đem xương người chết để trong Tăng phường, có người đem đầu lâu của người chết để chỗ kinh hành, hoặc dưới giường. Các cư sĩ thấy cơ hiềm nói: "Các tỳ-kheo [134c01] bất tịnh, đáng tởm, tại sao đem xương người chết để trong Tăng phường, giống như gò mả, chứa đầu lâu của người chết như chứa bình bát?!" Các tỳ-kheo đem vấn đề này bạch Phật, Phật dạy: "Không nên làm như vậy, cũng không nên lấy tay cầm xương người chết, vi phạm, phạm Đột-kiết-la."

2. Có các tỳ-kheo đau mắt, thầy thuốc bảo: "Lấy xương trán của người mài để nhỏ vào mắt." Các tỳ-kheo nói: "Đức Phật không cho phép chúng tôi cầm xương người chết, nên cho phương thuốc khác." Thầy thuốc nói: "Không có phương thuốc nào khác có thể trị được." Các tỳ-kheo khởi ý niệm: "Nếu đức Thế Tôn cho phép khi có bệnh được nắm xương người chết thì bệnh này có thể lành được." Vì vậy bạch Phật, Phật dạy: "Cho phép ở chỗ vắng lấy xương, lớn như hai ngón tay, mài để nhỏ con mắt."

3. Có các tỳ-kheo ăn mè, mật, cá, thịt, đến nơi gò mả tìm y phấn tảo, quỉ thần không vui. Các tỳ-kheo bạch Phật, Phật dạy: "Không nên ăn các vật này mà đến nơi gò mả."

4. Có các tỳ-kheo ở trong Tăng và nhà bạch y, ăn mè, mật, cá, thịt, trên lộ trình phải xuyên qua gò mả, sợ đi tránh đường khác, do đó bị lạc đoàn, bạch Phật, Phật dạy: "Nếu không sợ thì cho phép đi qua một bên."

5. Có các tỳ-kheo thường đến nơi gò mả, xin được cá, thịt ăn, không dám trở lại, bạch Phật, Phật dạy: "Nếu không sợ thì cho phép trở lại." Có các tỳ-kheo mồng 8, 14, 15 trong tháng, tới lui nơi gò mả tìm y phấn tảo, các quỉ thần những ngày ấy cũng tập họp, nói với các tỳ-kheo: "Nay là ngày chúng tôi tập họp, lý do gì các thầy lại đến?" Các tỳ-kheo bạch Phật, Phật dạy: "Những ngày ấy không nên đến nơi

gò mả." Tỷ-kheo thường ở nơi gò mả và trên lộ trình, ngày ấy[618] đều không dám đến nơi gò mả, bạch Phật, Phật dạy: "Nếu không sợ thì được phép."

6. Có các tỷ-kheo đại, tiểu tiện nơi gò mả, các quỉ thần cơ hiềm chê trách nói: "Tại sao lại đại tiểu tiện nơi trú xứ của tôi?" Các tỷ-kheo bạch Phật, Phật dạy: "Không nên làm như vậy." Có gò mả rộng xa, các tỷ-kheo đi ngang qua không dám hành sự (đại tiểu tiện)*, do đó bị bệnh, bạch Phật, Phật dạy: "Nên khảy móng tay trước, sau đó mới tiện lợi. Nếu quỉ thần muốn nghe kinh điển nên tụng kinh nói pháp, đó là điều nên làm."

2. Các loại y quý[619]

1. Khi ấy, vua Ca-di[620] đem y quý Khâm-bà-la tặng cho Kỳ-vực. Kỳ-vực liền đem đến Tăng phường cúng cho Tăng, các tỷ-kheo không biết nên thế nào, bạch Phật, Phật dạy: "Nên thọ dụng để trang nghiêm bảo tháp."

2. [135a01] Có các tỷ-kheo nhận được thảm tạp sắc bằng lông dài hay ngắn và không phải lông, không dám thọ, bạch Phật, Phật dạy: "Cho phép thọ, nếu tạp sắc thì cho phép giặt cho hoại sắc rồi mới dùng. Nếu không thể làm sắc thuần kia hoại đi thì cho phép trải trong Tăng phường."

3. Có các tỷ-kheo nhận được giạ đã thành và chưa thành, không dám thọ để may, bạch Phật, Phật dạy: "Cho phép thọ để may."

IV. Y PHẤN TẢO (2)[621]

1. Có các tỷ-kheo muốn lượm y phấn tảo nơi ngả tư, đường hẻm, bạch Phật, Phật dạy: "Cho phép lượm." Khi ấy nơi ngã tư, đường hẻm có bạch y, cởi y để đại, tiểu tiện; các tỷ-kheo tưởng là y phấn tảo nên lấy. Người kia nói: "Đại đức, đừng lấy y của tôi." Tỷ-kheo nói: "Tôi

---

[618] Chỉ cho ngày mùng tám, mười bốn, mười lăm (bạch nguyệt).
[619] Tiếp Đàn-việt thí y (1) ở trước.
[620] Ca-di 迦夷. [Pali] Kāsī.
[621] Tiếp Y Phấn tảo (1) ở trước.

tưởng là y phấn tảo, cho nên lấy." Bạch y lại nói: "Thầy không ngó kỹ để lấy, lấy như vậy thành lấy trộm." Các tỳ-kheo bạch Phật, Phật dạy:

"Nên xem xét kỹ có bụi bặm, có nám nắng, có vẻ lâu cũ, nhận xét kỹ rồi hỏi người, sau đó mới lấy."

2. Các tỳ-kheo lượm y phấn tảo, chưa giặt mà đem vào trong phòng, hôi thúi, bất tịnh. Bạch Phật, Phật dạy:

"Không nên chưa giặt mà đem vào trong phòng."

Có các tỳ-kheo lượm y phấn tảo không giặt liền, để sanh trùng. Bạch Phật, Phật dạy: "Nên giặt sạch liền."

3. Có các tỳ-kheo giặt y phấn tảo nơi ao sạch và trong dòng nước sạch. Bạch Phật, Phật dạy: "Không nên làm như vậy."

Có các tỳ-kheo lấy chậu sạch giặt y phấn tảo. Bạch Phật, Phật dạy: "Không nên làm vậy."

V. ĐÀN-VIỆT THÍ Y (2)[622]

Đức Phật từ thành Vương Xá, cùng đại Tỳ-kheo Tăng 1250 vị, du hành trong nhân gian. Các tỳ-kheo vác y phấn tảo, trông thấy việc này, đức Phật khởi ý niệm: "Ta nên vì các tỳ-kheo quy định thọ y đàn-việt dâng cúng bao nhiêu là vừa."

Bấy giờ, vua Bình-sa nghe đức Phật cùng 1250 tỳ-kheo du hành trong nhân gian, liền khởi ý niệm: "Nay ta có thể dùng bốn loại binh, thị vệ đức Thế Tôn du hành trong đất nước của ta." Nghĩ rồi liền ra lệnh trang nghiêm bốn loại binh theo hầu sau đức Phật. Tuần tự qua các nơi, đức Phật đi đến sông Hằng. Muốn đến nước Bạt-kỳ phải lội qua sông, Tôn giả Mục-kiền-liên nghĩ: "Nếu dùng thuyền để qua sợ nhà vua chờ lâu, phế bỏ công việc, nay ta nên dùng thần lực khiến cho nước cạn."

Nghĩ rồi liền khiến cho nước cạn, đức Phật cùng các tỳ-kheo đồng loạt lội qua. Đức Phật đến bờ bên kia, nói bài kệ:

---

[622] Tiếp Đàn-việt thí y (1).

[135b01] *Tinh tấn là thuyền bè*
Vượt qua sông rộng sâu
Ai thấy được việc này
Không phát tâm tín kính?

Khi ấy, vua Bình-sa khởi ý niệm: "Đức Phật ra khỏi biên cương của nước ta, ta nên lui về." Vua liền chắp tay từ xa kính lễ rồi trở lui. Đến nơi tụ lạc Quật-trà, đức Phật bảo các tỳ-kheo: "Có bốn pháp, Ta và các ông khi chưa đạt được thì ở trong sanh tử luân hồi không bờ bến. Bốn pháp đó là gì? Đó là: Thánh giới, Thánh định, Thánh tuệ và Thánh giải thoát; nay đã đạt rồi, sanh tử đã hết, phạm hạnh đã lập, việc cần đã làm xong. Đức Phật vì các tỳ-kheo nói kệ:

Giới định tuệ giải thoát,
Nay Ta giác ngộ rồi.
Đoạn hết các nguồn khổ
Nên nói cho các ông.

1. Kỹ nữ thành Tỳ-xá-ly

Khi ấy, đức Phật hướng dẫn năm trăm tỳ-kheo du hành nơi nước Bạt-kỳ, muốn đến thành Tỳ-xá-ly. Nơi đó, có dâm nữ tên là A-phạm-hòa-lợi,[623] nghe đức Phật Thế Tôn có đại danh đức, hiệu Như Lai, Ứng cúng, Đẳng chánh giác, những lời Ngài dạy đầu, đuôi, chặng giữa đều là thiện, đầy đủ tướng thanh tịnh phạm hạnh; du hành các nước, sắp đến thành này, bà ta vui mừng nói: "Lành thay, ta nguyện muốn yết kiến." Bà liền nghiêm sức xe tứ mã, với năm trăm kỹ nữ tùy tùng, ra nghinh đón đức Thế Tôn. Đức Phật từ xa trông thấy, bảo các tỳ-kheo: "Các thầy, mỗi người đều nên hệ niệm tại tiền, tự phòng hộ tâm mình, đó là lời dạy của chư Phật.

Thế nào gọi là hệ niệm? Nghĩa là thật hành tứ niệm xứ, quán nội thân, tuần tự quán nơi thân để trừ vô minh, khổ của thế gian. Quán ngoại thân, nội, ngoại thân và thống,[624] tâm, pháp cũng như vậy. Tại

---

[623] A-phạm-hòa-lợi 阿范和利. *Tứ phần:* Am-bà-la-bà-lợi 菴婆羅婆利. [P] *Ambapālī;* [S] *Āmrapālī.*

[624] Hán: Thống 痛, có nơi gọi là thọ 受 là niệm thứ hai trong Tứ niệm xứ (Thân, thống (thọ), tâm, pháp 身受心法) [P] *cattāro sati paṭṭhānā.* [S]

tiền là thế nào? Nghĩa là đi, đứng, ngồi, nằm, ngủ, thức, đi tới, đi lui, dòm ngó trước sau, co giãn, cúi ngửa, mặc y, bưng bát, ăn uống, tiện lợi, nói, nín, thường trụ tâm nơi đó. Đó là lời dạy của Ta."

A-phạm-hòa-lợi từ xa trông thấy đức Thế Tôn dung nhan đặc thù, các căn tịch định, có ba mươi hai tướng đại nhân, tỏa sáng quanh một tầm, giống như núi vàng, liền sanh tâm hoan hỷ tín kính, đến trước đức Phật, đầu mặt kính lễ sát chân, rồi đứng lui qua một bên. Đức Phật vì bà nói các pháp nhiệm mầu, chỉ dạy sự lợi ích, bà vui mừng rồi bạch Phật: "Bạch đức Thế Tôn, nguyện xin đức Phật và chư Tăng nghỉ đêm nơi vườn[625] của con và ngày mai con xin mời thọ trai."[626] Đức Phật nhận lời bằng sự im lặng. Sau khi biết đức Phật nhận lời, A-phạm-hòa-lợi liền kính lễ, nhiễu quanh rồi cáo lui.

Khi ấy, năm trăm Ly-xa[627] nghe đức Phật cùng Tỳ-kheo Tăng du hành trong nước hướng đến thành này, [135c01] cùng nhau lập quy ước nghinh đón đức Phật, nếu ai không đi đón sẽ bị phạt năm trăm kim tiền. Tuân hành quy ước, mọi người đều đi, hoặc cỡi ngựa xanh, xe xanh thì y phục của tất cả quyến thuộc cũng đều xanh. Vàng, đen, đỏ, trắng cũng như vậy. A-phạm-hòa-lợi giữa đường gặp họ, không chịu tránh đường. Các Ly-xa nói: "Lý do gì không tránh đường khiến cho xe ngựa đụng nhau?"

A-phạm-hòa-lợi nói: "Tôi thỉnh Phật và Tăng nghỉ lại nơi vườn của tôi và sáng mai cúng dường nên không có đủ thì giờ để tránh."

Các Ly-xa nói: "Chúng tôi cũng muốn thỉnh Phật, bà để chúng tôi thỉnh trước."

Bà đáp rằng: "Đức Phật đã nhận lời thỉnh của tôi rồi, tôi không thể nhường được."

---

catvāri smṛty upasthānāni.

[625] *Tứ phần:* A-bà-la viên 菴婆羅園, vườn xoài của kỹ nữ Am-ba-bà-lợi (Am-bà-la-bà-lợi).

[626] Xem *Trường A-hàm 2* (T1, tr.13b20), kinh số 2 "Du hành".

[627] Ly-xa 離車. *Tứ phần:* Lê-xa 梨奢. Một bộ tộc rất hùng mạnh thời Phật, là chủ nhân của thành *Vesāli* (Tỳ-xá-ly).

Các Ly-xa nói: "Tôi biếu bà năm trăm ngàn lượng vàng, bà để tôi thỉnh trước."

Bà ta vẫn trả lời như trước. Các Ly-xa lại nói: "Biếu cho bà tài vật của phân nửa nước có được không?"

Bà ta nói: "Giá bằng cả nước cũng không thể được." Nếu các ông có thể bảo đảm ba việc này cho tôi khỏi mất thì tôi mới hứa khả.

Các Ly-xa hỏi: "Ba việc ấy là gì?"

"Một là bảo đảm thân mạng tôi không bị chết yểu. Hai là bảo đảm của cải tôi không bị tổn thất. Ba là bảo đảm Phật thường ở đây chứ không đi chỗ khác."

Các Ly-xa nói: "Tài sản tổn thất chúng tôi có thể cho được, nếu đức Phật đi chỗ khác chúng tôi có thể mời ở lại, nhưng sự nguy khốn cho mạng sống của bà ai dám bảo đảm?" Ly-xa nói xong, nổi giận bỏ đi.

Đức Phật từ xa thấy các Ly-xa đến, bảo các tỳ-kheo muốn biết chư Thiên ở Đao-lợi⁶²⁸ xuất nhập như thế nào thì hình ảnh các Ly-xa đây không khác. Các Ly-xa thấy Phật dung nhan thù đặc... giống như núi vàng, liền xuống xe đi bộ, tiến đến trước Phật, đầu mặt kính lễ sát chân, rồi ngồi lui qua một bên.

Khi ấy trong chúng kia có một ma-nạp tên Tân-kỳ-da,⁶²⁹ từ chỗ ngồi đứng dậy, để trống vai bên hữu, quỳ gối, chắp tay, bạch Phật: "Con muốn dùng bài kệ khen ngợi Thế Tôn. Đức Phật dạy: "Tùy ý ngươi." Ma-nạp liền nói:

> *Bình-sa được thiện lợi,*
> *Ương-già⁶³⁰ cầm giáp ngọc⁶³¹,*
> *Phật xưa sanh nơi đây*

---

⁶²⁸ Chư Thiên ở Đao-lợi 忉利諸天. 🔲 Tāvatiṃsā devā.

⁶²⁹ *Tứ phần* 40, tr. 856b03: Tân-kỳ-dương-nậu 賓耆羊菟. *Trường A-hàm:* Tịnh ký 并暨.

⁶³⁰ Ương-già 鴦伽. 🔲 Aṅgā. Một trong 16 nước lớn thời đức Phật, nằm phía Đông nước Ma-kiệt-đà (*Magadhā*), thủ phủ là Chiêm-bà 瞻婆 (🔲 Campā). *Tứ phần:* Vua Ương-già.

⁶³¹ Hán: châu khải 珠鎧, áo giáp đồng nạm châu.

Tiếng vang như sấm sét.
Cũng như hoa mới nở,
Ngạt ngào, ngát mùi thơm,
Xem Phật thân sáng rực,
Như mặt trời rực rỡ.
Như trăng tròn vằng vặc
Trên vòm trời không mây
Thế Tôn thân chói sáng
Sáng tỏa không gì hơn.
Phật tuệ soi cùng khắp
Tiêu diệt lòng tối tăm,
Cho thế gian con mắt
Quyết đoán các nghi hoặc.

Các Ly-xa nghe kệ hoan hỷ, liền tặng năm trăm chiếc áo, ma-nạp nói: **[136a01]** "Tôi không cần áo, nguyện được thỉnh Phật trước."

Đức Phật dạy Ly-xa: "Nên cho phép thỉnh trước." Các Ly-xa liền cho phép ma-nạp và tặng y như trước đã hứa. Ma-nạp nhận được y liền dâng cúng Phật. Đức Phật thọ nhận, bảo các Ly-xa:

"Ở đời có năm điều quý báu rất khó được gặp: (1) Chư Phật Thế Tôn. (2) Những lời do đức Phật dạy. (3) Hiểu rõ lời Phật dạy. (4) Làm theo điều đã nghe. (5) Người không quên ân nhỏ."

Các Ly-xa nghe pháp hoan hỷ, cùng nhau nghị bàn: "Đức Phật không ở đây lâu, mỗi người cúng riêng rẽ không thể nào giáp khắp được. Nay ta nên tập trung tất cả phẩm vật rồi tùy theo ngày mà cúng dường. Lẽ nào chủng tộc ta không được dự phần!"

A-phạm-hòa-lợi suốt đêm làm các thức ăn ngon bổ rồi, sáng ngày đem đến nơi vườn, trải tọa cụ xong, thỉnh Phật và Tăng thọ trai. Đức Phật bảo các tỳ-kheo: "Các thầy hệ niệm, cùng thọ bữa trai này." Tất cả đều an tọa nơi tòa. Nại nữ[632] tự tay pha chế thức ăn một cách hoan hỷ, không lẫn lộn. Thọ trai xong, lấy nước rửa rồi, Nại nữ đứng lui qua

---

[632] Tên khác của A-phạm-hòa-lợi, được dịch từ Phạn ngữ *āmra* gọi là Nại 奈 (cây xoài). Người nữ này được sinh ra trên cây xoài (Nại), nên gọi là Nại nữ.

một bên, bạch Phật: "Các vườn nơi Tỳ-xá-ly, vườn này là đệ nhất, con sửa soạn ngôi vườn này là muốn để làm việc phước, nay xin dâng cúng Thế Tôn, xin Thế Tôn nạp thọ."

Đức Phật dạy: "Nên cúng cho Tăng để được quả báo lớn."

Nại nữ lại một lần nữa xin cúng cho Phật. Đức Phật dạy: "Nên cúng cho Tăng, trong Tăng có Ta."

Nại nữ vâng lời Phật dạy liền dâng cúng cho Tăng, rồi lấy cái ghế nhỏ, ngồi trước đức Phật, đức Phật vì Nại nữ nói bài kệ tùy hỷ, như bài kệ mà đức Phật đã nói với Tỳ-lan-nhã... Đức Phật lại nói các pháp vi diệu, chỉ bày sự lợi ích, bà hoan hỷ, từ chỗ ngồi được mắt pháp trong sạch. Kế đó, thọ ba quy và năm giới, rồi từ chỗ ngồi đứng dậy kính lễ đức Phật, rồi cáo lui.

2. Ba y

Sau đó, các Ly-xa cúng dường theo kế hoạch đã bàn. Đức Phật từ Tỳ-xá-ly tuần tự du hành đến tháp Bát-giá-la.[633] Khi ấy vào mùa Đông, Phật mặc một chiếc áo, ngủ nơi đất trống. Phần đầu của đêm vừa qua, cảm thấy lạnh, lại mặc thêm một chiếc áo. Quá giữa đêm, cảm thấy lạnh lại mặc thêm một chiếc áo nữa. Không thấy khốn khổ do lạnh, Phật nghĩ: "Vị lai các tỳ-kheo nếu không phải hứng chịu sự lạnh lẽo thì nên chứa đủ ba y để chế ngự. Nay ta có thể vì các tỳ-kheo quy định chứa ba y."[634]

Do việc này, sáng ngày đức Phật tập họp Tỳ-kheo Tăng, bảo các tỳ-kheo:

"Trước đây, khi du hành nơi thành Vương Xá, thấy các tỳ-kheo phải mang nặng vì y, bấy giờ muốn quy định mức lượng y đàn-việt cúng. Đêm vừa qua, thời tiết rất lạnh, trước hết Ta mặc một y, giữa đêm cảm thấy lạnh, lại mặc thêm một y nữa, cuối đêm còn cảm thấy lạnh, lại mặc thêm một y nữa. Ta thấy an ổn vì có đủ sự ấm áp, liền khởi ý nghĩ: 'Vị lai các tỳ-kheo, nếu không chịu lạnh được thì nên mặc đủ ba

---

[633] *Tứ phần:* Không đề cập đến địa danh và tên tháp mà chỉ nói là Thế Tôn ngồi nơi đất trống.

[634] Ba y: **Xem cht. 342, 343, 344,** Phần I, Ch. iv.

y để chế ngự nó.' Nay Ta có thể vì các tỳ-kheo quy định cho chứa cất ba y.

Nay vì mười điều lợi **[136b01]** nên vì các tỳ-kheo qui định chứa ba y, không cho phép chứa dư. Nếu y bị hư hoại cho phép tu bổ, dùng kim chỉ vá lại, bị lủng lỗ cũng cho phép vá lại cho thẳng."

Khi ấy, các tỳ-kheo chứa y Câu-tu-la,[635] các cư sĩ thấy, cơ hiềm, nói: "Tỳ-kheo mặc Câu-tu-la, đâu có khác gì chúng ta mặc y Quán đầu?!"[636] Các tỳ-kheo bạch Phật, Phật dạy: "Không cho phép mặc y Câu-tu-la, vi phạm, phạm Đột-kiết-la."

Có một tỳ-kheo, y An-đà-hội bị hư hoại, quyền biến hiệp lại may thành Câu-tu-la để mặc, sau đó sanh nghi hối, bạch Phật, Phật dạy: "Cho phép tạm thời may để mặc." Có các tỳ-kheo cất chứa y Quán đầu và có y Tụ,[637] Câu-nhiếp[638] khoác lên trên. Các tỳ-kheo bạch Phật, Phật dạy: "Không cho phép chứa y Quán đầu và Tụ y, vi phạm, phạm Đột-kiết-la. Nếu nhận được cho phép thọ, hư hoại thì làm y khác."

Có một ngoại đạo dùng chỉ tạp sắc may vá trên y, làm như tranh thêu, sau đó, xuất gia trong Phật pháp cũng mặc y ấy, các cư sĩ thấy cơ hiềm chê trách nói: "Sa-môn Thích tử mặc y ngoại đạo, không thể phân biệt được." Các tỳ-kheo bạch Phật, Phật dạy: "Không cho phép mặc y ngoại đạo, vi phạm, phạm Thâu-lan-giá. Nếu không biết đó là y ngoại đạo, mà cũng chẳng phải là được Phật cho phép, thì nên hủy bỏ. Nếu biết là y của ngoại đạo thì nên quăng xuống lót đất, khiến cho

---

635 Y Câu-tu-la 拘修羅衣, Phật thuyết Mục-liên ngũ bách vấn giới luật trung khinh trọng sự kinh thích 1, X44n751, tr. 911b19, ghi: Y Câu-tu-la là loại mũ đội trên đầu.

636 Quán đầu y 貫頭衣: Loại y có cổ, khi khoác chui đầu qua. *Tứ phần:* Phả-na-đà-thi 頗那陀施. Hành sự sao giản chánh ký 15, X43n737, tr. 401c14: Quán đầu y, loại quần phụ nữ.

637 Hán: Tụ y 袖衣, *Tứ phần luật danh nghĩa tiêu thích 27* (X44n744, tr. 609c21) giải thích là loại áo kép xếp gấp 著褶. Cf. Vin. ibid.: *phalakacīraṃ*, y bằng mảnh gỗ ghép (ghép nhiều miếng ván lại).

638 Câu-nhiếp 拘攝, hoặc gọi Câu-chấp 拘執. [Pāli] *kojava (kocava)*: chăn lông. Nhưng, Wogihara cho là dịch từ [Skt] *kauśeya*: lụa, quyến, đoạn.

người đạp lên trên cho mau hư hoại."

Có các tỳ-kheo ngồi thiền dưới gốc cây, bị chim làm ồn và làm nhớp thân thể, bạch Phật, Phật dạy: "Cho phép đuổi chim đi, hay làm nhà ngồi thiền."

3. Nhận và chia Y phấn tảo

Có các tỳ-kheo muốn đến gò mả để lấy y của người chết, bạch Phật, Phật dạy: "Cho phép lấy." Họ bèn lấy, sau đó có tỳ-kheo cũng đến lấy y, thấy tỳ-kheo đến lấy trước nói: "Chia cho tôi với." Tỳ-kheo kia không chia, bạch Phật, Phật dạy: "Nên cùng chia."

Có các tỳ-kheo có mặt trước nơi gò mả, nhận được y, chia cho tỳ-kheo đến sau, khi chia lại có tỳ-kheo đến đòi chia cho mình, các tỳ-kheo không chia, bạch Phật, Phật dạy: "Nên cùng chia." Chia phần rồi, mỗi người đều muốn ra về, lại có tỳ-kheo đến đòi chia, các tỳ-kheo không chia, bạch Phật, Phật dạy: "Cũng nên chia cho nhau." Chia rồi, mỗi người đều sắp ra khỏi gò mả, lại có tỳ-kheo đến đòi chia phần, các tỳ-kheo không chia, bạch Phật, Phật dạy: "Nên chia cho nhau." Chia rồi mỗi vị đều ra khỏi gò mả, lại có tỳ-kheo đến đòi chia phần, **[136c01]** các tỳ-kheo không chia, bạch Phật, Phật dạy: "Không nên chia."

Có một tỳ-kheo mặc y, bưng bát vào thôn khất thực, khởi ý niệm: "Giờ này vào thôn khất thực, còn sớm", bèn vào gò mả, lấy được nhiều y. Lấy được rồi lại khởi ý nghĩ: "Nếu đem vào thôn thì nặng và xấu hổ", muốn đem về, nhưng khi ấy lại sợ quá giờ, bèn đem thu giấu, rồi đi khất thực. Lại có một tỳ-kheo, sau khi ăn xong về trước, đến nơi gò mả để tìm y, phát hiện những vải của tỳ-kheo trước, bèn đem về. Tỳ-kheo trước, sau đó đến lấy y, không biết hiện ở chỗ nào.Quay về Tăng phường thấy một tỳ-kheo đang giặt chúng, nói: "Thầy đừng giặt y của tôi." Tỳ-kheo kia nói: "Không phải của thầy."

Tỳ-kheo trước trình bày đầy đủ sự việc. Tỳ-kheo kia nói: "Vật nơi gò mả, không có chủ lấy gì làm chứng?" Bạch Phật, Phật dạy: "Nên thuộc về tỳ-kheo trước. Từ nay nếu nhận được y nơi gò mả nên làm dấu." Các tỳ-kheo lấy xương của người chết làm dấu, các tỳ-kheo đến sau tưởng là chim tha rớt lên trên y, nên lấy y đi. Bạch Phật, Phật dạy: "Không nên lấy xương người chết làm dấu." Lại có tỳ-kheo dùng nước màu đỏ làm dấu, các tỳ-kheo tưởng là máu nhớp, bèn lấy y đi. Bạch Phật, Phật dạy: "Không nên dùng nước màu đỏ làm dấu, nên dùng màu xanh, màu đen, màu lam, hoặc lấy miếng y ca-sa dán lên trên."

Có các tỳ-kheo cùng nhau phân công, phân nửa vào thôn khất thực, phân nửa đến gò mả tìm y, khi trở về cùng chia nhau. Giao ước như vậy rồi đi. Người đến bãi tha ma tìm được nhiều y, hối hận rằng: "Ta được y thuộc về của ta, quý vị kia nhận được thức ăn thuộc về của quý vị, không thể chia cho nhau." Tỳ-kheo khất thực, khi trở về, đem thức ăn chia, tỳ-kheo tìm được y không nhận, nói như trên. Tỳ-kheo khất thực nói: "Trước cùng nhau giao ước rõ ràng, tại sao lại thay đổi?" Họ bạch Phật, Phật dạy: "Nên cùng chia cho nhau."

Khi Tỳ-kheo lấy y, được y rồi cùng nhau giao ước, nếu có thể mang y này về chỗ ở, sẽ chia ra hai phần. Khi mang về đến nơi, lại đổi ý kiến không cho, bạch Phật, Phật dạy: "Nên chia cho nhau. Giặt y cũng như vậy."

Có một tỳ-kheo đến nơi gò mả, thấy một người mới chết, muốn lấy chiếc y của họ, dựng đứng xác chết lên, quỷ nhập vào người chết, nói thành tiếng: "Đại đức đừng lấy y của tôi." Tỳ-kheo nói: "Ngươi đã chết, chẳng phải là y của ngươi." Nói xong, cưỡng đoạt y. Người chết kêu lớn, theo đến Tăng phường, các Thiện quỉ thần không cho vào, bèn đứng ngoài cửa. Thấy tỳ-kheo ra vào, nói: **[137a01]** "Có một tỳ-kheo đoạt y của tôi đi vào đây, nhờ nói vị ấy hoàn lại cho tôi." Các tỳ-kheo vào hỏi: "Có một người đứng ngoài cửa nói rằng: 'Có tỳ-kheo đoạt y của họ đi vào đây, ai là người đoạt y ấy?'" Tỳ-kheo lấy y nói: "Y này là của người đã chết, chứ không phải của người sống." Các tỳ-kheo đem vấn đề bạch Phật, Phật dạy:

"Nếu thân người mới chết chưa có hư hoại, dựng đứng thây chết dậy, quỷ còn nhập vào, không nên lấy y ấy, cần phải trả lại. Nếu lấy y của người mới chết, thân chưa hư hoại, phạm Đột-kiết-la."

Tỳ-kheo kia liền đem y trả lại. Thây chết nhận được y liền ngã xuống đất. Tỳ-kheo kia bạch Phật, Phật dạy: "Có thể mang đến nơi gò mả." Tỳ-kheo kia liền đem y đi, thây chết kia đứng dậy đi theo sau. Khi đến gò mả, đem y trải xuống đất, thây chết lại ngã xuống.

Có một tỳ-kheo đến nơi gò mả thấy một người mặc chiếc y Khâm-bà-la mới, nằm dưới bóng cây, tưởng là người chết, khởi ý niệm: "Đức Phật không cho phép ta lấy y người chết thân chưa hư hoại," bèn muốn đánh bể đầu người kia. Người kia hoảng hồn đứng dậy nói: "Đại đức, tôi có phạm điều gì mà đánh bể đầu tôi?!" Tỳ-kheo nói: "Tôi tưởng ông là người chết." Người kia nói: "Thầy há đâu không thấy tôi còn thở sao? Tại sao vì chiếc y mà muốn đoạn mạng sống của tôi?!" Các tỳ-kheo bạch Phật, Phật dạy:

"Không nên tự mình đánh hoặc sai người đánh xác người chết để khiến cho hư hoại. Nếu vi phạm, phạm Đột-kiết-la."

Bấy giờ các tỳ-kheo nhận được y Kiếp-bối,[639] không cắt cái đầu tua râu mà mặc, các cư sĩ thấy cơ hiềm, nói: "Sa-môn Thích tử cũng mặc loại y này, cùng chúng ta đâu có khác gì?" Các tỳ-kheo bạch Phật, Phật dạy: "Không nên mặc, vi phạm, phạm Đột-kiết-la."

4. Y cát tiệt

Bấy giờ đức Thế Tôn cùng đầy đủ 1250 đại Tỳ-kheo du hành nhân gian, ở nơi phương Nam. Từ trên núi nhìn xuống thấy các thửa ruộng nước, xung quanh đắp bờ rất khéo, đức Phật nghĩ: "Các tỳ-kheo của Ta nên may y như vậy." Ngài liền hỏi tôn giả A-nan: "Thầy có thấy các thửa ruộng này hay không?"

"Bạch Thế Tôn, có thấy."

Phật bảo tôn giả A-nan: "Các tỳ-kheo nên mặc y như vậy, thầy có thể thực hiện được hay không?"

"Bạch Thế Tôn, con có thể làm theo."

Vâng lời dạy, A-nan tự may, cũng dạy cho các tỳ-kheo may, hoặc một đoạn dài, một đoạn ngắn; hoặc hai đoạn dài, một đoạn ngắn; hoặc ba đoạn dài, một đoạn ngắn; lá điều[640] bên tả thì gấp xếp về phía bên tả; lá điều bên hữu thì gấp xếp về phía bên hữu; lá điều

---

[639] *Tứ phần:* "Nhóm sáu Tỳ-kheo lại khoác y không bỏ tua." *Pali Kappāsika,* áo làm bằng bông vải.

[640] Hán: Điều diệp 條葉, điều là rẻo vải hẹp mà rộng, tượng trưng cho bờ ruộng; còn diệp là rẻo vải như chiếc lá, chỉ khâu một biên đính vào y.

chính giữa thì phủ đều qua hai bên.[641] May xong, mặc thật thích nghi. Đức Phật thấy rồi, bảo các tỳ-kheo: "A-nan có đại trí tuệ, nghe Ta lược nói mà may đúng như pháp. Đây gọi là y cắt rọc,[642] **[137b01]** không giống bất cứ y nào, so với y các ngoại đạo thì khác hẳn. Oan gia, đạo tặc lại không lấy để làm gì. Từ nay cho phép các tỳ-kheo cắt rọc may thành ba y, nếu bị rách nên vá lại."

Đức Phật ở thành Tỳ-xá-ly. Có một trú xứ, đất thấp rất ẩm ướt, nhiều loại mòng muỗi, các tỳ-kheo không thể ở được. Các vị về các thành Xá-vệ, Chiêm-bà, Ca-duy-la-vệ, Vương Xá để an cư. Trú xứ ấy bị bỏ trống. Cư sĩ nói: "Đại đức có thể ở đây an cư, chúng con sẽ cung cấp thức ăn, nước uống." Các tỳ-kheo nói: "Nơi đây có nhiều mòng muỗi, không thể ở được." Các cư sĩ lại thưa: "Miễn Đại đức ở lại, chúng con sẽ đưa màn đến." Các tỳ-kheo không biết có được phép nhận hay không, bạch Phật, Phật dạy: "Cho phép nhận." Các tỳ-kheo không biết may lớn nhỏ thế nào, bạch Phật, Phật dạy: "Nên tùy theo giường lớn nhỏ mà may."

Các tỳ-kheo thường mặc một y vào trong xóm làng rồi về lại Tăng phường, không thay đổi y, y bị mồ hôi làm nhớp nhúa bất tịnh. Các cư sĩ thấy cơ hiềm nói: "Sa-môn Thích tử bất tịnh gớm ghiếc, thường mặc một y ra vào trong xóm làng."

Các tỳ-kheo bạch Phật, Phật dạy: "Ở trong Tăng phường nên mặc y lót,[643] không nên mặc y vào trong xóm làng.[644]"

---

[641] *Tứ phần* 40, tr. 855a26: "Đây là đường may thứ nhất, đây là đường may thứ hai, đây là đường may giữa, đây là lá điều hướng hai bên."

[642] Hán: Cát tiệt y 割截衣. *chinnaka*, vải được cắt thành từng miếng vuông như thửa ruộng, rồi may lại thành. Thường gọi là phước điền y.

[643] *Tứ phần:* Niết-bàn-tăng 涅槃僧; *nivāsana*, hạ y, nội y.

[644] Nhập tụ lạc y 入聚落衣, chỉ cho y tăng-già-lê 僧伽梨, *saṅghāṭī*, dịch là y có hai lớp, loại y trùm kín thân thể. Y này mặc khi đi khất thực, vào xóm làng...

VI. TẠP SỰ (2)⁶⁴⁵

1. Làm phòng, chỗ kinh hành, y...

Các tỳ-kheo không có phòng xá để ở, muốn làm phòng mới, bạch Phật, Phật dạy: "Cho phép ở trong Tăng phường, vì Tăng mà làm." Các tỳ-kheo khác không yểm trợ, bạch Phật, Phật dạy: "Nên yểm trợ." Các tỳ-kheo yểm trợ lâu dài, trở ngại việc tọa thiền hành đạo, bạch Phật, đức Phật dạy: "Không nên yểm trợ lâu dài, nếu đương sự không đủ sức thì mới yểm trợ." Các tỳ-kheo khi làm việc, y bị hư hoại, nhơ nhớp, thường xuyên giặt và vá nên trở ngại việc ngồi thiền hành đạo, bạch Phật, Phật dạy: "Tăng nên may cái y để mặc khi làm việc." Các tỳ-kheo xấu hổ không dám mặc chiếc y lót mình, bạch Phật, Phật dạy: "Vì Tăng, khi làm việc, cho phép tùy ý mặc." Các tỳ-kheo mặc Tăng y, hơi nhớp một chút, bèn đem giặt, do đó mau rách, bạch Phật, Phật dạy: "Không nên giặt thường xuyên, làm xong việc, sau đó mới giặt."

Các tỳ-kheo muốn làm chỗ kinh hành mới, bạch Phật, Phật dạy: "Cho phép làm." Các tỳ-kheo lại làm cong, bạch Phật, Phật dạy: "Nên làm thẳng." Các tỳ-kheo muốn làm đường kinh hành cao, bạch Phật, Phật dạy: "Cho phép làm cao." Hai bên đường đi kinh hành thường bị hư, các tỳ-kheo bạch Phật, Phật dạy: "Cho phép dùng đất thổ trắng, cũng cho phép dùng y, hay cỏ Bà-bà⁶⁴⁶ đắp lên trên."

[137c01] Khi đại hội, người nhiều phòng ít, các tỳ-kheo không có chỗ ở, bạch Phật, Phật dạy: "Trong phòng có nhiều chỗ để ngồi, cho phép trải vải ngồi, để trống chính giữa." Các tỳ-kheo ở cùng một phòng lại cùng nhau làm ồn, họ bạch Phật, Phật dạy: "Nên dùng vải ngăn lại, cũng cho phép làm cái lỗ hổng."

Các tỳ-kheo ngồi dựa nơi vách, các cư sĩ thấy cơ hiềm nói: "Sa-môn Thích tử này già rồi mới xuất gia nên không có oai nghi, tại sao lại dựa nơi vách mà ngồi?" Các tỳ-kheo bạch Phật, Phật dạy: "Không nên ngồi dựa nơi vách."

Có các tỳ-kheo già bệnh không thể tự giữ thân mình, bèn lấy cỏ kết

---

⁶⁴⁵ Tiếp Tạp sự (1) ở trước.
⁶⁴⁶ Cỏ Bà-bà: **Xem cht. 538**, Ch. ii trước, **tr. 365**.

chỗ ngồi để dựa, làm nhơ nhớp trong phòng, các tỳ-kheo bạch Phật, Phật dạy: "Không nên buộc cỏ để dựa, cho phép làm cái dây ngồi thiền,[647] kín đáo nơi ghế." Các tỳ-kheo làm cái dây ngồi thiền rộng. Bạch Phật, Phật dạy: "Không nên làm quá tám ngón tay."[648] Các tỳ-kheo lại làm cái dây ngồi thiền hẹp, bạch Phật, Phật dạy: "Không nên hẹp hơn năm ngón tay". Các tỳ-kheo lại làm cái dây ngồi thiền bằng tạp sắc, bạch Phật, Phật dạy: "Nên làm một màu, nếu các loại tạp sắc thì nên giặt nhuộm cho hoại sắc, rồi sau mới cho phép dùng."

Khi ấy Trưởng lão Kha-hưu nhận được một chiếc y, muốn làm An-đà-hội thì dài quá, muốn làm Tăng-già-lê, Ưu-đa-la-tăng (Uất-đa-la-tăng) thì lại thiếu, nên luôn luôn phải kéo nó ra. Đức Phật đi đến các phòng, thấy hỏi: "Thầy làm cái gì vậy?" Đương sự trình bày đầy đủ sự việc, Phật dạy: "Nếu không đủ thì nên làm 3 dài, 1 ngắn; nếu lại không đủ thì làm 2 dài, 1 ngắn; nếu cũng không đủ thì làm 1 dài, 1 ngắn. Nếu lại cũng không đủ nữa thì cho phép may ép làm thành lá."

Trưởng lão Kha-hưu lại nhận được một tấm vải, thiếu không đủ cắt rọc may ba y, bạch Phật, Phật dạy: "Cho phép cắt rọc may Tăng-già-lê, Ưu-đa-la-tăng và Man-an-đà-hội (An-đà-hội)."

Khi có đại chúng hội họp, các bạch y đem y cúng dường, bạch Phật, Phật dạy: "Cho phép nhận." Các bạch y muốn được chú nguyện bạch Phật, Phật dạy: "Nên vì họ chú nguyện." Các tỳ-kheo không biết chú nguyện, bạch Phật, Phật dạy: "Nên khiến vị Duy-na chú nguyện." Các tỳ-kheo không biết đem để chỗ nào, bạch Phật, Phật dạy: "Nên như trước, bạch nhị yết-ma, để ngay chính giữa phòng". Họ không biết giao ai thủ hộ, bạch Phật, Phật dạy: "Nên như trước, bạch nhị yết-ma, sai một tỳ-kheo thủ hộ." Các tỳ-kheo bèn Yết-ma, sai tỳ-kheo vô tri, không phân biệt được y tốt xấu, bạch Phật, Phật dạy: "Người có năm pháp sau đây không nên sai thủ y: ái, nhuế, bố, si, không biết tốt xấu."

---

[647] Hán: Thiền đái 禪帶. *Tứ phần 41*, tr. 860b05: "Không dám cho tỳ-kheo-ni những thứ như phi y, đãy đựng bát, đựng dép, ống đựng kim, dây đai thiền". *Thập tụng 38*, tr. 278a14: Xá-lợi-phất đau cột sống, Phật cho phép dùng lông thú, vải sô-ma hay kiếp-bối, cỏ các thứ bện thành thiền đái mà ngồi.

[648] Khoảng chừng 20cm.

Các tỳ-kheo chia y nơi chỗ ồn ào, y bị mất, tỳ-kheo thủ y **[138a01]** bị mang tiếng xấu, bạch Phật, Phật dạy: "Nên chia y nơi chỗ vắng." Khi chia y có khách tỳ-kheo đến, cựu tỳ-kheo hỏi: "Hôm đó thầy ở đâu?" "Tôi ở chỗ đó..." Các tỳ-kheo nói: "Chúng tôi nhận được y ngày ấy..." Tỳ-kheo này ở trong giới, vấn đề chia y này không thành, bạch Phật, Phật dạy: "Ngày nhận được y, có tỳ-kheo tưởng có tỳ-kheo, chia y không thành, phạm Đột-kiết-la. Có tỳ-kheo, nghi cũng như vậy. Không tỳ-kheo, tưởng có tỳ-kheo, thành chia y, mắc tội Đột-kiết-la. Không Tỳ-kheo, nghi cũng như vậy. Không tỳ-kheo, tưởng không tỳ-kheo, thành chia y, không phạm."

Bấy giờ các tỳ-kheo không có đồ lót thân, nằm trên ngọa cụ của Tăng, ô uế bất tịnh. Lại có một tỳ-kheo không có đồ lót thân, nằm trên ngọa cụ của Tăng, chân đạp, ngọa cụ bị hỏng; bạch Phật, Phật dạy: "Vì hộ thân, hộ y, hộ ngọa cụ của Tăng cho phép sắm đơn phu,[649] trải trên ngọa cụ của Tăng."

Khi ấy, do Phật không cho phép nằm trực tiếp trên ngọa cụ của Tăng, nhóm sáu Tỳ-kheo dùng vật rộng vài tấc làm phu cụ trải trên ngọa cụ của Tăng; bạch Phật, Phật dạy: "Bề dài, bề rộng nên như ngọa cụ."

Các tỳ-kheo không hệ niệm, ngủ bị xuất bất tịnh, nhớp đơn phu; bạch Phật, Phật dạy: "Nên dùng tọa cụ trải trên đơn phu."

Có các tỳ-kheo bị con mọt cắn, bạch Phật, Phật dạy: "Cho phép làm riêng một cái, rộng dài hơn cái đơn phu, trải xuống dưới, thòng xuống xung quanh cái giường, mỗi bên một thước."

Bấy giờ Ưu-ba-ly hỏi Phật: "Bạch Thế Tôn, nên thọ trì bao nhiêu loại y?" Đức Phật dạy: "Nên thọ trì ba y (Tăng-già-lê, Uất-đa-la-tăng, An-đà-hội)*. (Ngoài ra)* y lót thân, y đắp, y tắm mưa, y che ghẻ, y ngăn mòng muỗi, y trải chỗ đi kinh hành, y ngăn con mọt, y đơn phu, y tọa cụ, y bảo vệ đầu gối, y bảo vệ gót chân, y bảo vệ đầu, các loại khăn lau thân, lau tay, lau mặt, đãy đựng kim chỉ, đựng bát, đựng giày

---

[649] Đơn phu 單敷. *Tứ phần luật hành sự sao tư trì ký* 3, T40n1805, tr. 374a21: Đơn phu nghĩa là dùng trải trên giường rủ xuống 4 góc.

dép, lọc nước, nếu tương tự như y đều nên thọ trì."

Có một tỳ-kheo bạch Phật: "Bạch Thế Tôn, Ngài thường khen ngợi kẻ thiểu dục tri túc, con rất vui mừng, con nguyện xin được sống lõa hình." Đức Phật dạy: "Ngươi là người ngu si, muốn làm theo nghi pháp của ngoại đạo, vi phạm, phạm Thâu-lan-giá."

Có các tỳ-kheo bạch Phật: Hoặc có người muốn làm y bằng tóc,[650] y bằng da nai, y bằng da dê, y bằng lông chim, y bằng lông ngựa, y bằng đuôi trâu, y bằng cỏ, y bằng vỏ cây,[651] bằng lá. Đức Phật dạy: "Ông là kẻ ngu si, muốn làm các pháp nghi của ngoại đạo. Tất cả pháp nghi của ngoại đạo đều không được làm, nếu làm thì phạm Thâu-lan-giá."

[138b01] Có một tỳ-kheo bạch Phật: "Chúng con xin được phép bên trong mặc y Quán đầu, phủ lên trên bằng y Bạt-na.[652] Đức Phật dạy: "Ông là kẻ ngu si, muốn làm theo pháp nghi của bạch y, vi phạm, phạm Đột-kiết-la."

Có các tỳ-kheo muốn mặc y Quán đầu bên trong, y Kiếp-bối bên ngoài, hoặc muốn may y Tô-ma[653], y kiếp-bối có vằn, hoặc muốn mang nhẫn nơi ngón tay, kẻ lông mày, mang giày dép tạp sắc, bạch Phật, Phật dạy: "Ông là kẻ ngu si, đó là nghi pháp của bạch y, tất cả nghi pháp của bạch y đều không nên làm, vi phạm, phạm Đột-kiết-la."

Có một tỳ-kheo bạch Phật: "Cho phép chúng con mặc y thuần màu xanh, vàng, đỏ, trắng, đen. Đức Phật dạy: "Y màu thuần đen là y của đàn bà mặc khi sanh đẻ, vi phạm, phạm Ba-dật-đề; còn bốn sắc kia thì

---

650 Hán: Nhơn phát y 人髮衣. [Pali] *Kesakambala,* y làm bằng tóc người, tấm chăn làm bằng tóc.

651 *Tứ phần:* Bì y 皮衣, có lẽ là vỏ cây, tức *thọ bì.* Cf. Vin. i. 305: *vākacīraṃ nivāseti.*

652 Y Bạt-na 跋那衣. *Tứ phần* 40, tr. 857a25: Y phả-na-đà-thi. Có lẽ *phả-na-đà-thi* và *bạt-na* là một, nhưng không rõ phiên từ [SKT] gì. *Phiên Phạn ngữ 10:* bạt-na y, dịch là *sắc* 色; [SKT] *varṇa? Danh nghĩa tiêu thích 27* (Vạn 44, tr. 609b12): y *a-đá-hầu-đa* 阿哆睺多衣, y *phả-na-đà-thi* 頗那陀施衣, 2 loại y ở nước ngoài, đây không có.

653 Tô-ma y 蘇摩衣: Hay gọi *sám-ma* 懺摩, dịch là *thô bố* 麤布, đồng với sô-ma 芻摩, [Pali] *khoma* ([SKT] *kṣauma*), ma bố, á ma, vải lanh.

phạm Đột-kiết-la."

Khi ấy các tỳ-kheo đầu bị lạnh, bạch Phật, Phật dạy: "Cho phép dùng y trùm lên, cũng cho phép làm cái mão đội cho ấm." Có các tỳ-kheo không mặc Tăng-kỳ-chi,[654] vào trong xóm làng, hông và ngực bị bày ra, các người nữ thấy bỡn cợt, các tỳ-kheo bạch Phật, Phật dạy: "Không nên như vậy, vào xóm làng phải mặc Tăng-kỳ-chi, vi phạm, phạm Đột-kiết-la."

Có các tỳ-kheo mặc Tăng-kỳ-chi, bị gió thổi, bay xuống đất, bạch Phật, Phật dạy: "Nên dùng dây cột lại."

Có các tỳ-kheo đứng trên chỗ cao cột dây, các người nữ ở chỗ thấp thấy hình thể cười cợt, các tỳ-kheo xấu hổ, bạch Phật, Phật dạy: "Cho phép khi cột, lấy y từ phía sau choàng đến phía trước."

Khi ấy, Bạt-nan-đà biết trú xứ chưa chia phẩm vật cúng an cư, liền đến nói: "Tại sao không chia gấp đi, nếu không chia, hoặc bị trùng cắn, hoặc bị nạn nước, lửa, v.v..., nếu chia có thể được tự dụng, hoặc cho đệ tử hay làm các việc phước." Các tỳ-kheo liền chia, Bạt-nan-đà nói: "Các thầy không rành cái nào quý, cái nào tiện." Các tỳ-kheo nói: "Nếu thầy khá rành, hãy vì chúng tôi chia giùm và thầy tự lấy phần mình." Được cơ hội, Bạt-nan-đà liền chia, rồi lấy phần của mình mang đi ngay. Lại đến trú xứ khác cũng làm như vậy chứ không phải một chỗ. Được một gánh y nặng, Bạt-nan-đà về lại trú xứ. Các tỳ-kheo trông thấy khen: "Thầy là người đại phước đức nên mới được số y như vậy." Bạt-nan-đà nói: "Đâu phải do có phước mà được, do đến các trú xứ an cư dùng xảo ngôn mà được." Các tỳ-kheo bằng mọi cách chê trách: "Tại sao an cư một chỗ mà lại nhận phẩm vật nhiều chỗ?" Các tỳ-kheo bạch Phật, nhân việc này đức Phật tập họp Tỳ-kheo Tăng, hỏi Bạt-nan-đà: **[138c01]** "Thật sự ông có như vậy không?" "Kính bạch Thế Tôn, sự thật con có như vậy." Đức Phật bằng mọi cách quở trách: "Ta thường nói thiểu dục, tri túc, tại sao ông lại thọ nhận nhiều mà không nhàm chán?!" Quở trách rồi, Phật bảo các tỳ-kheo: "Không nên an cư một chỗ mà nhận phẩm vật an cư nhiều chỗ, nếu vi phạm, phạm Đột-kiết-la."

Khi ấy, các tỳ-kheo chỉ mặc y thượng và hạ vào trong xóm làng,

---

[654] Tăng-kì-chi 僧祇支: 梵 saṃkakṣikā. 巴利 saṅkacchā, saṅkacchika, là y che nách (phú dịch y 覆腋衣), hay y che vai (phú kiên y 覆肩衣).

bạch Phật, Phật dạy: "Không nên như vậy, vi phạm, phạm Đột-kiết-la."

Có tỳ-kheo mặc y lộn ngược vào xóm làng, các tỳ-kheo thấy nói: "Mặc y lộn ngược cùng với mặc y không cắt rọc có gì khác đâu?" Bạch Phật, Phật dạy:

"Không nên như vậy, vi phạm, phạm Đột-kiết-la."

Có các tỳ-kheo khi chưa vào thôn, và khi ra khỏi thôn, bị cỏ cây móc y rách, bụi đất vào trong lá y, muốn lộn ngược y lại mà không dám, bạch Phật, Phật dạy:

"Vì bảo vệ y, nên khi chưa vào thôn và lúc ra khỏi thôn, cho phép lộn ngược y lại."

Có các tỳ-kheo nhuộm Man y[655] làm cho có điều, lại có may cái lá dính vào y, hoặc may áp lá y, hoặc làm lá y phân nửa hướng lên trên, phân nửa hướng xuống dưới. Bạch Phật, Phật dạy: "Không nên như vậy, vi phạm, phạm Đột-kiết-la."

Có các tỳ-kheo mặc y tạp sắc, bạch Phật, Phật dạy: "Không nên như vậy, vi phạm, phạm Đột-kiết-la."

Có các tỳ-kheo, khi mưa, mặc y lộn ngược, nước vào trong lá y, hư mục, bạch Phật, Phật dạy: "Khi mưa không nên mặc y lộn ngược, nếu lúc không mưa thì tùy ý mặc."

Bây giờ, các tỳ-kheo có y, bát các vật, muốn dùng để cúng cho Tăng, bạch Phật, Phật dạy: "Có 9 trường hợp được của thí đều cho phép cúng cho Tăng: 1- Giới được thí. 2- Phải được thí. 3- Bậc hạng được thí. 4- Tăng được thí. 5- Hiện tiền được thí. 6- Tăng an cư được thí. 7- Hai bộ Tăng được thí. 8- Chỉ vẽ được thí. 9- Người được thí.

"1. Giới được thí: Thí chủ nói: 'Cúng cho Tăng trong cương giới này'. Như vậy gọi là Giới được thí.

"2. Phải được thí: Khi an cư, Tăng ở khác cương giới cùng quy định, một trú xứ nhận được của thí đều chia cho nhau. Như vậy gọi là Phải được được thí.

---

[655] Man y 漫(縵)衣: Y còn nguyên tấm vải lớn, chưa cắt thành những mảnh nhỏ.

"3. Bậc hạng được thí: Thí chủ nói: 'Dâng cúng cho vị Tăng như vậy, như vậy...' Như vậy gọi là Bậc hạng được thí.

"4. Tăng được thí: Thí chủ cúng cho Tăng, Tăng nên biết vật thí như vậy tùy nghi phân chia. Như vậy gọi là Tăng được thí.

"5. Hiện tiền Tăng được thí: Thí chủ đối diện **[139a01]** cúng cho Tăng. Như vậy gọi là Hiện tiền Tăng được thí.

"6. An cư Tăng được thí: Thí chủ nói: 'Cúng cho Tăng an cư nơi đây.' Như vậy gọi là Tăng an cư được thí.

"7. Hai bộ Tăng được thí: Thí chủ cúng cho hai bộ Tăng, nếu tỳ-kheo nhiều, tỳ-kheo-ni ít, hay tỳ-kheo-ni nhiều, tỳ-kheo ít đều nên chia đôi; nếu có tỳ-kheo mà không có tỳ-kheo-ni thì tỳ-kheo nên chia hết; nếu có tỳ-kheo-ni mà không có tỳ-kheo thì tỳ-kheo-ni nên chia hết. Như vậy gọi là Hai bộ Tăng được thí.

"8. Chỉ vẽ được thí: Thí chủ yêu cầu Tăng sử dụng như vậy, như vậy..., thì cùng chia. Như vậy gọi là Chỉ vẽ được thí.

"9. Người được thí: Thí chủ nói: 'Con cúng cho thầy...', như vậy gọi là Người được thí.

Lại có 5 trường hợp được thí: "Cúng cho Phật và Tăng, cúng cho Phật và Tỳ-kheo-ni Tăng, cúng cho Phật và hai bộ Tăng, thí cúng cho cá nhân, thí cúng cho Tăng với thời gian dài."

2. Di vật của Tỳ-kheo

Có một sa-di qua đời, các tỳ-kheo không biết xử sự thế nào các vật của vị ấy, bạch Phật, Phật dạy: "Nếu khi còn sống đã cho ai thì nên cho họ, nếu khi còn sống không cho ai thì nên chia cho hiện tiền Tăng."

Có một tỳ-kheo ít người quen biết qua đời, có y thượng, hạ và phi y, các tỳ-kheo không biết thế nào, bạch Phật, Phật dạy: "Nếu khi sanh tiền không hứa cho ai thì hiện tiền Tăng nên chia; nếu lúc sanh tiền đã hứa cho vị nào mà chưa đưa, Tăng nên Bạch nhị yết-ma đưa cho họ. Một tỳ-kheo xướng:

Đại đức Tăng xin lắng nghe! Tỳ-kheo... qua đời ở nơi đây, lúc sanh tiền có sở hữu y, hoặc phi y, hiện tiền Tăng nên chia, trước

đã cho Tỳ-kheo... Nếu thời gian thích hợp đối với Tăng, Tăng chấp thuận. Đây là lời tác bạch.

Đại đức Tăng xin lắng nghe! Tỳ-kheo... qua đời ở nơi đây, sanh tiền có sở hữu y hoặc phi y, hiện tiền Tăng nên chia, nay cho Tỳ-kheo... Các Trưởng lão nào đồng ý thì im lặng. Vị nào không đồng ý xin nói.

Tăng đã đồng ý cho Tỳ-kheo... y rồi. Tăng đồng ý nên im lặng. Việc này tôi ghi nhận như vậy."

Có một tỳ-kheo có nhiều người quen biết, được quốc vương, đại thần và nhiều người cúng dường, rồi vị ấy qua đời, rất nhiều của cải, các tỳ-kheo không biết thế nào, bạch Phật, Phật dạy: "Nếu lúc sanh tiền đã hứa cho ai thì nên Bạch nhị yết-ma để cho; nếu sanh tiền không hứa cho ai, thì có thứ nên chia, có thứ không nên chia. Như y Bà-na, y Tô-ma, y Kiếp-bối, lông Câu-nhiếp dài năm ngón tay, hoặc Tăng-già-lê, Ưu-đa-la-tăng, An-đà-hội, hoặc Hạ y, hoặc Xá-lặc,[656] hoặc Đơn phu, hoặc y lót thân, hoặc mền, hoặc tọa cụ, hoặc đãy đựng kim chỉ, **[139b01]** đãy lọc nước,[657] đãy đựng bát, đãy đựng giày dép, hoặc bát lớn, bát nhỏ, móc cửa, những vật như vậy thì có thể chia, hiện tại Tăng đều nên chia. Nếu là gấm, lụa là, lông bàng[658], giạ, lông Câu-nhiếp quá năm ngón tay, hoặc áo tắm mưa, áo che ghẻ, mùng màn, vải trải đường kinh hành, hoặc đơn phu ngăn con mọt, tọa cụ, giường nằm, giường ngồi; trừ loại bát bằng sành lớn hay nhỏ, đồ tưới nước, ngoài ra tất cả đồ bằng sành; trừ bát bằng sắt lớn hay nhỏ, móc cửa, dao, kim, vật cắt móng tay, tất cả đồ bằng sắt; trừ tất cả các loại làm bằng đồng, như đồng Đa-la vật dùng để bào chế thuốc trị mắt,[659] ngoài ra tất cả loại làm bằng đồng như tán cái, tích trượng, tất cả những vật

---

[656] Xá-lặc 舍勒. ⓢ *śāṭaka*, là một loại y mặc bên trong của các tỳ-kheo.

[657] Hán: Lộc thủy nang 漉水囊 (ⓢ *Parisrāvaṇa*, ⓟ *Parissāvana*), đãy lọc nước, túi lọc nước.

[658] Mao bàng 毛尨, cũng gọi mao bố 毛布, loại vải bông, vải xù.

[659] Hán: Đồng Đa-la thịnh nhãn vật 銅多羅盛眼藥物. Tứ phần luật tinh luận yếu dụng sao 2, T85n2795, tr. 709c05 ghi: 銅多羅盛服藥物. Vậy cũng có thể hiểu: Đồng Đa-la vật chuyên dùng bào chế thuốc (của Tăng).

như vậy đều không nên chia, mà thuộc về đồ dùng của Tăng."

Có các tỳ-kheo nhận được phẩm vật cúng an cư mà chưa chia, hoặc có người qua đời, có người hoàn tục, có người làm ngoại đạo, có người đi xa, có người làm sa-di, có người thọ đại giới lại, có người biến thành hai căn, có người căn bị tiêu diệt, các tỳ-kheo không biết nên giải quyết như thế nào, bạch Phật, Phật dạy: "An cư nhận được phẩm vật cúng mà chưa chia, nếu qua đời, lúc sanh tiền vị ấy đã hứa cho ai, thì nên Bạch nhị yết-ma để cho; nếu sanh tiền vị ấy không hứa cho ai, hiện tiền Tăng nên chia. Người hoàn tục, làm ngoại đạo, đi xa, biến thành hai căn, căn tiêu diệt cũng như vậy. Làm sa-di thì nên chia theo phần sa-di, thọ đại giới lại thì nên chia theo phần của đại Tỳ-kheo." Có các tỳ-kheo khi an cư chưa nhận được phẩm vật cúng an cư, hoặc qua đời, cho đến căn biến, sau đó nhận được vật cúng, cũng như vậy. Tỳ-kheo-ni cũng như vậy.

Bấy giờ Điều-đạt[660] nhận được phẩm vật cúng an cư chưa chia, Tăng bị phá, các tỳ-kheo không biết giải quyết thế nào, bạch Phật, Phật dạy: "Nếu Tăng chưa phá mà nhận được phẩm vật thì nên chia đều; nếu Tăng phá rồi, sau đó mới nhận được vật thì nên tùy theo chỗ dâng cúng mà chia."

Có các tỳ-kheo đồng cương giới Tăng bị phá, sau đó, muốn làm các Yết-ma cho người thọ giới Cụ túc, không biết thế nào, bạch Phật, Phật dạy:

"Nếu Tăng đã bị phá, tuy đồng cương giới, cho phép tác Yết-ma, hành Tăng sự, không phạm biệt chúng."

Có một trú xứ, chỉ một tỳ-kheo ở, chẳng phải thời gian an cư, nhận được y dâng cúng cho Tăng, vị ấy khởi ý niệm: Phật dạy bốn người trở lên gọi là Tăng, nay ta chỉ có một người không biết nên thế nào, bạch Phật, Phật dạy: "Nên thọ trì, hoặc tịnh thí, hay cho người, nếu không vậy, tỳ-kheo khác đến nên cùng chia."

Hoặc có trú xứ tỳ-kheo, chẳng phải thời gian an cư, nhận được vật cúng cho Tăng, nếu không có tỳ-kheo thì **[139c01]** tỳ-kheo-ni

---

660 Điều-đạt 調達 là tên khác của Đề-bà-đạt-đa (*Devadatta*).

nên chia.

Hoặc có trú xứ tỳ-kheo-ni, chẳng phải thời gian an cư, nhận được y cúng cho Tỳ-kheo-ni Tăng, nếu không có tỳ-kheo-ni thì tỳ-kheo nên chia.

Hoặc có trú xứ tỳ-kheo, chẳng phải thời gian an cư, tỳ-kheo qua đời, không có tỳ-kheo thì tỳ-kheo-ni nên chia.

Hoặc có trú xứ tỳ-kheo-ni, chẳng phải thời gian an cư, tỳ-kheo-ni qua đời, không có tỳ-kheo-ni thì tỳ-kheo nên chia. Thời gian an cư, nhận được vật cúng đều cũng như vậy.

Có một đệ tử của ngoại đạo, xuất gia trong pháp luật của Phật. Các thân tộc người ấy đều nói: "Tại sao bỏ đạo A-la-hán của ta, lại xuất gia trong Sa-môn Thích tử, nên bắt trở lại!" Họ lại nói: "Nếu đương sự nghe, có thể trốn thoát, nhưng Sa-môn Thích tử không phá an cư. Khi ấy họ cho rằng đến bắt, chắc được không có nghi ngờ gì". Tỳ-kheo kia nghe không biết thế nào, bạch Phật, Phật dạy: "Cho phép phá an cư đi." Tỳ-kheo kia bèn từ một trú xứ đến một trú xứ, không biết nên nhận phẩm vật an cư nơi trú xứ nào, bạch Phật, Phật dạy:

"Nếu ở trú xứ nào nhiều ngày hơn thì nhận phẩm vật an cư nơi trú xứ đó."

Có hai tỳ-kheo cùng đi trên một lộ trình, một tỳ-kheo bệnh, một tỳ-kheo nuôi bệnh. Tỳ-kheo kia qua đời, tỳ-kheo nuôi bệnh đem y bát đến chỗ đức Thế Tôn, bạch Phật việc ấy. Nhân việc này đức Phật tập họp Tỳ-kheo Tăng, bảo các tỳ-kheo:

"Nuôi bệnh rất khó khổ, nay cho phép đem ba y và bát Bạch nhị yết-ma cho người nuôi bệnh. Một tỳ-kheo xướng:

Đại đức Tăng xin lắng nghe! Tỳ-kheo… qua đời, ba y và bát hiện tiền Tăng nên chia, nay đem cho người nuôi bệnh. Nếu thời gian thích hợp đối với Tăng, Tăng chấp thuận. Đây là lời tác bạch.

Đại đức Tăng xin lắng nghe! Tỳ-kheo… qua đời, ba y và bát hiện tiền Tăng nên chia, nay đem cho người nuôi bệnh. Các Trưởng lão nào đồng ý thì im lặng. Vị nào không đồng ý xin nói.

Tăng đã cho Tỳ-kheo… y bát rồi; Tăng chấp thuận nên im lặng.

Việc này tôi ghi nhận như vậy."

Có một tỳ-kheo biếng nhác không tiếp tay công việc của chúng, cũng không hầu hạ Hòa thượng, A-xà-lê, khi mắc bệnh không có ai chăm sóc, đại tiểu tiện nhớp cả thân, bất tịnh hôi thúi. Đức Phật đi xem các phòng thấy, tự tay Ngài tắm rửa, giặt giũ y của bệnh nhân, trừ khử bất tịnh, đỡ nằm trên giường và ngồi một bên an ủi: "Thầy đừng lo sợ, thầy sẽ được lành, không sao đâu!" **[140a01]** Tỳ-kheo kia nghe rồi hoan hỷ. Đức Phật lại nói các diệu pháp, tỳ-kheo bệnh viễn trần ly cấu, ở trong các pháp đặng con mắt pháp trong sạch. Nhân việc này, đức Phật tập họp Tỳ-kheo Tăng, hỏi A-nan: "Tỳ-kheo... bệnh, tại sao không có người chăm nom?" A-nan trình bày đúng sự thật, đức Phật bảo A-nan: "Các ông làm điều phi pháp! Tỳ-kheo không có cha mẹ, chính mình không tự chăm sóc cho nhau thì ai chăm sóc? Này các ông! Nay cho phép các tỳ-kheo phải cử người nuôi bệnh." Các tỳ-kheo không biết cử ai nuôi bệnh, bạch Phật, Phật dạy: "Đệ tử phải chăm sóc Hòa thượng bệnh, Hòa thượng phải chăm sóc đệ tử bệnh. A-xà-lê, đồng Hòa thượng, A-xà-lê cũng như vậy."

Có tỳ-kheo khách đến bệnh, không có Hòa thượng, A-xà-lê, cũng không có đồng sư, không có ai chăm sóc, các tỳ-kheo không biết thế nào, bạch Phật, Phật dạy: "Trước hết nên khuyên một người nuôi bệnh, nếu không có người này, nên mỗi ngày theo thứ tự sai một người, nếu người nào không thuận chịu thì như pháp trị."

Khi ấy, các tỳ-kheo tranh nhau chăm sóc, gây não loạn cho người bệnh, bạch Phật, Phật dạy: "Không nên như vậy, nên hai, ba người đến để lo liệu các việc mà người bệnh cần." Khi ấy, người nuôi bệnh tìm xin thuốc khó khăn, mà người bệnh không chịu uống, trở ngại cho việc hành đạo, bạch Phật, Phật dạy: "Người bệnh có năm việc khó chăm sóc:[661] không thể tự tiết lượng thức ăn, không chịu uống thuốc

---

[661] *Tứ phần* 41, tr. 861c23: "1. Thèm ăn những thứ không được ăn, và không chịu uống thuốc. 2. Người nuôi bệnh có chí tâm mà người bệnh không nói như thật.3. Cần đi lại không đi, cần đứng không chịu đứng. 4. Thân thể có đau nhức thì không thể chịu đựng nổi. 5. Dù việc nhẹ có thể làm được, nhưng không làm, phải cậy nhờ

mà theo chứng bệnh cần, không chịu nói bệnh tình cho người nuôi bệnh, không theo lời khuyên của người nuôi bệnh, không thể thường quán vô thường. Có năm việc người nuôi không thể chăm sóc bệnh: Không biết thứ thuốc nào người bệnh cần uống, không thể cho ăn thức ăn của chứng bệnh, không thể vì người bệnh nói pháp, chỉ vẽ sự lợi ích để họ vui mừng, gớm ghét những phân tiểu, đàm dãi của người bệnh, vì lợi nên chăm sóc chứ không vì lòng từ."

Có các người nuôi bệnh, hoặc vì người bệnh, hoặc vì riêng tư, bỏ đi, sau đó người bệnh qua đời, người khác nhận được y bát của người đó, bạch Phật, Phật dạy: "Không nên cho người như vậy, mà nên cho người nuôi bệnh có thỉ chung."

Có một tỳ-kheo bệnh, người nuôi bệnh nhiều, các tỳ-kheo không biết bao nhiêu người nên được y, bạch Phật, Phật dạy: "Nếu tỳ-kheo qua đời, y nên cho hai người: Tỳ-kheo và sa-di, tuy cha mẹ, anh em cũng không được cho. Nếu tỳ-kheo-ni qua đời nên cho y ba người: Tỳ-kheo-ni, thức-xoa-ma-na và sa-di-ni."

Có các tỳ-kheo chia phần nuôi bệnh cho sa-di bằng một phần ba, bạch Phật, Phật dạy: "Nên chia đồng nhau." Có tỳ-kheo qua đời, trước đem y tịnh thí cho các tỳ-kheo, các tỳ-kheo không chịu trả lại, bạch Phật, **[140b01]** Phật dạy:

"Nếu vị kia vốn không phải là thân lý, thì với thiện ý nên trả lại."

3. Nhận và chia y đàn-việt thí (1)

Bấy giờ, Xá-lợi-phất, Mục-kiền-liên tự tứ xong, du hành các nơi. Đồng an cư và trú xứ gần, số đông các tỳ-kheo tùy tùng, các bạch y thấy, mọi người đều nghĩ: "Nên vì Xá-lợi-phất, Mục-kiền-liên cúng y an cư cho Tăng." Nghĩ xong, họ liền dâng cúng. Nhận được một số lượng lớn, các tỳ-kheo nơi chỗ nhận được vật cúng, nói với Xá-lợi-phất và Mục-kiền-liên: "Cùng chia số y này." Trả lời: "Chúng tôi không đồng An cư, chỉ có thể nhận thức ăn, chứ không chia phần y này."

---

người làm." Và ngược lại năm việc này thì dễ chăm sóc. Ngũ phần không có năm việc dễ chăm sóc này, mà có thêm năm việc khó cho người chăm

Bạch Phật, Phật dạy: "Nên cùng chia hết."

Bây giờ Sư-đạt-đa, Bạt-đà-la tự tứ xong, cũng cùng số đông tỳ-kheo du hành các nơi. Các bạch y thấy nói:

"Nếu tỳ-kheo nào an cư nơi trú xứ ta, thì chúng ta dâng y này." Cũng với số lượng nhiều, các tỳ-kheo khách kia đòi chia phần, và họ trả lời: "Đây là của cúng cho tỳ-kheo an cư trong cương giới của chúng tôi; không được phép chia cho các thầy." Họ bạch Phật, Phật dạy: "Không nên chia chung."

Bấy giờ, có khách buôn mang Khâm-bà-la từ nước Ba-lợi[662] đến Câu-xá-la,[663] nghe đức Phật ra đời, có đại oai thần, các đệ tử cũng như vậy, bèn dùng một số lớn y Khâm-bà-la cúng cho Tăng, các tỳ-kheo nói: "Đức Phật chưa cho phép chúng tôi nhận y Khâm-bà-la", bạch Phật, Phật dạy: "Cho phép nhận." Khách buôn lại cúng riêng cho Thượng tọa, cũng không dám thọ, nói:

"Đức Phật chưa cho phép chúng tôi nhận riêng y Khâm-bà-la", bạch Phật, Phật dạy:

"Cũng cho phép nhận riêng."

Khi ấy, Tỳ-xá-khư mẫu nói: "Nếu ở nơi phòng do con làm thì nên sử dụng ba y của con và y mặc lót, y đắp, y tắm mưa, y che ghẻ,[664] y đơn phu, y ngăn con mọt, mùng màn, không được sử dụng y của người khác." Các tỳ-kheo tưởng đây là thuộc bốn phương Tăng không dám mặc y lót, bạch Phật, Phật dạy: "Nếu thí chủ hiện tại có ý như vậy thì cho phép mặc y lót thân."

Có các tỳ-kheo-ni đem y bát và các vật khác cúng cho các tỳ-kheo, các tỳ-kheo không dám thọ. Các tỳ-kheo-ni nói: "Chúng con lại phải cầu phước điền nơi nào?!" Họ bạch Phật, Phật dạy: "Cho phép tùy ý nhận."

---

[662] Hán: Ba-lợi quốc 波利國, [Phạn] *Bhalluka,* Ở phía bắc Ấn Độ.

[663] Câu-xá-la. [Phạn] *Kosalā* (Kiều-tát-la).

[664] Hán: Phú sang y 覆瘡衣. Xem Phần I, Ch. v, Ba-dật-đề 88. *Tứ phần,* lượng phú sang y: dài 4 gang rộng 2 gang Tu-già-đà (Sugata). *Thập tụng,* đồng. *Tăng-kỳ,* chiều dài đồng; rộng 2 gang rưỡi.

Khi ấy, các tỳ-kheo nhận được y Kiếp-bối kinh,[665] Khâm-bà-la vĩ,[666] không dám nhận, bạch Phật, Phật dạy: "Cho phép nhận."

Khi ấy, thành Xá-vệ, người sửa chữa Khâm-bà-la thấy các tỳ-kheo mặc y Khâm-bà-la, **[140c01]** nói: "Đại đức mặc loại y đó nên giặt nghè (chà đạp), khiến cho lông nó hiện ra mới thật là tốt đẹp." Các tỳ-kheo không dám, bạch Phật, Phật dạy:" Cho phép giặt nghè (hoặc chà đạp), nếu không biết thì cho phép nhờ người làm." Có các tỳ-kheo giặt nghè (chà đạp) Khâm-bà-la nơi chỗ đất trống, các bạch y thấy cơ hiềm nói: "Tỳ-kheo này giống như thợ giặt nghè Khâm-bà-la." Các tỳ-kheo bạch Phật, Phật dạy: "Nên giặt nghè (chà đạp) nơi chỗ vắng." Họ muốn cắt cái đầu Khâm-bà-la, không biết dùng cái gì để cắt, bạch Phật, Phật dạy: "Nên sắm dao để xén."

Các tỳ-kheo mặc y dệt chỉ màu sắc loang lổ, các bạch y thấy, cơ hiềm nói: "Sa-môn Thích tử cùng với người đời đâu có khác." Các tỳ-kheo bạch Phật, Phật dạy: "Không nên mặc y dệt chỉ màu sắc loang lổ, vi phạm, phạm Đột-kiết-la."

Có một người nữ sanh hài nhi, bị chết yểu, sau đó sanh một đứa trai, đem đến chỗ các tỳ-kheo, xin y ca-sa cho nó mặc, các tỳ-kheo không dám cho, bạch Phật, Phật dạy: "Nên cho."

Có một tỳ-kheo ít người quen biết không có y, các người nữ xin, không lấy gì cho. Họ nói: "Tôi tự xuất của, thầy nhuộm y cho tôi." Các tỳ-kheo không dám nhuộm y cho họ. Bạch Phật, Phật dạy: "Cho phép nhuộm y cho họ."

Khi ấy, Tất-lăng-già-bà-ta, cha mẹ nghèo khổ, muốn đem y cung dưỡng mà không dám, bạch Phật. Nhân việc này, đức Phật tập họp Tỳ-kheo Tăng, bảo các tỳ-kheo: "Nếu có người trong một trăm năm, vai bên hữu cõng cha, vai bên tả cõng mẹ, cha mẹ đại tiểu tiện luôn trên đó, và dùng thực phẩm, y phục trân quí nhất ở trên đời để phụng dưỡng, cũng chưa thể tạ ơn trong muôn một. Từ nay cho phép các tỳ-kheo suốt đời hết lòng phụng dưỡng cha mẹ, nếu không phụng sự

---

[665] Y Kiếp-bối kinh 劫貝經: Kiếp-bối dệt sợi ngang.

[666] Y Khâm-bà-la vĩ 欽婆羅緯: Khâm-bà-la dệt sợi dọc.

mắc tội rất nặng."667

4. Thái tử Lưu ly

Bấy giờ nước Xá-di668 còn tuân theo cựu điển, không cho tất cả người khác họ làm việc hôn nhân. **[141a01]** Vua Ba-tư-nặc ham mê phái nữ của dòng họ ấy, ỷ mình quân sự mạnh, sai sứ khuyến cáo: "Nếu không cho ta cưới, sẽ tiêu diệt nước của ngươi." Những người dòng họ Thích cùng nhau nghị bàn: "Nên tương kế tựu kế thế nào để tránh khỏi điều bạo ngược mà lại không trái với cựu điển của nước ta."

Mọi người đều nhất trí, chọn một đứa tớ gái đẹp, có dáng dấp thùy mị, trang điểm với đồ trang sức đẹp nhất đời, gọi là dòng họ Thích, để đáp ứng cho vua Ba-tư-nặc. Nghị bàn xong, liền thông báo cho vua Ba-tư-nặc sắm đủ lễ cưới rước về.

Sau sanh được một đứa con trai, nhan mạo đẹp tuyệt. Nhà vua ra lệnh cho các thầy tướng dựa theo tướng mà đặt tên. Các thầy tướng nói: "Nhà vua vốn dùng oai mà cưới được mẹ đứa nhỏ này, y theo nghĩa đó nên đặt tên đứa nhỏ là Lưu Ly."669 Đến năm 8 tuổi, nhà vua muốn mời thầy dạy Lưu Ly học, vua nghĩ: "Trong các nghề, nghề bắn cung là hơn hết. Trong Diêm-phù-đề chỉ có dòng họ Thích, khi Phật còn là Bồ-tát bắn xa một do-tuần với một Câu-lâu-xá.670 Thích Ma-nam bắn xa một do-tuần, tay bắn thấp nhất bắn xa không dưới một Câu-lâu-xá. Ta nên cho nó về bên ngoại để học." Vua liền ra lệnh cho con em của đại thần, theo hầu Thái tử, đến Thích Ma-nam để thọ giáo nghề bắn.

Bấy giờ, các người dòng họ Thích mới xây một tòa nhà lớn, cùng

---

667 Bản Hán, hết quyển 20.

668 Nước Xá-di là tên khác của Ca-duy-la-vệ quốc 迦維羅衛國; hay Ca-tỳ-la-vệ. Vì nhà nước theo chế độ thành bang, nên gọi *quốc* hay gọi *thành* đều được. (Xem thêm **cht. 357**, Ch. i trước).

669 *Tứ phần* 41, tr. 860b23: Tỳ-lưu-ly 毘琉璃. Pāli *Viḍūḍabha*, con trai của Pasenadi (Ba-tư-nặc) với *Vāsabhakhattiyā* (một nữ tỳ của nhà họ Thích).

670 Câu-lâu-xá: **Xem cht. 550**, Ch. ii trước.

nhau giao ước, trước hết phải cúng dường Phật và các đệ tử của Ngài, sau chúng ta mới ở. Thái tử Lưu Ly cùng với quyến thuộc vội vào trong tòa nhà ấy vui chơi. Những người dòng họ Thích thấy, nổi giận mắng: "Con của đứa tớ hạ tiện, ta không coi ngươi là nơi phước điền tốt, tại sao đức Thế Tôn chưa vào ngồi mà ngươi dám vào trước?"

Thái tử Lưu Ly liền phẫn hận, ra lệnh dặn dò một người tùy tùng: "Ngươi nhớ kỹ điều này, khi ta làm vua, tâu lại với ta."

Thái tử nói rồi bỏ ra đi. Sau đó những người dòng họ Thích đào bỏ nền tòa nhà lớn đó, làm lại chỗ đất mới. Công việc hoàn tất, họ mới thỉnh Phật và Tăng vào trong để cúng dường và nghe diệu pháp.

Thái tử Lưu Ly học xong nghề bắn, trở về thành Xá-vệ. Ở tuổi thiếu niên, Lưu Ly nối ngôi vương vị và những người cùng học trước kia đều giao cho chức quan trọng. Vị Đại thần trước kia nhận lệnh phải ghi nhớ, tâu với vua rằng: "Nhà vua có nhớ khi ấy các người dòng họ Thích mắng hay không?"

Nhà vua nói: "Ta nhớ."

Đại thần lại tâu: "Nay không trả thù, còn đợi lúc nào nữa?"

Nghe lời ấy, nhà vua liền ra lệnh trang bị bốn loại binh để đến chinh phạt dòng họ Thích.

Khi hay tin này, đức Thế Tôn vội đến bên lộ, ngồi dưới cây Xá-di, một loại cây không có bóng mát. Nhà vua từ xa thấy đức Phật, xuống xe đi bộ đến, đầu mặt kính lễ sát chân Phật và bạch: "Kính bạch đức Thế Tôn, cây tốt rất nhiều, vì lý do gì Ngài lại ngồi dưới cây không có bóng mát?"

Đức Thế Tôn trả lời:

"Thân tộc là bóng mát vui thích nhất."

Nhà vua biết ý Phật đã rủ lòng thương đến những người dòng họ Thích, liền lui binh trở về.

Lần thứ hai, vị Đại thần kia cũng lại tâu với nhà vua như trước, nhà vua lại ra lệnh chuẩn bị binh chủng để đến chinh phạt dòng họ Thích. Đức Phật **[141b01]** biết rõ túc nghiệp của những người dòng họ Thích không thể tránh khỏi cái dòng đời phải đối đầu này, nên Ngài không xuất hiện nữa. Những người dòng họ Thích nghe vua Lưu Ly đến chinh phạt nước mình, cũng trang bị bốn loại binh ra chống trả. Cách một do-tuần, dùng tên bắn vào địch quân, tên xuyên qua sát lỗ tai, tên làm đứt tóc, tên gọt sạch tóc râu, khiến cho râu, lông mày không còn sót một sợi nào và các chiến cụ của đối phương nhất loạt bị phá hoại mà không thương tổn đến da thịt. Vua Lưu Ly hỏi các quan tả hữu: "Người dòng họ Thích ở cách đây xa gần?"

Các quan tâu: "Cách đây một do-tuần."

Nhà vua rất sợ hãi nói: "Trận chiến chưa xáp chiến mà đã như thế này, huống là khi chạm trán nhau, quân ta thua là điều chắc chắn, nên rút quân về là điều hay nhất."

Khi ấy, một đại thần tâu: "Dòng họ Thích đều giữ năm giới, thà chết chứ không hại ai, vua nên tiến quân đến, đừng lo chuyện bại trận."

Nhà vua nghe theo, ra lệnh tiến quân. Dòng họ Thích rút về trong thành, đóng cửa tự thủ. Vua Lưu Ly sai sứ rao: "Mở cửa thành liền, sẽ có sự tha thứ, nếu để ta phá thành thì không một người nào thoát chết."

Khi ấy, tôn giả Mục-kiền-liên nghe vua Lưu Ly muốn công phá Xá-di, bạch Phật: "Xin Phật cho phép con hóa làm một cái lồng bằng sắt để trùm lấy cả đại thành."

Đức Phật bảo Mục-kiền-liên: "Tuy ông có thần lực, với nhân duyên định báo này, ông cải đổi được sao?" Do ý nghĩa này, đức Phật nói bài kệ:

> *Nghiệp thì có trắng đen*
> *Rốt cùng, không hư hoại,*
> *Tuy lâu cũng sẽ đến*
> *Trở lại mình phải chịu.*
> *Vào trong không, biển cả*
> *Hay vào trong núi đá,*
> *Không thể đến chỗ nào*
> *Tránh khỏi được quả kia.*
> *Báo ứng sẽ đưa đến*

U thâm không gần xa
Nó tự nhiên hướng đến
Không nhất định nơi nào.

Bấy giờ những người họ Thích thấy quân của đối phương đông đúc, có người nói: "Mở cửa thành để được toàn thân;" có người nói: "Dù chết cũng cố thủ,…" phân vân không nhất trí, nên phải bỏ phiếu, phía ít phục tùng phía đông. Khi ấy, ma Ba-tuần yểm trợ cho phe mở cửa thành, nên 7 lần bỏ phiếu, phe mở cửa thành đều nhiều phiếu hơn, nên cửa thành được mở. Vua Lưu Ly chiếm được thành rồi, ra lệnh cho ba quân: "Tất cả dòng họ Thích đều giết hết, nếu chẳng phải người dòng họ Thích thì cẩn thận đừng làm hại." Ba ức người dòng họ Thích nghe, đều cầm cỏ lau chạy ra, nói: "Tôi là người cắt cỏ cho dòng họ Thích." Quân giữ cửa thành tin theo lời, để cho chạy. Thích Ma-nam tức tốc đến chỗ vua Lưu Ly. Vì là vai ông phía ngoại nên vua Lưu Ly thưa hỏi: "Ông ngoại muốn cầu điều gì?"

Thích Ma-nam nói: "Xin đừng giết các người thân tộc của tôi nữa!"

Nhà vua nói: "Điều đó không thể được; có thể nguyện cầu điều khác."

Thích Ma-nam lại nói: "Xin cho tôi khi lặn xuống nước **[141c01]** cho đến khi ngóc lên, trong thời gian ấy, cho phép những người dòng họ Thích được chạy ra, đừng giết họ!"

Vua Lưu Ly nghĩ: "Thời gian một hơi thở ở dưới đáy nước ngắn ngủi, sao lại không chấp thuận." Vua bèn hứa khả. Thích Ma-nam bèn xổ đầu tóc lặn xuống, lấy tóc cột vào gốc cây dưới nước, nên không trồi lên. Thấy đã khá lâu, vua lấy làm lạ, sai người lặn xuống nước xem, thì ra, Thích Ma-nam đã chết vì lấy tóc cột vào dưới gốc cây. Sứ giả tâu với vua, vua khen ngợi: "Hay thay, vì thân quyến mà không tiếc thân mạng!" Vua liền ra lệnh cho ba quân: "Nếu người nào còn giết dòng họ Thích sẽ bị quân pháp nghiêm trị."

Khi ấy, các tỳ-kheo nghe vua Lưu Ly tàn sát người nước Xá-di, bạch Phật, Phật bảo các tỳ-kheo: "Vua Lưu Ly ngu si, qua bảy ngày sau sẽ thọ tội; hại thầy đã dạy mình, cả quyến thuộc nhà vua kẻ lớn người nhỏ cũng đều chung một số phận." Vua Lưu Ly nghe Phật nói như thế, tâm niệm: "Lời nói của Phật không bao giờ sai." Vua thầm nghĩ: "Các nỗi khổ khác còn có thể chịu được, chỉ sợ bị lửa đốt!" liền cùng quyến thuộc dùng thuyền vào trong sông A-di. Thời hạn 7 ngày đến, nước sông bỗng nhiên lớn kinh khủng. Thế là thuyền bị chìm, nhất loạt chết hết.

Những người dòng họ Thích còn sống sót, bị bốc lột trần truồng, đến chỗ các tỳ-kheo nói: "Tôi là dòng họ Thích, thân tộc với đức Thế Tôn, cho tôi xin một ít y."

Các tỳ-kheo không dám cho, với ý nghĩ: "Đức Phật chưa cho phép chúng ta cho y cho dòng họ Thích." Họ bạch Phật, Phật dạy: "Được phép cho."

Lại có ưu-bà-tắc năm giới cũng bị trần truồng, đến chỗ các tỳ-kheo mượn y, các tỳ-kheo không dám cho mượn, nói: "Đức Phật chưa cho phép chúng tôi cho ưu-bà-tắc mượn y." Họ bạch Phật, Phật dạy: "Được phép cho mượn, nếu trả lại thì lấy, không trả thì cho luôn."

VII. TẠP SỰ (3)[671]

1. Gởi y...

Khi ấy, Bạt-nan-đà vì vật cúng an cư nên kết an cư hai chỗ. Các tỳ-kheo bạch Phật, Phật dạy: "Mỗi chỗ nên lấy phân nửa phần."

Khi ấy, các tỳ-kheo trên đường đi không dám vén y lên, bị vướng đất nhớp, bạch Phật, Phật dạy: "Không nên như vậy, vi phạm, phạm Đột-kiết-la, nên làm đãy để đựng." Các tỳ-kheo làm đãy quá dài, bạch Phật, Phật dạy: "Không nên như vậy, dài nhất là phía trước tới rún, phía sau tới eo lưng." Các tỳ-kheo dùng vật quí giá làm đãy đựng y, bạch Phật, Phật dạy: "Không nên như vậy, nên dùng vật thô để may."

Có các tỳ-kheo trên đường đi, nhờ người mang y, hoặc mang y cho người, hoặc mình mất y, hoặc làm mất y của người; bạch Phật, Phật dạy: "Không nên như vậy, nếu nhờ người mang y, trước phải mở ra đếm cho họ thấy, nếu mang y cho người cũng phải xem trước."

---

[671] Tiếp theo Tạp sự (2) ở trên.

Các tỳ-kheo đựng y đầy đãy rồi may cái miệng lại, **[142a01]** khi lấy bị khó khăn, bạch Phật, Phật dạy: "Không nên vậy, nên làm cái dây buộc lại, nếu không thường lấy dùng thì cho phép may."

Các tỳ-kheo để y Khâm-bà-la và Kiếp-bối chung lại một chỗ nên sanh trùng, cắn hư nát, bạch Phật, Phật dạy: "Nên để Kiếp-bối cách Khâm-bà-la rồi dùng hương Khuất-thi-la, hương Na-tỳ-la, hương Thanh mộc⁶⁷² bỏ vào, những loại hương này làm cho các loại trùng tránh xa." Sau đó, các tỳ-kheo lấy y nhầm, bạch Phật, Phật dạy: "Nên đề tên hay làm dấu. Nếu tỳ-kheo gởi y, trải qua 12 năm mà không trở lại lấy, nên tập họp Tăng bình giá, để cho bốn phương Tăng dùng. Nếu sau đó tỳ-kheo kia trở lại, thì dùng vật của bốn phương Tăng trả lại, vị ấy không nhận càng hay."

2. Tác tưởng đồng ý (1)

1. Khi ấy, A-nan nhận được y mà không dùng, vì Xá-lợi-phất nên thọ nhận, rồi sai một tỳ-kheo mang đến Xá-lợi-phất. Tỳ-kheo kia khởi ý nghĩ: "Xá-lợi-phất là người may mắn nhận được nhiều sự cúng dường, mà ta thì không có y, nay ta nên khởi ý tưởng đồng ý để lấy," nghĩ rồi bèn mặc. Sau đó vị ấy sanh nghi bạch Phật, Phật dạy: "Vị kia tuy là thọ mà chưa xả. Cho nên, nếu hướng đến tỳ-kheo được cho, mà khởi ý tưởng đồng ý để lấy⁶⁷³ thọ trì thì chẳng phải là khéo giữ thọ trì. Nếu hướng đến tỳ-kheo sai đi, tác ý tưởng đồng ý để lấy thọ trì thì là khéo giữ thọ trì."

2. A-nan lại nhận được sợi dây lưng mà không dùng, vì A-na-luật nên thọ, cũng sai một tỳ-kheo đem đến, nói: "Đây là sợi dây đã thuộc về A-na-luật." Tỳ-kheo kia cũng khởi ý niệm như trước để lấy, rồi sau

---

⁶⁷² Hương Khuất-thi-la 屈尸羅香, hương Na-tỳ-la 那 T22n1421_ p0142a05‖毘羅香, không rõ nguồn gốc. Hương Thanh mộc 青木香 (kuṣṭha), một loại thảo mộc thơm cổ xưa, có đặc tính ấm, cay, chát v.v. *Thập tụng* 39, p. 284a20: Phật dạy, dùng hương Thanh mộc, rễ cỏ Na-tỳ-la, đặt vào tủ đựng y phục, những mùi hương này khiến trùng không sinh.

⁶⁷³ *Tứ phần* 41, tr. 861a21: Tác thân hữu ý thủ 作親友意取, khởi lên ý tưởng thân hữu mà lấy.

sanh nghi, bạch Phật, Phật dạy: "Vị kia đã nói là thuộc về A-na-luật, như vậy là đã xả rồi; nếu hướng đến tỳ-kheo được cho, tác tưởng đồng ý để lấy thọ trì, thì gọi là khéo giữ thọ trì; nếu hướng đến tỳ-kheo sai đi, tác tưởng đồng ý để lấy thọ trì, thì chẳng phải là khéo giữ thọ trì."

VIII. TẠP SỰ (4)⁶⁷⁴

1. Cách mặc y, y lót thân...

Bấy giờ các tỳ-kheo không mặc y lót thân, mặc Tăng-kỳ-chi bị nhơ nhớp bất tịnh, chuột cắn hư hoại, bạch Phật, Phật dạy: "Không nên vậy, vi phạm, phạm Đột-kiết-la."

Khi ấy nhóm sáu Tỳ-kheo may y lót thân, lớn nhỏ như Tăng-kỳ-chi, hoặc như Nê-hoàn-tăng, bạch Phật, Phật dạy: "Không nên may như vậy, nên may ba loại: loại thượng, từ đầu trùm xuống đến mắt cá, duỗi ra phủ cả tay bên tả, úp lại khiến cho bằng nhau. Loại trung, từ đầu phủ xuống đến nửa ống chân, phủ cánh tay bên tả, úp lại bằng với cổ tay. Loại hạ, từ đầu phủ xuống đến đầu gối, duỗi ra phủ cánh tay bên tả, úp lại bằng với nửa khủy tay." Các tỳ-kheo không dùng **[142b01]** y lót thân, thông phủ cả cánh tay bên hữu, mà mặc Tăng-kỳ-chi bị nhơ nhớp bất tịnh, bị chuột nhấm, bạch Phật, Phật dạy: "Không nên như vậy."

Có các tỳ-kheo khi thọ kinh, khi thăm hỏi Hòa thượng, A-xà-lê, mặc Tăng-kỳ-chi bị lệch qua một bên, thòng xuống đất, hoặc ban đêm đứng dậy đi không vén lên, vất bỏ dưới đất nhơ nhớp, bạch Phật, Phật dạy: "Khi thọ kinh, thăm hỏi, mặc lệch bên trái, phải cách đất, ban đêm khi thức dậy nên vén lên cho gọn, đừng để dính đất nhớp." Các tỳ-kheo mặc Tăng-kỳ-chi bị rách, không vá, bạch Phật, Phật dạy: "Nên vá lại." Không biết ai vá. Phật dạy: "Bốn tháng mùa Đông, ba tháng mùa Hạ, người sử dụng nên vá."

Có các tỳ-kheo ở nơi A-lan-nhã, khi đi không dọn ngọa cụ của Tăng, để bị hư mục, bạch Phật, Phật dạy: "Nên gởi nơi xóm làng, nếu không

---

⁶⁷⁴ Tiếp theo Tạp sự (3) ở trước.

có chỗ gởi, nên trả lại người chủ làm phòng, nếu có nghi sợ người dân trong xóm làng thì nên di chuyển đi hết, hay nên dời đến chỗ an ổn." Các tỳ-kheo không quay về lại để tìm xem ngọa cụ có còn sót lại hay rơi rớt; bạch Phật, Phật dạy: "Nên lui về trông chừng." Đã đưa đến chỗ an ổn rồi, các tỳ-kheo nơi mới đến không cho phòng ở, cũng không cho phòng để cất đặt các y vật; bạch Phật, Phật dạy: "Phải cho phòng đầy đủ. Nếu chỗ trước chưa sửa trở lại, nên sử dụng chỗ hiện ở. Nếu sau đó sửa trở lại, nên đem những cái khác hoàn lại. Nếu đã hết không có thứ gì, tỳ-kheo ở chỗ kia nên ít nhiều chia cho."

Có các tỳ-kheo lấy ngọa cụ phòng này đến phòng kia dùng, các vị chủ phòng cơ hiềm nói: "Tại sao lấy vật phòng của tôi đem đến phòng khác dùng, nơi đây không cho lấy vậy." Bạch Phật, Phật dạy: "Không nên như vậy."

Có các tỳ-kheo khách muốn thăm viếng thầy và thọ kinh, mang ngọa cụ phòng ở đến nơi phòng kia, tỳ-kheo chủ phòng không cho phép, bạch Phật, Phật dạy: "Nên nói trước với tỳ-kheo của phòng cũ, nếu cho phép thì tốt, bằng không cho phép cũng cứ mang đi. Nếu từ nơi đó đi xa, nên đem trả lại cho phòng cũ."

Có các tỳ-kheo mặc y của Tăng vào trong ôn thất[675] và chỗ làm thức ăn, vào ăn trong Tăng và xung quanh nơi tiện lợi, khói xông nhơ nhớp; bạch Phật, Phật dạy: "Không nên như vậy." Có các tỳ-kheo bệnh cần mặc đến các nơi, mà không dám; bạch Phật, Phật dạy: "Có bệnh thì cho phép mặc đến các chỗ khác, nhưng phải hết sức bảo hộ nó, duy nhất, không được mặc đi đại tiểu tiện lợi."

[142c01] Bấy giờ nhóm sáu Tỳ-kheo mặc y thượng, hạ và cầm một mảnh vải rộng bằng năm ngón tay, tương đương với ba y, vào trong xóm làng. Các tỳ-kheo thấy, vặn hỏi: "Không nghe đức Thế Tôn đã chế cấm, không mặc ba y thì không được vào xóm làng hay sao?" Nhóm sáu Tỳ-kheo liền chỉ vào khổ vải mà nói: "Đây là đủ ba y của tôi." Các Tỳ-kheo Trưởng lão bằng mọi cách quở trách, bạch Phật. Nhân việc này, đức Phật tập họp Tỳ-kheo Tăng, hỏi nhóm sáu Tỳ-kheo: "Thật sự các ông có như vậy không?"

---

675 Ôn thất 溫室, nhà tắm nước nóng; chỉ chung nhà tắm (梵 *snāna*).

"Bạch Thế Tôn, có."

Đức Phật bằng mọi cách quở trách rồi, bảo các tỳ-kheo: "Không nên như vậy, vi phạm, phạm Đột-kiết-la. Từ nay cho phép làm ba y: thượng, trung, hạ, như lượng y lót thân."

2. Nhận và chia y đàn-việt thí (2)[676]

Có một trú xứ, Tăng nhận được y có thể chia, một tỳ-kheo mang đến trên giới trường, riêng một mình lấy thọ trì. Các tỳ-kheo bạch Phật, Phật dạy: "Không nên vậy, vi phạm, phạm Đột-kiết-la, Tăng hiện có mặt nên chia."

Có một Tỳ-kheo Thượng tọa cùng các tỳ-kheo du hành trong nhân gian, trong đó có khách, có cựu, nhận được y nên chia, vì ít không đủ để chia; bạch Phật, Phật dạy: "Cựu tỳ-kheo nên nói với khách tỳ-kheo: 'Trưởng lão, y này ít không thể chia'. Nếu khách tỳ-kheo nói: 'Cùng nhau thọ trì cho nhau'; nói vậy thì nên lấy. Nếu nói: 'Cho đến một sợi chỉ cũng không tương nhượng', thì nên cùng chia." Khách tỳ-kheo nói với cựu Tỳ-kheo cũng vậy.

3. Các loại y phấn tảo

Có tỳ-kheo lấy y phủ trên mả, người chủ mả thấy mất y, nhờ người tìm hỏi: "Ai lấy y trên mả của tôi?!" Có người nói: "Các tỳ-kheo lấy." Họ bèn nổi giận chê trách: "Các tỳ-kheo ăn trộm y của tiên nhân tôi." Các Tỳ-kheo Trưởng lão nghe, bạch Phật, Phật dạy: "Không nên vậy. Nếu xóm làng dời đi mà sau đó còn y, cho phép khởi ý tưởng là y phấn tảo để lấy." Có các tỳ-kheo lấy cờ, lọng trong miếu thần cũng vậy.

Có các tỳ-kheo đến chỗ đấu chiến, lấy y của người chết, quân nhân cơ hiềm nói: "Các tỳ-kheo này muốn khiến cho chúng tôi giết nhiều người!" Các Tỳ-kheo Trưởng lão nghe, bạch Phật, Phật dạy: "Không nên vậy." Có các tỳ-kheo ít người quen biết, muốn đến chỗ đấu chiến để lấy y người chết mà không dám đến, bạch Phật, Phật dạy: "Cho phép sau khi quân nhân đi rồi đến lấy." Có các bạch y, sau khi quân nhân đi, thu lượm xương cốt để mai táng, thấy các thầy chết đều bị lột trần, không thể nhận diện, bèn cơ hiềm nói: "Tại sao tỳ-kheo lại lột

---

[676] Tiếp theo nhận và chia y đàn-việt thí (1) ở trước.

y của bà con tôi, nếu còn y phục thì có thể nhớ lại được." Các tỳ-kheo bạch Phật, Phật dạy: "Cho phép lấy khi không có người thấy. Đến chỗ hành quyết lấy y cũng như vậy."

[143a01] Có các tỳ-kheo lấy y người chết, không làm cho hoại sắc mà làm y tỳ-kheo để mặc, các bạch y thấy, nói: "Đây là y của bà con tôi", bèn đến kêu khóc, các tỳ-kheo bạch Phật, Phật dạy: "Nên làm cho hoại sắc liền, mới làm y tỳ-kheo để mặc. Nếu những đồ bằng sắt nên mau làm thành bát lớn, bát nhỏ hay làm cái móc cửa, hoặc các đồ dùng."

Có một gia đình rất giàu có, giặc cướp đến lấy, không thể mang đi hết, đem giấu trong đống rác, đợi ngày sau trở lại lấy, vì ban ngày không dám đến, từ xa rình đợi thăm chừng. Có một tỳ-kheo lượm y phấn tảo, đến chỗ đống rác giấu đồ đó, thấy cái chéo y lòi ra bèn kéo lấy y. Bọn giặc từ xa nói: "Đại đức, đừng lấy vật của tôi." Lính đi tuần tra kẻ cướp nghe, biết đó là bọn giặc cướp liền bắt trói áp giải đến cửa quan, quan ra lệnh giết hết. Khi bọn giặc bị trói, đau khổ nói: "Nếu tỳ-kheo không lấy y của tôi, lính tuần tra làm sao biết tôi, như vậy là tỳ-kheo giết tôi, chứ chẳng phải ai khác!" Các tỳ-kheo bạch Phật, Phật dạy: "Nếu khi kéo lên thấy nặng thì không nên lấy."

Có các tỳ-kheo nơi ngã tư đường hẻm, ngó đất mà đi, các bạch y thấy, hoặc có người nói tìm tiền, hoặc có người nói tìm y phấn tảo. Có một đệ tử ngoại đạo, dùng y gói tiền, để giữa đường, tỳ-kheo thấy lượm đi. Người ấy bèn nói với mọi người: "Các tỳ-kheo quả thật là tìm tiền." Các tỳ-kheo đem vấn đề ấy bạch Phật, Phật dạy: "Không nên lấy vật gì có gói lại nơi ngã tư, đường hẻm."

Có một tỳ-kheo vì cần y nên đến nơi gò mả, thấy một người nữ mới chết, trước đầu có một cái hộp. Tỳ-kheo tưởng là cái hộp không, bèn lấy đem về nơi trú xứ, mở ra xem, thấy có các đồ nữ trang, không biết làm thế nào, bạch Phật, Phật dạy: "Khi lấy nên mở ra coi trước, nếu không coi trước mà lấy, phạm Đột-kiết-la."

Có các tỳ-kheo cùng với ngoại đạo đi trên một lộ trình. Ngoại đạo bị giặc giết. Tỳ-kheo lấy y của họ, mà không làm hoại sắc, đem làm y tỳ-kheo. Ngoại đạo khác thấy nói: "Đây là y của giáo phái ta, chắc các tỳ-kheo giết rồi lấy." Các tỳ-kheo đem vấn đề ấy bạch Phật, Phật dạy: "Không nên lấy; nếu đã lấy, liền nên làm cho hoại sắc, rồi mới làm y của tỳ-kheo."

Có các tỳ-kheo thiểu dục, tri túc không nhận y của gia chủ dâng cúng. Các cư sĩ luận bàn: "Chúng ta bằng phương tiện nào, khiến tỳ-kheo kia nhận y của chúng ta dâng cúng, chúng ta nên xé rách hay đốt cháy sơ sơ, để khắp nơi ngã tư, đường hẻm, chờ khi vị ấy vào xóm làng, nói: 'Thầy xem xung quanh nếu có thấy thứ chi thì lấy.'" Họ liền làm theo sự luận bàn. Tỳ-kheo kia thấy khởi ý nghĩ: "Chúng ta không nhận y do gia chủ dâng cúng, chắc là các cư sĩ vì chúng ta mà làm thế này", đem vấn đề bạch Phật, [**143b01**] Phật dạy: "Nên khởi tưởng phấn tảo mà lấy."

Có một tỳ-kheo qua đời, các tỳ-kheo để nằm giữa sân, không lấy y phủ lại, lộ hình, nam căn trướng lên. Các cư sĩ thấy, chê bai nói: "Sa-môn Thích tử không tu phạm hạnh nên nam căn mới lớn đến như thế." Các tỳ-kheo đem vấn đề bạch Phật, Phật dạy: "Không nên để nằm ngửa lộ hình, phải lấy y phủ lại, nếu vi phạm, phạm Đột-kiết-la."

Có một tỳ-kheo mập phì qua đời, các tỳ-kheo đem để trên chỗ cỏ tươi sống, mỡ chảy ra chết các cỏ tươi sống. Các ngoại đạo thấy, cơ hiềm nói: "Sa-môn Thích tử tự nói rằng từ niệm, mà nay tại sao lại làm thương hại đến cỏ tươi sống." Các tỳ-kheo bạch Phật, Phật dạy:

"Không nên để trên vật còn sống, nên chôn hay đốt, hoặc để trên đá."

Có một tỳ-kheo bị chết trôi, y bát treo trên nhánh cây trong nội giới. Các tỳ-kheo thấy, tưởng y bát ở trong nội giới của Tăng, thì thuộc về Tăng, không dám lấy, bạch Phật, Phật dạy: "Cho phép xem như y phấn tảo để lấy." Các tỳ-kheo không biết có mấy thứ y phấn tảo, bạch Phật, Phật dạy: "Có mười loại y phấn tảo:[677] khi vua thọ vị, bỏ y cũ; y nơi gò mả; y phủ nấm mồ; y nơi đường hẻm; người nữ mới lấy chồng

---

[677] *Tứ phần* 39, tr. 850a23: Y phấn tảo có mười loại: 1. Y bị bò nhơi, 2. Y bị chuột gặm, 3. Y bị lửa cháy, 4. Y kinh nguyệt, 5. Y sản phụ, 6. Y trong miếu thần hoặc y bị chim tha đi hay gió bay rơi các nơi thì lấy được, 7. Y gò mả, 8. Y nguyện, 9. Y thọ vương chức, 10. Y vãng hoàn.

bỏ y cũ; khi người nữ lấy chồng, y nói lên sự tiết tháo; y của sản phụ; y trâu nhơi; y chuột gặm; y lửa cháy."

Khi ấy các tỳ-kheo mặc y, màu sắc sáng rực, bạch y chê trách, bạch Phật, Phật dạy: "Không nên mặc y màu sắc sáng rực, vi phạm, phạm Đột-kiết-la."

Có tỳ-kheo chứa y tắm mưa, không đủ 5 khủy tay, bạch Phật, Phật dạy: "Y tắm mưa không được giảm 5 khủy tay, vi phạm, phạm Ba-dật-đề."

Khi ấy các cư sĩ, trong thời gian an cư, vì nữ nhi cạo đầu, nên đem y cúng cho Tăng. Các tỳ-kheo thọ rồi, muốn xoay về thành phẩm vật cúng an cư, bạch Phật, Phật dạy: "Không nên như vậy, đây gọi là dâng cúng tùy theo sự việc, hiện tại Tăng nên chia, vi phạm, phạm Đột-kiết-la."

4. Thọ và xả

Có các tỳ-kheo, trước đã thọ ba y, không xả, lại thọ y khác. Do trước kia, cái y đã thọ, tịnh thí và thí cho người, sau nhớ lại; bạch Phật, Phật dạy: "Được gọi là thọ lại, cũng gọi là tịnh thí, thí cho người, chỉ không xả mới mắc Đột-kiết-la."

Khi ấy, các tỳ-kheo có y Ni-tát-kỳ,[678]chưa xả, chưa hối quá, mà bị lửa cháy, nước cuốn trôi, giặc cướp, hư hoại, không biết nên thế nào; bạch Phật, Phật dạy: "Đây tức là xả, chỉ nên [143c01] tác pháp hối quá Ba-dật-đề."

Khi ấy các tỳ-kheo chứa y không tịnh thí, bạch Phật, Phật dạy: "Không nên như vậy, vi phạm, phạm Đột-kiết-la."

IX. TẠP SỰ (5)[679]

1. Nhận các loại y

Có một trú xứ, chúng Tăng nhận được gấm, cúng cho các tỳ-kheo,

---

[678] Y Ni-tát-kỳ 尼薩耆衣. Nissagiya-civara, là y xả đọa.
[679] Tiếp theo Tạp sự (4) ở trước.

không biết thế nào, bạch Phật, Phật dạy: "Nên thọ rồi dùng để trang nghiêm tháp, hoặc làm đồ dùng cho tháp, hoặc làm đồ dùng cho Tăng."

Có một trú xứ, Tăng muốn chia y, có tỳ-kheo thiểu dục không nhận phần mà chỉ cần cái dây lưng, dây ngồi thiền, cái mão, đãy lọc nước. Các tỳ-kheo bạch Phật, Phật dạy: "Nên cho." Cho rồi lại đòi phần, bạch Phật, Phật dạy: "Khi chia vật nên hỏi trước: 'Thầy có nhận phần hay không?' Nếu nói nhận, thì nên chia đều. Nếu nói: 'cần dây lưng, v.v...' nên cho một phần ba, nếu lại đòi nữa thì không nên cho."

Có một tỳ-kheo có Câu-nhiếp,[680] Tứ phương Tăng có Tăng-già-lê muốn trao đổi, các tỳ-kheo không dám cho đổi, bạch Phật, Phật dạy: "Cho phép đổi, nếu cái Câu-nhiếp giá trị cao hơn thì Tăng nên bồi cho tỳ-kheo, nếu Tăng-già-lê cao giá hơn, thì tỳ-kheo nên bồi cho Tăng, nếu nghèo không có vật gì để bồi cho Tăng hay là thiểu dục tri túc cũng được phép cho." Các loại y khác cũng vậy.

Khi ấy, Tỳ-kheo Ly-bà-đa bị lạnh chân, đến người bà-la-môn xin y Khâm-bà-la để trùm chân, xin rồi sanh nghi: "Thế Tôn chế giới không cho phép chúng ta xin y nơi người không phải bà con", không biết nên thế nào, bạch Phật, Phật dạy: "Do nhân duyên như vậy cho phép được xin các loại y cần thọ trì, như y che gót, y che bắp bả, y che đầu, khăn lau tay, lau mặt, lau thân hình,v.v..."

2. Tác tưởng đồng ý (2)[681]

Khi ấy, các tỳ-kheo đối với Tăng, tứ phương Tăng và tháp, với người không đồng ý đều khởi tưởng đồng ý để lấy y; bạch Phật, Phật dạy: "Không nên vậy, đối với Hòa thượng, A-xà-lê, đồng Hòa thượng, A-xà-lê hoặc đệ tử và các người đồng ý mới được khởi tưởng đồng ý để lấy."

Có các tỳ-kheo chưa qua đời, đối với vấn đề phân chia y vật nói: "Sau khi tôi chết, dùng y vật này cho..., dùng y vật này vào việc như vậy, như vậy..." bạch Phật, Phật dạy: "Không nên như vậy, vi phạm, phạm Đột-kiết-la. Cho không thành cho, sử dụng không thành

---

680 Câu-nhiếp: **Xem cht. 638 trước, tr. 433.**

681 Tiếp theo tác tưởng đồng ý (1) ở trước.

sử dụng."

Khi ấy, tôn giả A-nan thường tới lui gia đình lực sĩ Lô-di,[682] sau đó đến không có Lô-di ở nhà, khởi tưởng đồng ý lấy Kiếp-bối quí giá,[683] vẫn sanh nghi hối, khởi ý niệm: "Phật chưa cho phép chúng ta đối với bạch y khởi tưởng đồng ý để lấy y"; bạch Phật, Phật dạy: "Cũng cho phép đối với bạch y khởi tưởng đồng ý để lấy y."

Khi ấy, các tỳ-kheo lìa y tắm mưa, không biết lúc tắm nên mặc y nào, [144a01] bạch Phật, Phật dạy: "Có 5 nhân duyên được lìa y tắm mưa: không mưa, không nghi là có mưa, không lội qua sông, ăn khi bệnh, may chưa xong. Có 5 nhân duyên được gởi Tăng-già-lê: khi mưa, khi nghi là có mưa, lội qua sông, ăn khi bệnh, may chưa xong."

Có một trú xứ, Tăng muốn chia y, có tỳ-kheo khách đến, các tỳ-kheo vì nhận được ít y nên không muốn chia; bạch Phật, Phật dạy: "Cho đến chỉ nhận được trị giá bằng một sợi dây lưng cũng nên chia; nếu ít không đủ chia, nên Bạch nhị yết-ma cho một tỳ-kheo không có y. Một tỳ-kheo xướng rằng:

Đại đức Tăng xin lắng nghe! Tăng này nhận được y, hoặc phi y, nay đều đem cho Tỳ-kheo... Nếu thời gian thích hợp đối với Tăng, Tăng chấp thuận. Đây là lời tác bạch.

Đại đức tăng xin lắng nghe! Tăng này nhận được y, hoặc phi y... cho đến câu: nếu vị nào không đồng ý xin nói.

Tăng đã đồng ý cho Tỳ-kheo... y rồi. Tăng đồng ý nên im lặng. Việc này tôi ghi nhận như vậy."

[682] *Tứ phần:* Có một người Ma-la tự là Lâu-diên, là bạn của Tôn giả A-nan khi còn bạch y. Lâu-diên 樓延. Pāli, Vin. i. 296, *Roja.*

[683] *Tứ phần:* Đại giá y 大價衣.

CHƯƠNG VI: PHÁP DA THUỘC[684]

I. NHÂN DUYÊN ỨC NHĨ

1. Tăng-già biên địa

Đức Phật ở tại thành Xá-vệ. Bấy giờ Ma-ha Ca-chiên-diên[685] ở trong núi Ba-lâu-đa, nước A-thấp-ba[686] A-vân-đầu.[687] Nơi nước đó có ông trưởng giả tên là Sa-môn Ức Nhĩ,[688] tin ưa Phật pháp, thường cúng dường cho các tỳ-kheo, thấy pháp đắc quả, thọ Tam quy, Ngũ giới, thường vào Tăng phường để nghe pháp. Bấy giờ, Sa-môn Ức Nhĩ ở chỗ vắng tự nghĩ: "Như đức Phật dạy: tại gia nhiễm trước, không thể rộng tu phạm hạnh, xuất gia vô trước cũng như hư không! Nay ta sao không ở trong pháp vô vi, cạo bỏ râu tóc, xuất gia học đạo?!" Nghĩ rồi, sáng sớm đến chỗ Ca-chiên-diên, đầu mặt kính lễ sát chân, trình bày đầy đủ ý nghĩ, muốn cầu xuất gia, thọ giới Cụ túc. Ca-chiên-diên nói: "Tại gia nhiễm trước, đúng như lời ông vừa nói, chỉ có xuất gia mới đủ điều kiện tịnh tu phạm hạnh, một mình ngồi dưới gốc cây, ngày ăn một bữa. Nhưng, ông vốn giàu sang thì đây là một điều rất khó." Ức Nhĩ nghe rồi, bèn trở về nhà mình. Ba lần như vậy, thấy rõ ý muốn của

---

[684] Hán: Bì cách pháp 皮革法, Cammakkhandhaka.
[685] Ma-ha Ca-chiên-diên 摩訶迦旃延. Mahākaccāyana.
[686] *Tứ phần:* A-bàn-đề quốc, 阿槃提國. Pāli, Vin. i. 194, *Avantī.*
[687] Hán: A-thấp-ba A-vân-đầu quốc Ba-lâu-đa sơn 阿濕波阿雲頭國波樓多山. *Tứ phần 38*, tr. 845b7: Câu-lưu Hoan hỷ sơn khúc 拘留歡喜山曲. Pāli, Vin. i. 194: *Kuraraghare papāte pabbate*, trên sườn núi *Papāta*, thị trấn *Kuraraghara.*
[688] *Tứ phần:* Ức Nhĩ ưu-bà-tắc 億耳優婆塞. *Tăng-kỳ 23:* trưởng giả Thát-bà 闥婆, người ở nước Thâu-na 輸那國土. Bấy giờ Phú-lâu-na 富樓那 đang du hóa ở đây. Pāli, Vin. i. 194, *Soṇa Kuṭikaṇṇa.*

đương sự, bèn cho xuất gia.

Tại nước đó, không đủ chúng mười người, nên phải làm sa-di đến 6 năm.[689] Ca-chiên-diên bèn dùng thần lực tập họp chúng 10 người ở nước khác để trao giới Cụ túc. Ức Nhĩ thọ giới rồi bèn nghĩ: "Ta nghe đức Như Lai là bậc Ứng cúng, Đẳng chánh giác mà chưa được phụng kiến, nay ta nên đến để thăm hỏi đức Thế Tôn." Nghĩ rồi, đến chỗ Ca-chiên-diên, đầu mặt kính lễ sát chân, xin phép đến hầu Phật. Ca-chiên-diên nói: "Tốt lắm! Tôi tùy theo sự hoan hỷ của ông, ông nên đi liền. Ông có thể nhân danh tôi thăm hỏi đức Thế Tôn [144b01] và thưa xin đức Phật 5 điều:

1.   Nước A-thấp-ba A-vân-đầu không đủ chúng mười vị, nên Ức Nhĩ phải làm sa-di đến sáu năm, không được thọ giới Cụ túc, Ca-chiên-diên dùng sức thần thông tập trung Tăng các nước khác, vậy sau mới được thọ. Cúi xin đức Thế Tôn cho phép nước này, không đủ chúng mười vị, được thọ giới Cụ túc.

2.   Nước này có nhiều sỏi đá chông gai, xin Thế Tôn cho phép tỳ-kheo nước này được mang loại giày da để có đế.

3.   Nước này đều dùng da lót trên đất làm tọa, ngọa cụ, xin Thế Tôn cho phép tỳ-kheo nước này dùng da lót trên đất.

4.   Người nước này ngày nào cũng tắm rửa, xin Thế Tôn cho phép tỳ-kheo ở nước này hằng ngày tắm rửa.

5.   Có tỳ-kheo gởi y cho tỳ-kheo ở phương khác, y chưa đến, có tỳ-kheo nói tỳ-kheo cho tỳ-kheo y, tỳ-kheo sanh nghi, sợ phạm chứa y dư,[690] xin Thế Tôn vì tỳ-kheo này trừ nghi.[691]

---

[689] *Tăng-kỳ 23*: Thát-bà, hành sa-di 7 năm. *Tứ phần 39*: Ức Nhĩ ba năm mới được thọ đại giới.

[690] *Tứ phần*: Y được dành cho tỳ-kheo vắng mặt tại trú xứ cũ.

[691] *Tứ phần 39*, tr. 845b25: "1. Tại nước A-thấp-bà A-bàn-đề ít tỳ-kheo, nên thọ đại giới khó khăn, ba năm mới tổ chức được. Tại sao như vậy? Vì không đủ Tăng mười vị. Từ nay về sau, cúi xin đức Thế Tôn phương tiện khai cho thế nào để nước A-thấp-bà A-bàn-đề được thọ đại giới dễ dàng." 2. A-thấp-bà A-bàn-đề nhiều gai gốc, sỏi đá; dép một lớp dễ bị hư rách. Cúi xin đức Thế Tôn cho phép mang dép hai lớp. 3.

Ức Nhĩ vâng lời thầy dạy, ra đi. Khi đến chỗ đức Phật, cúi đầu đảnh lễ sát chân Phật, gởi lời thăm hỏi của Hòa thượng bổn sư lên đức Thế Tôn. Đức Phật bảo A-nan:

"Thầy trải ngọa cụ cho tỳ-kheo khách nghỉ."

A-nan nghĩ: "Đức Phật muốn cho tỳ-kheo này cùng nghỉ, nên khiến ta trải ngọa cụ, do đó liền trải ngay nơi phòng của Phật." Đức Phật cùng Ức Nhĩ cùng nghỉ một phòng.

Đầu đêm, giữa đêm im lặng không nói chuyện, cho đến cuối đêm, đức Phật khởi ý nghĩ: "Đây là con nhà tộc tánh, oai nghi điều phục, nên dạy nói pháp." Đức Phật bèn bảo: "Thầy có thể nói pháp!" Ức Nhĩ vâng lời, liền nói 16 phẩm kinh,[692] nói rồi đứng im lặng.

Đức Phật dạy: "Lành thay! Người trong nước thầy đều nói được như vậy chăng?"

Ức Nhĩ thưa: "Có người hơn con!" Đức Phật lại hỏi: "Tại sao thầy ở lâu nơi nước đó mà không đến gặp Ta?" Ức Nhĩ thưa: "Con biết điều tội lỗi đó, mà vì có nhân duyên nên không đến sớm được." Nhân đó, đức Thế Tôn nói bài kệ:

Thấy lỗi lầm của đời
Tự thân nương pháp hành
Kẻ hiền không ưa ác
Vì ác không thích thiện.

A-thấp-bà A-bàn-đề người đời ưa tắm. Cúi xin đức Thế Tôn cho phép tỳ-kheo thường thường tắm rửa. 4. Như các phương khác có những loại ngọa cụ tốt như y-lê-diên-đà, mạo-la, mạo-mạo-la, cù lâu như vậy. Nước A-thấp-bà A-bàn-đề cũng dùng da làm ngọa cụ như da sơn dương, da cừu, da hươu. Cúi xin đức Thế Tôn cho phép được dùng ngọa cụ bằng da. 5. Có tỳ-kheo đến địa phương khác. Sau đó, trú xứ cũ được y, không dám nhận; vì sợ phạm ni-tát-kỳ. Cúi xin đức Thế Tôn phương tiện khai cho được nhận."

[692] *Tứ phần* 39, tr. 835c22: Thập lục cú nghĩa 十六句義. *Thập tụng* 25 tr. 181b25: Ba-la-diên-tát-giá-đà-xá tu-đố-lộ 波羅延薩遮陀舍修妒路. Pāli, Vin. i.196, *Aṭṭhakavaggikāni*, được hiểu là Nghĩa phẩm, hay Bát kệ phẩm, gồm 16 kinh, 210 kệ, Phẩm thứ tư thuộc bộ *Suttanipāta*.

Khi ấy, Ức Nhĩ khởi ý nghĩ: "Hòa thượng bảo ta xin Phật năm việc, nay chính là lúc", bèn bạch Phật. Sáng ngày, đức Phật tập họp Tỳ-kheo Tăng, bảo Ức Nhĩ: "Thầy có thể nói lại năm điều mà Ca-chiên-diên xin." Ức Nhĩ liền nói lại.

Đức Phật bằng mọi cách khen ngợi người thiểu dục, tri túc, khen giới, khen người trì giới, rồi bảo các tỳ-kheo: "Từ nay cho phép nước A-thấp-ba A-vân-đầu và tất cả biên địa, chỗ thiếu tỳ-kheo, người thứ năm là người trì luật,[693] trao giới Cụ túc; cũng cho phép những nơi có sỏi đá chông gai **[144c01]** được mang loại giày da có đế, cũng cho phép chỗ có các loại da được làm ngọa cụ bằng da; cũng cho phép chỗ cần tắm rửa, hằng ngày nên tắm rửa; nếu tỳ-kheo gởi y cho tỳ-kheo chỗ khác; tuy tỳ-kheo trước có nghe biết, y chưa vào tay, không phạm tội chứa y dư."

2. Những quy định về da thuộc

2.1. Quy định chung về giày da

Bấy giờ các tỳ-kheo làm các loại giày da bằng nhiều kiểu cách, lắm màu sắc. Việc này được bạch Phật, Phật dạy: "Không cho phép làm giày da khác hình, khác màu sắc, vi phạm, phạm Đột-kiết-la."

Có các tỳ-kheo làm giày da bằng da ngựa, da voi, da người; bạch Phật, Phật dạy: "Không cho phép. Nếu dùng da người thì phạm Thâu-lan-giá; nếu da ngựa, da voi phạm Đột-kiết-la."

2.2. Các loại da

Khi ấy, Bạt-nan-đà thường tới lui một gia đình chăn bò, mặc y bưng bát đến nhà ấy. Nhà này có một con bò nghé sắc lông loang lỗ, Bạt-nan-đà nhìn kỹ, sanh lòng ham thích: "Ước gì được da con nghé này làm phu cụ." Người chủ hỏi: "Tại sao sư đăm đăm nhìn con nghé như thế?" Bạt-nan-đà nói: "Con nghé này có sắc lông loang lỗ khả ái,

---

[693] Hán: Trì luật ngũ nhân 持律五人. Nên hiểu, thứ năm là người trì luật. Tăng năm người, có một người trì luật. Không đòi hỏi tất cả năm vị đều là trì luật. Do đó không nên hiểu nhóm từ Hán này là "Năm người trì luật." *Thập tụng 25* (tr. 181c29): Trì luật đệ ngũ 持律第五. Cf. Vin. i. 197: *vinayadharapañcamena*.

có thể làm phu cụ." Người chủ liền thưa: "Đại đức thường lo liệu công việc cho nhà con, con đâu có tiếc gì con nghé mà không dâng cúng." Người chủ liền giết con nghé trước mặt mẹ nó, để lấy da cúng. Bạt-nan-đà nhận được tấm da rồi đem về Tăng phường.

Con bò mẹ theo sau rống kêu buồn não, các tỳ-kheo hỏi: "Con bò này rống kêu buồn não đi theo thầy là sao?" Bạt-nan-đà nói: "Không biết." Các tỳ-kheo lại hỏi: "Con bò này theo thầy chớ không theo người khác, tại sao thầy không biết?"

Bấy giờ, Bạt-nan-đà mới đem sự thật nói ra. Các tỳ-kheo bằng mọi cách quở trách rồi bạch Phật. Nhân việc này đức Phật tập họp Tỳ-kheo Tăng, hỏi Bạt-nan-đà: "Thật sự ông có như vậy không?" "Bạch Thế Tôn có thật như vậy." Đức Phật bằng mọi cách quở trách rồi bảo các tỳ-kheo: "Từ nay không cho phép chứa tất cả loại da." Sau đó, các tỳ-kheo cần một miếng da nhỏ mà không dám dùng, bạch Phật, Phật dạy: "Cho phép dùng một miếng da nhỏ."

Có các tỳ-kheo từ ngoài trở về đạp trên ngọa cụ của Tăng, bùn nhơ bất tịnh, bạch Phật, Phật dạy: "Cho phép mang giày da ra vào."

Có tỳ-kheo già bệnh, ở nơi chỗ có sự sợ sệt, cùng bạn đồng đi, đi chậm không kịp, các bạn nói: "Đại đức đi mau, đừng để bị cướp đoạt." Vị ấy nói: "Chúng tôi già bệnh, không thể đi kịp." Các bạn nói: "Đây có voi, ngựa, lừa, lạc đà, xe bò, thầy có thể cưỡi để đi." Các tỳ-kheo không dám, bạch Phật, Phật dạy: "Từ nay cho phép các tỳ-kheo già bệnh được cưỡi ngựa, nhưng không được cưỡi súc sanh cái."

2.3. Các vật dụng bằng da

Có các bạch y dùng cái kiệu bằng da cúng cho chư Tăng, các tỳ-kheo không dám thọ, bạch Phật, Phật dạy: "Cho phép thọ nhưng thay da bằng thứ vải khác." **[145a01]** Có các bạch y dùng cái kiệu bằng da cúng riêng cho Thượng tọa, Thượng tọa không dám thọ, bạch Phật, Phật dạy: "Cũng cho phép nhận riêng, nhưng cũng thay da *như trên*." Các Tỳ-kheo Thượng tọa già bệnh, muốn đi kiệu vào xóm làng mà không dám, bạch Phật, Phật dạy: "Cho phép." Các tỳ-kheo không biết khiến ai khiêng, bạch Phật, Phật dạy: "Nhờ tịnh nhơn khiêng."

Có các tỳ-kheo ở chỗ có sự sợ sệt, muốn qua sông mà không có đò. Có người chăn bò lùa bò qua sông, nói: "Có thể nắm đuôi bò để đi qua." Các tỳ-kheo không dám, bạch Phật, Phật dạy: Cho phép nắm.

Khi ấy nhóm sáu Tỳ-kheo nắm đuôi bò để qua sông, lấy tay thọc vào mụt ghẻ[694] của nó; bạch Phật, Phật dạy: "Không được phép nắm đuôi súc sanh cái để qua sông."

Có các tỳ-kheo muốn qua sông, cũng không có súc sanh để có thể nắm, không biết làm thế nào, bạch Phật, Phật dạy: "Cho phép buộc cỏ cây làm cái bè để qua. Từ nay cho phép các tỳ-kheo sắm phao nổi, hoặc làm bằng da dê hay da bò. Tăng và Tứ phương Tăng đều nên sắm."

II. NHÂN DUYÊN THỦ-LÂU-NA

1. Hai bàn chân có lông

Đức Phật ở thành Vương Xá. Bấy giờ, vua Bình-sa nước Ma-kiệt và Ương-già[695] hai nước có 42.000 tụ lạc. Các hào kiệt nơi đó, không người nào không tin Phật, Pháp, Tăng, chỉ trừ trong thành Chiêm-bà[696] có con ông trưởng giả tên là Thủ-lâu-na,[697] ông ta rất giàu, có 20 ức tiền, người đương thời gọi ông là Thủ-lâu-na Hai Mươi Ức. Ông ta hưởng sự vui sướng ngay lúc chào đời, tay chân mềm mại, dưới chân mọc lông. Vua Bình-sa nghĩ: "Trong cương giới của ta chỉ có Hai Mươi Ức chưa tin Phật pháp. Ta nên làm thế nào khiến cho ông ta tin. Nếu ta đến nhà ông ấy, ông ấy sẽ hoảng sợ, nếu kêu ông ta đến, chắc sẽ có sự nghi sợ. Ta nên thông tri cho 60 gia đình hào kiệt trong thành Chiêm-bà đến dự lễ hôn nhân của vương tử. Nhân cuộc gặp gỡ này ta sẽ hướng dẫn ông ta đến với đạo pháp". Nhà vua nghĩ xong liền cho thông báo tất cả.

---

[694] Mụt ghẻ, Hán: sang 瘡. Có thể ẩn ý là sang môn 瘡門 "nữ căn" bò cái.

[695] Ương-già: **Xem cht. 630,** Ch. v trước.

[696] Chiêm-bà: **Xem cht. 630,** Ch. v trước và cht. 54, Phần IV, Ch. ii, pháp Yết-ma.

[697] Thủ-lung-na 守籠那. Pāli (Vin. i. 179): *Soṇo-Koḷiviso seṭṭhi-putto, Soṇa-Koḷivisa,* con trai của một nhà phú hộ. *Trung A-hàm,* kinh 123: Sa-môn Nhị Thập Ức 沙門二十億. *Bì cách sự 2,* (T23n1447) tr. 1055c14: Câu-chi Nhĩ 俱胝耳; tr. 1055c25: Ức Nhĩ 億耳.

Khi ấy thân tộc đều tâu với vua: "Hai Mươi Ức chưa từng bước xuống đất, dưới chân mọc lông như tóc trên đầu, không thể tuân lệnh đến được, xin nhà vua đặc biệt miễn trừ cho người này." Nhà vua nói: "Có thể cưỡi voi, ngựa, xe, kiệu." Thân tộc tâu: "Thân hình ông ta rất mềm, cũng không thể đi bằng các phương tiện đó được." Vua nói: "Nay vương tử làm lễ thành hôn, cần sự hiện diện, cho phép thân tộc của ông tận dụng mọi phương tiện để đưa ông ấy đến." Thân tộc cùng nhau nghị bàn: "Chỉ còn có cách là đào con kênh, thông thuyền đưa ông ta đi ngày vài dặm mới khỏi nhọc mệt, để cung kính phụng mệnh nhà vua vậy." Họ bèn dùng kế hoạch này đưa Hai Mươi Ức đến thành Vương Xá. Thân tộc tâu: "Hai Mươi Ức vừa đến nơi, nguyện xin được như nếp sống ở nhà." Nhà vua nói: "Nếp sống ở nhà như thế nào?" [145b01] Tâu đức vua: "Dùng vải trải trên đất rồi đi lên đó." Nhà vua nói: "Được." Nhà vua liền ra lệnh. Lại trải vải mịn trên tòa, để ông ta ngồi trên đó. Nhà vua hỏi: "Dưới chân ông thật có mọc lông hay không?" "Tâu đại vương, thật có." Vua nói: "Ta muốn xem." Hai Mươi Ức tâu: "Nguyện sai người tin cậy để xem." Nhà vua nói: "Ta muốn thấy tận mắt." Hai Mươi Ức tâu: "Xin phép vua cho được duỗi chân ra." Nhà vua nói: "Được." Hai Mươi Ức liền duỗi chân ra, chỉ cho nhà vua. Đúng như lời đồn, ánh sáng của lông tỏa ra, làm cho mắt nhà vua không thể nhìn kỹ được. Vua nghĩ thật hy hữu hiếm có: "Nước ta đại phước đức mới sanh được con người phước đức này." Vua nhìn hai bên, trước vua có ba đại cư sĩ, bây giờ có cả Hai Mươi Ức là bốn. Nhà vua hỏi: "Mỗi người có bao nhiêu của được gọi là cư sĩ?" Người thứ nhất nói: "Số tiền hạ dân có là 13 ức." Người thứ hai nói: "Hạ dân có 14 ức." Người thứ ba nói: "Hạ dân có 14 ức và một hạt châu ma-ni vô giá." Hai Mươi Ức nói: "Hạ dân có 20 ức, lại có 500 hạt châu ma-ni, một giường báu ma-ni." Nhà vua hỏi Hai Mươi Ức: "Do đâu ông có của này?" Hai Mươi Ức tâu: "Của này không phải cha mẹ để lại, cũng không phải do kinh doanh mà có. Hạ dân ngủ trên lầu cao, khi thức dậy, bèn thấy của này trước mặt tôi."

Nhà vua nghe câu nói này rất đỗi ngạc nhiên, khó hiểu, nghĩ rằng: "Phước đức người này chỉ có đức Phật mới biết, ngoài ra không ai hiểu nổi!" Nhà vua liền nghiêm giá đến chỗ Phật, rồi đầu mặt kính lễ sát chân, bạch Phật: "Kính bạch đức Thế Tôn, Hai Mươi Ức có 500 châu ma-ni, một giường báu ma-ni, từ đâu mà có?" Đức Phật dạy: "Người này trước kia ở nơi cung trời Đâu-suất, có 500 Thiên nữ, cùng nhau rất ái kính. Sau đó người ấy sanh đến đây, thiên nữ đều nghĩ: 'Thiên tử chúng ta nay sanh nơi nào?' Họ dùng thiên nhãn xem, thấy sanh nơi đây, mỗi người mang một châu ma-ni và gường báu trước kia nằm, biến hóa khiến cho tương xứng với thân hiện nay, đem để trước mặt rồi đi." Vua nghe Phật dạy rồi kính lễ cáo lui.

Trở về thành Chiêm-bà, tập họp 60 hào kiệt, vua tuyên bố: "Nay ta phong cho[698] Hai Mươi Ức là bậc tối đại cư sĩ ở trong thành kia, các người phải tôn kính." Nhà vua lại nói với Hai Mươi Ức và 60 người: "Ta là vua của các ngươi, dùng pháp trị hóa, đã cùng các ngươi làm việc lợi ích cho hiện thế, nay có đức Phật Thế Tôn, ở tại núi Kỳ-xà-quật, chúng ta đều có thể đến đó để cầu điều lợi cho hậu thế." Mọi người đều vâng lệnh đến đó.

Bấy giờ, trưởng lão Bà-kiệt-đà[699] ở trong núi, kinh hành trên bàn thạch, các cư sĩ đến chỗ ấy thưa: "Đại đức vì chúng con, bạch Phật, Hai Mươi Ức và 60 cư sĩ ở thành Chiêm-bà muốn đến thăm hỏi đức Thế Tôn." Bà-kiệt-đà **[145c01]** ở trên bàn thạch, trước mặt các cư sĩ liền biến mất rồi xuất hiện trước đức Phật, trình bày đầy đủ vấn đề lên đức Phật, Phật dạy: "Thầy có thể về trước trên bàn thạch, trải tòa ngồi, Ta sẽ đến sau."[700] Vâng lời dạy, trước đức Phật, Bà-kiệt-đà cũng biến mất, rồi xuất hiện nơi bàn thạch, trước mặt chúng cư sĩ, vì đức Phật trải tòa ngồi. Đức Phật với oai nghi thường có, đi bộ đến sau. Các cư sĩ nghĩ rằng: "Tỳ-kheo này có đại thần lực, vắng mặt và xuất hiện nơi bàn thạch cũng như vào trong nước." Khi đức Thế Tôn thung dung xuất hiện, họ vô cùng cung kính. Đức Thế Tôn đến rồi, an tọa nơi tòa. Theo thường pháp của chư Phật, trước hết khiến cho người khởi tâm hoan hỷ, rồi sau mới nói pháp. Đức Phật nói với Bà-kiệt-đà: "Ông đứng dậy quạt Phật." Vâng lời dạy, Bà-kiệt-đà đứng dậy quạt,

---

[698] *Tứ phần* 38, tr. 843b24: "Lòng vua rất hoan hỷ, liền ban cho những lợi ích trong đời hiện tại." Pāli, cho 80 ngàn thôn trưởng.

[699] Bà-kiệt-đà 婆竭陀. *Tứ phần*: Ta-kiệt-đà 娑竭陀. Pāli *Sāgata*. Truyện về vị thị giả này, xem Phần I, Ch. v, Ba-dật-đề 57 (Tỳ-kheo uống rượu).

[700] *Tứ phần*: "Ông đến nơi nhà mát trải chỗ ngồi. Ta sẽ đến đó."

trong giây lát, hiện các thứ thần biến như Ưu-vi Ca-diếp,[701] rồi trở lại trước Phật, cúi đầu đảnh lễ sát chân, bạch Phật rằng: "Đức Phật là Đại sư của con, con là đệ tử của Phật." Thưa như vậy ba lần, rồi ngồi lại chỗ cũ.

Khi ấy, các cư sĩ nghĩ: "Đệ tử mà thần lực như thế, huống là bậc Như Lai, Ứng cúng, Đẳng chánh giác." Họ bèn hướng về chăm chú chiêm ngưỡng Phật. Đức Phật vì họ nói các diệu pháp, chỉ bày sự lợi ích để họ hoan hỷ... *cho đến câu:* khổ, tập, tận (diệt), đạo. Từ nơi chỗ ngồi họ được con mắt pháp trong sạch, thọ Tam quy, Ngũ giới.

2. Lần đầu tiên bước chân xuống đất

Hai Mươi Ức từ chỗ ngồi đứng dậy đi chân không đến trước đức Phật, cúi đầu tác lễ, đức Phật bèn mỉm cười. Bà-kiệt-đà nghĩ: "Do nhân duyên gì mà đức Phật cười." Nghĩ rồi, liền từ chỗ ngồi đứng dậy, để trống vai bên hữu, quỳ gối bạch Phật: "Do nhân duyên gì mà Thế Tôn mỉm cười?" Đức Phật nói với Bà-kiệt-đà: "Hai Mươi Ức này, 91 kiếp vừa qua, nay mới bước chân xuống đất." Bà-kiệt-đà lại hỏi: "Hai Mươi Ức, do nhân duyên gì mà 91 kiếp, chân không bước xuống đất?" Đức Phật dạy: "Thuở đời quá khứ, khi ấy có đức Phật Thế Tôn xuất hiện nơi đời, tên là Tỳ-bà-thi,[702] phụ vương cai trị nơi thành dài 12 do-tuần, rộng 7 do-tuần, dân chúng đông đúc an ổn, phong túc vui vẻ. Đức Phật Tỳ-bà-thi cùng đại Tỳ-kheo Tăng 68.000 người đầy đủ, đều là bậc A-la-hán, an trú nơi đó. Nhà vua ấy hằng ngày thỉnh Phật và Tăng thọ trai trong cung. Khi ấy trong đại chúng có một người tên là Tu-tỳ-xa, cùng mọi người đến chỗ nhà vua, tâu: 'Nay vua làm các công đức, nguyện xin cho phép chúng tôi cùng được dự vào.' Nhà vua nói: 'Nay Phật và chúng Tăng gồm có

68.000 người, sợ các người không chuẩn bị được, hoặc lại sanh não cho Tăng.' Họ lại tâu với vua: 'Chúng tôi tự kham nổi, xin nhà vua cho phép.' Nhà vua nói: 'Tốt lắm!' Nhà vua còn sợ họ không chuẩn bị kịp nên ra lệnh cứ làm thức ăn như thường lệ, nếu họ không chu toàn sẽ dùng vào thức ăn đó. Do chỗ họ thiết cúng hơn thức ăn của nhà

---

701 Ưu-vi Ca-diếp 優為迦葉: **Xem cht. 454**, Ch. i trước, **tr. 300.**

702 Tỳ-bà-thi 毘婆尸. *Vipassi.*

vua, nhiều ngày như vậy, cho nên **[146a01]** thức ăn do nhà vua cho làm cuối cùng không thiết trai được.

Tu-tỳ-xa tuần tự thiết cúng, sai người đào đường, dùng đất mềm mại trải lên trên, lấy bùn thơm trét; hai bên dựng 80 cây trụ quý báu, dùng châu ma-ni tạp sắc gắn trên đầu trụ, treo cờ tạp sắc, trương màn tạp sắc phủ khắp trên lộ trình; trên đường đi để các loại nước uống; trong nhà trang bị 68.000 chỗ ngồi, mỗi tỳ-kheo ngồi một chỗ, dùng 500 cái chảo nấu canh để cúng dường. Dâng cúng cho mỗi tỳ-kheo hai xấp Kiếp-bối, một đôi giày da. Lại vì bốn phương Tăng làm một cái phòng, dưới đất trải ngọa cụ đều bằng thứ diệu hảo. Tu-tỳ-xa lúc ấy nay là Hai Mươi Ức. Từ đó về sau thọ phước ngang bằng với loài người và trên cõi trời không có sai khác. Nếu nay không thấy Ta thì Hai Mươi Ức, chân vẫn chưa đạp đất."

Bấy giờ, Hai Mươi Ức quỳ gối bạch Phật: "Cho phép con xuất gia thọ giới Cụ túc." Đức Phật hỏi: "Cha mẹ ông đã cho phép chưa?" "Dạ, chưa." Phật dạy: "Cha mẹ không cho phép, không được xuất gia." Hai Mươi Ức thưa: "Con sẽ trở về nhà xin phép cha mẹ." Phật dạy: "Tốt lắm, nay chính là đúng lúc."

Khi ấy Hai Mươi Ức kính lễ sát chân Phật, nhiễu quanh bên hữu, rồi trở về thành Chiêm-bà, thưa với cha mẹ: "Nay con muốn xuất gia học đạo." Bà mẹ nói: "Thôi! Thôi! Chuyện gì phải xuất gia! Cha mẹ chỉ có một mình con, dù chết, cha mẹ còn không muốn cách xa nhau, làm sao còn sống mà xa lìa?! Nay nhà ta của cải, trân bảo, tôi tớ, ruộng nhà nhiều vô số, con tùy ý làm việc phước, thọ vui ngũ dục."

Hai Mươi Ức thành khẩn cầu xin ba lần, mới được cha mẹ hứa khả,[703] liền đến trước mẹ, kính lễ sát chân, đi quanh bên hữu ba vòng, rồi trở lại chỗ đức Phật, đầu mặt kính lễ sát chân, quỳ gối bạch: "Mẹ của con đã hứa khả, xin Phật cho con được xuất gia thọ giới Cụ túc." Đức Phật dạy: "Tỳ-kheo đến đây! Xuất gia thọ giới Cụ túc, rộng tu phạm hạnh, Ta sẽ nói pháp để dứt hết gốc khổ." Khi Phật nói như vậy, Hai Mươi Ức râu tóc tự rụng, Tăng-già-lê mặc vào người, bình bát

---

[703] *Tứ phần* 38, tr. 844a9: "Thủ-lung-na ba lần thưa xin cha mẹ như vậy, cha mẹ vẫn không cho."

bưng nơi tay.

3. Dây đàn căng

Xuất gia không bao lâu ở nơi rừng Thi-đà,[704] tinh tấn kinh hành, chân bị thương tổn, máu chảy, chim chóc đi theo để ăn, Hai Mươi Ức khởi niệm: "Trong hàng đệ tử của Phật, vấn đề tinh tấn không ai hơn ta, mà nay chưa hết được các gốc khổ, gia đình của ta may mắn có nhiều của cải, ta có thể hoàn tục, sung sướng làm các công đức."

Đức Phật biết ý niệm đó, từ núi Xà-kỳ-quật đi xuống, thấy chim chóc đang mổ máu ăn, hỏi tôn giả A-nan: "Vì sao có máu nơi đây, chim chóc tranh nhau ăn thế này?" "Bạch Thế Tôn, Hai Mươi Ức kinh hành nơi đây, chân bị thương máu chảy nên chim tranh nhau ăn." Đức Thế Tôn liền đến chỗ đó, hỏi Hai Mươi Ức: **[146b01]** "Thật sự thầy có nghĩ như vậy không?" "Bạch đức Thế Tôn, sự thật con có nghĩ như vậy." Đức Phật lại hỏi: "Nay Ta hỏi thầy, tùy ý thầy trả lời. Khi thầy còn ở tại gia, khéo chơi đàn cầm phải không?" "Bạch Thế Tôn, phải." Khi dây của đàn quá căng, tiếng đàn có hay không?" "Bạch Thế Tôn, không." "Khi dây đàn không thẳng, tiếng có tốt không?" "Không tốt." "Vậy dây đàn phải như thế nào tiếng đàn mới tốt?" "Không căng quá, không dùn quá tiếng đàn mới tốt." Đức Phật dạy: "Ở trong pháp Ta cũng như vậy, gấp quá, hoãn quá đâu đắc đạo được, tinh tấn với mức trung bình, không bao lâu sẽ hết gốc khổ."[705] Hai Mươi Ức nghe Phật nói, tại nơi kinh hành dứt hết các lậu hoặc.

4. Những quy định đầu tiên về dép da[706]

Do dưới bàn chân của Hai Mươi Ức bị thương tích, đức Phật bảo các tỳ-kheo: "Nay cho phép Hai Mươi Ức mang dép da dày một lớp." Hai Mươi Ức bạch Phật: "Bạch đức Thế Tôn, con bỏ 20 ức tiền, 500

---

[704] Thi-đà lâm 尸陀林. 🔲 *Sītavana*, bãi tha ma ngoại thành Vương Xá. Chỗ thiêu vất xác người chết.

[705] *Tứ phần* 38, tr. 844c01: "Cũng vậy, này Thủ-lung-na, nếu tinh tấn quá thì bị chao động. Ít tinh tấn thì sanh biếng nhác. Nên tinh tấn vừa phải đối với các căn." Cf. Vin.i. 183: *accāraddhavīriyaṃ uddhaccāya saṃvattati, atilīnavīriyaṃ.*

[706] Ở đây, sự sắp xếp không mạch lạc như bên *Tứ phần*.

ma-ni bảo châu, một cái giường báu ma-ni, 20 phu nhân, vô lượng thể nữ, bây giờ mang dép da một lớp, người ta sẽ cơ hiềm con: 'bỏ của cải như vậy, mà còn ham thọ nhận mang dép da một lớp.' Nếu đức Thế Tôn cho phép tất cả tỳ-kheo đều mang thì con sẽ mang." Đức Phật bèn khen ngợi người thiểu dục, tri túc, khen giới, khen người trì giới, rồi bảo các tỳ-kheo: "Từ nay cho phép các tỳ-kheo mang dép da một lớp."

Có các tỳ-kheo mang dép da hai lớp, bạch Phật, Phật dạy: "Không cho phép, ai vi phạm, phạm Đột-kiết-la."

Khi ấy nhóm sáu Tỳ-kheo mang dép da đi kinh hành trước hay sau Hòa thượng, A-xà-lê, có các tỳ-kheo khác cũng bắt chước làm như vậy. Các tỳ-kheo bạch Phật, Phật dạy: "Không nên mang dép da trước Hòa thượng, A-xà-lê, vi phạm, phạm Đột-kiết-la. Nếu có nhân duyên thì ở trước Hòa thượng, A-xà-lê mang dép da, không phạm. Nếu đất có chông gai, hoặc đất có cỏ nhọn, hoặc đất có đá sỏi, hoặc khi bệnh hay lúc trời tối thì mang cũng không phạm."

Khi ấy các tỳ-kheo mang guốc bằng vàng, bạc, ngà voi, đá. Các cư sĩ thấy, chê trách nói: "Các tỳ-kheo này như đại thần của nhà vua, thường nói ít ham muốn, biết vừa đủ, mà nay phung phí vô độ, không có hạnh sa-môn, phá pháp sa-môn." Các Trưởng lão Tỳ-kheo nghe, bằng mọi cách quở trách, rồi bạch Phật. Đức Phật nhân việc này tập họp Tỳ-kheo Tăng, bảo các tỳ-kheo: "Từ nay không cho phép mang guốc dép như vậy, vi phạm, phạm Đột-kiết-la."

Đức Phật ở tại Tỳ-xá-ly. Có một trú xứ ẩm thấp, mang dép da bị ẩm ướt sanh trùng hư mục. Các tỳ-kheo bạch Phật, Phật dạy: "Cho phép các tỳ-kheo mang dép bằng cỏ Bà-bà, **[146c01]** cỏ Ca-thi,[707] cỏ Văn-nhu,[708] cỏ Cưu-thi,[709] v.v…" Các tỳ-kheo mang lội qua nước, sau đó chân bị thấm nước, bạch Phật, Phật dạy: "Cho phép dùng da sống lót dưới đáy." Có các tỳ-kheo mang guốc gỗ, giày gỗ đi trong Tăng phường, có tiếng khua làm ồn các tỳ-kheo tọa thiền; lại có một tỳ-

---

707 Hán: Ca-thi thảo 迦尸草. ⸿ *Kāsi* là một loại trúc, còn là tên nước Ca-thi, một trong 16 nước lớn Ấn Độ vào lúc bấy giờ.

708 Văn-nhu thảo 文柔草 ⸿ *Muñja*, một loại cỏ được sử dụng để làm dép.

709 Cưu-thi thảo 鳩尸草. ⸿ *Kusa*, một loại cỏ thơm.

kheo mang guốc gỗ đi tiểu ban đêm đạp rắn chết; bạch Phật, nhân việc này đức Phật tập họp Tỳ-kheo Tăng, bảo các tỳ-kheo: "Từ nay không cho phép mang guốc gỗ, giày gỗ, vi phạm, phạm Đột-kiết-la; cho phép ba chỗ được mang guốc không phải thường đi lại: chỗ đại tiện, chỗ tiểu tiện, chỗ rửa chân."

Có các tỳ-kheo mang dép da độn Đâu-la,[710] bạch Phật, Phật dạy: "Không nên như vậy, vi phạm, phạm Đột-kiết-la."

Có các tỳ-kheo bị lở ngón chân bởi mũi nhọn của dép da, bạch Phật, Phật dạy: "Cho phép dùng vật mềm độn nơi mũi nhọn." Có các tỳ-kheo gót chân bị nứt ra, bạch Phật, Phật dạy:

"Cho phép dùng mỡ gấu thoa, lấy da gấu bao lại."

Khi ấy, Tất-lăng-già-bà-ta thường chăm chú vào việc đi, không hay biết đến ngón chân bị thương. Đức Phật thấy vậy, bảo các tỳ-kheo: "Từ nay cho phép các tỳ-kheo mang giày Phú-la."[711] Các tỳ-kheo làm Phú-la sâu quá, các cư sĩ cơ hiềm nói: "Tỳ-kheo này mang giày Phú-la như giày ủng của chúng ta." Bạch Phật, Phật dạy: "Không nên làm giày ủng sâu quá, cho phép làm đến trên mắt cá." Có các tỳ-kheo làm giày tợ giày ủng, các cư sĩ cơ hiềm như trên, bạch Phật, Phật dạy: "Nên hở phía trước." Có các tỳ-kheo mang giày có vẽ hình, bạch Phật, Phật dạy:

"Không nên mang như vậy, vi phạm, phạm Đột-kiết-la, nếu nhận được, cho phép làm cho hoại sắc để mang."

---

710 Đâu-la: Xem Phần I, Ch. v, Ba-dật-đề 84.

711 Phú-la 富羅; *Phiên Phạn ngữ* 2 (T54n2130, tr. 997b13): "*Phú-la*, dịch là mãn 滿, ⬚ *pūra?* (dẫn *Thập tụng* 9, tr. 65a15: dùng da thuộc khâu lại làm giày phú-la)." *Nhất thiết kinh âm nghĩa* (T54n2128, tr. 740b7): *phú-la*, các phiên âm khác: phúc-la 福羅/腹羅, bố-la 布羅, một loại ủng cổ ngắn (đoản áo ngoa 短鞹靴). ⬚ *pūlā*. *Tứ phần*: Phú-la-bạt-đà-la 富羅跋陀羅. Pāli, ibid., *puṭabaddha*, một loại giày ống, cao đến đầu gối. *Phiên phạn ngữ 10* (tr. 1052a11): phúc-la bạt-đà-la thảo tỷ 腹羅跋陀羅草屣; nên đọc là đâu-la-bạt-la, dây làm bằng sợi gòn. Tức loại dép cỏ có dây buộc làm bằng gòn. *Thiện kiến 17*, ibid.: dép phúc-la-bạt-đà-la, dùng bông gòn và các tạp vật may chung với da, khiến cho ở giữa nổi cộm lên.

Khi ấy, Ly-bà-đa[712] ở nước Đà-bà du hành trong nhân gian, gặp lúc tuyết lạnh thành băng, chân bị thương tích. Khi đến Kỳ-hoàn, đầu mặt kính lễ sát chân Phật, rồi ngồi lui qua một bên. Đức Phật hỏi: "Tại sao chân thầy như vậy?" Ly-bà-đa trình bày sự việc rõ ràng. Đức Phật hỏi: "Người nơi nước đó họ có mang thứ gì không?" Ly-bà-đa thưa: "Người nơi đó mang Phú-la, mang dép da."

Đức Phật bằng mọi cách khen ngợi hạnh ít muốn, biết đủ, khen giới, khen ngợi người trì giới rồi bảo các tỳ-kheo: "Từ nay cho phép nơi quốc độ có tuyết lạnh được mang Phú-la, mang dép da; hoặc giả nơi nước họ có mang thứ gì thì cũng cho phép mang." Có các tỳ-kheo đi trong tuyết lạnh, chân bị hư hoại vì tuyết đóng, bạch Phật, Phật dạy: "Cho phép dùng muối sữa, mỡ gấu thoa, dùng da gấu làm cái ủng."

Có các tỳ-kheo đi đường xa không biết dùng cái gì để đựng lương thực, [147a01] bạch Phật, Phật dạy: "Cho phép dùng da cừu, da bò, da nai và Kiếp-bối để làm cái đãy." Có các tỳ-kheo dùng da đựng thức ăn bị dơ nhớp, bạch Phật, Phật dạy: "Nên rửa cho sạch." Các tỳ-kheo bèn giặt cái đãy da, hong phơi bị hư hoại, trùng sanh, bạch Phật, Phật dạy: "Không nên giặt cái đãy da, nên lật ngược nó mà lau, nếu sạch thì tốt, bằng không thì không nên dùng."

Có các tỳ-kheo trú xứ A-lan-nhã chứa cái phu cụ bằng da, các ác thú nghe mùi, đến sát hại các tỳ-kheo. Các Tỳ-kheo bạch Phật, Phật dạy:

"Ở chỗ A-lan-nhã không nên dùng phu cụ bằng da, nên đem cho các trú xứ ở xóm làng, dùng lót nơi bậc cấp đi."

Có các tỳ-kheo đi sau Phật, chân bị gai chích không thể đi được. Các cư sĩ thấy nói: "Thưa Đại đức! Đức Phật đi đã xa rồi, sao không đi nhanh cho kịp?" Trả lời: "Tôi bị đạp gai không thể đi được." Các cư sĩ nói: "Có thể mang bít tất được không?" Tỳ-kheo không dám mang, đi đến trước bạch Phật, Phật dạy: "Cho phép dùng bít tất (vớ)."

Có các tỳ-kheo ở nơi gò mả được dép da, không dám lấy, bạch Phật, Phật dạy: "Cho phép lấy." Có tỳ-kheo được các loại dép da đủ loại, đủ màu sắc, không dám lấy, bạch Phật, Phật dạy: "Trừ da người, da ngựa,

---

712 Ly-bà-đa 離婆多. Revata.

da voi, ngoài ra cho phép lấy, làm cho nó hư hoại màu sắc cũ, nếu màu sắc cũ không thể làm hư hoại thì nên mang trong Tăng phường, đừng nên mang ra ngoài."

Có các tỳ-kheo nhận được dép da mới không dám thọ, bạch Phật, Phật dạy: "Cho phép thọ, rồi bảo tịnh nhân[713] mang đi bảy bước rồi mang."

Có các tỳ-kheo, dép da, giày Phú-la bị rách không biết bảo ai vá, bạch Phật, Phật dạy: "Nên nhờ người vá, nếu không nhờ được thì tỳ-kheo có thể tự vá, cũng cho phép sắm cái dùi lớn, dùi nhỏ, dao lớn, dao nhỏ, dây cước để vá da."

Có các tỳ-kheo vá dép da và các vật khác cho tỳ-kheo phá kiến, bạch Phật, Phật dạy: "Không nên vì hạng người như vậy mà làm, nên vì người biết xấu hổ muốn học giới mà làm." Các tỳ-kheo không biết dùng cái gì để đựng dụng cụ bằng da, bạch Phật, Phật dạy: "Nên dùng cái đãy bằng da để đựng."[714]

---

[713] Tịnh nhân: **Xem cht. 427**, Phần I, Ch. iv.
[714] Bản Hán, hết quyển 21.

CHƯƠNG VII: PHÁP THUỐC[715]

1. Các loại thuốc

[147b7] Đức Phật ở tại thành Vương Xá. Bấy giờ các tỳ-kheo mắc phải chứng bệnh mùa Thu. Đức Phật đến các phòng thấy, khởi ý nghĩ: "Người đời dùng bơ, dầu, mật, thạch mật[716] để làm thuốc, nay Ta nên cho phép các tỳ-kheo uống. Do đó, Phật tập họp Tỳ-kheo Tăng và bảo: "Từ nay cho phép các tỳ-kheo bệnh uống bốn thứ thuốc:[717] bơ, du, mật, thạch mật."[718]

Các tỳ-kheo uống bơ, mùi khó chịu, bạch Phật, Phật dạy: "Cho phép nấu chín, hoặc tự mình nấu, hay nhờ người nấu. Nếu không có tịnh địa thì cho phép nấu nơi phi tịnh địa."

Các tỳ-kheo uống bơ bị nôn muốn mửa, bạch Phật, Phật dạy: "Cho phép dùng trái Ha-lê-lặc, A-ma-lặc,[719] hoặc mật, hoặc tỏi,[720] hoặc

---

[715] Hán: Dược pháp 藥法 *Bhesajjakkhandhaka*, chương nói về thuốc.

[716] Hán: Tô 酥 (bơ), du 油 (dầu), mật 蜜, thạch mật 石蜜 (đường mía thẻ). [Pali] *Sappi, Tela, Madhu, Phāṇita*.

[717] *Tứ phần* 42, tr. 869b26: "Có năm thứ thuốc người đời thường dùng là bơ, dầu, mật, bơ lỏng, đường mía. Ta nên cho các tỳ-kheo dùng để làm thuốc chữa bệnh gầy ốm, như phương pháp dùng lương khô vậy." Tham chiếu Pāli, Vin. i. 199: *bhesajjāni ceva bhesajjasammatāni ca lokassa āhāratthañ ca pharanti na ca oḷāriko āhārako paññāyati*, "Đây là những thứ mà thế gian xem là thuốc, có thể sung làm thức ăn, nhưng không được kể như là thức ăn chính."

[718] Thạch mật 石蜜. [Pali] (─) *phāṇita*, mật mía, đường mía; đường thẻ hay đường cát thô.

[719] Ha-lê-lặc, A-ma-lặc: Xem cht. 846, 847, Phần I, Ch. v.

[720] Tỏi 蒜. [Pali] *Lasuṇa*, tỏi để ăn và làm thuốc.

lương khô, các vật thích nghi để thoa vào miệng cho át mùi."

2. Thuốc bảy ngày

Có một tỳ-kheo mắc bệnh nhiệt cần uống bơ, các tỳ-kheo đi xin bơ không được mà lại được sữa,[721] bạch Phật, Phật dạy: "Nên nhờ tịnh nhân nấu thành bơ, nấu chín khiến cho không có mùi thức ăn để thọ thức uống bảy ngày."

Có một tỳ-kheo mắc bệnh phong[722] cần uống dầu, các tỳ-kheo đi xin không được mà được mè, bạch Phật, Phật dạy: "Nên nhờ tịnh nhân nấu thành dầu, làm cho không còn mùi thức ăn để thọ thức uống bảy ngày."

Có một tỳ-kheo mắc bệnh nhiệt cần uống thạch mật, các tỳ-kheo đi xin không được mà lại được mía, bạch Phật, Phật dạy: "Nên nhờ tịnh nhân làm thành thạch mật, làm cho mất mùi của thức ăn để thọ thức uống bảy ngày." Các tỳ-kheo không biết nấu bao lâu thì được, bạch Phật, Phật dạy: "Lấy cái muỗng múc đổ xuống, nước chảy liên tục không đứt đoạn là được."

Có các tỳ-kheo mắc bệnh phong cần uống mỡ bò, mỡ lừa, mỡ lạc đà, mỡ cá. Các tỳ-kheo đi xin không được mà được thịt mỡ của bốn loại mỡ đó, bạch Phật, Phật dạy: "Nên nhờ tịnh nhân rán để lấy mỡ rồi cô cho keo lại. Nếu nấu đúng thời, cô đúng thời, lọc đúng thời, phi thời thọ thì không được để cách đêm uống. Nếu nấu đúng thời, cô đúng thời, lọc đúng thời và thời thọ thì được uống bảy ngày." Có các tỳ-kheo mắc bệnh mùa Thu nên uống rễ thuốc, bạch Phật, Phật dạy: "Tất cả rễ thuốc được phép uống, trái của thuốc cũng như vậy."

3. Thuốc trọn đời

[147c01] Có các tỳ-kheo mắc bệnh mùa Thu nên uống thảo dược, bạch Phật, Phật dạy: "Tất cả các thảo dược cho phép được uống."

---

721 *Tứ phần* 42, tr. 866c19: Kiết-la-la 吉羅羅 = nhũ 乳. 梵語 *khīra*, sữa tươi (người, trâu, bò, dê). Sữa nói chung.

722 *Tứ phần* 42, tr. 866c29: Hoạn phong 患風. 梵語 *vāyvādhika*, chứng thống phong, bệnh gút.

Có các tỳ-kheo mắc bệnh phong cần làm thoát mồ hôi; bạch Phật, Phật dạy: "Cho phép làm thoát mồ hôi."

Có tỳ-kheo mắc bệnh phong nên uống các loại muối trắng đỏ,[723] bạch Phật, Phật dạy: "Cho phép uống."

Có các tỳ-kheo bị bệnh phong cần hòa hợp nước tiểu[724] với dầu, tro,[725] giấm,[726] dùng thoa nơi thân thể, bạch Phật, Phật dạy: "Cho phép hòa hợp để thoa."

4. Tạp sự

Có tỳ-kheo bị bệnh ghẻ lở mụt nhọt, muốn chữa, bạch Phật, Phật dạy: "Nên chữa."

Có tỳ-kheo bị bệnh ung thư cần dùng dao mổ để thoa thuốc, bạch Phật, Phật dạy: "Cho phép."

---

[723] Hán: Xích bạch diêm 赤白鹽. *Tứ phần* 42, tr. 867b14: "Minh diêm 明鹽, hắc diêm 黑鹽, hoàn diêm 丸鹽, lâu-ma diêm 樓鹽. *romaka*, muối của người La-mã (nhập); chi-đầu-bệ diêm 支頭鞞鹽, lỗ diêm 鹵鹽, hôi diêm 灰鹽; tân-đà-bà diêm 新陀婆鹽, *saindhava*, muối biển, đặc biệt vùng *Shindu*; thi-lô-bệ diêm 施盧鞞鹽, hải diêm 海鹽." *bilaṃ*, là một trong năm loại muối: "*sāmuddaṃ* (muối biển), *kālaloṇaṃ* (muối đen), *sindhavaṃ* (muối đá), *ubbhidaṃ* (muối ăn), *bilaṃ* (muối đỏ). *Dược sự 1* (T24n1448, tr. 1b27), năm loại muối: ô diêm 烏鹽; xích diêm 赤鹽; bạch thạch diêm 白石鹽; chủng sanh diêm 種生鹽; hải diêm 海鹽.

[724] *Tứ phần* 42, tr. 866c15: Hủ lạn dược 腐爛藥. *pūti-mutta* (*pūti-mukta-bhaiṣajya*), cũng dịch là trần khí dược. PTS định nghĩa: nước tiểu của gia súc được dùng làm thuốc.

[725] *Tứ phần* 42, tr. 867b17: Hôi dược 灰藥. Các loại hôi dược: tát-xà 薩闍; (*sarja*), tân-na 賓那; ba-la-ma 波羅摩. *kṣāra*, tinh chất lấy được từ chưng cất hay đốt thành tro; *Dược sự 1*, có năm loại: tro vỏ trấu (*yavakṣāra*), tro râu lúa (*yavāṣūkakṣāra*), tro dầu mè (*tilakṣāra*), tro từ cỏ ngưu tất (*sarjikākṣāra*), tro lá cây bà-sa (*vāsakākṣāra*), một loại hương liệu, tên khoa học *Gendarussa Vulgaris* hay *Adhatoda Vasica*.

[726] Hán: Khổ tửu 苦酒.

Có tỳ-kheo chân bị đau cần mang giày ủng bằng da gấu, thoa mỡ gấu, lại cần dùng bột gạo, da rắn, mỡ gấu, bơ để trong trái bầu ngâm nước, bạch Phật, Phật dạy: "Đều cho phép."

Có tỳ-kheo mụt nhọt mọc chỗ kín, thầy thuốc dùng dao mổ. Đức Phật đi qua gần phía trước, người thầy thuốc bạch Phật: "Cái dao đã đến đại tiện môn." Đức Thế Tôn nhìn kỹ nói: "Đó là chỗ khó bảo vệ, nếu để thân này chết đi sẽ mất đại lợi. Từ nay không cho phép dùng dao mổ chỗ kín, vi phạm, phạm Thâu-lan-giá."

Có tỳ-kheo mắc bệnh thời hành nhiệt, Phật dạy: "Nên uống thuốc thổ hạ,[727] hạn chế thức ăn, tùy theo bệnh mà ăn." Có tỳ-kheo nhặm con mắt, Phật dạy: "Cho phép làm thuốc nhỏ mắt."

5. Thời, phi thời dược

Khi ấy Ly-bà-đa ăn thạch mật phi thời, A-na-luật nói: "Đừng nên ăn phi thời. Tôi thấy khi làm thạch mật, tán nhỏ gạo bỏ vào." Ly-bà-đa liền sanh nghi, bạch Phật, nhân việc này Phật tập họp Tỳ-kheo Tăng, hỏi A-na-luật: "Thầy thấy làm thạch mật, tán nhỏ gạo bỏ vào, tại sao người kia làm như vậy?" A-na-luật thưa: "Phương pháp làm phải như vậy." Đức Phật bằng mọi cách khen ngợi kẻ ít ham muốn, biết đủ, rồi bảo các tỳ-kheo: "Từ nay, nếu bào chế thuốc phải như vậy thì cho phép uống phi thời."

Khi ấy, Trưởng lão Ưu-ba-ly hỏi Phật: "Bạch đức Thế Tôn, thời dược hòa với phi thời dược, nên dùng bao lâu?" Đức Phật dạy: "Nên theo thời dược mà dùng, không nên theo phi thời dược; thuốc bảy ngày[728] với thuốc trọn đời[729] cũng như vậy." Ưu-ba-ly lại hỏi: "Phi thời dược hợp với thuốc bảy ngày, nên dùng bao lâu?" Phật dạy: "Nên dùng theo phi thời dược, không nên để cách đêm mà dùng; thuốc

---

[727] Hán: Thổ hạ dược 吐下藥, một loại thuốc xổ.

[728] Thất nhật dược 七日藥: Thuốc chỉ dùng uống trong thời gian bảy ngày như: Tô, dầu, sanh tô, mật, thạch mật cùng các loại. *sappi, navanaṃ, telaṃ, madhu, phāṇitaṃ.*

[729] Chung thân dược 終身藥: Những loại thuốc dùng uống trọn đời như: Rễ, cành, hoa, quả của các thứ dược vật cùng năm loại muối. **Xem cht. muối (723) trước.**

trọn đời cũng như vậy."

Lại hỏi: "Thuốc bảy ngày hợp với thuốc trọn đời, nên dùng bao lâu?" Phật dạy: "Nên dùng theo thuốc bảy ngày, không nên dùng theo thuốc trọn đời."

CHƯƠNG VIII: PHÁP THỰC⁷³⁰

1. Các loại thức ăn-uống

Đức Phật ở nước Ba-la-nại. Lúc bấy giờ, năm tỳ-kheo đến chỗ đức Phật, đầu mặt kính lễ sát chân, **[148a01]** bạch Phật:

"Kính bạch đức Thế Tôn, chúng con nên ăn thức ăn nào?"

Đức Phật dạy:

"Cho phép các ông ăn bằng thức ăn khất thực."⁷³¹

Lại bạch Phật: "Nên dùng cái gì để đựng?" Phật dạy: "Cho phép dùng cái bình bát."

Khi ấy, các tỳ-kheo xin được cơm lúa tẻ, không dám ăn, bạch Phật, Phật dạy: "Cho phép tùy ý thọ thực." Vào lúc ấy, các tỳ-kheo hoặc xin được các loại cơm, hoặc xin được các loại bánh, hoặc xin được các loại lương khô, hoặc xin được các loại đậu mạch chín, hoặc xin được các loại lúa mạch ran, và gạo nếp, hoặc xin được các loại canh, hoặc xin được các loại giấm và nước tương, hoặc xin được các loại muối, hoặc xin được các loại thịt, hoặc xin được các loại cá, hoặc xin được các loại sữa tươi, sữa đông,⁷³² hoặc xin được các loại rau, hoặc xin được các loại rễ cây, ngó sen, v.v..., hoặc xin được các loại nhánh, mía, v.v..., hoặc xin được các loại trái xoài, dừa, v.v... đều không dám thọ,

---

730 *Tứ phần 42*, tr. 866c07: Các loại thức ăn này được liệt vào chương Thuốc.

731 *Tứ phần 42*, tr. 866c11: "Cho phép ăn thức ăn do khất thực được, gồm có năm loại thức ăn." Đây chỉ năm loại chánh thực, hoặc âm là *bồ-xà-ni*, ▢▢ *bhojana*, chỉ thức ăn mềm.

732 Sữa tươi, sữa đông, Hán: nhũ lạc 乳酪. ▢ *khīra*, sữa tươi; *dadhi*, sữa đông.

bạch Phật, Phật dạy: "Đều cho phép tùy ý thọ thực."

2. Nhân duyên khai mở tạm thời

Đức Phật ở tại Tỳ-xá-ly. Bấy giờ gặp lúc cơ cẩn đói khát, khất thực khó được.[733] Các tỳ-kheo đem thức ăn để chỗ khác bị mất, khởi ý niệm: "Nếu đức Thế Tôn cho phép chúng ta cùng ngủ một chỗ với thức ăn thì đâu đến nỗi khổ thế này," bạch Phật, Phật dạy: "Cho phép cùng ngủ một chỗ với thức ăn."

Các tỳ-kheo làm thức ăn ở chỗ khác bị mất, khởi ý niệm: "Nếu được đức Thế Tôn cho phép chúng ta làm thức ăn tại trú xứ thì đâu đến nỗi có cái khổ thế này," bạch Phật, Phật dạy: "Cho phép làm thức ăn tại trú xứ."

Các tỳ-kheo nhờ người làm thức ăn phải trả tiền, phải cho thức ăn mà họ còn ăn cắp, khởi ý niệm: "Nếu được đức Phật cho phép chúng ta tự làm thức ăn thì có thể khỏi phí tổn này," bạch Phật, Phật dạy: "Cho phép tự làm thức ăn."

Các tỳ-kheo đã tự làm thức ăn, cần người để trao, họ lại đòi trả tiền, khởi ý niệm: "Nếu được đức Phật cho phép chúng ta tự lấy thức ăn, không phải nhờ người trao thì khỏi phí tổn này," bạch Phật, Phật dạy: "Cho phép tự lấy thức ăn, không cần khiến người trao."

Các tỳ-kheo đặng trái cây, không có người trao, bạch Phật, Phật dạy: "Cho phép tưởng như cây mà lấy ăn."

Các tỳ-kheo nhận được trái trong ao, không có người trao, bạch Phật, Phật dạy: "Cho phép đến nơi ao nước mà thọ."

Các tỳ-kheo muốn ăn trái, không có tịnh nhân để khiến tác tịnh, bạch Phật, Phật dạy:

"Cho phép trước hết loại bỏ các hạt rồi ăn."

Đức Phật ở tại Tỳ-xá-ly. Bấy giờ đức Thế Tôn bị hoạn phong, A-nan tự nấu thuốc, cháo dâng lên đức Phật. Đức Phật hỏi A-nan: "Ai nấu thuốc đây?" "Bạch Thế Tôn, con nấu."**[148b01]** Đức Phật bảo A-nan:

---

733 *Tứ phần:* Thế Tôn ở tại nước Ba-la-nại. Bấy giờ gặp lúc mất mùa, lúa gạo khan hiếm, khất thực khó được.

"Trước đây Ta cho phép các tỳ-kheo cùng ngủ với thức ăn trong trú xứ, làm thức ăn, tự làm thức ăn, tự lấy để thọ, nay các thầy còn áp dụng các pháp như vậy không?" "Bạch Thế Tôn, còn dùng." Đức Phật dạy: "Việc làm của các thầy là phi pháp. Trước đây vì lúc cơ cẩn Ta cho phép, tại sao nay vẫn còn dùng pháp ấy?! Từ nay nếu ai vi phạm, phạm Đột-kiết-la."

Đức Phật ở tại thành Xá-vệ, hỏi A-nan: "Trước đây, Ta cho phép các tỳ-kheo tưởng như cây để lấy trái cây, đến ao nước lấy trái của ao, không có tịnh nhân làm tịnh quả, bỏ hạt rồi ăn, nay các ông còn áp dụng pháp đó hay không?" "Bạch Thế Tôn, còn dùng." Đức Phật dạy: "Các thầy làm điều phi pháp, trước đây vì lúc cơ cẩn ta cho phép, tại sao nay vẫn còn dùng phép này?! Từ nay, ai vi phạm, phạm Đột-kiết-la."

3. Các loại thịt

1. Bấy giờ, trong thành Xá-vệ có người Ưu-bà-di tự là Tu-tỳ,[734] kính tin Phật pháp, thấy pháp đắc quả, quy y Tam bảo, thường thỉnh tất cả Tăng, cung cấp thuốc thang. Sau thời gian, người ấy đến Tăng phường thấy một tỳ-kheo uống thuốc thổ hạ, hỏi: "Nay Đại đức cần gì?" Vị ấy nói: "Tôi uống thuốc thổ hạ bị kiệt sức, nghĩ muốn ăn thịt." Ưu-bà-di nói: "Thưa Đại đức, sáng mai con sẽ đưa đến, xin Đại đức nhận cho con." Người ấy về nhà, sáng ngày sai người cầm tiền đi mua thịt. Ngày ấy, vua Ba-tư-nặc ra lệnh: "Nếu ai giết thú vật sẽ bị trọng tội." Chẳng tìm đâu ra thịt để mua, người ấy trở về báo cáo. Bà lại sai người cầm tiền đi tìm khắp nơi để mua, bà nói: "Đừng kể chi giá cả, đắt mấy cũng mua". Cũng vẫn mua không được, Ưu-bà-di khởi ý niệm: "Hôm qua ta đã hứa, nếu không có, vị Đại đức có thể bị mạng quá (chết)!" Bà liền cầm dao vào trong nhà tự xẻo thịt nơi bắp vế, đưa cho đứa ở nấu đem đến cho tỳ-kheo. Tỳ-kheo nhận được, bèn ăn, bệnh được lành.

Khi người chồng về, không thấy vợ liền hỏi: "Tu-tỳ đâu?" Người trong nhà nói: "Bệnh ở trong nhà." Người chồng liền vào hỏi: "Mình bệnh gì?" Người vợ trình bày sự việc. Người chồng nói: "Sợ bệnh tình

---

[734] *Tứ phần*: Tô-tỳ 蘇卑. Pāli, Vin. i. 216ff. *Suppiyā*.

này, mình không qua khỏi, không lâu nữa sẽ chết, nên thỉnh Phật và Tăng trưa mai thọ trai." Người vợ nói: "Tốt lắm!" Vợ bảo chồng đến thỉnh Phật và Tăng.

Đến chỗ Phật, ông ta đầu mặt kính lễ sát chân, bạch Phật: "Nguyện Phật và Tăng hạ cố, trưa mai con xin được cúng dường." Đức Phật nhận lời bằng sự im lặng, ông ta về nhà, suốt đêm lo chuẩn bị thức ăn ngon bổ, sáng ngày trải tòa, bảo người đến bạch Phật: "Thỉnh Phật và Tăng phó trai." Phật cùng chúng Tăng kẻ trước, người sau vây quanh đến gia chủ, tựu tòa an tọa. Ông chồng tự mình lấy nước rửa, đức Phật không thọ, nói: "Bảo Ưu-bà-di Tu-tỳ ra đây." Ông chồng liền sai người vào nói: "Đức Thế Tôn gọi bà." **[148c01]** Bà trả lời: "Có thể nhân danh ta thăm hỏi đức Thế Tôn, vì bệnh ta không thể ra hầu Ngài được."

Được người đại diện thưa như thế, nhưng đức Phật vẫn cho gọi lại đến lần thứ ba, người nhà phải khiêng bà đến chỗ đức Phật. Khi thấy đức Thế Tôn thì chỗ thương tích của bà bỗng nhiên tiêu mất, da thịt kéo liền như trước. Bà sanh tâm hy hữu: "Ta có được bậc Đại sư và các đồng phạm hạnh như vậy!" Bà sung sướng vô cùng, tự tay dâng thức ăn. Phật và Tăng thọ trai xong, bà lấy nước rửa, rồi lấy chiếc ghế nhỏ ngồi trước đức Phật. Đức Phật vì bà nói kệ tùy hỷ, như đã nói cho Tỳ-lan-nhã. Đức Phật lại nói các diệu pháp, chỉ bày sự lợi ích, khiến bà vui vẻ, rồi trở về bổn xứ. Nhân việc này, đức Phật tập họp Tỳ-kheo Tăng, hỏi vị tỳ-kheo kia: "Vừa rồi ông ăn thứ gì?" Vị ấy thưa: "Con ăn thịt." Đức Phật lại hỏi: "Thịt có ngon không?" "Thưa, ngon." Đức Phật dạy: "Ông là người ngu si, tại sao không hỏi, mà ăn thịt người! Từ nay, ăn thịt mà không hỏi, phạm Đột-kiết-la; nếu ăn thịt người, phạm Thâu-lan-giá."

2. Có các tỳ-kheo ăn thịt voi. Voi của vua Ba-tư-nặc chết, đem tống tế cho các quỉ thần; do các các sa-môn ăn thịt voi, nên những người mổ xẻ thịt voi khiến các tịnh nhân lấy thịt đem về cho tỳ-kheo. Các cư sĩ thấy, cơ hiềm nói: "Sa-môn Thích tử này không có thịt gì mà họ không ăn, còn hơn là con diều hâu, tại sao ăn nuốt đồ bất tịnh này, hôi thúi mà lại đến nhà ta?! Không có hạnh sa-môn, phá pháp sa-môn." Các Tỳ-kheo Trưởng lão nghe bạch Phật. Nhân việc này, đức

Phật tập họp Tỳ-kheo Tăng, hỏi các tỳ-kheo: "Thật sự các thầy có như vậy không?" "Bạch Thế Tôn, sự thật có như vậy." Đức Phật bằng mọi cách quở trách rồi bảo các tỳ-kheo: "Từ nay ăn thịt voi phạm Đột-kiết-la, ăn thịt ngựa cũng như vậy."

3. Các tỳ-kheo ăn thịt sư tử, thịt cọp, thịt heo, thịt gấu, các loài thú nghe hơi bèn đến giết tỳ-kheo. Các cư sĩ thấy, hỏi tại sao như vậy? Có người nói: "Do ăn thịt đồng loại của chúng nó." Cư sĩ cơ hiềm... *cho đến câu:* bảo các tỳ-kheo *cũng như trên*: "Từ nay ăn thịt bốn loại này, phạm Đột-kiết-la."

4. Các tỳ-kheo ăn thịt chó, các con chó nghe mùi, chạy theo sau sủa. Các cư sĩ thấy vậy hỏi: "Tại sao chó lại chỉ chạy theo tỳ-kheo sủa?" Có người nói: "Do ăn thịt chó." Họ bèn quở trách... *cho đến câu:* bảo các tỳ-kheo *cũng như trên*. "Từ nay ăn thịt chó phạm Đột-kiết-la."

5. Các tỳ-kheo ăn thịt rắn,[735] các cư sĩ cơ hiềm. Long vương Thiện Tự Tại[736] hóa làm thân người đến chỗ đức Phật, cúi đầu bạch: "Các Long vương của con có đại thần lực, với nhiều hình sắc du hành trong nhân gian, nay các tỳ-kheo ăn thịt rắn, rồng này[737] có thể làm thương hại tỳ-kheo, cúi xin đức Phật cấm, đừng cho các tỳ-kheo ăn thịt rắn." **[149a01]** Đức Phật vì Long vương nói các diệu pháp, chỉ dạy sự lợi ích, khiến cho vui vẻ rồi bảo về chỗ ở. Nhân việc này, đức Phật tập họp các tỳ-kheo, đem lời của Long vương Thiện Tự Tại, bảo các tỳ-kheo: "Từ nay ăn thịt rắn, phạm Đột-kiết-la."[738]

4. Biệt chúng thực

1. Đức Phật ở tại thành Vương Xá. Lúc bấy giờ các trưởng giả thỉnh Phật và Tăng. Các Tỳ-kheo Trưởng lão hỏi đức Phật: "Bạch đức Thế Tôn, nếu có người thỉnh Tăng thì nên thỉnh ai?" Đức Phật dạy:

---

[735] *Tứ phần* 42, tr. 868b21: Thịt rồng. Chính xác, nên hiểu là thịt rắn. Cf. *Mahāvagga* vi, Vin. i. 220.

[736] *Tứ phần* 42, tr. 868b21: Thiện Hiện Long vương 善現龍王. Pāli, Vin. i. 219, Supassa. Hán đọc Sudassa(na) là Thiện Hiện 善現.

[737] *Tứ phần* 42, tr. 868b29: "Đừng cho tỳ-kheo ăn thịt rắn." *Thập tụng 26* (tr. 186c29): "Rắn và rồng, đều cùng một giống cả."

[738] *Tứ phần*: "Từ nay về sau không được ăn thịt loài rồng".

"Nếu người nào chánh thú, chánh hướng[739] đều được thỉnh." Các tỳ-kheo khởi ý niệm: "Như những vị trong bốn phương này và trên cõi trời không chỗ nào là không có, chúng ta đâu không phạm tội ăn biệt chúng ư?" Do đó, không dám phó trai, bạch Phật, Phật dạy: "Nếu ở trong một cương giới mà thỉnh riêng bốn vị trở lên gọi là ăn biệt chúng, nếu theo thứ tự thỉnh thì không phạm."

2. Có các tỳ-kheo khởi ý niệm: "Các tỳ-kheo-ni, thức-xoa-ma-na, sa-di, sa-di-ni, ưu-bà-tắc, ưu-bà-di cũng ở trong cương giới thì đâu không phạm tội ăn biệt chúng." Họ bạch Phật, Phật dạy: "Nếu thỉnh Tăng thì hai chúng thọ thực, tức tỳ-kheo và sa-di; nếu thỉnh hai bộ Tăng thì năm chúng thọ thực, tức tỳ-kheo, tỳ-kheo-ni, thức-xoa-ma-na, sa-di và sa-di-ni."

3. Có các tỳ-kheo phàm phu tọa thiền khởi ý nghĩ: "Như đức Thế Tôn dạy: 'Nếu thỉnh Tăng thì người chánh thú, chánh hướng đều được thỉnh, nay ta phàm phu chưa phải là chánh thú, chánh hướng, không có thức ăn, không cho lấy thức ăn sao?" Bạch Phật, Phật hỏi các tỳ-kheo kia: "Các ông không vì giải thoát xuất gia hay sao?" Các tỳ-kheo phàm phu thưa: "Chúng con vì giải thoát." Đức Phật dạy: "Nếu khi thỉnh Tăng thì Thánh nhơn, người tọa thiền đều nên thọ thực."

4. Có các tỳ-kheo phàm phu tụng kinh khởi niệm: "Chúng ta không phải là người tọa thiền", *cũng như trên*, sanh nghi, bạch Phật, Phật dạy: "Người tụng kinh cũng được thọ trai."

5. Có các tỳ-kheo phàm phu giúp việc cho chúng khởi niệm: "Chúng ta chẳng phải người ngồi thiền, tụng kinh", *cũng như trên*, sanh nghi, bạch Phật, Phật dạy: "Người giúp việc cho chúng Tăng cũng được thọ trai." Đức Phật bảo các tỳ-kheo: "Nếu khi thỉnh Tăng, trừ người ác giới, ngoài ra tất cả Tăng đều được thọ trai."

6. Đức Phật du hóa nơi ấp A-na-tân-đầu, tại ấp ấy, có một vị đại thần tên là Hảo Thiểu, thỉnh Phật và Tăng thọ trai. Họ chuẩn bị các thức ăn ngon bổ, sáng ngày đến giờ thọ trai, trải tòa rồi bạch: "Thức

---

[739] Chánh thú, chánh hướng 正趣正向: [Pāli] *ujupaṭipanna, ñāyapaṭipanna*, sống chánh trực, đi đúng hướng.

ăn đã sửa soạn xong, xin quý Thánh tri thời." Khi ấy, các tỳ-kheo lại thọ thức ăn của người khác trước và ăn đã no đủ. Đức Phật cùng đại Tăng, tuần tự trước sau, đến nơi gia chủ, an tọa nơi tòa. Đại thần Hảo Thiểu tự tay sớt thức ăn, song các tỳ-kheo đều không thể ăn. **[149b01]** Đại thần thưa: "Tại sao quý ngài không dùng một cách thoải mái mà chứng ít như vậy, hay là thức ăn không thích khẩu vị?" Các tỳ-kheo trả lời: "Chẳng phải thức ăn không thích khẩu vị, mà cũng không phải ăn ít. Sáng nay đã ăn no rồi, nên không thể ăn được." Vị Đại thần ấy liền tức giận nói: "Tại sao đã nhận lời mời nơi tôi lại đến chỗ khác ăn cho no." Các tỳ-kheo bạch Phật, Phật dạy: "Nếu đã nhận sự mời thỉnh của người nào rồi thì buổi sáng chỉ cho phép dùng cháo lỏng, cháo lỏng là cháo lấy cọng cỏ vẽ ngang không còn nguyên nét. Nếu nhận được cháo đặc và thức ăn thì nên nói với người chủ: 'Tôi đã thọ thỉnh rồi, nên mời vị khác.'"

7. Khi ấy, đức Phật cùng Đại Tỳ-kheo Tăng 1250 vị đầy đủ du hành từ Vương Xá đến Tỳ-xá-ly, khoảng giữa hai nước có Trưởng giả người thành Vương Xá, tên là Tượng Hành,⁷⁴⁰ hướng dẫn năm trăm cỗ xe từ Tỳ-xá-ly đi đến, từ xa thấy đức Thế Tôn, dung nhan đặc biệt, giống như núi vàng, phát tâm hoan hỷ, tiến đến trước đức Phật, đầu mặt đảnh lễ sát chân, bạch Phật: "Kính bạch đức Thế Tôn, con có một ít thạch mật⁷⁴¹ muốn dâng cúng đức Thế Tôn và các Tỳ-kheo Tăng." Đức Phật nhận lời bằng cách im lặng. Trưởng giả liền dâng cúng. Các tỳ-kheo không dám thọ, bạch Phật, Phật khen ngợi sự thiểu dục, tri túc, bảo các tỳ-kheo: "Từ nay cho phép các tỳ-kheo dùng để ăn khi đói, khi khát, hòa với nước mà uống."

Trưởng giả kia dùng một bình thạch mật đem dâng cúng khắp cả Phật và đại chúng, nhưng vẫn không hết, bạch Phật: "Con dùng một bình thạch mật dâng cúng khắp trong đại chúng, mà vẫn còn dư, nên

---

740 *Tứ phần* 42, tr. 869c23: Cư sĩ Tư-ha-tỳ-la 私呵毘羅. Là người huấn luyện voi như truyện đã kể có khác với Ngũ phần; nhưng sự kiện và hiện tượng đem đường cát đen còn dư đổ vào chỗ nước không trùng thì giống nhau.

741 *Tứ phần*: Hắc thạch mật 黑石蜜; đường chưa tinh luyện. ▨ *gula*. Phân biệt với thạch mật, tức mật mía. ▨ *phāṇita*.

cho ai?" Đức Phật dạy: "Ông có thể đem bỏ chỗ đất không có cỏ tươi, hoặc trong nước không có trùng." Ông Trưởng giả liền vâng lời dạy đem đổ trong nước không có trùng, nước liền sôi lên tạo thành tiếng động, như sắt nóng bỏ vào nước. Trưởng giả hoảng hồn, trở lại bạch Phật. Đức Phật vì ông nói các diệu pháp, chỉ dạy những điều lợi ích, khiến cho hoan hỷ; đó là nói việc bố thí, việc trì giới, việc sanh thiên và nói dục là tai họa, tại gia là bận rộn, ràng buộc, xuất gia là không đắm nhiễm; kế đến nói thường pháp của chư Phật là khổ, tập, diệt, đạo. Từ nơi chỗ ngồi, ông trưởng giả liền xa trần, lìa cấu, đối với các pháp đặng con mắt pháp trong sạch.

8. Đức Phật lại tiếp tục hành trình, gặp một người thợ, có một người con gái rành nghề nấu canh, mời Phật và Tăng dùng thứ canh nguyên chất này sau khi ăn. Các tỳ-kheo không dám nhận, nói: "Đức Phật chưa cho phép chúng tôi dùng thứ canh này," bạch Phật, Phật dạy: "Cho phép dùng làm thức ăn sau theo ý muốn."

5. Tịnh nhục

Đức Phật tuần tự du hóa đến Tỳ-xá-ly, trú tại giảng đường Trùng Các, bên bờ sông Di Hầu. Có một tướng quân tên là Sư Tử,[742] đệ tử của Ni-kiền[743] nghe đức Thế Tôn du hóa đến nơi thành này, bậc có đại danh xưng vang lừng là Như lai, Ứng cúng, Đẳng chánh giác. Ông ta **[149c01]** khen rằng: "Lành thay! Nguyện được yết kiến và thỉnh mời vị Phật như vậy." Tướng quân liền sửa soạn xa giá, xuất hành, từ xa thấy đức Thế Tôn, dung nhan đặc biệt, giống như núi vàng, liền đến trước Phật đầu mặt đảnh lễ sát chân, rồi ngồi lui qua một bên. Đức Phật vì ông nói các pháp mầu... *cho đến nói* khổ, tập, tận, đạo. Từ chỗ ngồi, ông được con mắt pháp trong sạch, liền đứng dậy, chắp tay, quì gối bạch: "Xin Phật và Tăng sáng mai hạ cố đến nhà con thọ bữa cơm đạm bạc." Đức Phật nhận lời bằng cách im lặng.

---

742 Hán: Sư Tử 師子. *Tứ phần* 42, tr. 871b08: Tư-ha tướng quân 私呵將軍. Pāli, Vin. i. 233, *Sīhasenapati*; vị tướng quân người *Licchavī* (Lê-xa), ở *Vesāli*; đệ tử của *Nigaṇṭha* (Ni-kiền). Xem *Trung A-hàm 4*, kinh số 18 "Sư Tử" (T1, tr. 440c); Pāli, A. viii. 12 *Sīha*.

743 Ni-kiền: **Xem cht. 498**, Phần III, Ch. i trước.

Tướng quân biết được đức Phật nhận lời, trở về nhà, sai người ra chợ mua, dặn dò: "Tất cả số thịt đã làm rồi, đắt mấy, cũng mua hết." Vâng lệnh, bao nhiêu thịt ở chợ đều mua sạch. Suốt đêm làm các thức ăn ngon bổ, sáng sớm, trải tòa, tướng quân đích thân đến bạch Phật: "Thức ăn đã sửa soạn xong, xin Ngài tri thời." Đức Phật cùng Tỳ-kheo Tăng, tuần tự trước sau, vây quanh đến nhà gia chủ, an tọa nơi tòa. Tướng quân tự tay sớt thức ăn một cách hoan hỷ, chăm chú.

Khi ấy, các Ni-kiền nghe tướng quân Sư Tử thỉnh Phật và Tăng, cúng dường rất thịnh soạn, sanh lòng đố kỵ, liền đến đường lớn, đường nhỏ hét lớn công bố: "Tướng quân Sư Tử phản sư, không còn tình nghĩa gì cả, nay trở lại phụng sự Sa-môn Cù-đàm, tự tay giết trâu, dê để cúng dường." Các tỳ-kheo nghe, không dám ăn. Tướng quân Sư Tử quỳ gối bạch Phật: "Các Ni-kiền này lúc nào cũng hủy báng Phật. Từ nay cho đến trọn đời con không bao giờ cố ý sát hại, cúi xin tỳ-kheo chớ sanh hiềm nghi, cứ thọ thực thoải mái đầy đủ." Đức Phật liền bảo các tỳ-kheo, tùy ý ăn cho no đủ. Thọ trai và uống nước xong, tướng quân lấy một chiếc ghế nhỏ ngồi phía trước, đức Phật vì ông nói bài kệ tùy hỷ như trước, rồi từ tòa ra về. Nhân việc này đức Phật tập họp Tỳ-kheo Tăng, bảo các tỳ-kheo: "Có ba loại thịt không ăn được:[744] hoặc thấy, hoặc nghe, hoặc nghi. Thấy là tự mình thấy, họ vì mình mà giết. Nghe là nghe từ người đáng tin cậy nói, họ vì mình mà giết. Nghi là nghi họ vì mình mà giết. Nếu không thấy, không nghe, không nghi tất là tịnh nhục, cho phép tùy ý thọ thực. Nếu vì tỳ-kheo giết thì tỳ-kheo và sa-di không nên ăn; nhưng cho phép tỳ-kheo-ni, thức-xoa-ma-na, sa-di-ni, ưu-bà-tắc, ưu-bà-di ăn. Nếu vì tỳ-kheo-ni, ưu-bà-tắc, ưu-bà-di giết cũng như vậy."

6. Tịnh xứ, tịnh thất, tịnh địa

1. Khi ấy, nhân dân các nước Ma-kiệt, Ương-già, Ca-di, Câu-tát-la, Bạt-kỳ, Mãn-la, Tô-ma, nghe đức Phật ra đời, có đại oai đức, đệ tử

---

744 Hán: Tam chủng nhục bất đắc thực 三種肉不得食. *Tứ phần* 42, tr. 872b04: "Từ nay về sau, nếu có thí chủ vì mình cố ý giết thì không được ăn. Vì mình cố ý giết ở đây là cố ý thấy, cố ý nghe, cố ý nghi. Có ba nhân duyên như vậy là thịt bất tịnh, Ta nói không được ăn."

cũng vậy, đều tụ họp tại Tỳ-xá-ly. Trong thành, nhà nhà, người người đều dùng xe ngựa bảy báu để nghinh đón khách, đầy nghẹt cả thành phố. Ngoài ra còn có một vạn hai ngàn chiếc xe, **[150a01]** trong thành không thể chứa hết, phải để ngoài thành. Mọi người tranh nhau mang thức ăn thời thực, phi thời thực, thức ăn 7 ngày, thức ăn trọn đời đến dâng cúng Phật và Tăng, tập trung chất thành đống lớn ngoài sân, dọc ngang bừa bãi, đất bụi nhơ nhớp, chim chóc tập trung lại để ăn.

Khi ấy, đức Thế Tôn tuần tra các phòng, thấy rồi xoay lại hỏi A-nan: "Tại sao có những thức ăn bỏ trong sân?" Tôn giả A-nan trình bày đầy đủ sự việc: "Vì không có chỗ để nên mới đưa đến tình trạng như vậy." Đức Phật khen ngợi hạnh thiểu dục, tri túc, bảo các tỳ-kheo: "Từ nay cho phép dùng một nơi trong phòng, Bạch nhị yết-ma làm tịnh xứ để cất thức ăn. Một tỳ-kheo xướng rằng:

Đại đức Tăng xin lắng nghe! Nay dùng cái phòng... làm chỗ tịnh để cất thức ăn cho Tăng. Nếu thời gian thích hợp đối với Tăng, Tăng chấp thuận. Đây là lời tác bạch.

Đại đức Tăng xin lắng nghe! Nay dùng cái phòng... làm chỗ tịnh để cất thức ăn cho Tăng. Các Trưởng lão nào chấp thuận thì im lặng. Vị nào không đồng ý xin nói.

Tăng đã chấp thuận dùng căn phòng... làm chỗ tịnh để cất thức ăn cho Tăng rồi. Tăng chấp thuận nên im lặng. Việc này tôi ghi nhận như vậy."

Sau khi Tăng dùng hết, các tỳ-kheo sử dụng phòng ấy nấu canh, nấu cháo, sắc thuốc, trước bữa ăn, sau bữa ăn, đầu đêm, giữa đêm, sau đêm, có cả tiếng chó sủa, nam nữ, dao, ghế. Đức Phật hỏi A-nan: "Tại sao trong phòng lại có các tiếng như thế?" A-nan trình bày đầy đủ. Bằng mọi cách Phật quở trách: "Tại sao trong phòng Tăng, chỗ tịnh để chứa thức ăn lại sắc thuốc, từ nay vị nào phạm, phạm Đột-kiết-la."

2. Đức Phật ở tại nơi thành Vương Xá, các tỳ-kheo mắc chứng bệnh mùa Thu, cần hòa hợp thuốc thang tùy theo chứng bệnh nên thời hay phi thời đều vào trong xóm làng, gặp phải nước, lửa, giặc cướp, xảy ra nạn y bát nạn, phạm hạnh, thân mạng. Có một người thợ dệt, giữa lộ trình cất nhà để dệt, thấy các tỳ-kheo vào xóm làng

lúc thời và phi thời, bèn nói: "Nếu có cần làm thì có thể làm nơi đây, muốn có chỗ lưu lại thì cũng có thể lưu lại nơi đây." Các tỳ-kheo không dám, bạch Phật, Phật dạy: "Cho phép làm tịnh thất nơi nhà bạch y." Các vị làm ồn ào, gây phiền não cho người chủ, trở ngại việc dệt của người thợ kia. Người thợ dệt nghĩ: "Ta vốn vì vấn đề dệt nên làm cái nhà này, nay đã không dệt được, lại thành chỗ cúng cho Tăng làm tịnh thất", nên cúng cho Tăng. Các tỳ-kheo coi đó là nhà của Tăng, không dám làm thức ăn hay đem thuốc để chung trong đó, bạch Phật, Phật dạy: "Cho phép làm thức ăn ở trong nhà tịnh thất của Tăng."

3. Có các tỳ-kheo mới làm trú xứ, chưa có tịnh thất của Tăng, không biết nên như thế nào, bạch Phật, Phật dạy: "Nếu làm trú xứ mới, trước hết nên chỉ chỗ nào đó làm tịnh địa,[745] có thể để thức ăn nơi đó. Nếu chưa Yết-ma, tỳ-kheo không được vào trong đó, cho đến khi tướng mặt trời xuất hiện."

4. Có một trú xứ **[150b01]** các tỳ-kheo đã bỏ đi lâu rồi, tỳ-kheo đến sau, không biết nơi nào là tịnh thất, bạch Phật, Phật dạy: "Nếu bỏ không 12 năm, cho phép các tỳ-kheo tùy ý làm tịnh thất lại."

5. Có một trú xứ không có tịnh thất của Tăng, lại chưa đủ 12 năm, tỳ-kheo sau đến, không biết làm tịnh địa chỗ nào, bạch Phật, Phật dạy:

"Nếu chỗ nào không ai đi đến và chỗ không cần dùng việc gì thì nên tạm dùng làm tịnh xứ."

6. Có các tỳ-kheo để thức ăn trong tịnh thất bị người lấy trộm, bạch Phật, Phật dạy: "Nên tác Yết-ma trong phòng làm tịnh xứ." Có các tỳ-kheo muốn tác Yết-ma bên trong tường một phòng làm tịnh

---

745 Tịnh địa 淨地; Pāli, *Mahāvagga* vi, Vin. i. 239, *kappiyabhūmi*, khu đất được dành riêng. *Hành sự sao* 10 (tr. 119b14) giải: "Nghiệp là uế, nên nói là bất tịnh." Nhưng chữ Hán nói là tịnh trong *tịnh trù, tịnh khố, tác tịnh*, đều dịch ý tiếng Phạn *kalpa* (劫 *kappa*), nghĩa chính là "tư duy phân biệt" (Nghĩa Tịnh dịch là *phân biệt*), theo đó, vật tịnh, hay được tác tịnh, là vật được chỉ định (hợp thức hoá) cho sử dụng đặc biệt nào đó. Chữ *tịnh* như vậy không liên quan gì đến ô uế hay thanh tịnh như *Hành sự sao* giải thích.

địa, bạch Phật, Phật cho phép. Có các tỳ-kheo muốn tác Yết-ma một phòng ngang bằng với cái thất, lưu lại một chỗ làm tịnh địa, bạch Phật, Phật cho phép. Có các tỳ-kheo muốn tác Yết-ma trong sân làm tịnh địa, bạch Phật, Phật cho phép. Có các tỳ-kheo muốn tác Yết-ma một góc phòng, hoặc nửa phòng làm tịnh địa, bạch Phật, Phật cho phép. Có các tỳ-kheo muốn tác Yết-ma nơi cái giá, cái ghế làm tịnh xứ để chứa thức ăn, bạch Phật, Phật không cho phép. Chủ yếu là phải nương nơi đất, vi phạm, phạm Đột-kiết-la.

Có các tỳ-kheo muốn tác Yết-ma tầng trên của thất làm tịnh xứ, bạch Phật, Phật không cho phép, vi phạm, phạm Đột-kiết-la. Có các tỳ-kheo muốn tác Yết-ma từ tầng gác của thất trở xuống kết làm tịnh xứ, bạch Phật, Phật cho phép. Có các tỳ-kheo muốn tác Yết-ma trên chiếc xe làm tịnh xứ, bạch Phật, Phật không cho phép, vi phạm, phạm Đột-kiết-la.

Có các tỳ-kheo muốn tác Yết-ma trong Tăng phường làm chung tịnh địa, bạch Phật, Phật cho phép. Nên Bạch nhị yết-ma, một tỳ-kheo xướng:

"Đại đức Tăng xin lắng nghe! Một trú xứ này, cùng ở, cùng Bố-tát, cùng nhận phẩm vật cúng dường. Nay Tăng kết làm tịnh địa, trừ chỗ... Nếu thời gian thích hợp đối với Tăng, Tăng chấp thuận. Đây là lời tác bạch.

Đại đức Tăng xin lắng nghe! Một trú xứ này, cùng ở, cùng Bố-tát, cùng nhận phẩm vật cúng dường. Nay Tăng kết làm tịnh địa, trừ chỗ... Các Trưởng lão nào chấp thuận thì im lặng. Vị nào không đồng ý xin nói.

Tăng đã kết làm tịnh địa rồi. Tăng đồng ý nên im lặng. Việc này tôi ghi nhận như vậy."

7.   Đức Phật ở tại thành Vương Xá. Bấy giờ nơi thành Bạt-đề có trưởng giả tên là Văn-trà,[746] có đại phước đức, tất cả vợ con, con dâu

---

[746]   Văn-trà 文茶. *Tứ phần* 42, tr. 872b19: Mân-trà 旻茶. Pāli, Vin. i. 240, *Meṇḍaka*, phú hộ ở *Bhaddiya*, vương quốc *Aṅga*; là ông nội của bà *Visakhā*; là một trong 5 đại thần của vua *Bimbisāra*. Không thấy nói

và đầy tớ đều có phước đức. Khi trưởng giả vào trong kho (bồ), trong không trung mưa lúa rơi xuống, trưởng giả ra mới hết rơi. Người vợ lấy bồn cơm để phân bố trong ngoài, lấy bao nhiêu đầy bấy nhiêu không bao giờ cùng tận. Người con cầm đãy vàng trút ra thì tiền vàng chảy ra không ngớt. **[150c01]** Vợ của con lấy một hộc gạo để bên nội, bên ngoại, ăn một tháng mà cũng không hết. Người trai cày, khi cày đất thì liền thành 7 khoảnh. Đứa tớ gái xay nửa lượng đồ hương[747] để thoa cho bên nội, bên ngoại của gia đình cũng không giảm hết. Người bốn phương nghe, không ai là không tò mò đến xem.

Vua Bình-sa nghe cũng muốn đến xem. Không thông báo, đột xuất cùng quyến thuộc đến nhà trưởng giả ấy. Ông trưởng giả nghe vua đến, vội ra nghinh đón, thấy vua liền vấn an: "Lành thay đại vương! May mắn thay được đại vương hạ cố!" Nhà vua hỏi: "Người có nghe tin trước ta đến không?" "Tâu đại vương, không nghe." Nhà vua nói: "Binh mã của ta số đông như thế này nhà ngươi khó có thể phục vụ hết được." Ông trưởng giả tâu: "Chính thần sẽ phục vụ nhà vua và các đại thần, con thần sẽ phục vụ thái tử, vợ thần phục vụ hậu cung, nô tỳ của thần đủ phục vụ cho tất cả binh sĩ, lúa và cỏ cũng đủ cho voi, ngựa ăn, xin đại vương cứ giáng ân."

Nhà vua vào nhà ngồi rồi, nói: "Ta nghe ông, tất cả vợ, con và vợ của con cũng như tôi tớ đều có phước đức, nay ta muốn thấy những điều đó." Ông trưởng giả tâu: "Thần không dám che giấu." Trưởng giả ra lệnh, trừ trong kho gạo, rưới nước quét xung quang rồi trải tòa mời vua vào nhà ngự tòa an tọa. Sau đó trưởng giả vào kho, tự nhiên 5 loại thóc từ trên không trung rơi xuống. Nhà vua lấy làm lạ khen. Nhà vua lại muốn thấy sức mạnh phước đức của vợ ông trưởng giả. Ông trưởng giả liền lấy một cái đồ đựng cơm để trước người vợ, người vợ liền lấy để phân bố tất cả binh lính đều được no đủ, nhưng không hết. Nhà vua lại muốn thấy sức mạnh phước đức của con ông trưởng giả.

ông là đệ tử của *Pūraṇa-Kassapa* (Bất-lan Ca-diếp). Nhưng có một người đầy tớ tên *Puṇṇa*.

747 Đồ hương 塗香, ~~Skt=Pali~~ *vilepana*, dịch là phấn, sáp, kem...; thường lấy các loại hương chiên-đàn, long não... nghiền thành bột, hòa với nước, thoa trên thân cho thơm.

Ông trưởng giả liền bảo con cầm cái đẫy bằng vàng trút vàng ra để dâng cho vua và đại chúng, mọi người đều tùy ý lấy cũng vẫn không hết. Nhà vua lại muốn thấy phước đức của người dâu. Ông trưởng giả liền ra lệnh lấy một hộc gạo để cung cấp cho nhà vua và đại chúng một tháng mà không hết. Nhà vua lại muốn thấy phước đức của đứa ở. Ông trưởng giả ra lệnh, đứa tớ trai cày liền thành 7 khoảnh. Nhà vua lại muốn thấy phước đức của đứa tớ gái. Ông trưởng giả liền ra lệnh bảo xay nửa lượng đồ hương để thoa cho số người trong nửa do-tuần, cũng vẫn không hết. Nhà vua cùng đại chúng thấy phước đức như vậy đều khen ngợi hết lời, rồi trở về cung.

Khi ấy, đức Thế Tôn cùng đông đủ đại Tỳ-kheo Tăng 1250 vị, du hành nơi nhân gian, đến thành Bạt-đề. Trưởng giả Văn-trà nghe đức Phật Thế Tôn nay đến nơi đây, ở dưới cây Võng Lâm, muốn đến cung nghinh lễ bái, thăm hỏi. Các ngoại đạo nghe liền đến nói: "Ông không nên đến cung nghinh Sa-môn Cù-đàm, mà Sa-môn Cù-đàm nên đến yết kiến ông.[748] Tại sao vậy? Vì ông phước đức hơn người, tất cả sa-môn, bà-la-môn, quốc vương, trưởng giả có ai lại không đến cửa ngõ nhà ông." Trưởng giả **[151a01]** nghe như vậy bèn thay đổi ý kiến, sau đó lại nghĩ: "Sa-môn Cù-đàm đến đây đã lâu, không đến yết kiến ta, đạo của Ngài chắc hơn ta, đâu có lý do gì mà ta ngồi yên, không đến kính lễ Người?"

Trưởng giả liền sửa soạn xe cộ đi đến, từ xa trông thấy nhan dung của đức Thế Tôn thù đặc, giống như núi vàng, liền đến trước đức Phật, đầu mặt kính lễ sát chân, rồi đứng qua một bên. Đức Phật vì ông nói các pháp nhiệm mầu… *cho đến* khổ, tập, tận, đạo. Từ chỗ ngồi, ông liền đắc con mắt pháp trong sạch, bèn từ chỗ ngồi đứng dậy bạch Phật: "Con xin thỉnh Phật và Tăng thọ trai vào ngày mai." Đức Phật nhận lời bằng sự im lặng.

Trưởng giả trở về nhà sửa soạn nhiều thức ăn ngon bổ, sáng ngày, khi làm thức ăn xong, đích thân đến bạch Phật: "Cúi xin Thế Tôn tri

---

748 *Tứ phần* 42, tr. 873c09: "Bất-lan Ca-diếp nói với cư sĩ rằng: Cư sĩ, ông có đại thần lực, tự tại theo ý, không nên đến gặp Sa-môn Cù-đàm, mà Sa-môn Cù-đàm phải đến yết kiến ông."

thời." Đức Phật cùng Tỳ-kheo Tăng kẻ trước người sau vây quanh, đến nhà thí chủ, an tọa nơi tòa. Ông Trưởng giả tự tay sớt thức ăn, ăn xong lấy nước rửa, rồi cùng kẻ lớn người nhỏ trong gia đình đến ngồi trước Phật, Phật vì họ nói các diệu pháp... *cho đến câu:* khổ, tập, tận, đạo. Họ đều đặng con mắt pháp trong sạch, thọ Tam quy Ngũ giới.

Ông Trưởng giả bạch Phật: "Bạch đức Thế Tôn, vợ và con của con, con dâu, cũng như tôi tớ, có được phước đức tự thân, vậy phước đức này đến là do sức phước của ai? Xin đức Phật dạy cho."

Đức Phật bảo: "Các ngươi cùng có phước đức này."

Ông Trưởng giả lại hỏi: "Tại sao gọi là cùng có?"

Đức Phật dạy: "Xưa kia nơi thành Vương Xá có một người thợ dệt, có vợ, vợ có một người con trai, đứa con trai lại cũng có vợ, gia đình có một đứa ở và một đứa tớ gái. Trong một bữa cơm cùng ăn, có một vị Phật Bích-chi đến khất thực.[749] Người thợ dệt nói: 'Các người cứ ăn, lấy phần ăn của ta cúng cho sư.' Người vợ nói: 'Lấy phần ăn của tôi để cho.' Người con cho đến đứa tớ gái cũng đều nói như vậy. Đức Phật Bích-chi nói: 'Quý vị đều đã nhịn phần của mình để cho tôi, thiện tâm đầy đủ, vậy mỗi người có thể sớt một ít cho tôi, khiến cho quý vị không thiếu mà tôi cũng được no.' Mỗi người đều lấy một muỗng thức ăn của mình để vào bát của Phật Bích-chi, đầy bát, Phật Bích-chi nhận được thức ăn, ăn rồi, ở trong hư không hiện các thứ thần biến, sau đó đức Phật ra đi.

Gia đình ấy sau khi mạng chung sanh lên cõi trời Tứ thiên vương, đời sống hết, sanh nơi trời Đao-lợi, lần lượt sanh đến cõi trời Tha hóa tự tại, bảy phen như vậy, dư phước mới sanh lại cõi này, quyến thuộc của người thợ dệt lúc bấy giờ, nay là các ngươi."

Lúc ấy ông trưởng giả, trước mặt đức Phật, thỉnh Tăng: "Nay con xin được thỉnh tất cả Tăng để con tu thí vô hạn, nếu cần dùng thứ gì, tùy thời, nhiều hay ít cứ đến nơi nhà con nhận." Các tỳ-kheo không

---

749 *Tứ phần* 42, tr. 872c25: "Phật Bích-chi tên là Đa-ha-lâu-chi (多呵 樓支) vào khất thực." Theo truyện kể DhA. iii. 363, Phật hiệu *Vipassī* (Tỳ-bà-thi).

dám thọ, nghĩ rằng: "Đức Phật chưa cho phép chúng ta nhận vật cúng dường không có mức lượng," bạch Phật, Phật dạy: "Cho phép tùy ý nhận."

Có các tỳ-kheo muốn đi xa, đến xin lương thực đi đường, trưởng giả liền sai người đem biếu vàng, bạc, tiền, phẩm vật, tiễn đưa. Chuyến đi đã hoàn tất **[151b01]** mà lương thực còn dư nhiều, sai người đem trả lại, nói: "Lương thực đi đường nay còn dư nhiều, xin hoàn lại". Ông trưởng giả nói: "Con đã cúng dường, không nên trả lại, thầy cứ đem về Tăng phường để cúng cho Tăng." Sứ giả đem cúng cho Tăng, các tỳ-kheo không biết nên thế nào, bạch Phật, Phật dạy: "Cho phép tịnh nhân của Tăng vì Tăng nhận, đổi lấy vật Tăng cần dùng, các tỳ-kheo không nên biết việc này."

Bấy giờ đức Thế Tôn từ Võng Lâm du hành trong nhân gian. Trưởng giả Văn-trà chở đầy thức ăn theo sau, dự tính đến vùng hoang dã, chỗ không người, sẽ dâng cúng 1250 thớt voi, 1250 con bò cái, 1250 con bò đực, người áp tải 500 cỗ xe, với các thức ăn ngon bổ. Khi đến vùng hoang dã, thuần khiết, dừng lại để nghỉ, suốt đêm sửa soạn thức ăn, sáng sớm, dưới mỗi bóng mát của một thớt voi, trải tòa cho mỗi tỳ-kheo ngồi. Ngay bóng mát của con voi chúa lớn nhất, trải tòa thỉnh đức Thế Tôn ngồi.

Đến giờ mời Phật và Tăng thọ trai, các tỳ-kheo không dám ngồi, nghĩ rằng: "Đức Phật chưa cho phép chúng ta ngồi dưới bóng mát của chúng sanh." Bạch Phật, Phật cho phép ngồi. Đại chúng ổn định chỗ ngồi xong, trước hết ông trưởng giả sai vắt sữa một con bò, cúng cho mỗi tỳ-kheo, các tỳ-kheo không dám thọ, nghĩ rằng: "Đức Phật chưa cho phép chúng ta uống sữa còn nóng của bò,[750] bạch Phật, Phật cho phép uống. Uống rồi, ông trưởng giả tự tay dâng thức ăn, ăn xong lấy nước rửa, rồi ngồi trước đức Phật, Phật vì trưởng giả nói kệ tùy hỷ, như đã nói cho Tỳ-lan-nhã, lại vì ông nói các diệu pháp, chỉ dạy sự lợi ích, khiến cho vui vẻ rồi trưởng giả trở về nhà.

---

750 Hán: Nhiệt ngưu nhũ 熱牛乳, sữa vừa vắt từ bầu sữa bò ra, chưa qua chế biến.

7. Tám thứ nước

1.   Đức Phật cùng đại chúng từ tòa đứng dậy, tuần tự đi về phía Bắc, hướng đến trú xứ của ngoại đạo bện tóc Kế-na.[751] Kế-na nghe đức Phật từ dòng họ Thích xuất gia thành bậc Như lai, Ứng cúng, Đẳng chánh giác, chiều này sẽ đến, tác ý: "Đời quá khứ các vị Tiên tu phạm hạnh, sau giữa ngày không ăn, mà uống các thứ nước phi thời như: Nước trái Am-bà, nước trái Diêm-bà, nước trái Châu-đà, nước trái Ba-lâu, nước trái Bồ đào, nước trái Câu-la, nước Cam giá, nước mật.[752] Sa-môn Cù-đàm cũng dùng thứ này, ta nên chuẩn bị thiết đãi." Sửa soạn xong, cùng năm trăm đệ tử ra nghinh đón đức Thế Tôn.

Từ xa trông thấy nhan dung đức Thế Tôn thù đặc giống như núi vàng, càng sanh hoan hỷ, đến trước đức Phật đứng yên, kính cẩn chào: "Lành thay, đức Cù-đàm đến đây! Mời Ngài hạ cố vào nhà tôi ngồi." Đức Phật cùng các tỳ-kheo vào nhà theo thứ tự an tọa. Phạm-chí đem nước phi thời dâng cúng, các tỳ-kheo không dám thọ, nghĩ: "Đức Phật chưa cho phép chúng ta uống nước phi thời," **[151c01]** bạch Phật, Phật cho phép uống. Các tỳ-kheo lại bạch Phật: "Do nhân duyên gì mà được uống?" Đức Phật dạy: "Vì khát nên được uống." Phạm-chí

---

[751] *Tứ phần:* Sí-nậu 翅瓷. [Pali] *Jaṭila Keniya.*

[752] *Tứ phần:* Nay có tám thứ nước mà xưa kia Tiên nhân vô dục thường uống. Đó là: nước lê, nước diêm-phù, nước táo chua, nước mía, nước quả thị, nước xá-lâu-già, nước bà-lâu-sư và nước nho." [Pali] *ambapāna,* nước quả xoài; *jambupāna,* nước quả hồng đào; *cocapāna,* nước dừa; *mocapāna,* nước chuối; *madhūkapāna,* mật; *muddikapāna,* nước nho; *sālūkapāna,* nước ngó sen; *phārusakapāna,* 荔枝 nước trái vải. *Dược sự* (tr. 1a27): tám thứ nước: chiêu-giả tương 招者漿 ([Skt] *cocapāna,* nước nhục quế); 2. mao-giả tương 毛者漿 ([Skt] *mocapāna,* nước chuối); 3. cô-lạc-ca tương 孤洛迦漿 ([Skt] *kolapāna,* nước táo); 4. a-thuyết-tha quả 阿說他果 (skt. *aśvatthapāna,* nước quả bồ-đề); 5. ô-đàm-bạt-la 烏曇跋羅 ([Skt] *udumbarapāna,* nước quả sung); 6. bát-lỗ-sái 鉢魯灑 (*pāruṣikapāna,* nước từ hoa tử khoáng); 7. miệt-lật-trụy tương 篾栗墜漿 ([Skt] *mṛdvīkāpāna,* nước nho); 8. khát-thọ-la tương 渴樹羅漿 ([Skt] *kharjūrapāna,* nước trái cây có tên khoa học *Phoenix sylvestris*).

lại khởi ý nghĩ: "Nay ta nên vì các Sa-môn Cù-đàm chuẩn bị thức ăn của người tiên để cúng dường vào ngày mai, như cơm gạo không có nhựa, gạo tẻ, gạo có chất đắng, gạo tú, gạo Câu-lưu."[753] Sáng ngày sửa soạn xong, thỉnh Phật và đại chúng đến phó trai, tất cả an tọa nơi tòa. Phạm-chí tự tay sớt thức ăn. Các tỳ-kheo không dám thọ thực, nghĩ: "Đức Phật chưa cho phép ăn thức ăn của Tiên nhơn", bạch Phật, Phật cho phép dùng. Ăn xong, lấy nước rửa rồi Phạm-chí lấy một chiếc ghế nhỏ ngồi trước đức Phật. Đức Phật nói bài kệ tùy hỷ, như đã vì Tỳ-lan-nhã nói. Phật lại vì Phạm-chí nói các pháp nhiệm mầu, chỉ dạy sự lợi ích, khiến cho vui vẻ rồi, Phạm-chí đứng dậy đi về thôn xóm A-mâu.[754]

2. Khi ấy, nơi xóm này có cha con người thợ hớt tóc xuất gia, nghe đức Thế Tôn sắp đến, liền bàn tính: "Nơi đây các cư sĩ không kính Tam bảo, nếu đức Phật đến đây, chắc không ai cúng cháo,[755] cha con mình nên cùng nhau đi hớt tóc để lấy tiền làm việc đó." Bàn tính xong liền vội thực hiện và có đủ tài vật để thiết cúng cháo. Sáng sớm thỉnh Phật và Tăng. Sau khi Tăng ăn rồi, đức Phật hỏi hai tỳ-kheo: "Tại sao hai vị có phương tiện để cúng cháo này?" Hai tỳ-kheo (cha con người thợ hớt tóc) đem sự thật bạch Phật. Đức Phật bằng mọi cách quở trách: "Hai ông làm việc phi pháp, tại sao làm việc cúp tóc thuê cho bạch y. Từ nay, nếu thợ hớt tóc xuất gia, không cho phép chứa cất dụng cụ hớt tóc,[756] vi phạm, phạm Đột-kiết-la."

3. Trên lộ trình đến ấp Ba-tuần,[757] các lực sĩ[758] nơi ấp này nghe đức Phật sắp đến, liền cùng nhau nghị bàn: "Nếu ai không ra nghinh

---

[753] Gạo Câu-lưu (Câu-lưu mễ phạn 拘留米飯), Phiên Phạn ngữ 10, T54n2130, tr. 1053a23: Cơm Câu-lưu, dịch "tác"(làm); là cơm đã nấu chín.

[754] *Tứ phần*: A-đầu 阿頭. *Ātumā*, thị trấn nằm giữa *Kusinārā* và *Sāvatthi*.

[755] *yāgu*, cháo hay cơm nấu với sữa.

[756] *Tứ phần*: Thế đao 剃刀; *khurabhaṇḍa*, dao cạo đầu, dụng cụ hớt tóc.

[757] *Tứ phần*: Ba-bà 波婆. một thị trấn của người Malla, song đôi với *Kusinārā*.

[758] *Tứ phần*: Các Ma-la 摩羅. Malla, tên bộ tộc, và vương quốc cùng tên. *Kusinārā* là một thủ phủ của nước này.

đón đức Phật sẽ bị phạt năm trăm kim tiền",⁷⁵⁹ nên tất cả lớn nhỏ đều ra nghinh đón đức Thế Tôn, đầu mặt kính lễ sát chân, rồi ngồi lui qua một bên. Đức Phật vì họ nói các diệu pháp, chỉ dạy sự lợi ích, khiến họ vui mừng. Họ liền thỉnh Phật và Tăng hạ an cư bốn tháng. Đức Phật nhận lời bằng sự im lặng. Các lực sĩ biết đức Phật nhận lời rồi, hoặc một người sắm sửa thức ăn một ngày, hay hai ngày, cho đến mười ngày, hoặc hai người cùng sắm sửa thức ăn một ngày, cho đến mười người cùng sắm sửa thức ăn một ngày, hoặc chỉ cúng dường bữa ăn trước, hoặc chỉ nấu cháo, hoặc chỉ làm Đát-bát-na. Khi ấy, có một người tự là Lô-di,⁷⁶⁰ là bạn thân của tôn giả A-nan, khi còn bạch y, hỏi các tỳ-kheo: "Ông A-nan nay làm gì, ở đâu?" Được trả lời rằng: "Tôn giả A-nan kính Phật, Pháp, Tăng, nay đứng phía sau đức Phật."

Lô-di liền đến chỗ tôn giả A-nan, kính lễ sát chân rồi đứng lui qua một bên. Tôn giả A-nan nói: "Thấy bạn nghinh đón đức Phật tôi rất vui mừng!" Lô-di trả lời: "Tôi đến không phải vì kính đức Phật, chỉ vì sự quy định của thân tộc, nếu không đón đức Phật sẽ bị phạt 500 kim tiền, [152a01] cho nên tôi đến." Tôn giả A-nan thất vọng khi nghe thế, nghĩ tại sao bạn thân của mình mà không kính đức Phật, Pháp và chúng Tăng! Tôn giả liền đến bạch Phật: "Bạch Thế Tôn, con mong muốn bạn con kính tin Phật pháp." Đức Phật nói với tôn giả: "Bạn thầy tin Phật, không phải là điều khó, thầy chớ ôm lòng buồn lo." Đức Phật liền dùng lòng từ rải khắp nơi thân của Lô-di rồi vào phòng đóng cửa an tọa. Sau đó, Lô-di suy nghĩ: "Đức Thế Tôn như con trâu mẹ quyến luyến trâu con."⁷⁶¹ Lô-di thấy số đông tỳ-kheo đi kinh hành nơi đất trống, hỏi: "Đức Phật ở đâu?" Các tỳ-kheo chỉ nơi phòng và nói: "Ngài ở nơi phòng lớn, cửa đóng đó, ông có thể đi nhẹ nhẹ đến đó, tằng hắng hay gõ cửa, đức Thế Tôn dũ lòng thương đối với ông, sẽ mở."

Lô-di làm theo lời hướng dẫn, cửa phòng được mở. Sau khi vào phòng, Lô-di tay ôm chân đức Phật, tự xưng tên họ, cúi đầu kính lễ.

---

759 *Tứ phần*: Bị phạt một trăm lượng vàng.

760 Lô-di 盧夷. *Pāli Roja.*

761 *Tứ phần*: "Giống như có người hướng dẫn." Pāli, ibid. 247, *seyyathāpi gāvaṃ taruṇavaccho*, như con bê đi theo con bò cái.

Đức Phật vì Lô-di nói các pháp mầu, chỉ dạy điều lợi ích giúp Lô-di an vui, như nói việc bố thí, cho đến nói khổ, tập, tận, đạo. Lô-di liền xa trần lìa cấu, đặng con mắt pháp trong sạch; thấy pháp đắc quả rồi thọ Tam quy, Ngũ giới, bạch Phật: "Bạch Thế Tôn, con xin được thỉnh Phật và Tỳ-kheo Tăng luôn luôn nhận thức ăn nơi con, đừng nhận nơi khác." Đức Phật dạy: "Các học nhơn (người học đạo) đều có lời nguyện này, Ta đã nhận lời những người này mời bốn tháng Hạ, không thể thất hứa."⁷⁶² Lô-di khởi ý nghĩ: "Có thức ăn nào chưa có người cúng, ta sẽ cúng để khỏi mất phước điền này?" Khư-đà-ni⁷⁶³ là món duy nhất chưa thấy ai cúng dường. Món ăn này liền được sắm sửa và Lô-di vội đem đến cúng dường. Các tỳ-kheo không dám nhận và nghĩ: "Đức Phật chưa cho phép chúng ta ăn Khư-đà-ni", bạch Phật, Phật dạy: "Cho phép được dùng."

4. Bấy giờ, Tỳ-xá-khư Mẫu⁷⁶⁴ dâng cúng trai phạn cho Tăng có hạn lượng, lại định rõ thời gian và địa điểm đến nhận. Các tỳ-kheo bạch Phật, "Phật cho phép nhận."

5. Có các cư sĩ thỉnh các tỳ-kheo cúng dường theo ý của mình. Các tỳ-kheo bạch Phật, Phật dạy: "Không nên nhận theo ý của người cúng. Người cúng không nên dùng vàng, bạc, vật báu, nữ sắc cúng cho Tăng. Nếu tỳ-kheo nào thọ cúng dường như vậy phạm Đột-kiết-la. Vị nào thọ, như pháp trị."

6. Có các bạch y theo thứ tự thỉnh Tăng, các tỳ-kheo bạch Phật, Phật dạy: "Nên theo thứ tự sai thọ thỉnh." Các tỳ-kheo không biết ai sai, bạch Phật, Phật dạy: "Nên Bạch nhị yết-ma, sai một tỳ-kheo làm người sai thọ thỉnh. Một tỳ-kheo xướng:

---

⁷⁶² *Tứ phần 42, tr. 874a05:* "Nay ông đã là học nhân, có trí sáng suốt, đã viễn ly trần cấu, đặng con mắt pháp trong sạch, thỉnh cầu Như Lai thường thọ nhận y phục, ẩm thực, y dược, ngọa cụ của ông. Nhưng nếu có các học nhân khác có trí thông minh, viễn ly trần cấu, đặng con mắt pháp trong sạch, cũng lại thỉnh cầu Như Lai thường thọ nhận y phục ẩm thực, y dược, ngọa cụ của họ thì sao?"

⁷⁶³ Khư-đà-ni: **Xem cht. 708**, Phần I, Ch. v.

⁷⁶⁴ Tỳ-xá-khư Mẫu: **Xem cht. 317**, Phần I, Ch. iii.

Đại đức Tăng xin lắng nghe! Nay Tăng sai Tỳ-kheo... làm người sai thọ thỉnh. Nếu thời gian thích hợp đối với Tăng, Tăng chấp thuận. Đây là lời tác bạch.

Đại đức Tăng xin lắng nghe! [152b01] Nay Tăng sai Tỳ-kheo... làm người sai thọ thỉnh. Các Trưởng lão nào chấp thuận thì im lặng. Vị nào không đồng ý xin nói.

Tăng đã sai Tỳ-kheo... làm người sai thọ thỉnh rồi. Tăng đồng ý nên im lặng. Việc này tôi ghi nhận như vậy."

Các tỳ-kheo lại sai tỳ-kheo vô trí không biết thứ tự; bạch Phật, Phật dạy: "Không nên sai tỳ-kheo vô trí. Người có 5 pháp này không nên sai: làm theo ái, giận, si, sợ, không biết đã sai hay chưa sai." Có các bạch y thường làm thức ăn tặng cho các tỳ-kheo, các tỳ-kheo không biết nên như thế nào, bạch Phật, Phật cho phép thọ. Có các bạch y vì Tăng làm các phòng xá, ôn thất,⁷⁶⁵ phòng tắm rồi, làm thức ăn dâng cúng nơi phòng đó, khiến các tỳ-kheo đến nhận, các vị không biết ai nên đến nhận, bạch Phật, Phật dạy: "Tỳ-kheo nào ở nơi phòng đó thì nên đến nhận."

8. Tịnh – bất tịnh

1. Đức Phật ở Tỳ-xá-ly. Bấy giờ gặp lúc đói khổ, mất mùa, khất thực khó được, các Tỳ-kheo Phạm-chí khởi ý nghĩ: "Nếu đức Thế Tôn cho phép chúng ta trồng cây ăn trái thì có thể tránh khỏi nạn đói", bạch Phật: "Phật cho phép trồng." Khi cây có trái, vì các tỳ-kheo tự tay trồng nên nghi không dám ăn, bạch Phật: "Phật cho phép tùy ý ăn."⁷⁶⁶ Có các tỳ-kheo trèo lên cây lấy tay bóp thử xem trái đã chín chưa,

---

⁷⁶⁵ Ôn thất: Xem cht. 675, tr. 459, Ch. v trước.

⁷⁶⁶ Theo *Tứ phần* thì phải làm theo năm pháp tịnh mới ăn: "Tác tịnh bởi lửa, tác tịnh bởi dao, tác tịnh bởi mụt nhọt, tác tịnh bởi chim cắn, tác tịnh bởi loại hột trỉa không mọc." Tham chiếu Pāli, Vin. ii. 109, *pañcahi samaṇakappehi phalaṃ paribhuñjitum*, ăn trái cây với 5 điều hợp thức của sa-môn: *aggiparicitaṃ* (đã bị lửa phạm), *satthaparicitaṃ* (đã bị dao phạm), *nakkhaparicitaṃ* (đã bị móng tay phạm), *abījaṃ* (không có hạt mầm), *nibbattabījaṃ* (hạt mầm đã hỏng).

bạch Phật, Phật dạy: "Không nên leo lên cây đụng chạm đến trái." Có các tỳ-kheo thấy trái rụng nơi phi tịnh địa, bảo người lượm dồn lại một đống để cách đêm, không biết nên thế nào, bạch Phật, Phật dạy: "Nếu không biết nơi đất đó là tịnh hay phi tịnh thì cho phép ăn; nếu biết chỗ đất đó chẳng phải tịnh thì không nên ăn."

2.   Khi ấy, nhóm sáu Tỳ-kheo lấy trái tốt ăn trước, các thiện tỳ-kheo khác không được ăn, bạch Phật, Phật dạy: "Nên Bạch nhị yết-ma sai một tỳ-kheo làm người chia trái. Nếu trái nhiều thì nên tùy ý ăn."

Nhóm sáu Tỳ-kheo lấy trái của Tăng đem tặng bạch y, bạch y lại đến các tỳ-kheo khác xin, bạch Phật, Phật dạy: "Không nên lấy trái của Tăng tặng cho bạch y, nếu vi phạm, phạm Đột-kiết-la."

Có các bạch y đến trong Tăng phường thấy trái cây, xin các tỳ-kheo, các tỳ-kheo không dám cho, họ cơ hiềm, bạch Phật, Phật dạy: "Nên cho."

3.   Đức Phật ở Tỳ-xá-ly. Khi ấy gặp lúc đói khổ, mất mùa, khất thực khó được, nên Tỳ-kheo Phạm-chí khởi ý niệm: "Nếu đức Thế Tôn cho phép chúng ta trồng rau thì có thể đủ ăn", bạch Phật, Phật dạy: "Cho phép trồng" (như trường hợp trồng cây ăn trái đã nói). Bạch y trồng rau trên đất của Tăng, nếu Tăng cần thì được xin ba lần.

4.   [152c01] Các tỳ-kheo bảo tịnh nhân rửa rau chỗ chẳng phải tịnh, rửa chưa xong, tướng ánh sáng xuất hiện, sanh nghi, bạch Phật, Phật dạy: "Không phạm." Không có tịnh nhân, các tỳ-kheo không biết bảo ai dâng thức ăn cho Tăng, bạch Phật, Phật dạy: "Tỳ-kheo nên thọ rồi tự tiện dùng."

5.   Có các đồ bằng gỗ dùng để thọ thực bị nhơ nhớp không sạch, vì chất béo, dùng gạch đá chùi rửa, đồ dùng thọ thực bị bể, bạch Phật, Phật dạy: "Không nên dùng gạch, đá để chùi rửa, nên dùng tro và nước nóng để chùi rửa." Có bình đựng bơ, dầu, mật cần đậy lại mà không có tịnh nhân, bạch Phật, Phật dạy: "Nên dùng vật mới để đậy, đừng cho đụng tay vào." Có cái bình bị nghiêng đổ bất ngờ, không có tịnh nhơn để đỡ lên, bạch Phật, Phật dạy:

"Nên tự mình đỡ lên, nhưng đừng để cho vật kia rời đất."

6. Có một tỳ-kheo hiềm giận vị khác, đem bình đựng bơ của vị ấy để chỗ phi tịnh địa, cách đêm, muốn cho vị kia không ăn trở lại được, bạch Phật, Phật dạy: "Tỳ-kheo đem để đó bị bất tịnh, tỳ-kheo chủ của bình bơ được ăn; vị đem đến chỗ bất tịnh, phạm Đột-kiết-la." Các tỳ-kheo dùng thuyền, xe chở thức ăn, không có tịnh nhân lái, bạch Phật, Phật dạy:

"Nếu không có tịnh nhân thì cho phép tỳ-kheo tự lái."

7. Bấy giờ, chúng Tăng muốn dùng xe chở gạo, có một bà-la-môn dùng một nắm gạo bất tịnh của Tăng ném vào trong xe, bạch Phật, Phật dạy: "Nếu có thể để riêng càng hay, bằng không thì bỏ ra một nắm."

8. Có con cáo đồng lấy trộm bình bơ của tỳ-kheo, đem để chỗ bất tịnh, cách đêm, không biết nên như thế nào, bạch Phật, Phật dạy: "Cho phép ăn, không phạm."

9. Có thân cây ăn trái mọc nơi bất tịnh địa, cái nhánh phủ qua nơi tịnh địa, tỳ-kheo cũng ở trên đất bất tịnh, đem thức ăn treo trên nhánh cây, cách đêm, không biết nên thế nào, bạch Phật, Phật dạy: "Nhánh cây của thân cây từ bất tịnh địa, không được ăn." Có thân cây ăn trái mọc nơi đất tịnh, nhánh cây phủ qua đất bất tịnh, tỳ-kheo cũng ở nơi đất tịnh, đem thức ăn treo trên nhánh cây, cách đêm, không biết nên thế nào, bạch Phật, Phật dạy: "Cho phép ăn, không phạm." Có cây ăn trái mọc chỗ tịnh, bất tịnh, nhánh cây phủ qua chỗ tịnh, bất tịnh, tỳ-kheo cũng tùy theo ở chỗ tịnh, bất tịnh, trái cây rụng nơi tịnh, bất tịnh, cách đêm, không biết nên thế nào, bạch Phật, Phật dạy: "Không luận tỳ-kheo ở chỗ nào cũng đều được ăn, không phạm."

10. Có tỳ-kheo lấy đất nơi tịnh địa, cất thất nơi bất tịnh địa, tỳ-kheo đem thức ăn để trong đó, gọi là tịnh, bạch Phật, Phật dạy: "Vốn nương nơi đất tịnh làm chỗ bất tịnh, không được ăn." Có Tỳ-kheo lấy đất nơi bất tịnh, **[153a01]** cất thất nơi tịnh địa, không dám đem thức ăn để trong đó, bạch Phật, Phật dạy: "Để thức ăn, không phạm."

11. Có con hươu, con nai... chết trôi, không có tịnh nhân lấy, tỳ-kheo tự lội xuống nước vớt lấy, không biết nên thế nào, bạch Phật, Phật dạy: "Đến nơi bờ, khiến tịnh nhân cắt bỏ chỗ mà tay tỳ-kheo

cầm, ngoài chỗ đó ra ăn không phạm."

12. Có trú xứ, tỳ-kheo có nhiều xoài, ăn còn dư cho tịnh nhân, sáng hôm sau tịnh nhân đem nấu canh, dâng cho tỳ-kheo, tỳ-kheo không dám ăn, bạch Phật, Phật dạy: "Không có ý ăn trở lại, đều cho phép ăn, không phạm."

13. Có các tỳ-kheo, khi ăn không chia cho người không nhận được thức ăn, các bạch y cơ hiềm nói: "Sa-môn Thích tử giống như mèo, chồn, ăn không chia cho nhau." Các tỳ-kheo bạch Phật, Phật dạy: "Nên chia cho nhau, cho đến không chia cho một người, phạm Đột-kiết-la."

14. Có một bà-la-môn đem lương khô gởi cho tỳ-kheo, tỳ-kheo đem để ở chỗ bất tịnh, cách đêm; sáng ngày đến lấy phân chia cúng cho tỳ-kheo, tỳ-kheo nghĩ, mình đã đem về để chỗ phi tịnh địa nên không nhận để ăn, bạch Phật, Phật dạy: "Vốn là lương khô của bạch y, cho phép nhận để ăn, không phạm."

Đức Phật lại bảo các tỳ-kheo: "Tuy là điều chính ta chế cấm, mà nơi khác không cho đó là thanh tịnh, đều không nên dùng; tuy chẳng phải là điều chính ta chế cấm, mà nơi khác thấy cần nên làm, đều không được không làm."

CHƯƠNG IX: PHÁP Y CA-THI-NA[767]

1. Y công đức

Đức Phật ở tại thành Xá-vệ. Khi ấy các tỳ-kheo, trong ba y, nếu cần cái nào thì đến trong Tăng lấy. Bấy giờ y của ngài A-na-luật bị hư rách, các tỳ-kheo nói: "Đại đức có thể đến trong Tăng để lấy vải may." Ngài trả lời: "Đức Thế Tôn không cho phép chứa y (vải) dư, tôi không thể may một ngày xong, sợ phạm tội chứa y (vải) dư."

Lại có tỳ-kheo ở ấp Ba-lợi, những vị ở đây đều là tri thức, đến thành Xá-vệ hậu an cư, chỉ còn một đêm không thể đi kịp, nên an cư nơi Ta-kiệt-đà.[768] An cư xong, ngày 16 mang chiếc y nặng vì bị mưa ướt đến chỗ đức Phật, đầu mặt đảnh lễ sát chân, rồi đứng lui qua một bên. Thường pháp của đức Thế Tôn là an ủi hỏi tỳ-kheo khách: "Các thầy an cư có hòa hợp không? Khất thực có dễ không? Trên đường đi có nhọc mệt không?" Các vị bạch: "An cư hòa hợp, khất thực không thiếu, trên đường đi gặp mưa, y bị ướt, mang đi vất vả." Các tỳ-kheo cũng đem vấn đề của ngài A-na-luật bạch với Phật luôn.

Do hai việc trên, đức Phật tập họp Tỳ-kheo Tăng, bằng mọi cách khen ngợi hạnh thiểu dục **[153b01]** tri túc, khen người trì giới, rồi bảo các tỳ-kheo: "Từ nay cho phép các tỳ-kheo thọ y Ca-thi-na. Thọ y

---

767 Hán: Ca-thi-na y pháp 迦絺那衣法; ᴾᵃˡⁱ *Kaṭhinakkhandhaka*. Y Ca-thi-na, cách gọi khác là Kiết-sỉ-na, dịch ý là y công đức.

768 Ta-kiệt-đà 娑竭陀; ᴾᵃˡⁱ *Sāketa. Tứ phần* 43, tr. 877c06: "Có số đông tỳ-kheo an cư ở nước Câu-tát-la." Pāli, *Kathinakkhando*, Vin. i. 253: Có 30 tỳ-kheo, là những vị sống a-lan-nhã, ở nước *Pāvā*.

Ca-thi-na được khỏi phạm năm việc:[769] ăn biệt chúng,[770] ăn nhiều lần,[771] vào tụ lạc khỏi báo cáo các tỳ-kheo khác,[772] chứa y dư,[773] lìa y ngủ.[774]

2. Thọ y như pháp

Nếu Đàn-việt đem y vật Ca-thi-na đến cúng cho Tăng, trong các tỳ-kheo, người nào thiếu y, Tăng nên Bạch nhị yết-ma cho họ. Một tỳ-kheo tuyên cáo:

"Đại đức Tăng xin lắng nghe! Tăng được nhận y vật Ca-thi-na này, nay đem cho Tỳ-kheo... Nếu thời gian thích hợp đối với Tăng, Tăng chấp thuận. Đây là lời tác bạch.

Đại đức Tăng xin lắng nghe! Tăng được nhận y vật Ca-thi-na này, nay đem cho Tỳ-kheo... Các Trưởng lão nào chấp thuận thì im lặng. Vị nào không đồng ý xin nói.

Tăng đã đồng ý cho Tỳ-kheo... y vật Ca-thi-na này rồi. Tăng đồng ý nên im lặng. Việc này tôi ghi nhận như vậy."

---

[769] *Tứ phần* 43, tr. 877c29: "Có y dư, không mất y, ăn biệt chúng, lần lượt ăn, trước bữa ăn và sau bữa ăn được vào xóm làng mà không dặn tỳ-kheo khác."

[770] Xem Phần I, Ch. v, Tỳ-kheo, Ba-dật-đề 32: Biệt chúng thực.

[771] Tỳ-kheo, Ba-dật-đề 31: Triển chuyển thực. *Tăng-kỳ, Tứ phần, Thập tụng, Căn bản* như Ngũ phần. Pāli (Vin. i. tr. 254) thay điều này bằng: nơi nào nhận được y, Tăng nơi đó chia (*yo ca tattha cīvaruppādo so nesaṃ bhavissati*). Y chỉ phân chia cho các tỳ-kheo trong trú xứ an cư cùng dự phần ca-thi-na. Khi cần chia cho các tỳ-kheo trú xứ khác đến, phải xả ca-thi-na. Luật Căn bản, *Kiết-sỉ-da sự*, có hai nhóm lợi. Nhóm một, 5 điều lợi: 1. chứa y quá 10 ngày; 2. chứa y quá 1 tháng; 3. không phạm ly y túc; 4. du hành nhân gian chỉ cần hai y; 5. tùy ý chứa y dư nhiều ít. Nhóm hai, 5 điều: 1. biệt chúng thực; 2. sác sác thực; 3. tục gia không mời vẫn có thể đến thọ thực; 4. được phép tùy ý xin y nhiều ít; 5. từ khi thọ, trong vòng năm tháng, mọi tài vật có được đều thuộc lợi dưỡng kiết-sỉ-na.

[772] Xem Phần I, Tỳ-kheo, Ba-dật-đề 82.

[773] Xem Phần I, Ni-tát-kỳ 1: Súc trường y.

[774] Xem Phần I, Ni-tát-kỳ 2: Ngủ lìa y.

Tỳ-kheo kia nhận được y rồi, nội nhật phải giặt, nhuộm và may cho xong. Một mình có thể làm xong thì tốt, nếu không thể xong, Tăng nên Bạch nhị yết-ma sai một tỳ-kheo, hoặc hai hay ba, cho đến số đông tỳ-kheo tiếp tay vào. Một tỳ-kheo xướng rằng:

"Đại đức Tăng xin lắng nghe! Nay sai Tỳ-kheo..., Tỳ-kheo..., v.v. giúp Tỳ-kheo... may y. Nếu thời gian thích hợp đối với Tăng, Tăng chấp thuận. Đây là lời tác bạch.

Đại đức Tăng xin lắng nghe! Nay sai Tỳ-kheo..., Tỳ-kheo..., v.v. giúp Tỳ-kheo... may y. Các Trưởng lão nào đồng ý thì im lặng. Vị nào không đồng ý xin nói.

Tăng đã sai Tỳ-kheo..., Tỳ-kheo..., v.v. giúp Tỳ-kheo... may y rồi. Tăng chấp thuận nên im lặng. Việc này tôi ghi nhận như vậy."

Nếu y đã may xong, tỳ-kheo được Tăng dự định cho, nên đem y đến giữa Tăng, để trống vai bên hữu, cởi bỏ giày dép, quỳ gối bạch: *"Tăng nhận được y vật Ca-thi-na này, đã giặt nhuộm, đập, may như pháp xong, xin Tăng thọ làm y Ca-thi-na."* Bạch như vậy rồi, đứng dậy đem đến khắp trong chúng Tăng để trình bày, các tỳ-kheo nên trả lời: *"Thưa Trưởng lão! Chúng tôi tùy hỷ trao cho thầy."* Sau đó, Tăng Bạch nhị yết-ma để thọ. Một tỳ-kheo xướng:

"Đại đức Tăng xin lắng nghe! Tăng nhận được y vật Ca-thi-na này, giặt, nhuộm, đập may như pháp rồi, nay thọ làm y Ca-thi-na. Nếu thời gian thích hợp đối với Tăng, Tăng chấp thuận. Đây là lời tác bạch.

Đại đức Tăng xin lắng nghe! Tăng nhận được y vật Ca-thi-na này, giặt, nhuộm, đập, may như pháp rồi, nay thọ làm y Ca-thi-na. Các Trưởng lão nào đồng ý thì im lặng. Vị nào không đồng ý xin nói.

Tăng đã đồng ý thọ làm y Ca-thi-na rồi. Tăng đồng ý nên im lặng. Việc này tôi ghi nhận như vậy."[775]

---

[775] Ba pháp yết-ma trong *Ngũ phần*: 1. bạch yết-ma chuẩn nhận một y vật làm y ca-thi-na; 2. bạch yết-ma Tăng sai một hay nhiều tỳ-kheo may y ca-thi-na; 3. bạch yết-ma Tăng sai tỳ-kheo làm người thọ trì ca-thi-

[153c01] Tỳ-kheo được Tăng trao y vật ấy lại phải đi khắp, nói: "***Y này Tăng đã thọ làm y Ca-thi-na.***" Các tỳ-kheo đều nên nói: "***Y này Tăng đã thọ làm y Ca-thi-na, đó là thiện thọ. Hết thảy công đức trong đây, có phần tôi.***"

Có trường hợp thành thọ y Ca-thi-na, có trường hợp không thành thọ y Ca-thi-na. Trường hợp không thành thọ y Ca-thi-na là: giặt, đập, nhuộm, may không như pháp, hoặc nhỏ hoặc lớn, hoặc y bằng gấm, the, hoặc thọ khi chưa Tự tứ xong, hoặc tham lợi dưỡng, hoặc muốn cố ý xả năm việc, đều không thành thọ. Ngược lại những điều trên là thành thọ. Có 8 trường hợp mất y Ca-thi-na:[776]

1. Mãn hạn, 2. Y bị mất, 3. Nghe y bị mất, 4. Đi xa, 5. Sự hy vọng bị mất, 6. Y ra ngoài giới, 7. Người ra ngoài giới, 8. Bạch nhị yết-ma xả.

Có hai nhân duyên không được thọ y Ca-thi-na: 1. May y chưa xong, 2. Bỏ trú xứ đi. Thọ y Ca-thi-na có 30 ngày, xả cũng có 30 ngày. Nếu tiền an cư thì ngày 16 tháng 7 thọ, đến ngày 15 tháng 11 xả. Nếu ngày 17 tháng 7 cho đến 15 tháng 8 thọ, thì đến 16 tháng 11, hoặc 14 tháng 12 xả. Nếu hậu an cư thì 16 tháng 8 thọ, đến 15 tháng 12 xả. Nếu thời gian của y xong, nên Bạch nhị yết-ma để xả. Một tỳ-kheo xướng:

"***Đại đức Tăng xin lắng nghe! Nay Tăng xả y Ca-thi-na. Nếu thời gian thích hợp đối với Tăng, Tăng chấp thuận. Đây là lời tác bạch.***

Đại đức Tăng xin lắng nghe! Nay Tăng xả y Ca-thi-na. Các Trưởng lão nào chấp thuận thì im lặng. Vị nào không đồng ý xin nói.

Tăng đã đồng ý xả y Ca-thi-na rồi. Tăng đồng ý nên im lặng. Việc này tôi ghi nhận như vậy."[777]

---

na thì, bên *Tứ phần* chỉ có một lần tác bạch Yết-ma.

[776] Y mất hiệu lực đối với cá nhân tỳ-kheo trong 8 trường hợp. *Tứ phần*: "Ra đi, y thành, y chưa thành, mất y, mất hy vọng, nghe xả, xuất giới, đồng xả."

[777] Bản Hán, hết quyển 22.

PHẦN THỨ TƯ

ಬಿ ❀ ೧

第四分

(Hán dịch quyển 23-24)

1. Pháp Diệt tránh   滅諍法
2. Pháp Yết-ma   羯磨法

PHẦN THỨ TƯ
CHƯƠNG I: PHÁP DIỆT TRÁNH[1]

I. BỐN TRÁNH SỰ

Đức Phật ở thành Xá-vệ. Bấy giờ các tỳ-kheo cùng nhau đấu tranh, lại cùng nhau tranh tụng. **[154a01]** Tỳ-kheo với tỳ-kheo tranh nhau, tỳ-kheo với tỳ-kheo-ni tranh nhau, tỳ-kheo-ni với tỳ-kheo-ni tranh nhau, tỳ-kheo-ni với tỳ-kheo tranh nhau. Khi ấy Xiển-đà bỏ tỳ-kheo yểm trợ tỳ-kheo-ni, việc chưa xảy ra tranh tụng thì làm cho sanh chuyện, việc đã xảy ra tranh tụng lại khơi rộng thêm ra, chưa chấm dứt thì không thể chấm dứt, đã chấm dứt thì làm cho phát khởi lại. Các tỳ-kheo đem vấn đề bạch Phật. Nhân việc ấy, đức Phật tập họp Tỳ-kheo Tăng, hỏi các tỳ-kheo: "Thật sự các thầy có như vậy không?" Các tỳ-kheo thưa: "Bạch Thế Tôn, sự thật có như vậy." Đức Phật bằng mọi cách quở trách: "Việc làm của các thầy là phi pháp, không phải đạo tùy thuận." Quở trách rồi, Phật bảo các tỳ-kheo: "Từ nay, tỳ-kheo với tỳ-kheo tranh nhau... *cho đến câu:* bỏ tỳ-kheo yểm trợ tỳ-kheo-ni đều phạm Đột-kiết-la."

"Có bốn thứ tránh: 1. lời nói (ngôn), 2. giáo giới, 3. phạm tội, 4.

---

[1] Hán: Diệt tránh pháp 滅諍法; 滅諍 *Samatha khandhaka*, chương nói về diệt tránh. Tham chiếu Pāli, *Cūḷavagga* 4, *Samathakkhandhakaṃ*, Vin. ii. 73. *Tứ phần 47*, "Diệt tránh kiền-độ" (tr. 913c19); *Thập tụng 35*, "Tránh sự pháp" (tr. 251a). *Trung A-hàm*, kinh 196 (Châu-na), bảy pháp chỉ tránh: diện tiền chỉ tránh luật 面前止諍律, ức chỉ tránh luật 憶止諍律, bất si chỉ tránh luật 不癡止諍律, tự phát lồ chỉ tránh luật 自發露止諍律, quân chỉ tránh luật 君止諍律, triển chuyển chỉ tránh luật 展轉止諍律, như khí phấn tảo chỉ tránh luật 如棄糞掃止諍律.

sự việc.[2] Do các sự việc này nên Phật vì các tỳ-kheo kết 7 pháp Diệt tránh. Nếu có các tránh sự khởi lên được diệt trừ bằng cách: nên trao cho pháp Hiện tiền Tỳ-ni[3] thì trao cho pháp Hiện tiền Tỳ-ni; nên trao cho pháp Ức niệm Tỳ-ni[4] thì trao cho pháp Ức niệm Tỳ-ni; nên trao cho pháp Bất si Tỳ-ni[5] thì trao cho pháp Bất si Tỳ-ni; nên trao cho pháp Tự ngôn[6] thì trao cho pháp Tự ngôn; nên trao cho pháp Đa nhơn ngữ[7] thì trao cho pháp Đa nhơn ngữ; nên trao cho pháp Thảo bố địa[8] thì trao cho pháp Thảo bố địa; nên trao cho pháp Bổn ngôn trị[9] thì trao cho pháp Bổn ngôn trị."

Thế nào gọi là do lời nói?[10] Nếu tỳ-kheo cùng nhau tranh cãi, có người nói là pháp, có người nói là phi pháp; là luật, phi luật; là phạm, phi phạm; là trọng, phi trọng; là hữu dư, phi hữu dư; là thô tội, phi thô tội; là dụng Yết-ma xuất tội, không dụng Yết-ma xuất tội; là Phật thuyết, chẳng phải Phật thuyết; là Phật chế, phi Phật chế; do đó đưa đến giận dữ mắng chửi nhau. Như vậy gọi là sự tranh chấp do lời nói.

Thế nào gọi là do giáo giới?[11] Tỳ-kheo giáo giới tỳ-kheo, nói: Thầy

---

[2] Hán: Tứ chủng tránh 四種諍. *Tứ phần*: "Có bốn thứ tránh: ngôn tránh, mích tránh, phạm tránh và sự tránh." *Thập tụng*: sự 事. *Tránh* tức *sự*; hai từ cùng một gốc trong tiếng Phạn. 🔣 *adhikaraṇā*. Cf. *Cūḷavagga* iv (Vin. ii. 88): vấn đề được thảo luận, được tranh cãi; chủ điểm hay trung tâm của sự tranh chấp.

[3] **Xem cht. 1030**, Phần I, Ch. viii.

[4] **Xem cht. 1031**, Phần I, Ch. viii.

[5] **Xem cht. 1032**, Phần I, Ch. viii.

[6] Tự ngôn 自言, 🔣 *Paṭiññātakarana*, **Xem cht. 1033**, Phần I, Ch. viii.

[7] Đa nhân ngữ 多人語; *Thập tụng*: Mích tội tướng. **Xem cht. 1034**, Phần I, Ch. viii.

[8] *Tứ phần*: Như thảo phú địa 如草覆地; **Xem cht. 1035**, Phần I, Ch. viii.

[9] *Tứ phần*: Tác tội xứ sở 作罪處所. **Xem cht. 1036**, Phần I, Ch. viii.

[10] Hán: Ngôn tránh 言諍. *Thập tụng*: "đấu tránh sự 鬥諍事". Luật nhiếp: "Bình luận tránh sự 平論諍事". 🔣 *vivādādhikaraṇa*, tranh chấp do bất đồng về lời lẽ.

[11] Hán: Giáo giới tránh 教誡諍 (🔣 *avavāda*); *Tứ phần*: Mích tránh 覓諍; *Thập tụng*: vô căn sự 無根事. Luật nhiếp: Phi ngôn tránh sự 非言諍

nhớ có phạm Ba-la-di không? Nhớ phạm Tăng-già-bà-thi-sa, Thâu-lan-giá, Ba-dật-đề, Ba-la-đề đề-xá-ni, Đột-kiết-la, Ác thuyết? Tỳ-kheo kia không vui không chấp nhận, do đó đưa đến sự tranh cãi. Như vậy gọi là tranh chấp do giáo giới.[12]

Thế nào là do phạm tội?[13] Tỳ-kheo phạm Ba-la-di, cho đến Ác thuyết, hơn nữa do sự đấu tranh, cùng nhau mắng chửi khiến thân, khẩu, ý tuôn ra điều xấu ác. Như vậy gọi là sự tranh chấp do phạm tội.

Thế nào gọi là do sự việc?[14] Tất cả Yết-ma mà Tăng thường hành và các việc làm của Tăng đưa đến sự tranh cãi.[15] Như vậy gọi là sự tránh.

II. DIỆT BỐN TRÁNH SỰ

1. Diệt ngôn tránh

1.1. Hiện tiền tỳ-ni

1.   Ưu-ba-ly[16] thưa đức Phật: "Bạch đức Thế Tôn, tranh cãi do lời nói thì dùng bao nhiêu việc để chấm dứt?" Đức Phật dạy: "Dùng Hiện tiền Tỳ-ni, Đa nhơn ngữ để chấm dứt." Lại hỏi: "Làm thế nào được chấm dứt?" Đức Phật dạy: "Nếu tỳ-kheo cùng với tỳ-kheo tranh cãi: là pháp phi pháp, cho đến là Phật chế, phi Phật chế. Tăng như pháp, **[154b01]** như Tỳ-ni, như lời Phật dạy để chấm dứt. Nếu vị kia nói: Là

事 (⒄ *anuvāda*), là lời chỉ trích, lời buộc tội. ⒈ *anuvādādhikaraṇa*, tranh chấp về sự giáo giới, về lời lẽ buộc tội.

[12] Do bất đồng ý kiến trong việc luận tội liên quan đến năm thiên, trong giới bổn, khi hỏi đương sự về ức niệm phạm tội mà đưa đến việc tranh cãi.

[13] Hán: Phạm tội tránh 犯罪諍. *Tứ phần:* Phạm tránh 犯諍. *Thập tụng:* phạm tội sự 犯罪事. ⒈ *āpattādhikaraṇa*, tranh chấp về tội danh.

[14] Sự tránh 事諍. *Thập tụng:* thường sở hành sự 常所行事. ⒈ *kiccādhikaraṇa*, tranh chấp về nghĩa vụ.

[15] Tứ phần 47, tr. 916a15: "Việc cần làm trong ngôn tránh, việc cần làm trong mích tránh, việc cần làm trong phạm tránh. Đó gọi là sự tránh." *Thập tụng 35* (tr.251b16): thường sở hành sự, tranh cãi về các loại yết-ma, về bố-tát, tự tứ, các phận sự hằng ngày của Tăng.

[16] *Tứ phần 47, tr. 917b05:* A-nan thưa hỏi Phật có bao nhiêu pháp để diệt ngôn tránh?

pháp, là lời Phật dạy, chấp nhận đây là điều phải nhẫn nhịn thì gọi là Hiện tiền Tỳ-ni chấm dứt."

Thế nào gọi là Hiện tiền? Hiện tiền có 3 thứ: Tăng hiện tiền, Nhơn hiện tiền và Tỳ-ni hiện tiền.[17]

Thế nào gọi là Tăng hiện tiền? Tăng tập trung hòa hợp; như thế gọi là Tăng hiện tiền.

Thế nào gọi là Nhơn hiện tiền? Người cùng tranh cãi nhau có mặt; như vậy gọi là Nhơn hiện tiền.

Thế nào gọi là Tỳ-ni hiện tiền? Nên dùng pháp nào, dùng luật nào, dùng lời dạy nào của Phật để chấm dứt được thì dùng để chấm dứt; như vậy gọi là Tỳ-ni hiện tiền. Nếu đã chấm dứt như vậy rồi, vị nào khơi trở lại thì phạm tội Ba-dật-đề.[18]

2.   Lại nữa, nếu chấm dứt Ngôn tránh như vậy, song sự chấm dứt này không làm cho tỳ-kheo vui lòng, tỳ-kheo ở trú xứ khác nghe được thì hoặc một, hoặc hai, hoặc ba tỳ-kheo, cho đến một chúng, thông minh, trí tuệ, hiểu rõ Ba-la-đề-mộc-xoa, phải suy nghĩ: 'Đến để chấm dứt việc này. Đây là việc làm tốt đẹp, phải đến để chấm dứt.'

Trước hết xin đến trong chúng ấy, vị tỳ-kheo biết pháp, phải ngỏ lời, đề cập đến ngọn ngành của vấn đề, sau đó mới yêu cầu hợp Tăng. Tăng hợp rồi nên nói: "Thầy nên đi tránh xa, chúng tôi cùng nhau bàn luận việc của thầy." Tỳ-kheo ấy đi tránh rồi, Tăng nên cùng nhau nghị bàn: "Nếu tỳ-kheo kia thật lòng bày tỏ lời yêu cầu, chúng ta như pháp, như luật mà chấm dứt việc này, chúng ta nên cùng nhau như pháp, như luật mà chấm dứt. Nếu tỳ-kheo kia không nói như sự thật, chúng ta không được như pháp, như luật chấm dứt việc đó."

Tỳ-kheo tranh cãi nhau kia cũng nên nghị bàn: "Nếu Tăng như

---

[17] Ba yếu tố hiện tiền. *Tứ phần:* "pháp, tỳ-ni, và người". Cf. 四分
    Majjhimanikāya-aṭṭhakathā, iv. 43, có bốn hiện tiền: Tăng hiện
    tiền *(saṅghasammukhatā)*, pháp hiện tiền *(dhammasammukhatā)*,
    tỳ-ni hiện tiền *(vinayasammunkhatā)*, nhân hiện tiền
    (puggalasammukhatā).
[18] Xem Phần I, Tỳ-kheo, Ba-dật-đề 5.

pháp, như luật, ra giới hạn hôm nay, ngày mai, hoặc ngày sau, diệt trừ việc của chúng ta, thì chúng ta nên đối với Tăng trình bày đầy đủ gốc ngọn của sự việc để nhờ Tăng chấm dứt." Đương sự đã đến trong Tăng trình bày đầy đủ sự việc. Tăng đưa ra hai cách nói: Hoặc nói 'nên như vậy', hoặc nói 'không nên như vậy', mà không thể quyết định, Tăng nên nói: "Tùy thầy chọn trong hai cách nói", mỗi bên mời 4 vị làm Tăng đoán sự. Tỳ-kheo cãi nhau mỗi bên mời 4 vị rồi, Tăng Bạch nhị yết-ma để sai.[19] Trước hết nên Yết-ma mỗi lần, tối đa 3 vị, sau Yết-ma 2 vị. Một tỳ-kheo xướng:

"Đại đức Tăng xin lắng nghe! Nay Tăng sai Tỳ-kheo... và Tỳ-kheo... làm người đoán sự, như pháp như luật để chấm dứt việc tranh cãi này. Nếu thời gian thích hợp đối với Tăng, Tăng chấp thuận. Đây là lời tác bạch.

Đại đức Tăng xin lắng nghe! Nay Tăng sai Tỳ-kheo... và Tỳ-kheo... làm người đoán sự, như pháp như luật để chấm dứt việc tranh cãi này. Các Trưởng lão nào chấp thuận thì im lặng. Vị nào không đồng ý xin nói.

Tăng đã sai Tỳ-kheo..., và Tỳ-kheo... làm người đoán sự rồi. Tăng chấp thuận nên im lặng. Việc này tôi ghi nhận như vậy."

Khi ấy, các tỳ-kheo sai tỳ-kheo vô trí **[154c01]** làm người đoán sự, bạch Phật, Phật dạy: "Thành tựu năm pháp nên sai:[20] ghi nhận lời người nói, không sân; ghi nhận lời người nói, không quên; khéo tìm

---

[19] *Tứ phần* 47, tr. 917b23: "Chúng ta hãy cùng với các vị có trí tuệ tập hợp riêng một chỗ để cùng nhau bình đoán việc này."

[20] *Tứ phần* 47, tr. 917c28: "Tỳ-kheo có mười pháp nên sai để bình đoán riêng việc này: 1. Trì giới đầy đủ, 2. Đa văn, 3. Tụng hai bộ tỳ-ni thuộc lòng, 4. Lý giải rộng nghĩa của Luật, 5. Khéo léo sử dụng ngôn từ, biện luận rành mạch, đủ khả năng vấn đáp khiến cho vị kia hoan hỷ, 6. Nếu tránh sự khởi lên phải có khả năng chấm dứt, 7. Không thiên vị, 8. Không giận hờn, 9. Không khiếp sợ, 10. Không si mê." Cf. *Thập tụng* 35 (tr.252c15): Tỳ-kheo thành tựu 5 pháp được lập làm người đoán sự, gọi là ô-hồi-cưu-la 烏迴鳩羅 (📿 *vyūḍhaka*, Hirakawa). Cf. Pāli, Vin. ii. 95: *bhikkhu ubbāhika*, Tỳ-kheo đoán sự thành tựu 10 pháp.

hiểu ý của lời nói; hỏi thì nói, không hỏi không nói; khi nói không cười. Ngược lại năm pháp này không nên sai. Lại có năm pháp nên sai: không làm theo ý muốn, giận hờn, si mê, sợ sệt, không nói lén. Ngược lại năm pháp đây không nên sai."

Nếu tỳ-kheo không được Tăng sai, hoặc một, hoặc hai, hoặc ba, tuy thông minh trí tuệ, ngồi ở chỗ ngồi cao, song muốn gây loạn cho đoán sự, Tăng nên mời ra ngoài.

1.2. Đa nhân ngữ
a. Hành trù

Lại có tỳ-kheo tuy đọc tụng nhiều mà không hiểu rõ ý nghĩa, muốn gây rối cho đoán sự, người đoán sự nên nói: "Nghĩa của kinh không phải như vậy." Áp dụng như vậy để chấm dứt sự tranh cãi, gọi là dùng Hiện tiền Tỳ-ni để chấm dứt.

Nếu khi dùng cách thức như vậy để chấm dứt sự tranh cãi, có tỳ-kheo nói: "Nên dùng Đa nhơn ngữ để chấm dứt việc này," Tăng nên nói: "Thầy nói hay đấy, nhưng thầy có hiểu rõ Đa nhơn ngữ hay không?" Nếu nói không hiểu rõ, Tăng nên từng vị một quở trách rằng: "Thầy không hiểu rõ Đa nhơn ngữ, tại sao nói, nên dùng Đa nhơn ngữ để chấm dứt việc này?" Nếu Tăng không quở trách thì đều phạm tội Đột-kiết-la.

Nếu nói, hiểu rõ, Tăng nên hỏi: "Dùng như thế nào gọi là Đa nhơn ngữ?"

Vị ấy đáp: "Dùng Yết-ma Đa nhơn ngữ để chấm dứt."

Lại hỏi: "Do đâu biết là nhiều?" Đáp: "Nên hành trù."[21] Tăng lại hỏi: "Thầy nói hay đấy, nhưng thầy hiểu rõ bao nhiêu pháp hành trù đúng pháp, bao nhiêu pháp hành trù không đúng pháp không?" Nếu nói không biết, Tăng cũng nên quở trách như trên.

Nếu nói biết thì Tăng nên bảo nói mười cách hành trù không như pháp và mười cách như pháp. Thế nào là mười cách không như pháp? Nếu do việc nhỏ mà rút thẻ để hành trù; do không biết rõ vấn đề mà

---

[21] Hành trù: **Xem cht. 547**, Ch. ii, Pháp Bố-tát.

rút thẻ để hành trù; do không tìm hiểu rõ căn bản vấn đề mà rút thẻ để hành trù; phi pháp mà rút thẻ hành trù; muốn số không như pháp nhiều mà rút thẻ hành trù; biết số không như pháp nhiều mà rút thẻ để hành trù; rút thẻ hành trù để phá Tăng; biết hành trù thì Tăng sẽ bị phá mà rút thẻ; không tùy theo thiện trí thức hành trù mà rút thẻ; Tăng không hòa hợp hành trù mà rút thẻ. Ngược lại mười điều trên là như pháp. Nếu thành tựu mười bốn pháp thì Tăng nên sai làm người hành trù: biết mười điều như pháp, lại không làm theo ý muốn, sự giận hờn, sự si mê, sự sợ sệt.[22] Như vậy là mười bốn pháp.

b. Thẻ (trù) như pháp và không như pháp

Tăng nên làm hai loại thẻ: một thứ như pháp, một thứ không như pháp. Xướng rằng: Nếu nói như pháp thì rút thẻ như pháp, nếu nói không như pháp thì rút thẻ không như pháp. Xướng xong bắt đầu thi hành. Chính mình thâu thẻ rồi đến chỗ vắng để kiểm. Nếu thẻ không như pháp nhiều nên khiến đứng dậy, **[155a01]** cách xa trước chỗ người ngồi, nói riêng: Đây là lời Phật dạy, pháp ngữ, luật ngữ. Đại đức nên bỏ phi pháp, phi luật, phi lời Phật dạy. Nói như vậy rồi, hành trù lại. Nếu người không như pháp còn nhiều, nên xướng: Nay Tăng chưa giải quyết được việc này, quý vị có thể tùy ý giải tán, sau sẽ giải quyết, chứ không nên dùng phi pháp để giải quyết. Nếu người như pháp nhiều nên Bạch nhị yết-ma để chấm dứt sự việc. Một tỳ-kheo xướng:

"Đại đức Tăng xin lắng nghe! Nay Tăng dùng Đa nhơn ngữ để chấm dứt tránh sự này. Nếu thời gian thích hợp đối với Tăng, Tăng chấp thuận. Đây là lời tác bạch.

Đại đức Tăng xin lắng nghe! Nay Tăng dùng Đa nhơn ngữ để chấm dứt tránh sự này. Các Trưởng lão nào chấp thuận thì im lặng. Vị nào không đồng ý xin nói.

Tăng dùng Đa nhơn ngữ để chấm dứt tránh sự này rồi. Tăng chấp thuận nên im lặng. Việc này tôi ghi nhận như vậy."

Như vậy gọi là dùng Đa nhơn ngữ để chấm dứt việc tranh cãi do

---

[22] *Tứ phần* 47, tr. 918c25 : "Vị nào có năm pháp sau đây không nên sai hành xá-la: 'có thiên vị, hay giận hờn, khiếp sợ, có si, không biết đã hành hay không hành.'"

lời nói.

2. Giáo giới tránh

1. Ưu-ba-ly lại thưa hỏi đức Phật: "Sự tranh cãi do giáo giới dùng bao nhiêu việc để chấm dứt?" Đức Phật dạy: "Dùng Hiện tiền Tỳ-ni, Ức niệm Tỳ-ni, Bất si Tỳ-ni, Bổn ngôn trị để chấm dứt."[23]

Ưu-ba-ly lại hỏi: "Làm thế nào để chấm dứt?" Phật dạy: "Nếu tỳ-kheo hỏi một tỳ-kheo: 'Thầy nhớ có phạm trọng tội Ba-la-di và biên tội Ba-la-di hay không?', tỳ-kheo ấy trả lời: 'Không nhớ'. Hỏi đến lần thứ ba cũng đáp như lần đầu. Tỳ-kheo như vậy, Tăng nên Bạch tứ yết-ma trao cho pháp Ức niệm Tỳ-ni, không nên nghe theo vị kia mà trị tội tỳ-kheo ấy." Tỳ-kheo bị hỏi nên đến giữa Tăng, để trống vai bên hữu, cởi bỏ giày dép, kính lễ sát chân Tăng, quỳ gối bạch:

> **"Tôi Tỳ-kheo tên là... bị tỳ-kheo tên là... ba lần đến tôi hỏi: 'Thầy có nhớ phạm trọng tội Ba-la-di hay biên tội Ba-la-di hay không?', tôi cũng trả lời là không nhớ, nay đến Tăng xin pháp Ức niệm Tỳ-ni, nguyện Tăng cho tôi pháp Ức niệm Tỳ-ni để cho vị kia khỏi phải hỏi tôi mãi."** Lần thứ hai, lần thứ ba cũng xin như vậy.

Tăng nên cân nhắc tỳ-kheo này, trước đây không khuyết giới, oai nghi như pháp hay không? Thân, khẩu, ý thanh tịnh hay chăng? Ưa học giới hay không? Đến một tỳ-kheo hỏi, đến 2, 3 vị và Tăng hỏi xem nói có chỗ mâu thuẫn không? Tăng cân nhắc như vậy, nếu biết tỳ-kheo này trước khuyết giới, đủ các điều bất thiện, thì không nên trao; nếu biết không phạm Ba-la-di và biên tội Ba-la-di, nên Bạch tứ yết-ma trao cho pháp Ức niệm Tỳ-ni. Một tỳ-kheo xướng:

> **"Đại đức Tăng xin lắng nghe! Tỳ-kheo này tên là... đến trước Tăng trình bày: Tỳ-kheo kia tên là... ba lần đến chỗ tôi hỏi: 'Thầy nhớ có phạm trọng tội Ba-la-di hay biên tội Ba-la-di không?', tôi cũng ba lần [155b01] trả lời là không nhớ; nay đến Tăng xin pháp Ức niệm Tỳ-ni, nguyện Tăng cho tôi pháp**

---

[23] *Tứ phần* 48, tr. 920a25: "Mích tránh được diệt bằng bốn pháp. Đó là, hiện tiền tỳ-ni, ức niệm tỳ-ni, bất si tỳ-ni và tội xứ sở tỳ-ni."

Ức niệm Tỳ-ni, khiến tỳ-kheo kia khỏi phải đến hỏi tôi mãi. Nay Tăng trao cho Tỳ-kheo... pháp Ức niệm Tỳ-ni, để tỳ-kheo kia khỏi phải đến hỏi tội mãi. Nếu thời gian thích hợp đối với Tăng, Tăng chấp thuận. Đây là lời tác bạch.

Đại đức Tăng xin lắng nghe! Tỳ-kheo này tên là... đối trước Tăng trình bày: Tỳ-kheo kia tên là... ba lần đến chỗ tôi hỏi: 'Thầy nhớ có phạm trọng tội Ba-la-di hay biên tội Ba-la-di không?', tôi cũng ba lần trả lời là không nhớ, nay đến Tăng xin pháp Ức niệm Tỳ-ni, nguyện Tăng cho tôi pháp Ức niệm Tỳ-ni, để Tỳ-kheo kia khỏi phải đến tôi hỏi mãi. Nay Tăng trao cho Tỳ-kheo... pháp Ức niệm Tỳ-ni, khiến tỳ-kheo kia khỏi đến hỏi tội vị nầy mãi. Các Trưởng lão nào chấp thuận thì im lặng. Vị nào không đồng ý xin nói. Lần thứ hai, lần thứ ba cũng nói như vậy.

Tăng cho Tỳ-kheo... pháp Ức niệm Tỳ-ni rồi. Tăng chấp thuận nên im lặng. Việc này tôi ghi nhận như vậy."

Như vậy gọi là Hiện tiền Tỳ-ni, Ức niệm Tỳ-ni chấm dứt sự tranh cãi do giáo giới.

2. Nếu tỳ-kheo đến chỗ một tỳ-kheo hỏi: "Thầy nhớ có phạm trọng tội Ba-la-di hay biên tội Ba-la-di không?" Tỳ-kheo kia trả lời: "Không nhớ; trước đây tôi bị cuồng tâm, tán loạn tâm, bệnh hoại tâm nên làm nhiều pháp phi sa-môn." Lại hỏi ba lần, trả lời cũng như lần đầu. Tỳ-kheo như vậy, Tăng nên trao cho pháp Bất si Tỳ-ni, không nên theo tỳ-kheo kia mà trị tội vị đó. Tỳ-kheo đó nên đến giữa Tăng, để trống vai bên hữu, cởi bỏ giày dép kính lễ sát chân Tăng, quỳ gối bạch:

"Đại đức Tăng xin lắng nghe! Tôi là Tỳ-kheo tên là..., Tỳ-kheo kia tên là... ba lần đến chỗ tôi hỏi tôi: 'Thầy nhớ có phạm trọng tội Ba-la-di hay biên tội Ba-la-di không?' Tôi cũng ba lần trả lời là không nhớ; trước đây tôi bị cuồng tâm, tán loạn tâm, bệnh hoại tâm nên làm nhiều pháp phi Sa-môn. Nay đến Tăng xin pháp Bất si Tỳ-ni, nguyện Tăng cho tôi pháp Bất si Tỳ-ni, để tỳ-kheo kia khỏi phải đến tôi hỏi mãi."
Xin như vậy ba lần.

Tăng nên cân nhắc tỳ-kheo này, trước đây không khuyết giới, oai nghi như pháp không? Thân, khẩu, ý nghiệp thanh tịnh không? Ưa học giới không? Đến một tỳ-kheo hỏi, cho đến 2, 3 vị và Tăng hỏi xem nói có chỗ khác nhau không? Nếu Tăng biết tỳ-kheo đó, trước kia có các việc ác thì không nên cho; nếu không như vậy thì Bạch tứ yết-ma trao cho pháp Bất si Tỳ-ni. Một tỳ-kheo xướng:

> **"Đại đức Tăng xin lắng nghe! Tỳ-kheo đây tên là... đến Tăng trình bày: Tỳ-kheo kia** [155c01] **tên là... ba lần đến chỗ tôi hỏi tôi: 'Thầy nhớ phạm trọng tội Ba-la-di hoặc biên tội Ba-la-di không?' Tôi cũng ba lần trả lời: 'Không nhớ'; trước kia tôi bị cuồng tâm, tán loạn tâm, bệnh hoại tâm nên làm nhiều điều phi sa-môn pháp. Nay tôi đến Tăng xin pháp Bất si Tỳ-ni để tỳ-kheo kia khỏi đến hỏi tôi mãi. Nay Tăng cho pháp Bất si Tỳ-ni, để tỳ-kheo kia không đến hỏi tội này nữa. Nếu thời gian thích hợp đối với Tăng, Tăng chấp thuận. Đây là lời tác bạch.**
>
> **Đại đức Tăng xin lắng nghe! Tỳ-kheo này tên là... đến Tăng trình bày: Tỳ-kheo kia tên là... ba lần đến chỗ tôi...** cho đến câu: **Nay Tăng cho pháp Bất si Tỳ-ni, để tỳ-kheo kia khỏi đến hỏi tội này nữa. Các Trưởng lão nào chấp thuận thì im lặng. Vị nào không đồng ý xin nói.** Lần thứ hai, lần thứ ba cũng nói như vậy.
>
> **Tăng đã cho Tỳ-kheo tên là... pháp Bất si Tỳ-ni rồi. Tăng đồng ý nên im lặng. Việc này tôi ghi nhận như vậy."**

Như vậy gọi là Hiện tiền Tỳ-ni, Bất si Tỳ-ni chấm dứt sự tranh cãi do giáo giới.

3. Nếu tỳ-kheo đến chỗ một tỳ-kheo hỏi: "Thầy nhớ phạm trọng tội Ba-la-di hoặc biên tội Ba-la-di không?" Vị kia trả lời: "Không nhớ." Hỏi lần thứ ba mới trả lời: "Tôi nhớ có phạm tội nhẹ." Lại hỏi trở lại: "Thầy phạm tội nhẹ còn không nói với ai, huống là phạm trọng tội, thầy nên khéo suy nghĩ điều đó!" Đương sự trả lời: "Tôi hoàn toàn không nhớ." Hỏi lần nữa mới trả lời: "Tôi nhớ có phạm Ba-la-di hoặc biên tội Ba-la-di." Trả lời như vậy rồi, lại tìm cách nói: "Tôi không nhớ phạm trọng tội, nói cho vui vậy thôi." Tỳ-kheo như vậy, Tăng nên trao

cho Bổn ngôn trị. Bổn ngôn trị có hai thứ: một, có thể sám hối; hai, không thể sám hối. Tỳ-kheo kia đã nói phạm trọng tội, nên trao cho pháp trọn đời không thể sám hối, Bạch tứ yết-ma. Một tỳ-kheo xướng:

"Đại đức Tăng xin lắng nghe! Tỳ-kheo đây tên là... Tỳ-kheo kia tên là... đến tỳ-kheo đó hỏi: 'Thầy nhớ phạm trọng tội Ba-la-di hoặc biên tội Ba-la-di không?' Trả lời: 'Không nhớ.' Hỏi lần thứ hai cũng nói không nhớ, sau ba lần hỏi mới nói: 'Không nhớ phạm trọng tội, nhớ có phạm tội nhẹ.' Lại hỏi: 'Tội nhẹ, thầy còn không phát lồ, huống là tội nặng. Nay, thầy chắc chắn nhớ phạm tội nặng hay không?' Vẫn trả lời: 'Không nhớ.' Hỏi lại, cũng nói không nhớ... Hỏi đến lần thứ sáu, vậy sau mới nói: 'Tôi nhớ phạm trọng tội Ba-la-di hoặc biên tội Ba-la-di.' Trả lời như vậy rồi lại tìm cách nói lại: 'Tôi không nhớ có phạm trọng tội, nhưng nói cho vui vậy thôi.' Nay Tăng trao cho pháp Yết-ma Bổn ngôn trị, suốt đời không thể sám hối. [156a01] Nếu thời gian thích hợp đối với Tăng, Tăng chấp thuận. Đây là lời tác bạch.

Đại đức Tăng xin lắng nghe! Tỳ-kheo này tên là... Tỳ-kheo kia tên là... đến chỗ đó hỏi: 'Thầy có nhớ phạm trọng tội... cho đến câu: *Nay Tăng trao cho pháp Yết-ma Bổn ngôn trị, suốt đời không thể sám hối.' Các Trưởng lão nào chấp thuận thì im lặng. Vị nào không đồng ý xin nói.* Lần thứ hai, lần thứ ba cũng nói như vậy.

Tăng đã thuận cho Tỳ-kheo tên là... pháp Yết-ma Bổn ngôn trị, suốt đời không thể sám hối rồi. Tăng chấp thuận nên im lặng. Việc này tôi ghi nhận như vậy."

Như vậy gọi là Hiện tiền Tỳ-ni Bổn ngôn trị, chấm dứt việc tranh cãi do giáo giới.

3. Phạm tránh

Ưu-ba-ly thưa hỏi đức Phật: "Bạch đức Thế Tôn, tranh cãi do phạm tội dùng bao nhiêu việc để chấm dứt?" Đức Phật dạy: "Dùng Hiện tiền Tỳ-ni, Thảo phú địa, Tự ngôn để chấm dứt." Lại hỏi: "Bằng cách nào được chấm dứt?" Phật dạy: "Như một tỳ-kheo đến chỗ một tỳ-kheo, để trống vai bên hữu, quỳ gối, chắp tay bạch: 'Đại đức! Tôi tên là... phạm tội như vậy, nay đến Đại đức sám hối.' Tỳ-kheo kia nên hỏi: 'Thầy tự thấy tội hay không?' Vị ấy nói: 'Tôi tự thấy tội.' Lại nên hỏi: 'Thầy muốn sám hối phải không?' Trả lời: 'Tôi muốn sám hối!' Tỳ-kheo kia nên nói: 'Sau này thầy đừng nên tái phạm.' Như vậy gọi là Hiện tiền tỳ-ni Tự ngôn để chấm dứt sự tranh cãi do phạm tội."

Nếu một tỳ-kheo đến chỗ hai tỳ-kheo, ba tỳ-kheo, chúng đông tỳ-kheo; hoặc hai tỳ-kheo cho đến chúng đông tỳ-kheo đến chỗ một tỳ-kheo cho đến chúng đông tỳ-kheo cũng như vậy.

Nếu có tỳ-kheo đấu tranh mắng chửi nhau, làm ác nghiệp bằng thân, khẩu, ý, sau đó nghĩ như vầy: "Chúng ta đấu tranh mắng chửi nhau, làm ác nghiệp bằng thân, khẩu, ý. Nay có thể nào đến giữa Tăng trừ tội, tác pháp thảo phú địa sám hối hay không?" Các tỳ-kheo này cho phép giữa Tăng trừ tội, Tăng nên trao cho phép Bạch nhị yết-ma sám hối như thảo phú địa. Tỳ-kheo đấu tranh kia nên tập trung hết đến giữa Tăng, để trống vai bên hữu, cởi bỏ giày dép, quì gối bạch:

"Đại đức Tăng xin lắng nghe! Chúng tôi cùng nhau đấu tranh, cùng nhau mạ ly, gây ác nghiệp thân, khẩu, ý, sau rồi khởi ý niệm như vầy: Chúng ta cùng nhau đấu tranh, cùng nhau mạ ly, gây ác nghiệp thân khẩu ý. Nay có thể đối trước Tăng trừ tội bằng pháp ăn năn lấy cỏ che đất hay chăng? Nay đến trước Tăng xin pháp ăn năn, như cỏ che đất". Thưa ba lần như vậy rồi, duỗi hai tay xuống gối, mọp sát đất, hướng đến thầy Yết-ma một lòng thính thọ Yết-ma. Thầy Yết-ma xướng:

"Đại đức Tăng xin lắng nghe! Các tỳ-kheo này cùng nhau đấu tranh, cùng nhau mạ ly, gây ác nghiệp thân, khẩu, ý. Sau đó, khởi ý niệm như vầy: Chúng ta cùng nhau đấu tranh, cùng nhau mạ ly, gây ác nghiệp thân, khẩu, ý, nay có thể đối trước Tăng trừ tội [156b01] bằng pháp ăn năn lấy cỏ che đất hay chăng? Nay đến trước Tăng xin pháp ăn năn, như cỏ che đất. Bấy giờ Tăng trao cho pháp ăn năn như lấy cỏ che đất. Nếu thời gian thích hợp đối với Tăng, Tăng chấp thuận. Đây là lời tác bạch.

Đại đức Tăng xin lắng nghe: Các tỳ-kheo này cùng nhau đấu

tranh, mạ lỵ nhau... cho đến câu: **Tăng trao cho pháp ăn năn như cỏ che đất. Các Trưởng lão nào chấp thuận thì im lặng. Ai không đồng ý xin nói.**

Tăng đã cho các tỳ-kheo này pháp ăn năn như lấy cỏ che đất rồi. Tăng đồng ý nên im lặng. Việc này tôi ghi nhận như vậy."

Đây gọi là Hiện tiền Tỳ-ni như cỏ che đất, chấm dứt sự tranh cãi do phạm tội. Thế nào gọi là như cỏ che đất? Các tỳ-kheo kia không nói lại căn nguyên của sự đấu tranh, Tăng cũng không hỏi lại nguồn gốc của vấn đề.

4. Sự tránh

Ưu-ba-ly thưa hỏi Phật: "Bạch đức Thế Tôn, sự tránh, dùng bao nhiêu việc để chấm dứt?" Đức Phật dạy: "Tùy theo sự tránh, dùng bảy việc để chấm dứt."[24] Nếu một tỳ-kheo đến chỗ một tỳ-kheo tác phi pháp, phi luật, phi lời Phật dạy để chấm dứt sự tránh, mà nói là 'pháp, là luật, là lời Phật dạy'. Nếu áp dụng như vậy để chấm dứt sự tránh này, gọi là phi pháp chấm dứt. Nếu một tỳ-kheo đến chỗ hai tỳ-kheo, hay chỗ Tăng; hoặc hai tỳ-kheo hay Tăng đến chỗ một tỳ-kheo, hay chỗ Tăng, cũng như vậy.

Nếu một tỳ-kheo đến chỗ một tỳ-kheo tác như pháp, như luật, như lời Phật dạy để chấm dứt sự tránh, nói: 'là pháp, là luật, là lời Phật dạy'. Áp dụng như vậy để chấm dứt sự tránh, gọi là như pháp chấm dứt. Nếu một tỳ-kheo đến chỗ hai tỳ-kheo, hay chỗ Tăng; hoặc hai tỳ-kheo hay Tăng đến chỗ một tỳ-kheo, hay chỗ Tăng, cũng như vậy.

---

[24] *Tứ phần* 48, tr. 922a09: "Tùy theo tội phạm, bằng tất cả pháp để chấm dứt."

CHƯƠNG II: PHÁP YẾT-MA[25]

I. YẾT-MA[26]

1. Ma-na-đỏa

1. Đức Phật ở tại thành Xá-vệ. Bấy giờ có một tỳ-kheo cố ý xuất bất tịnh, phạm Tăng-già-bà-thi-sa, không che giấu, không biết nên thế nào, hỏi các tỳ-kheo, các tỳ-kheo cũng không biết, bạch Phật. Nhân việc này, đức Phật tập họp Tỳ-kheo Tăng, bảo các tỳ-kheo: "Tỳ-kheo phạm Tăng-già-bà-thi-sa không che giấu như vậy, nay cho phép Tăng trao cho tỳ-kheo kia pháp Bạch tứ yết-ma, sáu đêm hành Ma-na-đỏa."[27] Tỳ-kheo phạm tội để trống vai bên hữu, cởi bỏ giày dép, kính lễ sát chân Tăng rồi quì gối bạch:

"Đại đức Tăng xin lắng nghe! Tôi Tỳ-kheo tên là... cố ý xuất bất tịnh, phạm Tăng-già-bà-thi-sa, không che giấu, nay đến Tăng xin sáu đêm thi hành Ma-na-đỏa. Nguyện Tăng cho tôi sáu đêm thi hành Ma-na-đỏa". Xin như vậy ba lần. Một tỳ-kheo xướng:

"Đại đức Tăng xin lắng nghe! Tỳ-kheo này tên là... cố ý xuất bất tịnh, phạm Tăng-già-bà-thi-sa, [156c01] *không che giấu, đến Tăng xin sáu đêm hành Ma-na-đỏa. Nay Tăng cho Tỳ-kheo 6 đêm hành Ma-na-đỏa. Nếu thời gian thích hợp đối với Tăng, Tăng chấp thuận. Đây là lời tác bạch.*

---

[25] Hán: Yết-ma pháp 羯磨法 ▨▨ *Kammakkhandha.*

[26] Yết-ma 羯磨 là phiên âm từ *karman* của tiếng Phạn. Hán dịch là "Biện sự tác pháp", là tất cả công việc của Tăng đều do Yết-ma mà thành tựu. Nếu việc của Tăng mà không qua yết-ma thì những công việc đó không thành tựu.

[27] Ma-na-đỏa: **Xem cht. 161**, Phần I, Ch. ii. Tăng tàn.

Đại đức Tăng xin lắng nghe! Tỳ-kheo này tên là… cố ý xuất bất tịnh… cho đến câu: nay Tăng cho Tỳ-kheo… 6 đêm hành Ma-na-đỏa. Các Trưởng lão nào chấp thuận thì im lặng. Vị nào không đồng ý xin nói."

Lần thứ hai, lần thứ ba cũng xướng như vậy.

"Tăng cho Tỳ-kheo này tên là… 6 đêm hành Ma-na-đỏa rồi. Tăng chấp thuận nên im lặng. Việc này tôi ghi nhận như vậy."

Tỳ-kheo kia nên hằng ngày đến giữa Tăng để trống vai bên hữu, cởi bỏ giày dép, kính lễ sát chân Tăng, quỳ gối bạch:

"Đại đức Tăng xin lắng nghe! Tôi Tỳ-kheo tên là… cố ý xuất bất tịnh, phạm Tăng-già-bà-thi-sa, không che giấu, đến Tăng xin sáu đêm hành Ma-na-đỏa, Tăng đã cho tôi sáu đêm Ma-na-đỏa. Nay tôi hành Ma-na-đỏa đã được (bao nhiêu ngày) còn (bao nhiêu ngày) xin các Đại đức ghi nhận chứng tri cho."

Hành 6 đêm Ma-na-đỏa rồi, nên đến Tăng xin A-phù-ha-na,[28] bạch như sau:

"Đại đức Tăng xin lắng nghe! Tôi Tỳ-kheo tên là… cố ý xuất bất tịnh phạm Tăng-già-bà-thi-sa, không che giấu, đến Tăng xin sáu đêm hành Ma-na-đỏa. Tăng đã cho tôi sáu đêm hành Ma-na-đỏa. Tôi đã hành sáu đêm Ma-na-đỏa rồi, nay đến Tăng xin A-phù-ha-na, nguyện Tăng cho tôi A-phù-ha-na."

Xin như vậy ba lần. Một tỳ-kheo xướng:

"Đại đức Tăng xin lắng nghe! Tỳ-kheo này tên là… cố ý xuất bất tịnh phạm Tăng-già-bà-thi-sa, không che giấu, đến Tăng xin sáu đêm hành Ma-na-đỏa. Tăng đã cho sáu đêm hành Ma-na-đỏa. Tỳ-kheo kia hành sáu đêm Ma-na-đỏa rồi, nay đến Tăng xin A-phù-ha-na. Nay Tăng trao cho Tỳ-kheo… A-phù-ha-na. Nếu thời gian thích hợp đối với Tăng, Tăng chấp thuận. Đây là lời tác bạch.

---

[28] A-phù-ha-na: **Xem cht. 574**, Phần I, Ch. v.

Đại đức Tăng xin lắng nghe! Tỳ-kheo này tên là... cố ý xuất bất tịnh... cho đến câu: Nay Tăng trao cho tỳ-kheo A-phù-ha-na. Các Trưởng lão nào chấp thuận thì im lặng. Vị nào không đồng ý xin nói."

Lần thứ hai, lần thứ ba cũng xướng như vậy.

"*Tăng cho Tỳ-kheo... A-phù-ha-na rồi. Tăng đồng ý nên im lặng. Việc này tôi ghi nhận như vậy.*"

2. Biệt trú

Có một tỳ-kheo cố ý xuất bất tịnh, phạm Tăng-già-bà-thi-sa, che giấu một đêm, không biết nên thế nào, hỏi các tỳ-kheo, các tỳ-kheo cũng không biết; bạch Phật. Nhân việc này, đức Phật tập họp Tỳ-kheo Tăng bảo các tỳ-kheo: "Nay cho phép Tăng Bạch tứ yết-ma, trao cho tỳ-kheo này một đêm hành pháp Biệt trú.[29] Tỳ-kheo phạm tội nên đến giữa Tăng **[157a01]** bạch như vầy:

"*Đại đức Tăng xin lắng nghe! Tôi Tỳ-kheo tên là...cố ý xuất bất tịnh phạm Tăng-già-bà-thi-sa, che giấu một đêm. Nay đến xin Tăng cho Biệt trú một đêm. Nguyện Tăng cho tôi pháp Biệt trú một đêm.*"

Xin như vậy ba lần. Một tỳ-kheo xướng:

"*Đại đức Tăng xin lắng nghe! Tỳ-kheo này tên là... cố ý xuất bất tịnh phạm Tăng-già-bà-thi-sa, che giấu một đêm. Nay đến xin Tăng pháp Biệt trú một đêm. Nay Tăng trao cho tỳ-kheo... pháp Biệt trú một đêm. Nếu thời gian thích hợp đối với Tăng, Tăng chấp thuận. Đây là lời tác bạch.*

Đại đức Tăng xin lắng nghe! Tỳ-kheo này tên là... cố ý xuất bất tịnh, ... cho đến câu: Nay Tăng trao cho Tỳ-kheo... pháp Biệt trú một đêm. Các Trưởng lão nào chấp thuận thì im lặng. Vị nào không đồng ý xin nói."

Lần thứ hai, lần thứ ba cũng xướng như vậy.

---

²⁹ Hán: Biệt trú pháp 別住法, cách sống riêng, ᴾᴬᴸᴵ *Parivāsa*, thời gian bị quản chế. (**xem thêm cht. 165**, Phần I, Ch. ii).

"Tăng đã trao cho Tỳ-kheo... Biệt trú một đêm rồi. Tăng chấp thuận nên im lặng. Việc này tôi ghi nhận như vậy."

Tỳ-kheo kia hành một đêm Biệt trú rồi, nên đến Tăng xin hành Ma-na-đỏa, ... *cho đến câu:* A-phù-ha-na. Tăng cũng như trên mà trao cho.

3. Bổn ma-na-đỏa

Có một tỳ-kheo cố ý xuất bất tịnh, phạm Tăng-già-bà-thi-sa, không che giấu, đến Tăng xin hành Ma-na-đỏa, trong sáu đêm lại phạm cũng không che giấu, không biết nên thế nào hỏi các tỳ-kheo, các tỳ-kheo cũng không biết, bạch Phật. Nhân việc này, đức Phật tập họp Tỳ-kheo Tăng bảo các tỳ-kheo: "Nay cho phép tỳ-kheo kia lại đến Tăng xin hành Ma-na-đỏa." Tăng cũng nên Bạch tứ yết-ma lại cho tỳ-kheo kia hành Ma-na-đỏa. Tỳ-kheo kia hành sáu đêm Ma-na-đỏa rồi, nên lại đến Tăng xin hành Bổn ma-na-đỏa.[30] Tăng cũng nên Bạch tứ yết-ma cho thi hành. Tỳ-kheo kia lại đến Tăng xin:

"Tôi Tỳ-kheo tên là... trước đây cố ý xuất bất tịnh, phạm Tăng-già-bà-thi-sa, không che giấu, đến Tăng xin hành Ma-na-đỏa, Tăng cho tôi hành Ma-na-đỏa. Trong sáu đêm đó, tôi lại phạm, không che giấu, nay đến Tăng xin hành Ma-na-đỏa, nguyện cho tôi hành Ma-na-đỏa lại."

Xin như vậy 3 lần.

Như lời xin của vị kia, một tỳ-kheo Bạch tứ yết-ma cho thi hành. Vị kia hành sáu đêm rồi lại đến Tăng xin sáu đêm Ma-na-đỏa gốc, thưa:

"Tôi Tỳ-kheo tên là... trước cố ý xuất bất tịnh, phạm Tăng-già-bà-thi-sa không che giấu, đến Tăng xin hành Ma-na-đỏa, Tăng đã cho tôi hành Ma-na-đỏa. Trong sáu đêm đó tôi lại phạm, không che giấu, lại đến Tăng xin sáu đêm Ma-na-đỏa. Tôi đã hành sáu đêm Ma-na-đỏa rồi, nay đến Tăng xin hành Bổn lục dạ Ma-na-đỏa, [157b01] nguyện Tăng cho tôi hành Bổn lục dạ Ma-na-đỏa." Xin như vậy 3 lần.

---

[30] Bổn Ma-na-đỏa 本摩那埵, tức là bỏ tất cả những đêm đã hành rồi (nếu chưa hành hết sáu đêm), kéo lại ngày đầu hành trở lại sáu đêm Ma-đa-đỏa, nên gọi là bổn Ma-na-đỏa.

Một tỳ-kheo theo như lời xin của vị ấy Bạch tứ yết-ma trao cho. Tỳ-kheo kia hành Bổn lục dạ Ma-na-đỏa rồi, nên như trên mà xin pháp A-phù-ha-na. Tăng cũng như trên mà trao cho.

4. Bổn biệt trú

Có một tỳ-kheo, cố ý xuất bất tịnh, phạm Tăng-già-bà-thi-sa, che giấu một đêm, Tăng trao cho một đêm Biệt trú. Trong thời gian đó lại phạm, cũng che giấu một đêm, không biết nên như thế nào, hỏi các tỳ-kheo, các tỳ-kheo cũng không biết; bạch Phật. Nhân việc này, đức Phật tập họp Tỳ-kheo Tăng, bảo các tỳ-kheo: "Nay cho tỳ-kheo kia lại đến giữa Tăng xin một đêm Biệt trú. Tăng cũng nên Bạch tứ yết-ma cho một đêm Biệt trú. Vị kia hành một đêm Biệt trú rồi, lại phải đến Tăng xin Bổn nhất dạ Biệt trú,[31] Tăng cũng nên Bạch tứ yết-ma cho thi hành." Tỳ-kheo kia đến Tăng xin một đêm Biệt trú, nói:

"Tôi Tỳ-kheo tên là... trước đây cố ý xuất bất tịnh, phạm Tăng-già-bà-thi-sa, che giấu một đêm, đến Tăng xin một đêm Biệt trú. Tăng cho tôi một đêm Biệt trú, trong khi đó tôi lại phạm, cũng che giấu một đêm, nay lại đến Tăng xin một đêm Biệt trú, nguyện Tăng lại cho tôi một đêm Biệt trú." Xin như vậy ba lần.

Y theo lời xin của vị kia, một tỳ-kheo Bạch tứ yết-ma cho thi hành. Vị kia hành một đêm Biệt trú rồi, lại đến Tăng xin Bổn nhất dạ Biệt trú, nói:

"Tôi Tỳ-kheo tên là... trước đây cố ý xuất bất tịnh, phạm Tăng-già-bà-thi-sa, che giấu một đêm, đến Tăng xin một đêm Biệt trú, Tăng cho tôi một đêm Biệt trú, trong thời gian đó tôi lại phạm, cũng che giấu một đêm, lại đến Tăng xin một đêm Biệt trú, Tăng cho tôi một đêm Biệt trú, tôi đã hành một đêm Biệt trú rồi, nay đến Tăng xin Bổn nhất dạ biệt trú, nguyện Tăng cho tôi Bổn nhất dạ biệt trú." Xin như vậy ba lần.

Y theo lời xin, một tỳ-kheo Bạch tứ yết-ma cho thi hành. Tỳ-kheo

---

[31] Hán: Bổn nhất dạ Biệt trụ 本一夜別住, nguyên tắc hành trở lại cũng giống như Bổn lục dạ Ma-na-đỏa 本六夜摩那埵 ở trên.

kia hành Bổn nhất dạ Biệt trú rồi, nên như trên xin hành 6 đêm Ma-na-đỏa. Hành Ma-na-đỏa rồi, lại như trên xin A-phù-ha-na. Tăng đều nên như trên Bạch tứ yết-ma cho thi hành.

5. Che dấu một đến nhiều đêm

1. Có một tỳ-kheo cố ý xuất bất tịnh, phạm Tăng-già-bà-thi-sa, che giấu một đêm, như trên, Tăng cho một đêm Biệt trú, trong thời gian ấy lại phạm, cũng che giấu một đêm, Tăng cũng lại như trên cho một đêm Biệt trú. Hành xong, Tăng cũng lại như trên cho Bổn nhất dạ Biệt trú. Hành xong, Tăng lại như trên **[157c01]** cho 6 đêm Ma-na-đỏa, trong khi ấy lại phạm, không che giấu, Tăng cũng lại như trên cho 6 đêm Ma-na-đỏa. Vị kia hành 6 đêm rồi, Tăng lại như trên cho hành Bổn ma-na-đỏa. Thi hành xong, tiếp theo như trên cho A-phù-ha-na.

2. Nếu tỳ-kheo phạm một Tăng-già-bà-thi-sa, cho đến số nhiều, che giấu hai đêm cho đến nhiều đêm, nếu Tăng cho Biệt trú, chỉ kể thời gian cho che giấu lâu nhất, tùy theo số ngày đó mà cho Biệt trú. Nếu sau khi Tăng cho Biệt trú lại tái phạm, mà che giấu, Tăng nên tùy theo số ngày lại cho Biệt trú; nếu không che giấu, Tăng nên như trên mà cho 6 đêm Ma-na-đỏa; lại Biệt trú rồi, Ma-na-đỏa rồi, Tăng lại như trên cho Bổn biệt trú, cho Bổn biệt trú rồi, cho 6 đêm Ma-na-đỏa. Nếu khi đó lại phạm, Tăng lại trao cho 6 đêm Ma-na-đỏa. Thi hành xong, Tăng lại nên như trước trao cho Bổn ma-na-đỏa, tiếp theo như trên trao cho A-phù-ha-na.

3. Có một tỳ-kheo phạm hai Tăng-già-bà-thi-sa, đồng che giấu một đêm mà đến Tăng nói phạm một và che giấu một đêm. Tăng trao cho một đêm Biệt trú, Biệt trú một đêm rồi, tâm sanh hối hận: "Ta thật sự phạm hai Tăng-già-bà-thi-sa, tại sao chỉ nói phạm một và che giấu một đêm!", đến Tăng bạch rằng: "Tôi thật sự phạm hai Tăng-già-bà-thi-sa, đồng che giấu một đêm." Các tỳ-kheo bạch Phật, đức Phật dạy: "Lại cho phép một đêm Biệt trú." Tỳ-kheo kia nên trình bày đầy đủ ba lần để xin. Y theo lời xin kia, một tỳ-kheo Bạch tứ yết-ma trao cho thi hành.

4. Có một tỳ-kheo phạm một Tăng-già-bà-thi-sa, che giấu hai đêm, đến Tăng nói che giấu một đêm. Tăng trao cho Biệt trú một đêm, Biệt

trú một đêm xong, tâm sanh hối hận: "Thật sự ta che giấu 2 đêm, tại sao nói một đêm," lại đến Tăng trình bày sự thật ấy, các tỳ-kheo bạch Phật, đức Phật dạy: "Cho phép Tăng lại cho một đêm Biệt trú." Tỳ-kheo kia nên nói rõ ràng đầy đủ như trên để xin. Tăng cũng y theo lời xin, Bạch tứ yết-ma cho thi hành."

6. Thôi tu rồi tu lại

1. Có một tỳ-kheo phạm Tăng-già-bà-thi-sa, che giấu rồi thôi tu. Về sau đó lại xuất gia thọ giới Cụ túc, ngay ngày hôm ấy nói tội phạm trước đây. Các tỳ-kheo bạch Phật, đức Phật dạy: "Nên căn cứ vào số ngày che giấu của tỳ-kheo ấy khi chưa thôi tu mà trao cho Biệt trú."

2. Có tỳ-kheo phạm Tăng-già-bà-thi-sa, không che giấu, chưa hành Ma-na-đỏa rồi thôi tu. [158a01] Sau đó trở lại thọ giới Cụ túc rồi che giấu. Vấn đề được bạch Phật, Phật dạy: "Nên y theo (sự vi phạm của) tỳ-kheo kia và sau khi thọ giới lại, theo số ngày (chưa thi hành) mà cho Biệt trú."

3. Nếu tỳ-kheo phạm hai Tăng-già-bà-thi-sa, che giấu một, không che giấu một, rồi thôi tu. Sau đó trở lại thọ giới Cụ túc, tội trước kia không che giấu lại che giấu, tội trước kia che giấu lại không che giấu. Nên lần theo sự che giấu trước đó của tỳ-kheo ấy, cho đến khi thôi tu và số ngày che giấu về sau, kể từ khi thọ giới lại mà trao số ngày Biệt trú.

4. Nếu tỳ-kheo phạm Tăng-già-bà-thi-sa che giấu rồi thôi tu, sau đó trở lại thọ giới Cụ túc rồi lại che giấu, nên tùy theo số ngày trước và sau mà tỳ-kheo kia đã che giấu trao cho Biệt trú.

5. Tỳ-kheo phạm Tăng-già-bà-thi-sa, không che giấu, rồi thôi tu, sau lại thọ giới Cụ túc rồi cũng không che giấu, nên cho sáu đêm Ma-na-đỏa. Tỳ-kheo phạm Tăng-già-bà-thi-sa, làm sa-di, cuồng tâm, tán loạn tâm, bệnh hoại tâm, Tăng trao cho tác Yết-ma không thấy tội, Yết-ma không ăn năn, Yết-ma không bỏ ác tà kiến, đều như mục thôi tu đã nói.

6. Tỳ-kheo phạm Tăng-già-bà-thi-sa, biết số lượng nhiều ít, hoặc cùng một tội, hoặc khác tội, che giấu rồi thôi tu, sau thọ giới rồi không che giấu, hoặc trước không che giấu rồi thôi tu, sau thọ giới rồi che

giấu, hoặc trước che giấu phân nửa, phân nửa không che giấu, sau thọ giới rồi, điều trước che giấu lại không che giấu, điều trước không che giấu lại che giấu, hoặc trước sau đều che giấu, hành pháp Biệt trú đều như trước đã nói. Nếu trước sau đều không che giấu, trao cho 6 đêm Ma-na-đỏa cũng như vậy. Nếu làm sa-di... cho đến Yết-ma không xả ác tà kiến cũng như vậy.

7. Nếu tỳ-kheo trong khi Biệt trú, thôi tu, sau trở lại thọ giới Cụ túc, nên tính số ngày Biệt trú trước, chỉ ở thêm cho đủ. Khiến hành cho đủ, Bổn biệt trú cũng như vậy. Nếu làm sa-di... cho đến Yết-ma xả ác tà kiến cũng như vậy.

8. Nếu tỳ-kheo trong khi hành Ma-na-đỏa, thôi tu, sau lại thọ giới Cụ túc, tính đủ ngày cũng như vậy, hành Bổn ma-na-đỏa cũng như vậy. Nếu làm sa-di... cho đến Yết-ma không xả ác tà kiến cũng như vậy.

9. Nếu tỳ-kheo hành Biệt trú rồi, hành Bổn biệt trú rồi, chưa trao cho Ma-na-đỏa, thôi tu, sau lại thọ giới Cụ túc, nên khiến hành Ma-na-đỏa. Nếu hành Ma-na-đỏa rồi và hành Bổn ma-na-đỏa rồi, chưa trao cho A-phù-ha-na, sau trở lại thọ giới Cụ túc, nên trao cho A-phù-ha-na. Nếu làm sa-di... cho đến Yết-ma không xả ác **[158b01]** tà kiến cũng như vậy.

7. Biết, không biết phạm

1. Nếu tỳ-kheo phạm Tăng-già-bà-thi-sa, biết số mục phạm, biết ngày che giấu, như pháp đến Tăng xin Biệt trú, như pháp đến Tăng xin Ma-na-đỏa, như pháp đến Tăng xin Bổn nhật, như pháp đến Tăng xin A-phù-ha-na, Tăng đều như pháp cho, người như vậy gọi là thanh tịnh. Nếu Tăng không như pháp cho một việc nào, người như vậy gọi là không thanh tịnh.

2. Có hai tỳ-kheo phạm Tăng-già-bà-thi-sa, một tỳ-kheo biết phạm, một tỳ-kheo không biết phạm, đều che giấu, bạch Phật, Phật dạy: "Người biết phạm nên cho Biệt trú, người không biết phạm nên cho Ma-na-đỏa." Nhớ, không nhớ cũng như vậy."

8.   Tác nhất và dị tưởng

Có hai tỳ-kheo phạm Tăng-già-bà-thi-sa, che giấu, một tỳ-kheo tác nhất tưởng, một tỳ-kheo tác dị tưởng,[32] hoặc nói là Ba-la-di, hoặc nói là Thâu-lan-giá… cho đến Ác thuyết, bạch Phật, Phật dạy: "Người tác nhất tưởng nên cho Biệt trú, người tác dị tưởng nên cho Ma-na-đỏa."

9. Tạp sự

1. Có các tỳ-kheo, hoặc khi hành Biệt trú, hoặc khi hành Ma-na-đỏa, hoặc khi hành A-phù-ha-na, mạng chung, các tỳ-kheo bạch Phật: "Các vị kia mạng chung Cụ giới, hay là mạng chung phá giới?" Đức Phật dạy: "Đều là Cụ giới."

2. Có tỳ-kheo phạm Tăng-già-bà-thi-sa không biết số lượng của tội, cũng không nhớ che giấu lâu hay mau, bạch Phật, Phật dạy: "Kể từ khi nhớ phạm về sau trao cho Biệt trú." Nghi cũng như vậy.

3. Có tỳ-kheo đối với mọi người đều che giấu, có tỳ-kheo đối với người kia che giấu, đối với người này không che giấu. Có tỳ-kheo đối với chỗ này che giấu, ở chỗ kia lại không che giấu. Các tỳ-kheo bạch Phật, Phật dạy: "Tất cả che giấu gọi là che giấu. Nếu đối với Hòa thượng, A-xà-lê, bậc đáng kính, vì sợ người nghe, che giấu không gọi là che giấu; đối với người khác nghe, che giấu gọi là che giấu. Nếu đối với quốc độ này do nhiều người biết kính trọng, không muốn cho họ biết, nên che giấu không gọi là che giấu, đối với chỗ kia che giấu gọi là che giấu."[33]

II. PHÁP YẾT-MA[34]

1. Phá Tăng

[158c7] Đức Phật ở thành Câu-xá-di.[35] Bấy giờ có một tỳ-kheo phạm giới mà không biết phạm, nói với các tỳ-kheo, các tỳ-kheo có vị nói phạm, có vị nói không phạm. Người nói không phạm thì nói: "Thầy không phạm giới". Vị kia nghe rồi bèn sanh ý tưởng không phạm giới. Người nói có phạm thì nói: "Thầy phạm giới, nên tự thấy

---

[32] Tác nhất tưởng 作 T22n1421_p0158b10‖一想, là biết rõ mình phạm tội nào. Tác dị tưởng 作異想, không rõ mình phạm tội nào.

[33] Bản Hán, hết quyển 23.

[34] Tiếp theo phần Yết-ma (I) ở trước.

[35] Câu-xá-di: **Xem cht. 213**, Phần I, Ch. ii. Tăng tàn.

tội, sám hối, đừng để ô nhiễm phạm hạnh, phụ lòng người tín thí, thọ khổ nhiều đời.” Tỳ-kheo kia nói: “Tôi không phạm tội, tại sao lại phải tự thấy tội sám hối?!” Các tỳ-kheo cho là có phạm bèn trao cho pháp Yết-ma không thấy tội.[36]

Vị kia bị cử tội[37] rồi, bèn vào trong thành Câu-xá-di tìm bạn bè để yểm trợ, nói: “Tôi không phạm tội, các tỳ-kheo kia cưỡng bức nói: tôi có tội, trao cho tôi pháp Yết-ma không thấy tội, Yết-ma như vậy không thành. Các Đại đức nên như pháp, như luật, cứu trợ cho tôi”. Đương sự lại đến ngoài thành, chỗ các tỳ-kheo ở, cũng yêu cầu cứu trợ như trên. Các tỳ-kheo nghe, đều cùng nhau cứu trợ.

Bấy giờ, đức Thế Tôn biết Tăng đã bị phá, từ chỗ ngồi đứng dậy đến chỗ chúng tỳ-kheo yểm trợ[38] cho tỳ-kheo bị cử, nói: “Các tỳ-kheo đừng nên nói như vầy: ‘Tỳ-kheo kia không phạm tội.’ Nếu tỳ-kheo kia thật không phạm tội mà bị cử, các thầy cũng nên nói: ‘Nên tự thấy tội sám hối.’ Vị kia bèn khởi ý nghĩ như vầy: ‘Nếu ta nói không thấy tội, Tăng sẽ trao cho ta Yết-ma không thấy tội; không cùng ta ở, không cùng ta Bố-tát, Tự tứ làm các Tăng sự.’ Các thầy lại nói như thế để đưa đến sự tranh cãi, khiến cho Tăng không hòa, chia rẽ, sanh các trần cấu. Bằng mọi cách tránh điều này, nên khiến cho đương sự tự thấy tội sám hối.”

Đức Thế Tôn nói như vậy rồi, lại đến nơi chúng tỳ-kheo cử tội kia, nói: “Các thầy đừng cưỡng bức cử tội người khác. Nếu thật người kia

---

[36] Hán: Bất kiến tội Yết-ma 不見罪羯磨, tức là tác pháp yết-ma vị tỳ-kheo không thấy phạm tội. Cf. *Tứ phần luật san phồn bổ khuyết hành sự sao,* q. thượng: “Tỳ-kheo phạm tội, mà không nhận tội, gọi là bất kiến...” *Thập tụng:* tác Yết-ma bất kiến tẫn 不見擯, đuổi đi vì không chịu nhận tội. āpattiyā adassane ukkhipiṃsu, xả trí (gạt tỳ-kheo ấy qua một bên) vì không chịu nhận tội.

[37] *Thập tụng:* Tỳ-kheo bị đuổi là vị giỏi pháp, giỏi luật, nổi tiếng, có thế lực, được nhiều người hỗ trợ. Pāli, Vin. i. 337: nói như *Thập tụng.*

[38] *Tứ phần:* Tùy cử Tỳ-kheo 隨舉比丘: Tỳ-kheo tùy thuận với tỳ-kheo bị cử. ukkhitānuvattaka bhikkhu. Những hình thức xả trí (Vin. i. 339): không mời, không yết-ma chung, không ngồi chung, không ở chung phòng...

phạm tội, Tăng nên nói: 'Thầy tự thấy tội.' Nếu vị kia nói: 'Tôi không có tội làm sao thấy?' Tăng nên cân nhắc: 'Nếu chúng ta trao cho pháp Yết-ma không thấy tội; không cùng ở, không cùng Bố-tát, Tự tứ làm các Tăng sự, do đó đưa đến sự tranh cãi, mạ lỵ lẫn nhau, **[159a01]** khiến cho Tăng không hòa hợp, chia rẽ, sanh các trần cấu.' Các thầy nên sợ điều này, đừng nên cử tội xả trí."[39]

Các tỳ-kheo tuy nghe Phật nói mà vẫn tranh cãi không thôi, trong bữa ăn cao giọng mắng nhau, đả kích nhau. Đức Phật lại nói: "Không nên mắng nhau, không nên trên bữa ăn cao giọng, vi phạm, đều phạm Đột-kiết-la. Nếu ai đánh nhau, phạm Thâu-lan-giá."

2. Biệt bộ yết-ma

Các tỳ-kheo tuy nghe lời Phật nói, vẫn tranh cãi nhau không thôi, trong cùng một cương giới làm Tăng sự riêng. Đức Phật lại bảo: "Nếu Tăng đã bị phá, trong một cương giới tác Yết-ma riêng,[40] như pháp như luật cũng gọi là Yết-ma thành tựu.[41] Tại sao vậy? Hai bộ, kiến giải khác nhau không đồng ở với nhau vậy. Không đồng ở có hai loại: có trường hợp tự mình tạo ra việc không đồng trụ, có trường hợp Tăng Yết-ma tác pháp không đồng trụ." Các tỳ-kheo tuy nghe lời Phật nói vẫn tiếp tục tranh cãi. Đức Phật lại bảo các tỳ-kheo: "Các thầy chớ nên cùng nhau đấu tranh, cùng nhau phỉ báng, mạ lỵ nhau, nên cùng nhau hòa đồng tập họp một chỗ, như nước hòa với sữa, cùng rao truyền lời dạy của Thầy."

Các tỳ-kheo bạch Phật: "Bạch đức Thế Tôn, xin Ngài an ổn trụ, tuy Phật là Pháp chủ, nhưng chúng con cũng tự biết." Đức Phật ba lần

---

[39] Hán: Xả trí 捨置; ⬚ *ukkhepanīya-kamma*, yết-ma cử tội, biệt gián sự, ước sắc yết-ma.

[40] *Tứ phần*: Biệt bộ thuyết giới yết-ma 別部說戒羯磨; sự phá Tăng đã thành hình.

[41] *Tứ phần*: "Nếu những vị kia yết-ma thuyết giới như lời Ta dạy thì yết-ma thành tựu, không phạm." Vin. i. 340: Tỳ-kheo bị cử tác yết-ma thuyết giới trong giới, yết-ma như pháp; trong khi đó, tỳ-kheo cử tội ra ngoài giới tác yết-ma thuyết giới; yết-ma như pháp. Cả hai đều hợp pháp, vì tác pháp yết-ma trong hai trú xứ khác nhau.

ngăn, các tỳ-kheo cũng vẫn trả lời như vậy.

3. Trường Thọ vương

Đức Phật lại bảo các tỳ-kheo: Từ đời quá khứ, nước Câu-tát-la[42] có nhà vua tên là Trường Thọ,[43] thống trị một nước nhỏ, binh chủng ít ỏi yếu kém. Lân quốc là vua Ca-di[44] tên là Phạm Đạt,[45] thống trị một nước rộng lớn, binh chủng cường thịnh, lần lần xâm lăng cướp đoạt nước Câu-tát-la. Vua Phạm Đạt tiếp thu nạp được vị đại thần[46] của vua Trường Thọ, đãi ngộ rất ân huệ, được vua tin dùng vào việc quốc sự. Khi ấy vua Trường Thọ mình trần thân trụi cùng phu nhơn, người Bà-la-môn, chạy thoát về nước Ba-la-nại, trú ngụ trong nhà người thợ lò gốm. Phu nhơn bất thần nảy ra ý nghĩ: "Ước nguyện sao lúc mặt trời vừa ló dạng, có nước mài dao chiến đấu của bốn binh chủng nơi ngã tư đường để lấy uống." Nghĩ rồi tâu với vua: "Nếu ý muốn này không thực hiện được thì em sẽ chết ở nơi này." Nhà vua nói: "Điều này không thể được. Cái chứng bệnh thiếu thực tế của em ắt phải chết, không còn nghi ngờ gì." Nhà vua lại nói: "Nếu Phạm Đạt nghe, biết mình ở đây, ắt bắt trói, đánh trống rao, hành hình, phân thây ta làm năm phần. Thôi, em hãy ráng chờ xem, ta sẽ bí mật đến gặp vị đại thần trước kia, vấn ý điều này."

Nói xong nhà vua liền tìm cách đến gặp vị cựu thần để vấn kế. Vị cựu đại thần nói: "Hạ thần cần gặp phu nhơn, trước khi có ý kiến." Vị

---

[42] Câu-tát-la: **Xem cht. 611**, Phần I, Ch. v.

[43] Hán: Trường Thọ vương 長壽王; *Tứ phần:* Trường Sanh 長生. *Trung A-hàm*, đã dẫn: Trường Thọ. Dīghīti.

[44] Hán: Ca-di vương 迦夷王; *Tứ phần:* Già-xa 伽奢. Kāsī. trong thời Phật, là 1 trong 16 đại quốc, thủ đô là *Bārāṇasī* (Ba-la-nại); được sáp nhập vào Kosala (Câu-tát-la) do Pasenadi cai trị.

[45] *Tứ phần* 43 tr. 880b18: Phạm Thí 梵施. Cf. Chuyện tiền thân này cũng được tìm thấy trong bản *Trường Thọ Vương kinh 72, Trung A-hàm 17*: Câu-sa-la Quốc vương Trường Thọ 拘娑羅國王長壽. (T1n26, tr. 532c09). Cf. Pāli (Vin. i. tr. 342): Dīghīti.

[46] *Tứ phần:* Đại thần tự là Phú-lô-hê-đa, là bạn của vua Trường Sanh. purohito brahmaṇo, bà-la-môn tư tế của vua. Chức vụ chứ không phải tên. Quốc sư của vua Brahmadatta.

đại thần liền đến chỗ phu nhơn. Từ xa trông thấy phu nhơn, bèn để trống vai bên hữu, đầu mặt tác lễ, ba lần xưng tụng: "Nay phu nhơn đang mang thai với người con đại phước đức, quốc gia Câu-tát-la sẽ có người thừa kế." Vị đại thần tâu với vua: "Sáng mai, nguyện vọng của phu nhơn sẽ có kết quả."

Vị đại thần nói xong, liền trở về chỗ Phạm Đạt, **[159b01]** tâu rằng: "Đại vương biết chăng? Có một vị tinh tú như vậy xuất hiện, cần phải tập họp bốn binh chủng vào sáng sớm ngày mai tại bốn ngã tư đường, hai bên diễn tập xáp chiến, rồi tất cả đều mài dao lấy nước này để trừ tai ương kia. Nếu không như vậy ắt sẽ bị đại nguy khốn." Vua Phạm Đạt liền nói: "Cần thực hiện ngay."

Thế là vị đại thần liền ra lệnh bốn binh chủng nghiêm túc chuẩn bị ứng chiến. Sáng sớm ngày mai, nơi ngã tư đường, hai bên xáp chiến rồi tất cả đều mài dao. Được lệnh mật, phu nhơn đứng vào một địa điểm và nhận được nước mài dao của vị đại thần. Được nước phu nhân uống ngay và bào thai được nuôi dưỡng. Mãn nguyệt khai hoa, người con ra đời, với dung nhan thù diệu, đặt tên là Trường Sanh.⁴⁷ Khi lên mười tuổi, người cha nói với con: "Phạm Đạt xâm đoạt nước ta, cha cùng mẹ của con trốn thoát đến đây. Con đã lớn nhanh trong những tháng ngày qua. Nếu Phạm Đạt biết được chỗ ở của cha con mình, sẽ giết hết cả hai, con nên đi xa, đừng quyến luyến cha mẹ."

Trường Sanh buồn khóc, kính lễ sát chân cha mẹ, nhiễu ba vòng rồi ra đi. Trường Sanh học tập kỹ nghệ, toán số, văn tự, bắn cung, cỡi ngựa, điều phục voi ngựa, âm nhạc, không một môn học nào không hơn người. Trường Sanh dốc lòng phụng thờ Tượng sư để biết hết nghệ thuật điều voi. Người thợ hớt tóc xưa kia của vua Trường Thọ, sau lại làm người hớt tóc cho Phạm Đạt. Nhận được lệnh hớt tóc, ông ta tìm đến chỗ vua. Do vì biết rõ chỗ ở của vua Trường Thọ, ông ta không dám che giấu, khi Phạm Đạt xét hỏi đã khai báo rõ nơi ẩn trốn của vua Trường Thọ. Phạm Đạt nghe rồi liền ra lệnh bắt trói cả vợ lẫn chồng, đánh trống rao khắp hang cùng ngõ hẻm, rồi đem để tại ngã

---

47 Trường Sanh 長生; *Tứ phần:* Trường 長. Bản Minh: Trường Ma-nạp (phiên âm của *māṇava:* thiếu niên). 巴利 *Dīghāvu.*

tư, phân thây làm năm phần. Kẻ thừa hành phụng lệnh vua. Trường Sanh nghe tin này, vội vã đến hiện trường, đứng bên lề đường thấy vậy, nát ruột nát gan, căm hờn suy nghĩ: "Nỗi oán hận của cha mẹ không cho phép ta đội trời chung, nay ta làm sao nhẫn chịu cho được, với lòng thành của kẻ thất phu còn cảm động." Trường Sanh muốn thí mạng để trả mối nhục thù này. Cha mẹ từ xa thấy con, biết được lòng con khởi niệm báo thù, bèn như người cuồng cao tiếng nói một mình: "Con đừng trông vào cái sở trường, cũng không nên thiển cận, dùng oán trả oán, oán không do đâu mà dứt; dùng đức trả oán, oán kia mới hết. Thuận theo lòng cha mẹ mới gọi là người con có hiếu, làm theo ý chí riêng của mình, không phải là cái đạo của ta."

Khi ấy người đi xem đều nói: "Vua Trường Thọ vì sợ sệt nên nói cuồng." Chỉ có Trường Sanh nghe mới hiểu được thâm ý của cha nên đè nén được lòng mình để được tạm yên. Tuy lòng dạ nát tan nhưng không để lộ rõ bên ngoài. Đã chế ngự được lòng và lấy lại được sự bình tĩnh, Trường Sanh trở về lại chỗ Tượng sư, tuy nhiên anh ta vẫn không quên được hận, tìm cách báo thù.

Sau đó, nơi chuồng voi, nửa đêm, tiếng đàn cầm lại vang lên, âm thanh này lan tỏa trong đêm vắng, đã lọt vào tai Phạm Đạt. Nhà vua liền hỏi: "Nơi chuồng voi, ai có khả năng chơi đàn cầm, âm thanh lại tuyệt như thế?" Cận thần thưa: "Tượng sư tên là... có người học trò, chính người này có khả năng đó." Được lệnh vua gọi, Trường Sanh vội đến dạo khúc đàn cầm cho vua nghe. **[159c01]** Nghe xong, vua có suy nghĩ: "Từ khi ta làm vua chưa từng nghe được âm thanh tuyệt vời này." Phạm Đạt liền tín nhiệm cho phép Trường Sanh được ở gần bên mình.

Sau thời gian, nhà vua ra lệnh nghiêm giá bốn binh chủng, dẫn các cung nhơn, quần thần, thái tử du ngoạn để săn bắn. Trong khi binh chủng tứ tản rượt theo các con nai, thì Trường Sanh lại bảo vệ xe vua, tiền quân cách xa xe vua đến ba do-tuần, không còn ai biết đến vua. Bấy giờ, nhà vua mệt mỏi, nói với Trường Sanh: "Ta muốn nằm nghỉ một chút, ngươi có thể bảo vệ cho ta không?" Trường Sanh tâu: "Nhà vua cứ yên nghỉ, hạ thần có thể bảo vệ được." Vua liền nằm dưới gốc cây, gối nơi đầu gối của Trường Sanh mà ngủ. Cây kiếm hộ thân của vua, tự nhiên tuột ra trước mặt Trường Sanh. Trường Sanh thấy bèn sanh ý nghĩ: "Nhà vua này đối với ta có mối thù lớn như vậy, hôm nay, gặp cơ hội này, đâu có thể bỏ qua, liền đứng dậy cầm lấy thanh gươm, định chặt cổ vua." Thoạt nhiên, ý niệm này xảy đến: "Trọng ân của cha mẹ lớn hơn trời đất; trước khi trút hơi thở cuối cùng, người có dạy ta: Con đừng đặt cái thấy xa, cũng khỏi phải đặt cái thấy gần. Lấy oán báo oán, oán không do đâu chấm dứt... Tại sao nay ta lại trái lời dạy ấy!" Nghĩ xong liền để cây kiếm lại và bảo vệ cho vua ngủ. Khi đó nhà vua thức dậy với vẻ hoảng hốt. Trường Sanh hỏi: "Vì lý do gì mà bệ hạ có vẻ kinh hãi vậy?" Nhà vua nói: "Ta nằm mộng thấy con của vua Trường Thọ cầm kiếm muốn đoạt mạng ta." Trường Sanh tâu: "Đây là nơi đồng không mông quạnh, duyên cớ nào mà bỗng nhiên có con của vua Trường Thọ, ắt là sơn thần khủng bố hệ hạ chăng! Bệ hạ cứ yên nghỉ chớ nên lo ngại." Sự việc như vậy xảy ra ba lần. Đến giấc ngủ tối hệ trọng sau cùng của vua, Trường Sanh lại khởi ý niệm: "Cha mẹ ta, trước khi từ trần, dạy ta một cách thống thiết: Dùng đức báo oán, oán kia mới hết, tại sao nãy giờ ba lần ta muốn trái phạm?! Từ nay ta phải khắc phục, với ý niệm: Thờ vua như thờ người thân, dứt khoát không sanh khởi một mảy may ý niệm sát hại." Trường Sanh nghĩ như vậy rồi, nhà vua thức dậy với vẻ mặt rất hoan hỷ. Trường Sanh hỏi: "Vì lý do nào mà bệ hạ rất hoan hỷ?" Vua nói: "Ta nằm mộng thấy con của vua Trường Thọ muốn thờ ta như người thân, không ôm lòng oán hại, cho nên ta vui."

Lúc ấy, Trường Sanh liền tâu với vua: "Con của vua Trường Thọ chính là hạ thần đây." Bệ hạ giết hại cha mẹ của hạ thần, hạ thần nuôi chí giết bệ hạ, ba lần nhớ lại lời di chúc của cha mẹ hạ thần nên bệ hạ mới khỏi chết. Tuy vậy, tâm này khó bảo đảm, sau này có thể phát sanh, xin nhà vua giúp cho đường lối giải quyết, đừng để lại mối lo âu về sau." Nhà vua nói: "Ta đã làm việc vô đạo, còn cha con của ông thì nặng lòng nhân từ, nay cớ sao ta lại phải sống với lo âu vây bủa?! Ông đã cho ta cái mạng sống này, ta thề không phụ nhau."

Vua Phạm Đạt liền ra lệnh quân quay trở về rồi tập họp quần thần, cùng thảo luận vấn đề vua đặt ra: "Nếu bắt được con của vua Trường Thọ thì sẽ xử trị thế nào?" Có người nói phải chặt tay chân, có người nói phải xẻo mũi xẻo tai, có người nói phải dùng búa bửa nó ra, có người nói phải lấy cây xâu nó để nướng." Nhà vua liền chỉ tay nói: "Người này chính là con của vua Trường Thọ. Chính người này đã cho ta cái mạng sống, **[160a01]** nay ta sẽ dùng cái mạng sống để đền trả lại." Tất cả không ai được ôm ác ý đối với người này. Giải quyết xong, về lại cung, nhà vua đem người con gái gã cho Trường Sanh. Tay trái bưng chậu nước bằng vàng, tay phải nhà vua vốc nước trong chậu vàng rót lên tay của Trường Sanh. Sau đó, Trường Sanh được đưa trở về bổn quốc làm vua nước Câu-tát-la. Hai nước lân cận cùng có mối giao hảo hòa hợp tốt đẹp nhiều đời như vậy.

Đức Phật bảo các tỳ-kheo: "Người đời, vua một nước còn tạo điều kiện giải hòa được mối thù lớn này, do xả bỏ niệm ác để biến thành thân hậu. Các thầy xuất gia cầu đạo vô vi, tại sao việc nhỏ lại cùng nhau đấu tranh để mất cái lợi lớn! Nên bỏ tâm này và cùng nhau hòa hợp như sữa hòa với nước, cùng rao truyền lời dạy của bậc Thầy, để cùng nhau sống trong sự an lạc."

Các tỳ-kheo lại bạch Phật rằng: "Bạch đức Thế Tôn, xin Ngài an ẩn trụ. Đức Phật tuy là ngôi vị Pháp vương nhưng chúng con tự biết." Do họ cố ý không xả, đức Phật bèn bay lên hư không, nói bài kệ:

"Tuôn các ác lên nhau
Trọn không có thắng pháp[48]
Tăng phá thành hai phần
Đâu không do việc ấy.[49]
Đoạn nhân mạng cốt nhục
Cướp tài sản, trâu, ngựa
Oán phá nước, diệt tộc
Hòa hợp vẫn còn được.
Ví hai cây cọ nhau
Cùng phát hỏa tự đốt,
Không làm sao tránh khỏi

---

[48] *Tứ phần:* "Pháp thượng tôn." *Trung A-hàm:* "Bằng đủ thứ ngôn ngữ, phá vỡ chúng tối tôn."

[49] *Tứ phần:* "Còn biết lẽ gì khác?" *Trung A-hàm:* "Khi phá hoại Thánh chúng, không ai ngăn cản được."

Ngu, oán hận cũng vậy.
Các thầy mạ nhục nhau
Cố chấp không chịu bỏ,
Họa oán nào dứt được
Ngày đêm càng chôn sâu.
Nếu báo oán không thêm
Những tiếng ác mắng chửi,
Nhẫn vậy, oán không đến
Oán ấy tự nhiên trừ.
Nếu lấy oán trừ oán
Oán trọn đời không tiêu
Oán trừ từ vô niệm
Đấy sức mạnh vô song."

Đức Thế Tôn nói bài kệ này rồi, liền dùng thần lực bay đến tụ lạc Ba-la,⁵⁰ trú dưới cây Bạt-đà Bà-la, không có người giúp việc. Khi ấy, tại đó có một con voi lớn, bị các con voi con gây não. Khi muốn uống nước, các con voi con đi trước làm cho nước bị đục. Khi muốn ăn cỏ, các con voi con đi trước ăn rồi đạp lên trên làm cho dơ nhớp. Con voi kia nghĩ rằng: "Nay ta bị bọn voi nhỏ gây khốn nạn, thà là tránh đi." Nghĩ rồi liền đi. Voi lớn hằng ngày đã được nước trong cỏ tốt rồi tuần tự đi đến rừng Bạt-đà bà-la, thấy đức Phật, voi rất hoan hỷ. Voi vì Phật lấy nước và dọn cỏ hai bên chỗ Phật ở. Đức Phật cũng như con voi này xa lìa được đồng loại khuấy phá nên khoái lạc trong sự yên tịnh, Phật nói kệ:

[160b01] *"Hai rồng lòng đều bị*
Những đồ chúng gây não
Bỏ lại, một mình đi
Nay vui nơi rừng vắng."

Đức Phật nói kệ rồi, Ngài từ rừng Bạt-đà Bà-la qua thành Xá-vệ, trú

---

⁵⁰ *Tứ phần* 43, tr. 882c225: "Dùng sức thần túc rời Câu-thiểm-di trở về nước Xá-vệ." *Trung A-hàm* 17 (tr. 535c18): Thế tôn đến thôn Sa-lâu-la, sau đó đến Hộ lâm. Cf. Vin. i. 350: Đến thôn *Bālakaloṇakara*. Sau đó đi đến *Pārileyya*. Cuối cùng, trở về *Sāvatthi*.

trong tịnh xá Kỳ-hoàn. Khi ấy các ưu-bà-tắc, ưu-bà-di, quốc vương đại thần, trưởng giả, cư sĩ, ngoại đạo bà-la-môn, cúng dường cung kính tôn trọng tán thán, nên nhận được nhiều thức ăn, thức uống y phục. Đức Thế Tôn không hề đắm trước giống như hoa sen.

4. Hối quá

Trong lúc ấy, nơi thành Câu-xá-di các ưu-bà-tắc đều có chung một ý nghĩ: "Chúng ta nay mất đại lợi, do các tỳ-kheo ưa đấu tranh nên đức Thế Tôn không ở đây, cần phải tạo phương tiện khiến cho họ rời xa nơi này", bèn dặn nhau không tiếp xúc và không cúng dường vật thực cho các tỳ-kheo ấy. Các tỳ-kheo ấy cũng nghĩ rằng: "Do tội lỗi của chúng ta gây nên, khiến đức Thế Tôn bỏ nơi này mà đi, nay ta nên cùng nhau đến chỗ đức Phật tha thiết sám hối". Các tỳ-kheo ấy bèn mặc y bưng bát đến chỗ đức Thế Tôn.

Bấy giờ tôn giả Xá-lợi-phất nghe các tỳ-kheo đấu tranh kia đến, cùng năm trăm tỳ-kheo đến chỗ đức Phật, đầu mặt kính lễ sát chân, bạch: "Các tỳ-kheo đấu tranh nơi Câu-xá-di sắp đến đây, chúng con sẽ nên đối xử với họ như thế nào?" Đức Phật bảo tôn giả Xá-lợi-phất: "Thầy nên cho phép hai bên tự nói lên ý nghĩ của mình, nếu như pháp, như luật, như lời Phật dạy thì khéo đãi ngộ họ thản nhiên như người bạn."[51] Tôn giả lại hỏi: "Bạch Thế Tôn, có bao nhiêu việc để biết các vị kia nói như pháp, như luật, như lời Phật dạy? Có bao nhiêu việc để biết các vị kia nói phi pháp, phi luật, phi lời Phật dạy?" Đức Phật dạy: "Nếu thành tựu mười bốn pháp:[52] pháp nói là phi pháp ... *cho*

---

[51] *Tứ phần* 43, tr. 883a21: "Nên cho họ phòng xá ngọa cụ ở chỗ khuất kín. Nếu không có chỗ khuất kín thì hãy lập ra chỗ khuất kín cho họ, cũng như cách thức phân phối ngọa cụ cho chúng Tăng." Vin. i. 356: *vivittaṃ senāsanaṃ dātabbaṃ*, cho họ chỗ nằm riêng biệt.

[52] *Tứ phần* 43, tr. 883a17: "Có mười tám sự việc khiến Tăng bị vỡ: "pháp, phi pháp, tỳ-ni, phi tỳ-ni, phạm, không phạm, nhẹ, nặng, hữu dư, vô dư, thô ác, không thô ác, nên làm, không nên làm, chế, không chế, thuyết, không thuyết." *Thập tụng* 30 (tr. 216a23): Thập bát phá Tăng sự "Nếu tỳ-kheo, pháp nói là phi pháp, phi pháp nói là pháp, luật..., phi luật,... phạm, phi phạm, trọng, khinh, tàn, vô tàn, thường sở hành, phi thường sở hành, thuyết, phi thuyết..." Cf. Vin. i

đến câu: là lời Phật chế nói chẳng phải lời Phật chế, như vậy gọi là phi pháp, phi luật, phi lời Phật dạy. Nếu ngược lại những điều trên tức là pháp, là luật, là lời Phật dạy."

Khi ấy, Tỳ-kheo-ni Ma-ha Ba-xà-ba-đề nghe các tỳ-kheo đấu tranh kia đến, nên cùng năm trăm tỳ-kheo-ni đến chỗ đức Phật, đầu mặt đảnh lễ sát chân, bạch Phật: "Kính bạch đức Thế Tôn, các tỳ-kheo đấu tranh nơi Câu-xá-di sắp đến đây, chúng con nên đối xử với họ như thế nào?"

Đức Phật dạy: "Mọi người nên để họ nói lên ý kiến của hai bên. Nếu như pháp, như luật, như lời Phật dạy thì khéo đãi ngộ họ, nên đến tỳ-kheo như pháp, như luật, như lời Phật dạy cần cầu năm việc:

Tỳ-kheo-ni mỗi nửa tháng phải đến tỳ-kheo như pháp cầu người giáo thọ. Tỳ-kheo-ni cần phải nương nơi chỗ có tỳ-kheo như pháp mà an cư mùa hạ, an cư rồi phải đến tỳ-kheo như pháp cầu thỉnh tội, kiến, văn, nghi. Thức-xoa-ma-na học giới hai năm rồi nên **[160c01]** đối trước hai bộ Tăng thọ giới Cụ túc. Tỳ-kheo-ni phạm tội thô ác phải đối giữa hai bộ Tăng hành pháp Ma-na-đỏa nửa tháng, hành pháp Ma-na-đỏa rồi nên đối trước hai bộ Tăng, mỗi bên hai mươi vị cầu pháp xuất tội. Nếu Tỳ-kheo-ni Tăng lại có những việc gì khác nên cần cầu như pháp tỳ-kheo chỉ giáo."

354: *aṭṭhārasahi vatthuhi adhammavādī:* 18 cơ sở ngôn thuyết phi pháp dẫn đến phá Tăng: *adhammaṃ dhammoti dīpeti* (phi pháp mà nói là pháp), *dhammaṃ adhammoti dīpeti* (pháp nói là phi pháp), *avinayaṃ* (phi luật)... *vinayaṃ* (luật)...*abhāsitaṃ alapitaṃ tathāgatena* (điều này không phải Như Lai nói), *bhāsitaṃ lapitaṃ tathāgatena* (điều này được Như Lai nói), *anāciṇṇaṃ tathāgatena* (điều này không phải là thường hành bởi Như Lai), *āciṇṇaṃ tathāgatena* (điều này được thường hành bởi Như Lai), *apaññattaṃ tathāgatena* (điều không được Như Lai chế), *paññattaṃ tathāgatena* (điều được Như Lai chế định), *anāpattiṃ* (không tội), *āpattiṃ* (tội), *lahukaṃ āpattiṃ* (tội nhẹ), *garukaṃ āpattiṃ* (tội nặng), *sāvasesaṃ āpattiṃ* (tội hữu dư), *anavasesaṃ āpattiṃ* (tội không dư tàn), *thullaṃ āpattiṃ* (tội thô trọng), *athullaṃ āpatti* (tội không thô trọng)...

Khi ấy, trưởng giả Cấp Cô Độc[53] nghe các tỳ-kheo đấu tranh kia sắp đến, cùng năm trăm ưu-bà-tắc đến chỗ đức Phật, đầu mặt đảnh lễ sát chân, bạch: "Kính bạch đức Thế Tôn, các tỳ-kheo đấu tranh ở Câu-xá-di sắp đến đây, chúng con nên cung kính đãi ngộ như thế nào?"

Đức Phật dạy: "Các ông nên để họ nói lên ý kiến của mỗi bên, nếu như pháp, như luật, như lời Phật dạy thì tiếp nhận sự răn dạy của họ, cho đến việc cung kính đãi ngộ và cúng dường cần phải bình đẳng. Tại sao vậy? Ví như thật là thỏi vàng, có chặt làm hai đoạn thì đoạn nào cũng vẫn là vàng."

Tỳ-xá-khư Mẫu cùng năm trăm ưu-bà-di đi đến chỗ đức Phật, bạch như trên, đức Phật cũng trả lời như trên.

Khi ấy tôn giả A-nan thấy các tỳ-kheo kia vào thành Xá-vệ, bèn đến bạch Phật: "Tỳ-kheo đấu tranh kia đã vào đây, con phải trải ngọa cụ như thế nào?" Đức Phật dạy: "Nên trao cho họ cái phòng bên cạnh, nếu không đủ chỗ thì trao cho họ cái phòng giữa, không được để cho Thượng tọa ấy không có chỗ nương trú." Tôn giả A-nan vâng lời Phật dạy liền sắp xếp chỗ nơi.

Bấy giờ, tỳ-kheo bị cử tội kia, nơi chỗ vắng khởi ý niệm: "Ta là người có tội, đâu phải kẻ không có tội, đã trở thành kẻ bị cử hay không trở thành kẻ bị cử tội, Yết-ma như pháp hay là không như pháp, nay ta có thể cẩn trọng y theo kinh, luật mà tư duy?" Tư duy rồi biết mình có tội, biết thành như pháp Yết-ma bị cử, bèn đến chỗ các tỳ-kheo bè bạn nói: "Tôi đã tự thấy tội, các Đại đức vì tôi yêu cầu hòa hợp giải Yết-ma trước đây."

5. Hòa hợp giải Yết-ma

Các tỳ-kheo bèn dẫn đến chỗ tỳ-kheo đã trao cho pháp Yết-ma không thấy tội, thưa: "Tỳ-kheo này đã tự thấy tội, nguyện vì đương sự giải Yết-ma trước đây." Thế là, hai bộ Tăng đưa tỳ-kheo bị cử tội đến chỗ đức Phật, đầu mặt kính lễ sát chân, bạch Phật. Nhân việc này,

---

[53] *Tứ phần:* A-nan-bân-đê 阿難邠坻. *Anāthapiṇḍika*, tức ông Cấp Cô Độc.

đức Phật tập họp Tỳ-kheo Tăng, bảo các tỳ-kheo: "Tỳ-kheo này phạm tội chứ không phải không phạm tội, thành kẻ bị cử chứ không phải không thành kẻ bị cử, Yết-ma thành tựu chứ không phải không thành tựu. Nay Tăng nên trao cho pháp giải Yết-ma trước đây. Lại nên Bạch nhị yết-ma để tác pháp hòa hợp."

Tỳ-kheo kia nên đến trước Tăng, kính lễ sát chân Tăng, thưa:

"Tôi Tỳ-kheo tên là... Tăng đã vì tôi tác pháp Yết-ma không thấy tội, nay tôi đã thuận theo Tăng sám hối, cúi xin Tăng giải Yết-ma không thấy tội. Nguyện Tăng rủ lòng thương vì tôi giải." [161a01] Thưa xin như vậy ba lần.

Một tỳ-kheo đọc tuyên ngôn:

"Đại đức Tăng xin lắng nghe! Các Tỳ-kheo này trước đây cùng nhau đấu tranh, mạ ly nhau, có người nói phạm, có người nói không phạm, có người nói thành bị cử, có người nói không thành bị cử, có người nói Yết-ma thành tựu, có người nói Yết-ma không thành tựu. Các Tỳ-kheo này, nay tự thấy có phạm tội, chứ chẳng phải không phạm tội, thành bị cử chứ không phải không thành bị cử, Yết-ma thành tựu chẳng phải không thành tựu. Nay Tăng vì họ giải Yết-ma không thấy tội, trở lại tác pháp hòa hợp. Nếu thời gian thích hợp đối với Tăng, Tăng chấp thuận. Đây là lời tác bạch.

Đại đức Tăng xin lắng nghe! Những tỳ-kheo này trước đây cùng nhau đấu tranh ... cho đến câu: trở lại tác pháp hòa hợp. Các Trưởng lão nào chấp thuận thì im lặng. Vị nào không đồng ý xin nói.

Tăng đã vì Tỳ-kheo... giải Yết-ma, trở lại tác pháp hòa hợp rồi. Tăng đồng ý nên im lặng. Việc này tôi ghi nhận như vậy."

Đức Phật dạy: "Đã Yết-ma xong thì phải cùng nhau hòa hợp để Bố-tát."

Khi ấy Ưu-ba-ly thưa hỏi Phật: "Bạch đức Thế Tôn, tỳ-kheo thành tựu bao nhiêu pháp được cử sự?" Đức Phật dạy: "Như trong pháp Tự tứ đã nói."

6.   Cử tội phi pháp

Đức Phật ở nước Chiêm-bà,[54] trụ bên sông Hằng.[55] Cách thành Vương Xá không xa, tại một trú xứ có vị Tỳ-kheo họ là Ca-diếp,[56] làm Ma-ma-đế,[57] với lời nguyện: "Nguyện bốn phương tỳ-kheo, số đông tập họp về đây, khiến cho các ưu-bà-tắc, ưu-bà-di nhân cơ hội này mà được làm nhiều công đức." Nhờ trú xứ này rộng rãi nên sau đó sở nguyện này đạt được kết quả.

Bấy giờ, có số đông tỳ-kheo tri thức đến trú xứ kia, Tỳ-kheo Ca-diếp ra nghinh đón lễ bái chào hỏi, rước y bát, lấy nước rửa chân, dâng các thức uống sau giờ ngọ, sáng ngày cúng dường bữa ăn trước bữa ăn sau, cũng dâng cúng y phục, nhiều ngày như vậy. Tỳ-kheo khách cùng nhau bàn nghị: "Tỳ-kheo này có tàm quý, tu phạm hạnh, muốn chúng ta ở lại đây lâu, chúng ta có thể an cư nơi đây." Nghị bàn như vậy rồi cùng nhau ở lại. Tỳ-kheo Ca-diếp sau đó nghĩ: "Tỳ-kheo khách này đã hết mỏi mệt, đã quen biết xóm làng, ta không thể hằng ngày khuyến hóa bữa ăn trước, bữa ăn sau." Nghĩ như vậy nên không cúng dường nữa. Tỳ-kheo khách nổi giận cùng nhau nghị bàn: "Tỳ-kheo này muốn cho chúng ta sớm đi khỏi chỗ này, chắc chắn là ác tỳ-kheo, không có tàm quý, không tu phạm hạnh, chúng ta nên cùng nhau tác Yết-ma không thấy tội." Nghị bàn rồi, bèn cùng nhau cử tội.

Tỳ-kheo Ca-diếp khởi ý niệm: "Mình có tội hay là không có tội, thành kẻ bị cử hay không thành kẻ bị cử, Yết-ma thành tựu hay không thành tựu? **[161b01]** Đức Thế Tôn hiện nay ở bên sông Hằng, ta nên đến thưa hỏi Ngài, nếu Ngài dạy bảo thế nào ta sẽ phụng hành." Nghĩ rồi liền mặc y, bưng bát đến chỗ đức Phật, đầu mặt kính lễ sát chân, rồi đứng lui qua một bên. Đức Phật an ủi, hỏi: "Thầy từ đâu đến, khất

---

[54] Hán: Chiêm-bà 瞻婆, [Pāli] *Campā*. Còn gọi là nước Chiêm-bà, nằm phía nam nước Phệ-xá-li. Đô thành phía nam ngạn sông Hằng.

[55] Hán: Hằng thủy 恒水, [Pāli] *Gaṅgā*.

[56] *Tứ phần:* Chỉ nói có một tỳ-kheo. *Thập tụng 30*, Tỳ-kheo này có tên là Cộng Kim 共金. Pāli, Vin. i. 312: *Kassapagotta.*

[57] Hán: Ma-ma-đế 摩摩諦, [Skt] *Vihāra-svāmin*, người trông coi chùa, trông coi tinh xá (Trú trì).

thực có thiếu thốn không, trên đường đi có nhọc mệt không?" Ca-diếp bạch: "Khất thực không thiếu thốn, trên đường đi không mệt nhọc, nhưng cách thành Vương Xá không xa có một trú xứ, con làm Ma-ma-đế, con từ đó đến đây." Bèn trình bày các nhân duyên trên một cách đầy đủ với đức Phật. Đức Phật dạy: "Thầy không có phạm tội, không có tội gì cả, thầy cứ trở về an tâm lưu trú nơi đó." Ca-diếp thọ giáo, kính lễ sát chân, đi nhiễu bên hữu rồi cáo lui.

Các tỳ-kheo khách không thấy Ca-diếp trở về, cùng nhau nghị bàn: "Chúng ta bất thiện, tại sao lại cử tội vị tỳ-kheo thanh tịnh vô tội, nên cùng nhau đến chỗ Phật sám hối để trừ tội."

An cư Tự tứ xong, họ đến chỗ đức Phật, đầu mặt kính lễ sát chân, rồi đứng lui qua một bên, đức Phật an ủi, hỏi: "Các thầy khất thực có bị thiếu thốn không? Trên đường đi có nhọc mệt lắm không? An cư nơi trú xứ nào?" Các khách tỳ-kheo bạch: "Bạch Thế Tôn, chúng con khất thực không bị thiếu thốn, trên đường đi không nhọc mệt, nhưng cách thành Vương Xá không xa, có một trú xứ, chúng con an cư nơi đó." Đức Phật hỏi: "Các thầy ở nơi trú xứ đó, trao cho tỳ-kheo kia Yết-ma không thấy tội phải không?" "Bạch Thế Tôn, có." Đức Phật hỏi: "Vì sao cử tội như vậy?" "Bạch Thế Tôn, không có việc gì cả." Đức Phật bằng mọi cách quở trách: "Các thầy làm điều phi pháp, không nên tạo nghiệp ác như vậy, tại sao lại trao Yết-ma không thấy tội cho tỳ-kheo thanh tịnh, không có tội!" Các tỳ-kheo bạch Phật: "Kính bạch Thế Tôn, chúng con ngu si đã làm việc như vậy, chúng con đều sanh tâm hối hận, nay đến xin sám hối, cúi xin Thế Tôn ai mẫn nhận sự sám hối của chúng con."

7. Yết-ma bất thành

1. Nhân việc này, đức Phật tập họp Tỳ-kheo Tăng, bảo các tỳ-kheo: "Nếu tỳ-kheo do không có việc gì mà tác các pháp Yết-ma, thì Yết-ma đều không thành tựu."

2. Có các tỳ-kheo tác pháp Yết-ma ha trách, Yết-ma khu xuất, Yết-ma y chỉ, Yết-ma cử tội, Yết-ma hạ ý mà vắng mặt đương sự; lại vắng mặt mà tác pháp Biệt trú, Bổn nhật trị, Ma-na-đỏa, A-phù-ha-na; lại vắng mặt mà kết giới, giải giới; lại vắng mặt mà giải người được Tăng

sai; lại vắng mặt mà sai người chưa được Tăng sai. Các Tỳ-kheo bạch Phật, nhân việc này, đức Phật tập họp Tỳ-kheo Tăng, bảo các tỳ-kheo: "Nếu vắng mặt đương sự mà làm pháp Yết-ma quở trách... *cho đến câu:* vắng mặt mà tác Yết-ma sai người chưa được Tăng sai, những Yết-ma này đều không như pháp, Yết-ma không thành."

3. Khi ấy, nhóm sáu Tỳ-kheo ở ngoài giới mà làm Yết-ma quở trách không như pháp... *cho đến* Yết-ma hạ ý, thực hiện rồi lại vào trong giới nói với các tỳ-kheo rằng: "Chúng tôi ở ngoài giới [161c01] cùng trao cho tỳ-kheo...,v.v. và v.v...Yết-ma quở trách... *cho đến* Yết-ma hạ ý, các Đại đức nên cho phép khiến thành Yết-ma như pháp." Các tỳ-kheo đem vấn đề này bạch Phật, nhân việc này, đức Phật tập họp các tỳ-kheo bảo: "Nếu tỳ-kheo ở ngoài giới làm 5 loại Yết-ma không như pháp... *cho đến* Yết-ma sai người chưa được Tăng sai, tuy trở lại nói với các tỳ-kheo ở trong giới, khiến cho phép thành Yết-ma, tất cả đều không thành."

4. Bấy giờ, các tỳ-kheo, một tỳ-kheo cùng một tỳ-kheo *cho đến* cùng số đông tỳ-kheo tác Yết-ma, hai tỳ-kheo cho đến số đông tỳ-kheo cũng như vậy. Các tỳ-kheo bạch Phật, đức Phật dạy: "Những Yết-ma như vậy đều không thành, lại mắc tội Đột-kiết-la." Đức Phật lại dạy: "Nếu tác Yết-ma, đối diện Yết-ma mà không tác bạch, không thành Yết-ma." Nếu tác Yết-ma mà điều nên nói trước lại nói sau, điều nên nói sau lại nói trước, cũng đều không thành. Nếu khi Yết-ma có người đủ quyền quở trách, không đồng ý cũng không thành, lại phạm tội Đột-kiết-la."

5. Khi ấy, các tỳ-kheo dùng pháp khác, luật khác tác Yết-ma, các tỳ-kheo bạch Phật, Phật dạy: "Yết-ma không thành."

8. Các loại Yết-ma bất thành và thành

Khi ấy, các tỳ-kheo tác Yết-ma phi pháp biệt chúng, Yết-ma phi pháp hòa hợp, Yết-ma như pháp biệt chúng, Yết-ma như pháp hòa hợp. Các tỳ-kheo bạch Phật. Nhân việc này, đức Phật tập họp các tỳ-kheo bảo: "Ta không cho phép ba Yết-ma trước,⁵⁸ chỉ cho phép Yết-ma

---

⁵⁸ *Tứ phần* 44, tr. 895c11: "Có bốn loại yết-ma: phi pháp yết-ma, phi

như pháp hòa hợp."⁵⁹ Có năm loại Yết-ma: Yết-ma phi pháp, Yết-ma biệt chúng, Yết-ma tợ pháp biệt chúng, Yết-ma tợ pháp hòa hợp, Yết-ma như pháp.

1. Thế nào gọi là Yết-ma phi pháp?

Người nên đến không đến, nên chúc thọ (dặn) mà không chúc thọ, có người được quyền quở trách, không đồng ý, mà cưỡng làm Yết-ma, nên Bạch nhị yết-ma, song chỉ bạch mà không Yết-ma, chỉ Yết-ma mà không bạch, hoặc lập lại lời bạch mà không Yết-ma, lập lại Yết-ma mà không bạch, nên Bạch tứ yết-ma song chỉ bạch chứ không 3 lần Yết-ma, chỉ 3 lần Yết-ma mà không bạch, như vậy gọi là Phi pháp Yết-ma.

2. Thế nào gọi là Biệt chúng yết-ma?

Người nên đến không đến, người nên chúc thọ không chúc thọ. Khi Yết-ma, người được quyền quở trách không đồng ý mà cưỡng làm Yết-ma, như vậy gọi là Biệt chúng yết-ma.

3. Thế nào gọi là Yết-ma tợ pháp biệt chúng?

Người nên đến không đến, người nên chúc thọ không chúc thọ. Nếu Yết-ma bạch nhị, bạch tứ, Yết-ma trước bạch sau. Khi Yết-ma người có quyền quở trách không đồng ý mà cưỡng làm Yết-ma, như vậy gọi là Yết-ma tợ pháp biệt chúng.

4. Thế nào gọi là Yết-ma tợ pháp hòa hợp?

[162a01] Người nên đến có đến, người nên chúc thọ có chúc thọ,

---

pháp biệt chúng yết-ma, phi pháp hòa hợp yết-ma, pháp biệt chúng yết-ma." Bản Hán *Tứ phần* dịch thiếu chính xác. Cần sửa lại, bốn loại yết-ma: phi pháp biệt chúng, (như) pháp biệt chúng, phi pháp hòa hiệp, (như) pháp hoà hiệp. Pāli, Vin. i. 316: *cattāri kammāni: adhammena vaggakammaṃ* (phi pháp biệt chúng), *adhammena samaggakammaṃ* (phi pháp hòa hiệp), *dhammena vaggakammaṃ* (như pháp biệt chúng), *dhammena samaggakammaṃ* (như pháp hòa hiệp).

⁵⁹ *Tứ phần*: "Chỉ có pháp yết-ma, và hòa hợp yết-ma thì nên làm." Pāli, ibid. chỉ một yết-ma được phép: *dhammena samaggakammaṃ*, như pháp hòa hiệp.

nếu bạch nhị, Bạch tứ yết-ma, Yết-ma trước bạch sau. Khi Yết-ma, người có quyền quở trách không quở trách, như vậy gọi là Yết-ma tợ pháp hòa hợp.

5. Thế nào gọi là Yết-ma như pháp?

Người nên đến có đến, người nên chúc thọ có chúc thọ. Khi Yết-ma, người được quyền quở trách không quở trách; bạch nhị, Bạch tứ yết-ma[60] đều bạch trước sau mới Yết-ma, như vậy gọi là Yết-ma như pháp.

9. Như pháp và phi pháp

1. Nếu, khi vì tỳ-kheo tác Yết-ma quở trách phi pháp, trong Tăng có bảy người cùng tranh cãi: một người nói đây là Yết-ma phi pháp, một người nói đây là Yết-ma biệt chúng, một người nói đây là Yết-ma tợ pháp biệt chúng, một người nói đây là Yết-ma tợ pháp hòa hợp, một người nói đây là Yết-ma như pháp hòa hợp, một người nói thành tác Yết-ma, một người nói không thành tác Yết-ma. Trong bảy người này, hai người nói như pháp, gọi là Yết-ma phi pháp, tác Yết-ma không thành. Nếu vì tỳ-kheo làm Yết-ma quở trách biệt chúng, Yết-ma quở trách tợ pháp biệt chúng, Yết-ma quở trách tợ pháp hòa hợp, cũng như vậy.

2. Nếu, khi vì tỳ-kheo tác Yết-ma quở trách như pháp, có bảy người nói: Hai người nói như pháp, gọi là Yết-ma như pháp hòa hợp, thành tác Yết-ma. Yết-ma khu xuất, Yết-ma y chỉ, Yết-ma hạ ý, Yết-ma cử tội cũng như vậy.

3. Có tỳ-kheo đấu tranh, các tỳ-kheo nghị bàn: "Tỳ-kheo này ưa đấu tranh, luôn luôn sanh sự, chúng ta có thể hòa hợp tác Yết-ma quở trách như pháp," liền cùng nhau hòa hợp, muốn cùng nhau tác Yết-ma quở trách như pháp, mà ngược lại tác Yết-ma quở trách không như pháp, nên Yết-ma không thành... *cho đến* ngược lại tác Yết-ma quở trách tợ pháp hòa hợp cũng như vậy.

4. Tỳ-kheo kia lại dời đến chỗ ở khác, các tỳ-kheo ở chỗ khác nghị bàn: "Tỳ-kheo này ưa đấu tranh, các tỳ-kheo kia vì vị ấy tác Yết-ma quở trách tợ pháp hòa hợp, nên Yết-ma không thành. Chúng ta có thể

---

[60] Bạch tứ yết-ma: **Xem cht. 485**, Phần III, Ch. i trước.

cùng tác Yết-ma quở trách như pháp hòa hợp." Muốn cùng nhau làm Yết-ma quở trách như pháp hòa hợp, mà ngược lại làm không như pháp nên không thành." Yết-ma khu xuất... *cho đến* làm ngược lại Yết-ma khu xuất như pháp, Yết-ma đều không thành... *cho đến* làm ngược lại Yết-ma hạ ý cũng như vậy.

5. Có tỳ-kheo làm hạnh ác, nhơ nhớp nhà người, các tỳ-kheo nghị bàn: "Tỳ-kheo này làm hạnh ác nhơ nhớp nhà người, chúng ta có thể hòa hợp cùng làm Yết-ma khu xuất như pháp." Bèn cùng nhau làm Yết-ma khu xuất như pháp, **[162b01]** mà ngược lại làm Yết-ma khu xuất không như pháp, nên Yết-ma không thành... *cho đến* làm ngược lại Yết-ma khu xuất tợ pháp hòa hợp cũng như vậy.

6. Tỳ-kheo kia bèn di chuyển ở chỗ khác, các tỳ-kheo ở chỗ khác cũng nghị bàn: "Tỳ-kheo này làm hạnh ác, nhơ nhớp nhà người, bị các tỳ-kheo làm pháp Yết-ma tợ pháp hòa hợp, nên Yết-ma không thành. Chúng ta có thể trao cho pháp Yết-ma khu xuất như pháp." Bèn cùng nhau làm Yết-ma khu xuất như pháp, mà ngược lại làm Yết-ma y chỉ không như pháp, nên Yết-ma không thành... *cho đến* làm Yết-ma y chỉ như pháp cũng đều không thành Yết-ma... *cho đến* làm Yết-ma quở trách cũng như vậy.

7. Có tỳ-kheo ngu si, vô trí luôn luôn phạm tội. Các tỳ-kheo nghị bàn: "Tỳ-kheo này ngu si, vô trí luôn luôn phạm tội, chúng ta có thể hòa hợp trao cho pháp Yết-ma y chỉ như pháp." Bèn cùng nhau làm Yết-ma y chỉ như pháp, mà ngược lại làm Yết-ma y chỉ không như pháp, nên Yết-ma không thành... *cho đến* làm Yết-ma y chỉ tợ pháp hòa hợp, cũng như vậy.

8. Tỳ-kheo kia di chuyển đến ở chỗ khác, các tỳ-kheo ở chỗ khác nghị bàn: "Tỳ-kheo này ngu si, vô trí luôn luôn phạm tội, các tỳ-kheo kia vì thầy làm Yết-ma y chỉ hòa hợp tợ pháp, nên Yết-ma không thành. Chúng ta có thể vì thầy làm Yết-ma y chỉ như pháp." Bèn trao cho pháp Yết-ma y chỉ như pháp, nhưng lại làm Yết-ma cử tội không như pháp, nên Yết-ma không thành... *cho đến* làm Yết-ma cử tội như pháp, thì Yết-ma cũng đều không thành... *cho đến* làm Yết-ma khu xuất cũng như vậy.

9. Có tỳ-kheo phạm tội song không thấy tội, không sám hối, không xả ác tà kiến. Các tỳ-kheo nghị bàn: "Tỳ-kheo này phạm tội mà không thấy tội, không bỏ ác tà kiến, chúng ta có thể hòa hợp trao cho pháp Yết-ma cử tội như pháp." Bèn cùng nhau làm Yết-ma cử tội như pháp, nhưng lại làm Yết-ma cử tội không như pháp, nên Yết-ma không thành... *cho đến* làm Yết-ma cử tội tợ pháp hòa hợp cũng như vậy.

10. Tỳ-kheo kia di chuyển ở chỗ khác, tỳ-kheo ở chỗ khác nghị bàn: "Tỳ-kheo này phạm tội, không thấy tội, không sám hối, không xả ác tà kiến, các tỳ-kheo kia làm pháp Yết-ma cử tội tợ pháp hòa hợp, nên Yết-ma không thành. Chúng ta có thể làm pháp Yết-ma cử tội như pháp." Bèn cùng nhau làm pháp Yết-ma cử tội như pháp, nhưng lại làm Yết-ma hạ ý không như pháp, **[162c01]** nên Yết-ma không thành... *cho đến* làm Yết-ma hạ ý như pháp thì Yết-ma cũng đều không thành... *cho đến* làm Yết-ma y chỉ cũng như vậy.

11. Có tỳ-kheo nói lời thô ác, mắng các bạch y. Các tỳ-kheo nghị bàn: "Tỳ-kheo này nói lời thô ác, mắng các bạch y, chúng ta có thể hòa hợp trao cho pháp Yết-ma hạ ý như pháp." Bèn cùng nhau làm pháp Yết-ma hạ ý như pháp, nhưng lại làm Yết-ma hạ ý không như pháp, nên Yết-ma không thành... *cho đến* nếu làm Yết-ma hạ ý tợ pháp hòa hợp, cũng như vậy.

12. Tỳ-kheo kia di chuyển chỗ ở khác, các tỳ-kheo ở chỗ khác nghị bàn: "Tỳ-kheo này nói lời thô ác, mắng các bạch y, các Tỳ-kheo kia làm Yết-ma hạ ý tợ pháp hòa hợp, nên Yết-ma không thành, chúng ta có thể vì đương sự làm pháp Yết-ma hạ ý như pháp." Bèn cùng nhau làm pháp Yết-ma hạ ý như pháp, nhưng lại làm Yết-ma quở trách không như pháp, nên Yết-ma không thành... *cho đến* làm Yết-ma quở trách như pháp, Yết-ma cũng đều bất thành... *cho đến* làm pháp Yết-ma cử tội cũng như vậy.

10. Túc số Tăng yết-ma

Có năm hạng Tăng:[61] Tăng bốn tỳ-kheo, Tăng năm tỳ-kheo, Tăng

---

[61] *Tứ phần* 44, tr. 886a22: "Có bốn loại Tăng: Tăng bốn vị, Tăng năm vị, Tăng mười vị, Tăng hai mươi vị." *Mahāvagga* xi, có năm Tăng như *Ngũ phần*.

mười tỳ-kheo, Tăng hai mươi tỳ-kheo, và Tăng vô lượng tỳ-kheo.

Tăng bốn tỳ-kheo: Trừ Yết-ma thọ giới, Yết-ma xuất tội, ngoài ra các Yết-ma khác đều được làm.

Tăng năm tỳ-kheo: Nơi trung quốc (nơi có nhiều Tăng) trừ Yết-ma thọ giới và xuất tội, nơi biên quốc (nơi có ít Tăng) trừ Yết-ma xuất tội, ngoài ra các Yết-ma khác đều được thực hiện.

Tăng mười tỳ-kheo: Trừ Yết-ma xuất tội, ngoài ra các Yết-ma khác đều được thực hiện.

Tăng hai mươi tỳ-kheo: Tất cả Yết-ma đều được làm.

Nếu Yết-ma mà Tăng là bốn tỳ-kheo, người thứ tư không đúng pháp, không đúng Tỳ-ni, Yết-ma không thành, Tăng có lỗi.

11. Ngăn yết-ma

Ưu-ba-ly thưa hỏi Phật: "Bạch đức Thế Tôn, nếu khi Tăng Yết-ma, có người ngăn,⁶² ai là người thành ngăn, ai là người không thành ngăn?"

Đức Phật dạy: "Người thọ Yết-ma ngăn, vì vậy không thành ngăn; Tỳ-kheo ở cách vách ngăn, vì vậy không thành ngăn. Tỳ-kheo-ni, thức-xoa-ma-na, sa-di, sa-di-ni ngăn, đều không thành ngăn.

Tỳ-kheo đồng cương giới ngăn... *cho đến* khiến vị ngồi nghe là thành ngăn."

12. Giải Yết-ma thành bất thành

Có ba hạng người không nên cho giải pháp Yết-ma, nếu cho giải thì không thành giải. Ba hạng ấy là: Tỳ-kheo phạm tội mà không thấy tội, tỳ-kheo nên sám hối mà không chịu sám hối, tỳ-kheo nên xả ác tà kiến mà không chịu xả ác tà kiến. Ba hạng là như vậy. Nếu chưa tác pháp trao cho thì nên tác pháp trao cho, nếu đã tác pháp Yết-ma trao cho thì đó **[163a01]** là Thiện tác Yết-ma. Nếu ngược lại trên, chưa

---

⁶² Để bản: Ha 呵; tức quở trách, chỉ trích. *Thập tụng:* già 遮; nghĩa là ngăn. Ở đây có nghĩa là ngăn không cho tiến hành yết-ma. [Pāli] *saṅghamajjhe paṭikkosanā*, sự phi nạn (phủ quyết) giữa Tăng.

trao cho Yết-ma giải thì nên trao cho Yết-ma giải, nếu đã trao cho Yết-ma giải thì gọi là Thiện giải.

13. Khiển trách[63]

Đức Phật ở tại thành Xá-vệ. Bấy giờ có hai tỳ-kheo,[64] một tên là Bàn-na, một tên là Lô-hê, ưa đấu tranh cùng nhau, cũng đấu tranh não loạn người khác; chưa sanh đấu tranh bèn sanh, đã sanh đấu tranh lại khuấy rộng ra, các tỳ-kheo bạch Phật. Nhân việc này, đức Phật tập họp Tỳ-kheo Tăng, hỏi hai tỳ-kheo: "Sự thật có phải như vậy không?" "Bạch Thế Tôn, thật sự như vậy." Đức Phật bằng mọi cách quở trách: "Các ông là người ngu si, làm việc phi pháp, không nên làm ác nghiệp như vậy." Quở trách rồi, Phật bảo các tỳ-kheo: "Từ nay nếu có tỳ-kheo nào như vậy, Tăng nên trao cho pháp Yết-ma quở trách.[65] Nếu họ không bỏ thì nên tùy theo sự việc Bạch tứ yết-ma, tăng thêm tội kia."

Nếu có ba pháp, nên trao cho pháp Yết-ma quở trách: đã tự mình đấu tranh, lại đấu tranh với người khác, trước sau chẳng phải một. Lại có ba pháp: thân cận ác tri thức, cùng người ác làm bạn, chính mình ưa làm điều ác, cũng nên trao cho pháp Yết-ma quở trách.

Lại có ba pháp: phá Tăng thượng giới, phá Tăng thượng kiến, thân cận tùy thuận bạch y, cũng nên trao cho pháp Yết-ma quở trách.

Có ba trường hợp Yết-ma quở trách không thành: người bị quở trách nên có mặt mà lại quở trách vắng mặt. Cần hỏi Tăng, nên trao cho pháp Yết-ma quở trách không, mà không hỏi. Nên khiến người bị quở trách tự nói tội lỗi của mình mà không khiến họ tự nói.

---

[63] *Tứ phần 44*, tr. 889a13: "Ha trách kiền độ 呵責揵度, Ch. xi: khiển trách". *Thập tụng 31*, Ch. iv: "Ban-trà Lô-già pháp", tụng thứ 5, về khổ thiết yết-ma 苦切羯磨. (tajjanīyakamma). Cf. *Cūḷavagga 1 Kammakkhandhakaṃ*, Vin. ii. 1.

[64] *Tứ phần*: Trí Tuệ 智慧 và Lô-hê-na 盧醯那. *Thập tụng 31*: Bàn-trà 般荼 và Lô-già 盧伽. Vin. ii. 1: *Paṇḍuka-lohitaka*, một nhóm các tỳ-kheo dẫn đầu bởi *Paṇḍuka* (Hán đọc là *Paṇḍita*) và *Lohitaka*.

[65] Ha trách 呵責; *Thập tụng*: khổ thiết yết-ma 苦切羯磨. tajjanīyakamma.

Lại có ba trường hợp Yết-ma không thành: nên tác Yết-ma hiện tiền mà không hiện tiền, phi pháp biệt chúng, nên khiến họ tự nói tội lỗi của mình mà không khiến.

Tỳ-kheo thọ Yết-ma quở trách nên nghiêm chỉnh thuận Tăng, nghĩa là tuân hành: không nên độ người, không nên trao giới Cụ túc cho người, không nên cho người y chỉ, không nên nuôi sa-di, không nên làm người hành trù, nếu Tăng sai cũng không nên nhận, không nên giáo giới tỳ-kheo-ni, nếu Tăng sai cũng không nên nhận; Tăng sai bất cứ điều gì đều không nên nhận; nếu khi hành Tăng sự không được có ý kiến, không được mắng các tỳ-kheo khác, không được ỷ thế nhà vua, không được ỷ thế của mình, không được ỷ thế của thân tộc, chỉ nên nương vào uy lực của Phật, Pháp, Tăng, nên ăn năn tự trách, không chống trái ý của Tăng, cần cầu giải Yết-ma.[66]

Sau đó, hai tỳ-kheo kia thuận tùng đối với Tăng, cải hối tự trách, cần cầu giải Yết-ma quở trách. Các tỳ-kheo bạch Phật, đức Phật dạy: "Tăng nên Bạch tứ yết-ma giải." Tỳ-kheo kia nên đến giữa Tăng, kính lễ sát chân Tăng, cầu xin giải Yết-ma quở trách ba lần. Tăng nên sai một tỳ-kheo xướng lên: **[163b01]**

> *"Đại đức Tăng xin lắng nghe! Tỳ-kheo này tên là... ưa cùng nhau đấu tranh, lại đấu tranh não loạn người này, người nọ, nên việc đấu tranh chưa sanh lại sanh, việc đã sanh thì lan rộng, trước đây Tăng đã trao Yết-ma quở trách, mà không từ bỏ nên Tăng gia thêm tội kia. Nay đương sự đã thuận tùng Tăng, ăn năn tự trách, cần cầu giải Yết-ma. Nay Tăng tác pháp giải Yết-ma. Nếu thời gian thích hợp đối với Tăng, Tăng chấp thuận. Đây là lời tác bạch.*
>
> *Đại đức tăng xin lắng nghe! Tỳ-kheo tên là... ưa đấu tranh cùng nhau... cho đến câu: Nay Tăng giải Yết-ma. Các Trưởng lão nào chấp thuận thì im lặng. Vị nào không đồng ý xin nói.*
>
> Lần thứ hai lần thứ ba cũng nói như vậy.
>
> *Tăng đã trao cho Tỳ-kheo..., pháp giải Yết-ma quở trách rồi. Tăng đồng ý nên im lặng. Việc này tôi ghi nhận như vậy."*

---

[66] *Tứ phần* 44, tr. 889c04 : Có 7 x 5 = 35 việc không được làm các Tăng sự.

14. Hạ ý

Bấy giờ, ở cách thành Xá-vệ không xa có khu rừng Yêm-ma-lặc.[67] Bên cạnh rừng ấy có ông Trưởng giả tên là Chất-đa-la,[68] có lòng tin kính Phật pháp, thường cung cấp cho các tỳ-kheo. Trong rừng Yêm-ma-lặc có một tỳ-kheo tên là Thiện Pháp,[69] bậc cựu trú nơi đây, làm Ma-ma-đế. Trưởng giả Chất-đa-la khi muốn thỉnh Tăng cúng y thực hay bố thí vật gì cho ai đều tin cho Tỳ-kheo Thiện Pháp biết trước. Bấy giờ, Xá-lợi-phất, Mục-kiền-liên cùng năm trăm tỳ-kheo du hành nơi khu rừng ấy. Trưởng giả nghe, liền đích thân ra nghinh đón, khi đến nơi đầu mặt kính lễ sát chân, rồi đứng lui qua một bên. Sau khi nghe diệu pháp, được chỉ bày, khiến cho lợi ích rồi, trưởng giả hoan hỷ bạch: "Mời các thầy sáng mai thọ trai nơi nhà con." Các tỳ-kheo nhận lời bằng sự im lặng. Biết các thầy nhận lời rồi, trưởng giả trở về nhà, đến chỗ Tỳ-kheo Thiện Pháp nói: "Con mời Xá-lợi-phất và Mục-kiền-liên… sáng mai thọ trai, Đại đức đến dùng cơm với các ngài." Tỳ-kheo Thiện Pháp khởi ý nghĩ: "Trưởng giả xấu xa này tâm hồn đã bị bại hoại, từ lâu nay, khi cần thỉnh Tăng đều cho ta biết trước, tại sao nay thỉnh Xá-lợi-phất, Mục-kiền-liên cùng năm trăm tỳ-kheo mà không cho ta biết." Nghĩ rồi nói: "Sáng mai tôi sẽ đến." Ông Trưởng giả trở về nhà, suốt đêm lo sửa soạn các thức ăn ngon bổ, trong thế gian những thức ăn quí giá nhất không thiếu thứ gì. Sáng ngày trải tòa ngồi, Tỳ-kheo Thiện Pháp đến, thấy sửa soạn như vậy, không thiếu một thứ mỹ thực nào. Do gia đình ông trưởng giả có ép dầu nên Thiện Pháp nói: "Các thức ăn đầy đủ cả, chỉ thiếu món bánh hồ ma."[70]

Ông Trưởng giả nghe thế bèn nổi giận nói: "Đại đức uyên thâm giáo lý mà tuôn ra những lời ác như vậy!" Ông Trưởng giả liền nói

---

[67] *Tứ phần* 44, tr. 982b03: A-ma-lê 阿摩梨. **Ambāṭakārāma.**

[68] *Tứ phần*: Chất-đa-la cư sĩ 質多羅居士. **Cittagahapati.** Nguyên chủ nhân của vườn *Ambāṭaka*, sau đó cúng cho Tăng.

[69] *Thập tụng*: Uất-đa-la 欝多羅. **Sudhamma.**

[70] *Tứ phần*: Hồ ma chỉ 胡麻滓. *Thập tụng*: hồ ma hoan hỷ hoàn 胡麻歡喜丸. **tilasaṅgulikā,** bánh hay kẹo làm bằng hạt mè (vừng). Luật sớ vì nhà *Citta* vốn làm nghề sản xuất kẹo vừng, nên tỳ-kheo này nói biếm nhẽ.

ví dụ: "Xưa kia có người khách buôn, từ phương Bắc đem một con gà mái đến nước Ba-tuần, nước Ba-tuần không có gà trống, cho con quạ rập với nó, để ra trứng, ấp nở ra thành con quạ con, khi lớn lên nó phát ra tiếng gà không được, nó kêu tiếng quạ cũng không được. Nay Đại đức cũng như vậy, **[163c01]** uyên thâm giáo lý mà tuôn ra lời nói ác."

Tỳ-kheo Thiện Pháp nghe nổi giận nói: "Trưởng giả mạ nhục tôi một cách quá đáng, làm sao tôi ở đây được, tôi sẽ đi phương xa." Ông Trưởng giả lại nói: "Đại đức đừng giận, nên lưu lại đây, con sẽ như thường cung cấp y thực." Nói như vậy ba lần, Tỳ-kheo Thiện Pháp vẫn không chịu ở lại. Ông trưởng giả nói: "Đại đức muốn đi đến đâu?" Tỳ-kheo đáp: "Tôi muốn đến chỗ đức Phật." Ông trưởng giả nói: "Nếu đến chỗ đức Phật, cho con xin kính lời vấn an đức Thế Tôn và xin Đại đức trình bày đúng sự thật, chớ nên thêm bớt."

Tỳ-kheo Thiện Pháp nói: "Được rồi!" Bấy giờ ông trưởng giả trải tọa cụ xong, đến bạch: "Trai soạn xong, giờ thọ trai đã đến, xin kính mời." Xá-lợi-phất, Mục-kiền-liên, cùng đại chúng vây quanh, đến nhà ông trưởng giả, an tọa nơi tòa. Chính ông trưởng giả tự tay dâng thức ăn, ăn xong lấy nước rửa, rồi lấy chiếc ghế nhỏ ngồi phía trước, hai tôn giả vì gia chủ nói các pháp mầu, chỉ dạy sự lợi ích để được vui vẻ, rồi rời tòa ra về.

Sau khi ăn xong, Tỳ-kheo Thiện Pháp trở về rừng, mặc y bưng bát đến chỗ đức Thế Tôn, đầu mặt đảnh lễ sát chân, rồi ngồi lui qua một bên, đem chuyện của trưởng giả Chất-đa-la trình bày đầy đủ lên đức Thế Tôn. Đức Phật liền quở trách: "Thầy là người ngu si, tại sao lại dùng lời hạ tiện gán cho ông trưởng giả kia?" Nhân việc này, đức Phật tập họp Tỳ-kheo Tăng, bảo các tỳ-kheo: "Từ nay nên trao cho những tỳ-kheo như thế pháp Hạ ý, bằng Bạch tứ yết-ma, xin lỗi bạch y kia."[71] Một tỳ-kheo xướng lên:

---

[71] *Tứ phần:* "Cho phép các tỳ-kheo vì Tỳ-kheo Thiện Pháp tác pháp bạch tứ yết-ma ngăn không cho đến nhà bạch y." *Thập tụng:* Hạ ý yết-ma 下意羯磨: khiến phải xin lỗi cư sĩ. Vin. ii. 18: *paṭisāraṇīyakammaṃ -gahapati khamāpetabbo*, như *Thập tụng.*

"Đại đức Tăng xin lắng nghe! Tỳ-kheo... dùng lời hạ tiện gán cho bạch y tên là..., nay Tăng trao cho pháp Yết-ma hạ ý, xin lỗi bạch y kia. Nếu thời gian thích hợp đối với Tăng, Tăng chấp thuận. Đây là lời tác bạch.

Đại đức Tăng xin lắng nghe! Tỳ-kheo... dùng lời hạ tiện gán cho bạch y tên là... nay Tăng trao cho pháp Yết-ma hạ ý, xin lỗi bạch y kia. Các Trưởng lão nào chấp thuận thì im lặng. Vị nào không đồng ý xin nói."

Lần thứ hai, lần thứ ba cũng nói như vậy.

"Tăng đã trao cho Tỳ-kheo... pháp Hạ ý Yết-ma rồi. Tăng đồng ý nên im lặng. Việc này tôi ghi nhận như vậy."

Lại nên Bạch nhị yết-ma sai một tỳ-kheo bạn của tỳ-kheo kia cùng đi xin lỗi bạch y kia. Một tỳ-kheo xướng lên:

"Đại đức Tăng xin lắng nghe! Nay Tăng sai Tỳ-kheo... bạn của Tỳ-kheo..., đến dùng lời xin lỗi bạch y. Nếu thời gian thích hợp đối với Tăng, Tăng chấp thuận. Đây là lời tác bạch.

Đại đức Tăng xin lắng nghe! Nay Tăng sai Tỳ-kheo... bạn của Tỳ-kheo..., đến dùng lời xin lỗi bạch y. Các Trưởng lão nào chấp thuận thì im lặng. Vị nào không đồng ý xin nói.

Tăng đã sai Tỳ-kheo... bạn của Tỳ-kheo..., đến dùng lời xin lỗi bạch y. Tăng chấp thuận nên im lặng. Việc này tôi ghi nhận như vậy."

Tỳ-kheo nên dẫn tỳ-kheo được sai đến, nắm tay bạch y nói lời xin lỗi:[72] **[164a01]**

"Trước đây tôi đã dùng lời hạ tiện gán cho ông, nay tôi ăn năn, xin ông nhận sự ăn năn của tôi".

Nếu bạch y chấp nhận thì tốt, bằng không, tỳ-kheo được Tăng sai

---

[72] *Tứ phần:* "Tăng đã vì Tỳ-kheo Thiện Pháp tác pháp khiển trách phạt vị ấy." *Thập tụng:* Nếu cư sĩ nhận lời, bảo đi ra chỗ mắt thấy, tai không nghe. Rồi tỳ-kheo phạm sám Đột-kiết-la với tỳ-kheo Tăng sai, cho cư sĩ thấy.

đến nên dẫn tỳ-kheo kia đến chỗ mắt thấy tai không nghe, bảo làm pháp Đột-kiết-la hối quá. Nên nói:

> *"Tôi, Tỳ-kheo... đã dùng lời thô ác gán cho bạch y tên... phạm Đột-kiết-la, nay hướng đến Trưởng lão ăn năn."*[73]

Lần thứ hai, lần thứ ba cũng nói như vậy. Tất nhiên sau đó, tỳ-kheo được Tăng sai, một mình trở lại chỗ bạch y nói:

> *"Tăng đã trị Tỳ-kheo kia, vừa rồi tôi cũng nghiêm trị, ông cần nhận sự ăn năn của vị ấy."*[74]

Tiếp theo cũng như vậy, tỳ-kheo kia lại nên đến nói lời nhận lỗi như trên. Nên thuận tùng Tăng, như trong pháp Yết-ma quở trách đã nói.

Vị kia thuận theo Tăng rồi, ăn năn, tự trách, yêu cầu giải Yết-ma. Tăng nên trao cho pháp giải Yết-ma. Pháp giải Yết-ma cũng như trước đã nói.[75]

---

[73] *Tứ phần:* "Tỳ-kheo kia trước phạm tội. Nay đã sám hối. Tội đã trừ." *Thập tụng:* Nếu cư sĩ không chịu; Tăng sai hai tỳ-kheo. Bấy giờ nếu cư sĩ chịu, cũng bảo đi như trên, rồi tỳ-kheo phạm sám Đột-kiết-la với hai tỳ-kheo Tăng sai cho cư sĩ thấy.

[74] *Tứ phần:* "Tỳ-kheo kia Tăng đã làm pháp khiển phạt." *Thập tụng:* Nếu cư sĩ vẫn không chịu, Tăng bảo tỳ-kheo đó tránh đi trú xứ khác; nếu cư sĩ có thế lực quan quyền.

[75] Bản Hán, hết quyển 24.

PHẦN THỨ NĂM

ಅ❀ಛ

五分初

(Hán dịch quyển 25-30)

1. Pháp Phá Tăng   破僧法
2. Pháp Ngọa cụ   臥具法
3. Pháp Tạp   雜法
4. Pháp Oai nghi   威儀法
5. Pháp Ngăn Bố-tát   遮布薩法
6. Pháp Biệt trú   別住法
7. Pháp Điều phục   調伏法
8. Pháp Tỳ-kheo-ni   比丘尼法
9. Pháp Ngũ bách tập   五百集法
10. Pháp Thất bách tập   七百集法

PHẦN THỨ NĂM
CHƯƠNG I: PHÁP PHÁ TĂNG[76]

1. Điều-đạt

Lúc bấy giờ, lần thứ ba Điều-đạt[77] nghĩ rằng: "Nay ta phá Tăng của Sa-môn Cù-đàm, tên của ta được vang lừng, mọi người sẽ nói: Sa-môn Cù-đàm có đại thần lực mà Điều-đạt có thể phá được Tăng của ông ta." Nghĩ như vậy, Điều-đạt bèn nói với quyến thuộc:[78] Át-ty-phân-na-bà, Lâu-ban-na-lô, Hê-già-lô-đế-xá, Cù-gia-ly, Khiên-trà-đà-bà, Tam-văn-đạt-đa... Trong số người đó, Tam-văn-đạt-đa là bậc đại thông minh, hỏi Điều-đạt: "Sa-môn Cù-đàm có đại oai đức, Tăng của ông ta làm sao có thể bị phá được?" Điều-đạt nói: "Ta sẽ thuyết minh năm pháp giữa Tăng, cần nên suốt đời thọ trì: 1. Không ăn muối; 2. Không ăn bơ và sữa; 3. Không ăn cá thịt, nếu ăn thì thiện pháp không sanh; 4. Khất thực, nếu nhận sự mời ăn của người thì thiện pháp không sanh; 5. Tám tháng của mùa Xuân và mùa Hạ nên ngồi nơi đất trống; bốn tháng mùa Đông thì ở trong am tranh, nếu nhận phòng xá của người

---

[76] Hán: Phá tăng pháp 破僧法, [Pali] *Saṃghabhedakkhandhaka.* Cf. *Tứ phần* 46, tr. 909b07: Phá Tăng kiền-độ. *Thập tụng* 36, (tr. 257a): "Tạp tụng, Điều-đạt sự"; *Căn bản phá tăng sự,* 20 quyển, (T24n1450, tr. 99). Pāli, *Cūḷavagga* 7 *Saṅghabhedakakkhandhaṃ.* Vin. ii. 179.

[77] Hán: Điều-đạt 調達; [Pali] *Devadatta.* Xem Phần I, Ch. ii, Tăng-già-bà-thi-sa 10.

[78] *Tứ phần* 05, tr. 594a03: Đồng bọn của Đề-bà-đạt-đa: Tam-văn-đạt-đa 三聞達多, Khiên-trà-đạt-bà 騫荼達婆, Câu-bà-ly 拘婆離, Ca-lưu-la-đề-xá 迦留羅提舍. Vin. ii. 196: *Kokālika, Kaṭamoraka-tissa, Khaṇḍadeviyā-putta, Samuddadatta.*

thì thiện pháp không sanh.[79] **[164b01]** Nhân dân trong hai nước Ma-kiệt và Ương-già đều tin ưa khổ hạnh. Chúng ta thực hành năm pháp này, số người theo ta chắc chắn sẽ nhiều, đủ để phá Tăng." Tam-văn-đạt-đa nghe rồi cũng tán đồng, cho rằng Điều-đạt có thể chia rẽ được khối chúng Tăng của đức Phật, tiếng tăm sẽ được vang dội. Nghĩ vậy, Tam-văn-đạt-đa cũng theo luôn.

Khi ấy, Điều-đạt có người đệ tử ưu-bà-tắc tên là Hòa-tu-đạt, thường cúng dường Điều-đạt, Điều-đạt nhiều lần thuyết phục nên ông ta cũng tán đồng. Hôm ấy vào ngày thứ mười lăm Bố-tát, giữa chúng Tăng, Điều-đạt tuyên bố năm việc trên, chính mình hành trù, xướng rằng: "Vị nào đồng ý năm điều này thì rút thẻ này." Khi ấy năm trăm Tỳ-kheo[80] đều rút thẻ, chỉ trừ A-nan và một Tỳ-kheo Tu-đà-hoàn[81] không rút thẻ.

Hôm đó, Xá-lợi-phất, Mục-kiền-liên, các đại La-hán đều không có mặt trong kỳ Bố-tát ấy. Điều-đạt hành trù xong, liền cùng năm trăm tỳ-kheo hòa hợp Bố-tát. A-nan và một Tỳ-kheo Tu-đà-hoàn không rút thẻ, liền bỏ ra đi, đến chỗ đức Thế Tôn, đầu mặt kính lễ sát chân, đem vấn đề ấy bạch Phật. Đức Phật nhân việc đó nói kệ:

Thiện cùng thiện dễ hội
Ác cùng thiện khó hội,
Ác cùng ác dễ hội
Thiện cùng ác khó hội.

Bấy giờ, Xá-lợi-phất, Mục-kiền-liên nghe sự việc này, đến chỗ đức Phật. Từ xa, đức Phật thấy, Ngài bỗng vui khen ngợi: "Thiện lai, Xá-lợi-phất, Mục-kiền-liên! Hai thầy có thể đến trong chúng của Điều-đạt dẫn năm trăm tỳ-kheo trở về." Hai vị giáo thọ, kính lễ sát chân Phật rồi đi.

Khi ấy, Tỳ-kheo Tu-đà-hoàn đi theo tôn giả A-nan, thấy Xá-lợi-phất,

---

[79] **Xem thêm cht. 276**, Phần I, Ch. ii.

[80] *Tứ phần:* "Năm trăm vị tỳ-kheo tân học vô trí". Vin. ii. 199: 500 Tỳ-kheo Bạt-kì Tử (*Vajjiputta*).

[81] *Tứ phần:* "Bấy giờ có sáu mươi Trưởng lão Tỳ-kheo xả Uất-đa-la-tăng, khoác qua một bên."

Mục-kiền-liên ra đi, bèn bùi ngùi khóc lớn. Đức Phật hỏi tỳ-kheo ấy: "Tại sao khóc như vậy?" Tỳ-kheo bạch: "Xá-lợi-phất, Mục-kiền-liên là đệ tử bậc nhất của đức Phật, nay cũng đến với chúng Điều-đạt, con sợ hai tôn giả học theo pháp của Điều-đạt, chính vì thế mà con khóc." Đức Phật nói với tỳ-kheo ấy: "Thôi đi, thầy đừng khóc nữa! Xá-lợi-phất, Mục-kiền-liên không bao lâu họ sẽ dẫn năm trăm tỳ-kheo trở về."

Khi Xá-lợi-phất, Mục-kiền-liên đi thẳng vào chỗ chúng của Điều-đạt, thì Tam-văn-đạt-đa từ xa trông thấy, vội chạy vào nói với Điều-đạt: "Xá-lợi-phất, Mục-kiền-liên là hàng đệ tử bậc nhất của Sa-môn Cù-đàm, nay đến đây, nhằm phá ý định của các tỳ-kheo, không nên nói chuyện, cũng đừng nên mời ngồi." Điều-đạt tự cho năm pháp của mình là đạo nên không nghe lời của Tam-văn, cũng không bận tâm đến vấn đề.

Khi Xá-lợi-phất và Mục-kiền-liên đến nơi, Điều-đạt bèn nói: "Thiện lai Xá-lợi-phất, Mục-kiền-liên có thể đến ngồi nơi chỗ này, rồi nói tiếp: Là người có trí, điều gì trước chưa nghe, nay nghe để nhận lấy mà hành trì. Hai vị, trước là hàng đệ tử bậc nhất của Sa-môn Cù-đàm, nay lại đến đây làm đệ tử bậc nhất của tôi; âu cũng là điều tốt vậy!" **[164c01]**

Xá-lợi-phất và Mục-kiền-liên im lặng không trả lời, Điều-đạt tưởng đã chấp nhận lời nói của mình. Điều-đạt liền phỏng theo nếp sống của Phật, bảo Xá-lợi-phất và Mục-kiền-liên: "Quý thầy có thể vì chúng hội nói pháp, tôi bị đau lưng, nằm nghỉ một chút." Điều-đạt xếp Tăng-già-lê thành bốn lớp để gối; nằm nghiêng phía bên hữu, hai chân chồng lên nhau, nhưng không hệ niệm tại tiền nên chỉ trong giây lát ngủ muồi, lăn qua phía bên tả, xoải người lên đất, ngáy khò khò...

Khi ấy, Mục-kiền-liên hiện các thần lực theo chuyên môn của mình, còn Xá-lợi-phất nói các pháp mầu, đoạn trước, đoạn sau cùng chặng giữa nói lên điều thiện, thiện nghĩa, thiện vị, với tướng phạm hạnh. Năm trăm tỳ-kheo nghe rồi, liền nơi tòa xa trần, lìa cấu, đối với các pháp, đặng con mắt pháp trong sạch. Thấy pháp đắc quả rồi, bèn nói với nhau rằng: "Chúng ta có thể đứng dậy trở về chỗ đức Phật." Xá-lợi-phất, Mục-kiền-liên liền từ chỗ ngồi đứng dậy, cùng năm trăm tỳ-kheo trở về chỗ đức Phật.

Khi ấy, Tam-văn-đạt-đa dùng ngón chân đụng nhẹ vào Điều-đạt và mắng: "Tôi tớ dòng họ Thích hãy thức dậy! Xá-lợi-phất và Mục-kiền-liên dùng các phương tiện dẫn hết các tỳ-kheo đi rồi!" Điều-đạt thức dậy kinh hãi rủa nộp: "Đích thị là ác dục tỳ-kheo, mới đó có thiện ý, tại sao bỗng lại sanh ác tâm dùng phương tiện dẫn hết tỳ-kheo của ta đi!" Vì quá giận dữ và sợ sệt nên máu nóng từ lỗ mũi trào ra, ngay nơi thân còn sống mà đọa vào địa ngục.

Xá-lợi-phất và Mục-kiền-liên về đến chỗ đức Phật rồi, đầu mặt đảnh lễ sát chân, ngồi lui qua một bên. Mục-kiền-liên bạch Phật: "Con muốn năm trăm tỳ-kheo này thọ lại giới Cụ túc." Đức Phật dạy: "Khỏi phải thọ lại. Tại sao vậy? Năm trăm tỳ-kheo này ngu si nên dùng pháp tưởng rút thăm, nay chỉ cho phép Tăng khiến họ tác pháp hối quá Thâu-lan-giá."

Tôn giả Mục-kiền-liên bạch Phật: "Kỳ lạ thay, bạch đức Thế Tôn! Điều-đạt bắt chước Phật, đọa vào khổ xứ như thế." Đức Phật dạy: "Không phải chỉ bây giờ Điều-đạt bắt chước Ta mà đọa vào địa ngục, xưa kia cũng đã từng bắt chước Ta, phải đọa vào khổ xứ." Mục-kiền-liên lại thưa hỏi Phật: "Bạch Thế Tôn, chuyện ấy như thế nào?" Đức Phật dạy: "Thuở đời quá khứ, nơi chỗ không nhàn[82] có một ao nước, một con voi lớn vào trong ao lấy cái ngó sen rửa sạch rồi ăn, sức khỏe được dồi dào. Lại có một con voi cũng bắt chước vào ao lấy cái ngó sen, không rửa mà ăn, đưa đến trọng bệnh rồi chết." Nhân việc này đức Phật liền nói bài kệ:

> *"Đừng bắt chước đại long*
> *Bắt chước không thể được*
> *Do bắt chước đại long*
> *Nên ăn bùn rồi chết."[83]*

---

[82] Hán: Không nhàn xứ 空閑處. Rừng hay A-lan-nhã.

[83] Cf. *Tạp A-hàm* 38 (tr. 276c12). Pāli, S. 17. 35-36 (R. ii. 241): *phalaṃ ve kadaliṃ hanti, phalaṃ veḷuṃ phalaṃ naḷaṃ, sakkāro kāpurisaṃ hanti, gabbo assatariṃ yathā'ti.* "Chuối sinh quả liền chết; lau, tre cũng như vậy; la mang thai thì chết; người ác tham mà chết."

[165a01] Đức Phật bảo Mục-kiền-liên: "Con voi lớn chính là thân Ta, còn con voi kia là Điều-đạt. Xưa bắt chước Ta nên phải bỏ mạng, nay bắt chước Ta nên phải nhận lấy cái khổ như vậy."

Tôn giả Mục-kiền-liên bạch Phật: "Kỳ lạ thay, bạch đức Thế Tôn, Điều-đạt theo Phật nghe pháp, tụng 84.000 pháp tạng, đặng năm thần thông tại sao lại phản, kiêu mạn đối với đức Thế Tôn?"

Đức Phật dạy: "Không những đời này mà xưa kia Điều-đạt cũng từng theo Ta nghe pháp mà khinh mạn đối với Ta."

Mục-kiền-liên bạch Phật: "Chuyện ấy như thế nào?" Đức Phật thuật lại:

"Thuở đời quá khứ có một Tượng sư (người nài dạy voi) rất cao tay nghề điều phục voi, được nhà vua đối xử rất trọng hậu. Khi ấy, có một người đến chỗ vị Tượng sư, thưa: 'Dạy cho con nghề điều phục voi, con xin làm đệ tử.' Tượng sư liền dạy, không giấu một nghệ thuật nào. Người kia biết được rồi, bèn sanh tâm đố ky, đến chỗ nhà vua tâu: 'Sự hiểu biết của người kia đâu hơn gì tôi, tại sao cung cấp như thế mà không nghĩ gì đến tôi?' Nhà vua kêu vị Tượng sư hỏi: 'Ông cùng đệ tử ông, ai hơn ai?' Tượng sư đáp: 'Xin nhà vua cho phép lui về, sau 7 ngày sẽ thực hiện pháp điều tượng.' Nhà vua chấp thuận. Tượng sư trong 7 ngày lại điều phục các con voi: Bảo tới thì đi thụt lùi lại, bảo lùi thì đi tới, bảo ngồi thì bắt nó lại đứng, bảo đứng thì bắt nó lại ngồi, điều phục con voi với những động tác ngược lại như vậy. Đúng 7 ngày, ở trước nhà vua, Tượng sư cùng đệ tử biểu diễn các nghệ thuật điều phục voi. Ban đầu cả hai chưa ai có cái gì khác lạ, nhà vua hỏi người đệ tử: 'Nhà ngươi có nghệ thuật nào khác lạ hay không?' Người đệ tử đáp: 'Tâu bệ hạ, không.' Nhà vua lại hỏi người thầy của ông ta: 'Ngươi có phương pháp nào khác lạ nữa không?' Tượng sư đáp: 'Tâu bệ hạ, có.' Nhà vua bảo biểu diễn. Tượng sư điều voi làm ngược lại những điều sai bảo, voi răm rắp làm theo. Khi ấy, nhà vua mới biết rằng người đệ tử của Tượng sư trước đây đã nói hư dối. Nhà vua nổi giận, nói: 'Tại sao ngươi dám khi dối đối với ta?' Vị điều Tượng sư kia tâu với vua: 'Người này là học trò của tôi, trước đây tôi dạy cho nó hết lòng, nó chưa biết hết, thoáng chốc đã khinh dối, nay xin được nói ví dụ, nguyện nhà vua cho phép dẫn chuyện:

'Xưa kia có một người, tháng cuối mùa Xuân mang đôi giày một lớp, đất nóng nên giày bị teo lại, giày siết chặt nên chân bị thương… Bổn ý là muốn bảo hộ đôi chân thì phản lại làm cho đôi chân bị tổn thương.' Tôi cũng như vậy, trước kia dạy đệ tử, hy vọng là có ích, nhưng lại bị hại." Bấy giờ đức Thế Tôn nói bài kệ:

"Như người mang giày da
Dụng ý bảo vệ chân,
Khi nắng nóng bất ngờ
Giày rút, chân bị thương.
Thế gian kẻ ngu ác
Không nhớ ơn mình mang,
Học kỹ thuật từ thầy
Lại phản, vu khống thầy."

[165b01] Đức Phật dạy: "Tượng sư chính là tiền thân của Ta, người đệ tử là Điều-đạt, đời nào cũng theo Ta thọ học mà trở lại khinh mạn đối với Ta."

Tôn giả Mục-kiền-liên bạch Phật: "Bạch Thế Tôn, thật hy hữu! Tôn giả Xá-lợi-phất một lần thuyết pháp mà phá cả chúng của Điều-đạt." Đức Phật dạy: "Không những đời này mà xưa kia Xá-lợi-phất cũng đã từng nói pháp để phá chúng của Điều-đạt." Mục-kiền-liên thưa hỏi: "Chuyện ấy như thế nào?"

Đức Phật nói: "Thuở đời quá khứ có một vị thầy bắn cung tên là Câu-hòa-ly. Có người[84] theo học pháp bắn, sáu năm dạy nên cầm cây cung như thế này, vót cái tên như thế này, mà chưa dạy cách bắn. Sau đó người đệ tử nghĩ: 'Trong sáu năm[85] ta học cầm cây cung, vót cái tên mà chưa bắn lần nào, nay ta thử bắn xem sao.'

Người đệ tử nhắm bắn vào một cây đại thọ, tên xuyên thủng qua khỏi cây rồi rơi vào lòng đất. Người thầy nghe được hỏi: 'Ông đã bắn một mũi tên phải không?' Đệ tử đáp: 'Dạ, con đã bắn.' Người thầy lại hỏi: 'Ông bắn vào chỗ nào?' Người học trò chỉ vào cây đại thọ mà

---

[84] *Tứ phần:* Tán-nhã 散若. Xem *Kinh luật dị tướng* 41, T53n2121, tr. 216c12 tt.

[85] *Tứ phần:* Qua bảy năm học bắn.

mình đã bắn. Người thầy nói:

'Ông đã thành xạ thủ, tôi là hạng nhất, ông là hạng hai.'

Người thầy lại nói: 'Nơi địa điểm đó có năm trăm tên giặc cướp chận đường, tất cả không ai dám đi qua nơi này. Ông có thể đến nơi trục lộ đó tảo thanh (quét sạch) bọn cướp, ông sẽ có công rất lớn.'

Ông thầy liền giao cho một chiếc xe ngựa, một người mỹ nữ, cùng với cái bát bằng vàng và năm trăm mũi tên. Bấy giờ người đệ tử cưỡi xe, chở người nữ, cầm cung như ý, mang năm trăm mũi tên, vâng lệnh ra đi.

Chính lúc ấy, bọn giặc đường cùng phân chia các vật, sai người canh phòng nơi yếu đạo. Người canh phòng từ xa thấy, vội vã chạy đến tâu với tướng soái của giặc. Tướng soái của giặc nói với đồng bọn: 'Chúng ta làm giặc, chưa từng thấy có một người, một mình dẫn một người đàn bà đi trên trục lộ này. Người này chắc là kẻ anh dũng không sợ bất cứ ai, nên để họ đi qua, đừng nên gây phiền toái.'

Xạ thủ kia bèn dừng chân một nơi, khiến người đàn bà bưng bát bằng vàng đến chỗ bọn giặc, xưng tên mình để khất thực. Người đàn bà ấy làm cho bọn giặc rất cảm thích, chúng lại ham cái bát bằng vàng, liền cùng nhau nghị bàn: 'Nữ sắc như thế đó, bát bằng vàng như thế đó, làm sao chúng ta lại cho phép họ đi.'

Tướng soái của giặc lại nói: 'Người kia chắc tự lượng sức của mình không sợ nên mới dám làm việc như vậy. Cần phải nhẫn nại, chận lại nóng giận, đừng nên chiêu lấy tai họa.' Đồng bọn nghe rồi bèn cho đầy bát với thức ăn ngon. Người đàn bà mang thức ăn trở lại, xạ thủ kia lại bảo đến nói: 'Các ông chia vật, cho tôi một phần với.' Bọn giặc cả giận: 'Đây là người gì lại dựa vào người chồng kia mà dám khinh cả bọn mình? Chúng ta phải giết ngay, đừng nên ôm lấy cái nhục này.'

Tướng soái của bọn giặc vẫn nói như trước. Bọn giặc chia cho một phần, bà ta nhận được một phần quay trở lại. Xạ thủ kia lại bảo đến nói với bọn giặc: 'Có thể cùng tôi chiến đấu chứ không thể để yên như thế này được.' Bọn giặc lại nói: 'Người này thừa thắng xông lên, khinh miệt ta quá đáng, không thể nhận chịu được.' **[165c01]** Tướng soái của bọn giặc khuyên dụ mà không được. Cơn giận của bọn giặc nổi lên, quên lường được sự nguy hại, cùng nhau dùng sức tiến đánh hai con người kia. Người xạ thủ liền bắn một phát, giết ngay một người, bốn trăm chín mươi chín phát, giết chết bốn trăm chín mươi chín người, còn một phát để hầu tên tướng soái, song tên giặc lẩn tránh theo người phụ nữ nên không bắn được. Tay xạ thủ bèn khiến người đàn bà lõa hình đứng trước tên giặc, tên tướng soái loạn tâm, nhân đó, bị một phát, chết luôn. Khi ấy, người đàn bà kia liền nói bài kệ:

'*Tuy có cung tên bén*
Chưa từng lạc một phát
Tử thương đã nhẫy đầy
Tại sao không hối hận?'

Người xạ thủ cũng dùng bài kệ trả lời:

'*Ta có nghề xảo diệu,*
Cung tên hợp tâm, tay
Giết một sanh vui liền
Tại sao phải ăn năn!
Ta vốn đi đường này
Vì người trừ oán hại,
Không hề tiếc thân mạng
Để thành người dũng kiện.'"

Đức Phật dạy: "Người thợ bắn kia là tiền thân của Ta, đệ tử người thợ bắn là Xá-lợi-phất, năm trăm tên giặc là năm trăm tỳ-kheo hiện nay, tướng soái của giặc chính là Điều-đạt. Xưa kia Xá-lợi-phất dùng những mũi tên phá bọn giặc, nay một thời thuyết pháp phá chúng của Điều-đạt."

Mục-kiền-liên lại bạch Phật: "Bạch Thế Tôn, lạ lùng thay! Điều-đạt mắng rằng: 'Ác dục tỳ-kheo', liền khi ấy thân còn sống mà đọa vào địa ngục." Đức Phật dạy: "Không những bây giờ mà xưa kia Điều-đạt cũng đã từng dùng ác khẩu, hiện còn sống mà thọ đại khổ."

Mục-kiền-liên lại hỏi: "Chuyện như thế nào?" Đức Phật dạy: "Thuở đời quá khứ, bên bờ ao nơi A-lan-nhã, có hai con nhạn, cùng một con rùa kết làm bạn thân, sau một thời gian, nước trong ao bị khô cạn, hai con nhạn bàn bạc với nhau: 'Nay ao nước này bị khô cạn, bạn thân của ta chắc bị đại khổ.' Nghĩ rồi nói với rùa: 'Nước trong ao bị cạn, bạn không có cách nào sống được, bạn có thể ngậm giữa cái cây, chúng tôi mỗi đứa ngậm một đầu, đem bạn đến chỗ nhiều nước, nhưng với điều là khi ngậm cái cây, bạn thận trọng đừng nên nói.'

Nhất trí, chúng liền thực hiện, nhưng khi bay ngang qua một xóm nọ, bọn trẻ nít thấy vậy đều la ầm lên: 'Nhạn ngậm rùa bay đi! Nhạn ngậm rùa bay đi!' Con rùa liền nổi giận buông miệng nói: 'Việc này dính dự gì đến bọn bay?!' Miệng rùa tuột ra khỏi cây, rùa rớt xuống đất chết ngay.

Bấy giờ nhân việc này đức Thế Tôn nói kệ:

"Đời sống kẻ sĩ
Búa ở trong miệng,
Sở dĩ chém mình
[166a01] *Do bởi lời ác.*
Nên chê lại khen
Nên khen lại chê,
Tự nhận lấy họa
Bị khổ dài dài.

Nếu giành nhau tài lợi
Ác ấy chưa phải lớn,
Ác tâm hướng về Phật
Ác đây mới là to.
A-phù[86] *có trăm ngàn*
Ni-la,[87] *ba mươi sáu*
Ác ý với người hiền
Phải đọa địa ngục ngay."

Đức Phật dạy: "Con rùa kia chính là Điều-đạt, xưa kia do lời nói giận mà phải chết đau khổ, nay lại giận mắng, đọa vào đại địa ngục."

Đức Phật bảo các Tỳ-kheo: "Nếu Ta thấy nơi Điều-đạt có một pháp

---

[86] A-phù: là địa ngục A-phù 阿浮地獄, địa ngục rên rỉ.

[87] Ni-la 尼羅, *Nirarbuda*, tên một địa ngục.

thiện bằng sợi lông thì hoàn toàn không ghi nhận sự đọa đại địa ngục, thọ một kiếp khổ. Ví như một người bị chìm dưới hầm phân, nếu có người muốn cứu họ, mà không thấy nơi thân họ có một chỗ nào sạch, bằng một sợi lông để có thể cầm được. Ta quán sát nơi Điều-đạt cũng lại như vậy."

Đức Phật lại bảo các tỳ-kheo: "Ta không thấy pháp nào phá hoại tâm đạo vô thượng của con người bằng danh tiếng và lợi dưỡng. Điều-đạt sở dĩ phá Tăng là do lợi dưỡng. Điều-đạt thành tựu tám phi pháp cho nên phá Tăng: lợi, không lợi, khen, không khen, kính, không kính, ưa ác, và nhận thức làm theo điều ác."

2. Ưu-ba-ly thưa hỏi

Ưu-ba-ly thưa hỏi Phật: "Thế nào gọi là phá Tăng?"[88] Đức Phật dạy: "Có 4 việc gọi là phá Tăng: nói năm pháp,[89] tự hành trù, rút thăm, trong nội giới làm Tăng sự riêng." Ưu-ba-ly lại hỏi: "Thế nào gọi là Tăng không hòa hợp mà chẳng phải phá?"

Phật dạy: "Nếu vua trợ lực phá Tăng, khiến cho Tăng không hòa hợp, thì chẳng phải phá. Nếu đại thần, ưu-bà-tắc, ưu-bà-di, tỳ-kheo-ni, thức-xoa-ma-na, sa-di, sa-di-ni, một tỳ-kheo cho đến bảy tỳ-kheo trợ lực phá Tăng cũng như vậy.

Nếu không hỏi Thượng tọa mà hành Tăng sự, tức là không hòa hợp mà cũng chẳng phải phá Tăng, nếu không cùng thọ thực, trong khi ăn, khác chỗ ngồi, đấu tranh mạ lỵ cũng như vậy. Chủ yếu phải là ở trong nội giới, tám tỳ-kheo, chia làm hai bộ, làm Tăng sự riêng mới gọi là Tăng bị phá."

Ưu-ba-ly lại hỏi: "Trong số đó, ai là người phá Tăng?" Đức Phật dạy: "Người nào chủ động." Ưu-ba-ly lại hỏi: "Ai là người phải đọa vào đại địa ngục một kiếp mà không thể cứu?" Đức Phật dạy: "Người nào

---

[88] Cf. Vin. ii. 202: "*Upāli* hỏi, cho đến mức nào thì Tăng nứt mà không vỡ? Cho đến mức nào thì Tăng nứt và vỡ?" (*kittāvatā... saṅgharāji hoti, no ceva saṅghabhedo? Kittāvatā ca pana saṅgharāji ceva hoti saṅghabhedo ca?*).

[89] Nói năm pháp: Vô tín, vô tàm, vô quý, biếng nhác, đa vọng.

đóng vai chủ động."

Ưu-ba-ly lại hỏi: "Hễ người nào phá Tăng đều phải đọa vào đại địa ngục thọ khổ một kiếp phải không?" Đức Phật dạy: "Không nhất thiết phải đọa vào đại địa ngục một kiếp để thọ khổ. Có tám người phá Tăng thọ một kiếp khổ nơi đại địa ngục: Hoặc pháp, tưởng pháp mà nói là phi pháp; hoặc phi pháp, tưởng phi pháp mà nói là pháp; hoặc pháp, tưởng phi pháp mà nói là pháp; hoặc phi pháp, tưởng pháp mà nói là phi pháp; hoặc pháp, phi pháp **[166b01]**, tưởng pháp mà nói là phi pháp; hoặc pháp, phi pháp, tưởng phi pháp mà nói là pháp; hoặc pháp, nghi phi pháp mà nói là pháp; hoặc pháp, nghi phi pháp mà nói là phi pháp.

Có sáu người phá Tăng không đọa vào đại địa ngục một kiếp để thọ khổ: Hoặc pháp, tưởng pháp mà nói là pháp; hoặc phi pháp, tưởng phi pháp mà nói là phi pháp; hoặc pháp, tưởng phi pháp mà nói là phi pháp; hoặc phi pháp, tưởng pháp mà nói là pháp; hoặc pháp, phi pháp, tưởng phi pháp mà nói là phi pháp; hoặc pháp, phi pháp, tưởng pháp mà nói là pháp."

CHƯƠNG II: PHÁP NGỌA CỤ[90]

1. Tỳ-kheo Át-tỳ

Đức Phật ở tại thành Vương Xá. Bấy giờ Tỳ-kheo Át-tỳ[91] hầu Phật, sau đó đắp y bưng bát vào thành khất thực, oai nghi rõ nét, ngó xuống đất mà đi. Có một trưởng giả[92] thấy, khởi ý nghĩ: "Ta chưa từng thấy một người nào như thế này", bèn đến hỏi: "Thầy là ai? Thầy đệ tử ai? Xuất gia với ai? Phụng hành đạo pháp của vị nào?" Khi ấy, đức Phật mới thành đạo, người đời đều gọi Ngài là Đại Sa-môn.

Vị tỳ-kheo trả lời: "Tôi tên là Át-tỳ, Đại Sa-môn là thầy của tôi, tôi xuất gia với Ngài, phụng hành đạo pháp của Ngài." Trưởng giả nghe rồi, khen: "Chưa từng có người nào như vầy, tự có oai nghi như vầy, mà theo Đại Sa-môn xuất gia, phụng hành đạo pháp của Người." Trưởng giả lại hỏi: "Hiện nay thầy ở đâu?" Tỳ-kheo đáp: "Tôi ở nơi A-lan-nhã, dưới bóng cây Sơn Nham, chỗ đất trống gò mả là chỗ ở của tôi."

Trưởng giả nghe lại càng thêm hoan hỷ, khen: "Oai nghi rõ nét trang nhã, mà lại ở chỗ vắng vẻ như vậy, thầy của vị này chắc là hơn!" Trưởng giả lại hỏi: "Lấy thứ gì trải ngồi?" "Tôi dùng cỏ Thi, cỏ Câu-

[90] Ngọa cụ pháp 臥具法; Senāsanakkhandhaka, Chương nói về ngọa cụ.
[91] Để bản: Át-bễ 頞髀 (Aśvajit, Assaji) là một trong năm tỳ-kheo đầu tiên của đức Thế Tôn sau khi thành đạo. Tứ phần: 50, tr. 936c24: Các tỳ-kheo từ núi Kỳ-xà-quật vào thành Vương Xá. Cf. Pāli, Vin. ii. 145, như Tứ phần.
[92] Thập tụng 34, tr. 243a26: Bạt-đề cư sĩ 跋提居士.

thi,⁹³ cỏ Bà-bà, cỏ Văn-nhu,⁹⁴ cho đến lá cây… kể cả cát đất, tôi đều có thể trải ngồi." Trưởng giả nghe lại thêm vui mừng cung kính, khen: "Lại có thể sống với nếp sống thiểu dục như vậy!"

Trưởng giả lại hỏi: "Nếu tôi vì Đại đức làm phòng xá thì có thể dùng hay không?" Vị tỳ-kheo trả lời: "Đức Thế Tôn chưa cho phép chúng tôi thọ dụng phòng xá." Ông trưởng giả thưa: "Đại đức có thể đem vấn đề này bạch Phật, tôi cũng đích thân đến thưa." Át-tỳ im lặng nhận lời đề nghị.

Sau khi thọ trai xong, trở lại chỗ Phật, đầu mặt kính lễ sát chân, rồi đem vấn đề bạch Phật. Nhân việc này đức Phật tập họp Tỳ-kheo Tăng, khen người thiểu dục tri túc, khen giới, khen người trì giới, rồi bảo các tỳ-kheo:

"Từ nay cho các tỳ-kheo nhận các phòng xá⁹⁵ của người cúng." Trưởng giả kia, sau đó đến chỗ đức Phật, từ xa thấy nhan dung của đức Thế Tôn thù thắng đặc biệt, giống như núi vàng, trong lòng đầy ắp sự vui mừng cung kính, đến trước đức Phật kính lễ sát chân rồi ngồi lui qua một bên. [166c01] Đức Phật vì ông nói các pháp mầu… *cho đến* khổ, tập, tận, đạo; ngay chỗ ngồi ông được mắt pháp trong sạch, thấy pháp đắc quả, thọ Tam quy và Ngũ giới, rồi bạch Phật: "Bạch đức Thế Tôn, con muốn cất phòng xá cúng dường cho các tỳ-kheo, xin Ngài chấp nhận." Đức Phật hứa khả bằng sự im lặng.

Trưởng giả biết đức Phật chấp thuận rồi, từ chỗ ngồi đứng dậy, đến trước kính lễ sát chân Phật, đi quanh bên hữu ba vòng rồi cáo lui. Liền trong ngày ấy ông cho xây cất sáu mươi phòng xá,⁹⁶ lại cúng dường ẩm thực cho Phật và Tăng. Toàn gia quyến của ông cùng nhau

---

⁹³ Câu-thi thảo 拘尸草: Phiên Phạn ngữ 10, T54n2130, tr. 1049a11, dịch là cỏ tranh dài (trường mao 長茅).

⁹⁴ Cỏ Văn-nhu: **Xem cht. 708**, Phần III, Ch. vi trước, **tr. 478**.

⁹⁵ Pāli, *Cūḷavagga* vi. *Senāsanakkhandhakaṃ*, Vin. ii. 146: Thế tôn cho phép năm loại phòng xá (*pañca leṇāni*): *vihāraṃ*: tịnh xá, *aḍḍhayogaṃ*: nhà mái bằng, *pāsādaṃ*: nhà lầu, *hammiyaṃ*: tầng gác, *guhaṃ*: hang cốc.

⁹⁶ *Tứ phần:* Sáu mươi biệt phòng 別房. [ ] (Vin. ii. 148): *vihāra*, tịnh xá.

lo liệu cúng dường những mỹ vị quý giá nhất trong đời, không thiếu một thứ gì. Người bửa củi, người lấy nước, người làm thức ăn, người quét dọn, người rưới nước hoa trên đất, kẻ trải chỗ ngồi, người rải hoa, kẻ trải tòa cao.

2. Tu-đạt-đa

Bấy giờ trong thành Xá-vệ có trưởng giả tên là Tu-đạt-đa,[97] xuất ba mươi vạn kim tiền cho người trong thành Vương Xá vay,[98] hằng năm đến thu về. Trưởng giả thành Vương Xá[99] thường ra một do-tuần nghinh đón, đãi đại tiệc. Đến lần này lại không có trưởng giả ra tiếp, Tu-đạt-đa lại có suy nghĩ: "Chắc ông ta, hoặc bị nạn của nhà vua hay nạn nước, lửa, giặc cướp, nhơn, phi nhơn nên không ra nghinh đón?"

Khi đến nơi, Tu-đạt-đa tới nhà ông trưởng giả trước, thấy thiết bày trân trọng các thức ăn mỹ vị, hỏi: "Ông làm đám cưới, mở hội hay rước nhà vua?" Ông trưởng giả trả lời: "Chẳng phải làm đám cưới, mở hội,[100] cũng chẳng phải rước nhà vua." Lại hỏi: "Nếu không phải, vậy tại sao sửa soạn thức ăn uống mỹ diệu thế này?" Trưởng giả nói: "Đức Phật ra đời có đại oai đức, các đệ tử của Ngài cũng đều như vậy. Nay tôi thỉnh quý Ngài để cúng dường, cho nên không ra để nghinh đón ông được." Tu-đạt-đa nói: "Tôi cũng nghe có Phật ra đời, hiệu là Như lai, Ứng cúng, Đẳng chánh giác, Minh hạnh túc, Thiện thệ, Thế gian

---

97 Tu-đạt-đa 須達多, còn gọi là Tu-đạt 須達. *Thập tụng* 34, tr. 243c: Cấp Cô Độc Thị 給孤獨氏. [Skt=Pāli] *Sudatta*, là một gia chủ giàu có tại thành Xá-vệ nước Kiều-tát-la, ông thường hay giúp đỡ những người nghèo khổ, cung cấp vật thực cho những người cô độc cho nên thường gọi là A-na-tha-thấn-trà-đà 阿那他擯荼陀, [Pāli] *Anāthapiṇḍada, Anāthapiṇḍida*, dịch là Cấp Cô Độc. Truyện kể, Vin. ii. 154.

98 *Tứ phần* 50, tr. 938b23: "Năm nào ông cũng từ nước Xá-vệ đến thành Vương xá để trông coi điền nghiệp." *Thập tụng* 34, tr. 243c20: "Có một ít nhân duyên đến thành Vương Xá".

99 *Thập tụng* 34, tr. 243c20: "Một cư sĩ." Pāli, nt., Cấp Cô Độc là em rể của ông trưởng giả thành Xá-vệ.

100 *Tứ phần* 50, tr. 938c01: "Đại tự 大祠; một đại lễ tôn giáo quan trọng của Bà-la-môn." xem *Trường A-hàm 15*, kinh số 23 "Cứu-la-đàn-đầu". Pāli, *mahāyañña*, cf. D. 5. *Kūṭadanta-sutta*.

giải, Vô thượng sĩ, Điều ngự trượng phu, Thiên nhơn sư, Phật, Thế Tôn. Người mà nay ông thỉnh là Phật sao? Hay không phải là Phật?" Trưởng giả đáp: "Chính là Phật!"

Lại hỏi: "Hiện nay Ngài ở đâu?" Ông trưởng giả kia liền để trống vai bên hữu, đầu gối bên hữu chấm đất, tay bên hữu chỉ về phía chỗ đức Phật ở, nói: "Phật ở nơi đó."[101] Tu-đạt-đa nghe vui mừng phấn khởi, để trống vai bên hữu, vọng hướng về chỗ đức Phật ở kính lễ ba lần. Đêm đến, ông ta niệm danh hiệu: "Nam mô Phật". Dù nhọc mệt ông vẫn ngủ được.

Người Thiện tri thức đời trước của ông ta làm vị thần ủng hộ.[102] Vị thần nghĩ: "Ta sẽ giúp ông trưởng giả này không phải đợi qua một đêm, mới được thấy đức Phật." Vị thần liền khiến trong đêm sáng rực lên, Tu-đạt-đa tưởng là trời đã sáng, liền thức dậy đến cửa thành,[103] cửa thành tự mở, ra khỏi cửa tự đóng, bỗng nhiên trời tối lại. Tu-đạt-đa hoảng sợ, nghĩ và nói: "Vừa rồi ta đâu phải là cuồng!" Vị thần biết ý niệm đó liền nói kệ:

[167a01] *"Nay là lúc đến Phật*
Mỗi một bước chân đi
Lại hơn thí ngàn vàng
Voi ngựa không sánh kịp."

Vị thần lại nói: "Đừng hoảng hốt, đừng sợ hãi, cứ tiến bước, tiến bước trong giây lát sẽ thấy Phật." Tu-đạt-đa nghe, sự sợ hãi biến mất, hăng hái bước tới. Từ xa thấy đức Thế Tôn dung nghi thù đặc, giống như núi vàng. Đức Thế Tôn thấy ông trưởng giả, khen: "Lành thay! Đến đây Tu-đạt-đa!" Tu-đạt-đa nghe, vui mừng nghĩ: "Đức Phật lại biết luôn cả cái tên do cha mẹ ta đặt!" Tu-đạt-đa đầu mặt kính lễ sát chân, rồi ngồi lui qua một bên. Đức Phật vì trưởng giả nói các diệu pháp...*cho đến* khổ, tập, tận, đạo; nơi chỗ ngồi đặng con mắt pháp trong sạch, thấy pháp đắc quả rồi, Tu-đạt-đa liền thọ Tam quy, Ngũ

---

[101] *Thập tụng* 34, tr. 344a05: "Tại Hàn lâm."

[102] Cf. truyện *Thập tụng* 34, tr. 344a06: Thần cửa Đại Thế (thần giữ cửa ra vào thành Vương Xá).

[103] *Tứ phần:* Thi-ha thành môn 尸呵城門. Vin. ii. *Sīvakadvāra*.

giới và bạch Phật: "Kính bạch đức Thế Tôn, nguyện Phật và Tăng nhận lời mời của con, an cư mùa Hạ nơi thành Xá-vệ." Thỉnh ba lần như vậy, đức Phật đều im lặng, đến lần thứ tư Ngài mới bảo rằng: "Nếu chỗ nào không có sự ồn ào, yên tịnh, không có tiếng động, chư Phật mới an cư nơi đó."[104] Ông trưởng giả bạch Phật: "Con đã hiểu lời dạy của Thế Tôn, xin Ngài sai một tỳ-kheo, người có kinh nghiệm cho việc thiết lập này." Đức Phật hỏi: "Nay ngươi muốn vị nào?" "Bạch Thế Tôn, con muốn nhờ tôn giả Xá-lợi-phất." Đức Phật liền nói với tôn giả: "Thầy có thể đến đó làm người quản lí." Tôn giả vâng lời ra đi.

3. Tinh xá

Bấy giờ, vị trưởng giả thành Vương Xá, buổi sáng hôm đó, đích thân đến bạch Phật: "Thức ăn đã sửa soạn xong, xin Thánh tri thời." Đức Phật cùng Tỳ-kheo Tăng mặc y bưng bát, kẻ trước người sau vây quanh, đến nơi nhà thọ trai, an tọa nơi tòa theo thứ tự. Ông trưởng giả tự tay sớt thức ăn, ăn xong, lấy nước rửa rồi bạch Phật: "Kính bạch Thế Tôn, con xin dâng cúng ngôi vườn và phòng xá này cho Tứ phương Tăng."[105] Đức Phật nhận lời bằng sự im lặng. Biết đức Phật nhận lời rồi, trưởng giả lấy chiếc ghế nhỏ ngồi phía trước, đức Phật vì ông tùy hỷ nói bài kệ chú nguyện:

> *"Vì ngăn gió lạnh nóng,*
> *Và ngăn các ác thú,*
> *Che mưa sương và bụi,*
> *Cùng trừ nạn muỗi mòng.*
> *Cúng dường người trì giới*
> *Tọa thiền, thuyết, tụng pháp,*

---

[104] *Tứ phần* 50, tr. 939a24: "Nếu có trú xứ thanh tịnh như vậy, là nơi không có ồn ào, không có ác thú, nơi rừng vắng người, có thể tọa thiền, thì Như Lai sẽ an trụ nơi như vậy." Pāli, Vin. ii. 158: *suññāgāre kho, gahapati, tathāgatā abhiramanti*, "Gia chủ, các Như Lai hoan hỷ trong các nhà trống (không thất)."

[105] Nên hiểu, cúng dường Tăng bốn phương mà đứng đầu là Phật; x. *Trường A-hàm 2*, bản Hán, T1, tr. 14b16; Pāli, định thức, D.ii.96: *imāhaṃ bhante ārāmaṃ budhappamukhassa bhikkhusaṅghassa dammī'ti.*

Ai nghe hiểu nghĩa này
Trừ hết các gốc khổ."

Đức Phật nói kệ rồi, lại nói các pháp mầu, chỉ dạy, khiến cho được lợi ích, hoan hỷ rồi, ông trưởng giả trở về trú xứ.

Sau đó, trưởng giả Tu-đạt đưa Xá-lợi-phất về thành Xá-vệ. Qua các xóm làng, nơi nào trưởng giả cũng rao truyền:

"Đức Phật ra đời, có đại oai đức, các đệ tử của Ngài cũng như vậy, **[167b01]** tôi đã thỉnh Ngài An cư nơi thành Xá-vệ. Mọi người nên sửa soạn nhà cửa, tu bổ đường sá và các cầu đò, chuẩn bị mọi thứ để đón đức Thế Tôn." Người dân các xóm làng nghe rao truyền như vậy, biết đức Phật Thế Tôn sẽ kinh qua nơi mình ở nên rất vui mừng ghi nhận, làm theo lời rao kia một cách cung kính.

Về đến Xá-vệ, Trưởng giả Tu-đạt nghĩ rằng: "Chỗ nào tốt nhất để cất tịnh xá? Chỗ duy nhất nơi thành này là vườn của đồng tử Kỳ-đà,[106] nơi có vườn cây ăn trái quý giá, cảnh sắc tốt tươi, nước trong thanh khiết, suối róc rách, ao tắm, hoa thơm thật hoàn hảo, ta nên mua nơi đó để xây cất." Nghĩ rồi liền đến chỗ người chủ ngôi vườn, ngỏ lời: "Tôi muốn mua sở vườn, ông có thể cho tôi biết ý kiến được chứ?" Người chủ vườn nói: "Ông có thể dùng tiền vàng trải khắp hết mặt đất, không bỏ trống một chỗ nào, được như vậy tôi sẽ cùng ông trao đổi."

Tu-đạt liền dùng tiền vàng trải khắp mặt đất. Đồng tử Kỳ-đà bảo: "Thử như thế thôi, chứ tôi không muốn trao đổi."

Tu-đạt nói lại: "Điều kiện này là từ lời của ông, nó trở thành một trị giá, đâu được hối tiếc để làm khác đi!"[107]

---

[106] Để bản: Đồng tử Kỳ Lâm 童子祇林; *Tứ phần* 50, tr. 939b25: Kỳ-đà vương tử hữu viên 祇陀王子有園. *Thập tụng* 34, tr. 344c12: Kỳ-đà vương tử sở 祇陀王子所. Jetavana-kumāra, rừng của đồng tử Kỳ-đà.

[107] *Tứ phần* 50, tr. 939c06: "Vừa rồi ngài nói, nếu đem tiền vàng trải khắp mặt đất, không có khoảng trống, há không phải là quyết giá? Xin vương tử xem lại cựu chế của vua." Vin. ii. 159: Cấp Cô Độc nhờ pháp

Hai bên giằng co tranh cãi nên phải đưa đến cửa quan. Cửa quan y theo pháp luật xử, Tu-đạt thắng cuộc. Đồng tử Kỳ-đà hỏi Tu-đạt: "Vì lý do gì mà ông không tiếc vàng bạc để mua khu vườn này với giá như vậy?"

Tu-đạt trả lời: "Đức Phật ra đời, có đại oai đức, các đệ tử của Ngài cũng như vậy. Tôi đã mời Ngài an cư nơi đây. Do đó, tôi trút hết gia tài cũng không hề tiếc nuối." Đồng tử Kỳ-đà lại nói: "Nếu để tôi được đặt tên vườn này là tinh xá Kỳ Viên,[108] thì tôi sẽ để cho." Tu-đạt nói: "Tốt!" Tu-đạt liền ra lệnh đem tiền vàng trải nơi mặt đất, tính luôn cả những gốc cây cũng đều trải cho đầy đủ. Sau đó tôn giả Xá-lợi-phất lấy dây đo đạc, tính toán làm chỗ đi kinh hành, giảng đường, ôn thất, nhà ăn, nhà tắm và các phòng xá. Tất cả đều đầy đủ tiện nghi.

4. Tạp sự

Khi ấy các phòng xá dùng bùn trét không được kín, gió bụi, rắn, chuột vào phá ngoạ cụ của Tăng, gây não cho các tỳ-kheo. Các tỳ-kheo đem vấn đề này bạch Phật, Phật dạy: "Cho phép dùng bùn trét bên trong, bên ngoài và các ngưỡng cửa. Tăng nên sắm búa, rìu, dao, cưa,... ghế thang, các dụng cụ để làm nhà. Cũng cho phép những chỗ bị nước tạt làm cửa sổ có vòng móc phên che, làm khóa cửa. Không cho phép làm như cái cán dao đeo nơi lưng, vi phạm, phạm Đột-kiết-la."

Có các tỳ-kheo chấp tác bị đất bũn làm nhớp thân cần phải tắm, Phật cho phép tắm. Chỗ tắm có bùn... *cho đến* Phật dạy: "Cho phép dùng gạch đá hay tấm ván để trên mặt đất."

Có các tỳ-kheo ở nơi gò mả lượm được phu cụ, giường dây, không dám lấy, Phật dạy: "Cho phép lấy, nếu lớn nên cắt ra."

Bấy giờ, giữa hai thành Vương Xá và Xá-vệ có một trú xứ, các cư sĩ đem cúng cho các tỳ-kheo mà không có ai ở, Phật dạy: "Cho phép các

---

quan phân xử. Pháp quan phán: Khu vườn như vậy đã được ngã giá.

[108] Hán: Kỳ viên tinh xá 祇園精舍 (*Jetavanānāthapiṇḍikārāma*); *Thập tụng* 34, tr. 244c: "Chỗ đó tôi sẽ khởi công xây cửa thất để cúng cho Phật và Tăng."

bạch y mời Ma-ma-đế[109] ở và cung cấp cho họ mọi thứ cần dùng."

Khi ấy các trú xứ không có hàng rào, bò ngựa **[167c01]** vào ra làm hư hoại chỗ kinh hành, đức Phật dạy: "Cho phép đào hào và rào xung quanh." Bò ngựa vẫn tìm cách vào được, Phật dạy: "Cho phép dùng các loại cây gai kéo xung quanh." Bò ngựa vẫn xông phá vào được, Phật dạy: "Cho phép đắp đất làm tường hoặc xây tường gạch, bên trên có mái che, cho phép làm nhà canh giữ. Hư cũng cho phép làm lại, cho phép làm hai phên cửa."

Có các tỳ-kheo nhăm nhành dương, rửa tay, rửa mặt, rửa chân trong phòng, làm cho đất bị ẩm thấp, hư ngọa cụ của Tăng, Phật dạy: "Không nên làm như vậy."

Có các tỳ-kheo già bệnh khi trời lạnh không thể ra ngoài rửa được, Phật dạy: "Cho phép dùng cái chậu đựng nước rửa và viên gạch kê cái chậu." Có phòng xá bị đất bũn nổi lên, Phật dạy: "Nên dùng đất bùn để trét và dùng một trong mười loại y trải lên trên."

Có các Tỳ-kheo Hạ tọa rửa chân trước, sau đó Thượng tọa đến rửa chân, vị Hạ tọa rửa chưa xong, bị đuổi đi, Phật dạy: "Nếu Hạ tọa rửa trước nên cho phép rửa cho xong."

Có các tỳ-kheo kinh hành nơi đất trống, khi trời mưa y bị ướt, cho nên phế bỏ việc kinh hành, Phật dạy: "Cho phép làm cái hành lang."

Có các tỳ-kheo đi trong sân, khi trời mưa đất nhão nhớp chân, Phật dạy: "Cho phép dùng đá gạch lót làm đường đi."

Có các tỳ-kheo ở chỗ không có nước, Phật dạy: "Cho phép đào giếng, hoặc nước ao tác tịnh."

Các tỳ-kheo muốn làm nệm trải trên giường, Phật dạy: "Cho phép dùng một trong mười thứ y[110] rồi độn lông dê, lông lạc đà, hoa Kiếp-

---

[109] Ma-ma-đế: **Xem cht. 57**, Phần IV, Ch. ii trước, **tr. 554**. Tham chiếu Pāli, Vin. ii. 159: một người thợ may nghèo, muốn dựng chùa cho Tăng. Nhưng không tự làm nổi. Ông than: "Mình nghèo, nên không tỳ-kheo nào ngó ngàng đến." Phật khiến Tăng cử tỳ-kheo doanh sự (*navakamma*) để giúp cư sĩ dựng chùa.

[110] Hán: Thập chủng y 十種衣, là theo chất liệu mà phân ra có 10 loại: *Câu-*

bối[111]... cho đến loại cỏ mềm vào bên trong để làm nệm." Các tỳ-kheo làm nệm quá dày, Phật dạy: "Dày nhất là tám ngón tay, cho phép Tăng làm một loại dành cho Tứ phương Tăng và làm một loại riêng." Phu cụ của Tăng hư hoại, không biết làm thế nào, Phật dạy: "Nên nhờ người giặt và tu bổ lại."

5. Phân phối ngọa cụ

Bấy giờ, các tỳ-kheo phân ngọa cụ cho Tăng hằng ngày, Phật dạy:

"Không nên làm như vậy, cho phép ngày cuối mùa Xuân, ngày đầu mùa Hạ, khi kết giới an cư, phân ngọa cụ."

Nhóm sáu Tỳ-kheo chọn lựa phòng tốt, ngọa cụ tốt để lấy phần. Phật dạy:

"Không nên làm như vậy, nên Bạch nhị yết-ma sai một tỳ-kheo làm người phân ngọa cụ."[112]

Tỳ-kheo được sai nên ghi rõ để biết ngọa cụ nào thuộc phòng nào, tùy theo thứ cấp Thượng tọa mà chia; nếu có dư mà còn tốt, Thượng tọa cần thì nên đưa, nếu Thượng tọa không cần thì tiếp theo, tùy theo Hạ tọa, theo chỗ ngồi mà trao phân. Nếu có tỳ-kheo đến sau, tùy theo lớn nhỏ, theo thứ tự phân bố, từ phòng kế lần lượt cho tới phòng chót, nếu Hạ tọa không có phòng thì thôi.

---

xá y (🔲 kauśa), kiếp-bối y (🔲 karpāsa), khâm-bà-la y (🔲 kambara), bí-ma y (🔲 kṣauma), xoa-ma y (🔲 kṣama), xà-na y (śāna), ma y (?), Xí-di-la y (cīra), cưu-na-la điểu (kuṇāla), sấn-la-bát-ni y (śarapaṃī). *Thập tụng* 56, tr. 41406, có 10 loại: Bạch ma y, xích ma y, bí ma y, kiều thí da y, dực di la y, khâm-bạc-la y, kiếp bối y, bát-đâu-lộ y, đầu-đầu-la y, câu-giá-la y. *Tăng-kỳ* 23, tr. 414c19: Có bảy loại: khâm-bà-la, điệp, sô-ma, câu-xá-da, xá-na, ma, khâu-mâu-đề. *Tỳ-nại-da* 18, có bảy loại: mao, sô-ma-ca, xà-nhược-ca, yết-thẩm-tử-ca, độc-cô-lạc-ca, cao-cổ-bạc-ca, a-ban-xà-đắc-ca. *Thiện kiến luật Tỳ-bà-sa* 14, có sáu loại: Khu-ma, cổ bối, cú dư, khâm-bà-la, bà-na, bà-dư-già.

[111] Hoa Kiếp-bối: **Xem cht. 42**, Phần I, Ch. i.

[112] Cf. *Thập tụng* 34, tr. 245b22: "Tỳ-kheo được sai phải thành tựu năm pháp mới cử làm người phân phối ngọa cụ: 'Không vì ái, không vì sân, không vì sợ, không phân biệt được hay không được vì si mê.'"

Các tỳ-kheo muốn làm giường dây, giường cây mới, Phật dạy: "Cho phép làm. Nếu không có thợ khéo thì tỳ-kheo có thể tự làm cũng được. Cho phép dùng mười loại tơ sợi, loại nào làm giường dây cũng được."

Có các tỳ-kheo muốn độn nệm trong giường dây, Phật cho phép độn. **[168a01]** Có các tỳ-kheo đi đứng trên giường dây, dây bị đứt, Phật dạy: "Không nên đi đứng trên giường dây."

Có các tỳ-kheo nhỏ người thấp, muốn móc cái y hay lấy cái y trên giá, với không tới, Phật dạy: "Cho phép hệ niệm tại tiền, quỳ gối trên giường dây để lấy."

Có các tỳ-kheo-ni ngồi trên giường dây có độn, nguyệt thủy nhớp, bất tịnh, hư hoại, Phật dạy: "Tỳ-kheo-ni không nên ngồi trên giường dây có độn."

Có các sa-di nhỏ nằm trên giường dây có độn, đái dầm, bất tịnh, hư mục, Phật dạy: "Sa-di nhỏ cũng không được nằm trên giường dây có độn."

Có các tỳ-kheo ở trên giường cao mà nghe kinh hỏi nghĩa, Phật dạy: "Nghe kinh hỏi nghĩa đều nên ngồi nơi chỗ thấp."

Trong sân trú xứ của các tỳ-kheo, cỏ mọc, Phật cho phép khiến tịnh nhân "biết". Trong phòng bị bụi bặm làm nhớp giường, ngọa cụ, Phật cho phép tùy ý lau quét.

Khi đại hội, các tỳ-kheo đến đông, phòng xá lớn mà thiếu chỗ ở, Phật dạy: "Trong phòng theo thứ tự trải ngọa cụ vừa đủ mà nằm, nếu muốn dùng y ngăn phía trước thì cho phép, vị nào cũng được ngăn. Nếu đủ thì tốt, bằng không đủ thì bên ngoài có chỗ đất trống nào cho phép làm am thất, cựu trú tỳ-kheo nên đứng ra làm." Cất am thất, đại hội xong, không gỡ bỏ, bị lửa cháy, cháy luôn cả trú xứ, đức Phật dạy: "Đại hội xong, phải gỡ rồi mới đi." Nếu cựu tỳ-kheo tiếc không cho gỡ, khách tỳ-kheo phải dặn dò tỳ-kheo cựu trú rồi mới đi.

Khi trời mưa lớn, các tỳ-kheo không có chỗ tự hội, Phật dạy: "Cho phép làm đại đường." Mùa lạnh, các tỳ-kheo tụ tập bị rét, đức Phật dạy: "Cho phép làm nhà sưởi ấm."

Bấy giờ, Tỳ-xá-khư Mẫu muốn cất một giảng đường lớn, nên tôn giả Xá-lợi-phất vì bà, đứng ra chỉ đạo xây cất đại giảng đường mới, bà đem lúa gạo đến cúng cho Tứ phương Tăng, các tỳ-kheo không dám thọ, Phật dạy:

"Nếu vì bốn phương Tăng, khi làm cho phép tùy ý thọ thực."

Có các tỳ-kheo khất thực, trở lại cúng cho bốn phương Tăng, không biết ai nên thọ, Phật dạy: "Vì bốn phương Tăng mà làm thì được thọ thực." Có phòng xá bị hư hoại, các tỳ-kheo không sửa chữa, Phật dạy:

"Nên khuyến hóa, Bạch nhị yết-ma giao cho kẻ đạo tục muốn sửa chữa, cho họ sửa chữa." Một tỳ-kheo xướng lên:

"Đại đức Tăng xin lắng nghe! Cái phòng[113]*... hư hoại không có người sửa chữa, kẻ đạo tục... muốn sửa chữa, nay Tăng giao cho người ấy sửa chữa. Nếu thời gian thích hợp đối với Tăng, Tăng chấp thuận. Đây là lời tác bạch.*

Đại đức Tăng xin lắng nghe! Cái phòng... hư hoại... cho đến câu: Nay Tăng giao cho người ấy sửa chữa.[114] *Các Trưởng lão nào đồng ý thì im lặng. Vị nào không đồng ý xin nói.*

Tăng đã đồng ý giao cho... sửa chữa cái phòng cũ... rồi. Tăng đồng ý nên im lặng. Việc này tôi ghi nhận như vậy."

[168b01] Nếu muốn ghi tên người đàn-việt đã sửa chữa vào cái phòng ấy thì cho phép ghi. Ngoạ cụ cũng như vậy.

Có một trú xứ nước lớn bị ngập, các tỳ-kheo ai nấy lo dọn dẹp ngoạ cụ phòng của mình, phòng không có tỳ-kheo ở, không ai thu dọn, bị nước trôi và hư mục, sau đó những người đàn-việt của những phòng ấy thấy vậy, nổi sân, chê trách các tỳ-kheo: "Tại sao chỉ có ngoạ cụ phòng của tôi bị ướt, hư hoại mà thôi!" Đức Phật dạy: "Nếu khi bị thủy, hỏa nên kêu la lớn, đánh kiền chùy khiến cho tất cả Tăng đều cùng nhau hỗ trợ dọn dẹp. Nếu vị nào không hỗ trợ dọn dẹp thì phạm Đột-kiết-la."

---

113 Pali *vihāra*, tinh xá. Trong bản Hán, phòng và tinh xá được hiểu lẫn lộn, đều dịch từ *vihāra*, cũng gọi là chùa.

114 Pali *bhikkhuno navakammaṃ*, giao cho tỳ-kheo làm doanh sự.

6.   Thọ nhận phi pháp

Bấy giờ, La-hầu-la đến tụ lạc Na-la,[115] một người ưu-bà-tắc thân tín vì La-hầu-la cất một cái phòng; khi cất xong, La-hầu-la có một duyên sự nhỏ du hành trong nhân gian.

Bấy giờ có tôn giả A-nan đến nơi tụ lạc kia, vị ưu-bà-tắc đó lại đem cái phòng cúng cho tôn giả A-nan.[116] Khi La-hầu-la trở về, bảo A-nan đi chỗ khác. A-nan nói: "Trước kia tuy người ta cúng cho thầy, nhưng thầy đi, sau đó người ta cúng cho tôi thì cái phòng này là của tôi." Thế là cả hai vị đều đến người ưu-bà-tắc, hỏi để họ quyết định là phòng của ai. Người Ưu-bà-tắc trả lời: "Tuy trước kia tôi cúng cho La-hầu-la, nhưng La-hầu-la bỏ đi, sau đó tôi mới cúng cho A-nan, như vậy là phòng của A-nan."

Các tỳ-kheo bạch Phật, nhân việc này, đức Phật tập họp Tỳ-kheo Tăng, bảo các tỳ-kheo: "Ưu-bà-tắc này không những đời này mà xưa kia cũng đã từng làm như vậy." Các tỳ-kheo thưa hỏi: "Chuyện ấy xảy ra như thế nào?" Đức Phật dạy: "Thuở đời quá khứ có nhà vua tên là Bà-lâu, trong cương giới nước của vua có hai vị Tiên, một tên là La-hầu-la ưa tọa thiền, một tên là A-nan đa văn vô úy. Nhà vua kia, trước thấy La-hầu-la, rất kính trọng nên cất một cái phòng để cúng. Phòng làm xong thì La-hầu-la xuất hành trong nhân gian.

Sau đó, A-nan lại đến, nhà vua cũng kính trọng nên đem cái phòng đó cúng cho A-nan. Khi La-hầu-la trở về, bảo A-nan đi và nói: 'Phòng này của tôi.' A-nan cũng nói phòng này của mình. Cả hai đều đến nhà vua hỏi, để quyết định là phòng của ai. Nhà vua nói: 'Tuy trước đây tôi cúng cho La-hầu-la, nhưng La-hầu-la bỏ đi, sau đó tôi mới cúng cho A-nan, vậy nay là phòng của A-nan.'

Lúc bấy giờ các vị trời, rồng, quỷ, thần đều nói: 'Nhà vua này làm phi pháp, tại sao trước đã cúng cho La-hầu-la, sau lại tự ý cúng cho A-nan, chúng ta sẽ phá hoại quyền thuộc của nhà vua.' Họ liền cùng

---

[115] Tụ lạc Na-la 那羅. Phiên Phạn ngữ 8, T54n2130, tr. 1039c24, Na-la dịch là cỏ lau; *nālā*. Tứ phần 50, tr. 943a18: La-hầu-la ở trong rừng Na-lê 那梨.

[116] *Tứ phần* 50: Lại đem phòng đó cúng cho chúng Tăng.

nhau đến cung vua, dùng đá ném, đánh, giết hại quyến thuộc của nhà vua." Nhân việc này đức Phật nói kệ:

[168c01] *"Vua cúng không trước sau*
Tiên nhơn cùng tranh cãi,
Làm cho quỉ thần giận
Chuốc hại quyến thuộc mình.
Nếu hành xử tùy ái
Không được người trí khen,
Do vậy nên xả ái
Hoan hỷ nói đúng nghĩa."

Đức Phật dạy: "Tiên nhơn tên La-hầu-la trước kia, nay là La-hầu-la; Tiên nhơn tên A-nan trước kia, nay là A-nan; quốc vương trước kia, nay là ưu-bà-tắc." Đức Phật bảo các tỳ-kheo: "Từ nay không cho phép nhận phòng mà trước đó thí chủ đã cúng cho người khác, vị nào phạm, phạm Đột-kiết-la."

7. Tứ phương Tăng vật

Bấy giờ, đức Phật cùng đại Tỳ-kheo 1250 vị đầy đủ, ở nước Câu-tát-la du hành trong nhân gian hướng đến ấp Ngật-la-ngật-liệt.[117] Tại đó có năm tỳ-kheo cựu trú,[118] nghe Phật cùng đại chúng sẽ đến, cùng nhau nghị bàn:

"Trong chúng của Phật có Xá-lợi-phất, Mục-kiền-liên, chắc chắn sẽ gây não chúng ta. Chúng ta nên phân chia phòng xá, ngọa cụ, vườn cây trái trong trú xứ này làm năm phần thuộc tư hữu[119] của mỗi người." Bàn bạc xong liền phân chia. Đức Phật và chúng Tăng đến nơi, các tỳ-kheo bảo: "Các thầy mở phòng trải ngọa cụ, chúng tôi cần có chỗ ở." Năm tỳ-kheo nói: "Đức Phật là vị Pháp chủ, sẽ mở cửa phòng

---

[117] Hán: Ngật-la-ngật-liệt ấp 訖羅訖列邑. [218] *Kiṭāgiri*, một ngôi làng của người *Kāsis*, nằm trên đường từ *Kāsi* đến *Sāvatthi*.

[118] *Tứ phần* 50, tr. 943b27: "Bấy giờ tại nước Ki-liên có bốn cựu Tỳ-kheo A-thấp-tì 阿濕鞞, Bất-na-bà-sa 不那婆娑, Ban-đà 般陀, Lâu-hê-na 樓醯那." *Thập tụng* 34, tr. 247a06: "Đa chư tỳ-kheo 多諸比丘." Vin. ii. 171, nhóm Tỳ-kheo *Assaji-Punabbasu* ở *Kiṭāgiri*.

[119] *Tứ phần* 50, tr. 943c02: "Chia làm bốn phần tư hữu."

hạng nhất mời Ngài ở, ngoài ra chúng tôi đã phân chia hết, là tư vật không phải thuộc của Tăng, quí vị có thể vào trong xóm làng, tùy theo sự quen biết mà tìm chỗ ở.''

Khi ấy, Xá-lợi-phất, Mục-kiền-liên không có chỗ ở, đêm ấy phải ngủ nhờ nơi hiên phòng đức Phật. Sáng ngày, nhân việc này, đức Phật tập họp Tỳ-kheo Tăng, bảo các tỳ-kheo:

"Có năm thứ thuộc Tứ phương Tăng không được thủ hộ, không được bán, không được chia. Năm thứ ấy là gì? 1. Đất của trú xứ, 2. Phòng xá, 3. Vật cần dùng, 4. Cây ăn trái, 5. Hoa quả.[120] Tất cả Tỳ-kheo Sa-môn Thích tử đều có phần trong đó, ai thủ hộ, bán hay phân chia đều phạm tội Thâu-lan-giá.''

Chỗ mà năm tỳ-kheo kia phân chia, sau đó Tứ phương Tăng đến tập họp lại cùng nhau phân chia, tiếp đến có tỳ-kheo khách đến, nói: "Mở phòng để tôi vào ở." Các tỳ-kheo đến trước nói: "Chúng tôi là bốn phương Tăng đến thì đây là phần của chúng tôi; đã cùng nhau chia rồi, không thuộc về của thầy, thầy có thể đến trong xóm làng tìm nơi để ở." Tỳ-kheo đến sau, bèn đến trong xóm làng tìm chỗ để ở. Các bạch y nói: "Thưa Đại đức! Ở nơi đó có Tăng phòng tại sao không ở mà lại đến đây?"

Các tỳ-kheo trở lại chỗ Tăng phòng, lúc ấy trời đã tối nên trên đường đi bị cọp hại. Các tỳ-kheo bạch Phật, nhân việc này, đức Phật tập họp các Tỳ-kheo Tăng bảo các tỳ-kheo: **[169a01]** "Trước đây không nghe Ta nói, Tứ phương Tăng có năm thứ không được thủ hộ (chiếm đoạt), không được bán, không được chia hay sao? Tại sao người bảo vệ trú xứ của Tăng lại không cho tỳ-kheo đến sau ở, để đến nỗi bị cọp làm hại?!" Bằng mọi cách quở trách rồi; đức Phật lại

---

[120] Cf. Vin. ii. 170: Năm thứ thuộc vật tứ phương Tăng, không được chia cho cá nhân: 1. *ārāmo ārāmavatthu* (Tăng-già-lam, và vật thuộc Tăng-già-lam: đất vườn chùa và cây trái các thứ trong vườn), 2. *vihāro vihāravatthu* (tinh xá và vật dụng thuộc tinh xá: chùa và phòng ốc các thứ của chùa), 3. *mañco pīṭhaṃ bhisi bibbohanaṃ* (giường, ghế, đệm, gối các thứ), 4. *lohakumbhī...* (ghè, lu, nồi,... các thứ), 5. *valli, veḷu, muñjaṃ,* (dây leo, tre, cỏ *muñja,*...).

nói: "Vị nào chiếm đoạt, bán hay chia của Tứ phương Tăng đều phạm tội Thâu-lan-giá."

Có các tỳ-kheo ở bên bờ biển, cây gỗ khó có được, không thể cất thất để ở. Nơi đó lại có nhiều loại xương của loài cá lớn, muốn dùng để cất, bạch Phật, Phật dạy: "Được phép sử dụng." Các tỳ-kheo sợ mùi hôi xương cá, Phật dạy: "Cho phép dùng bùn có mùi thơm để trát."

8. Tỳ-kheo tri sự

Có các tỳ-kheo kinh doanh[121] làm trú xứ cho Tăng, làm rồi, khách tỳ-kheo đến là bậc Thượng tọa, đuổi người ở trong phòng ra. Vị kia giận dữ nói: "Tôi kinh doanh khổ cực mà không được ở yên," bạch Phật, Phật dạy: "Cho phép người chủ kinh doanh tùy ý ở phòng nào mình thích." Các tỳ-kheo lại ở với thời gian dài, bạch Phật, Phật dạy: "Nên tính theo công phu của người kia nhiều hay ít, nhiều nhất là cho phép ở 12 năm.[122] Nên Bạch nhị yết-ma trao cho." Một tỳ-kheo xướng lên:

"Đại đức Tăng xin lắng nghe! Tỳ-kheo này tên là... làm chủ kinh doanh, nay Tăng cho tùy ý ở cái phòng theo sở thích, thời gian là... (bao nhiêu) năm. Nếu thời gian thích hợp đối với Tăng, Tăng chấp thuận. Đây là lời tác bạch.

Đại đức Tăng xin lắng nghe! Tỳ-kheo này tên là... làm chủ kinh doanh, nay Tăng cho tùy ý ở cái phòng theo sở thích, thời gian là... (bao nhiêu) năm. Các Trưởng lão nào chấp thuận thì im lặng. Vị nào không đồng ý xin nói.

Tăng đã đồng ý cho Tỳ-kheo tên là... tùy ý ở cái phòng theo sở thích rồi. Tăng đồng ý nên im lặng. Việc này tôi ghi nhận như vậy."

Có các tỳ-kheo làm giường cây, giường dây để trong phòng, hoặc trét đất, hay khi tu bổ nho nhỏ, bèn xin chỗ ở tùy ý, Phật dạy:

---

[121] Hán: Tỳ-kheo kinh doanh 比丘經營, tức doanh sự tỳ-kheo, hay tri sự Tăng. Pali *navakammika*.

[122] *Tứ phần* 51, tr. 944a16: "Không nên như vậy. Nếu làm cái nhà lầu tốt nhất, lâu lắm cũng trong vòng mười hai năm mà thôi."

"Không nên xin. Nếu tu bổ phòng công phu ít nhất là một phần ba thì cho phép đến xin Tăng chỗ ở tùy ý."[123]

---

[123] Bản Hán, hết quyển 25.

CHƯƠNG III: TẠP PHÁP[124]

1. Ăn chung

[169b07] Đức Phật ở tại thành Vương Xá. Bấy giờ, các tỳ-kheo cùng bạch y ăn thức ăn đặt chung trong cùng một đồ đựng, tay va chạm nhau, nên phải rửa mãi. Các tỳ-kheo bạch Phật, Phật dạy: "Không nên cùng bạch y ăn chung trong cùng một đồ đựng."

Có tỳ-kheo đến nơi nhà bà con, bà con nói: "Chúng ta chẳng phải ai xa lạ, cũng chẳng phải là bất tịnh, sao không cùng ăn chung với nhau?!" Các tỳ-kheo bạch Phật, Phật dạy: "Cho phép hệ niệm tại tiền, để cùng ăn với nhau, chỉ đừng nên khiến cho tay va chạm nhau."

Có tỳ-kheo cùng bạch y ăn chung thức ăn trong một đồ đựng nhỏ nên tay va chạm nhau, bạch Phật, Phật dạy: "Cho phép tay bên tả cầm đồ đựng mà ăn."

2. Kính lễ và không kính lễ

Các tỳ-kheo khi ăn kính lễ nhau. Kính lễ khi Tăng ăn, khi ăn cháo, khi ăn trái cây, khi đi kinh hành, khi không mặc ba y, khi trời tối, khi không cùng nói chuyện, giận nhau, nơi chỗ vắng kính lễ, các tỳ-kheo bạch Phật, Phật dạy: "Những lúc ấy đều không nên kính lễ, vị nào phạm, phạm Đột-kiết-la."

Có 5 hạng người không nên kính lễ: Người bị Yết-ma quở trách, Yết-ma khu xuất, Yết-ma y chỉ, Yết-ma cử tội và Yết-ma hạ ý. Lại có 5 hạng người không nên kính lễ: Người bị cử, bất cộng ngữ, cử Bổn ngôn trị, tỳ-kheo-ni, sa-di.

---

[124] Hán: Tạp pháp 雜法; *Tứ phần* 51, tr. 945A20: Tạp kiền-độ 雜犍度. *Khuddakavatthukkhandhaka*, chương nói về việc linh tinh.

Lại có 5 hạng người không nên kính lễ: Người cuồng tâm, tán loạn tâm, bệnh hoại tâm, bạch y và ngoại đạo.

Lại có 5 hạng người không nên kính lễ: Người Biệt trú, nên hành Ma-na-đỏa, hành Ma-na-đỏa, Bổn nhật, A-phù-ha-na.[125]

Có 5 hạng người nên kính lễ: Phật, Phật Bích-chi, như pháp Thượng tọa, Hòa thượng, A-xà-lê."[126]

3. Dao

Khi ấy, các tỳ-kheo để tóc dài, tâm không vui sống với đạo, có người hoàn tục, làm ngoại đạo. Các bạch y chê trách nói: "Chúng ta là kẻ bạch y để tóc dài, Sa-môn Thích tử cũng lại như vậy, có khác gì đâu?! Chỉ mặc áo hoại sắc cắt rọc mà thôi sao?" Các tỳ-kheo bạch Phật, Phật dạy: "Không nên để tóc dài, vi phạm, phạm Đột-kiết-la."

Các tỳ-kheo cạo tóc nơi chỗ làm thức ăn, cho đến giảng đường, trong ôn thất; bạch Phật, Phật dạy: "Không nên làm như vậy. Nếu vị nào già bệnh không thể chịu lạnh thì cho phép cạo tóc trong ôn thất." Khi ấy các tỳ-kheo cạo tóc theo thứ tự, bạch Phật, **[169c01]** Phật dạy: "Khỏi phải theo thứ tự, nếu có việc gì gấp thì cho phép cạo trước,

---

[125] *Tứ phần* 50, tr. 940b01: "Không nên lễ là tất cả những người nữ. Người thọ đại giới trước không lễ người thọ đại giới sau. Những người nói phạm biên tội, phạm tỳ-kheo-ni, tặc tâm thọ giới, phá nội ngoại đạo, huỳnh môn, giết cha mẹ, giết A-la-hán, phá Tăng, ác tâm làm thân Phật ra máu, phi nhân, súc sanh, hai căn, bị cử, diệt tẫn, đáng diệt tẫn, và tất cả những người nói phi pháp, đều không nên lễ."

[126] *Tứ phần* 50, tr. 940b05: "Những người nào nên lễ? Sa-di-ni nhỏ nên lễ sa-di-ni lớn, lễ sa-di, thức-xoa-ma-na, tỳ-kheo-ni, tỳ-kheo, và tháp của những vị, tất cả đều nên lễ. Hoặc sa-di niên thiếu nên lễ sa-di lớn, lễ sa-di-ni, thức-xoa-ma-na, cho đến tỳ-kheo và tháp, tất cả đều nên lễ. Thức xoa-ma-na nhỏ nên lễ thức xoa-ma-na lớn, lễ tỳ-kheo-ni, tỳ-kheo và tháp; thảy đều nên lễ. Tỳ-kheo-ni tuổi nhỏ nên lễ tỳ-kheo-ni lớn, tỳ-kheo và tháp; thảy đều nên lễ. Tỳ-kheo nhỏ nên lễ tỳ-kheo lớn, và tháp của tỳ-kheo, cũng nên lễ. Tất cả chư Thiên, người đời, chư ma, phạm vương, sa-môn, bà-la-môn đều nên kính lễ Như Lai Thế Tôn, và tháp."

không việc gấp thì người nào gội trước cạo trước."

Có các tỳ-kheo cạo tóc khắp nơi trong sân rồi không quét dọn, bạch Phật, Phật dạy:

"Nên cạo một chỗ, cạo rồi phải quét dọn, bỏ trong nước, bỏ trong lửa hay là chôn. Nếu không có thợ cạo thì tỳ-kheo có thể cạo, cũng cho phép, cho phép sắm dao cạo."

4. Tóc-tai-răng

Có các tỳ-kheo lông mũi dài, bạch Phật, Phật cho phép sắm nhíp để nhổ. Các tỳ-kheo dùng vàng bạc làm nhíp, Phật dạy:

"Không nên làm như vậy. Cho phép dùng đồng, thiếc, răng, sừng, trúc, tre để làm, trừ cây sơn."[127]

Có các tỳ-kheo trong lỗ tai có cứt ráy, Phật dạy:

"Cho phép sắm cái ngoáy tai, ngoài ra cũng như trên."

Có các tỳ-kheo, thức ăn vào trong kẽ răng làm cho miệng bị hôi, Phật dạy:

"Cho phép sắm cây xỉa răng, ngoài ra cũng như trên."

Khi ấy vua Bình-sa suy nghĩ: "Ta nên dùng vật gì để cúng cho Tăng?" Thấy thứ gì cũng đã có người cúng, chỉ có tăm xỉa răng là chưa có người cúng, bèn làm đầy một xe để cúng cho các tỳ-kheo nhân một bữa cúng thức ăn, các tỳ-kheo không dám nhận, bạch Phật, Phật cho phép nhận.

5. Bát được phép dùng

Đức Phật ở tại nước Tô-ma,[128] tự làm chén bát để làm mẫu, khiến

---

[127] Cây sơn, Hán: Tất thọ 漆樹, tiếng Anh "varnish tree", tên Khoa học Rhus verniciflua Stokes. Loại cây này có hai loại, có loại thì nhựa cây có thể dùng làm sơn mài, nhựa trái chế đèn cầy... Có loại thì nhựa độc làm dị ứng da.

[128] Hán: Tô-ma quốc 蘇摩國. *Trường A-hàm 15* nói là một trong các dòng họ lớn. *Trung A-hàm 55* liệt kê vào một trong 16 đại quốc thời Phật. **Xem thêm cht. 461**, Phần I, Ch. iv.

người thợ đồ gốm nung. Người thợ đồ gốm làm số nhiều hợp lại nung một lần luôn, khi mở cửa lò thấy đều thành bát bằng vàng, hoảng sợ nói: "Đây là thần lực của Đại Sa-môn." Nếu nhà vua nghe chắc sẽ nói mình nhiều vàng quí, nên đem chôn hết. Đức Phật làm cái khác, khiến nung, đều thành bát bằng bạc, cũng hoảng sợ đem chôn. Đức Phật lại làm cái khác, bảo nung, mới thành cái bát màu xanh, đẹp như cây Diêm-phù,[129] trao cho các tỳ-kheo, các tỳ-kheo không dám nhận, Phật dạy: "Cho phép chứa dùng."

Có tỳ-kheo bát bị vỡ, không có bát đi du hành, Phật dạy: "Nên tìm xin cái bát khác, hay có thể tự làm được thì cho phép làm."

Có các tỳ-kheo nung bát thành màu đỏ, đức Phật bảo nên xông khói.

Có các tỳ-kheo chứa bát bằng vàng, bạc, bảy báu, răng, đồng, đá, cây, các cư sĩ chê trách nói: "Các tỳ-kheo này như vua, như đại thần, thường nói ít ham muốn, biết vừa đủ mà nay lại chứa các loại bát tốt." Các tỳ-kheo đem vấn đề bạch Phật, nhân việc này, đức Phật tập họp Tỳ-kheo Tăng, bảo các tỳ-kheo: "Từ nay không cho phép chứa các loại bát như trên. Nếu chứa bát bằng vàng, bạc... *cho đến* bát đá đều phạm Đột-kiết-la, nếu chứa bát bằng gỗ phạm Thâu-lan-giá."

Khi ấy, có người Bà-la-môn tên là Ưu-kha-la, có một người con gái, thường dùng cái bát bằng đồng trắng để ăn. Người con gái kia sau khi xuất gia cũng dùng cái bát trước kia để khất thực. Các cư sĩ chê trách nói: "Sa-môn Thích tử cũng dùng bát bằng đồng, cùng với ngoại đạo đâu có khác gì." **[170a01]** Các tỳ-kheo bạch Phật, Phật dạy: "Không cho phép dùng bát bằng đồng của ngoại đạo, vi phạm, phạm Đột-kiết-la." Phật cho phép dùng ba loại bát:[130] bát

---

[129] Hán: Diêm-phù thọ 閻浮樹.

[130] *Tứ phần 51*, 945a23-52, tr. 952b: "Cho phép thọ trì bát ca-la và bát xá-la, và bát sắt". *Thập tụng 56* (tr. 416a8): Phật quy định 2 loại bát: bát sành và bát sắt. Tám loại bát không được phép chứa: bát vàng, bát bạc, bát lưu ly, bát ma-ni, bát đồng, bát bạch lạp, bát gỗ, bát đa. *Tăng-kỳ 10* (tr. 314c22): các loại bát: 1. tham-bà 參婆; 2. ô-ca-tư-ma 烏迦斯魔; 3. ưu-ca-tra-da 優迦吒耶; 4. đa-kỳ-da 多 祇耶; 5. thiết bát 鐵鉢; 6. trí-diệp-ni 緻葉尼; 7. tất-lệ-thâu 畢荔偷. *Danh nghĩa tiêu*

thiếc,[131] bát sành,[132] bát Tô-ma.[133]

6. Các loại bát cấm

Khi ấy, tại Tỳ-xá-ly, các Ly-xa[134] đặng chiếc bát bằng Chiên-đàn,[135] cùng nhau nghị bàn: "Bát này nên cúng cho ai?" Có người nói nên cúng cho đức Thế Tôn, có người nói nên cúng cho Tát-giá Ni-kiền Tử.[136] Số đông muốn cúng cho Thế Tôn, do ít phải theo nhiều, bèn đựng đầy bát viên hoan hỷ làm bằng thạch mật trắng,[137] dâng cúng lên đức Thế Tôn, bạch: "Chúng con cùng nhau nhận được chiếc bát này, xin được dâng cúng lên đức Thế Tôn, cúi xin Ngài ai mẫn nạp thọ."

---

thích 34 (Vạn 44, tr. 660c23): hai loại bát: hắc bát, bát đen *ca-la* 迦 羅 (^{SKE} *kālapatra*); và *xá-la* 舍羅: xích bát, bát đỏ. *Tì-ni mẫu 8* (T24 tr. 847b25): bát đen nước Tì-xá-li, bát đỏ nước Xá-vệ. Có sáu loại bát, thực chất chỉ có hai: bát sắt và bát sành. Pāli, Vin. iii. 243, hai loại bát: bát sắt và bát sành (*dve pattā ayopatto mattikāpatto*). Các loại bát, xem Phần I, Ch. iv. Ni-tát-kỳ 19.

[131] Hán: Thiết bát 鐵鉢. ^{SKE} *Ayopatta.*

[132] Hán: Ngõa bát 瓦鉢. ^{SKE} *Mattikapatta.*

[133] Bát Tô-ma: **Xem cht. 461**, Phần I, Ch. iv.

[134] Ly-xa: **Xem cht. 627**, Phần III, Ch. v trước.

[135] *Tứ phần 51*, tr. 952a16: "Thành Vương Xá có trưởng giả là đệ tử của lục sư ngoại đạo được một khúc gỗ chiên-đàn, dùng làm cái bình bát."

[136] Tát-giá Ni-kiền Tử 薩遮尼犍子. Tên một người theo phái Ni-kiền Tử. Có hai kinh quan trọng nói về vô ngã Phật giảng cho ông này. Xem, *Tạp A-hàm 5*, kinh 110 "Tát-giá", *Tăng nhất 30, No. 125* (tr. 715a28), 10, và một kinh thuộc Đại thừa, *Đại Tát-giá Ni-kiền Tử sở thuyết kinh, No. 272*. Pāli, có hai kinh, M. 35. *Mahā-Saccaka-sutta*, M. 34. *Cūḷa-Saccaka-sutta*.

[137] Hoan hỷ hoàn 歡喜丸: ^{SKE} *modaka*. Theo nhà sử học ẩm thực người Mỹ Darra Goldstein cho rằng, modaka là một loại đồ ngọt cổ xưa có từ khoảng năm 200 trước Tl., loại bánh kẹo dạng viên có nhân ngọt, phần nhân ngọt bên trong gồm dừa nạo tươi, đường thốt nốt, lớp vỏ bên ngoài làm từ bột gạo hoặc bột mì trộn khowa hay bột maida. Nó thường được sử dụng trong buổi lễ cầu nguyện. (en.wikipedia.org/wiki/Modak)

Đức Phật nhận viên hoan hỷ, còn chiếc bát trả lại và nói: "Bát này của ngoại đạo, là Phật không nên chứa dùng." Họ cùng nhau nghị bàn: "Chúng ta dâng chiếc bát lên đức Thế Tôn, Ngài không nhận, nay chúng ta có thể dùng để cúng cho chúng Tăng." Bàn xong, họ liền đem chiếc bát đến Tăng phường cúng cho các tỳ-kheo. Các tỳ-kheo không dám nhận, bạch Phật, Phật dạy: "Cho phép nhận rồi chẻ làm hương xông."

7. Thị hiện giáo hóa

2. Sau đó, các Ly-xa lại nhận được chiếc bát bằng Ngưu đầu chiên-đàn,[138] treo lên đầu cây nêu cao, xướng rằng: "Ai có thần lực lấy được thì cho."[139] Khi ấy Tân-đầu-lô[140] nói với Mục-kiền-liên rằng: "Đức Thế Tôn nói thầy thần thông đệ nhất, sao không lấy chiếc bát này?" Mục-kiền-liên nói: "Thầy cũng có thần túc có thể đến lấy."[141] Tân-đầu-lô liền lấy đem cúng cho Tăng. Các tỳ-kheo không biết nên như thế nào, bạch Phật, Phật dạy: "Cho phép nhận rồi chẻ ra làm hương xông."[142]

Khi ấy, bốn vị đại Thanh văn: Ca-diếp, Mục-kiền-liên, A-na-luật, Tân-đầu-lô cùng nghị bàn:

---

[138] Hán: Ngưu đầu chiên-đàn 牛頭栴檀, còn gọi là xích chiên-đàn 赤旃檀, cây danh hương này sản sinh từ đỉnh Hy-mã-lạp sơn bắc Ấn Độ, nên cũng gọi là Ngưu-đầu sơn. *Tứ phần* 51, tr. 946b16: Bát bằng gỗ chiên-đàn.

[139] *Tứ phần* 51, tr. 946b19: "Nếu trong thành Vương xá này có sa-môn, bà-la-môn là A-la-hán có đại thần lực, thì cứ lấy chiếc bát này đi." Cf. Vin. ii. 110. 牛頭 *gośīrṣa-candana*.

[140] Hán: Tân-đầu-lô 賓頭盧; Pāli, Vin. ii. 111, *Piṇḍola-Bhāradvāja*.

[141] *Tứ phần* 51, tr. 946c03: "Tôi chưa từng hiện thần túc trước người bạch y. Thầy cũng là A-la-hán có đại thần lực, đã được đức Thế Tôn thọ ký cho là sư tử hống vào hàng tối thượng bậc nhất." Cf. A. ii. 23. Cf. *A-la-hán cụ đức kinh*, T02, tr. 831.

[142] *Tứ phần* 51, tr. 946c22: "Không nên đối trước bạch y hiện thần túc. Nếu hiện, phạm Đột-kiết-la. Tỳ-kheo không nên chứa cất bát bằng chiên-đàn. Nếu chứa thì sẽ trị như pháp." Pāli, Vin. ii. 112: na...dārupatto dhāretabbo. Yo dhāreyya, āpatti dukkaṭassa, "Không được thọ trì bát gỗ. Ai thọ trì, phạm Đột-kiết-la."

"Hiện nay nơi thành Vương Xá có một số người không tin ưa Phật, Pháp, Tăng, chúng ta nên cùng nhau khiến cho họ tin ưa."

Nghị bàn xong quan sát khắp gần xa chỉ thấy có trưởng giả Bạt-đề và người chị của ông ta không tin ưa Phật, Pháp, Tăng; ba vị Thanh văn nói: "Không lẽ giáo hóa Bạt-đề thôi ư?" Tân-đầu-lô nói: "Có thể giáo hóa người chị của Bạt-đề nữa."

Nhà ông trưởng giả ấy làm bảy lớp cửa, có ba bộ ký, khi muốn ăn bảy cửa đều đóng, một thức ăn đặt trên một bộ ký. Khi ông trưởng giả ăn, A-na-luật đứng ngay trước mặt xin. Ông trưởng giả hỏi: "Ông từ đâu vào?" A-na-luật đáp: "Tôi vào từ cửa." Ông trưởng giả hỏi người giữ cửa: "Tại sao ngươi cho người ăn xin vào?" Người giữ cửa nói: "Cửa đóng như thường lệ, không thấy người nào vào." Ông trưởng giả bèn lấy một miếng bánh mè để vào trong bát và nói: "Đi đi! Ông có vật này để làm thức ăn đấy." A-na-luật nhận được rồi liền đi. Vào lúc bữa ăn sau, Ca-diếp lại đứng trước xin. Cách hỏi và trả lời cũng như trước. Trưởng giả lại hỏi người giữ cửa: "Tại sao ngươi lại cố ý cho người ăn xin đột nhập vào cửa nhà ta?" Người giữ cửa nói: "Cửa đóng như thường lệ, **[170b01]** không thấy ai vào." Trưởng giả lại lấy một miếng cá nhỏ bỏ vào trong bát và nói: "Đi đi! Ông có vật này để làm thức ăn đây".

Sau khi Ca-diếp đi, vợ trưởng giả hỏi: "Ý ông thế nào? Nghĩa là tỳ-kheo này không thể có được thức ăn nên đến đây xin phải không?" Trưởng giả nói: "Chính như vậy." Người vợ nói: "Ông có biết vị tỳ-kheo đến trước là ai không?" Trưởng giả nói: "Không biết." Người vợ nói: "Ông ấy tên là A-na-luật, con dòng họ Thích, bỏ cung điện ba mùa, bỏ cái vui ngũ dục, xuất gia học đạo."

Người vợ lại hỏi: "Ông có biết tỳ-kheo đến sau hay không?" Người chồng nói: "Không biết." Bà vợ nói: "Vị ấy là con của dòng họ lớn Tất-ba-la-diên Ma-nạp,[143] bỏ chín trăm chín mươi thửa ruộng, nhà, trâu, bò, xuất gia học đạo, rủ lòng thương đối với ông cho nên đến xin thức ăn đấy." Ông trưởng giả nghe vợ nói trong tâm lúc nào cũng

---

[143] Tất-ba-la-diên Ma-nạp 畢波羅延摩納: Phiên Phạn ngữ 6, tr. 1023a11, ghi là tên một đất nước.

kính phục.

Ngay khi ấy Mục-kiền-liên bay lên hư không vì ông trưởng giả nói pháp, chỉ dạy sự lợi ích, khiến ông ta vui mừng... *cho đến câu:* Liền từ nơi chỗ ngồi xa trần lìa cấu, đặng con mắt pháp trong sạch, thấy pháp đắc quả rồi, thọ Tam quy, Ngũ giới. Từ đó về sau, ông trưởng giả thường cúng dường cho tỳ-kheo, tỳ-kheo-ni, ưu-bà-tắc, ưu-bà-di và các ngoại đạo.

Bấy giờ, ba vị Thanh văn nói với Tân-đầu-lô rằng: "Chúng tôi đã giáo hóa Bạt-đề tin ưa Phật Pháp rồi, nay đến phiên thầy giáo hóa bà chị gái của ông ta." Thế là Tân-đầu-lô vào buổi sáng mặc y, bưng bát vào thành khất thực, theo thứ tự đến nhà bà ta.

Lúc ấy, chị trưởng giả đang làm bánh, bỗng nhiên thấy Tân-đầu-lô bèn cúi đầu nhắm mắt. Tân-đầu-lô cũng nhất tâm nhìn vào bình bát. Bà ta bèn nói: "Quyết định không cho ông, nhất tâm nhìn vào bình bát làm gì cho uổng công?" Tân-đầu-lô bèn trong thân tuôn ra khói. Bà ta lại nói: "Cả thân có tuôn ra khói, quyết cũng không cho ông." Tân-đầu-lô cả thân tuôn ra lửa. Bà ta lại nói: "Cả thân tuôn ra lửa, cũng quyết định không cho ông." Tân-đầu-lô liền bay lên hư không, bà ta cũng lại nói: "Bay trên hư không, quyết định cũng không cho ông." Tân-đầu-lô bèn lộn nhào lên không trung, bà ta cũng lại nói: "Có nhào lộn lên không trung, quyết định không cho ông." Tân-đầu-lô khởi ý niệm: "Đức Thế Tôn không cho phép chúng ta cưỡng bức để xin cho được, bèn ra đi."

Cách thành Vương Xá không xa có một tảng đá lớn, Tân-đầu-lô ngồi trên đó rồi kẹp tảng đá bay vào trong thành Vương Xá. Người trong thành thấy đều hết hồn hết vía, sợ tảng đá rớt xuống, mọi người vội vã chạy trốn. Bay đến nhà chị ông trưởng giả, Tân-đầu-lô đứng đó không đi. Bà ta thấy hoảng vía kinh hồn, lông tóc dựng ngược, vòng tay thưa: "Xin ngài tha mạng cho con, đem tảng đá để lại chỗ cũ, con sẽ cúng cho ngài." Tân-đầu-lô bèn đem tảng đá để lại chỗ cũ, rồi trở lại đứng trước nhà.

[170c01] Chị trưởng giả nghĩ: "Ta không thể cho cái bánh lớn, nên làm cái bánh nhỏ để cho." Bà ta vò tròn cái bánh còn chút xíu, bánh

nhỏ liền biến thành cái bánh rất lớn. Ba lần như vậy, nó cũng biến thành cái bánh lớn, bà ta lúng túng nghĩ: "Ta muốn làm cái bánh nhỏ, nó lại thành cái bánh lớn, nay ta cứ lấy đại một cái để cho."

Bà ta liền lấy một cái để cho thì liên tiếp các bánh dính theo, đến nỗi cái thấu đựng bánh cũng liền dính vào bánh. Bà ta lấy tay cầm cái thấu, tay của bà cũng bị dính vào thấu. Với vẻ khó chịu bà nói với Tân-đầu-lô rằng: "Ông cần bánh, tôi cho hết bánh, kể cả cái thấu đựng tôi cũng không tiếc, tại sao ông cần tôi làm gì, mà khiến tay tôi dính chặt vào cái thấu?"

Tân-đầu-lô nói: "Tôi không cần bánh và cái thấu, cũng không cần bà. Chúng tôi bốn người đã cùng bàn định giáo hóa bà và giáo hóa em của bà. Ba vị kia đã giáo hóa em của bà, nay tôi giáo hóa bà, nên mới làm như vậy."

Chị trưởng giả hỏi: "Vậy bây giờ ông muốn tôi làm việc gì?" Tân-đầu-lô bảo: "Tôi muốn chị em bà, có thể chở số bánh này đi theo tôi, đến cúng dường Phật và Tăng."

Bà ta liền chở bánh đi theo Tân-đầu-lô. Tân-đầu-lô liền biến hóa con đường đi ngang qua cửa ngõ người khác, khiến cho mọi người đều thấy. Khi đến chỗ đức Phật, tự tay bà cúng dường đức Phật và 1250 Tỳ-kheo. Tất cả các vị thọ dùng đầy đủ song vẫn không hết bánh. Với số bánh dư, bà đến bạch Phật: "Con có một ít bánh cúng dường Phật và 1250 Tỳ-kheo đều no đủ mà vẫn không hết, nay nên đem để nơi nào?"

Đức Phật bảo: "Có thể để nơi chỗ đất không có cỏ sống, hay chỗ nước không có trùng." Người nữ kia bèn đem đổ vào chỗ nước không có trùng, nước sôi thành tiếng như sắt nóng bỏ vào trong chỗ ít nước. Bà hoảng sợ, lông trong người bà dựng ngược lên. Quay trở lại chỗ Phật, bà ta đầu mặt kính lễ sát chân, rồi ngồi lui qua một bên. Đức Phật vì bà ta nói các pháp mầu... *cho đến câu:* Đặng con mắt pháp trong sạch, thọ Tam quy, Ngũ giới, cúng dường cho tứ chúng, cầu đạo như người em không khác.

Các Tỳ-kheo Trưởng lão đem vấn đề này bạch Phật, đức Phật tập họp Tỳ-kheo Tăng, hỏi Tân-đầu-lô: "Thật sự ông có như vậy không?"

Tân-đầu-lô thưa: "Bạch Thế Tôn, sự thật con có như vậy." Đức Phật bằng mọi cách quở trách, rồi bảo các tỳ-kheo: "Từ nay không cho phép hiện thần túc, nếu hiện thì phạm Đột-kiết-la."

8. Tịnh quả

Khi ấy, vua Bình-sa có khu vườn quả Yêm-la,[144] ba mùa đều sum sê tươi tốt, thường lấy hoa quả cúng dường các tỳ-kheo theo nhu cầu. Các tỳ-kheo ăn trái cây đó vào bữa ăn trước, vào bữa ăn sau, không lúc nào không ăn, hoặc đựng đầy cả bát mang đi, hoặc ăn phân nửa rồi quăng xuống đất. Thời gian sau, lân quốc sai sứ đến tâu lên vua Bình-sa: "Tôi nghe nhà vua có vườn quả Yêm-la, ba mùa đều sum sê tươi tốt, mong sao được thấy trái Yêm-la."

Nhà vua ra lệnh hái. Khi ấy quả đã hết sạch vì các tỳ-kheo đã hái ăn. Việc này được tâu lên nhà vua, **[171a01]** các quan cận thần của vua đều chê trách nói: "Sa-môn Thích tử đủ rồi vẫn không biết nhàm chán, tuy nhà vua không tiếc mà người thọ dụng cần phải tế nhị lượng tính, tại sao cả một vườn trái cây cùng nhau ăn hết?!"

Các Tỳ-kheo Trưởng lão nghe, bạch Phật. Nhân việc này, đức Phật tập họp Tỳ-kheo Tăng, hỏi các tỳ-kheo: "Sự thật các ông có như vậy không?" "Kính bạch Thế Tôn, thật sự có như vậy." Đức Phật bằng mọi cách quở trách rồi bảo các tỳ-kheo: "Từ nay không cho phép ăn trái chưa tác tịnh, nếu ăn phạm Đột-kiết-la."[145]

Có một cư sĩ mời Tăng ăn trái cây, tỳ-kheo sai người tác tịnh từng trái một, nên quá giữa ngày, không ăn được. Cư sĩ cơ hiềm nói: "Các

---

Hán: Am-la quả viên 菴羅果園. Cf. *Tứ phần* 52, tr. 953b11: Am-bà-la viên 菴婆羅園. *Tăng-kỳ 31* (tr. 478a20): Yêm-bạt-la viên 菴拔羅園.
     Āmra, cây xoài, trái cây xoài. Pāli, Vin. ii. 109: Phật nói, các tỳ-kheo không được ăn quả xoài (amba). Ai ăn, phạm Đột-kiết-la. Sau đó quy định thêm: chỉ được phép ăn sau khi đã tác tịnh bằng một trong năm cách.

Tứ phần 52, tr. 953b20: "Không nên ăn xoài." Pāli, Vin. ii. 109: Phật nói, các tỳ-kheo không được ăn quả xoài (amba). Ai ăn, phạm Đột-kiết-la. Sau đó quy định thêm: chỉ được phép ăn sau khi đã tác tịnh bằng một trong năm cách.

Sa-môn này giống như trẻ nít, sai người tác tịnh từng trái một nên không kịp giờ ngọ, nay ta giải quyết thế nào số trái cây này đây?!" Sự việc được bạch Phật, Phật dạy: "Có năm loại mầm:[146] mầm từ rễ, mầm từ cành, mầm từ nhánh, mầm từ quả và mầm từ hạt. Nếu ăn trái cây nên làm năm loại tịnh,[147] pháp của Sa-môn: tịnh bằng lửa, tịnh bằng dao, tịnh bởi chim (chim đã ăn), tịnh vết thương (trên trái cây có vết thương) và tịnh vì hạt mầm đã hư.

Nếu ăn gốc cũng nên làm năm loại tịnh, pháp của Sa-môn: tịnh bằng bóc vỏ, tịnh bằng cắt, tịnh bằng bóp cho bể, tịnh bằng rửa, tịnh bằng hơ lửa.

Nếu ăn cành cũng làm ba loại tịnh, pháp của Sa-môn: tịnh bằng dao, tịnh bằng rửa, tịnh bằng hơ lửa.

Nếu ăn nhánh cũng làm ba loại tịnh, pháp của Sa-môn: tịnh bằng dao, tịnh bằng lửa, tịnh bằng rửa.

Khi tác tịnh nên tác tịnh chung. Chung một đống, trong một đồ đựng, nếu tác tịnh một cái tức là tịnh hết."

Có một tỳ-kheo nấu nước trong nhà tắm, củi cháy, rắn từ trong bộng cây chạy ra, cắn nơi chân, chết liền. Các tỳ-kheo bạch Phật, Phật dạy: "Tỳ-kheo kia không biết tên của tám loại rắn, không có lòng từ

---

[146] Hán: 五種子. *Tứ phần:* Ngũ chủng 五種, năm loại giống: căn chủng, chi chủng, tiết sinh chủng, phú la chủng, tử tử chủng. 根種枝種節生種覆羅種子子種. *Tăng-kỳ*, năm loại: từ rễ, từ cọng, ruột, lóng, quả 根種莖種心種節種子種. *Thập tụng 12*, năm loại: từ rễ, từ cọng, lóng, tự rụng, từ quả 根種子莖種子節種子自落種子實種子. Pāli: *mūlabījaṃ*, mầm từ rễ, *khandhabījaṃ*, mầm từ thân, *phaḷubījaṃ*, mầm từ đốt, *aggabījaṃ*, mầm từ đọt, *bījabījaṃ*, mầm từ hạt giống.

[147] Hán: Ngũ chủng tịnh 五種淨. *Tứ phần 43*, tr. 875a19: "Tác tịnh bởi lửa, tác tịnh bởi dao, tác tịnh bởi mụt nhọt, tác tịnh bởi chim cắn, tác tịnh bởi loại hột trỉa không mọc." Tham chiếu Pāli, Vin. ii. 109, *pañcahi samaṇakappehi phalaṃ paribhuñjituṃ*, ăn trái cây với 5 điều hợp thức của sa-môn: *aggiparicitaṃ* (đã bị lửa phạm), *satthaparicitaṃ* (đã bị dao phạm), *nakkhaparicitaṃ* (đã bị móng tay phạm), *abījaṃ* (không có hạt mầm), *nibbattabījaṃ* (hạt mầm đã hỏng)".

đến các loài rắn, lại không đọc chú, nên bị rắn làm hại. Tám loại rắn ấy là: rắn Đề-lâu-lại-tra, rắn Đát-xa, rắn Y-la-man,[148] rắn Xá-bà-tử,[149] rắn Cam-ma-la a-thấp-bà-la-ha[150], rắn Tỳ-lâu-la-a-xoa, rắn Cù-đàm, rắn Nan-đà Bạt-nan-đà.[151] Chú rắn:

> *Ta thương các vua rắn[152]*
> *Trên trời và thế gian,*
> *Do từ tâm ta đây,*
> *Diệt được các độc dữ.*
> *Ta lấy sức trí tuệ,*
> *Dùng để giết độc này,*
> *Độc có vị, không vị*
> *Bị diệt vào lòng đất."*

Đức Phật dạy: "Nếu tỳ-kheo kia dùng chú này để tự vệ, không bị rắn độc giết chết." Lại có tỳ-kheo bị rắn độc cắn, các tỳ-kheo bạch Phật, Phật dạy: "Thầy dùng chú này, chú nguyện, khiến vị kia được an ổn." Tỳ-kheo này vâng lời dạy, đến chú nguyện, vị kia liền được lành bệnh. **[171b01]** Lại có các tỳ-kheo ở chỗ nào cũng bị rắn cắn, bạch

---

[148] Phiên Phạn ngữ 7, tr. 1032c19: rắn Đề-lâu-lại-tra (🔲 *Dhṛtarāṣṭra*, 提樓賴吒蛇), dịch rắn trị quốc; rắn Đát-xa (多奢, 🔲 *darśana/darśana-viṣa?*), dịch là rắn nhìn độc (thị độc 視毒); rắn Y-la-man (伊羅漫蛇, 🔲 *śīghram?*) dịch là rắn bò nhanh.

[149] Rắn Xá-bà-tử 舍婆子蛇; 🔲 *Chabyāputta*, tên một loại rắn độc.

[150] Rắn Cam-ma-la-a-thấp-ba-la-ha (甘摩羅阿濕波羅呵蛇). *Tứ phần 42*: Già-tỳ-la-thấp-ba-la 伽毘羅濕波羅. *Phiên Phạn ngữ 7*, tr. 1031a10: cũng gọi Cam-tỳ-la-thấp-la-ba 鉗毘羅濕羅波 (🔲 *gambhīraśilpa*), dịch là thâm xảo (深巧). *Tạp A-hàm 9*: Khâm-bà-la thượng mã 欽婆羅上馬. *Căn bản 6*, tr. 657a24: Tập-bà-kim-bạt-la 緝婆金跋羅 (🔲 *aśvakambala?*).

[151] Phiên Phạn ngữ 7, tr. 1032c23: rắn Tỳ-lâu-la-a-xoa (🔲 *Virūpakkha*, 毘樓羅阿叉蛇), dịch là rắn trinh thám, rắn Cù-đàm (瞿曇蛇, 🔲 *Gautamī*, 🔲 *Kaṇhāgotamaka*, Hắc Cù-đàm, *Phiên Phạn ngữ 7*, dịch là rắn họ *Gautamī*) là tên riêng, rắn Nan-đà Bạt-nan-đà (🔲 *Nanda Upananda*, 難陀跋難陀蛇), dịch là rắn hoan hỷ đại hoan hỷ.

[152] Vua rắn, Hán: Long vương 龍王. Văn Hán dịch bất nhất.

Phật, Phật dạy: "Cho phép làm chú thuật, tùy nghi trị liệu."

9. Phòng tắm

Bấy giờ, các tỳ-kheo ăn nhiều thức ăn mỹ vị, do đó tăng thêm các bệnh. Sáng sớm, Kỳ-vực[153] đến chỗ Thế Tôn, đầu mặt đảnh lễ sát chân, bạch Phật: "Kính bạch đức Thế Tôn, nay các tỳ-kheo ăn nhiều thức ăn mỹ vị, do đó tăng thêm các bệnh, xin Thế Tôn cho phép vào trong nhà tắm để tắm tẩy trừ các bệnh này."

Nhân việc này, đức Phật tập họp Tỳ-kheo Tăng, đem lời của Kỳ-vực bảo các tỳ-kheo: "Từ nay cho phép các tỳ-kheo làm nhà tắm để trừ bệnh, nên tắm trong đó."

Lại có các tỳ-kheo lõa hình tắm, xoa chà cho nhau, lại lõa hình đi ra ngoài nhà tắm, các bạch y chê trách nói: "Các Sa-môn này đều như Ni-kiền, không có đạo phong." Các tỳ-kheo bạch Phật, Phật tập họp các Tỳ-kheo Tăng, quở trách rồi bảo các tỳ-kheo: "Từ nay cho phép mặc y tắm, không cho phép lõa hình tắm, lõa hình xoa chà cho nhau, vi phạm, đều phạm Đột-kiết-la."

Có các tỳ-kheo khi tắm đi ra ngoài cọ lưng nơi vách hay nơi gốc cây, rồi trở vô dội nước, thân hình bị xây xác, thương tích, đức Phật dạy: "Không nên làm như vậy, cho phép dùng vỏ Bồ đào (cây nho), vỏ Ma-lâu,[154] Tháo đậu,[155] v.v... làm vật tẩy bẩn." Các tỳ-kheo tùy theo sự quen biết mà cho Tháo đậu v.v.., đức Phật dạy: "Nên cho bình đẳng."

10. Câu-nhiếp

Đức Phật ở thành Xá-vệ. Bấy giờ Bạt-nan-đà mặc Câu-nhiếp[156] lật

---

[153] Kỳ-vực(vức) 耆域 (㊱ Jīvaka), là tên khác của Kỳ-bà 耆婆 (jivakajiva) là một ngự y (thầy thuốc riêng của vua) nổi tiếng vào lúc bấy giờ, cũng là đệ tử của Phật.

[154] Ma-lâu bì 摩樓皮: ㊱ mālu, có thể là tên một loại cây dây leo.

[155] Tháo đậu 澡豆, người Trung Quốc thời cổ nghiền đậu thành bột, trộn với thuốc, làm bột tắm. Từ này dùng để chỉ bột tắm trong kinh Phật. ㊱ nahāniya-cuṇṇa.

[156] Câu-nhiếp. Tứ phần 52, tr. 953c01: Câu chấp 拘執. ㊱ Vin. i. 281, kojava áo choàng hay chăn bằng lông dê.

ngược nơi chỗ tối, làm thành bốn chân để đi, khủng bố các tỳ-kheo.[157] Các tỳ-kheo bạch Phật, đức Phật dạy: "Không nên làm như vậy. Nếu mặc lật ngược Câu-nhiếp làm bốn chân để đi, đều phạm Đột-kiết-la." Các tỳ-kheo ở trong phòng bị nóng, muốn mặc lật ngược Câu-nhiếp, Phật dạy: "Trong phòng thì cho phép."

11. Gối đầu

Có các tỳ-kheo khi ngủ không có gối, đức Phật cho phép làm cái gối. Có các tỳ-kheo sợ rận, đức Phật cho phép bắt bỏ nó đi. Các tỳ-kheo bắt bỏ nó trong phòng, nó bò trở lại vào trong y, Phật dạy: "Cho phép bắt bỏ nó ngoài phòng." Khi mưa, các tỳ-kheo bắt bỏ nó trong nước, đức Phật dạy: "Nên bắt bỏ nó trong cái vật xấu với lòng từ." Có các tỳ-kheo bị cái nạn bọ chét, đức Phật dạy: "Trải vật xuống đất rồi quét đi, nếu nó ở trong chiếu lát thì phơi cho nó đi." Có các tỳ-kheo bị cái nạn con mọt, đức Phật dạy:

"Cho phép trừ nó bằng cách bỏ nó chỗ bùn kín đáo."

12. Nhóm lửa

Có các tỳ-kheo già bệnh bị lạnh, muốn nhóm lửa trong phòng, Phật dạy: "Khi lạnh cho phép nhóm." Các tỳ-kheo nhóm lửa làm cháy hư đồ trải dưới đất và xông khói lên nhà, Phật dạy:

"Cho phép làm cái lò ở bên ngoài nhà để nhóm lửa." Các tỳ-kheo không biết lấy vật gì để làm, Phật dạy:

"Cho phép dùng đồng, thiếc, bùn, đá để làm; cho phép Tăng, Tứ phương tăng dùng riêng, **[171c01]** lại cho phép làm lò nơi mặt đất."

13. Bát uống nước

Các tỳ-kheo dùng cái bình bát để uống nước sau giờ ngọ, Phật dạy: "Sau giờ ngọ không nên dùng bình bát để uống, cho phép dùng đồng, thiếc, sành làm vật dụng riêng để uống."

---

157 Xem Phần I, Tỳ-kheo, Ba-dật-đề 73: Dọa nhát tỳ-kheo.

14. Linh tinh

Có một tỳ-kheo ở nước Đức-xoa-thi-la,[158] an cư mùa hạ xong đến (tinh xá) Kỳ-hoàn ở nước Xá-vệ, chỗ đức Phật ở, đầu mặt kính lễ sát chân, bạch Phật: "Quốc độ này ăn cháo lỏng, quốc độ kia uống nước cháo sữa,[159] xin Thế Tôn cho phép các tỳ-kheo vào buổi sáng được uống nước cháo sữa." Đức Phật dạy: "Cho phép uống."

Các tỳ-kheo khi uống nước cần muối, bạch Phật cho phép dùng muối, cho phép Tăng, Tứ phương Tăng chứa dùng riêng, cho phép làm đồ rang muối. Các tỳ-kheo bèn làm hình chúng sanh hoặc bàn tay người cầm đồ rang muối, Phật dạy: "Không cho phép làm các hình đó."

Bấy giờ, các bạch y dùng mâm đựng thức ăn cúng cho các tỳ-kheo, các tỳ-kheo không dám nhận, bèn chê trách nói: "Sa-môn Thích tử không kham nhận vật cúng dường", bạch Phật, Phật dạy: "Cho phép nhận."

Có các tỳ-kheo đựng cháo trong bát, cháo nóng bưng không được, Phật dạy: "Cho phép làm cái đồ đựng cháo riêng." Các tỳ-kheo bưng thức ăn đưa lên nặng, đức Phật dạy: "Cho phép để trên cái ghế nhỏ." Các tỳ-kheo bèn làm ghế hình chân, Phật dạy: "Không cho phép làm." Các tỳ-kheo đến nhà bạch y, họ làm ghế hình chân để thức ăn, các tỳ-kheo không dám ăn, Phật dạy: "Nơi nhà bạch y cho phép thọ, chỉ không cho phép mình tự chứa mà thôi." Các tỳ-kheo cần Kiền-tứ,[160] Phật dạy: "Cho phép chứa dùng và dùng đồng, thiếc, sành, đá để làm."

Có các bạch y đem cháo cúng cho các tỳ-kheo, các tỳ-kheo không

---

[158] Nước Đức-xoa-thi-la 德叉尸羅國, Takṣaśilā, Takkasilā, dịch là Tạc thạch (đục đá), Tế thạch (đá mịn). Một nước xưa ở miền Bắc Ấn Độ, sau trở thành thuộc địa nước Kiền-đà-la (Gandhāra).

[159] Hán: Xiểu tương 麨漿, được dịch từ: Đát-bát-na 怛鉢那 (tarpaṇa, tappaṇa), cháo sữa, là một loại lương thực.

[160] Để bản: Kiền tứ 犍恣, bản Tống, Nguyên, Minh gọi là Kiền từ 犍瓷, bản Thánh gọi là Kiền vọng 犍望. Trùng trị tỳ-ni sự nghĩa tập yếu 5, X40n719, tr. 389b09 ghi: Kiền tứ dịch là bát cạn, nhỏ (thiển bát 淺鉢).

biết để chỗ nào chia, đức Phật cho phép làm cái bồn có quai để đựng. Khi chia cháo nên hỏi: "Có cháo riêng cho người bệnh hay không? Nếu không thì nên cho người bệnh trước."

Bấy giờ, Tỳ-xá-khư Mẫu muốn chúng Tăng nấu cháo ở trong trú xứ, đức Phật cho phép. Các tỳ-kheo không biết để gạo ở chỗ nào, Phật dạy nên để trên chiếc chiếu rách; trong gạo có thóc, không biết làm thế nào, đức Phật cho phép sắm cái nồi, cái chày, khiến tịnh nhân giã. Không biết dùng cái gì để sàng thóc, bạch Phật. Phật dạy: "Cho phép sắm cái nia, cái sàng để sàng."

Các tỳ-kheo cần cái chõ, Phật cho phép chứa dùng; nên dùng đồng, thiếc, sành, đá để làm. Các tỳ-kheo cần cái thìa, Phật cũng cho phép dùng, trừ loại cây sơn, các loại cây khác đều cho phép dùng.

Có các tỳ-kheo bệnh cần cháo ngon, Phật dạy: "Cho phép tịnh nhân nấu; nếu không có tịnh nhân, cho phép tỳ-kheo rửa sạch dụng cụ nấu, rồi đổ nước vào, nhờ tịnh nhân vo đậu, gạo bỏ vào trong, sau đó tỳ-kheo nhóm lửa nấu. Cháo chín, lại nhận từ tịnh nhân đem cho người bệnh." Các tỳ-kheo nhận được nhiều gạo, không có chỗ để, đức Phật cho phép dùng bùn nhuyễn trét một cái phòng cho sạch đất để chứa gạo. **[172a01]** Gạo hết, các tỳ-kheo đến phòng chứa nghe mùi hôi của gạo, Phật dạy:

"Cho phép dùng loại bùn có chất thơm trét trên đất."

15. Xây tháp

Đức Phật ở nước Câu-tát-la, du hành trong nhân gian, cùng đầy đủ đại Tỳ-kheo 1250 vị, đến tụ lạc Đô-di Bà-la-môn,[161] trải tòa ngồi nghỉ

---

[161] Tụ lạc Đô-di Bà-la-môn 都夷婆羅門聚落, *Tứ phần* 21 (p. 712b13), thôn Bà-la-môn Đô-tử 都子婆羅門村, *Tăng-kỳ* 23 (p. 414b8): Đô-di tụ lạc 都夷聚落. Cf. M. 5. *Brāhmaṇavagga* - 99. *Subhasuttaṃ*: thanh niên Bà-la-môn tên *Subha*, con trai của *Todeyya*, ở *Sāvatthi*; D. i. 10. *Subhasutta*. *Todeyya* là một bà-la-môn giàu có, địa chủ của làng. Thôn Đô-tử còn gọi là Đô-duy 都維. *Cao tăng Pháp Hiển truyện* 1, T51n2085, p. 861a15: "...từ thành Xá-vệ (*Sāvatthi*) đi về phía tây 50 dặm là đến thôn Đô-duy." Vị trí tại nước Câu-tát-la, nằm Tây bắc

dưới bóng gốc cây Ta-la bên lề đường, đức Phật mỉm cười. Tôn giả A-nan nghĩ: "Chư Phật cười luôn có nhân duyên! Nay Phật mỉm cười chắc có nhân duyên." Tôn giả liền để trống vai bên hữu, quỳ gối, thưa hỏi Phật, đức Phật dạy:

"Này A-nan! Thuở đời quá khứ có ông vua tên là Cấm-mị,[162] có một người con gái. Khi sanh cô ra, tự nhiên đeo tràng hoa bằng vàng, vua liền tập họp chư thần nghị bàn việc đặt tên, tất cả đều nói: 'Nên hỏi thầy tướng Bà-la-môn.' Vua liền ra lệnh tập họp thầy tướng, bảo họ đặt tên. Thầy tướng nói: 'Người nữ này khi sanh đeo cái tràng hoa tự nhiên màu vàng, nên đặt tên là Ma-lê-ni.'[163] Tên ấy được chọn, nhà vua rất thích và quí mến, tìm hỏi trong nước, người nữ nào cùng sanh trong một ngày với con mình để dùng làm người hầu. Khi ấy, trong nước có năm trăm người nữ cùng sanh ngày đó, được đưa vào danh bộ của nhà vua, sung vào làm người sai khiến.

Khi tuổi đã khôn lớn, năm trăm bà-la-môn mà nhà vua thường cúng dường, ra lệnh bảo con cúng dường. Nhà vua nói: "Con nên như cha hằng ngày nấu năm trăm nồi canh, theo sở thích của họ mà cúng dường." Người con gái như lời dạy, cúng dường các bà-la-môn. Họ dùng xong, Ma-lê-ni liền cùng năm trăm người nữ dùng xe tứ mã dạo chơi các hoa viên. Từ vườn này sang vườn kia, từ quang cảnh này đến quang cảnh kia, ngày nào cũng như vậy.

Bấy giờ, đức Phật Ca-diếp ở trong một ngôi vườn, người đánh xe đến ngôi vườn, chỗ Phật ở, liền quay xe không vào. Ma-lê-ni hỏi: 'Trong quốc giới của ta, không vườn nào không vào, tại sao ngươi lại thường tránh cái vườn này?' Người đánh xe trả lời: 'Trong vườn này có một Sa-môn đầu trọc, tên là Ca-diếp, không nên thấy ông ta, cho nên không vào.' Ma-lê-ni nói: "Sa-môn Ca-diếp đâu có dính dự gì đến việc ngươi, ngươi có thể quay xe vào trong vườn này để xem.' Người

---

thành Xá-vệ hơn 60 dặm. Phiên Phạn ngữ 8, tr. 1040a20 ghi: Đô-di dịch là ngã rẽ (phán 判).

[162] Cấm-mị 禁寐.

[163] Ma-lê-ni 摩梨尼. 摩梨尼 mālinī, dịch là người con gái mang vòng hoa. Cf. Bổn hạnh tập kinh 36, T03n190, tr. 823b14.

đánh xe liền quay lại, vào đến chỗ xe hết đi được, Ma-lê-ni đi bộ vào trong vườn. Từ xa thấy Phật Ca-diếp, dung nhan thù đặc, giống như trái núi vàng. Thấy rồi, Ma-lê-ni phát tâm hoan hỷ, đến trước đức Phật, đầu mặt kính lễ sát chân rồi đứng lùi qua một bên. Đức Phật vì Ma-lê-ni nói các diệu pháp, chỉ bày sự lợi ích, khiến được hoan hỷ... *cho đến câu:* Thấy pháp đắc quả, rồi thọ Tam quy, Ngũ giới, từ chỗ ngồi đứng dậy, kính lễ sát chân Phật, đi vòng quanh bên hữu rồi cáo lui.

Đi không lâu, Ma-lê-ni khởi nghĩ: 'Ta thường dùng năm trăm nồi canh, hằng ngày cúng dường năm trăm bà-la-môn. Đây không phải là phước điền, không đáng nhận của thí; thà làm thức ăn rất mỹ vị để cúng dường Ca-diếp Thế Tôn còn hơn!' [172b01] Ma-lê-ni nghĩ rồi liền ra lệnh hằng ngày làm thức ăn đem đến cúng dường.

Bấy giờ, các bà-la-môn nghe Ma-lê-ni đã làm đệ tử Phật Ca-diếp, lại dùng thức ăn ngon bổ cúng dường Phật Ca-diếp, sanh tâm tật đố, cùng nhau nghị bàn: 'Chúng ta phải tạo phương tiện để cùng giết người nữ này.'

Thời điểm ấy, vua Cấm-mị nằm thấy mười một điều mộng: mộng thấy cây dài bốn ngón tay mà lại có hoa; mộng thấy hoa này liền thành trái; mộng thấy con bò con thì cày, con bò lớn lại đứng xem; mộng thấy ba cái chỗ đều nấu cơm, mà hai cái hai bên cơm sôi nhảy vào nhau mà không rớt vào cái chính giữa; mộng thấy con lạc đà có hai cái đầu ăn cỏ; mộng thấy con ngựa mẹ lại bú con ngựa con; mộng thấy cái bát vàng vận hành giữa hư không; mộng thấy nước tiểu của con cáo hoang ở trong cái bát bằng vàng; mộng thấy con khỉ đột ngồi trên cái giường bằng vàng; mộng thấy Chiên-đàn đầu bò được bán đồng giá trị với cỏ mục; mộng thấy trong vũng nước, chính giữa thì đục, xung quanh lại trong.

Sáng ngày nhà vua tập họp quần thần nói rõ các điểm chiêm bao, rồi hỏi ý kiến: 'Những điểm mộng ấy là thế nào?' Quần thần đều nói: 'Nên hỏi thầy tướng Bà-la-môn.' Nhà vua liền triệu đến hỏi, các Bà-la-môn nghĩ: 'Chúng ta định giết người nữ này, đây là cơ hội tốt.' Họ bèn tâu với nhà vua: 'Những điểm chiêm bao này không tốt, hoặc sẽ bị mất nước hay là mất mạng.' Nhà vua hỏi: 'Có phương tiện nào để tránh khỏi tai ương hay không?' Thầy tướng tâu: 'Có, nhưng chỉ có điều là chỗ niệm tình thương mến của nhà vua, chắc không thể thực hiện được.' Nhà vua bảo: 'Cứ nói.' Thầy tướng tâu: 'Đem voi... của nhà vua, ngựa... của nhà vua, đại thần... của nhà vua, đại Bà-la-môn... của nhà vua, dẫn năm trăm con bò đực, năm trăm con trâu nước, năm trăm con trâu nghé cái, năm trăm con trâu nghé đực, năm trăm con dê đen, năm trăm con dê khỏe mạnh, vương nữ Ma-lê-ni và năm trăm quyến thuộc (người nuôi dưỡng), sau bảy ngày, nơi giữa ngã tư đường, giết để tế Thiên thần thì tai ương này có thể tiêu diệt, nếu không làm thì cái họa không cách nào tránh khỏi.'

Nhà vua nghe rồi, cả tin, liền ra lệnh chuẩn bị. Nhà vua cho kêu người con gái của mình nói rõ sự việc, và cho phép trong vòng sáu ngày tùy ý sở nguyện. Ma-lê-ni tâu với vua cha: 'Con không sợ sự chết nhưng xin nguyện: ngày thứ nhất cùng nhơn dân nam nữ, lớn nhỏ trong thành đến chỗ Phật Ca-diếp.' Nhà vua thuận cho, tức khắc triệu tập nhân dân trong thành kẻ trước người sau vây quanh đến chỗ Ca-diếp. Đức Phật vì họ nói các pháp nhiệm mầu, chỉ dạy sự lợi ích, khiến cho hoan hỷ... *cho đến câu:* Thấy pháp đắc quả, thọ Tam quy Ngũ giới. Nguyện ngày thứ hai cùng các đại thần của vua, đến chỗ Phật Ca-diếp. Nguyện ngày thứ ba cùng các vương tử đến chỗ Phật Ca-diếp. Nguyện ngày thứ tư cùng các vương nữ đến chỗ Phật Ca-diếp. Nguyện ngày thứ năm cùng các phu nhơn và thể nữ đến chỗ Phật Ca-diếp. Nguyện ngày thứ sáu cùng vua cha đến chỗ Phật Ca-diếp. Nhà vua đều thuận cho. **[172c01]** Tất cả đều thấy pháp đắc quả, thọ Tam quy, Ngũ giới, như trước đã nói.

Nhà vua đắc quả rồi, đem mười một điểm mộng thưa hỏi Phật Ca-diếp: Những điểm mộng này có báo ứng thế nào? Đức Phật dạy: 'Mười một điểm chiêm bao này thuộc về đời sau chứ không phải đời này: Mộng thấy cái cây nhỏ mà sanh hoa là đời sau có đức Phật ra đời trong loài người chỉ sống một trăm tuổi, gọi là Thích-ca Mâu-ni Như Lai, Ứng cúng, Đẳng chánh giác. Khi ấy, người ba mươi tuổi, đầu đã bạc. Mộng thấy cái hoa liền thành trái, là bấy giờ người mới 20 tuổi mà đã sanh con. Mộng thấy con bò con cày, mà con bò lớn đứng xem, là lúc ấy người trẻ thì thống lãnh việc nhà, cha mẹ không được tự tại. Mộng thấy ba cái nồi đều nấu cơm, hai cái nồi hai bên sôi chảy vào nhau, mà không rớt vào cái nồi chính giữa, là khi ấy người giàu cùng nhau huệ thí mà người nghèo không nhận được. Mộng thấy con lạc đà hai cái đầu ăn cỏ, là khi ấy nhà vua có quân thần đã hưởng bổng lộc của vua lại lấy vật của dân. Mộng thấy con ngựa mẹ lại bú con ngựa con, là khi ấy, con gái đã lấy chồng rồi, bà mẹ lại đến nó cầu thực. Mộng thấy cái bát vàng vận hành giữa hư không, là khi ấy mưa không đúng thời tiết, cũng không giáp khắp. Mộng thấy nước tiểu con cáo hoang ở trong cái bát vàng, là khi ấy nhân dân chỉ chọn người giàu mà kết hôn chứ không lựa bổn tánh. Mộng thấy con khỉ đột ngồi trên cái giường bằng vàng, là lúc ấy quốc vương dùng phi pháp cai trị, bạo ngược vô đạo. Mộng thấy Chiên-đàn đầu bò được bán đồng giá trị với cỏ mục, là khi ấy Sa-môn dòng họ Thích vì tham lợi dưỡng mà nói pháp cho bạch y. Mộng thấy trong vũng nước mà chính giữa đục, chung quanh lại trong, là khi ấy Phật pháp ở trung tâm của nước diệt trước, nơi ven biên cương lại thạnh.'

Đức Phật dạy: 'Mười một điềm mộng nhà vua nằm thấy là như vậy, đối với bản thân của đại vương không có việc bất tường.' Nhà vua liền từ nơi chỗ ngồi ra lệnh quần thần: 'Những phẩm vật định dùng để tế thần trời, nay đều đem bố thí, không có việc gì phải lo sợ.' Từ nay, ta thà tự mất mạng chứ không cố ý sát sanh, huống là bảo giết người, không cố ý làm tổn thương đến loài trùng kiến, huống là con gái ta và mọi người.'"

Đức Phật bảo tôn giả A-nan: "Đức Phật Ca-diếp sau khi Nê-hoàn, nhà vua kia vì Ngài xây tháp bằng vàng, bạc, dọc ngang nửa do-tuần, cao một do-tuần, thêm vào những viên ngói bằng vàng, bằng bạc xen vào nhau, hiện nay vẫn còn trong lòng đất." Đức Phật liền ra khỏi tháp chỉ cho Tứ chúng. Phật Ca-diếp toàn thân xá lợi, nghiễm nhiên như cũ. Nhân việc này đức Phật lấy một nắm bùn, nói bài kệ:

> *"Tuy được Diêm-phù-đàn*[164]
> *Trăm ngàn lợi kim bảo,*
> [173a01] *Không bằng một nắm bùn*
> *Vì Phật xây bảo tháp."*

[🔢] Diêm-phù-đàn: **Xem cht. 421**, Phần I, Ch. iv.

Mách bảo rồi, trở về chỗ cũ, đức Phật lấy bốn nắm bùn trát nơi chỗ ngôi tháp ngầm dưới mặt đất, 1250 Tỳ-kheo mỗi vị cũng dùng bốn nắm bùn trét lên chỗ đó.

Bấy giờ, các tỳ-kheo muốn vì Phật Ca-diếp xây ngôi tháp nơi đống bùn. Đức Phật cho phép xây. Chúng tỳ-kheo cùng nhau xây. Đây là Bảo tháp đầu tiên được xây trên cõi Diêm-phù-đề.

Sau đó, các tỳ-kheo muốn vì A-la-hán, các Thinh văn, Phật Bích-chi xây tháp, đức Phật dạy: "Có bốn hạng người nên xây tháp: Như lai, đệ tử của Như lai, Phật Bích-chi và Chuyển luân thánh vương."

Các tỳ-kheo muốn làm tháp lộ thiên, tháp như cái nhà, tháp không có vách, muốn bên trong làm hình tượng khám, bên ngoài làm lan can; muốn làm một tảng đá lớn đỡ cái tháp lộ thiên; muốn ở trước tháp làm cây trụ bằng đồng, bằng sắt, bằng đá, bằng cây, trên đầu cây trụ có hình đầu sư tử, các loại hình cầm thú; muốn trồng cây xung quanh tháp, đức Phật đều cho phép.

Khi ấy, các ngoại đạo cũng tự xây tháp, cúng dường mọi thứ, dân chúng thấy khởi lòng tin ưa. Các tỳ-kheo khởi nghĩ: "Nếu đức Phật cho phép chúng ta cúng dường tháp bằng mọi thứ, dân chúng cũng sẽ khởi lòng vui tin theo." Đức Phật cũng cho phép.

Các tỳ-kheo tự mình ca múa để cúng dường tháp, các bạch y chê trách nói: "Bạch y ca múa, Sa-môn Thích tử cũng như vậy, cùng ta đâu khác gì?!" Các tỳ-kheo bạch Phật, Phật dạy: "Tỳ-kheo không nên tự mình ca múa để cúng dường tháp, cho phép nhờ người làm việc đó, cho phép tỳ-kheo tự mình khen ngợi Phật, dùng hoa hương, cờ lọng cúng dường tháp."

Các tỳ-kheo khi khất thực có người cúng hoa, không dám nhận, các bạch y chê trách, nói: "Sa-môn Thích tử không kham nhận sự cúng dường, lại không muốn cúng dường tháp." Các tỳ-kheo bạch Phật, Phật dạy: "Cho phép thọ." Họ không biết để chỗ nào, đức Phật dạy: "Cho phép làm ba loại đãy: Đãy đựng hoa, đãy đựng thức ăn, đãy lọc nước."

Có các tỳ-kheo tự mình đi hái hoa, từ xóm làng này đến xóm làng khác, ra ngoài xóm làng bị giặc cướp đoạt. Các bạch y chê trách nói:

"Các Sa-môn này giống như thợ kết tràng hoa hay đệ tử của thợ kết vòng hoa." Đức Phật dạy: "Không cho phép ra ngoài xóm làng để hái hoa." Các tỳ-kheo dùng chỉ xâu hoa cúng dường, bạch y chê trách như trên. Đức Phật dạy: "Không nên dùng chỉ xâu, chỉ nên rải ra để cúng dường. Nếu có hoa héo mà ngoại hình còn xanh tốt, cho phép nhặt ra, lấy tay nắn nhẹ cánh hoa ba lần, hoa tự khéo nở được."

16. Móng tay

Đức Phật ở thành Xá-vệ. Khi ấy các tỳ-kheo để móng tay dài, sanh tâm nhiễm trước, không muốn tu phạm hạnh, **[173b01]** có người hoàn tục, có người làm ngoại đạo, các bạch y chê trách: "Các sa-môn này như người thọ dục lạc, trang sức móng tay không có tâm yểm ly."

Có một tỳ-kheo móng tay dài vào xóm làng khất thực, một người nữ thấy, bảo cùng nhau hành dục lạc, tỳ-kheo nói: "Tôi là người xuất gia không làm việc ấy." Người nữ nói: "Nếu không làm theo ý tôi, tôi sẽ làm cho ông bị tiếng xấu." Cô ta dùng móng tay tự xé áo và làm thương tích trong thân thể, rồi la lớn: "Tỳ-kheo cưỡng bức, nắm kéo tôi, tôi không chịu, nên gây tổn thương người tôi, xé áo và làm thương tích thân tôi." Mọi người đến xem có người tin, có người không tin. Người tin thì nói: "Tỳ-kheo này có móng tay dài, chắc làm việc này". Người không tin thì nói: "Người nữ này là hạng người bất lương nên vu báng tỳ-kheo". Cả hai hạng người đều chê trách: "Tại sao tỳ-kheo lại để móng tay dài?!" Các tỳ-kheo bạch Phật, Phật dạy: "Không cho phép để móng tay dài, vi phạm, phạm Đột-kiết-la."

Phật cho phép dùng dao hớt móng tay, một đầu làm cái móc ráy lỗ tai. Có các tỳ-kheo nhuộm móng tay đỏ, các bạch y chê trách. Các tỳ-kheo bạch Phật, Phật dạy: "Không làm như vậy, vi phạm, phạm Đột-kiết-la." Khi ấy, các tỳ-kheo vì làm đẹp cho nên may y, Phật dạy: "Không nên làm như vậy, vi phạm, phạm Đột-kiết-la."

17. Leo cây

Có một tỳ-kheo giữ phòng của Tăng, người đưa thức ăn cho tỳ-kheo đến trễ, Tỳ-kheo leo lên cây để trông bị rớt xuống gãy hông. Phật dạy: "Không cho phép leo lên cây, vi phạm, phạm Đột-kiết-la."

Có các tỳ-kheo có chút duyên cớ cần leo lên cây, đức Phật cho phép leo, nhưng không được leo cao quá đầu người.

Có các tỳ-kheo muốn trèo lên đầu cây cao lấy nhánh khô làm củi, Phật cho phép leo lên cái thang để lấy, chứ không được leo lên cây. Lại có các tỳ-kheo gặp nước, lửa, ác thú, giặc cướp muốn trèo lên cây mà không dám, nên bị nạn khốn đốn. Phật dạy: "Gặp các tai nạn như vậy, cho phép tùy ý leo."

18. Đãy lọc nước

Có hai tỳ-kheo cùng đi, không có đãy lọc nước, khát nước muốn uống, thấy trong nước có trùng, một tỳ-kheo uống, một tỳ-kheo không uống nên bị chết. Tỳ-kheo uống nước đến chỗ Phật, đem vấn đề ấy bạch Phật, Phật dạy: "Tỳ-kheo kia có tâm tàm quý, mới có thể giữ giới mà chết; từ nay không cho phép không có đãy lọc nước[165] mà đi, vi phạm, phạm Đột-kiết-la."

Có các tỳ-kheo đi đường gần, không có đãy lọc nước không dám đi, Phật dạy: "Cho phép trong vòng nửa do-tuần không có đãy lọc nước được đi."

Lại có hai tỳ-kheo cùng đi trên một lộ trình, một tỳ-kheo có đãy lọc nước, một tỳ-kheo không, không chịu mượn nhau, nên bị khát nước quá sức, bạch Phật, Phật dạy: "Trước đây Ta đã chế, không có đãy lọc nước thì không được đi quá nửa do-tuần? **[173c01]** Nếu không có đãy lọc nước, có thể dùng cái chéo y để lọc. Khi muốn đi phải nghĩ đến vấn đề đãy lọc nước, cũng cho phép dùng cái ống tre để lọc nước."

Các tỳ-kheo lại dùng vàng, bạc, vật quí để làm, Phật dạy: "Không nên làm như vậy, cho phép dùng đồng, thiếc, tre, cây, sành, đá để làm cái ống, rồi dùng một trong mười loại y mỏng, mịn do gia chủ cúng để bít cái miệng ống, không cho phép dùng y phấn tảo, vi phạm, phạm Đột-kiết-la."

19. Chứa thuốc

Bấy giờ tôn giả Xá-lợi-phất bị hoạn phong, có một trái Ha-lê-lặc

---

[165] Xem Phần I, Ba-dật-đề 20. *Tứ phần* Ba-dật-đề 19. Các bộ khác cũng giống *Tứ phần*. Pāli, Pāc. 20 *sappāṇaka*.

để bên chân giường. Cù-già-ly,[166] cấp bậc Thượng tọa, đến, bảo Xá-lợi-phất tránh chỗ, Xá-lợi-phất liền đi, quên trái Ha-lê-lặc. Cù-già-ly thấy nói với các tỳ-kheo: "Đức Thế Tôn khen Xá-lợi-phất là thiểu dục, tri túc, mà nay cất chứa, còn chúng ta lại không." Tôn giả Xá-lợi-phất nghe, nghĩ: "Tại sao ta do cái việc nhỏ mà bị cơ hiềm, bèn lấy trái Ha-lê-lặc quăng." Các tỳ-kheo nói: "Đại đức bị hoạn phong, cần dùng trái Ha-lê-lặc, đó là vị thuốc, chớ nên bỏ đi, nên lượm lại để dùng." Xá-lợi-phất nói: "Do một vật nhỏ mà khiến cho người đồng phạm hạnh cơ hiềm đến như thế, ta đã quăng rồi, dứt khoát không lượm lại."

Các tỳ-kheo bạch Phật, Phật dạy: "Xá-lợi-phất không những đời này bỏ thứ thuốc đó không chịu lấy lại, mà thuở quá khứ cũng từng như vậy. Đời quá khứ có một con hắc xà cắn một con bò nghé, rồi chạy vào trong bộng cây. Có một sư chú thuật dùng thần chú Cổ dương[167] làm phép cho con rắn ra khỏi bộng cây, mà nó không ra. Sư chú thuật bèn đốt lửa trước con bò nghé để làm phép, hóa thành gió lửa, bay vào trong bộng cây, đốt nóng con hắc xà. Con hắc xà không chịu nóng nổi phải bò ra khỏi bộng cây. Con Dê đen dùng cái sừng hất con rắn để trước sư chú thuật. Sư chú thuật nói: 'Ngươi liếm lại nọc độc, bằng không ta quăng vào trong lửa.' Hắc xà liền nói kệ:

'Ta đã nhả độc này,
Nhất định không thu lại,
Nếu có phải bị chết
Chấm dứt mạng này thôi.'

Thế là hắc xà không chịu thu lại nọc độc, tự gieo mình vào lửa."

Đức Phật dạy:

"Lúc bấy giờ, hắc xà chính là Xá-lợi-phất, xưa kia chấp nhận cái chết đau khổ, chứ không thu lại nọc độc, huống là nay lại lượm thứ thuốc đã bỏ. Từ nay cho phép các tỳ-kheo chứa thuốc để dùng."

Nhóm sáu Tỳ-kheo lại tích tụ nhiều thuốc, các bạch y chê trách, nói: "Các Sa-môn này muốn làm thầy thuốc, muốn mua bán thuốc, tự

---

[166] Hán: Cù-già-li 瞿伽離; ⓢ *Kokālika*, ⓟ *Kokāliya*, là đệ tử Đề-bà-đạt-đa.

[167] Cổ dương 羖羊: Dê đực đen. Chú cổ dương là chú thuật gì chưa rõ (?).

nói thiểu dục tri túc mà không nhàm chán biết đủ." Các tỳ-kheo bạch Phật, Phật dạy: "Không nên chứa nhiều thuốc, cho phép chứa các thứ tạp dược, mỗi loại một A-đà-la;[168] nếu bị bệnh lâu dài thì cho phép tùy nghi chứa trở lại."

20. Chứa dao, kim, quạt, bát...

[174a01] Có các tỳ-kheo không có dao dùng miếng tre lau cắt y, y bị hư, Phật cho phép dùng dao để cắt rọc vật dụng. Các tỳ-kheo lại sắm dao lớn, bọn cướp đến, lấy được dùng hại tỳ-kheo. Phật dạy: "Không cho phép sắm dao lớn, vi phạm, phạm Đột-kiết-la. Cho phép sắm loại dao dài một ngón tay, một bên làm bén nhọn, dùng cây làm cái cán, trừ cây sơn."

Các tỳ-kheo nhận được kim, không dám thọ, bạch Phật, Phật cho phép thọ, cất để dùng. Các tỳ-kheo lại chứa nhiều, Phật dạy: "Không nên chứa nhiều, cho phép chứa ba cây mà thôi, có dư nên tịnh thí."

Khi ấy, trú xứ A-nâu-da ở Tỳ-xá-ly bị thấp ẩm ướt, sanh mòng muỗi rồi hơi nóng xông lên, các tỳ-kheo bị nóng bức. Phật cho phép dùng cây quạt để quạt. Các Tỳ-kheo dùng cái đuôi ngựa để phất, trùng bị chết. Phật dạy: "Không nên dùng đuôi ngựa để làm cái phất, vi phạm, phạm Đột-kiết-la."

Có các tỳ-kheo dùng bát chứa thức ăn để trên đất bị lật đổ. Phật cho phép dùng cái đế, nên dùng đồng, thiếc, răng, sừng, gạch, đá, tre, cây (trừ cây sơn) để làm, *cho đến* bện cỏ để để cũng cho phép. Có các Tỳ-kheo xông bát bị tróc. Phật dạy: "Nên xông lại."

21. Cân lường

Có các tỳ-kheo đem thức ăn cho người làm, không lường nhiều ít, tuy nhiều họ cũng giận. Phật dạy: "Cho phép đựng trong hộc, đấu, thăng để lường. Tăng hay Tứ phương Tăng *cho đến* cá nhơn cũng cho phép chứa, cũng nên có một cái để phòng bị."

Các tỳ-kheo thuê người làm bơ, dầu, mật, đường mía thẻ không cân lường để cho, tuy cho nhiều họ vẫn nổi giận. Phật dạy: "Nên chứa

---

[168] Hán: A-đà-la 阿陀羅, có lẽ chỉ cho tên đơn vị chứa thuốc (?).

cái cân cũng như trên."

Khi ấy, các tỳ-kheo học viết chữ, các bạch y chê trách: "Sa-môn Thích tử sao không siêng năng đọc tụng, lại học viết chữ làm gì!" Các tỳ-kheo bạch Phật, Phật dạy: "Không nên học viết chữ." Sau đó các tỳ-kheo sắp xếp công việc không biết ghi chép, bị quên, Phật dạy: "Cho phép học viết chữ, nhưng không cho phép vì ham thích mà phế bỏ đạo nghiệp." Các tỳ-kheo muốn học chú thuật để trừ ong, rắn, các nọc độc, v.v... Phật dạy: "Cho phép học."

22. Điền trạch

Các tỳ-kheo sắm ruộng, vườn, quán xá, các bạch y chê trách: "Chúng ta có vợ con gia đình cho nên sắm ruộng vườn, quán xá, các tỳ-kheo cũng lại như vậy, cùng chúng ta đâu khác gì?!" Các tỳ-kheo bạch Phật, Phật dạy: "Không cho phép làm những việc như vậy, vi phạm, phạm Đột-kiết-la."

Có các bạch y đem ruộng, nhà, quán xá cúng cho Tăng, các tỳ-kheo không dám nhận, cũng lại chê trách nói: "Các tỳ-kheo này không chấp nhận sự cúng dường," bạch Phật, Phật cho phép Tăng kham nhận, rồi khiến tịnh nhân "biết".

Có các tỳ-kheo đến thăm hỏi các ngoại đạo sư: Phú-lan-na Ca-diếp, Mạc-già-li,[169] v.v... Phật dạy: "Không nên thăm hỏi, vi phạm, phạm Đột-kiết-la."

23. Bói toán chú thuật

Các tỳ-kheo học bói toán, các bạch y chê trách, nói: **[174b01]** "Sa-môn Thích tử không thể tự tịnh tri kiến của mình, làm sao biết được việc chưa xảy đến." Các tỳ-kheo bạch Phật, Phật dạy:

"Không cho phép học, vi phạm, phạm Đột-kiết-la."

Các tỳ-kheo học chú thuật mê hoặc người, Phật dạy: "Không cho

---

169 Hán: Phú-lan-na Ca-diếp và Mạc-già-ly 富蘭那迦葉, 末伽離 (tức Mạc-ca-li Cù-xá-la 末迦利瞿舍羅). *Pāli*. *Pūraṇa-kassapa. Makkhali (Makkhali-gosāla)*, là hai trong sáu lục sư ngoại đạo thời đức Thế Tôn ở Ấn độ vào lúc bấy giờ.

phép, vi phạm, phạm Thâu-lan-giá."

Các tỳ-kheo học chú thuật làm cho người chết đứng dậy, Phật dạy: "Không cho phép, vi phạm, phạm Thâu-lan-giá."

Các tỳ-kheo hỏi các thầy bói toán, muốn biết mình tốt hay xấu, Phật dạy: "Không cho phép, vi phạm, phạm Đột-kiết-la."

Các tỳ-kheo đọc tụng ngoại thơ, các bạch y thấy chê trách: "Sa-môn Thích tử này không tin ưa phạm hạnh, bỏ Giới kinh của Phật, đọc tụng sách ngoài." Các tỳ-kheo bạch Phật, Phật không cho phép.

Có các tỳ-kheo cùng ngoại đạo luận đàm, vì không biết nên xấu hổ, nghĩ rằng: "Đức Phật cho phép chúng ta đọc sách ngoài thì không đến nỗi bị xấu thế này." Phật dạy: "Vì hàng phục ngoại đạo, cho phép đọc sách ngoài, nhưng không được theo sách đó mà sanh tri kiến."

Có các tỳ-kheo chứa nhiều loại âu bằng đồng nho nhỏ, các bạch y cơ hiềm: "Sa-môn Thích tử này chứa nhiều loại đồ dùng này, cùng với ta đâu có khác!" Các tỳ-kheo bạch Phật, Phật dạy: "Không nên chứa nhiều loại âu bằng đồng nho nhỏ, vi phạm, phạm Đột-kiết-la."

24. Chuyển thể Phật ngôn

Có hai anh em người Bà-la-môn[170] tụng sách Xiển-đà Phệ-đà,[171] sau xuất gia trong chánh pháp, nghe các tỳ-kheo đọc tụng kinh không nghiêm chỉnh, chê trách nói: "Các Đại đức xuất gia đã lâu mà không biết nói lời nam nữ, một lời nói, nhiều lời nói, lời nói hiện tại, quá

---

[170] *Tứ phần* 52, tr. 955a17: Tỳ-kheo Dũng Mãnh 勇猛. Vin. ii. 139: *Yameḷakekuṭā nāma bhikkhū dve bhātikā*, hai tỳ-kheo anh em tên là *Yameḷa* và *Kekuṭā*, giỏi ngôn ngữ, âm vận.

[171] Hán: Xiển-đà Phệ-đà 闡陀 吠陀. Chando-veda, kinh điển veda nói về luật âm vận học (Chandas) của nền văn hiến và văn học tối cổ Ấn độ. Tương truyền văn học thánh truyền (Smṛti) này là thuật lại những lời dạy của các bậc thánh hiền tối xưa, bao gồm nội dung: Ngữ âm học (Śikṣā), Vận luật học (Chandas), Văn pháp học (Vyākaraṇa), Ngữ nguyên học (Nirukta), Thiên văn lịch học (Jyotiṣa), Tế nghi cương yếu học (Kalpa-sūtra)... thì Xiển-đà (Chando) là một trong những ngành học thuật của Thánh điển Veda.

khứ và vị lai, âm dài ngắn, âm nặng nhẹ, mới đọc tụng kinh Phật như vậy." Tỳ-kheo nghe xấu hổ. Hai tỳ-kheo đến chỗ đức Phật, trình bày rõ ràng, Phật dạy: "Cho phép tùy theo âm ngữ của nước mà đọc tụng, nhưng không được sai lệch ý của Phật, không cho phép dùng lời nói của Phật mà làm lời nói của ngoại đạo, vi phạm, phạm Thâu-lan-giá."[172]

25. Dây lưng, khâu móc

Có các tỳ-kheo không buộc hạ y, vào xóm bị sút xuống, lộ hình, các người nữ cười, mắc cỡ, Phật dạy: "Không được phép không buộc hạ y mà vào xóm làng, vi phạm, phạm Đột-kiết-la. Cho phép sắm dây lưng."

Các tỳ-kheo làm dây lưng quá dài, quấn đến 4, 5 vòng, Phật dạy: "Không cho phép làm dài, dài nhất có thể quấn 2, 3 vòng." Các tỳ-kheo may dây lưng quá rộng, Phật dạy: "Cho phép rộng nhất bằng bốn ngón tay, hẹp nhất không dưới một ngón tay."[173] Các tỳ-kheo dùng tạp sắc may dài, đức Phật dạy: "không cho phép, chỉ cho phép dùng một màu mà thôi."[174]

Có các tỳ-kheo mặc y mỏng vào xóm làng, gió thổi, lộ hình, các người nữ cười, mắc cỡ, Phật dạy: "Cho phép làm cái khâu móc cúc y, móc lại, nên dùng đồng, thiếc, răng, sừng, tre, cây để làm cái khâu, trừ loại cây sơn, cho đến làm cái dây để buộc."

[174c01] Các tỳ-kheo cứ mặc mãi cái y theo một chiều, phần dưới y dễ bị hư, Phật dạy: "Cho phép mặc lộn ngược y lại, bề trên, bề dưới đều tra cái khâu móc và sợi dây cột."

---

[172] *Tứ phần* 52, tr. 955a22: "Cho phép, tùy theo ngôn ngữ, phong tục của từng nước mà giải thích, tụng đọc kinh Phật."

[173] Cf. Vin. ii. 136, quy định về dây thắt lưng (*kāyabandha*): Tỳ-kheo vào tụ lạc khất thực mà không có thắt lưng, phạm Đột-kiết-la. Lục quần Tỳ-kheo làm dây nịt bện (*kalābuka*), có hình đầu rắn nước (*deḍḍubhaka*), có hình cái trống (*muraja*), gắn các khoen tai.

[174] Tham chiếu, Pāli, Vin. ii. 136: Phật cho phép hai loại đai, *paṭṭika*: đai bằng giải dài; *sūkaranta*: đai hình đuôi heo? Nam truyền dịch là *biên đái* 編帶: đai bện. Bản Anh, bỏ trống, nói là không dịch được.

26. Thần chú

Có các tỳ-kheo tụng chú thuật, không ăn muối, không ngủ trên giường, xưng tụng lời: "Nam mô Bà-già-bà."[175] Sau sanh nghi: Lẽ nào ta rơi vào dị kiến, theo pháp của ngoại đạo!?. Các tỳ-kheo bạch Phật, Phật dạy: "Thần chú pháp ấy là như vậy, chỉ đừng nên theo tri kiến đó."

27. Úp bát

Bấy giờ Tỳ-kheo Từ Địa[176] nói với Lô-di Lực Sĩ Tử:[177] "Tỳ-kheo Đà-bà cùng vợ ông tư thông." Lô-di nghe rồi hỏi Đà-bà: "Thật sự thầy có như vậy không?" Đà-bà không trả lời. Lô-di bèn nói: "Đà-bà phạm dâm xấu hổ nên không còn lời để đối đáp với ta." Các tỳ-kheo bạch Phật, Phật dạy: "Cho phép trao cho Lô-di, con của Lực Sĩ, pháp úp bát,[178] bằng pháp Bạch nhị yết-ma, tất cả không được đến nhà Lô-di." Một tỳ-kheo tuyên xướng:

"Đại đức Tăng xin lắng nghe! Lô-di Lực Sĩ Tử hư cấu, vu khống[179] Đà-bà phạm dâm cùng vợ của mình. Nay Tăng trao cho pháp Yết-ma úp bát, tất cả không được đến nhà Lô-di. Nếu thời gian thích hợp đối với Tăng, Tăng chấp thuận. Đây là lời tác bạch.

Đại đức Tăng xin lắng nghe! Lô-di Lực Sĩ Tử hư cấu, vu khống Đà-bà phạm dâm cùng vợ của mình. Nay Tăng trao cho pháp Yết-ma úp bát, tất cả không được đến nhà Lô-di. Các Trưởng lão nào đồng ý thì im lặng. Vị nào không đồng ý

---

175 Hán: Bà-già-bà 婆伽婆, 梵 *Bhagavata*, 巴利 *Bhagavā*, dịch là có công đức lớn, danh tiếng, có khả năng phá phiền não, v.v... hàm ý là bậc đầy đủ mọi đức, được người đời tôn trọng cung kính; tức tôn xưng đức Phật.

176 Từ Địa: Xem Phần I, Ch. ii. Tăng-già-bà-thi-sa 8, 9.

177 *Tứ phần* 53, tr. 958c18: Các Đại Ly-xa 諸大離奢.

178 Hán: Phúc bát 覆鉢; úp bát. 巴利 *pattaṃ nikkujjatum.*

179 *Tứ phần* 53, tr. 959a10: "Vô căn bất tịnh pháp 無根不淨法; ở đây được hiểu là pháp phi tịnh hạnh không căn cứ. Tội danh chính xác là "Vu khống bằng Ba-la-di không căn cứ."

xin nói.

Tăng đã trao cho Lô-di Lực Sĩ Tử pháp Yết-ma phú bát rồi.
Tăng đồng ý nên im lặng. Việc này, tôi ghi nhận như vậy."

Nếu Tăng đã trao cho pháp Yết-ma úp bát, tất cả bốn chúng đều không được lai vãng nói chuyện.

Có các tỳ-kheo cùng các ưu-bà-tắc tranh tụng việc vụn vặt, bèn trao cho pháp Yết-ma úp bát. Đức Phật dạy: "Không nên vì những việc vụn vặt mà trao cho bạch y pháp Yết-ma úp bát. Phải thành tựu 8 pháp[180] mới nên trao cho, như ưu-bà-tắc đối trước các tỳ-kheo hủy báng Tam bảo và giới, muốn cho các tỳ-kheo bất lợi, gây cho các tỳ-kheo bị tiếng xấu ác, muốn đoạt trú xứ của tỳ-kheo, phạm tỳ-kheo-ni, đó là 8 pháp."

28. Giải yết-ma úp bát

A-nan khi còn bạch y là bạn thân hậu với Lô-di, đức Phật bảo A-nan: "Thầy đến chỗ Lô-di nói: 'Tăng đã trao cho bạn Yết-ma phú bát.'" A-nan vâng lời đến nhà Lô-di. Người giữ cửa vào báo: "A-nan đứng ngoài cửa." Lô-di bảo: "Mời vào." A-nan nói: "Nay tôi không được phép vào trong cửa nhà bạn." Lô-di nghe, liền ra hỏi: "Tại sao bỗng nhiên thầy lại không vào nhà tôi?" A-nan đáp: "Tăng đã trao cho bạn pháp Yết-ma phú bát, tất cả bốn chúng không được cùng bạn nói chuyện." Lô-di nói: **[175a01]** "Nếu như lời thầy nói tức là giết tôi rồi." Lô-di liền té xỉu xuống đất, A-nan nói: "Ông bạn đứng dậy, đến tạ tội với Đà-bà, Tăng sẽ vì ông bạn giải pháp Yết-ma phú bát." Lô-di liền đứng dậy đến chỗ đức Phật, đầu mặt đảnh lễ sát chân, bạch Phật: "Con thật không thấy Đà-bà cùng vợ con tư thông, mà con tin theo

---

[180] *Tứ phần* 53, tr. 959a27: "Có năm pháp nên trao cho pháp úp bát: Không hiểu thuận cha, không hiểu thuận mẹ, không kính sa-môn, không kính bà-la-môn, không cung sự tỳ-kheo." Cf. Pāli, Vin. ii. 125, có tám điều: khiến tỳ-kheo mất lợi dưỡng (*bhikkhūnaṃ alābhāya*), khiến tỳ-kheo mất lợi ích (*anatthāya*), khiến tỳ-kheo mất chỗ ở (*avāsāya*), mắng chửi tỳ-kheo (*bhukkhū akkosati paribhāsati*), gây chia rẽ tỳ-kheo (*bhikkhū bhikkhūhi bhedeti*), huỷ báng Phật (*buddhassa avaññaṃ bhāsati*), huỷ báng Pháp, huỷ báng Tăng.

lời của Từ Địa." Đức Phật dạy: "Ông có thể dùng lời tạ tội với Đà-bà, Tăng sẽ giải pháp Yết-ma cho ông." Lô-di vâng lời liền đến chỗ Đà-bà, đầu mặt đảnh lễ sát chân, tay ôm chân Đà-bà bạch: "Con ngu si nên tin theo lời của người, phỉ báng Đại đức, xin Đại đức nhận sự sám hối của con." Tỳ-kheo Đà-bà nhận sự sám hối ấy. Lô-di tạ tội rồi đến chỗ đức Phật, bạch: "Con đã tạ tội với Tỳ-kheo Đà-bà rồi." Đức Phật bảo tỳ-kheo: "Cho phép Tăng Bạch nhị yết-ma để giải." Lô-di Lực Sĩ Tử nên đến giữa Tăng, để trống vai bên hữu, cởi bỏ giày dép, kính lễ sát chân tất cả Tăng, quì gối, chắp tay, bạch:

"Đại đức Tăng xin lắng nghe! Con tên là Lô-di Lực Sĩ Tử, vu khống Đà-bà cùng vợ của con tư thông. Tăng đã trao cho con pháp Yết-ma phú bát, không cho tứ chúng tới lui nhà con. Con đã có lời tạ tội với Đà-bà rồi, nay chính thức thuận theo Tăng, đến Tăng xin giải Yết-ma phú bát. Ngưỡng cầu Tăng rủ lòng thương xót con mà giải Yết-ma phú bát."

Xin như vậy 3 lần. Tăng sai một tỳ-kheo xướng lên:

"Đại đức Tăng xin lắng nghe! Lô-di Lực Sĩ Tử vu khống Đà-bà tư thông với vợ của mình. Tăng trao cho pháp Yết-ma phú bát, không cho tứ chúng tới lui cùng nói chuyện với Lô-di. Lô-di đã có lời tạ tội với Đà-bà, nay đến Tăng xin giải pháp Yết-ma phú bát. Nay Tăng giải. Nếu thời gian thích hợp đối với Tăng, Tăng chấp thuận. Đây là lời tác bạch.

Đại đức Tăng xin lắng nghe! Lô-di Lực Sĩ Tử vu khống Đà-bà... cho đến câu: Nay Tăng giải. Các Trưởng lão nào đồng ý thì im lặng. Vị nào không đồng ý xin nói.

Tăng đã đồng ý giải pháp Yết-ma phú bát cho Lô-di Lực Sĩ Tử rồi. Tăng đồng ý nên im lặng. Việc này, tôi ghi nhận như vậy."

Có các ưu-bà-tắc vì việc nhỏ mà giận hờn tỳ-kheo, bèn không kính tín. Đức Phật dạy:

"Ưu-bà-tắc không nên vì việc nhỏ mà không kính tín tỳ-kheo. Nếu tỳ-kheo thành tựu 8 pháp thì về sau mới không kính tín: hủy báng Tam bảo và giới, muốn các ưu-bà-tắc bất lợi, gây tiếng xấu ác cho ưu-bà-tắc, muốn đoạt chỗ ở của ưu-bà-tắc, dùng phi pháp cho là chơn chánh, khi dối ưu-bà-tắc. Đó là 8 pháp. Nếu ưu-bà-tắc giận tỳ-kheo, tỳ-kheo không nên đến nhà đó; nếu cả xóm làng đều giận tỳ-kheo, tỳ-kheo không nên đến xóm làng ấy."

29. Dù – gậy

[175b01] Bấy giờ, Bạt-nan-đà cầm dù mang dép da, xỏ cái đãy đựng bình bát vào đầu cây gậy, vác trên vai đi. Có một ưu-bà-tắc cùng một đệ tử của ngoại đạo đi sau, từ xa thấy tưởng là ngoại đạo, nói với người của đệ tử ngoại đạo:

"Xem thầy của ông đi đằng trước kia có oai nghi hay không?"

Đệ tử của ngoại đạo nói: "Này bạn, bạn thấy ai không có oai nghi đều gọi là ngoại đạo, rõ thật kia mà, người này là Thích tử." Hai người cùng cãi nhau, rồi đánh cá, họ đuổi theo kịp, hỏi rõ thì ra quả thật là Thích tử. Người ưu-bà-tắc đã bị mất tiền lại rất xấu hổ. Các tỳ-kheo bạch Phật, Phật dạy:

"Không cho phép làm theo nghi pháp đó mà đi ngoài đường, vi phạm, phạm Đột-kiết-la."

Có các tỳ-kheo trên đường đi, vì bảo tháp, tỳ-kheo được cúng vải làm dù, không dám thọ, các cư sĩ chê trách nói: "Sa-môn Thích tử này không muốn cúng dường tháp," bạch Phật, Phật dạy:

"Cho phép nhận, nhưng không được đi theo oai nghi của ngoại đạo."

Có các tỳ-kheo già bệnh, cần cây gậy quảy cái đãy đựng bình bát đi khất thực, Phật dạy: "Cho phép đến Tăng xin.[181] Tỳ-kheo kia phải đến giữa Tăng bạch:

"Đại đức Tăng xin lắng nghe! Tôi Tỳ-kheo tên là... vì già bệnh, nay đến Tăng xin phép dùng cây gậy để quảy cái đãy bình bát đi khất thực, cúi xin Tăng cho phép."

Thưa xin như vậy 3 lần. Tăng nên cân nhắc, nên cho hay không nên cho. Nếu thật không già bệnh thì không nên cho. Nếu thật già bệnh thì nên Bạch nhị yết-ma cho. Một tỳ-kheo xướng lên:

---

[181] *Tứ phần* 52, tr. 955c28: Tỳ-kheo bệnh cần gậy để quảy bát đi đường, phải được Tăng yết-ma cho phép.

"Đại đức Tăng xin lắng nghe! Tỳ-kheo già bệnh này tên là... nay đến Tăng xin được phép dùng cây gậy để xỏ cái đãy đựng bình bát vào, vác đi khất thực, nay Tăng cho phép. Nếu thời gian thích hợp đối với Tăng, Tăng chấp thuận. Đây là lời tác bạch.

Đại đức Tăng xin lắng nghe! Tỳ-kheo già bệnh này tên là... cho đến câu: nay Tăng cho phép. Các Trưởng lão nào đồng ý thì im lặng. Vị nào không đồng ý xin nói.

Tăng đã cho phép Tỳ-kheo già bệnh... này dùng cây gậy để xỏ cái đãy đựng bình bát vào, vác đi khất thực. Tăng đã chấp thuận nên im lặng. Việc này, tôi ghi nhận như vậy."

Có các tỳ-kheo muốn chứa cái đãy để đựng cây gậy, Phật dạy: "Nên làm." Người được Tăng Yết-ma mới được phép chứa cái đãy đựng cây gậy. Nếu có tỳ-kheo-ni thân quyến cũng cho phép làm, để vị kia có dùng.

Có các tỳ-kheo đi khất thực gặp trời mưa, y bị phai màu, Phật dạy:

"Cho phép cầm dù, đến cửa để dù xuống đất, khất thực được rồi trở lại cầm để đi."

Có các tỳ-kheo cầm dù đi khất thực, khi trở về để dù nơi ôn thất, nhà giảng, chỗ ăn và các chỗ khác nên nước từ dù thấm ướt đất, nhão thành bùn. Phật dạy: "Cho phép làm cái nhà để dù, đừng làm trở ngại cho nhau." **[175c01]** Có các tỳ-kheo muốn làm cái dù riêng. Phật dạy: "Cho phép làm, vuông tròn tùy ý, dùng cây làm cái đầu, trừ cây sơn, lấy lá hay cỏ che lên trên, cũng cho phép dùng một trong mười loại y phủ lên trên. Tăng hay Tứ phương Tăng, hoặc cá nhân đều cho phép cất giữ, cũng cho phép chứa thêm một cái để dự bị."

30. Bị đau mắt

Có một tỳ-kheo bị bệnh con mắt, đức Phật dạy: "Cho phép dùng thuốc mắt nhỏ vào lỗ mũi, dùng dầu bơ thoa trên đảnh, dùng bơ mặn thoa dưới chân." Các tỳ-kheo không biết dùng vật gì để làm ống nhỏ vào lỗ mũi, đức Phật dạy: "Trừ cây sơn, còn các loại ống của cây gỗ, tre, đồng, thiếc, răng, sừng đều làm được."

31. Nhai lại

Có một tỳ-kheo tên là Cù-di sau bữa ăn liền nhai lại, các tỳ-kheo thấy, nghi là phạm ăn phi thời; bạch Phật, Phật dạy các tỳ-kheo: "Tỳ-kheo này năm trăm kiếp về trước thường sanh trong loài bò, dư báo sanh vào loài người, phàm ăn thứ gì không nhai lại thì không tiêu. Từ nay những tỳ-kheo như vậy, nhai phi thời không phạm."

32. Y chỉ như pháp

Có các tỳ-kheo, hoặc y chỉ Tăng để trụ, hoặc y chỉ Tứ phương Tăng để trụ, hoặc y chỉ tháp để trụ, nên không có người giáo giới, ngu si không biết, không thể học giới. Các tỳ-kheo bạch Phật, Phật dạy: "Không cho phép y chỉ Tăng, Tứ phương Tăng và tháp để ở, vi phạm, phạm Đột-kiết-la. Cho phép y chỉ nơi Thượng tọa và tỳ-kheo như pháp có khả năng giáo giới."

33. Trùm mền ngủ chung

Khi ấy, các tỳ-kheo cùng nhau trùm mền lại ngủ, thân xúc chạm nhau, sanh tâm nhiễm trước, không muốn tu phạm hạnh. Đức Phật dạy: "Không cho phép trùm mền cùng nhau ngủ, vi phạm, phạm Đột-kiết-la. Nếu vị nào không có y để trùm thì có cái áo lót khác, được quyền trùm. Nếu trú xứ vừa làm xong, chưa quen biết nhau, cho phép đồng ngồi một giường, nhưng không được ngủ, nếu ngủ cùng một giường, phạm Đột-kiết-la."

34. Chữa cháy

Có một chỗ trống vắng, lửa nơi đồng hoang muốn cháy đến, tỳ-kheo không biết làm cách nào, bạch Phật, Phật dạy: "Thầy đến đó dập tắt đi." Vâng lời dạy đến dập lửa mà lửa không tắt, trở lại bạch Phật, Phật dạy: "Có thể nhân danh Ta đến nói với thần lửa rằng, đức Thế Tôn muốn khiến ngươi tắt." Vâng lời dạy đến nói, thần lửa liền tắt, trở lại bạch Phật, Phật dạy:

"Thần lửa này không những đời này nghe tên Ta mà lửa liền tắt, thuở đời quá khứ trong biển có một hòn đảo, bảy năm thường bị lửa đốt. Trên hòn đảo đó có một rừng cỏ, trong đó có một con chim trĩ sanh một chim con, cha mẹ thấy lửa muốn cháy lan đến liền bỏ đi, con chim con trương cánh và đưa chân ra, dùng bài kệ nói với thần lửa:

Có chân chưa đi được
Có cánh chưa bay được,
Cha mẹ thấy bỏ đi
Chỉ xin mạng được sống.

Thần lửa liền dùng kệ trả lời:

[176a01] Đẻ trứng chẳng ai cầu
Mà nay đến xin ta
Nay ta sẽ cho ngươi
Bốn mặt đều một tầm."

Đức Phật dạy: "Con trĩ con khi ấy chính là thân Ta; thần lửa lúc đó nay vẫn là thần lửa, xưa đã vì Ta mà dập tắt lửa, nay lại vì Ta mà làm lửa tắt. Nếu khi nào lửa đồng hoang cháy đến, nên đánh kiền chùy, hoặc xướng lịnh, Tăng đồng tập họp khiến tịnh nhân cắt cỏ xung quanh để chận ngọn lửa lại,¹⁸² dùng hai thứ nước và đất cát dập tắt lửa, hoặc lấy vải, y tẩm nước tiêu diệt ngọn lửa."¹⁸³

35. Vật tứ phương Tăng

Có các trú xứ, cờ lọng trong tháp thừa thãi bỏ trong sân lung tung, dậm đạp trên đó, các bạch y chê trách nói: "Các sa-môn này không tiếc vật của người ta cúng dường, để hư mục, chẳng phải pháp sa-môn." Các tỳ-kheo bạch Phật, Phật dạy: "Trừ tháp Phật và Phật Bích-chi, ngoài ra, các tháp khác, vật dư, cho phép Tứ phương Tăng sử dụng, nếu sau, tháp này cần thì lấy lại vật của Tứ phương Tăng."

36. Ăn tỏi sống

Khi ấy các tỳ-kheo ăn tỏi sống,¹⁸⁴ bữa ăn trước, bữa ăn sau, không lúc nào không ăn, cũng có lúc ăn không, cho nên trong phòng xá bị hôi thúi. Các bạch y vào trong phòng nghe mùi hôi chê trách nói: "Trú

---

¹⁸² *Tứ phần* 53, tr. 960a15: "Đức Phật cho phép dọn trống một khoảng cỏ".

¹⁸³ Cách chữa lửa: *Tứ phần* 53, tr. 960a15: "Hoặc đào hầm làm cho gián đoạn, hay dùng đất dập cho tắt ngọn lửa; hoặc đốt lửa cháy ngược lại."

¹⁸⁴ Xem thêm Phần II, Ch. iv, Ba-dật-đề Tỳ-kheo-ni: 69.

xứ các sa-môn này hôi mùi tỏi giống như nơi nhà bếp." Các tỳ-kheo bạch Phật, Phật dạy: "Không cho phép, không có nhân duyên mà ăn tỏi. Nếu khi có nhân duyên ăn tỏi thì không được đi hay đứng trên đầu gió nơi có các tỳ-kheo."

Có một tỳ-kheo vì nhân duyên nhỏ mà ăn tỏi, đức Phật nói pháp không dám đến nghe. Đức Phật hỏi: "Tại sao không đến nghe pháp?" "Bạch Thế Tôn, ngài không cho người được phép ăn tỏi mà đi hay đứng trên đầu gió nơi có tỳ-kheo, cho nên con không dám đến." Đức Phật bằng mọi cách quở trách tỳ-kheo kia: "Thầy là người ngu si, làm việc phi pháp, ham ăn đồ hôi thúi mà phải mất cái lợi vô lượng của mùi vị pháp." Quở rồi, Phật bảo các tỳ-kheo: "Từ nay không cho phép nhân duyên nhỏ mà ăn tỏi, vi phạm, phạm Đột-kiết-la. Tỳ-kheo ăn tỏi nên chánh thuận các tỳ-kheo. Chánh thuận là bảy ngày không được vào ôn thất, giảng đường, nhà ăn, nhà tắm, nhà xí, phòng người khác, đi ngang qua bên tháp hay xóm làng. Sau bảy ngày nên đập dũ ngọa cụ thì đập dũ, cần giặt thì giặt, nên hong phơi thì hong phơi, nên xông mùi thơm thì xông, xông phơi quét trong phòng, trét bùn khắp bên trong, tự giặt y phục, tắm gội thân thể, vậy sau mới vào."

37. Âu đồng

Bấy giờ, các tỳ-kheo có cái âu đồng cỡ lớn, các bạch y thấy hỏi: "Cái này của ai?" Có người nói: "Của các tỳ-kheo." Họ bèn chê trách, nói: "Sa-môn này như đại thần của nhà vua, chứa cất cái âu đồng lớn này để làm gì?" Các tỳ-kheo bạch Phật, Phật dạy: **[176b01]** "Từ nay không cho phép chứa cất cái âu đồng lớn, nếu cất âu loại một thăng trở lên thì phạm Đột-kiết-la."

38. Đại tiểu tiện

Khi ấy, các tỳ-kheo tiểu tiện lung tung, hôi thúi bất tịnh, các bạch y cơ hiềm, nói: "Sa-môn Thích tử này không có oai nghi, tiểu tiện lung tung, hôi thối bất tịnh."

Có một tỳ-kheo tiểu tiện chỗ không nên tiểu tiện, quỉ thần nắm nam căn kéo đến chỗ vắng, nói: "Đại đức nên tiểu tiện chỗ này." Các tỳ-kheo bạch Phật, Phật dạy: "Không được tiểu tiện lung tung, nên làm chỗ tiểu tiện nơi vắng vẻ, vi phạm, phạm Đột-kiết-la."

Có các tỳ-kheo không biết chỗ tiểu tiện, Phật dạy: "Cho phép hỏi cựu tỳ-kheo." Có các tỳ-kheo già bệnh không đến chỗ tiểu tiện được, Phật dạy: "Cho phép sắm cái đồ để tiểu tiện." Các tỳ-kheo để đồ tiểu tiện ở trong phòng, hôi thúi, Phật dạy: "Không nên để trong phòng." Các tỳ-kheo để ngoài phòng, ác trùng sanh vào trong đó, Phật dạy: "Nếu cần để trong phòng thì nên đậy cái miệng đựng tiểu cho kín. Nếu để ngoài phòng, đổ nước vào trong."

Có các tỳ-kheo đại tiện lung tung, các bạch y chê trách như trên. Phật dạy: "Không nên làm như vậy, cho phép nơi chỗ vắng đào đất làm cái hố xí, trên có lợp, làm đường lên xuống và lan can, khi đầy phải đổ, nếu sanh trùng thì phải đào hầm đổ xuống, nếu chưa sanh trùng thì đem cặn men rượu đổ xuống hầm xí để khỏi sanh trùng."

39. Xỉa răng

Có các tỳ-kheo không xỉa răng, miệng hôi, ăn không tiêu. Có các tỳ-kheo cùng Thượng tọa nói chuyện, miệng xông mùi hôi làm Thượng tọa ghê tởm. Các tỳ-kheo đem vấn đề ấy bạch Phật, đức Phật dạy: "Nên xỉa răng. Xỉa răng có 5 công đức:[185] ăn tiêu, trừ lạnh nóng, thèm ăn, khéo phân biệt mùi vị, miệng không hôi, con mắt sáng." Có các tỳ-kheo lấy cây xỉa răng, Phật dạy: "Có 5 loại cây không nên xỉa: cây sơn, cây độc, cây Xá-di, cây Ma-đầu, cây Bồ-đề, ngoài ra các cây khác đều xỉa được."

40. Trang nghiêm nơi tự tứ

Bấy giờ các tỳ-kheo muốn trang nghiêm chỗ Tự tứ, Phật cho phép được trang nghiêm. Đến ngày Tự tứ xong, ban đêm nên thuyết pháp, không biết giao ai phụ trách, Phật dạy: "Nên giao cho vị có khả năng." Các tỳ-kheo viện lý do bệnh, không chịu thuyết pháp, Phật dạy: "Không nên vì lý do bệnh sơ sơ mà từ chối không thuyết pháp."

41. Ác thú, trùng độc

Có trú xứ bị các ác thú xâm nhập, Phật dạy: "Cho phép đánh trống, đánh mõ, la lớn, kể cả đốt lửa." Có trú xứ bị trùng độc xâm nhập,

---

185 *Tứ phần* 53, tr. 960c18: "Miệng không hôi, phân biệt được mùi vị, tiêu sức nóng, dẫn thực, mắt sáng."

Phật dạy: "Nên bắt nó đem bỏ chỗ xa." Các tỳ-kheo lấy tay bắt nên bị nó cắn, Phật dạy: "Cho phép tìm cách cho nó vào trong cái bình rồi đem đi."

42. Khóa cửa

Có trú xứ không đóng cửa, bị mất y, **[176c01]** Phật dạy: "Nên làm cái khóa cho kẻ gian không mở được."

43. Hoạn phong

Tôn giả Xá-lợi-phất bị hoạn phong, vua Ba-tư-nặc nói: "Nên dùng con ểnh ương khô xông mũi." Không dám dùng. Phật cho phép dùng.

44. Nhuộm y

Có các tỳ-kheo muốn nhuộm y, Phật dạy: "Cho phép dùng cây, nhánh, bông, lá, vỏ mà nhuộm." Có các tỳ-kheo muốn nhuộm Khâm-bà-la, đức Phật dạy: "Cho phép dùng cây Thi-thi-bà, cây Khư-tha-la, cây Hồ đào để nhuộm." Các tỳ-kheo lại nhuộm màu thuần đen, Phật dạy: "Không nên nhuộm y màu thuần đen."

45. Khác y Phật

Nan-đà[186] có 32 tướng, tuy không bằng Phật, các tỳ-kheo từ xa thấy, tưởng là đức Thế Tôn, thường đứng dậy chào. Nan-đà hổ thẹn không biết làm thế nào, bạch Phật, Phật dạy: "Cho phép Nan-đà may y khác hình tướng đối với y của Phật."

46. Đầu-đà

Có các tỳ-kheo thọ mười hai pháp đầu-đà[187] ở A-lan-nhã, không xả

---

[186] Hán: Nan-đà 難陀, 𑀧 *nanda*, là em cùng cha khác mẹ của đức Thế Tôn, con của Kế mẫu Ma-ha Ba-xà-ba-đề 摩訶波闍波提 (𑀲 *Māhaprajāpatī*).

[187] Hán: Thập nhị đầu-đà pháp 十二頭陀法 (𑀲 *dvādaśa-dhūta-guṇāḥ*), là mười hai pháp hành đầu-đà: (1) Thường hành khất thực, (2) Theo thứ tự khất thực, (3) Pháp ăn một lần, (4) Ăn thức ăn vừa đủ, (5) Sau giờ ăn ngọ không uống nước, (6) Mặc y phấn tảo, (7) Chỉ trì ba y (An-đà-hội, Uất-đa-la-tăng, Tăng-già-lê). (8) Ở nơi A-lan-nhã (nơi vắng vẻ không tịch), (9) Ở nơi gò mả, nghĩa địa, (10) Nghỉ dưới bóng

mà ở trong xóm làng, thọ thỉnh, cho đến nhận phòng xá, v.v... Các tỳ-kheo bạch Phật, Phật dạy: "Tất cả đều phạm Đột-kiết-la, cho phép ở gần xóm làng cho đến một Câu-lô-xá, nếu không giữ được thì nên xả."

47. Thờ cúng quỉ thần

Có các tỳ-kheo thờ cúng quỉ thần, Phật dạy: "Không nên làm như vậy, vi phạm, phạm Đột-kiết-la." Không được vì quỉ thần, cho đến ngoại đạo sư xây tháp, cũng như vậy. Có các tỳ-kheo đã xây tháp cho quỉ thần, quỉ thần nương ở nơi đó, sau phá, quỉ thần giận hờn, Phật dạy: "Đã xây thì không nên phá, vi phạm, phạm Đột-kiết-la."

Có các tỳ-kheo đại tiểu tiện trong tháp quỉ thần hoặc đi quanh phía tả, quỉ thần giận. Phật dạy: "Không nên như vậy, vi phạm, phạm Đột-kiết-la. Nếu trên lộ trình đi bên tả thì cho phép đi theo lộ trình."

48. Khắc hình, ca múa

Có các tỳ-kheo khắc cây làm hình nam nữ, cầm thú, lại làm các đồ chơi cho trẻ nhỏ của các bạch y. Phật dạy: "Không nên làm như vậy, vi phạm, phạm Đột-kiết-la." Có các tỳ-kheo tự mình ca múa, dạy người ca múa; tự mình đánh nhạc, dạy người đánh nhạc. Phật dạy: "Không nên làm như vậy, vi phạm, phạm Đột-kiết-la."[188]

---

cây, (11) Ngồi nơi đất trống, (12) Chỉ ngồi mà không nằm.

[188] Bản Hán, hết quyển 26.

CHƯƠNG IV: PHÁP OAI NGHI

1. Qui định đại tiểu tiện

1. **[177a6]** Đức Phật ở tại thành Xá-vệ. Bấy giờ có một bà-la-môn xuất gia rất sạch sẽ quá mức thường. Tự nhờm gớm đại tiểu tiện của mình, lau chùi, làm sạch bằng cỏ sắc bén,[189] cỏ cắt đứt da thịt làm thương tổn, chảy máu dính nhớp y và ngọa cụ của Tăng. Các tỳ-kheo bằng mọi cách quở trách, nói: "Thầy tự gớm cái đại tiểu tiện của thầy, làm sao thầy có thể săn sóc bệnh của các tỳ-kheo, bạch Phật, Phật dạy: "Không nên dùng cỏ sắc bén lau chùi."

2. Khi ấy tỳ-kheo lõa hình lên nhà xí, các bạch y chê trách, nói: "Tỳ-kheo này giống như Ni-kiền Tử." Các tỳ-kheo bạch Phật, Phật dạy: "Không nên lõa hình lên nhà xí. Lõa hình lên nhà xí phạm Đột-kiết-la."

3. Có tỳ-kheo ở chỗ A-lan-nhã, cách xa nhà xí, bị đại tiện cấp bách không thể đến nơi nhà xí, bạch Phật, Phật dạy: "Trường hợp không thể đi kịp, cho phép ngó bốn hướng không có người thì có thể giải quyết."

4. Trước đó, có tỳ-kheo ở nhà xí, có tỳ-kheo đi sau không hệ niệm lên nhà xí, nên không khảy móng tay cũng không tằng hắng, mở cửa đột nhập, tỳ-kheo ở trong xấu hổ, giận trách, tỳ-kheo đến sau xin lỗi.

5. Lại có tỳ-kheo lên nhà xí tuy có khảy móng tay, mà tỳ-kheo ở trong không trả lời, cũng vào, đưa đến tình trạng giận trách, bạch Phật, Phật dạy: "Không nên để rối loạn tâm khi lên nhà xí. Rối loạn tâm lên nhà xí phạm Đột-kiết-la. Nay Ta vì các tỳ-kheo qui định pháp tắc lên nhà xí, đầu tiên cần phải học. Đây là vấn đề tỳ-kheo trọn đời phải học, nếu không học phạm Đột-kiết-la:

---

[189] Hán: Lợi xí thảo 利厠草.

"Khi tỳ-kheo lên nhà xí cần xem trước sau và hai bên, đến trước nhà xí thì phải tằng hắng, khảy móng tay khiến người bên trong và phi nhơn biết.

"Người trong nhà xí cũng phải khảy móng tay, tằng hắng.

"Vào trong nhà xí rồi cần phải xem trước sau và hai bên, ngó khắp trong nhà xí, xem có rắn, bò cạp, độc trùng hay không.

"Không nên máng y hai bên cánh cửa, phải thu vén y sao cho gọn, định tâm an ổn rồi ngồi.

"Không được làm vấy nhớp trên nhà xí.

"Hoặc người đi trước hay tự mình làm nhớp đều phải lau chùi sạch sẽ, cần rửa thì rửa, cần lau thì lau, cần dọn cỏ nhớp thì phải dọn, sau đó mới ra đi.

"Cẩn thận khéo vén y đừng để nhớp.

"Đến chỗ tiểu tiện và chỗ rửa đại tiểu tiện cũng nên như vậy.

"Nếu khi dùng nước, **[177b01]** trước hết nên xem có trùng hay không.

"Không được dùng nhiều nước, cốt yếu là dùng vừa đủ.

"Súc đồ đựng nước phải cẩn thận nhẹ tay, đừng cho nó va chạm, đưa đến sự hư bể.

"Dùng nước, nếu hết, phải lấy cho đầy, nếu có việc gấp cần phải đi, cũng phải lấy lại cho đủ một người dùng, rồi đậy lại mới đi."

6. Có các tỳ-kheo ngồi thiền bên nhà xí, nằm ngủ, nhuộm vá y phục, thọ kinh, kinh hành, trở ngại các tỳ-kheo lên nhà xí. Các tỳ-kheo bạch Phật, Phật dạy: "Không nên làm như vậy."

7. Có các tỳ-kheo, trú xứ quá hẹp, không thể làm nhà xí cách ra xa, bạch Phật, Phật dạy: "Nếu trú xứ quá hẹp, cho phép dùng vải che, cho khỏi trở ngại nhau."

8. Có các tỳ-kheo lên nhà xí mà xỉa răng, các tỳ-kheo nhờm gớm, lại trở ngại các tỳ-kheo lên nhà xí, bạch Phật, Phật dạy: "Không nên làm như vậy."

9. Có các tỳ-kheo xỉa răng bên nhà xí. Phật dạy: "Cũng không nên làm như vậy."

10. Có các tỳ-kheo xỉa răng rồi cấm cây tăm nơi móc của vách nhà xí, làm cho y của các tỳ-kheo bị hư, hoặc bị tổn thương nơi da thịt. Phật dạy: "Không nên làm như vậy."

12. Các tỳ-kheo xỉa răng rồi bỏ tăm nơi cành cây hay dưới gốc cây, Thọ thần sân hận. Phật dạy: "Không nên như vậy."

13. Có các tỳ-kheo đại tiểu tiện rồi không có vật gì rửa chùi, nhớp thân hình và y phục. Phật dạy: "Nên dùng cỏ chùi."

Các tỳ-kheo lại dùng miếng tre, miếng lau để chùi, bị tổn thương nơi đó. Phật dạy: "Không nên dùng vật bén làm đồ chùi, nên róc bỏ các cạnh, trừ cây sơn, các cây khác đều dùng được." Các tỳ-kheo làm cái đồ chùi quá dài hay quá ngắn, quá thô hay quá tế. Phật dạy: "Nên làm cỡ vừa phải." Các tỳ-kheo dùng cỏ chùi rồi nhét vào trong lỗ cầu tiêu. Phật dạy: "Không nên làm như vậy." Các tỳ-kheo quăng cỏ chùi lung tung nơi đất. Phật dạy: "Nên làm cái đồ để dựng, nếu đầy, người nào đó thấy đầy nên đem đổ vào hầm, hoặc bảo người đốt." Các tỳ-kheo rửa đại tiểu tiện nhớp tay. Phật dạy: "Nên dùng tro, đất, phân bò rửa cho sạch." Các tỳ-kheo rửa đại tiểu tiện rồi lấy tay chà nơi vách cho sạch, vách bị hư. Phật dạy: "Không nên chà như vậy, nên dùng gạch, đá mà chùi rửa." Các tỳ-kheo dùng tro, đất, phân bò bỏ nơi đất nhơ nhớp. Phật dạy: "Nên dùng đồ đựng."

2. Xỉa răng

Có các tỳ-kheo làm cây xỉa răng quá dài. Phật dạy: "Không nên làm như vậy, cho phép, dài nhất là một gang tay."

Có một tỳ-kheo làm cây xỉa răng quá ngắn, thấy Phật, vì sự cung kính, bèn nuốt vào trong họng, nhờ oai thần của Phật khiến cho nó không bị nguy hiểm. Phật dạy: "Không nên làm như vậy, ngắn nhất cho phép dài 5 lóng tay, cũng không nên quá thô, hay quá tế."

Các tỳ-kheo không đứng một chỗ xỉa răng mà xỉa bỏ lung tung. **[177c01]** Phật dạy: "Không nên làm như vậy."

Có tỳ-kheo nơi A-lan-nhã, trụ một chỗ xỉa răng, đường xa, trở ngại việc khất thực, lại không nhận được phần cúng dường. Phật dạy: "Tỳ-kheo nơi A-lan-nhã cho phép nhất tâm, vừa đi vừa xỉa răng."

Có các tỳ-kheo đến nơi giếng xỉa răng. Phật dạy: "Không nên như vậy."

Có các tỳ-kheo dùng tâm xỉa răng rồi, không rửa, trùng ăn bị chết. Phật dạy: "Không nên như vậy, dùng rồi nên rửa sạch mới bỏ."

Có các tỳ-kheo thiếu cây xỉa răng. Phật dạy: "Cho phép cắt bỏ khúc dùng rồi, khúc chưa dùng cất để dùng."

Có một tỳ-kheo dùng cái đãy để đựng giày dép, đựng tăm xỉa răng, tăm xỉa răng bị nhớp. Phật dạy: "Nên dùng vật khác để đựng."

Có các tỳ-kheo lại xỉa răng nơi ôn thất, giảng đường, nhà ăn, chỗ làm thức ăn, trước Thượng tọa, Hòa thượng, A-xà-lê. Phật dạy: "Không nên làm như vậy."

Có các tỳ-kheo bệnh, Thượng tọa, Hòa thượng, A-xà-lê chăm sóc, vị ấy không dám xỉa răng trước quí ngài. Phật dạy: "Khi bệnh thì cho phép."

Các tỳ-kheo xỉa răng trước bạch y, bạch y chê trách, nói: "Sa-môn Thích tử chỉ siêng năng sửa sang hàm răng." Phật dạy: "Không nên làm như vậy."

Các tỳ-kheo lại không dám đối trước tất cả bạch y xỉa răng. Phật dạy: "Không nên làm như vậy, nếu hạng bạch y hào quí thì không nên xỉa răng trước họ."

Có các tỳ-kheo xỉa răng trước ngoại đạo, cũng bị chê trách như trên. Phật dạy: "Cũng không nên như vậy."

Các tỳ-kheo lại không dám xỉa răng trước tất cả ngoại đạo, họ lại nói: "Sa-môn Thích tử cung kính chúng ta, không dám xỉa răng trước chúng ta." Đức Phật dạy: "Không nên như vậy. Nếu hạng người gây tổn hại đối với Phật pháp thì không nên xỉa răng trước họ." Đức Phật dạy: "Ta vì các tỳ-kheo quy định pháp học sơ đẳng về việc lên nhà xí, v.v... nên thọ trì suốt đời."

3. Khất thực

Bấy giờ có một tỳ-kheo khất thực không hệ niệm tại tiền (không để ý), vào trong nhà người, không nhớ lối ra, nên đi theo một chỗ khác để ra, thấy một người nữ ở trong nhà, nằm ngửa lộ hình. Tỳ-kheo hốt hoảng vội vã chạy mau ra khỏi nhà. Người chủ nhà đi về thấy tỳ-kheo chạy ra một cách hốt hoảng, nên nghĩ: "Tỳ-kheo này vào trong nhà ta, chắc có làm việc gì bất chính", liền vào trong nhà xem, thấy người vợ nằm ngửa lộ hình, lại nghĩ: "Ông ta đã giao thông với vợ mình." Vội vàng chạy theo tỳ-kheo, kêu: "Đứng lại! Ông làm việc như vậy, như vậy trong nhà tôi." Tỳ-kheo nói: "Ông đừng nói câu nói đó, pháp của tỳ-kheo chúng tôi không làm việc ác như vậy." Người kia không tin, đánh tỳ-kheo gần chết, đoạt y bát rồi thả đi. Tỳ-kheo kia khi trở về trong Tăng phường **[178a01]** kể lại sự việc với các tỳ-kheo. Các tỳ-kheo bằng mọi cách quở trách: "Tại sao thầy không hệ niệm tại tiền, vào trong nhà người ta mà không nhớ đường đi ra." Vấn đề được bạch Phật, Phật dạy: "Nay Ta vì các tỳ-kheo khất thực, quy định pháp đầu tiên cần phải học, nên thọ trì trọn đời, nếu không học, phạm Đột-kiết-la:

Tỳ-kheo khất thực phải nhất tâm dậy sớm, xuống giường mang dép, lấy nội y để mặc, phấn chấn giũ sạch bụi bậm, dây thắt lưng cũng vậy, mặc hạ y cho ngay ngắn, từ gót chân trở lên cách một gang tay, bên tả, phía trên ép hai bên, xếp hai bên, ngay phía sau xếp hai lần, rồi buộc dây, chậm rãi lấy dép mang đi đường, không nên mang nhầm lẫn, nhất tâm lấy Tăng-già-lê và bình bát.

Khi rửa bát nên ngồi xổm không nên đứng; nếu rửa bát bằng thiếc thì cho phép cách đất một thước, bát Tô-ma thì cách đất 4 lóng tay, bát sành thì khoảng cách bằng mức giữa hai loại bát kia. Rửa rồi không nên để chỗ nguy hiểm, cũng không nên để chỗ mà bên trên có vật, có thể rớt xuống, không được không lau và phơi giữa ngày, có thể dùng để uống nước dưới bóng mát, nước rửa bát nên đổ giữa trưa.

Khi ra ngoài nên nhất tâm, cần đóng cửa thì để bình bát đặt giữa hai chân, sau đó mới đóng cửa. Chìa khóa nên cất chỗ nào đừng cho ai thấy. Cách xóm làng không xa, chỗ đất nào bằng phẳng, có cỏ mềm mại, để bình bát xuống, đập giũ y Tăng-già-lê và y trung, hạ, mặc vào ngay thẳng, tay bên tả nắm y, tay bên hữu bưng bát, cúi đầu nhìn trước chân mà đi, nên nhớ kỹ các ngõ hẻm, phân biệt cửa vào nhà người, tướng mạo của nó.

Khi đến cửa nên khảy móng tay hay tằng hắng khiến cho có tiếng, để người hay phi nhơn bên trong biết. Vào cửa rồi nên tính toán, nên đứng chỗ nào, nếu có người nói: 'Đại đức cứ vào', thì nhiếp tâm vào. Nếu có người cho thức ăn, không nên đến nơi thức ăn mà thọ.

Nếu người nữ trao thức ăn, không nên cùng nói chuyện, không nên ngó chăm chăm, không nên lưu ý tướng tốt, xấu của họ.

Nếu một nhà đủ thì tốt, bằng không thì đến nhà khác.

Đủ rồi thì thôi. Nhận đủ thức ăn, ra khỏi xóm làng, cách xa rồi, để bình bát xuống đất, cởi y Tăng-già-lê, đập giũ bụi, nếu có bùn nhớp nên lau cho sạch, xếp lại, vắt lên vai đi.

Về đến trú xứ mở cửa ngõ vào, để y bát vào chỗ cũ, đập giũ giày dép lau cho sạch, sau đó nhiếp tâm rửa chân, lau cho khô, trở lại mang dép vào phòng, mở cửa phòng vào, máng y bát vào chỗ thường lệ. Nếu muốn dùng dầu thoa chân thì cho phép thoa bàn chân. Quét sạch chỗ ngồi ăn, **[178b01]** trải tọa cụ, lấy nước sạch, chuẩn bị khăn lau tay lau chân.

Nếu tại trú xứ có canh rau, giấm, tương, muối nên dự tính để vào một chỗ, rửa đồ đựng thức ăn dư, nhắm thức ăn mình ăn không hết thì sớt trước để trong đó.

Nếu thấy Thượng tọa mang thức ăn về sau, nên đứng dậy đón rước, cầm y bát để vào chỗ cũ của Thượng tọa và thưa: 'Y bát để chỗ này.' Rồi vì người cởi giày dép, nếu có dính đất thì để ngoài cửa.

4. Thọ thực

Đến giờ đánh kiền chùy, hoặc xướng lịnh để tập họp. Tập họp rồi, trước hết đi xem đồ đựng thức ăn dư, có dư sớt bớt vào trong đó, nếu thiếu thì đến lấy thêm cho đủ, vậy sau mới sớt tương rau.

Khi đang ăn, nếu tỳ-kheo đến sau, nên đưa nước cho vị ấy. Vị ấy nhận nước thì trao thức ăn đựng trong đồ đó, nếu không nhận nước, tức là vị kia đã ăn rồi.

Chúng ăn rồi, nên thu xếp tọa cụ, dọn những thứ nhớp rồi quét đất cho sạch, rửa đồ đựng ăn dư, úp lại để chỗ cũ, cất bình nước, đến trong phòng Hòa thượng, A-xà-lê, có việc gì nên làm thì làm, sau đó mới về lại phòng, hoặc đọc tụng, hoặc tọa thiền, hoặc kinh hành, để cho tâm thanh tịnh, trừ các triền cái.[190] Hòa thượng, A-xà-lê cũng không nên vì việc nhỏ mà bảo đệ tử ở lại.

5. Hầu Hòa thượng

Nếu Hòa thượng, A-xà-lê sẽ vì tứ chúng nói pháp, đệ tử nên quét dọn chỗ nói pháp, trải tọa cụ, lấy nước vào bình, lấy khăn lau tay, lau chân; nếu có nước uống phi thời thì nên lọc cho sạch, để một chỗ; nói pháp rồi nên thu dọn tọa cụ và các vật.

Nếu Hòa thượng, A-xà-lê cần tắm rửa nên sửa soạn những thứ cần trong phòng tắm, cần nước lạnh thì lấy nước lạnh, cần nước nóng thì lấy nước nóng. Thầy vào nhà tắm rồi nên thưa: 'Con cần vào hay không?' Nếu cần thì vào, vào rồi nên ở sau lưng.

Thầy tắm xong, hầu thầy về lại phòng, thầy không thể đi thì nên dìu, hoặc đưa y cho thầy. Thầy cần nước phi thời thì nên dâng cho thầy. Thầy cần kêu tỳ-kheo nào thì nên kêu, cần đèn thì đốt đèn, nếu không cần đèn mà cần nước, thì khi trao nước, nên thưa cho rõ: 'Nước con dâng đây đã lọc rồi, thầy dùng.'

Ban đêm nên thưa hỏi thầy: 'Con nên ngủ tại đây không?' Thầy nói cần, thì nên ở lại; nếu thầy nói không, thì trở về lại phòng, hành đạo như trên.

---

[190] Hán: Cái triền 蓋纏, tức chỉ cho ngũ cái, thập triền. Ngũ cái 五蓋 (pañca āvaraṇāni) có nghĩa là năm pháp ngăn che đó là: Tham dục 貪 欲 (rāga-āvaraṇa), sân nhuế 嗔恚 (pratigha-āvaraṇa), hôn trầm thụy miên 惛沉睡眠 (styāna-middha-āvaraṇa), trạo cử ác tác cái 棹擧惡作 (auddhatya-kaukṛtya-āvaraṇa) và, nghi cái 疑蓋 (vicikitsā-āvaraṇa). Đó là năm pháp ngăn che. Thập triền 十纏 là mười món trói buộc đó là: vô tàm 無慚, vô quý 無愧, tật 嫉, xan 慳, hối 悔, thụy miên 睡眠, trạo cử,棹擧, hôn trầm 惛沉 là tám món tùy phiền não cộng với phẫn 忿, phú 覆 nữa là mười món triền phược, chúng là những phiền não làm rào cản đưa đến việc thực hiện tâm thiện pháp.

Sáng ngày nên đến thưa hỏi thầy: 'Ngủ ngon giấc không', nên tìm bữa ăn trước, bữa ăn sau, cháo, điểm tâm[191] cho thầy; trong Tăng có, nên nhận phần cho thầy; có chỗ nào mời theo thứ tự cũng nên nhận phần cho thầy.

Nếu thầy muốn vào xóm làng, nên thưa: 'Thầy cần mặc y dày hay y mỏng?' Thầy cần thứ nào, dâng thứ nấy. Nếu thầy bảo: 'Ông cần đi với tôi', thì đi. Đến nhà người, nếu không được vào thì không nên giận. Nếu vào cửa ngõ rồi mà không được mời ngồi **[178c01]** cũng không nên giận, nên đứng sau lưng thầy. Nếu đàn-việt cho thức ăn, nên nhận, không cho cũng không nên giận. Thầy có trao thức ăn dư nhận mà ăn, cũng không nên giận.

Nói pháp nơi nhà bạch y, không nên loạn ngữ. Nếu thầy nói lời vụng về, phải khéo biết kỉnh giác. Thầy về, theo về, hành đạo như trên. Đây là học pháp ban đầu của tỳ-kheo khất thực nơi A-lan-nhã, nên thọ trì trọn đời."

6. Không được cúng dường

Bấy giờ, số đông tỳ-kheo ở một trú xứ, Hạ an cư, đã kết giới rồi, không có người lo liệu bữa ăn trước, bữa ăn sau và cháo điểm tâm. Trong thời gian an cư, các tỳ-kheo rất bị thiếu thốn, tự tứ xong bèn đi. Sau khi các tỳ-kheo đi, cựu trú tỳ-kheo đến các cư sĩ, nói: "Các người nên sanh tâm vui mừng, có tỳ-kheo như vậy, như vậy tu hành tốt, an cư nơi đây." Các cư sĩ nói: "Như vậy là chúng con đã mất đi sự cúng dường tốt đẹp. Các vị đó cùng với các thầy quen biết nhau, tại sao có quý tỳ-kheo tu hành tốt như vậy, như vậy đến đây mà các thầy không nói với chúng con! Chúng con thường tìm thỉnh mà không có được, nay các ngài đến đây mà chúng con không được cúng dường!"

7. Pháp cựu trú và khách tỳ-kheo

Bấy giờ, nhóm sáu Tỳ-kheo đến nơi trú xứ của người, nói với cựu trú tỳ-kheo: "Mở cửa phòng, trải ngọa cụ cho tôi nghỉ." Một tỳ-kheo trong số nhóm sáu Tỳ-kheo vào trước, không hệ niệm tại tiền, con

---

[191] Hán: Đát-bát-na 怛鉢那, *Tappaṇa*, điểm tâm, giải khát. (**Xem thêm cht. 425**, Phần I, Ch. iv).

rắn từ trên rớt xuống, cắn chết, các tỳ-kheo kia khóc áo não. Các Tỳ-kheo Trưởng lão nghe, vội chạy đến hỏi, nhóm sáu Tỳ-kheo trình bày sự việc, các Tỳ-kheo Trưởng lão quở trách: "Tại sao không hệ niệm tại tiền trong khi vào trong phòng trống không!" Các tỳ-kheo đem vấn đề bạch Phật đầy đủ, Phật dạy: "Nay Ta vì các tỳ-kheo cựu trú và khách chế học pháp ban đầu, nên thọ trì trọn đời, nếu không học, phạm Đột-kiết-la:

Nếu cựu trú tỳ-kheo nghe Thượng tọa khách tỳ-kheo du hành trong nhân gian, sắp đến đây thì nên sửa soạn phòng xá, đập giũ giường chiếu, phơi ngọa cụ, quét dọn phòng, sửa sang phòng ốc, lấy nước sạch đậy lại để sẵn một nơi, chuẩn bị khăn lau tay, lau chân. Nếu nghe tới nơi phải ra cửa đón, bảo tỳ-kheo Hạ tọa cầm y bát. Khi vào rồi, trải tòa ngồi, cung cấp nước rửa tay, rửa chân cho ngài, đưa khăn lau tay, lau chân và lau giày dép. Nếu đồ hành lý và quyến thuộc vị Thượng tọa khách nhiều thì nên cung cấp hai phòng, nên thưa hỏi: Áo lót theo cỡ nào, tùy theo pháp y bậc Thượng tọa, Trung, Hạ, trao cho ngọa cụ thích nghi. Nếu khách tỳ-kheo bệnh, nên giao phòng gần hố xí, nếu cần tắm thì sửa soạn đồ cần dùng trong nhà tắm, cần uống nước phi thời thì cung cấp. Đêm đến nên tập họp nói pháp, **[179a01]** sáng ngày sửa soạn bữa ăn trước, bữa ăn sau và cháo điểm tâm, mời ngài ở lại an cư, khuyến hóa mọi người cúng dường.

Khách tỳ-kheo kia muốn đến Tăng phường, nếu trước đó lật ngược y thì nên lật xuống, nếu trước đó chống nạnh thì không nên chống, nếu trước đội y thì nên lấy xuống máng trên vai, cởi giày dép đập giũ lau cho sạch, dùng cỏ hay lá gói đem vào để có chỗ, ngồi nghỉ một chút, nên hỏi cựu tỳ-kheo: 'Thượng tọa ở phòng nào?' Biết chỗ rồi, nên đến lễ bái thưa hỏi chuyện. Nếu còn sớm nên đến lễ tháp, lễ tháp rồi theo thứ tự lễ các Thượng tọa, sau đó mới rửa chân tay. Rửa chân tay rồi nên hỏi: 'Trú xứ này, ai là người phân phối ngọa cụ của Tăng?' Biết rồi nên hỏi: 'Tôi được... tuổi (hạ),* có chia phòng hay không?' Nếu nói có, thì hỏi phòng nào? Nhận phòng rồi lại hỏi: 'Phòng này trước có người ở hay không?' Nếu nói không, nên đến trước cửa phòng, trước hết lấy gạch đá quẳng vào trong phòng, lắng nghe có tiếng động hay không, nếu có, không nên vào, nếu không, mới mở cửa, rồi đứng tránh bên cửa, không có vật gì chạy ra, mới vào, đợi một chút để mắt quen với ánh sáng trong phòng rồi quan sát kỹ khắp phòng, lấy cây gậy quơ trên giường, dưới giường, coi thử có độc trùng hay không, rồi từ từ mới mở cửa sổ. Nếu còn sớm thì nên đem ngọa cụ đập giũ rồi phơi.

Nếu phòng không có ngọa cụ thì nên đến tỳ-kheo phân phối ngọa cụ hỏi. Nhận được ngọa cụ rồi nên hỏi: 'Phòng này đầu đêm nên đề phòng thứ gì? Nửa đêm và cuối đêm nên đề phòng thứ gì?' Nếu nói: 'Đầu đêm nên đề phòng giặc A-lan-nhã.' Nên hỏi: 'Tôi phải làm sao?' Nếu được trả lời: 'Nên tự vệ như vậy, như vậy thì nên áp dụng.' Nửa đêm và cuối đêm cũng như vậy.

Lại nên hỏi: 'Phòng này có thức ăn không? Xóm làng này nấu thức ăn sớm hay trễ? Nơi nào Tăng tác Yết-ma học gia? Nơi nào Tăng tác Yết-ma phú bát? Nơi nào có chó dữ? Nơi nào dâm nữ, đồng nữ lớn tuổi và đàn bà góa chồng? Trong đây Bố-tát chỗ nào và giờ nào? Ăn cháo ở đâu? Ăn cơm chỗ nào?' Nơi đây nếu có Tăng sự, đều nên có mặt sớm, không nên bê trễ. Đó là học pháp đầu tiên của cựu tỳ-kheo và khách tỳ-kheo, trọn đời nên thọ trì."

8. Pháp thọ trai

Đức Phật ở tại thành Vương Xá. Khi ấy có số đông cư sĩ mời Tăng thọ trai, hoặc có các tỳ-kheo mới mặc y, hoặc có người đã ăn, hoặc có người đã trở về giải y, hoặc có người đang mang bát đến, hoặc có người đã trở về rửa bát, hoặc có người ra khỏi Tăng phường, **[179b01]** hoặc có người mới vừa về hoặc có người mới ăn xong, hoặc có người mới bắt đầu ăn. Các cư sĩ chê trách, nói: "Ngoại đạo khác còn biết cùng đến ăn đúng giờ, Sa-môn Thích tử lại không có phép tắc, chúng ta không biết vị nào đã ăn, vị nào chưa ăn." Các Tỳ-kheo Trưởng lão nghe, bằng mọi cách quở trách rồi bạch Phật, Phật dạy: "Nay Ta vì các tỳ-kheo Thượng tọa quy định về học pháp đầu tiên về vấn đề giờ thọ trai, trọn đời phải thọ trì, nếu không học, phạm Đột-kiết-la.

Nếu có bạch y mời Tăng mà bạch y kia thường tới lui với các tỳ-kheo, nên bạch với Thượng tọa, Thượng tọa nên bảo đi mời các tỳ-kheo: 'Hôm nay đàn-việt... mời thọ trai', tất cả đều tập họp, tề chỉnh oai nghi và khiến chủ nhân thường tới lui với các tỳ-kheo, nói trước thì giờ biết để đến. Sáng sớm, khi chưa sửa soạn thức ăn, Thượng tọa cần thì đến nơi khác, cho phép dẫn một tỳ-kheo đi, chủ yếu là phải về liền không được lưu lại.

Khi tập họp đến nhà thí chủ, đều phải hệ niệm tại tiền, biết chỗ ngồi kế tiếp để dành cho người chưa đến."

Có cái giường dây chưa có dây, dùng vải trải lên trên, tỳ-kheo không biết, ngồi lên, bị té, lộ hình xấu hổ. Phật dạy: "Khi muốn ngồi, phải lấy tay kiểm soát trước, sau đó mới ngồi." Có các tỳ-kheo ngồi trên giường dây, ngồi mạnh nên giường hư. Phật dạy: "Trước nên ngồi nhẹ nhẹ, rồi sau mới ngồi."

Phật lại dạy: "Khi đàn-việt hành thủy nên hỏi: 'Có đồ hứng nước không?' Nếu có, không nên để nước rớt xuống đất, nếu không, không nên để nước tụ lại một chỗ thành bùn. Nếu nhận được cọng, nhánh, lá, trái không biết cách ăn, nên chờ người hai bên ăn, vậy sau mới ăn."

Có tỳ-kheo sớt cơm chưa xong đã ăn, bạch y chê trách, nói: "Các tỳ-kheo này không đợi tất cả nhận cơm rồi ăn một lượt, giống như trẻ nít." Phật dạy: "Không nên ăn như vậy, cần phải đợi nhận đủ hết, vậy sau mới ăn."

Có chỗ, Tăng nhiều Thượng tọa, không biết đã nhận đủ hết chưa. Phật dạy: "Nên lớn tiếng xướng 'Tăng-bạt.'"[192]

Các tỳ-kheo ăn rồi nín thinh ra về, các bạch y chê trách, nói: "Các ngoại đạo khác, người ăn ăn xong, chú nguyện rồi mới đi; Sa-môn Thích tử ăn rồi nín thinh, không nói lời nào. Lẽ nào không biết làm hài lòng cho Thí chủ sao?" Phật dạy: "Thượng tọa nên chú nguyện rồi mới đi."

Các tỳ-kheo đi, không đợi Thượng tọa. Phật dạy: "Cho phép 8 vị Thượng tọa nên đợi nhau, các vị khác thì tùy ý."

---

[192] Tăng-bạt 僧跋: 𑀲 saṃprāgata, dịch là "đúng giờ đến", "khéo đến", "cùng đến"... Lời của một vị Tăng Duy-na xướng trước khi chúng Tăng thọ trai, có 2 nghĩa: 1. Thí chủ bày tỏ ý bố thí bình đẳng đối với chúng Tăng; 2. Chỉ cho các món ăn mà chúng Tăng dùng đều có một vị như nhau.

9. Pháp thọ trai của Thượng tọa

Có một trú xứ, Xá-lợi-phất là bậc tối thượng, La-hầu-la bậc tối hạ, thọ trai nơi nhà thí chủ, người thí chủ dùng canh bơ dâng cho Thượng tọa, canh dầu dâng cho thứ tọa, canh loại vật thừa thải cho Hạ tọa. **[179c01]** La-hầu-la sau khi ăn, đến chỗ đức Phật, đầu mặt kính lễ sát chân, rồi ngồi qua một bên. Đức Phật hỏi La-hầu-la: "Hôm nay thầy ăn thức ăn thế nào?" La-hầu-la liền nói kệ đáp:

> *"Người ăn dầu có sức*
> *Người ăn bơ có sắc,*
> *Ăn canh loãng héo khô,*
> *Không sức huống là sắc!"*

Rồi bạch Phật: "Hôm nay con ăn thứ canh loãng nấu với đồ thừa." Xá-lợi-phất sau khi ăn xong về đến chỗ Phật, đầu mặt đánh lễ sát chân rồi ngồi qua một bên. Đức Phật hỏi Xá-lợi-phất: "Hôm nay thầy ăn thức ăn thế nào?" Thưa: "Thức ăn bằng bơ nấu canh." Đức Phật quở: "Hôm nay thầy ăn thức ăn bất thiện, tại sao Tỳ-kheo Thượng tọa ăn thức ăn bằng bơ, Trung tọa ăn thức ăn bằng dầu, Hạ tọa thức ăn bằng đồ thừa?" Xá-lợi-phất im lặng không trả lời, bèn vào trong chỗ vắng làm cho ói hết thức ăn ra. Đức Phật dạy:

"Từ nay, khi có người mời cơm, Thượng tọa nên nói với người chủ: 'Tất cả thức ăn đều bình đẳng.' Khi đàn-việt đem thức ăn đến, Thượng tọa nên nói với Tỳ-kheo Hạ tọa quét chỗ ăn, trải tòa ngồi, lấy nước, đem đồ đựng thức ăn dư ra, nói chung những gì cần dùng đều phải chuẩn bị đủ. Đến giờ nên xướng, hoặc đánh kiền chùy,¹⁹³ khiến tề tựu để thọ trai. Nếu người chủ sửa soạn chậm nên nhắc họ cho mau, đừng để quá ngọ. Đó là học pháp ban đầu nói về vấn đề khi Thượng tọa thọ trai, nên phải thọ trì suốt đời."

10. Tỳ-kheo A-lan-nhã

1. Khi ấy, có tỳ-kheo ở chỗ A-lan-nhã vì lười biếng không lấy nước uống, không lấy nước rửa tay chân, không lấy nước để bên hố xí. Nhân lúc ấy, có bọn giặc A-lan-nhã đến tìm nước để uống, tỳ-kheo

---

¹⁹³ Kiền chuỳ: **Xem cht. 546**, Phần III, Ch. ii trước, **tr. 370.**

nói: "Không có." Họ tìm nước rửa tay, chân cũng nói: "Không có." Họ nói với tỳ-kheo: "Sa-môn Thích tử các ông thường đầy đủ 3 loại nước, tại sao nay không có?" Tỳ-kheo trả lời: "Tôi không lấy nên không có." Bọn giặc nói: "Chỉ cho tôi nước uống hôm nay, sau tôi không đến nữa." Tỳ-kheo cũng trả lời như ban đầu. Họ lại hỏi: "Tại sao không có nước?" Tỳ-kheo đáp rằng: "Tôi là người lười biếng nên không lấy nước để chứa sẵn." Bọn giặc bèn cướp đoạt y bát và đánh tỳ-kheo gần chết rồi bỏ đi.

2. Lại có tỳ-kheo ở nơi A-lan-nhã không phân biệt các vì sao ban đêm, có bọn giặc ngủ nhờ, dặn tỳ-kheo rằng:

"Chúng tôi ngủ một chút, trời gần sáng nói cho chúng tôi biết."

Bọn giặc ngủ một chút rồi, hỏi tỳ-kheo gần sáng chưa? Tỳ-kheo nói: "Còn sớm." Ba lần như vậy, đêm đã về sáng, vẫn nói là còn sớm. Người truy lùng tìm bọn giặc đến bắt giặc dẫn đi. Bọn giặc nổi sân nói: "Nếu tỳ-kheo nói với ta là gần sáng thì chúng ta đã không ngủ thêm, nay ta bị bắt đây là bởi tỳ-kheo." Các tỳ-kheo đem vấn đề bạch đầy đủ lên đức Phật, [180a01] Phật dạy:

"Nay Ta vì các tỳ-kheo ở nơi A-lan-nhã, quy định học pháp ban đầu, nên thọ trì trọn đời, nếu không học, phạm Đột-kiết-la:

Tỳ-kheo ở A-lan-nhã nên khéo biết tướng bốn phương, khéo biết cơ nghi, khéo phân biệt tinh tú ban đêm, biết thời tiết sớm muộn, biết nhớ ngày trong tháng, nửa tháng, cũng nên nhớ ngày tháng trong năm.

Biết tướng bốn phương có những lợi ích gì? Nếu biết phương hướng, khi có giặc đến mới biết đường tránh.

Khéo biết cơ nghi có những lợi ích gì? Khi giặc đến nên tư duy: nên chạy trốn, nên ra rước, nên nói pháp, nên cung cấp, nên biết cơ nghi để tùy theo đó mà ứng dụng.

Khéo phân biệt tinh tú ban đêm có những lợi ích gì? Biết đầu đêm hình tướng tinh tú thế nào, giữa đêm và cuối đêm hình tướng tinh tú như thế nào, biết được mới biết giờ nào là giờ ngủ, giờ nào là giờ hành đạo.

Nếu có giặc đến hỏi mới biết sớm muộn để trả lời; nếu giặc bắt dẫn đi rồi thả về, xem tinh tú biết đường về.

Khéo biết số ngày trong tháng, nửa tháng có những lợi ích gì? Nhờ đây, mới biết ngày Bố-tát, đến trong tụ lạc cầu sám hối thanh tịnh Bố-tát.

Khéo biết ngày tháng trong năm có những lợi ích gì? Nếu đến mùa Xuân, biết bao nhiêu ngày nữa đến thời gian an cư, trong khi an cư biết còn bao nhiêu ngày nữa đến ngày Tự tứ, nên đến trong tụ lạc để cầu sám hối thanh tịnh Tự tứ.

3. Tỳ-kheo ở A-lan-nhã nên ở chỗ đất bằng phẳng, nếu ở dưới gốc cây, làm chỗ để rửa chân, để vật dụng rửa chân, để nước rửa chân, ngồi chỗ thường ngồi, nếu có người đến nên hoan hỷ chào hỏi.

Nếu bọn giặc đòi nước, nên cởi bỏ giày dép, rửa tay cho sạch, bưng nước đưa cho họ, họ hỏi nước lạnh, nước nóng tùy theo đó mà trả lời. Nếu ưu-bà-tắc hỏi nước, cũng nên như vậy.

Nếu ngoại đạo đến hỏi nước, kẻ đó có khả năng làm tổn thương cho Phật pháp cũng áp dụng như trên. Nếu không phải hạng trên thì nên mang guốc dép, hai tay bưng nước đưa cho họ, đừng khiến cho họ nghĩ: 'Tỳ-kheo cung kính ta.'"

11. Khất thực

1. Bấy giờ có một tỳ-kheo khất thực nơi tụ lạc về, không đậy cái nắp bình bát, bị nước tiểu con diều hâu rớt trong bát, tỳ-kheo không biết, ăn bị bệnh can tiêu.[194] Lại có một tỳ-kheo cũng từ trong xóm khất thực về, không đậy nắp bình bát, con chim Câu-lâu-đồ ngậm con rắn bay ngang qua, con rắn rớt vào trong bình bát, tỳ-kheo tuy bỏ lớp cơm trên, ăn lớp cơm dưới vẫn bị chết. Các tỳ-kheo đem vấn đề bạch Phật, Phật dạy: "Nếu muốn ăn ở trong tụ lạc [180b01] thì cho phép đứng lại ăn. Nếu muốn mang về thì nên đậy nắp bình bát."

2. Có các tỳ-kheo già bệnh khất thực, bưng bình bát trên tay trở về. Phật dạy: "Cho phép làm cái đãy đựng bát rồi mang dưới nách." Có

---

[194] Bệnh can tiêu: **Xem cht. 341**, Phần I, Ch. iv.

các tỳ-kheo mang bình bát dưới nách, mồ hôi chảy ra nhớp. Phật dạy:

"Cho phép dùng cái khăn lau tay xách đem về."

3. Khi ấy, có một tỳ-kheo khất thực trở về nơi A-lan-nhã, giặc theo sau, chúng có ý nghĩ: Nếu tỳ-kheo này không cho ta - dù chỉ một vắt cơm để ăn - ta sẽ giết. Về đến nơi, thấy giặc từ xa đến, tỳ-kheo liền mời ăn. Giặc ăn xong nói: "Thật hy hữu! Nay ông được công đức lớn tự bố thí mạng mình, để cho tôi mạng sống." Rồi tự nói lên ý nghĩ trước." Tỳ-kheo kia đem việc này bạch Phật, Phật dạy:

"Nếu tỳ-kheo mang thức ăn đến A-lan-nhã, có người đến nên cho họ ăn, không có người đến nên đợi một chút, đợi lâu chưa có người đến, tỳ-kheo đói, nên ăn trước một nửa, lại vẫn chưa có người đến nên ăn một nửa còn lại, nhưng để lại một vắt."

12. Chứa thức ăn

Có các tỳ-kheo ở nơi A-lan-nhã ăn hết thức ăn, giặc đến xin thức ăn, tỳ-kheo không có để cho, đem việc này bạch Phật, Phật dạy: "Cho phép tỳ-kheo ở nơi A-lan-nhã được chứa thức ăn. Nếu thức ăn khó kiếm được, thì tỳ-kheo ở tụ lạc nên cho. Nếu không có tịnh nhân, cho phép tỳ-kheo tự mang về, tùy ý để chỗ tịnh hay bất tịnh địa."[195]

Có tỳ-kheo tự mang thức ăn về nơi A-lan-nhã, để nơi bất tịnh địa, giặc không đến xin, không biết làm thế nào. Phật dạy: "Nên cho người làm hoặc người giữ vườn hay sa-di."

13. Ngọa cụ - gậy - bùn đất

Nếu có tỳ-kheo ở nơi A-lan-nhã cần bình, chậu, đồ đựng, tỳ-kheo ở tụ lạc nên cho, cần ngọa cụ cũng nên cho. Trên đường hành đạo, có cây hay cỏ trở ngại lối đi của tỳ-kheo, hoặc bị cây gai móc hư y. Phật dạy: "Cho phép vẹt cỏ qua hai bên lề đường, hoặc dùng vật gì ngăn cản nó, cho phép buộc nhánh cây vào thân cây." Khi vẹt cỏ hay buộc thân cây mà nhánh lá bị gãy, Phật dạy: "Không cố ý thì không phạm."

Có tỳ-kheo ở A-lan-nhã sáng sớm ra vào bị sương, thấm ướt y, y bị hoại sắc. Phật dạy: "Cho phép mặc cao lên trên, cũng cho phép dùng

---

195 Hán: Tịnh bất tịnh địa 净不净地.

cây gậy đập cho sương rớt hết rồi đi.[196] Gần đến tụ lạc phải mặc y đúng pháp trở lại, cây gậy đập cho sương rớt để một chỗ nào đó, khi trở về lấy về."

Có tỳ-kheo ở A-lan-nhã cần đất để nhồi bùn. Phật dạy: "Nếu không có tịnh nhân thì cho phép lấy đất nơi bờ bị lở, không có bờ bị lở cho phép lấy nước rưới lên đất, trải cỏ lên rồi dậm cho thành bùn để dùng."

Có tỳ-kheo ở A-lan-nhã khi đi không dọn dẹp giường dây, giường cây, ngọa cụ của Tăng bị hư hoại, bị lửa cháy. Phật dạy: "Nên dọn dẹp để một chỗ, khóa cửa, [180c01] giấu chìa khóa, để chỗ không có mưa, ghi nhớ, rồi đi. Nếu có tỳ-kheo khác đến, nên nói chỗ để chìa khóa."

14. Pháp y bát

Khi ấy, các tỳ-kheo may y, không đo cỡ mà cắt, hoặc dài hoặc ngắn, hoặc bị lệch không thành y, ráp lại cũng không được. Lại có các tỳ-kheo thường mặc một y, trong trú xứ hay vào tụ lạc cũng chỉ có y ấy. Lại có các tỳ-kheo dùng ba y gói trái cây hay rau cải, phân bò. Có các tỳ-kheo dùng bát đựng thức ăn, chứa rác rưởi, chứa thức ăn dư, chứa thức uống sau giữa ngày, chứa hương và thuốc, hoặc không rửa cất, hoặc để giữa ngày, hoặc để dưới đất, hoặc để chỗ nguy hiểm. Các tỳ-kheo đem các vấn đề ấy bạch Phật, Phật dạy: "Nay Ta vì các tỳ-kheo quy định học pháp ban đầu về y bát, nên thọ trì trọn đời, nếu không học, phạm Đột-kiết-la:

Tỳ-kheo nhận được y mới (vải mới), trước hết nên giặt, đo cỡ, vậy sau mới cắt, cắt rồi nên may, may rồi nên nhuộm, lật ngược để phơi, nhuộm rồi trải xuống đất, nếu muốn treo thì phía trên, phía dưới phải làm cái khuy, nếu là y Tăng-già-lê thì nên như pháp Tăng-già-lê mà chứa cất, không được dùng gói các vật; Ưu-đa-la-tăng, An-đà-hội, các y thọ trì cũng đều như vậy, nên bảo vệ cẩn thận như bảo vệ da bọc

---

[196] *Tứ phần* 52, tr. 956a07: "Cho phép cầm cây tích trượng để khua động." Tích trượng. ▨ *khakkhara*, gậy ăn mày (Monier). Tham chiếu *Thập tụng 56* (tr. 417a18), chế pháp về gậy; *Tạp sự 34* (tr. 375a21).

thân. Thọ trì bát đúng pháp của bát, không được dùng bừa bãi như trên, phải bảo vệ cẩn thận như bảo vệ con mắt của mình."[197]

---

[197] Bản Hán, hết quyển 27.

CHƯƠNG V: PHÁP NGĂN BỐ-TÁT[198]

Đức Phật ở nước Chiêm-bà,[199] bên sông Hằng. Hôm ấy nhằm ngày 15 Bố-tát, đức Thế Tôn cùng chúng tỳ-kheo kẻ trước người sau vây quanh ngồi nơi đất trống, Ngài nhìn khắp trong chúng Tăng rồi im lặng đình chỉ Bố-tát.

Đầu đêm đã qua, A-nan[200] từ chỗ ngồi đứng dậy, đến trước Phật kính lễ sát chân, quỳ gối, chắp tay bạch Phật: "Kính bạch đức Thế Tôn đầu đêm đã qua, chúng Tăng ngồi đã lâu, cúi xin Thế Tôn vì các tỳ-kheo thuyết giới." Đức Thế Tôn im lặng, A-nan trở về chỗ ngồi.

[181a01] Giữa đêm lại qua, A-nan lại bạch như vậy, Phật cũng im lặng. Cuối đêm, A-nan lại bạch: "Tướng ánh sáng đã muốn xuất hiện, chúng Tăng ngồi đã lâu, cúi xin Thế Tôn vì các tỳ-kheo thuyết giới." Đức Phật nói với A-nan: "Chúng không thanh tịnh, Như Lai không thể nói giới."

Khi ấy, Mục-kiền-liên khởi ý nghĩ: "Nay trong chúng này ai là người không thanh tịnh, nên đức Thế Tôn mới nói như vậy," bèn quan sát khắp chúng, thấy một tỳ-kheo ngồi gần bên đức Phật là phi tỳ-kheo mà tự cho là tỳ-kheo, phi sa-môn tự cho là sa-môn, không tu phạm hạnh, tự cho là tu phạm hạnh, thành tựu ác pháp, che giấu lỗi ấy, không bỏ tà kiến. Mục-kiền-liên liền từ chỗ ngồi đứng dậy đến trước

---

[198] Hán: Già Bố-tát pháp 遮布薩法. *Tứ phần* 46, tr. 906a10: "Già kiền-độ"; *Thập tụng* 33, tr. 239b: "Già pháp"; [Pāli] *Cūḷavagga* ix. *Pāṭimokkhaṭṭhapanakkhanda*, Vin. ii. 235 ff.

[199] *Tứ phần* 46, tr. 906a10 "Xá-vệ quốc"; *Thập tụng* 33, tr. 239b07: Chiêm-bà quốc. [Pāli] *Campā*.

[200] *Thập tụng* 33, tr. 239b09: "Có một tỳ-kheo 有一比丘". Chuyện kể nội dung cũng giống như Ngũ phần.

tỳ-kheo kia, nói: "Đức Như lai đã thấy thầy, thầy phải đi ra khỏi chỗ này liền, đừng ngồi nơi đây nữa", bèn nắm tay kéo ra ngoài cửa, rồi Mục-kiền-liên trở về ngồi lại chỗ cũ.

Đức Phật nói với Mục-kiền-liên: "Này Mục-kiền-liên! Lạ thật! Quái thật! Chưa từng có người ngu si như thế, không tự biết tội lỗi của mình, để đến nỗi khiến cho người ta kéo tay mình bỏ ra ngoài."

Ngay khi ấy, A-nan lại từ chỗ ngồi đứng dậy bạch Phật: "Bạch đức Thế Tôn, trong chúng đã thanh tịnh, xin Thế Tôn vì các tỳ-kheo nói giới."

Đức Phật bảo A-nan: "Từ nay các thầy tự cùng nhau nói giới, Ta không thể lại vì tỳ-kheo nói được. Tại sao vậy? Nếu trong chúng không thanh tịnh, mà Như Lai nói giới thì người phạm tội kia, đầu họ bị bể làm bảy phần."[201] Đức Phật lại bảo A-nan: "Biển cả có tám thứ hy hữu, A-tu-la thích ở trong đó. Tám thứ ấy là gì? Biển cả sâu từ từ; nước thủy triều không quá hạn; không dung nạp tử thi; trăm sông chảy về, không có tên riêng; vạn dòng nước chảy về mà không tăng giảm; sản xuất chân châu, Ma-ni, San hô, lưu ly, ngọc kha (loại đá giống ngọc), vàng, bạc, pha lê và các châu báu, chúng sanh có thân hình lớn đều ở trong đó; đồng một vị mặn. Đó là tám thứ. Chánh pháp của Ta đây cũng lại như vậy, có tám thứ chưa từng có, các tỳ-kheo đều cùng vui sống trong đó. Tám thứ đó là gì? Chế cấm từ từ, giáo giới từ từ, học hỏi từ từ; các đệ tử của Ta đối với những giới đã chế cấm trọn đời không dám vượt qua; có tội bị loại ra ngoài; tất cả chủng tộc xuất gia đều bỏ tộc tánh riêng mà xưng là Sa-môn Thích tử; các thiện nam tử, thiện nữ nhơn xuất gia phần nhiều đắc Vô dư Niết-bàn mà Niết-bàn không thêm bớt; có các pháp bảo như là Tứ niệm xứ, cho đến tám Thánh đạo phần, các pháp trợ đạo; có các đại nhơn, A-la-hán, hướng A-la-hán, cho đến Tu-đà-hoàn, hướng Tu-đà-hoàn, ở trong chánh pháp; người nào vào trong đó đều hưởng một vị giải

---

[201] *Thập tụng* 33, tr. 239c01: Phật bảo Mục-liên: "Người ngu này mắc đại trọng tội, làm phiền Phật và Tăng. Mục-liên, nếu Phật đối với chúng không thanh tịnh mà nói Ba-la-đề-mộc-xoa thì đầu người không thanh tịnh này sẽ bị vỡ làm bảy phần."

thoát. Đó là tám thứ."

Bấy giờ, nhóm sáu Tỳ-kheo phạm tội không sám hối mà Bố-tát, có tỳ-kheo cũng bắt chước như vậy. Các tỳ-kheo bạch Phật, Phật dạy: "Không nên làm như vậy, **[181b01]** vi phạm, phạm Đột-kiết-la." Các tỳ-kheo vẫn cố ý phạm tội không sám hối mà Bố-tát. Phật dạy: "Nên ngăn việc Bố-tát." Có các tỳ-kheo hoặc chưa Bố-tát bèn ngăn, hoặc Bố-tát rồi mới ngăn... những cách ngăn Bố-tát như vậy đều như trong vấn đề ngăn Tự tứ[202] đã nói.

---

[202] Xem Phần III, Ch. iv, pháp Tự tứ.

CHƯƠNG VI: PHÁP BIỆT TRÚ[203]

Bấy giờ, các tỳ-kheo hành Biệt trú[204] độ sa-di cho thọ giới Cụ túc, làm Y chỉ sư, nuôi sa-di. Các tỳ-kheo bạch Phật, Phật dạy: "Không nên làm như vậy."

Lại có tỳ-kheo hành Biệt trú nhận sự cung kính của thiện tỳ-kheo khác, sai khiến xách y bát, giày dép. Phật dạy: "Không nên làm như vậy."

Lại có tỳ-kheo hành Biệt trú thấy tỳ-kheo như pháp đến, tránh đi chỗ khác sợ biết mình hành Biệt trú. Phật dạy: "Không nên làm như vậy."

Lại có tỳ-kheo hành Biệt trú, mời Tăng thọ trai rồi trở về phòng riêng để ăn. Phật dạy: "Không nên như vậy, nên ở dưới đại Tỳ-kheo mà hành thực."

Lại có tỳ-kheo hành Biệt trú đi trước tỳ-kheo như pháp. Phật dạy: "Không nên đi như vậy."

Lại có tỳ-kheo hành Biệt trú muốn đến nhà bạch y, cùng tỳ-kheo như pháp đi. Phật dạy: "Không nên đi như vậy."

Lại có tỳ-kheo hành Biệt trú phạm lại tội cũ, hoặc lại phạm tội ác khác. Phật dạy: "Không nên như vậy."

Lại có tỳ-kheo hành Biệt trú ở trước tỳ-kheo như pháp mà không

---

[203] Hán: Biệt trú pháp 別住法, ᵖᵃ̄ˡⁱ *Pārivāsikakkhandhaka, Tứ phần 46*, tr. 904a06, "Phú tàng kiền-độ"; *Thập tụng 33*, tr. 236c: "Tăng tàn hối pháp". Cf. Pāli, *Cūḷavagga 2. Pārivāsakkhandhaṃ,* Vin. ii. 31.

[204] *Tứ phần 46*, tr. 904a07, *Thập tụng 33*, tr. 236c16: Lục quần Tỳ-kheo 六群比丘.

mặc y. Phật dạy: "Không nên làm như vậy."

Lại có tỳ-kheo hành Biệt trú thường mặc ba y làm dính bùn nhơ nhớp. Phật dạy: "Không nên làm như vậy."

Lại có tỳ-kheo hành Biệt trú cùng tỳ-kheo như pháp ngồi một giường, hoặc tự mình ngồi cái giường tốt. Phật dạy: "Không nên như vậy."

Lại có tỳ-kheo hành Biệt trú cùng tỳ-kheo như pháp kinh hành, hoặc chính mình đi kinh hành chỗ tốt hơn. Phật dạy: "Không nên đi như vậy."

Lại có tỳ-kheo hành Biệt trú nhận Tăng sai thuyết Giới kinh. Phật dạy: "Không nên như vậy."

Lại có tỳ-kheo hành Biệt trú làm các Yết-ma, như Yết-ma quở trách, Yết-ma khu xuất, Yết-ma y chỉ, Yết-ma cử tội, Yết-ma hạ ý. Phật dạy: "Không nên làm như vậy."

Lại có tỳ-kheo hành Biệt trú cùng tỳ-kheo như pháp cùng chuyện trò. Phật dạy: "Không nên như vậy."

Lại có tỳ-kheo hành Biệt trú muốn vì Tứ chúng nói pháp. Phật dạy: "Không nên nói như vậy."

Lại có tỳ-kheo hành Biệt trú không nhớ số ngày trong tháng, nửa tháng, một năm. Phật dạy: "Nên biết."

Lại có tỳ-kheo hành Biệt trú ở trước tỳ-kheo như pháp lật ngược y, chống nạnh, mang giày dép, trùm đầu thông cả hai vai, hoặc ngồi hoặc nằm. Phật dạy: "Không nên làm như vậy."

Lại có tỳ-kheo hành Biệt trú **[181c01]** không thuận tùng theo pháp tỳ-kheo hành Biệt trú. Phật dạy: "Không nên như vậy."

Lại có tỳ-kheo hành Biệt trú, không bạch tỳ-kheo khách đến, không bạch tỳ-kheo khách đi. Phật dạy: "Nên bạch."

Lại có tỳ-kheo hành Biệt trú, ngày nào cũng bạch Tăng. Phật dạy: "Nên bạch khi Bố-tát, nếu hành Ma-na-đỏa thì nên bạch hằng ngày."

Lại có tỳ-kheo hành Biệt trú muốn đi xa, bạch Phật, Phật dạy: "Nên xả rồi đi. Nên tác pháp như thế này để xả. Đến một Tỳ-kheo như pháp thưa:

"Đại đức lắng nghe! Nay tôi xả pháp Biệt trú, sau sẽ phụng hành lại." Thưa như vậy ba lần.

Nếu không xả mà đi thì trên đường đi thấy tỳ-kheo, phải tự nói rằng: "mình đang hành Biệt trú."

Các tỳ-kheo hành Biệt trú trên đường đi nói rộng vấn đề Biệt trú, các bạch y nghe, nói: "Tỳ-kheo này có tội gì mà sám hối?" Các tỳ-kheo đem vấn đề bạch Phật, Phật dạy:

"Trên đường đi không nên nói rộng như vậy, chỉ nên nói:*Thưa Đại đức, tôi là Tỳ-kheo tên… phụng hành pháp Biệt trú đã được (bao nhiêu)* ngày, còn (bao nhiêu)* ngày xin Đại đức nhớ cho.'* Tỳ-kheo xả Biệt trú kia đến chỗ khác, nên cầu Tăng nơi đó để hành Biệt trú lại. Tăng nơi đó nên cho phép hành pháp Biệt trú lại, nếu không cho thì phạm Đột-kiết-la."

Lại có tỳ-kheo hành Biệt trú thọ pháp Biệt trú rồi đến chỗ không có tỳ-kheo ở, trong thời gian Biệt trú lại phạm tội ác. Phật dạy: "Tỳ-kheo hành Biệt trú không được ở riêng một nơi nào, không nên phạm lại tội ác, nếu phạm thì phạm Đột-kiết-la."

Lại có tỳ-kheo hành Biệt trú, thọ Biệt trú rồi đến chỗ tỳ-kheo không như pháp ở. Phật dạy: "Không nên làm như vậy, nếu nơi đó có một tỳ-kheo như pháp thì cho phép ở, nếu vi phạm, thì phạm Đột-kiết-la."

Lại có tỳ-kheo hành Biệt trú cùng tỳ-kheo như pháp đồng ở một nhà. Phật dạy: "Không nên như vậy."

Lại có tỳ-kheo hành Biệt trú cùng tỳ-kheo như pháp đồng tắm một nhà tắm. Phật dạy: "Không nên như vậy. Cho phép ôm củi vào trong nhà tắm, dọn dẹp trong nhà tắm cho sạch sẽ, đem tro, đất, tháo đậu vào, sửa chỗ ngồi cho các tỳ-kheo, cởi áo, giày dép rồi lấy dầu thoa chà nơi thân, các vị cần nhờ gì thì làm."

Lại có tỳ-kheo đồng biệt trú cùng tắm một nhà tắm. Phật dạy: "Cho phép, nhưng theo thứ tự cung cấp những thứ cần dùng."

Tỳ-kheo hành biệt trú có ba việc: Ở đâu, chỗ nào cũng thấp nhất, đi sau các đại Tỳ-kheo; dùng ngọa cụ tối hạ; ở phòng xá tối hạ. Tỳ-kheo hành biệt trú có ba việc theo nếp sống cũ: Khi Tăng nhận được vật cúng dường, khi Tăng Tự tứ, khi Tăng hành bát. Tỳ-kheo hành biệt trú có tám trường hợp mất pháp biệt trú: Ở nơi địa xứ không bạch; Tỳ-kheo từ ngoài đến không bạch; tự mình đi ra không bạch; vị khác đi không bạch; một mình ở một chỗ; **[182a01]** trong khi biệt trú lại phạm tội ác; cùng với tỳ-kheo như pháp ở chung một nhà; đi xa mà không xả biệt trú, trên đường đi thấy tỳ-kheo không bạch, (bạch đang biệt trú). Hành Ma-na-đỏa cũng do tám việc này bị mất. Trừ ở riêng một chỗ, nơi không đủ Tăng hai mươi vị mà phụng hành, còn bảy việc kia như trên.

CHƯƠNG VII: PHÁP ĐIỀU PHỤC[205]

A. BA-LA-DI

I. BẤT TỊNH HẠNH

1. Ưu-ba-ly thỉnh vấn

Bấy giờ, Trưởng lão Ưu-ba-ly thưa hỏi đức Phật: "Bạch đức Thế Tôn, Tu-đề-noa Ca-lan-đà Tử[206] có phải phạm Ba-la-di hay không?" Đức Phật dạy: "Lần đầu đều không phạm."

Lại hỏi: "Tỳ-kheo ở A-lan-nhã ấy có phạm hay không?" Đức Phật dạy: "Phạm."

Có một tỳ-kheo bị bệnh cuồng loạn hành dục, lúc bệnh cuồng loạn lành sanh nghi hỏi Phật, Phật dạy:

"Người cuồng loạn đều không phạm. Tâm tán loạn, tâm bệnh hoại cũng như vậy."

Tôn-đà-la nan-đà Bạt-kỳ Tử[207] không xả giới, hành dục pháp, sau nghi hỏi Phật, Phật dạy: "Phạm."

Có một tỳ-kheo cùng người nữ hai căn hành dục, có một tỳ-kheo cùng người nữ hai đường hiệp lại hành dục, có một tỳ-kheo cùng huỳnh môn hành dục, có một tỳ-kheo cùng nam tử hành dục, có một tỳ-kheo cùng tiểu nhi hành dục, sau đều sanh nghi hỏi Phật, Phật dạy: "Đều phạm."

Có một tỳ-kheo cùng tiểu nữ hành dục, tiểu nữ chết, nghi phạm

---

[205] *Tứ phần* 55, tr. 971c10, Phần IV, Chương v "Điều bộ". Pāli, tương đương với các đoạn *Vinītavatthu* cuối mỗi học xứ trong phần *Suttavibhaṅga*.

[206] Xem Phần I, Ch. i, Ba-la-di I.

[207] *Tứ phần* 55, tr. 971c15: Bà-xà Tử 婆闍子. Xem Phần I, Ch. i, Ba-la-di I.

hai tội Ba-la-di, hỏi Phật, Phật dạy: "Dâm phạm Ba-la-di; tiểu nữ chết, phạm Thâu-lan-giá."

Có một tỳ-kheo làm một tượng nữ bằng cây, hành dục, sau nghi hỏi Phật, Phật dạy: "Xuất bất tịnh phạm Tăng-già-bà-thi-sa, không xuất phạm Thâu-lan-giá; tượng người nữ bằng bùn hay vẽ cũng vậy."

2. Cộng súc sanh

Có một tỳ-kheo cùng với voi hành dục, sau nghi hỏi Phật, Phật dạy: "Phạm. Tất cả súc sanh cũng như vậy."

Bấy giờ, tại thành Vương Xá có một ưu-bà-di ngu tín có quan điểm: "Dùng dâm dục để bố thí là bố thí đệ nhất", bèn mời các tỳ-kheo đến để bố thí. Các tỳ-kheo nói: "Chị em không nên làm như vậy, đó là điều mà đức Phật cấm." Người nữ lại nói: "Nằm mà làm thì phạm, chứ đứng làm không gọi là phạm." Tỳ-kheo liền làm theo lời nói, sau đó nghi hỏi Phật, Phật dạy: "Phạm. Ngồi làm, sau lưng dâm nữ, người nữ động, tỳ-kheo không động cũng như vậy."

3. Phi đạo

Bấy giờ nơi thành Xá-vệ có ưu-bà-di ngu tín, tên là Thiện Khinh, có quan điểm: "Dùng pháp dâm dục để bố thí là cách bố thí đệ nhất", bèn mời các tỳ-kheo đến bố thí. Các tỳ-kheo nói: "Chị em không nên làm như vậy, đó là điều Phật cấm." Người nữ lại nói: "Ba chỗ thì phạm, chứ nơi kẽ bắp vế, nơi rún, tất cả các chỗ như thế không gọi là phạm." Tỳ-kheo liền làm theo lời nói đó, sau đó nghi hỏi Phật, **[182b01]** Phật nói: 'Xuất bất tịnh đều phạm Tăng-già-bà-thi-sa, không xuất đều phạm Thâu-lan-giá."

4. Cưỡng dâm

1. Khi ấy, có tỳ-kheo ở A-lan-nhã nằm ngủ mê nơi chỗ đất trống, có người nữ thấy từ bên trên hành dâm. Tỳ-kheo thức dậy thấy đồ bất tịnh nhớp thân, lại thấy người nữ từ chỗ mình đi ra, sanh nghi, thưa hỏi Phật, Phật hỏi: "Ông có thọ lạc hay không?" Tỳ-kheo thưa:

"Không thọ lạc." Phật dạy: "Không phạm, nhưng ngủ mê nơi đất trống, phạm Đột-kiết-la; mở cửa phòng ngủ cũng như vậy."

2. Lại có một tỳ-kheo nằm ngủ mê nơi chỗ đất trống, có người nữ

thấy từ bên trên hành dâm. Tỳ-kheo khi thức dậy thọ lạc, sanh nghi hỏi Phật, Phật nói: "Phạm."

3. Nơi Tỳ-xá-ly có một tỳ-kheo chứng A-la-hán bị phong bệnh, cả cơ thể cường trực, người nuôi bệnh để nằm nơi chỗ đất trống, vào tụ lạc khất thực. Có người nữ đi đến từ bên trên hành dâm. Hành dâm rồi nam căn của tỳ-kheo vẫn cường trực như cũ, các người nữ nói: "Đây là hùng sĩ", liền dùng hương thoa, tràng hoa đeo nơi "đầu" đảnh lễ rồi đi. Người nuôi bệnh trở về thấy đồ bất tịnh nhớp cả thân thể vị ấy, khởi ý nghĩ: "Tỳ-kheo này không tu phạm hạnh, phá tịnh giới, ta sẽ thôi trưởng tịnh (Bố-tát) cho tỳ-kheo này". Nhưng lại nghĩ: "Đức Thế Tôn không cho phép thôi trưởng tịnh cho tỳ-kheo bệnh, nên đợi vị kia lành đã". Vị tỳ-kheo bệnh kia lành rồi bèn thôi trưởng tịnh cho vị kia và nói: "Trước đây, khi thầy bệnh, thầy phá giới." Tỳ-kheo kia trả lời: "Khi tôi bị bệnh như vậy, thân thể cường trực, không thể tự nhiếp, chẳng phải là phá giới." Các tỳ-kheo đem vấn đề bạch Phật, đức Phật dạy:

"Tỳ-kheo này đã chứng A-la-hán, bị phong bệnh nên cường trực, không thể tự nhiếp, không thọ lạc nên không phạm. Tỳ-kheo nuôi bệnh để bệnh nhơn nằm nơi đất trống mà đi, phạm Đột-kiết-la."

4. Bấy giờ, có tỳ-kheo lấy nam căn châm vào miệng của tỳ-kheo khác, sau đều sanh nghi thưa hỏi Phật, đức Phật dạy:

"Nếu người châm mà vì vui chơi thì phạm Thâu-lan-giá, người thọ chẳng phải vì vui chơi thì phạm Ba-la-di; nếu người thọ mà vì vui chơi thì phạm Thâu-lan-giá; người châm chẳng phải vì vui chơi thì phạm Ba-la-di; nếu cả hai đều vì vui chơi thì đều phạm Thâu-lan-giá; nếu cả hai đều chẳng phải vì vui chơi thì đều phạm Ba-la-di."

5. Tắm chung

Bấy giờ, các tỳ-kheo cùng bạch y tắm chung trong một nhà tắm, bạch y lưu ý hình tướng của quý vị, đem nói với các người nữ; hơn nữa thân va chạm nhau sanh tâm nhiễm trước, đưa đến tình trạng hoàn tục làm ngoại đạo. Các tỳ-kheo đem vấn đề ấy bạch Phật, Phật dạy:

"Không nên tắm như vậy. Nếu cùng bạch y tắm trong một nhà tắm, phạm Thâu-lan-giá."

6. Hành dâm trong mộng

Có một Tỳ-kheo Ma-ha-la trong mộng cùng với bổn nhị (vợ cũ) hành dâm, thức dậy chạy ra ngoài phòng cao giọng la lớn: "Tôi chẳng phải sa-môn, chẳng phải Thích chủng tử." Các tỳ-kheo hỏi: "Vì sao?" Ma-ha-la trả lời: "Tôi cùng với bổn nhị hành dâm." Các tỳ-kheo hỏi: **[182c01]** "Bổn nhị của thầy nay ở đâu?" Tỳ-kheo nói: "Ở tại tụ lạc, sanh quán của tôi." Các tỳ-kheo hỏi: "Người ấy đến đây hay thầy đến đó?" Trả lời: "Người ấy không đến đây mà tôi cũng không đến đó." Các tỳ-kheo lại hỏi: "Như vậy làm như thế nào cùng nhau hành dâm?" Đáp: "Hành dâm trong mộng." Các tỳ-kheo đem vấn đề bạch Phật, Phật dạy: "Không phạm, nhưng không hệ niệm tại tiền mà ngủ, phạm Đột-kiết-la."

7. Sanh nghi

Có một tỳ-kheo đứng tiểu tiện, con chó đến ngậm nam căn, sanh nghi, thưa hỏi Phật, Phật dạy:

"Không phạm, nhưng đứng mà tiểu tiện, phạm tội Đột-kiết-la. Trú xứ tỳ-kheo không nên nuôi súc sanh như vậy, nếu nuôi, phạm tội Đột-kiết-la."

Có các tỳ-kheo nam căn dài, do dục tâm tự mình châm vào đường đại tiện, sanh nghi, thưa hỏi Phật, Phật dạy: "Phạm." Có một tỳ-kheo thân thể mềm, lấy nam căn tự để vào trong miệng, cũng như vậy.

8. Giữ học giới

Có một tỳ-kheo tọa thiền,[208] ma nữ đến đứng trước mặt. Tỳ-kheo thấy sanh tâm nhiễm trước, bỗng đứng dậy nắm người nữ kia, người nữ bèn chạy, tỳ-kheo cũng chạy theo. Người nữ đến nơi một cái xác

---

[208] *Tứ phần* 55, tr. 972b11: "Tỳ-kheo Nan-đề ngồi thiền." *Tăng-kỳ* 26 (tr. 441a28): gọi là Tỳ-kheo Thiền Nan-đề, để phân biệt với các tỳ-kheo khác cũng có tên là Nan-đề. *Thập tụng* 1 (tr. 2c29), 57 (tr. 425a12): Một tỳ-kheo thực tên là Nan-đề. Tăng tác yết-ma cho lại học pháp 與 學法, gọi là học sa-di hành pháp.

con ngựa chết, rồi biến mất, tỳ-kheo bèn hành dâm nơi con ngựa, liền sanh tâm hối hận nói với các tỳ-kheo. Các tỳ-kheo đem vấn đề bạch Phật, Phật dạy: "Cho phép Tăng trao cho tỳ-kheo kia pháp Ba-la-di, bằng Bạch tứ yết-ma. Tỳ-kheo kia nên đến giữa Tăng, cởi bỏ giày dép, để trống vai bên hữu, kính lễ sát chân Tăng, quỳ gối, chắp tay, bạch:

Tôi Tỳ-kheo tên là… phạm dâm, liền sanh tâm ăn năn, không che giấu, nay đến trước Tăng xin pháp Yết-ma Ba-la-di, cúi xin Tăng cho tôi pháp Yết-ma Ba-la-di.

Xin như vậy 3 lần. Tăng sai một tỳ-kheo biết pháp tuyên xướng:

Đại đức Tăng xin lắng nghe! Tỳ-kheo này tên là… phạm dâm, liền sanh tâm ăn năn, không che giấu, đến Tăng xin pháp Yết-ma Ba-la-di. Nay Tăng trao cho pháp Yết-ma Ba-la-di. Nếu thời gian thích hợp đối với Tăng, Tăng chấp thuận. Đây là lời tác bạch.

Đại đức Tăng xin lắng nghe! Tỳ-kheo này tên là… phạm dâm… cho đến câu: *Nay Tăng trao cho pháp Yết-ma Ba-la-di. Các Trưởng lão nào chấp thuận thì im lặng. Vị nào không đồng ý xin nói.* Lần thứ hai, lần thứ ba cũng nói như vậy.

Tăng đã trao cho Tỳ-kheo… pháp Yết-ma Ba-la-di rồi. Tăng chấp thuận nên im lặng. Việc này tôi ghi nhận như vậy.

Tỳ-kheo kia trọn đời không được thọ thức ăn nơi đại Tỳ-kheo mà tự mình thọ nơi tịnh nhân. Khi Bố-tát, Tự tứ, làm các pháp Yết-ma, vị ấy đến thì tốt, không đến thì hai bên (Tăng và vị ấy) đều không phạm."

Có tỳ-kheo cùng với Thiên nữ, Long nữ, A-tu-la nữ hành dâm, sanh nghi, bạch Phật, Phật dạy: "Đều phạm."

II. BẤT DỮ THỦ

1. Thức ăn

Có một tỳ-kheo đến nhà người, nơi làm thức ăn, lấy một bát canh, sanh nghi, hỏi Phật, Phật dạy: "Thầy lấy với tâm gì?" **[183a01]** Tỳ-kheo thưa: "Con lấy với tâm trộm cắp." Đức Phật dạy: "Nếu trị giá 5 tiền thì phạm Ba-la-di, nếu dưới 5 tiền thì phạm Thâu-lan-giá; vào trong vườn của người hái cây, rau trái cũng tính như vậy."

2. Đoạt lại vật bị cướp

1. Có tỳ-kheo bị cướp, cướp đoạt, dành lại được y vật; sanh nghi, thưa hỏi Phật, Phật dạy: "Không phạm."

2. Lại có tỳ-kheo bị giặc cướp đoạt, vật đã vào trong tay giặc, hoặc giặc đã mang đi, sau đó chạy theo lấy lại được, sanh nghi, hỏi Phật, Phật dạy: "Tâm của thầy đã xả y chưa?" Tỳ-kheo bạch: "Chưa xả." Đức Phật dạy: "Chưa xả không phạm, đã xả thì phạm."

3. Đánh lừa

1. Có tỳ-kheo ở nơi A-lan-nhã thấy con heo rừng bị bắn chạy đến, cùng nhau bàn nói: "Đừng chỉ cho thợ săn." Thợ săn tìm đến hỏi tỳ-kheo: "Thấy con heo rừng bị bắn chạy đến đây không?" Tỳ-kheo nói: "Chỗ nào có heo? Heo của ai? Không có heo!" Sau đó, tỳ-kheo lại nghĩ: Ta nói không có heo, lẽ nào mắc tội giấu heo, sanh nghi, hỏi Phật, Phật dạy: "Không phạm; nếu có nhân duyên như vậy, những cách nói để đánh lạc hướng của người kia đều không phạm tội."

2. Có tỳ-kheo ở nơi A-lan-nhã thấy người thợ săn bắt được con nai sống cột lại, rồi bỏ đi, do lòng lân mẫn Tỳ-kheo mở thả, sanh nghi, hỏi Phật, Phật dạy:

"Không phạm, song không nên đối với vật của người mà tự tiện thả như vậy, vi phạm, phạm Đột-kiết-la. Vì lòng lân mẫn mà thả tất cả súc vật của người cũng đều như vậy."

3. Có tỳ-kheo thấy chim Câu-lâu-đồ ngậm miếng thịt dồi lên để chơi, bảo nó nhả ra, sanh nghi, thưa hỏi Phật, Phật dạy: "Không phạm, song không nên đối với việc vô ích mà tìm cách làm đánh mất phần của nó, vi phạm, phạm Đột-kiết-la."

4. Súc sanh

Có một tỳ-kheo thấy con bò của người đi trên đường, với tâm trộm cắp rượt đuổi nó, liền sanh hối hận, xả bỏ, sanh nghi hỏi Phật, Phật dạy: "Không phạm, nhưng mắc tội Thâu-lan-giá." Có tỳ-kheo thấy vật trôi trên nước vớt được, sanh nghi hỏi Phật, Phật dạy: "Nếu trị giá 5 tiền thì phạm Ba-la-di."

5. Ruộng vườn

Có tỳ-kheo đi cách Kỳ-hoàn không xa, thấy một người cày ruộng, nói: "Đây là ruộng của Tăng, ông đừng cày." Người cày nghĩ: "Các tỳ-kheo có thế lực, nếu kiện tụng thì ta sẽ bị thua, bèn không cày." Tỳ-kheo liền trở về Kỳ-hoàn, hỏi các tỳ-kheo, ruộng ấy của ai, các tỳ-kheo nói: "Ruộng ấy của cư sĩ tên là…" bèn sanh nghi, hỏi Phật, Phật dạy:

"Không phạm, nhưng trong trường hợp vô ích mà nói khiến cho họ mất, đều phạm Đột-kiết-la."

6. Bắt lại

Khi ấy nhóm 17 Đồng tử bị giặc bắt, cha mẹ nó khóc kể áo não. Tất-lăng-già-bà-ta đi khất thực qua đó, thấy vậy hỏi họ: "Việc gì vậy?" Họ trình bày đầy đủ sự việc. Tất-lăng-già-bà-ta liền nhập định quan sát thì thấy bọn giặc đem để nơi vùng sông A-di-la,[209] bèn dùng thần túc bắt trở lại, **[183b01]** mỗi đứa được đưa về nhà chúng và để chúng trên tầng lầu. Tất-lăng-già-bà-ta nói với cha mẹ chúng nó: "Đừng nên khóc nữa, con của các người nay đã trở về giỡn chơi trên tầng lầu." Sau đó nghi, hỏi Phật, Phật dạy: "Không phạm, nhưng mắc tội Đột-kiết-la."

7. Vọng ngữ

Có tỳ-kheo vì lợi dưỡng tự nói mình lớn tuổi đối với người khác, sau nghi hỏi Phật, Phật dạy: "Không phạm, nhưng cố ý vọng ngữ mắc tội Ba-dật-đề."

8. Dùng chung nước

Có một trú xứ tỳ-kheo cùng bạch y dùng chung một cái giếng. Bạch y với tâm trộm cắp lấy nhiều nước hơn, tỳ-kheo cũng với tâm trộm cắp, khởi ý niệm: "Nay chỉ một mình ta, sao ta không lấy nhiều," nhưng chưa lấy, sanh nghi, hỏi Phật, Phật dạy: "Nếu lấy nước của người mà lấy dư, trị giá 5 tiền thì phạm Ba-la-di."

9. Trộm y

Có tỳ-kheo ở nơi chỗ kia, lấy trộm y của người, trị giá 5 tiền,

---

209 Sông A-di-la: **Xem cht. 444**, Phần I, Ch. iv.

đến chỗ này bán không được 5 tiền, nghĩ là không phạm Ba-la-di, sanh nghi hỏi Phật, Phật dạy: "Nơi lấy cắp trị giá 5 tiền phạm Ba-la-di; nếu ở chỗ kia không trị giá 5 tiền, đến đây bán trị giá 5 tiền thì phạm Thâu-lan-giá."

10. Trộm kinh

Có tỳ-kheo trộm kinh Phật của người, cho là lời Phật dạy không phạm. Sau nghi hỏi Phật, Phật dạy:

"Tính theo giấy bút và công phu của sách, trị giá 5 tiền thì phạm."

11. Nhận di chúc

Bấy giờ, tại Câu-xá-di có một ông trưởng giả, thấy pháp đắc quả, thường cung cấp cho các tỳ-kheo. Ông trưởng giả và người chị mỗi người có một người con. Hai người thường cùng nhau cúng dường Tỳ-kheo Trưởng lão A-thù.²¹⁰ Ông trưởng giả khi gần lâm chung, chỉ chỗ chôn cất của báu cho Tỳ-kheo A-thù và nói: "Sau khi con qua đời, trong hai đứa nhỏ này, đứa nào tin ưa Phật pháp, đối với các tỳ-kheo thường không tiếc của thì ngài chỉ chỗ chôn cất của báu này cho nó." Nói rồi liền trút hơi thở cuối cùng.

Sau đó, Tỳ-kheo A-thù xét thấy trong hai đứa nhỏ, thằng con của ông trưởng giả lại quay lưng với chánh pháp, người con của bà chị lại tin ưa Phật pháp, bèn nói với đứa con của bà chị biết chỗ chôn cất của báu.

Con của ông trưởng giả nghe liền đến chỗ A-nan hỏi: "Tài sản của cha để lại nên thuộc về của ai?" A-nan nói: "Nên thuộc về người con." Con ông trưởng giả liền nói với A-nan: "Của báu của cha tôi cất giấu, Tỳ-kheo A-thù lại giao cho con của cô tôi."

A-nan liền đến nói với A-thù: "Thầy chẳng phải là sa-môn, chẳng phải là họ Thích." A-thù trả lời: "Tôi là sa-môn, là họ Thích, chính tôi đủ tư cách y theo các kinh, luật để phán quyết việc này." A-nan nói: "Việc này nó như vậy, cần gì đến kinh, luật."

---

210 *Tứ phần* 55, tr. 980b07: Cao Thắng 高勝. *Thập tụng 58*: Trực Tín, đệ tử cộng hành của A-nan. Pāli, Vin. iii. 66: *Ajju.*

Khi ấy các Tỳ-kheo Trưởng lão đều yểm trợ cho chủ trương của A-thù. Hai chúng của A-nan và A-thù chia rẽ nhau,[211] trong thời gian sáu năm không hòa hợp, cùng an cư một trú xứ mà không Bố-tát, Tự tứ. Tiếng đồn khắp hết, đến tận trời Phạm thiên. Bấy giờ, La-hầu-la du hóa nơi thành Ca-duy-la-vệ, các nữ họ Thích đều cùng nhau ra nghinh **[183c01]** đón, trình bày đầy đủ việc trên và than phiền: "Tại sao đức Thế Tôn Nê-hoàn chưa bao lâu, chúng Tăng lại không hòa hợp, kéo dài đã sáu năm?! Chúng con muốn chúng Tăng hòa hợp mà không còn biết làm cách nào!" La-hầu-la nói: "Tôi sẽ chỉ vẽ cho các người khiến cho những vị đó hòa hợp: Thế nào tôn giả A-nan cũng sẽ đến đây, các người có con nhỏ đều nên bồng ra để đón tiếp tôn giả. Khi ấy mọi người hãy để các hài nhi xuống đất, thế nào các hài nhi cũng sẽ khóc, tôn giả sẽ hỏi: 'Tại sao các bà không bồng nó lên?' Các cô sẽ trả lời: 'Nếu Trưởng lão cùng với A-thù hòa hợp, thì chúng con mới bồng các cháu lên.' Các bà dùng phương tiện này sẽ khiến cho các vị ấy hòa hợp."

Thời gian không lâu, A-nan đến, năm trăm Thích nữ bồng các hài nhi ra đón, và để các cháu xuống dưới đất, trước mặt A-nan, các hài nhi liền khóc lớn. Quả thật tôn giả A-nan nói: "Tại sao không bồng các cháu lên?!" Các bà đồng thanh trả lời: "Nếu Trưởng lão cùng với A-thù hòa hợp, thì chúng con mới bồng các cháu lên." Tôn giả A-nan cảm thông được nỗi lòng của các bà, lại thương các hài nhi nên nói: "Chị em bồng các cháu lên, tôi sẽ cùng với A-thù hòa hợp."

Tôn giả A-nan liền trở về họp chúng Tăng. Ưu-ba-ly hỏi A-nan: "Tỳ-kheo không cho mà lấy có mấy hạng phi sa-môn, phi chủng tử họ Thích?" A-nan trả lời: "Có ba hạng: Tự mình lấy, dạy người lấy, khiến cho người lấy." Ưu-ba-ly hỏi A-thù: "Thầy có tự lấy, có dạy người lấy, có khiến người lấy hay không?" A-thù trả lời: "Không."

Ưu-ba-ly lại hỏi A-nan: "Tỳ-kheo A-thù có lỗi gì?" A-nan nói: "A-thù không có lỗi, mà chính tôi là người có lỗi." Thế là A-nan giữa Tăng dõng dạc nói lớn: "Chính tôi, A-nan có lỗi, A-thù không có lỗi." A-nan bèn hướng đến A-thù sám hối để hòa hợp.

---

[211] *Tứ phần* 55, tr. 980b16: "Tỳ-kheo Cao Thắng là bạn với La-hầu-la."

12. Đồng lõa

Có một tỳ-kheo vốn là một người ăn trộm, nói với các tỳ-kheo: "Có thể cùng tôi đến xóm làng kia lấy vật dụng." Các tỳ-kheo bèn làm theo lời nói của vị kia đến trước để lấy. Tỳ-kheo kia sau đó sanh nghi, hỏi Phật: "Con dạy người lấy trộm vật như vậy, phạm Ba-la-di hay không?" Phật dạy: "Không phạm, nhưng mắc tội Thâu-lan-giá."

13. Y vật

1. Có tỳ-kheo lấy y phủ trên gò mả của người ta, lấy tràng phan trên gò mả, y trong gò mả, vật trong miếu Thần, có người thủ hộ, sanh tâm che giấu, hỏi Phật, Phật dạy: "Tâm người khác chưa xả mà lấy, trị giá năm tiền đều phạm Ba-la-di; vật ở trong miếu tuy không có chủ, mà là nhà quan bảo hộ, cũng như vậy."

2. Có tỳ-kheo giận người khác, hoặc đốt nhà của họ, hoặc đốt ruộng lúa của họ, tài sản của họ, sanh nghi, hỏi Phật, Phật dạy: "Không phạm, nhưng mắc tội Thâu-lan-giá; vì giận mà phá hoại vật của người khác cũng như vậy."

3. Tỳ-kheo lượm cái đãy đựng một nghìn lượng vàng trong hang chuột, lấy với tâm tham, sanh nghi hỏi Phật, Phật dạy: "Thuộc về vật của chuột, không phạm, nhưng mắc tội Thâu-lan-giá; nếu với tâm trộm mà lấy của cầm thú, cũng như vậy."

4. Có tỳ-kheo nơi bữa ăn, vội ăn phần của người khác, người khác hỏi: "Ai ăn phần của tôi?" Tỳ-kheo kia nói: "Tôi ăn", người kia nổi sân, **[184a01]** sanh nghi hỏi Phật, Phật dạy: "Chẳng phải tâm trộm cắp thì không phạm, nhưng không nên vội nghĩ rằng được sự đồng ý mà ăn phần của người, vi phạm, phạm Đột-kiết-la."

5. Có tỳ-kheo đánh bạc, được vật của người, sanh nghi hỏi Phật, Phật dạy: "Không phạm, nhưng mắc tội Đột-kiết-la."

6. Có hai tỳ-kheo đồng ý mặc y của nhau, sau giận nhau hủy báng cho là ăn trộm, sanh nghi hỏi Phật, Phật dạy: "Không phạm, nhưng không nên vội đồng ý mặc y của người khác, vi phạm, phạm Đột-kiết-la."

14. Hỗ trợ trốn thuế

Bấy giờ, Bạt-nan-đà cùng với người khách buôn đồng đi trên một lộ trình, khi đến chỗ thuế quan người khách buôn đến Bạt-nan-đà mượn cái đãy, âm thầm bỏ viên ngọc đại quý giá vào trong, rồi trả cái đãy lại. Bạt-nan-đà không biết, qua khỏi chỗ thuế quan rồi, người khách buôn đòi lại viên ngọc trong đãy, Bạt-nan-đà nói: "Tôi không lấy ngọc của người." Người khách buôn nói: "Thật sự thầy không lấy ngọc của tôi, nhưng vừa rồi tôi mượn cái đãy của thầy, tôi bỏ viên ngọc vào trong đó." Bạt-nan-đà liền trả lại viên ngọc, rồi sanh nghi hỏi Phật, Phật dạy: "Không phạm, nhưng muốn qua khỏi chỗ thuế quan, có người mượn vật gì, khi trả lại cần đập giũ và xem kỹ, vi phạm, phạm Đột-kiết-la."

15. Cố ý vọng ngữ

Bây giờ có đệ tử Tỳ-kheo-ni Chiên-đồ Tu-ma-na, đến nơi nhà đàn-việt của thầy, nói dối: "Thầy bệnh, cần 3 thứ cháo thuốc", nhận được rồi, ra ngoài ăn. Vợ người chủ nhà sau đó đến thăm, hỏi: "Sư cô bệnh lành chưa?" Tỳ-kheo-ni hỏi: Tôi đâu có bệnh, tại sao hỏi vậy?" Người đàn-việt trình bày sự việc đầy đủ. Sư cô nói với đệ tử: "Cô ăn trộm cháo của tôi." Cô đệ tử nói: "Thật sự con không ăn trộm, đối với Hòa thượng con có khởi ý nghĩ là đồng ý nên con mới lấy", rồi sanh nghi hỏi Phật, Phật dạy: "Không khởi tâm ăn trộm thì không phạm, nhưng cố ý vọng ngữ nên mắc tội Ba-dật-đề."

16. Tháo nước

Có tỳ-kheo thấy ruộng của người chủ không có nước, tháo nước của người khác để tưới; sanh nghi hỏi Phật; Phật dạy: "Nếu trị giá 5 tiền thì phạm."

17. Quăng và lấy y

Có tỳ-kheo ở chỗ cao quăng y của người khác cho tỳ-kheo ở dưới thấp, cả hai đều sanh nghi hỏi Phật, Phật dạy: "Nếu với tâm ăn trộm mà quăng thì phạm Ba-la-di, không có tâm trộm mà lấy, phạm Thâu-lan-giá. Nếu không có tâm trộm mà quăng thì phạm Thâu-lan-giá, với tâm trộm mà lấy, phạm Ba-la-di. Cả hai đều với tâm trộm thì đều phạm Ba-la-di, cả hai đều không có tâm trộm, đều phạm Thâu-lan-giá." Có tỳ-kheo với tâm trộm đổi lấy vật tốt của Tăng, sanh nghi hỏi Phật, Phật dạy: "Vật đổi trị giá 5 tiền thì phạm."

III. ĐOẠN NHÂN MẠNG

1. Ngộ sát

1. Khi ấy, có tỳ-kheo lấy đá quăng con rắn lại nhằm trúng người chết, sanh nghi hỏi Phật, Phật dạy: "Thầy quăng với tâm gì?" Tỳ-kheo bạch: "Muốn quăng cho con rắn chết." Đức Phật dạy: "Người chết, không phạm, quăng con rắn, phạm Đột-kiết-la."

2. Có tỳ-kheo giết con khỉ cái giống con người, sanh nghi hỏi Phật, đức Phật dạy: "Đoạt mạng sống của súc sanh, phạm Ba-dật-đề."

3. [184b01] Có một người đàn bà, chồng đi vắng không có ở nhà, tư thông với người hàng xóm, có thai, đến vị tỳ-kheo thường cúng dường xin thuốc để phá thai, vị tỳ-kheo cho thuốc, thai bị hư mà bà mẹ không chết; sanh nghi hỏi Phật, Phật dạy: "Phạm. Nếu muốn phá thai, mẹ chết mà thai không chết, phạm Thâu-lan-giá; nếu đều chết, phạm Ba-la-di; nếu đều không chết, phạm Thâu-lan-giá. Đè bụng cho đọa thai cũng như vậy."

4. Có các tỳ-kheo không ưa tu phạm hạnh, mà không bỏ đạo, trở thành người hạ tiện, tìm sự chết bằng cách từ trên cao lao mình xuống, trúng nhằm trên mình người ở dưới, người ở dưới chết mà mình không chết, sanh nghi hỏi Phật, Phật dạy: "Thầy làm như vậy với tâm gì?" Đương sự bạch: "Muốn tự hủy." Phật dạy: "Người kia chết không phạm nhưng tạo phương tiện để tự hủy mình đều phạm Thâu-lan-giá."

5. Có hai tỳ-kheo trước giận nhau, sau cùng nhau đi trên một đường, trên đường đi đánh nhau, một người bị chết, sanh nghi hỏi Phật, Phật dạy: "Thầy làm như vậy với tâm niệm gì?" Đương sự bạch: "Với tâm giận." Phật dạy: "Không có tâm sát, không phạm, nhưng giận tỳ-kheo khác, mắc tội Ba-dật-đề. Từ nay không cho phép người cùng giận nhau, chưa sám hối tạ tội mà cùng nhau đi một đường, vi phạm, phạm Đột-kiết-la."

2. Cố sát

6. Có tỳ-kheo đánh quỷ chết, sanh nghi hỏi Phật, Phật dạy:

"Phạm Thâu-lan-giá."

7. Có tỳ-kheo muốn giết người này mà nhầm người kia, sanh nghi hỏi Phật, Phật dạy: "Không phạm, nhưng mắc tội Thâu-lan-giá."

IV. ĐẠI VỌNG NGỮ

1. Tự thuyết

Bấy giờ các tỳ-kheo vì lợi dưỡng, bằng mọi cách khen ngợi người khác thành tựu giới, thành tựu định, tuệ, giải thoát, giải thoát tri kiến, mà âm thầm tự cho mình là tốt, rồi sanh nghi hỏi Phật, Phật dạy: "Nếu tất cả đều như vậy không phân minh tự thuyết, thì đều phạm Thâu-lan-giá."

2. Tỳ-kheo-ni Hoa Sắc tự thuyết

1. Tại Tỳ-xá-ly có một cây đại thọ tên là Ni-câu-loại, bóng mát che được năm trăm cỗ xe. Tỳ-kheo-ni Hoa Sắc thấy, nói với các tỳ-kheo-ni rằng: "Khi tôi ở trên cõi trời, chiếc hoa 'Chúy nhĩ biên' lớn... như cây này." Các tỳ-kheo-ni gọi đó là điều vô lý, bằng mọi cách quở trách: "Tại sao tỳ-kheo-ni lại tự nói được pháp hơn người?" Bạch Phật, Phật dạy: "Trên cõi trời thật có chiếc hoa như vậy, Tỳ-kheo-ni Hoa Sắc nói thật, không phạm."

2. Tỳ-kheo Tỳ-la-trà Tư-ha bị bệnh ghẻ đến năm trăm mụt, lở lói hôi thúi không thể nhìn được. Tỳ-kheo-ni Hoa Sắc cùng năm trăm tỳ-kheo-ni đến thăm. Hoa Sắc thấy rồi bèn cười. Các tỳ-kheo-ni quở trách: "Tại sao không có tâm lân mẫn, thấy tỳ-kheo như vậy lại cười?" Hoa Sắc trả lời: "Tỳ-kheo này đời quá khứ là một vị đại quốc vương, tên là Tỳ-kiệt-bà, lúc ấy tôi là đệ nhất phu nhơn. [184c01] Nhà vua đã cưỡng bức lấy năm trăm đồng nữ, phá hỏng cuộc đời của họ, do nhân duyên ấy, vô số trăm ngàn vạn năm đọa vào đại địa ngục bị khổ độc thiêu đốt, dư báo nhận lấy năm trăm mụt ghẻ này." Các tỳ-kheo-ni nói: "Không có lý này," bằng mọi cách quở trách: "Tại sao tỳ-kheo-ni lại xưng đắc pháp hơn người?" Bạch Phật, Phật dạy: "Tỳ-kheo kia thật như vậy, Hoa Sắc nói đúng sự thật, không phạm."

3. Mục-kiền-liên tự thuyết

Khi ấy Trưởng lão Mục-kiền-liên nói với các tỳ-kheo: "Tôi thấy ao

A-nậu-đạt[212] có cái bông sen lớn như bánh xe." Các tỳ-kheo không tin, cho là hư dối, nói để được pháp hơn người, bạch Phật, Phật dạy:

"Thật có cái bông sen này, Mục-kiền-liên nói đúng sự thật, không phạm."

4. Vọng ngữ

1. Có các tỳ-kheo dối nói được pháp hơn người, nói như thế này: "Tôi có nghiệp báo nhơn duyên Thiên nhãn, Thiên nhĩ, Tha tâm trí," sau nghi hỏi Phật, Phật dạy:

"Không phạm, nhưng mắc tội Thâu-lan-giá."

2. Có các tỳ-kheo dối nói được pháp hơn người, nói như thế này: "Tôi được Thiên nhãn, Thiên nhĩ, Tha tâm trí, đã hết các lậu," sau nghi, hỏi Phật, Phật dạy: "Phạm."

3. Có một bà-la-môn mời Tăng thọ trai, thưa: "Chư Đại đức, chư La-hán, phó trai." Thọ trai xong thưa: "Các La-hán quy bản sở." Các tỳ-kheo sanh nghi hỏi Phật, Phật dạy:

"Người ta tự nói lời khen ngợi ấy nên không phạm."

5. Tự hiện tướng

Có các tỳ-kheo vì lợi dưỡng nên ngồi, đi, đứng, nói năng an tường; hiện tướng được đạo như vậy, muốn cho người biết, sau nghi, hỏi Phật, Phật dạy: "Hiện những tướng khác lạ như vậy đều phạm Thâu-lan-giá."

6. Tự thấy

1. Có các tỳ-kheo khi gần mạng chung theo nghiệp phải đọa địa ngục, đều thấy các tướng địa ngục, và quỉ canh gác địa ngục[213] đứng trước mặt, lại có tỳ-kheo theo nghiệp được sanh Thiên, đều thấy chư Thiên, cung điện, nghe thấy âm nhạc, Thiên tử, Thiên nữ trước mặt, nói năng đều dùng tiếng nói của loài người, sanh nghi, hỏi Phật, Phật dạy: "Đó là đoan tướng sẽ được sanh, chẳng phải vọng ngữ,

---

[212] Hồ A-nậu-đạt: **Xem cht. 732**, Phần I, Ch. v.

[213] Quỉ canh gác địa ngục, Hán: A-bàn 阿傍.

không phạm."

7. Nói không dụng ý

Có các tỳ-kheo vốn muốn nói việc khác, sau chẳng phải dụng ý nói pháp hơn người, sanh nghi, hỏi Phật, Phật dạy: "Chẳng phải là bổn ý, không phạm, nhưng mắc tội Thâu-lan-giá."

8. Phương tiện bất chính

Có các tỳ-kheo nói với bạch y: "Nếu có ai ở phòng của ta thì sẽ thành tựu đạo như vậy, như vậy." Sau đó tự đến ở, sanh nghi, hỏi Phật, Phật dạy: "Sử dụng những phương tiện như vậy, đều phạm Thâu-lan-giá."

9. Tự ngôn

Có các tỳ-kheo tự nói được pháp hơn người, muốn khiến cho người nghe mà phi nhơn nghe, lại muốn cho phi nhơn nghe mà người nghe, lại muốn khiến nhơn, phi nhơn nghe mà không có ai nghe, đều sanh nghi, hỏi Phật, Phật dạy: "Đều phạm Thâu-lan-giá."

10. Quán sát nhầm

Bấy giờ Mục-kiền-liên **[185a01]** nói với các tỳ-kheo: "Vợ cư sĩ... sẽ sanh con trai," khi người vợ cư sĩ đang sinh ra, thai chuyển thành nữ. Vua Ba-tư-nặc và vua A-xà-thế cùng nhau chiến đấu, Mục-kiền-liên nói: "Vua Ba-tư-nặc sẽ thắng," nhưng ngược lại, không như vậy, sau lại tập họp binh sĩ để chiến đấu, Mục-kiền-liên lại nói: "Vua A-xà-thế sẽ thắng," cũng ngược lại, không như vậy. Các tỳ-kheo chê trách nói: "Tại sao dối nói được pháp hơn người." Bạch Phật, Phật dạy: "Như lời Mục-kiền-liên nói, chỉ quán sát giai đoạn trước, không quan sát giai đoạn sau, nên như vậy."

B. TĂNG-GIÀ-BÀ-THI-SA
I. LỘNG ÂM

1. Có các tỳ-kheo gãi chỗ kín, xuất bất tịnh, sanh nghi hỏi Phật, Phật nói: "Ông làm với tâm niệm thế nào?" Tỳ-kheo bạch: "Trước sau đều không có ý cho xuất." Phật dạy: "Không phạm, nếu có ý cho nó xuất thì phạm Tăng-già-bà-thi-sa; muốn xuất mà không xuất, thì phạm Thâu-lan-giá. Dùng nước nóng tắm, hay là hơ lửa mà bất tịnh

xuất đều như vậy."

2. Có tỳ-kheo nhớ việc hành dục mà bất tịnh xuất, sanh nghi, hỏi Phật, Phật nói: "Ông nhớ với ý gì?" Tỳ-kheo bạch: "Con nhớ việc hành dục, bất tịnh tự xuất." Phật dạy: "Không phạm, nhớ việc hành dục, phạm Đột-kiết-la."

3. Có tỳ-kheo cố dùng "hình" chống đỡ cái y, bất tịnh xuất, nghĩ là không phạm Tăng-già-bà-thi-sa, hỏi Phật, Phật dạy: "Tỳ-kheo như vậy mà xuất bất tịnh thì phạm Tăng-già-bà-thi-sa, không xuất thì phạm Thâu-lan-giá."

4. Có tỳ-kheo ở bên tượng người nữ, xuất bất tịnh, sanh nghi, hỏi Phật, Phật dạy: "Nếu xuất bất tịnh thì phạm Tăng-già-bà-thi-sa, không xuất thì phạm Thâu-lan-giá."

II. XÚC NỮ

1. Bấy giờ có tỳ-kheo dùng khuỷu tay núng thân người nữ, lại có tỳ-kheo dùng cái móc bình bát kéo người, sanh nghi, hỏi Phật, Phật dạy: "Đều phạm Thâu-lan-giá; nếu nắm y của họ, kéo đẩy dây, gậy của họ cũng như vậy."

2. Có tỳ-kheo, người nữ ở trên giường, trên thuyền, trên xe, trên cây, với tâm dục lay động sanh nghi, hỏi Phật, Phật dạy: "Tỳ-kheo như vậy đều phạm Thâu-lan-giá."

3. Bấy giờ, có người nữ mặc thanh y, tỳ-kheo thấy nói chị em hứa cho tuổi thanh xuân, sanh nghi, hỏi Phật, Phật dạy: "Phạm Thâu-lan-giá, nếu nhân hình dáng như vậy mà nói ác ngữ đều như vậy."

4. Bấy giờ có vợ chồng cãi nhau không hòa hợp, tỳ-kheo đến hòa hợp, sanh nghi, hỏi Phật, Phật dạy: "Nếu nghĩa vợ chồng đã xa lìa mà hòa hợp thì phạm Tăng-già-bà-thi-sa, nếu chưa ly thì không phạm."[214]

---

[214] Bản Hán, hết quyển 28.

CHƯƠNG VIII: PHÁP TỲ-KHEO-NI[215]

I. CÙ-ĐÀM-DI

1. Tỳ-kheo-ni đầu tiên

[185b7] Bấy giờ, đức Thế Tôn trở về Xá-di, chưa đến thành Ca-duy-la-vệ, dừng chân dưới gốc cây Ni-câu-loại.[216] Vua Tịnh Phạn ra nghinh đón, từ xa thấy dung mạo đức Thế Tôn đặc thù, giống như núi vàng, đến trước đức Phật kính lễ sát chân, nói bài kệ:

Khi sanh, thầy tướng đoán
Tôi nghe, kính lễ đầu
Lần hai, cúi lễ cây
Lần ba, lạy thành đạo.

Nhà vua nói kệ rồi liền ngồi qua một bên, đức Phật vì vua nói các diệu pháp... *cho đến câu:* Thấy pháp đắc quả, từ chỗ ngồi đứng dậy để trống vai bên hữu, quỳ gối chắp tay, bạch Phật: "Kính bạch đức Thế Tôn, cho tôi được xuất gia thọ Cụ túc giới." Đức Phật liền quan sát vấn đề, thấy nhà vua xuất gia không thuận tiện, liền tâu: "Đừng phóng dật, tuần tự sẽ được diệu pháp này." Khi ấy nhà vua cầu thọ Tam quy, Ngũ giới. Thọ năm giới rồi, đức Phật lại nói các diệu pháp, chỉ bày sự lợi ích khiến cho vui mừng, rồi vua trở về bản vị. Nhà vua về đến trước sân hoàng cung, ba lần ban lệnh:

"Ai muốn xuất gia trong chánh pháp luật của Như Lai thì tùy nguyện."

---

[215] *Tứ phần* 48, tr. 922c06: Tỳ-kheo-ni kiền-độ 比丘尼犍度. Cf. *Cūḷavagga* 10, Bikkhunikkhandhakaṃ, Vin. ii. 252.

[216] *Tứ phần*: Ni-câu-luật viên 尼拘律園. [Pali] *Nigrodhārāma*, vườn cây đa, gần *Kapilavatthu*.

Khi ấy Cù-đàm-di Ma-ha-ba-xà-ba-đề nghe nhà vua ra lệnh như vậy liền cùng năm trăm Thích nữ kẻ trước, người sau vây quanh, mang hai chiếc y mới đến chỗ đức Phật, đầu mặt đảnh lễ sát chân rồi bạch Phật: "Kính bạch đức Thế Tôn, tự tay con dệt hai chiếc y này, nay xin dâng cúng, mong Thế Tôn rủ lòng thương nạp thọ."

Đức Phật dạy: "Nên cúng cho Tăng để được quả báo lớn."

Bà lại bạch như trên, đức Phật dạy: "Nên cúng cho Tăng, trong Tăng có Như Lai."

Bà lại bạch như trên, đức Phật dạy: "Như Lai nhận một, còn lại một cúng cho Tăng."

Khi ấy bà mới vâng theo lời dạy, dâng cúng cho Phật và Tăng. Cù-đàm-di lại bạch Phật: "Xin cho phép nữ giới xuất gia thọ Cụ túc giới trong chánh pháp của Như lai."²¹⁷ Đức Phật dạy: "Thôi, thôi đừng nói điều đó, tại sao vậy? Xưa kia các đức Phật đều không có người nữ xuất gia. Các người nữ, tự mình nương nơi Phật, ở tại gia, cạo đầu, mặc áo cà-sa,²¹⁸ siêng năng tinh tấn tu hành, được đắc đạo quả. Các đức Phật vị lai cũng lại như vậy. Nay Ta cũng cho phép người nữ dùng điều này làm phương pháp."

[185c01] Cù-đàm-di thưa xin như trên đến lần thứ ba, đức Phật cũng ba lần không hứa khả. Khi ấy, bà Cù-đàm-di lớn tiếng than khóc, đảnh lễ sát chân lui ra.

Đức Phật từ Ca-duy-la-vệ cùng chúng Đại Tỳ-kheo 1250 người đầy đủ, du hành nơi dân gian. Bà Cù-đàm-di cùng năm trăm Thích nữ tự động cùng nhau tự cạo đầu, mặc y cà-sa, khóc kể, đi theo sau, luôn luôn tá túc những nơi đức Thế Tôn tá túc.

Đức Phật tuần tự du hành đến thành Xá-vệ, trụ nơi Kỳ-hoàn. Bà Cù-đàm-di cùng năm trăm Thích nữ đứng khóc bên ngoài cửa ngõ.

---

²¹⁷ *Tứ phần 48*, tr. 922c09: "Lành thay, cúi xin đức Thế Tôn cho phép người nữ được xuất gia hành đạo ở trong pháp của đức Phật." Tham chiếu, *Trung A-hàm 28*, kinh 116 "Cù-đàm-di", *Cūḷavagga* x, Vin. ii. 253. A. viii. 51 Dhammika. T24n1478, *Đại Ái Đạo Tỳ-kheo-ni kinh*.

²¹⁸ Hán: Ca-sa y 袈裟衣 *Kāsāya-vattha*, y phục của Tăng nhân.

Sáng sớm, tôn giả A-nan thấy vậy, liền hỏi: "Tại sao quý vị khóc?" Bà Cù-đàm-di thưa: "Bạch Đại đức! Đức Thế Tôn không cho người nữ xuất gia thọ giới Cụ túc, nên chúng tôi buồn tủi mà khóc, xin tôn giả vì chúng tôi bạch đức Thế Tôn cho chúng tôi được toại nguyện."

Tôn giả A-nan liền trở vào, đầu mặt kính lễ sát chân, bạch Phật đầy đủ. Đức Phật ngăn tôn giả A-nan, cũng như trên kia đã nói. Tôn giả A-nan lại bạch Phật: "Đức Thế Tôn sanh mới mấy ngày, mẹ Thế Tôn mạng chung, Cù-đàm-di nuôi nấng Thế Tôn cho đến khôn lớn, có cái ân như thế tại sao không báo đền?" Đức Phật nói: "Cù-đàm-di đối với Ta cũng có cái ân lớn, bà nhờ Ta mà biết được Phật, Pháp, Tăng, khiến sanh chánh tín. Người nào nhờ Thiện tri thức biết được Phật, Pháp, Tăng, sanh lòng tín kính, thì dù cho người ấy, dùng y thực, thuốc thang cúng dường trọn đời Thiện tri thức, cũng không thể báo trả được ân ấy."

Tôn giả A-nan lại bạch Phật: "Người nữ xuất gia thọ giới Cụ túc có thể đắc bốn quả Sa-môn hay không?" Đức Phật dạy: "Có thể đắc." Tôn giả A-nan thưa: "Nếu đắc bốn đạo quả, thì vì lý do gì Thế Tôn không cho họ xuất gia thọ giới Cụ túc?" Đức Phật dạy: "Nay Ta cho phép Cù-đàm-di thọ tám pháp không được vượt qua,[219] được vậy thì xuất gia được giới Cụ túc. Những gì là tám? Tỳ-kheo-ni nửa tháng phải đến chúng Tỳ-kheo cầu người giáo thọ;[220] Tỳ-kheo-ni không nên An cư nơi vùng không có Tỳ-kheo;[221] Tỳ-kheo-ni khi Tự tứ phải đến chúng Tỳ-kheo thỉnh ba việc kiến, văn, nghi tội;[222] Thức-xoa-ma-na học giới

---

[219] Hán: Bất khả việt pháp 不可越法. *Tứ phần:* Bất khả quá pháp 不可過法. *Trung A-hàm:* tôn sư pháp 尊師法. *Tăng-kỳ, Thập tụng:* Kính pháp 敬法. garudhamma, chỉ cho tám pháp phải được tôn kính, không thể vượt qua của Tỳ-kheo-ni đối với Tỳ-kheo Tăng.

[220] *Tứ phần* pháp thứ 6, Tỳ-kheo-ni Ba-dật-đề 141. Pāli pháp thứ 3: Mỗi nửa tháng đến Tỳ-kheo Tăng có hai việc: Hỏi ngày Bố-tát (uposathapucchakam) và xin giáo giới (ovādūpasaṅkammaṃ). *Thập tụng* 47: Mỗi nửa tháng, đến Tỳ-kheo nhận tám kính pháp. (Xem thêm Phần II, Tỳ-kheo-ni Ba-dật-đề 110).

[221] Xem Phần II, Tỳ-kheo-ni Ba-dật-đề 91.

[222] Xem Phần II, Tỳ-kheo-ni Ba-dật-đề 93.

2 năm rồi, phải ở trước hai bộ Tăng thọ giới Cụ túc;[223] Tỳ-kheo-ni không được mắng tỳ-kheo, không được đối với nhà bạch y nói tỳ-kheo phá giới, phá oai nghi, phá kiến;[224] Tỳ-kheo-ni không được cử tội tỳ-kheo,[225] mà tỳ-kheo được chê trách tỳ-kheo-ni; Tỳ-kheo-ni phạm tội thô ác phải đến trước hai bộ Tăng hành Ma-na-đỏa nửa tháng, hành Ma-na-đỏa nửa tháng rồi nên đối trước mỗi bộ Tăng gồm hai mươi vị để cầu xuất tội;[226] Tỳ-kheo-ni tuy thọ giới một trăm năm, vẫn phải lễ bái, đứng dậy nghinh đón[227] tỳ-kheo mới thọ giới."

[186a01] Tôn giả A-nan vâng lời Phật dạy liền ra nói với Bà Cù-đàm-di: "Bà nên lắng nghe, tôi nói lại lời đức Phật dạy." Bà Cù-đàm-di sửa lại y phục, từ xa kính lễ chân Phật, quỳ gối, chắp tay một lòng lắng nghe.

Tôn giả A-nan nói đầy đủ như trên, bà Cù-đàm-di nói: "Cũng như thiếu niên nam nữ trong trắng, tự mình vui thích với sự tắm rửa thân thể, mặc áo mới, có người ân huệ đem cho tràng hoa Chiêm-bà, tràng hoa Bà-sư, tràng hoa Ưu-bát-la, tràng hoa A-đề-mục-đa-già,[228] người kia vui mừng hai tay đón nhận rồi đội lên trên đầu, nay tôi đảnh thọ pháp giáo của đức Thế Tôn, cũng lại như vậy."

Cù-đàm-di lại bạch với tôn giả A-nan: "Xin tôn giả vì tôi bạch với đức Thế Tôn rằng: 'tôi đã đảnh thọ 8 pháp, trong 8 pháp muốn xin một điều, cho phép tỳ-kheo-ni tùy theo lớn nhỏ mà kính lễ tỳ-kheo, chứ tại sao tỳ-kheo-ni một trăm tuổi mà lại kính lễ tỳ-kheo mới thọ giới?" Tôn giả A-nan lại vì bà Cù-đàm-di vào bạch Phật.

---

[223] Xem Phần II, Tỳ-kheo-ni Ba-dật-đề 114.

[224] Tỳ-kheo-ni, Ba-dật-đề 145. *Thập tụng* thay điều này bằng ba-dật-đề 172.

[225] *Tứ phần,* pháp thứ 3, *Thập tụng,* điều 8: Tỳ-kheo-ni không được nói các tội thấy, nghe, nghi của tỳ-kheo.

[226] *Tứ phần,* pháp thứ 5.

[227] *Tứ phần,* pháp thứ 1. Xem Phần II, Tỳ-kheo-ni, Ba-dật-đề 178.

[228] Các loại hoa theo *Tứ phần:* ưu-bát-la 優鉢羅 (◻ *uppala*, sen hay bông súng xanh), a-hy-vật-đa 阿希物多 (◻ *atimuttaka*, hoa thiện tư), Chiêm-bà 瞻婆 (◻ *campaka*, một loại hoa vàng), tô-man-na 蘇曼那 (◻ *sumanā*, tố hương), bà-sư 婆師 (◻ *vassika*, hoa hạ sinh).

Đức Phật bảo A-nan: "Nếu Ta cho phép tỳ-kheo-ni tùy theo lớn nhỏ mà kính lễ tỳ-kheo, là điều không thể có. Người nữ có 5 điều trở ngại: không được làm Thiên Đế-thích, Ma thiên vương, Phạm thiên vương, Chuyển luân thánh vương, Tam giới pháp vương. Nếu không cho người nữ xuất gia thọ giới Cụ túc thì chánh pháp của Phật trụ thế 1.000 năm, nay cho họ xuất gia thì giảm 500 năm,[229] cũng như nhà người nào đó, con gái nhiều, con trai ít, nên biết nhà đó bị suy tàn, không lâu." Đức Phật lại bảo A-nan: "Nếu người nữ không xuất gia thọ giới Cụ túc trong giáo pháp của Ta thì sau khi Ta Nê-hoàn, các ưu-bà-tắc, ưu-bà-di sẽ đem 4 món cúng dường đi theo sau tỳ-kheo và thưa: 'Đại đức lân mẫn! Nhận sự cúng dường của con.' Nếu họ ra ngoài cửa ngõ thấy thì kéo tay vào nói: 'Đại đức đối với con có ân, mời Đại đức vào nhà con ngồi tạm để con được an lành.' Nếu họ gặp trên lộ trình, họ đều xổ đầu tóc lau chân tỳ-kheo, trải tóc ra mời tỳ-kheo dậm lên trên mà đi, nay cho người nữ xuất gia điều đó hầu như bị mất hết."[230] Tôn giả nghe qua rồi, buồn hận rơi nước mắt, bạch Phật: "Bạch đức Thế Tôn, trước đây con không nghe, không biết điều đó nên mới cần cầu cho người nữ xuất gia thọ giới Cụ túc. Nếu trước đây con biết thì đâu có 3 phen cầu xin." Đức Phật bảo tôn giả A-nan: "Chớ nên khóc kể, ma che đậy lòng ông nên mới thế. Nay Ta đã cho người nữ xuất gia thọ giới Cụ túc rồi, cần phải tùy thuận theo sự chế cấm của Ta, không được trái nghịch; những gì Ta không chế cấm thì không được vọng chế." Tôn giả A-nan liền trở ra, nói lại đầy đủ những gì đức Phật đã dạy cho bà Cù-đàm-di nghe. Bà Cù-đàm-di nghe rồi hoan hỷ phụng hành, liền trở thành người xuất gia thọ giới Cụ túc.

Cù-đàm-di lại thưa với A-nan: "Năm trăm Thích nữ này nay phải như thế nào để thọ giới Cụ túc? Nhờ tôn giả thưa với đức Phật giùm." A-nan lại bạch Phật, **[186b01]** Phật dạy: "Cho phép Tỳ-kheo-ni Ba-

---

[229] *Tứ phần* 48, tr. 923c09: Đức Phật bảo tôn giả A-nan: "Nếu người nữ không xuất gia ở trong Phật pháp thì Phật pháp sẽ được lâu dài năm trăm năm."

[230] Vin. ii. 256: Phật chỉ nói điều này sau khi đã chấp nhận người nữ xuất gia. Có thể do Phật không nói điều này nên Cù-đàm-di và A-nan khẩn khoản xin.

xà-ba-đề làm Hòa thượng, đối trước chúng Tỳ-kheo 10 vị, Bạch tứ yết-ma cho họ thọ giới Cụ túc. Cho phép mỗi lần Yết-ma chỉ 3 người, không được quá."

2. Pháp Tỳ-kheo-ni

Thọ giới rồi, Tỳ-kheo-ni Ma-ha-ba-xà-ba-đề cùng 500 Tỳ-kheo-ni đều đến chỗ đức Phật, đầu mặt đảnh lễ sát chân, bạch Phật rằng: "Kính bạch đức Thế Tôn, chúng con mặc y thế nào?"

Phật dạy: "Như pháp của tỳ-kheo." Lại hỏi: "Ăn như thế nào?" Phật dạy: "Cho phép khất thực." Lại hỏi: "Bố-tát thế nào?"

Phật dạy: "Cho phép Bố-tát riêng, nửa tháng đến Tỳ-kheo Tăng cầu giáo thọ." Lại hỏi: "Kết hạ an cư thế nào?"

Phật dạy: "Cho phép kết 3 tháng an cư trong nhà (chùa)." Lại hỏi: "Tự tứ thế nào?"

Phật dạy: "Cho phép Tự tứ riêng, đến Tỳ-kheo Tăng thỉnh kiến, văn, nghi tội." Lại hỏi: "Thọ y Ca-thi-na như thế nào?"

Phật dạy: "Cho phép Bạch nhị yết-ma, thọ trong 4 tháng." Lại hỏi: "Chứa dép da thế nào?"

Phật dạy: "Cho phép làm guốc dép để đi lại." Lại hỏi: "Diệt tránh bằng cách nào?"

Phật dạy: "Cho phép dùng 7 pháp diệt tránh để chấm dứt 4 tránh sự."

3. Hai năm học giới

Lúc bấy giờ, các tỳ-kheo-ni, trước không trao cho đệ tử hai năm học giới, bèn trao Đại giới, bạch Phật, Phật dạy: "Không nên như vậy, vi phạm, phạm Đột-kiết-la. Trước nên trao cho học giới 2 năm: không được sát sanh, không được lấy của không cho, không được dâm dục, không được nói dối, không được uống rượu, không được ăn phi thời."

4. Ma-na-dỏa

Khi ấy có một vị tỳ-kheo-ni làm mai mối,[231] phạm Tăng-già-bà-thi-

---

[231] Xem Phần II, Ch. ii, Pháp Tăng tàn của Ni, Điều 1: Mai mối.

sa, không biết giải quyết thế nào, bạch Phật. Nhân việc này, đức Phật tập họp 2 bộ Tăng, bảo các tỳ-kheo: "Cho phép 2 bộ Tăng Bạch tứ yết-ma trao cho tỳ-kheo-ni ấy nửa tháng Ma-na-đỏa. Tỳ-kheo-ni kia nên đối trong Tăng, để trống vai bên hữu, cởi bỏ giày dép, kính lễ sát chân 2 bộ Tăng, bạch:

Đại đức Tăng xin lắng nghe! Con Tỳ-kheo-ni tên là... làm mai mối, phạm tội Tăng-già-bà-thi-sa, nay đến Tăng xin nửa tháng Ma-na-đỏa, xin Tăng cho con nửa tháng Ma-na-đỏa.

Xin như vậy 3 lần. Một tỳ-kheo xướng lên:

Đại đức Tăng xin lắng nghe! Tỳ-kheo-ni tên là... làm mai mối, phạm tội Tăng-già-bà-thi-sa, đến Tăng xin nửa tháng Ma-na-đỏa, nay Tăng cho nửa tháng Ma-na-đỏa. Nếu thời gian thích hợp đối với Tăng, Tăng chấp thuận. Đây là lời tác bạch.

Đại đức Tăng xin lắng nghe! Tỳ-kheo-ni tên là... làm mai mối, phạm tội Tăng-già-bà-thi-sa, đến Tăng xin nửa tháng Ma-na-đỏa, [186c01] nay Tăng cho nửa tháng Ma-na-đỏa. Các Trưởng lão nào chấp thuận thì im lặng. Ai không đồng ý xin nói.

Nói như vậy 3 lần.

Tăng đã trao cho Tỳ-kheo-ni tên là... nửa tháng Ma-na-đỏa rồi. Tăng đồng ý nên im lặng. Việc này tôi ghi nhận như vậy."

Tăng đã trao cho pháp Ma-na-đỏa rồi, đương sự nên thức dậy sớm lau quét trú xứ của tỳ-kheo-ni, lấy bùn sửa chữa nền và tường các phòng, chỗ cần có nước thì phải lấy cho đầy, các việc cần đều phải nên làm. Nếu có khách tỳ-kheo-ni đến, hay khách tỳ-kheo-ni đi cũng đều phải bạch. Lại nên cùng một tỳ-kheo-ni làm bạn đến trú xứ của tỳ-kheo, có việc gì nên làm phải cần làm như trên. Nếu có khách tỳ-kheo đến, hay khách tỳ-kheo đi cũng đều phải bạch. Ngày ngả về chiều, trở về trú xứ tỳ-kheo-ni. Nửa tháng phụng hành như vậy rồi, đối trước 2 bộ Tăng, mỗi bên 20 vị, cầu xin Yết-ma xuất tội, như pháp của tỳ-kheo.

5. Kính lễ tỳ-kheo

Khi ấy, các tỳ-kheo-ni không cung kính lễ tỳ-kheo, không người giáo giới, ngu si không biết gì, không thể học giới, bạch Phật, Phật quở trách: "Trước đây Ta đã nói 8 pháp không được vượt qua, tỳ-kheo-ni 100 tuổi kính lễ tỳ-kheo mới thọ giới, tại sao không kính lễ?" Quở trách rồi, Phật bảo các tỳ-kheo: "Từ nay cho phép các tỳ-kheo tùy theo thứ tự kính lễ bậc Thượng tọa. Các tỳ-kheo-ni kính lễ tất cả các tỳ-kheo, cũng tùy theo thứ tự kính lễ lẫn nhau. Thức-xoa-ma-na kính lễ tất cả tỳ-kheo, tỳ-kheo-ni, cũng tùy theo thứ tự kính lễ lẫn nhau. Sa-di cũng như vậy. Sa-di-ni kính lễ tất cả tỳ-kheo; tỳ-kheo-ni, thức-xoa-ma-na, và sa-di cũng tùy theo thứ tự kính lễ lẫn nhau." Có tỳ-kheo-ni ở chỗ cao kính lễ tỳ-kheo ở chỗ thấp, hoặc ở phía sau tỳ-kheo, hoặc ở bên tỳ-kheo mà kính lễ, hoặc lấy tay cầm chân, hoặc đầu gối sát đất kính lễ. Bạch Phật, Phật dạy: "Đều không nên làm như vậy, cho phép tỳ-kheo-ni cách tỳ-kheo không gần không xa, chắp tay cúi đầu nói: Cung kính!"

6. Cạo tóc

Bấy giờ, các tỳ-kheo-ni tóc dài, Phật bảo: "Nên cầu người nữ cạo tóc cho, nếu không có người nữ, cho phép cầu người nam, nhưng không được xúc chạm, không được khiến họ cầm nắm; có tỳ-kheo-ni bạn khác, nhờ họ cầm, và nhờ họ cạo."

7. Thọ kinh

Khi ấy, các tỳ-kheo-ni đến tỳ-kheo-ni thọ kinh, tụng không thể được; lại có một tỳ-kheo-ni đến tỳ-kheo-ni thọ một Ba-la-đề-mộc-xoa, nhiều ngày không thể được, sau đó, đến tỳ-kheo thọ, liền được, bạch Phật, Phật dạy: "Cho phép tỳ-kheo-ni đến nơi tỳ-kheo thọ kinh. [187a01] Nếu trong kinh có nói lời thô ác, cho phép viết chữ trao, nếu không biết chữ, cho phép dùng sự ngăn cách để trao, nếu không cái gì để ngăn cách, cho phép xoay lưng lại để trao."

8. Cầu giáo thọ

Có các tỳ-kheo-ni cùng tỳ-kheo đồng Bố-tát, thấy các tỳ-kheo phạm tội bèn muốn cử tội, bạch Phật, Phật dạy: "Tỳ-kheo-ni không được cùng tỳ-kheo Bố-tát, nên nửa tháng mời một tỳ-kheo, khiến đến Tỳ-kheo Tăng xin một vị giáo giới." Các tỳ-kheo không chịu cung ứng, Phật dạy: "Cho phép tỳ-kheo-ni làm các thứ cúng dường như đã đựng bát, đãy lọc nước, dây lưng, hương dầu, bữa ăn trước, bữa ăn sau"; hoặc chưa Bố-tát mà bạch, hoặc Bố-tát rồi mới bạch, Phật dạy: "Không nên như vậy, nên trong khi xướng: các tỳ-kheo không đến, muốn thanh tịnh, từ chỗ ngồi đứng dậy đến đứng trước Tăng, bạch:

'Đại đức tăng xin lắng nghe! Tịnh xá... Tỳ-kheo-ni Tăng hòa hợp, đảnh lễ Tăng túc tỳ-kheo hòa hợp, cầu xin vị giáo thọ.'

Nếu trước đó, Tăng đã sai vị giáo thọ, Thượng tọa nên trả lời: 'Đến Tỳ-kheo... để thọ;' nếu Tăng không có người để sai, mà có người thuyết pháp, nên trả lời: 'Đến tỳ-kheo... để thọ;' nếu lại không có người nào, nên trả lời: 'Trong đây không có người để sai giáo thọ, lại không có người nói pháp, quý vị chớ buông lung.' Các tỳ-kheo-ni, sáng sớm nên đến thưa hỏi: Vấn đề xin tỳ-kheo giáo thọ, đã bạch Tăng chưa? Tỳ-kheo này nên trao truyền theo lời như Thượng tọa đã dạy."

9.   Cầu ba việc tự tứ

Có các tỳ-kheo-ni cùng tỳ-kheo Tự tứ, tỳ-kheo-ni muốn đến tập họp nơi tỳ-kheo ở A-lan-nhã để Tự tứ, dọc đường gặp giặc, nước, lửa, nạn mạng, nạn phạm hạnh, nạn y bát, lại phải đợi chờ, lưu lại để Tự tứ, bạch Phật, Phật dạy: "Tỳ-kheo-ni không được cùng tỳ-kheo Tự tứ, nên Tự tứ riêng. Nên đến Tỳ-kheo Tăng thỉnh kiến, văn, nghi tội."

Khi ấy, trong xóm làng không có tỳ-kheo, các tỳ-kheo-ni đến nơi A-lan-nhã thỉnh tội kiến, văn, nghi, hoặc đường xa đi không đến, hoặc tỳ-kheo-ni kia không hòa hợp, nên không thỉnh được, bạch Phật, Phật dạy: "Cho phép tỳ-kheo nơi A-lan-nhã vì tỳ-kheo-ni đến xóm làng Tự tứ; vì họ hòa hợp. Các tỳ-kheo-ni nên trước tập họp chúng Tự tứ, vậy sau mới sai tỳ-kheo-ni đến Tỳ-kheo Tăng thỉnh tội kiến, văn, nghi. Đến nơi, để trống vai bên hữu, cởi bỏ giày dép, từ xa kính lễ Tăng túc vậy sau vào trong Tăng, chắp tay, cúi đầu, bạch: *Tịnh xá... Tỳ-kheo-ni Tăng hòa hợp, đảnh lễ Tăng túc Tỳ-kheo hòa hợp; Tỳ-kheo-ni Tăng chúng con hòa hợp, thỉnh Đại đức Tăng Tự tứ, nói tội, kiến, văn, nghi.* **[187b01]** Thỉnh như vậy 3 lần."

10. Thọ Bát kính pháp

Bấy giờ, các tỳ-kheo nói với Tỳ-kheo-ni Ba-xà-ba-đề rằng: "Cô không có Hòa thượng, không thành xuất gia thọ giới Cụ túc. Bà Tỳ-kheo-ni Ba-xà-ba-đề sanh nghi, bạch Phật, Phật dạy: "Khi bà thọ 8 pháp không được vượt qua, đã là xuất gia thọ giới Cụ túc rồi."

II. NI THƯỜNG HÀNH (1)

1. Có tỳ-kheo-ni khuyến dụ, đùa bỡn tỳ-kheo, nói: "Tôi là tộc tánh lễ nghi hoàn bị, một người nữ đầy đủ công hạnh, ý muốn giúp đỡ thầy." Tỳ-kheo kia bèn sanh tâm nhiễm trước, không thích nếp sống đạo, đưa đến việc hoàn tục. Các tỳ-kheo bạch Phật, Phật dạy: "Tỳ-kheo-ni không nên khuyến dụ đùa bỡn với tỳ-kheo, vi phạm, phạm Đột-kiết-la."

2. Có các tỳ-kheo-ni đến trú xứ tỳ-kheo, hoặc để lộ nách ngực, hoặc để lộ bắp bả, ống chân, tỳ-kheo thấy sanh tâm nhiễm trước, không vui sống với đạo, hoàn tục. Các Tỳ-kheo bạch Phật, Phật dạy: "Không nên làm như vậy. Từ nay không cho phép tỳ-kheo-ni vào trú xứ của tỳ-kheo." Vì không được phép vào nên không có người giáo giới, các tỳ-kheo-ni bị ngu ám, không biết gì, không thể học giới, bạch Phật, Phật dạy: "Nếu tỳ-kheo-ni sống đúng pháp thì cho vào, Tăng cũng nên kêu đến." Kêu mà không đến, Phật dạy: "Kêu mà không đến phạm Đột-kiết-la."

3. Khi ấy các tỳ-kheo-ni không cùng tỳ-kheo nói năng, không có người giáo giới, ngu si không biết gì, không thể học giới. Các Tỳ-kheo-ni bạch Phật, Phật dạy: "Không nên như vậy, vi phạm, phạm Đột-kiết-la."

4. Khi ấy, Tỳ-kheo-ni Ưu-ta thường thường phạm giới, Tỳ-kheo-ni Tăng tác pháp trao cho Yết-ma không thấy tội, lại kêu khóc: "Tôi ngu si, Tăng tác pháp trao cho tôi Yết-ma không thấy tội, hoặc trong khi ấy, tôi lại phạm thô tội, nguyện xin Tăng vì tôi giải Yết-ma này." Các tỳ-kheo-ni bạch Phật, Phật dạy:

"Không nên vì thế mà giải Yết-ma, nên Bạch nhị yết-ma sai một tỳ-kheo-ni bạn với cô ta cùng nói năng, cùng sống để ngăn chặn. Một tỳ-kheo-ni xướng lên:

A-di[232] *Tăng lắng nghe! Nay Tăng sai Tỳ-kheo-ni tên là...*

---

[232] A-di 阿姨, phiên âm từ ⬚ ayye, ⬚ ārya, āyya, xưng hô với người nữ,

bạn của Tỳ-kheo-ni Ưu-ta, cùng nói năng, cùng sống để ngăn chặn. Nếu thời gian thích hợp đối với Tăng, Tăng chấp thuận. Đây là lời tác bạch.

A-di Tăng lắng nghe! Nay Tăng sai Tỳ-kheo-ni tên là... bạn của Tỳ-kheo-ni Ưu-ta, cùng nói năng, cùng sống để ngăn chặn. Các A-di nào chấp thuận thì im lặng. Ai không đồng ý xin nói.

Tăng đã sai Tỳ-kheo-ni tên là... bạn của Tỳ-kheo-ni Ưu-ta rồi. Tăng chấp thuận nên im lặng. Việc này tôi ghi nhận như vậy."

5. Có tỳ-kheo-ni nguyệt thủy ra nhớp chân và y, vào xóm làng khất thực, các bạch y thấy chê bai. **[187c01]** Phật dạy: "Nếu khi tỳ-kheo-ni nguyệt thủy ra, không cho phép vào xóm làng khất thực, cho phép chuẩn bị lương khô, cũng cho phép đệ tử khất thực thế; nếu không có đệ tử, cho phép mặc y nguyệt thủy khất thực."

Có các quý tộc nữ xuất gia không mặc y phú kiên,²³³ các bạch y thấy vai, cánh tay, cùng nhau trêu chọc, các vị Ni này quá xấu hổ. Các tỳ-kheo-ni bạch Phật, Phật dạy: "Cho phép mặc y phú kiên."

III. NI THỌ GIỚI

1. Pháp thọ giới Cụ túc

1.1. Bản bộ yết-ma

Khi ấy, đệ tử các tỳ-kheo-ni, học giới 2 năm, không hợp ý, bèn trao cho giới Cụ túc. Phật dạy: "Không nên như vậy, vi phạm, phạm Đột-kiết-la. Từ nay khiến cho phép hợp với ý Hòa thượng, A-xà-lê, mới triệu tập chúng 10 vị." Đến chỗ thọ giới, dẫn người muốn thọ giới đến để chỗ mắt thấy, tai không nghe. Hòa thượng nên vì họ cầu thầy Yết-ma và thầy giáo giới. Cầu được rồi, thầy Yết-ma nên Yết-ma, thầy giáo giới bảo họ ra ngoài để chỉ dạy. Vị Yết-ma tuyên xướng:

"A-di Tăng lắng nghe! Người nữ này tên là... cầu thọ giới Cụ túc với Ni sư tên là..., vị sư tên là... làm thầy giáo giới. Nếu

---

người nhỏ thưa trình người lớn.

²³³ Y Phú kiên: **Xem cht. 69**, Phần II, Ch. iii (quyển 2, tr. **109**).

thời gian thích hợp đối với Tăng, Tăng chấp thuận. Đây là lời tác bạch" Thầy giáo giới kia hành sơ pháp, trước hỏi Hòa thượng: ***"Người muốn thọ Cụ túc giới này đã học giới đủ 2 năm chưa? Y bát có đủ không?"*** Nếu nói không đủ, nên bảo: **'Phải đủ.'** Nếu nói đủ lại nên hỏi: ***"Của mình hay là mượn?"*** Nếu nói mượn, nên nói người chủ cho mượn phải xả cho.

Xong như vậy rồi mới đến chỗ người muốn thọ giới nói:

"Cô chớ nên sợ sệt, trong giây lát nữa tôi sẽ đưa cô đến chỗ cao thắng."

Nếu không biết rõ thì tối thiểu phải trương y ra xem xét để không trở ngại pháp thọ giới, nên hỏi: ***"Cái nào là Y Tăng-già-lê, Ưu-đa-la-tăng, An-đà-hội, y phú kiên, y tắm rửa của cô?"*** Nếu đương sự không biết thì nên nói cho biết, tiếp theo trao cho pháp thọ y bát, như trong pháp thọ tỳ-kheo đã nói. Lại nên nói:

"Này cô, hãy lắng nghe! Bây giờ là lúc cần nói thật. Nay tôi hỏi cô, nếu có thì nên nói có, nếu không thì nên nói không. Người nữ có những bệnh: bệnh hủi, bệnh hủi trắng, bệnh can tiêu, bệnh lát, bệnh cuồng, bệnh lậu, bệnh chảy mỡ, các trọng bệnh như vậy, cô có hay không? Cô có mắc nợ không? Chẳng phải vợ của người khác chứ? Phu chủ có cho phép cô tu không? Cô không thuộc hạng quan chức chứ? Cô không phải là tớ gái chứ? Cô là người chứ? Cô là người nữ chứ? Nữ căn của cô có đầy đủ chứ? Cô không phải là huỳnh môn chứ? Cô không phải là thạch nữ²³⁴ chứ? Cô không bị 2 đường hiệp lại chứ? Nguyệt thủy cô có ra không? Nó không thường bị ra phải không? Hai năm học giới đã đủ chưa? Đã cầu thỉnh Hòa thượng chưa? Cha mẹ có cho phép cô tu không? Cô có muốn thọ giới Cụ túc không? Như những gì tôi hỏi lúc này, sau đây Tăng cũng hỏi cô như vậy. [188a01] Cô nên trả lời như đã trả lời với tôi."

Thầy giáo giới nên trở lại trong Tăng, đứng thẳng bạch: "Tôi đã hỏi

---

²³⁴ Thạch nữ 石女: 梵 *vandhyā*, 巴利 *vañjhā*, dịch là "hư nữ", "con gái đá", tức chỉ người nữ không thể sinh con, không thể hành dâm.

rồi." Thầy Yết-ma nên bạch Tăng:

"A-di Tăng lắng nghe! Người nữ tên là... cầu thọ giới Cụ túc với Ni sư tên là... vị giáo giới tên là... đã hỏi rồi, nay cho phép dẫn đến. Nếu thời gian thích hợp đối với Tăng, Tăng chấp thuận. Đây là lời tác bạch."

Thầy giáo giới nên dẫn vào, dạy kính lễ sát chân Tăng. Kính lễ rồi, dẫn đến trước thầy Yết-ma, bảo quỳ gối, chắp tay hướng về thầy Yết-ma, tùng Tăng xin thọ giới Cụ túc. Dạy thưa:

"Con tên là... cầu thọ giới Cụ túc với Hòa thượng tên là... Nay theo Tăng xin thọ giới Cụ túc, Hòa thượng hiệu... Tăng cứu giúp con, rủ lòng thương đối với con."

Thưa xin như vậy 3 lần. Xong phần việc này, thầy giáo giới trở lại chỗ ngồi. Thầy Yết-ma nên bạch Tăng:

"A-di Tăng xin lắng nghe! Người nữ này tên là... cầu thọ giới cụ túc với Ni sư hiệu... Nay đương sự theo Tăng xin thọ giới Cụ túc, Hòa thượng hiệu... Nay tôi đối giữa Tăng hỏi các nạn sự. Nếu thời gian thích hợp đối với Tăng, Tăng chấp thuận. Đây là lời tác bạch."

Nên nói:

"Này cô, nên lắng nghe! Bây giờ là lúc cần nói sự thật, nay tôi hỏi cô, có thì nói có, không thì nói không..." cho đến câu: *"Cô muốn thọ giới không?"*

Đều như trên đã hỏi. Hỏi như trên rồi, thầy Yết-ma nên tuyên xướng:

"A-di Tăng lắng nghe! Người nữ này tên là... cầu thọ Cụ túc giới với Ni sư hiệu... Nay đương sự theo Tăng xin thọ Cụ túc giới, tự nói không có các chướng nạn, học giới đủ 2 năm, 5 y, bình bát đầy đủ, đã cầu thỉnh Hòa thượng, cha mẹ đã cho phép, muốn thọ Cụ túc giới. Nay Tăng trao cho người nữ tên là... giới Cụ túc, Hòa thượng hiệu... Nếu thời gian thích hợp đối với Tăng, Tăng chấp thuận. Đây là lời tác bạch.

A-di Tăng lắng nghe: Người nữ này tên là... cầu thọ Cụ túc giới với Ni sư hiệu... cho đến câu: Hòa thượng hiệu... Các A-di nào đồng ý thì xin im lặng. Vị nào không đồng ý xin nói."

Lần thứ 2 lần thứ 3 cũng nói như vậy.

"Tăng đã đồng ý cho người nữ tên là... thọ giới Cụ túc..., Hòa thượng hiệu... rồi. Tăng đồng ý nên im lặng. Việc này tôi ghi nhận như vậy."

1.2. Chánh pháp yết-ma

Hòa thượng, A-xà-lê kia lại nên triệu tập 10 Tỳ-kheo-ni Tăng, dẫn người thọ giới đến trong Tỳ-kheo Tăng, ở nơi cách thầy Tỳ-kheo Yết-ma một chút, quỳ hai đầu gối sát đất, xin thọ giới Cụ túc. Thầy Yết-ma nên dạy nói:

"Con tên là... thọ giới Cụ túc với cầu Hòa thượng hiệu..., đã ở trong một chúng thọ giới Cụ túc rồi, thanh tịnh, không có các nạn sự, đã học giới 2 năm đủ, y bát đầy đủ, đã cầu thỉnh Hòa thượng, cha mẹ cho phép, không phạm tội thô ác, muốn thọ giới Cụ túc. Nay theo Tăng xin thọ giới Cụ túc, [188b01] Hòa thượng hiệu... Tăng giúp đỡ cho con, rủ lòng thương cho con." Xin như vậy 3 lần.

Xin ba lần rồi, thầy Yết-ma nên bạch:

"Đại đức Tăng xin lắng nghe! Người nữ này tên là... cầu thọ giới Cụ túc với Ni sư hiệu..., đã ở trong một chúng thọ giới Cụ túc rồi, thanh tịnh không có các nạn sự, đã học giới đủ 2 năm, những việc cần làm đã làm, y bát đầy đủ, đã cầu thỉnh Hòa thượng, cha mẹ đã cho phép, không phạm các tội thô ác, muốn cầu thọ giới Cụ túc. Nay theo Tăng xin thọ giới Cụ túc, Hòa thượng hiệu... nay Tăng trao cho người nữ tên là... thọ giới Cụ túc, Hòa thượng hiệu là... Nếu thời gian thích hợp đối với Tăng, Tăng chấp thuận. Đây là lời tác bạch.

Đại đức Tăng lắng nghe! Người nữ này tên là... cầu thọ giới Cụ túc với Ni sư hiệu..., cho đến câu: nay Tăng trao cho người nữ tên là... thọ giới Cụ túc, Hòa thượng hiệu... Các Trưởng lão nào chấp thuận thì im lặng. Vị nào không đồng ý xin nói."

Lần thứ 2, lần thứ 3 cũng nói như vậy.

"Tăng đã đồng ý trao cho người nữ tên là... thọ giới Cụ túc, Hòa thượng hiệu... rồi, Tăng đồng ý nên im lặng. Việc này tôi ghi nhận như vậy."

Lại nói tám pháp và bốn thí dụ:

"Này người nữ... nên lắng nghe! Đức Như lai, Ứng cúng, Đẳng chánh giác nói tám pháp Ba-la-di, nếu tỳ-kheo-ni phạm mỗi một pháp nào, thì chẳng phải là tỳ-kheo-ni, chẳng phải con gái dòng họ Thích:

1. *Tất cả không được dâm...* cho đến câu: *dùng tâm nhiễm trước ngắm xem nam tử. Nếu tỳ-kheo-ni hành pháp dâm dục, cho đến loài súc sanh, thì chẳng phải tỳ-kheo-ni, chẳng phải con gái dòng họ Thích. Đây là điều trọn đời không được phạm, nếu có thể giữ được nên nói là có thể.*

2. *Tất cả không được trộm cắp, cho đến lá cây ngọn cỏ, nếu tỳ-kheo-ni hoặc nơi xóm làng hay nơi đất trống, vật có người thủ hộ, trộm cắp 5 tiền trở lên, thì chẳng phải tỳ-kheo-ni, chẳng phải con gái dòng họ Thích. Đây là điều trọn đời không được phạm, nếu có thể giữ được thì nên nói có thể.*

3. *Tất cả không được sát sanh, cho đến con kiến, nếu tỳ-kheo-ni tự tay mình đoạn mạng người hay tương tợ người, hoặc cầm dao trao cho, dạy người giết, dạy cách giết, khen sự chết, thì chẳng phải tỳ-kheo-ni, chẳng phải con gái dòng họ Thích. Đây là điều trọn đời không được phạm, nếu có thể giữ được, nên nói là có thể.*

4. *Tất cả không được nói dối, cho đến nói đùa, nếu tỳ-kheo-ni tự mình không được pháp quá nhơn, hoặc nói có các thiền Giải thoát tam muội, chánh thọ, hoặc đạo, hoặc quả, thì chẳng phải tỳ-kheo-ni, chẳng phải con gái dòng họ Thích. Đây là điều trọn đời không được phạm. Nếu có thể giữ được thì nói có thể.*

5. *Tất cả không được thân cận nam tử, nếu tỳ-kheo-ni dục xí*

thạnh biến tâm, rờ rẫm thân nam tử, [188c01] *từ mái tóc trở xuống, đầu gối trở lên, hoặc nam tử làm những hành động như vậy cũng không được chấp nhận; hoặc đè, hoặc bấm, hoặc bồng lên hoặc để xuống, hoặc nắm, hoặc kéo thì chẳng phải là tỳ-kheo-ni, chẳng phải là con gái dòng họ Thích. Đây là điều trọn đời không được phạm, nếu có thể giữ thì nói có thể.*

6. *Tất cả không được cùng với nam tử đứng, cùng nói chuyện, nếu tỳ-kheo-ni dục thạnh biến tâm chấp nhận nam tử hoặc nắm tay, nắm y, hẹn cùng đi, hoặc một mình cùng đi, một mình cùng đứng, một mình cùng nói, một mình cùng ngồi, dùng thân gần nhau, đủ tám việc này, thì chẳng phải là tỳ-kheo-ni, chẳng phải là con gái dòng họ Thích. Đây là điều trọn đời không được phạm, nếu có thể giữ được thì nói có thể.*

7. *Tất cả không được tùy thuận nói chuyện với tỳ-kheo phi pháp, nếu tỳ-kheo-ni biết Tỳ-kheo Tăng hòa hợp như pháp cử tội tỳ-kheo, mà tùy thuận tỳ-kheo này. Các tỳ-kheo-ni nói: Này cô, tỳ-kheo này bị Tỳ-kheo Tăng hòa hợp như pháp cử tội, cô chớ nên tùy thuận. Can gián như vậy mà tỳ-kheo-ni kia không bỏ, nên can gián lần thứ hai, lần thứ ba. Lần thứ hai, lần thứ ba can gián bỏ thì tốt, không bỏ thì không phải tỳ-kheo-ni, không phải là con gái dòng họ Thích. Đây là điều trọn đời không được phạm, nếu có thể giữ được thì nói có thể.*

8. *Tất cả không được che giấu tội thô ác của người khác, nếu tỳ-kheo-ni biết tỳ-kheo-ni khác phạm tội Ba-la-di, sau khi cô kia thôi tu hoặc chết, hoặc đi xa, hoặc bị cử, hoặc căn biến, bèn nói với các tỳ-kheo-ni như vầy: Trước đây tôi biết tỳ-kheo-ni kia phạm tội Ba-la-di. Biết mà không bạch với Tăng, không hướng đến người khác nói thì chẳng phải là tỳ-kheo-ni, chẳng phải là con gái dòng họ Thích. Đây là điều trọn đời nên giữ, không được phạm, nếu có thể giữ được thì nói có thể.*

Các đức Phật Thế Tôn hay khéo nói ví dụ để chỉ rõ sự việc: Ví như cây kim bị sứt đít thì không thể may vá được. Ví như người chết không thể sống lại được. Ví như tim cây đa-la bị chặt không thể sanh trưởng nữa. Ví như hòn đá bị vỡ không thể hiệp lại được. Nếu tỳ-kheo-ni đối với tám pháp này phạm bất cứ pháp nào, mà trở lại được tánh tỳ-kheo-ni là điều không thể có!"

Lại nói tám kỉnh pháp:

"Này cô..., nên lắng nghe! Đức Như lai, Ứng cúng, Đẳng chánh giác nói tám pháp không thể vượt qua, suốt đời cô không nên vượt qua:

1. *Tỳ-kheo-ni mỗi nửa tháng nên đến chúng Tỳ-kheo cầu người giáo giới.*

2. *Tỳ-kheo-ni không nên ở chỗ không có tỳ-kheo mà hạ an cư.*

3. *[189a01] Tỳ-kheo-ni khi Tự tứ nên đến trong chúng Tỳ-kheo thỉnh ba việc kiến, văn, nghi tội.*

4. *Thức-xoa-ma-na 2 năm học giới rồi, nên đến trước 2 bộ Tăng cầu thọ giới Cụ túc.*

5. *Tỳ-kheo-ni không được mắng tỳ-kheo; không được đối với bạch y nói tỳ-kheo phá oai nghi, phá giới, phá kiến.*

6. *Tỳ-kheo-ni không nên cử tội tỳ-kheo, tỳ-kheo được chê trách tỳ-kheo-ni.*

7. *Tỳ-kheo-ni phạm tội thô ác nên đối trước hai bộ Tăng hành Ma-na-đỏa nửa tháng; hành Ma-na-đỏa nửa tháng xong, đối trước hai bộ Tăng, mỗi bên hai mươi vị cầu xin xuất tội.*

8. *Tỳ-kheo-ni tuy thọ giới trước một trăm năm vẫn lễ bái, đứng dậy đón tiếp tỳ-kheo mới thọ giới."*

Lại nói bốn pháp nương tựa:

"Này cô... lắng nghe! Đức Như lai, Ứng cúng, Đẳng chánh giác nói bốn pháp nương theo để sống (tứ y), trọn đời nương

theo xuất gia thọ giới Cụ túc:

1. *Nương theo y phấn tảo xuất gia thọ giới Cụ túc, nếu có thể giữ được,* nên nói: *giữ được.*

Nếu được y dư, y Kiếp-bối, y Khâm-bà-la, y Câu-xá-da,[235] *y Sô-ma,*[236] *vải thô,*[237] *y Bà-xá-na, y A-ha-na, y Cù-trà-già,*[238] *y vải gai thô thì nên nhận.*

2. *Nương theo pháp khất thực xuất gia thọ giới Cụ túc, nếu có thể giữ được,* thì nói: *giữ được.*

Nếu được bữa ăn ngoại lệ, thức ăn cúng cho Tăng, bữa ăn trước, bữa ăn sau, người mời ăn thì nên thọ.

3. *Nương nơi ngọa cụ thô tệ xuất gia thọ giới Cụ túc, nếu có thể giữ được* thì nói: *giữ được.*

Nếu nhận được am thất dư, nhà gác, phòng lớn nhỏ, nhà vuông tròn thì nên nhận.

4. *Nương nơi thuốc rẻ tiền*[239] *xuất gia thọ giới Cụ túc, nếu có thể giữ được,* nên nói: *giữ được.*

Nếu nhận được tô du, mật, thạch mật dư thì nên thọ.”

Lại nên khuyến tu:

“Này cô..., nên lắng nghe! Cô đã được Bạch tứ yết-ma thọ giới Cụ túc rồi; Yết-ma như pháp, chư thiên, rồng, quỉ thần, Càn-thát-bà thường nguyện như vầy: Chúng tôi đến khi nào mới được thân người, được xuất gia thọ giới Cụ túc, nay cô đã được, như người được thọ vương vị, cô thọ được pháp tỳ-kheo-ni cũng như vậy. Cô nên kham nhẫn, trao đổi cùng

---

[235] Y Câu-xá-da 俱捨耶衣 (?).

[236] Y Sô-ma 芻摩衣: 㲲 khoma, vải lanh. (xem thêm cht. 336 trừ y, Phần I, Ch. iv).

[237] Hán: Sô-di y 芻彌衣.

[238] Y Bà-xá-na, y A-ha-na, y Cù-trà-già 婆舍那衣阿呵那衣瞿茶伽衣. Phiên Phạn ngữ 10, T54n2130, tr. 1051c23 ghi: Bà-xá-na dịch là vải, A-ha-na dịch vải mới, Cù-trà-già là lấy tên một đất nước.

[239] Hạ tiện dược 下賤藥, tức là thuốc hủ lạn dược, hay gọi trần khí dược.

nhau nói năng, giáo giới cho nhau, nên học ba môn vô lậu,
diệt ba độc, ra khỏi ba cõi, thành quả A-la-hán. Ngoài ra
những gì chưa biết, Hòa thượng, A-xà-lê sẽ vì cô chỉ dạy."

2. Đại diện thọ giới

Bấy giờ có một dâm nữ tên là Bán-ca-thi,[240] xuất gia trong chánh
pháp luật, muốn đến trú xứ A-lan-nhã, thọ giới Cụ túc. Bọn giặc nghe,
muốn đón đường rình bắt, người nữ cũng nghe nên không dám đi.
Các tỳ-kheo-ni đem vấn đề ấy bạch Phật, đức Phật dạy: "Cho phép
Bạch tứ yết-ma từ xa hướng đến thọ giới Cụ túc."[241] Hòa thượng, A-xà-
lê **[189b01]** của vị kia, trước hết triệu tập 10 vị Tỳ-kheo-ni Tăng trao
cho giới Cụ túc, rồi đem người xin thọ giới để một chỗ, mời 10 Tỳ-
kheo-ni Tăng đến nơi A-lan-nhã. Kính lễ chân Tỳ-kheo Tăng, Yết-ma
ni vì họ theo Tăng, xin giới, rằng:

"Đại đức Tăng xin lắng nghe! Người nữ tên... cầu thọ Cụ
túc giới với Ni sư... rồi, ở trong một chúng thọ giới Cụ túc
xong, thanh tịnh không có các nạn sự, đã học giới 2 năm đầy
đủ, những việc cần làm trước đây đã làm, y bát đầy đủ, đã
cầu thỉnh Hòa thượng, cha mẹ đã cho phép, không phạm
tội thô ác, muốn thọ giới Cụ túc. Nay tùng Tăng xin thọ Cụ
túc giới, Hòa thượng hiệu...[242] xin Tăng tế độ cho đương

---

[240] *Thập tụng* 41 (tr. 295b), 56 (tr. 410a11): Người nữ tên Bán-ca-thi-ni 半
迦尸尼 nhờ người đại diện đắc giới cụ túc. ⬚⬚ *dūtena upasampāda.*
Vin. ii. 277: Kỹ nữ *Aḍḍhakāsī,* xuất gia, muốn về *Sāvatthi* để thọ cụ
túc. Bọn vong mạng hay tin, tổ chức chặn đường để cướp. Cô biết
được, không dám đi. Phật cho phép nhờ sứ giả thọ giới. Trong *Câu-*
xá 14, đây là trường hợp của Tỳ-kheo-ni Pháp Thọ (⬚⬚ *Dharmadinnā,*
⬚⬚ *Dhammadinnā*).

[241] *Tứ phần* 48, tr. 926b10: Cho phép nhờ người thay thế đến thọ giới. Cho
phép nhờ một tỳ-kheo-ni thanh tịnh không có chướng nạn. Tăng
bạch nhị yết-ma để sai.

[242] Tham chiếu văn bạch đại diện xin giới theo Pāli, Vin. ii. 277: (...)
itthannāmā, ayyā, itthannāmāya ayyāya upasampadāpekkhā ekato-
upasampannā bhikkhunisaṅghe, visuddhā. sā kenacideva antarāyena
na āgacchati. itthannāmā, ayyā, saṅgha upasampādaṃ yācati.

*sự,*²⁴³ *rủ lòng thương vậy!"*

Xin như vậy 3 lần. Thầy Yết-ma Tỳ-kheo nên dựa theo lời cầu xin trên Bạch tứ yết-ma. Yết-ma rồi Hòa thượng, A-xà-lê đưa 10 vị Tỳ-kheo-ni Tăng trở về chỗ thọ giới trước đó, kêu người thọ giới đến bảo kính lễ chân Ni Tăng, quỳ gối chắp tay trước thầy Yết-ma. Thầy Yết-ma nên vì họ nói việc làm Bạch tứ yết-ma của Tăng, khiến cho họ nghe rồi, sau đó theo như trên nói tám pháp đọa, bốn thí dụ, tám pháp không thể vượt qua, bốn phương tiện nương để sống (tứ y)... *cho đến câu:* "Ngoài ra những điều không biết, Hòa thượng, A-xà-lê sẽ vì cô chỉ dạy."

IV. NI THƯỜNG HÀNH (2)²⁴⁴

1. Có các tỳ-kheo-ni mặc y sáng rực để làm đẹp, các bạch y chê trách nói: "Tỳ-kheo-ni này tợ như dâm nữ, muốn tìm nam tử." Các tỳ-kheo-ni bạch Phật, đức Phật dạy: "Không nên làm như vậy, vi phạm, phạm Đột-kiết-la."

2. Có các tỳ-kheo-ni kẻ chân mày, Phật dạy: "Không nên làm như vậy, vi phạm, phạm Đột-kiết-la."

3. Có các tỳ-kheo-ni bị bệnh đau mắt, cần vạch ra, đức Phật dạy: "Người bị đau mắt cho phép vạch."

4. Có các tỳ-kheo-ni đi trước tỳ-kheo, Phật dạy: "Không nên đi như vậy, vi phạm, phạm Đột-kiết-la."

5. Có các tỳ-kheo-ni, thấy tỳ-kheo từ xa đến, bèn đứng lại không

---

ullumpatu taṃ ayyā saṅgho anukampaṃ upādāya "... Người nữ mỗ giáp, theo người nữ mỗ giáp khất cầu giới cụ túc. Người nữ ấy đã thọ một phần cụ túc giữa Tỳ-kheo-ni Tăng. Người nữ ấy thanh tịnh. Người nữ ấy vì một chướng ngại như vậy không đến đây được. (Bạch chư Đại đức) Người nữ mỗ giáp khất cầu Tăng cho giới cụ túc. Nguyện Tăng thương tưởng cứu vớt người nữ mỗ giáp ấy." Tham chiếu văn bạch Thập tụng 41, đã dẫn.

²⁴³ *Tứ phần* 48, tr. 926b24: Bạt tế ngã 拔濟我. Các bản khác như Ngũ phần, không có chữ *ngã* 我.

²⁴⁴ Tiếp theo Ni thường hành (1) ở trước.

dám đi trước nên trở ngại việc khất thực, đức Phật dạy: "Nếu cách xa thì cho phép đi trước."

6. Có các tỳ-kheo-ni đi trước tỳ-kheo nhổ nước miếng xuống đất nên hôi thúi, đức Phật dạy: "Không nên như vậy, vi phạm, phạm Đột-kiết-la."

7. Có các tỳ-kheo-ni ngồi chồng lên gót chân, nguyệt thủy chảy ra nhớp chân, người thấy cơ hiềm. Lại có một tỳ-kheo-ni ngồi chồng lên gót chân, con bọ hung bò vào trong nữ căn làm cho sanh bệnh. Bạch Phật, Phật dạy: "Tất cả tỳ-kheo-ni nên ngồi xếp chân lại, nếu ngồi chồng lên gót chân thì thay đổi duỗi ra một chân, vi phạm, phạm Đột-kiết-la."

8. Có cư sĩ muốn cùng tỳ-kheo-ni trao đổi chỗ ở, các tỳ-kheo-ni không dám, Phật dạy: "Cho phép trao đổi."

9. Có các tỳ-kheo-ni như pháp **[189c01]** thêu hoa, trương y ra thêu, Phật dạy: "Không nên làm như vậy, nếu y bị cuốn lại cho phép may cái viền."

10. Có các tỳ-kheo-ni đại tiểu tiện lung tung nơi trú xứ nên bị hôi thúi, Phật dạy: "Không nên như vậy, vi phạm, phạm Đột-kiết-la, nên làm nhà vệ sinh."

11. Các tỳ-kheo-ni làm cái hố xí quá sâu, trong hố này bỏ vào cái thai bị sẩy. Người dọn hố xí thấy, cơ hiềm: "Bọn này thường khen ngợi ly dục, ly dục tưởng, nói dục là lửa đốt mà làm việc này, sợ người biết nên trục thai bỏ vào hố xí, sao không thôi tu để hưởng thụ năm dục lạc." Các tỳ-kheo-ni bạch Phật, Phật dạy: "Không nên làm hố xí quá sâu, sâu nhất là một khuỷu tay, làm cái miệng nhỏ."

12. Có các tỳ-kheo-ni dùng cái bát, cho đến cái đãy đựng cái thai, sáng sớm đem bỏ. Khi ấy, nơi biên cương có việc, vua Ba-tư-nặc, cần đem quân chinh phạt. Có người tin ưa Phật pháp khởi ý nghĩ: "Nay ta nên trước hết cúng dường trai phạn cho người xuất gia, sau đó mới đi". Liền sai người tín cẩn đi tìm, gặp tỳ-kheo-ni kia mời về để cúng thức ăn. Tỳ-kheo-ni kia nói: "Ngươi nên đi trước đi, tôi theo sau đến cũng được." Sứ giả tha thiết mời, dẫn cô ni cùng về. Để đặt thức ăn vào bát, ông ta giở bình bát ra, thấy bào thai bên trong bát; bằng mọi

cách chê trách, nói: "Bọn này thường nói từ mẫn hộ niệm chúng sanh, mà nay chính mình giết thai nhi, không có hạnh sa-môn, phá pháp sa-môn." Các tỳ-kheo-ni bạch với các tỳ-kheo, các tỳ-kheo bạch Phật, đức Phật dạy: "Khi tỳ-kheo-ni đi khất thực, thấy tỳ-kheo nên giở bát ra cho tỳ-kheo xem." Các tỳ-kheo-ni đều xuất trình bát, phải nghiêng nhìn. Việc này mất thì giờ, làm trở ngại việc khất thực. Phật dạy: "Chỉ nên giở ra, để chứng tỏ bát không là được."

13. Có một tỳ-kheo-ni sanh một nam nhi, không biết giải quyết cách nào, bạch Phật, Phật dạy: "Cho phép Bạch nhị yết-ma sai một tỳ-kheo-ni làm bạn." Một tỳ-kheo-ni tuyên xướng giữa Tăng:

"A-di Tăng xin lắng nghe! Tỳ-kheo-ni này tên là... sanh nam nhi, nay sai Tỳ-kheo-ni tên... làm bạn. Nếu thời gian thích hợp đối với Tăng, Tăng chấp thuận. Đây là lời tác bạch.

A-di Tăng lắng nghe: Tỳ-kheo-ni tên... này sanh nam nhi, nay sai Tỳ-kheo-ni... làm bạn. Các A-di nào đồng ý thì im lặng. Vị nào không đồng ý xin nói.

Tăng đã sai Tỳ-kheo-ni... làm bạn với Tỳ-kheo-ni... rồi. Tăng đồng ý nên im lặng. Việc này tôi ghi nhận như vậy."

14. Hai tỳ-kheo-ni dắt hài nhi, sanh nghi, Phật dạy: "Không phạm." Hai tỳ-kheo-ni cùng ngủ với hài nhi, sanh nghi, Phật dạy: "Cũng không phạm." Sửa soạn cho hài nhi rồi hôn nó. Phật dạy: "Không nên làm như vậy, cho phép tắm rửa, cho bú; nếu rời bỏ được sự chăm sóc ẩm bồng thì nên cho tỳ-kheo, khiến nó xuất gia. Nếu không muốn cho xuất gia **[190a01]** thì giao cho bà con nuôi dưỡng cho nó khôn lớn."

15. Có các tỳ-kheo-ni, Tỳ-kheo Tăng gọi, không theo thứ tự đến. Phật dạy: "Không nên như vậy, nên theo thứ tự sai đến."

16. Có các tỳ-kheo-ni vào trong xóm làng không buộc hạ y, bị sút, lộ hình, Phật dạy: "Nên dùng dây lưng buộc lại." Họ làm dây lưng dài quá, Phật dạy: "Cho phép quấn một vòng;" làm dây lưng rộng quá, Phật dạy: "Rộng lắm là bằng một ngón tay;" làm dây lưng bằng tạp sắc, Phật dạy: "Không nên làm như vậy, cho phép làm một màu."

17. Có các tỳ-kheo-ni mặc y nhẹ vào xóm làng, gió thổi, lộ hình. Phật dạy: "Cho phép trên và dưới dùng cái khâu buộc dính lại."

18. Có các người nữ quý tộc xuất gia bưng bình bát đi khất thực. Phật dạy: "Cho phép may cái đãy đựng bình bát đi khất thực." Mang bát dưới nách mồ hôi chảy ra nhớp, Phật dạy:

"Cho phép làm cái khăn tủ lên cái bát."

19. Có các tỳ-kheo-ni lập kế hoạch độc hại muốn giết chúng sanh. Phật dạy:

"Nếu lập kế hoạch độc hại muốn giết chúng sanh, phạm Thâu-lan-giá. Làm chú thuật làm cho người chết đứng dậy, muốn giết chúng sanh cũng như vậy."

20. Có các tỳ-kheo-ni chứa đủ các loại y tạp sắc. Các bạch y cơ hiềm nói: "Các tỳ-kheo-ni này giống hệt dâm nữ." Phật dạy: "Không nên như vậy, vi phạm, phạm Đột-kiết-la."

21. Các tỳ-kheo có thức ăn cách đêm, các tỳ-kheo-ni không có thức ăn, không dám cho. Phật dạy: "Cho phép cho không phạm. Tỳ-kheo-ni có thức ăn cách đêm, cho tỳ-kheo cũng như vậy."

22. Có các tỳ-kheo đến trú xứ Tỳ-kheo-ni, không có người trao thức ăn. Phật dạy: "Khi không có tịnh nhân, cho phép tỳ-kheo-ni trao thức ăn cho tỳ-kheo, không phạm. Tỳ-kheo trao thức ăn cho tỳ-kheo-ni cũng như vậy."

23. Có các tỳ-kheo-ni nấu rượu, nhiều người cơ hiềm. Phật dạy: "Không nên làm như vậy, vi phạm, phạm Thâu-lan-giá."

24. Có các tỳ-kheo-ni nuôi bò cày ruộng, nuôi người ở, đích thân coi việc cày cấy. Các bạch y cơ hiềm: "Các tỳ-kheo-ni này cũng đích thân coi việc cày cấy, cùng ta đâu khác gì." Phật dạy: "Không nên tự mình coi, nên sai tịnh nhân, vi phạm, phạm Đột-kiết-la."

25. Có các tỳ-kheo-ni thu hoạch trong việc sản xuất, nhiều người chê trách. Phật dạy: "Không nên như vậy, vi phạm, phạm Thâu-lan-giá."

26. Có các tỳ-kheo-ni nuôi dâm nữ ngồi cho thuê mướn, nhiều người chê trách. Phật dạy: "Không nên như vậy, vi phạm, phạm Thâu-lan-giá."

27. Có các tỳ-kheo-ni ép dầu bán, nhiều người chê trách. Phật dạy:

"Không nên như vậy, vi phạm, phạm Thâu-lan-giá."

28. Có các tỳ-kheo-ni đạp trên chân để chơi, nhiều người chê trách. Phật dạy: "Không nên như vậy, vi phạm, phạm Đột-kiết-la; treo sợi dây đeo chơi cũng như vậy."

29. Có các tỳ-kheo-ni **[190b01]** trú xứ bị phát hỏa, Phật dạy: "Nên đánh kiền chùy kêu la để tập trung chữa cháy, dùng đất phủ lên, dùng nước tưới vào, dùng vải nhúng nước để dập tắt."

30. Khi ấy, có số đông cư sĩ mời Tỳ-kheo-ni Tăng thọ trai, các tỳ-kheo-ni sáng sớm đắp y bưng bát đến nhà thí chủ, mới hỏi thăm nhau để biết lớn nhỏ nên trễ giờ ăn. Cư sĩ cơ hiềm: "Các tỳ-kheo-ni này giống như phái nữ của bà-la-môn, hỏi nhau để biết lớn nhỏ một cách quá tỉ mỉ, nay ta mời ăn mà bị trễ giờ, biết làm sao đây," bạch Phật, Phật dạy: "Nếu khi đại chúng nhóm họp, cho phép tám vị Thượng tọa hỏi nhau để biết lớn nhỏ, theo thứ tự để ngồi, ngoài ra các vị khác thì tùy tiện cứ ngồi."[245]

---

[245] Bản Hán, hết quyển 29.

CHƯƠNG IX: NGŨ BÁCH KẾT TẬP[246]

I. DUYÊN KHỞI

Bấy giờ, đức Thế Tôn Nê-hoàn chưa bao lâu, Đại Ca-diếp ở trên Trùng các giảng đường, bên bờ sông Di Hầu,[247] nơi Tỳ-xá-ly, cùng đầy đủ các Tỳ-kheo Tăng 500 vị, đều là bậc A-la-hán, chỉ trừ A-nan, bảo các tỳ-kheo: "Trước đây tôi từ nước Ba-tuần[248] đi đến thành Câu-di,[249] giữa hai nước, nghe Phật Thế Tôn đã Bát-nê-hoàn,[250] khi ấy trong lòng tôi mê loạn không thể tự nhiếp phục. Trong các xóm làng, các tỳ-kheo, tỳ-kheo-ni, ưu-bà-tắc, ưu-bà-di người thì quýnh cả hai chân, người thì nhảy khóc té nhào xuống đất, không ai là không bi ai khóc than: 'Mau quá! Vội quá! Thế gian còn gì nữa! Con mắt của thế gian bị mất rồi!' Khi ấy Bạt-nan-đà[251] đã có mặt nơi đây, nói với mọi người rằng:

---

[246] Hán: Ngũ bách tập pháp 五百集法; *Tứ phần* 54, tr. 966a18: "Tập pháp Tỳ-ni ngũ bách nhân 集法毘尼五百人". *Pañcasatikakkhandaka.* Chương nói về năm trăm vị kết tập pháp.

[247] Sông Di Hầu: **Xem cht. 45**, Phần I, Ch. i.

[248] Hán: Ba-tuần 波旬國; *Pāvā*, thành phố của người Mallas, nơi cuối cùng mà đức Phật từ *Bhogagāma* đến lưu trú tại vườn xoài của người thợ rèn *Cunda*.

[249] Hán: Câu-di thành 拘夷城; *Tứ phần*: Câu-thi thành 拘尸城. *Tăng-kỳ*: Câu-thi-na thành 拘尸那城 . *Kusinārā* (*Kuśinagara/ Kuśinagarī/Kuśigrāmaka*, 拘尸那竭: Câu-thi-na-kiệt). Thủ phủ của người Mạt-la.

[250] Bát-nê-hoàn: **Xem cht. 39**, Phần I, Ch. i.

[251] *Tứ phần*: Bạt-nan-đà Thích tử. Bạt-nan-đà 跋難陀, người được đề cập rất nhiều trong các nhân duyên Phật chế giới. Nhưng, Vin. ii. 184 nói: *Subhadda*, một tỳ-kheo xuất gia khi tuổi đã già, nói lên điều này. Đây không phải là *Subhadda* (Tu-bạt), người bà-la-môn được

'Lão già kia (tức là Phật) thường nói: nên làm thế này, không nên làm thế kia; nên học thế này, không nên học thế kia. Kể từ nay chúng ta mới thoát khỏi cái khổ đó, được làm theo ý muốn, không bị bắt buộc, tại sao các người lại cùng nhau khóc kể?'²⁵² Tôi nghe câu nói ấy càng thêm ưu não. Đức Phật tuy Nê-hoàn, Tỳ-ni hiện còn đó, chúng ta nên cùng nhau cố gắng kiết tập, đừng để cho bọn Bạt-nan-đà biệt lập bè đảng để phá chánh pháp." Các tỳ-kheo đều cho đó là điều hay, bạch với Ca-diếp rằng: **[190c01]** "A-nan thường hầu Thế Tôn, thông tuệ đa văn, thọ trì đầy đủ pháp tạng, nay nên cho phép ở trong số tỳ-kheo kết tập này." Ca-diếp nói: "A-nan còn trong học địa, hoặc theo ái, giận, si, sợ không nên dung nạp được."

II. A-NAN

Thời điểm ấy, A-nan ở tại Tỳ-xá-ly, thường vì tứ chúng ngày đêm nói pháp, mọi người tới lui gần như giống Phật còn tại thế. Tỳ-kheo Bạt-kỳ²⁵³ tọa thiền trên gác thượng, bị náo loạn không thể du hành các Tam-muội giải thoát, khởi ý niệm: "A-nan nay ở trong học địa có việc cần làm không làm, lại nói nhiều, sống trong nếp sống ồn ào." Bạt-kỳ nhập định quán sát thấy có việc cần làm, bèn khởi ý nghĩ: "Nay ta nên nói pháp yểm ly, khiến cho A-nan nhân đây mà ngộ." Bạt-kỳ bèn đến chỗ A-nan nói kệ:

> *"Ngồi yên tĩnh dưới cây*
> *Tâm hướng đến Nê-hoàn,*

Phật độ cuối cùng, mà nguyên là một người thợ hớt tóc. *Tứ phần* và *Ngũ phần* có thể theo quán lệ, những gì không tốt đều được gắn cho Bạt-nan-đà.

²⁵² *Tứ phần* 54, tr. 966b18 "Thôi đủ rồi! Các Trưởng lão, đừng khóc nữa, đừng quá ưu sầu. Chúng ta nay đã thoát khỏi vị Ma-ha-la ấy rồi. Lão ấy khi còn sống thường dạy chúng ta: 'Cái này nên; cái này không nên. Phải làm điều này, không được làm điều này.' Nay chúng ta được tự do làm theo ý muốn của mình. Muốn làm thì làm, không muốn làm thì thôi."

²⁵³ Bạt-kỳ 跋耆; *Tứ phần*: Bạt-xà Tử 跋闍子; ᴾᵃˡⁱ *Vajjiputta*. Vị tỳ-kheo này thuộc vương tộc *Licchavī*, dòng họ *Vajjī*.

Nên thiền, chớ buông lung
Nói nhiều để làm gì!?"

III. TẬP TĂNG

Các tỳ-kheo cũng nói với A-nan rằng: "Ông nên tu gấp đi, Đại Ca-diếp nay muốn kết tập pháp Tỳ-ni, mà không cho ông ở trong số đó." A-nan đã nghe Tỳ-kheo Bạt-kỳ nói kệ, lại nghe Ca-diếp không cho ở trong túc số kết tập Tỳ-ni, nên đầu, giữa, và sau đêm siêng năng kinh hành,[254] tư duy vọng cầu giải thoát, song vẫn chưa đạt được. Đêm gần tàn, qua nhiều cố gắng, thân thể mệt mỏi, muốn nằm nghỉ một chút, đầu vừa chạm gối, hoát nhiên dứt sạch các lậu hoặc.

Các tỳ-kheo biết, liền bạch với Ca-diếp: "A-nan đêm vừa rồi đã được giải thoát, nay nên cho phép ở trong túc số kết tập Tỳ-ni." Ca-diếp thuận cho. Khi ấy, Ca-diếp suy nghĩ: "Nơi nào có đủ đồ ăn thức uống, giường nằm, ngọa cụ để cung cấp cho việc kết tập Tỳ-ni nầy? Thành Vương Xá, chỉ có nơi này mới đủ cung cấp mọi thứ mà thôi." Ca-diếp liền tuyên xướng giữa Tăng: "Trong đây, năm trăm vị A-la-hán, nên đến thành Vương Xá an cư, ngoài ra không một người nào được đi."

IV. TẬP LUẬT TẠNG

Lập quy chế như thế rồi, năm trăm vị A-la-hán đến thành Vương Xá, tháng đầu mùa Hạ sửa chữa phòng xá ngọa cụ, tháng thứ hai du hý các Thiền giải thoát, tháng thứ ba mới tập trung một chỗ. Đi sát với kế hoạch chỉ đạo, Ca-diếp bạch Tăng rằng:

"Đại đức Tăng xin lắng nghe! Nay tôi đối giữa Tăng hỏi Ưu-ba-ly về nghĩa Tỳ-ni. Nếu thời gian thích hợp đối với Tăng, Tăng chấp thuận. Đây là lời tác bạch."

Khi ấy Ưu-ba-ly cũng bạch Tăng:

"Đại đức Tăng xin lắng nghe! Nay tôi sẽ đáp lời Ca-diếp về

---

[254] Tứ phần gọi là pháp vị tằng hữu 未曾有法, Pháp đặc biệt duy chỉ A-nan có. Xem *Trung A-hàm 8*, kinh 33 "Thị giả". *Trường A-hàm 4*, (tr. 25c21): Phật nói 4 pháp kỳ đặc của A-nan. Cf. D. ii. 145: *cattārome bhikkhave acchariyā abbhutā dhammā ānande.*

nghĩa Tỳ-ni. Nếu thời gian thích hợp đối với Tăng, Tăng chấp thuận. Đây là lời tác bạch."

Ca-diếp liền hỏi Ưu-ba-ly: "Đức Phật chế giới đầu tiên ở tại chỗ nào?"

Ưu-ba-ly nói: **[191a01]** "Tại Tỳ-xá-ly." Lại hỏi: "Vì ai mà chế giới?"

Đáp: "Vì Tu-đề-na, con của Ca-lan-đà." Lại hỏi: "Vì sao mà chế?"

Đáp: "Cùng người vợ cũ hành dâm."

Lại hỏi: "Có chế lần thứ hai hay không?"

Đáp: "Có. Vì có tỳ-kheo cùng với con khỉ cái hành dâm." Ca-diếp lại hỏi: "Giới thứ hai chế ở chỗ nào?"

Đáp: "Tại thành Vương Xá." Lại hỏi: "Vì ai mà chế?" Đáp: "Vì Đạt-ni-tra."

Lại hỏi: "Vì sao mà chế?"

Đáp: "Vì ăn trộm gỗ của vua Bình Sa."

Ca-diếp lại hỏi: "Giới thứ ba chế tại chỗ nào?"

Đáp: "Tại Tỳ-xá-ly." Lại hỏi: "Vì ai mà chế?"

Đáp: "Vì một số đông tỳ-kheo." Lại hỏi: "Vì việc gì mà chế?" Đáp: "Tự cùng nhau hại mạng."

Ca-diếp lại hỏi: "Giới thứ tư chế tại chỗ nào?"

Đáp: "Tại Tỳ-xá-ly." Lại hỏi: "Vì ai mà chế?"

Đáp: "Vì các tỳ-kheo ở sông Bà-cầu-ma." Lại hỏi: "Vì việc gì mà chế?"

Đáp: "Dối xưng được pháp hơn người."

Ca-diếp hỏi tất cả vấn đề Tỳ-ni như vậy rồi, ở giữa Tăng tuyên xướng: *"Đây là Tỳ-ni của tỳ-kheo, đây là Tỳ-ni của tỳ-kheo-ni, hợp lại gọi là Tạng Tỳ-ni."*

V.   TẬP KINH TẠNG

Ca-diếp lại bạch Tăng:

"Đại đức Tăng xin lắng nghe! Nay tôi muốn đối trước Tăng

hỏi A-nan về nghĩa Tu-đa-la. Nếu thời gian thích hợp đối với Tăng, Tăng chấp thuận. Đây là lời tác bạch."

A-nan cũng bạch Tăng:

"Đại đức Tăng xin lắng nghe! Nay tôi sẽ đáp lời Ca-diếp về nghĩa của Tu-đa-la. Nếu thời gian thích hợp đối với Tăng, Tăng chấp thuận. Đây là lời tác bạch."

Ca-diếp liền hỏi A-nan: "Đức Phật nói kinh Tăng nhất[255] ở chỗ nào? Nói kinh Tăng thập[256] ở chỗ nào? Kinh Đại nhơn duyên,[257] kinh Tăng-kỳ-đà,[258] kinh Sa-môn quả,[259] kinh Phạm động.[260] Những kinh nào vì tỳ-kheo nói? Những kinh nào vì tỳ-kheo-ni, ưu-bà-tắc, ưu-bà-di, các thiên tử, thiên nữ nói?"

A-nan đều tùy theo chỗ Phật nói mà trả lời. Ca-diếp hỏi như vậy đối với tất cả Tu-đa-la rồi, giữa Tăng công bố:

"Đây là kinh dài, nay tập họp lại làm một bộ, gọi là Trường A-hàm.

Đây là kinh không dài, không ngắn, nay tập họp lại làm một bộ, gọi là Trung A-hàm.

Đây là những việc tạp toái, vì tỳ-kheo, tỳ-kheo-ni, ưu-bà-tắc, ưu-

---

[255] Kinh *Tăng nhất* 增一經. *Trường A-hàm 9*, kinh số 11, Tăng nhất, No (11). Tương đương Pāli, không có. Như kinh Thập thượng, No 1 (10).

[256] Kinh Tăng thập 增十經. *Trường A-hàm 9*, kinh số 10, Thập thượng, No 1(10). Tương đương Pāli, D. 34. *Dasuttara-suttanta.*

[257] Kinh *Đại nhân duyên* 大因緣經. *Trường A-hàm 10*, kinh số 13, Đại duyên phương tiện, No 1 (13). Tương đương Pāli, D. 15. *MahāNidāna-suttanta.*

[258] Kinh *Tăng-kỳ-đà* 僧祇陀經. *Trường A-hàm 8*, kinh số 9, Chúng tập, No 1 (9). Tương đương Pāli, D. 33. *Saṅgīti-suttanta.*

[259] Kinh *Sa-môn quả* 沙門果經. *Trường A-hàm 17*, kinh số 27; Tăng Nhất A-hàm kinh 39, kinh số 7; Tịch chí quả kinh 1 quyển. Tương đương Pāli, D. 2. *Sāmaññaphala-suttanta.*

[260] Kinh *Phạm động* 梵動經. *Trường A-hàm 14*, kinh số 21, Phạm động, No 1 (21). Tương đương Pāli, D. 1. *Brahmajāla-suttanta.*

bà-di, thiên tử, thiên nữ mà nói, nay tập họp lại làm một bộ, gọi là Tạp A-hàm.

Đây là từ một pháp tăng lên đến 11 pháp, tập họp lại làm thành một bộ gọi là Tăng nhất A-hàm.

Ngoài ra, từ nhiều vấn đề được đề cập đến, nay tập họp lại làm thành một bộ gọi là Tạp tạng. Gồm chung tất cả gọi là Tạng Tu-đa-la.

Chúng ta đã kiết tập pháp xong, **[191b01]** từ nay về sau, những gì Phật không chế cấm, không nên vọng chế; những gì Phật đã chế cấm không được trái phạm. Như lời đức Phật đã dạy, nên kính cẩn học tập."

A-nan lại bạch Ca-diếp rằng, tôi thân cận, nghe từ đức Phật: "Sau khi Ta Nê-hoàn, nếu muốn bỏ bớt những giới nho nhỏ thì cho phép trừ bỏ".

Ca-diếp liền hỏi: "Thầy muốn nói giới nào là giới nho nhỏ?"

Đáp: "Không biết."

Lại hỏi: "Tại sao không biết?" Đáp: "Vì không hỏi đức Thế Tôn." Lại hỏi: "Tại sao không hỏi?"

Đáp: "Khi ấy Thế Tôn mệt nên sợ phiền Thế Tôn."

Ca-diếp liền kết tội: "Thầy không hỏi nghĩa này, phạm tội Đột-kiết-la, nên tự thấy tội, sám hối."

A-nan thưa: "Thưa Đại đức! Chẳng phải tôi không kính giới mà không hỏi nghĩa này, vì sợ não động Thế Tôn nên không dám hỏi. Trong vấn đề này, tôi không thấy tội tướng, nhưng vì kính tín Đại đức nên nay sám hối".

Ca-diếp lại kết hỏi A-nan: "Thầy vá Tăng-già-lê cho đức Phật, dùng ngón chân đạp lên, phạm Đột-kiết-la, nên thấy tội, sám hối."

A-nan thưa: "Không phải tôi không kính Phật, mà vì không có ai cầm nên tôi phải dùng chân kẹp lại. Trong vấn đề này, tôi không thấy tội tướng, nhưng vì kính tín Đại đức nên xin sám hối."

Ca-diếp lại gạn hỏi A-nan: "Thầy ba phen cầu thỉnh đức Thế Tôn cho người nữ xuất gia trong chánh pháp, phạm Đột-kiết-la, nên thấy tội, sám hối."

A-nan thưa: "Chẳng phải tôi không kính Pháp, chỉ vì Ma-ha-ba-xà-ba-đề Cù-đàm-di là người nuôi dưỡng đức Thế Tôn cho đến khôn lớn xuất gia, đến thành đại đạo, công đức này phải báo đáp nên tôi mới xin thỉnh ba lần như vậy. Trong vấn đề này, tôi không thấy tội tướng, nhưng vì kính tín Đại đức nên nay xin sám hối."

Ca-diếp lại gạn hỏi A-nan: "Đức Phật khi gần hiện tướng Nê-hoàn, nói với thầy rằng: 'Người có được 4 món thần túc, muốn ở đời một kiếp hay hơn một kiếp đều có thể được.' Như Lai thành tựu Vô lượng định pháp, Ngài hiện tướng nói với thầy như vậy 3 lần, thầy không thỉnh Phật trụ thế một kiếp hay hơn một kiếp, phạm Đột-kiết-la, nên thấy tội, sám hối."

A-nan thưa: "Chẳng phải tôi không muốn thỉnh Phật cửu trụ nơi thế gian mà vì ác ma Ba-tuần nó che đậy lòng tôi, cho nên mới như vậy. Trong vấn đề này tôi cũng không thấy tội tướng, nhưng kính tín Đại đức nên nay xin sám hối."

Ca-diếp lại gạn hỏi A-nan: "Trước đây đức Phật 3 lần bảo thầy đưa nước, thầy không dâng nước cho Ngài, phạm Đột-kiết-la, cũng nên thấy tội, sám hối."

A-nan thưa: "Chẳng phải tôi không muốn dâng nước mà khi ấy có 500 cỗ xe đi qua bên trên dòng nước, nước bị đục, chưa trong, sợ Ngài uống bị bệnh nên không dâng. Đối với tôi trong vấn đề này cũng không thấy tội tướng, nhưng vì kính tín Đại đức, **[191c01]** nay xin sám hối."

Ca-diếp lại gạn hỏi: "Thầy cho phép người nữ kính lễ xá-lợi trước, phạm Đột-kiết-la, cũng nên thấy tội, sám hối."

A-nan thưa: "Chẳng phải tôi muốn người nữ kính lễ xá-lợi trước, mà sợ chiều tối họ vào thành không kịp, do vậy nên cho phép họ kính lễ trước. Trong vấn đề này tôi cũng không thấy tội tướng, nhưng kính tín Đại đức, nay xin sám hối."

A-nan kính tín Đại Ca-diếp cho nên liền đối trước chúng Tăng tác pháp sám hối 6 tội Đột-kiết-la.

Ca-diếp lại nói với A-nan:

"Nếu chúng ta cho chúng học pháp là giới nho nhỏ, tỳ-kheo khác lại nói đến 4 Ba-la-đề đề-xá-ni cũng là giới nho nhỏ. Nếu chúng ta nói cho đến 4 Ba-la-đề đề-xá-ni là giới nho nhỏ thì tỳ-kheo khác bèn nói cho đến Ba-dật-đề cũng là giới nho nhỏ. Nếu chúng ta nói cho đến Ba-dật-đề là giới nho nhỏ, tỳ-kheo khác bèn nói đến Ni-tát-kỳ Ba-dật-đề cũng là giới nho nhỏ. Như vậy thành 4 ý kiến làm sao quyết định?"

Ca-diếp lại hỏi: "Nếu chúng ta không biết giới tướng nào là nho nhỏ mà vọng loại bỏ, các ngoại đạo sẽ nói: 'Sa-môn Thích tử, pháp của họ giống như khói. Khi thầy còn tại thế, những điều chế cấm đều phụng hành, sau khi thầy Nê-hoàn lại không chịu học tập.'"

Ca-diếp lại đối giữa Tăng tuyên xướng:

"Chúng ta đã kiết tập pháp xong, nếu những điều gì không được Phật chế cấm, không nên vọng chế, những điều đã chế cấm không được trái phạm, như lời Phật dạy nên kính cẩn học tập."

VI. PHÚ-LAN-NA

Khi ấy, Trưởng lão Phú-lan-na[261] ở phương Nam, nghe đức Phật Bát-nê-hoàn tại thành Câu-di, các Tỳ-kheo Trưởng lão cùng nhau tập họp nơi thành Vương Xá luận pháp Tỳ-ni, chính mình cùng quyến thuộc, chỉ trong khoảnh khắc như co duỗi cánh tay đến trong chúng, hỏi Ca-diếp: "Tôi nghe đức Phật Nê-hoàn, Tỳ-kheo Thượng tọa đều cùng vân tập nơi đây bàn pháp Tỳ-ni, có thật như vậy không?"

Ca-diếp trả lời: "Có thật như vậy, thưa Đại đức!" Phú-lan-na nói: "Có thể luận bàn lại được không?"

---

[261] Phú-lan-na 富蘭那; ᴾᵃˡⁱ *Purāṇa*. Tứ phần 54, tr. 968b26: Phú-la-na 富羅那, còn gọi là Phú-lâu-na 富樓那 (*Puṇṇa*). Cf. Vin. ii. 289: Bấy giờ, Trưởng lão *Purāṇa* cùng với 500 Tỳ-kheo từ Nam sơn (*Dakkhiṇāgiri*) về Vương Xá để tham dự kết tập. Vị Trưởng lão này không được đồng nhất với Tôn giả Phú-lâu-na Di-đa-la-ni Tử, cũng gọi là Mãn Từ Tử (ˢᵏᵗ *Pūrṇa-maitrāyani-putra*, ᴾᵃˡⁱ *Puṇṇa-Mantāni-putta*), 1 trong 10 Đại đệ tử.

Ca-diếp liền luận bàn lại, như đã luận bàn. Luận bàn rồi, Phú-lan-na nói với Ca-diếp: "Chính tôi nghe từ đức Phật: Được ngủ với thức ăn, nấu trong phòng, tự nấu, tự mang thức ăn đến người thọ, tự lấy trái cây để ăn, đến nơi ao nước lấy trái ăn, không có tịnh nhân tác tịnh trái cây trừ bỏ hột thì tự tác tịnh mà ăn."[262]

Ca-diếp trả lời: "Thưa Đại đức, bảy điều đó là khi đức Phật ở tại Tỳ-xá-ly, gặp lúc mất mùa đói khát, khất thực khó được nên Phật quyền biến cho phép như vậy. Sau đó, cũng tại nơi đó, lại chế cấm 4 điều, rồi đến thành Xá-vệ chế cấm 3 điều."

Phú-lan-na nói: "Đức Thế Tôn không làm cái việc chế cấm rồi lại cho phép, cho phép rồi lại chế cấm!"

[192a01] Ca-diếp nói: "Đức Phật là đấng Pháp vương, đối với pháp tự tại, chế cấm rồi lại cho phép, cho phép rồi lại chế cấm, đâu có cái lỗi gì?"

Phú-lan-na nói: "Những điều khác tôi chấp nhận, còn đối với 7 điều này không thể thi hành."

Ca-diếp lại ở giữa Tăng tuyên xướng: "Những gì Phật không chế cấm, không nên vọng chế, những gì Phật đã chế cấm không nên trái phạm, như lời Phật dạy nên kính cẩn học tập."

VII. PHẠM-ĐÀN

Lúc bấy giờ, nơi Câu-xá-di, Tỳ-kheo Xiển-đà xúc não chúng Tăng không cùng hòa hợp. Có một tỳ-kheo an cư rồi đến chỗ Ca-diếp, trình bày đầy đủ vấn đề. Ca-diếp nói với A-nan: "Thầy đến Câu-xá-di dùng lời của Phật, dùng lời của Tăng tác pháp Phạm-đàn[263] trị phạt Xiển-đà."

A-nan làm theo lời sai, cùng năm trăm Tỳ-kheo đến đó. Xiển-đà

---

[262] *Tứ phần* 54, tr. 968c04: Chỉ trừ tám việc: "Ngủ với thức ăn, nấu thức ăn trong giới, tự mình nấu thức ăn, tự mình lấy thức ăn, thọ thực lúc sáng sớm, từ người kia mang thức ăn đến, nếu có tạp quả, hoặc vật sinh từ nước có thể ăn được thì được ăn. Tám trường hợp trên Phật đều cho phép không làm pháp dư thực mà được ăn."

[263] Hán: Phạm-đàn pháp 梵壇法; brahmadaṇḍa.

nghe A-nan cùng năm trăm Tỳ-kheo đến, ra nghinh đón, hỏi A-nan: "Thầy đến đây có việc gì? Không phải gây sự vô ích cho tôi chứ?"

A-nan nói: "Vì muốn đem sự hữu ích cho thầy." Xiển-đà hỏi: "Có ích cho tôi như thế nào?"

A-nan nói: "Nay tôi sẽ dùng lời Phật, dùng lời Tăng tác pháp Phạm-đàn trị phạt thầy."

Xiển-đà liền hỏi: "Thế nào gọi là pháp Phạm-đàn?"

A-nan nói: "Pháp phạm-đàn là tất cả các tỳ-kheo, tỳ-kheo-ni, ưu-bà-tắc, ưu-bà-di không cùng thầy qua lại giao tiếp nói năng."

Xiển-đà nghe rồi, liền choáng váng té xuống đất, nói với A-nan: "Đây không phải là giết tôi sao!"

A-nan nói: "Chính tôi nghe từ đức Phật: 'Thầy sẽ từ nơi tôi mà đắc đạo'. Thầy đứng dậy, tôi sẽ vì thầy nói pháp."

Xiển-đà lắng lòng đứng dậy, A-nan nói pháp nhiệm mầu, chỉ vẽ sự lợi ích, khiến cho được vui mừng. Xiển-đà liền xa trần lìa cấu, đối với các pháp đặng con mắt pháp trong sạch.

Khi vân tập để kết pháp Tỳ-ni, Trưởng lão A-lan-nhã Kiều-trần-như trong ngôi vị đệ nhất Thượng tọa, Phú-lan-na là đệ nhị Thượng tọa, Đàm-di là đệ tam Thượng tọa, Đà-bà Ca-diếp là đệ tứ Thượng tọa, Bạt-đà Ca-diếp là đệ ngũ Thượng tọa, Đại Ca-diếp là đệ lục Thượng tọa, Ưu-ba-ly là đệ thất Thượng tọa, A-na-luật là đệ bát Thượng tọa. Do con số tròn năm trăm vị A-la-hán không nhiều không ít tham dự kết tập cho nên gọi là Ngũ bách kết tập Pháp tạng.

CHƯƠNG X: THẤT BÁCH KẾT TẬP[264]

I.   DUYÊN KHỞI

Sau khi Phật Nê-hoàn một trăm năm, tại Tỳ-xá-ly các Tỳ-kheo Bạt-kỳ[265] đề khởi lên 10 điều phi pháp:

1.   Muối và gừng hợp lại để cách đêm, được phép ăn.

2.   Dùng hai ngón tay xúc thức ăn, được phép ăn.

3.   (Ăn rồi) ngồi trở lại, được phép ăn.

4.   Hướng đến xóm làng, được phép ăn.

5.   Tô, du, mật, thạch mật **[192b01]** hòa với lạc được phép uống.

6.   Rượu xà-lâu-già[266] được phép uống.

7.   Làm tọa cụ lớn nhỏ theo ý mình, được phép ngồi.

8.   Quen theo nếp sống trước là tịnh.

9.   Cầu thính là tịnh.

10.   Nhận chứa vàng, bạc, tiền là tịnh.[267]

---

[264]   Hán: Thất bách tập pháp 七百集法; *Tứ phần* 54, tr. 968c18. *Thập tụng* 60, tr.450a27. *Ma-đắc-lặc-già* 5, tr. 579b21. *Căn bản tạp sự* 40, tr. 411c06. *Tì-ni mẫu* 4 , tr. 819b02. 🔲 *Sattasatikakkhandhaka.*

[265]   Hán: Tỳ-xá-ly chư Bạt-kỳ Tỳ-kheo 毘舍離諸跋耆比丘, *Tăng-kỳ 33*, tr. 492a29: các Tỳ-kheo Trưởng lão tại Tăng-già-lam Sa đôi, Tỳ-xá-ly 長老比丘在毘舍離沙堆僧伽藍. *Tứ phần* 54, tr. 968c19: Bạt-xà Tử 跋闍子. 🔲 *vesālikā vajjiputtakā bhikkhū.*

[266]   Rượu xà-lâu-già 闍樓伽酒: 🔲 *Jalogi pātuṃ*, rượu chưa lên men.

[267]   *Tứ phần* 54 (tr. 968c20). *Thập tụng* 60 (tr. 450a29). *Ma-đắc-lặc-già* 5 (tr. 579b23). *Căn bản tạp sự* 40 (tr. 411c8). *Tì-ni mẫu* 4 (tr. 819b4).

Các Tỳ-kheo Bạt-kỳ thường dùng bình bát đựng đầy nước, trong tháng vào những ngày mồng tám, mười bốn, rằm, tập hợp ngồi chỗ đông người,[268] để bình bát trước mặt gọi là điềm lành, mục đích là để cầu người bố thí. Khi ấy các bạch y nam nữ, lớn nhỏ đi qua phía trước, bèn chỉ trong bát nước, nói: "Điềm lành ở trong đó, có thể cho ngay vào: y, bát, giày dép, thuốc thang." Người muốn cho thì họ cho, người không muốn cho bèn chê trách nói: "Sa-môn Thích tử không nhận chứa vàng bạc và tiền, dù có người cho cũng không dùng mắt để nhìn, tại sao nay lại làm việc này để cầu xin sự bố thí?"

Bấy giờ, Trưởng lão Da-xá Ca-lan-đà Tử[269] ở trên lầu các giảng đường, bên sông Di-hầu, nói với các tỳ-kheo rằng: "Các thầy chớ cầu xin sự bố thí thế này, chính tôi nghe đức Phật dạy: 'Nếu có người phi pháp cầu thí, và người thí cho kẻ cầu phi pháp, cả hai đều mắc tội.'"

Nói với các tỳ-kheo rồi lại nói với các bạch y, nam nữ lớn nhỏ: "Các người đừng nên bố thí thế này, chính tôi nghe từ đức Phật dạy: 'Nếu phi pháp cầu thí, hoặc thí cho người cầu phi pháp, cả hai đều mắc tội.'"

Các Tỳ-kheo Bạt-kỳ nhận được vàng, bạc, tiền rồi, nói với Da-xá rằng: "Đại đức có thể nhận lấy phần này."

Da-xá nói: "Tôi không nhận phần do sự phi pháp cầu mà được."

Các tỳ-kheo lại nói: "Nếu không nhận cho mình thì nhận rồi cúng cho Tăng."

Da-xá nói: "Tôi đã không nhận, tại sao lại cúng cho Tăng?!"

Thế là các tỳ-kheo bèn đem việc Da-xá đã dạy nói trước bạch y như vậy là sự nhục mạ bạch y nên trao cho Da-xá pháp Yết-ma hạ ý.

Vin. ii. 294.

[268] Cf. Vin. ii. 293: Vào ngày bố-tát, các Tỳ-kheo *Vajjiputtaka* đổ đầy nước vào một cái bát đồng đặt ở giữa Tăng, rồi kêu gọi cư sĩ cúng tiền vì Tăng-già cần các tư cụ.

[269] Da-xá Ca-lan-đà Tử 耶舍迦蘭陀子. *Yasa Kākaṇḍakaputta. Tứ phần*: Da-xá ca(già)-na Tử 耶舍迦(伽)那子. *Thập tụng 60* (tr. 450a29). *Ma-đắc-lặc-già 5* (tr. 579b23). *Căn bản tạp sự 40* (tr. 411c8). *Tì-ni mẫu 4* (tr. 819b4).Vin. ii. 294.

Tác Yết-ma rồi, Da-xá nói: "Chính tôi nghe đức Phật dạy: 'Nếu Tăng trao cho phép Yết-ma hạ ý thì nên sai một tỳ-kheo làm bạn để đến xin lỗi bạch y.'"

Các tỳ-kheo bèn Bạch nhị yết-ma sai một tỳ-kheo làm bạn để cùng với Da-xá đến nhà bạch y.[270] Da-xá và bạn đến nơi thì nhằm lúc năm trăm ưu-bà-tắc tập trung lại một chỗ. Da-xá nói: "Quí vị nên biết, đúng pháp tôi nói là đúng pháp, phi pháp tôi nói là phi pháp. Tỳ-ni tôi nói là Tỳ-ni, phi Tỳ-ni tôi nói là phi Tỳ-ni. Lời Phật dạy tôi nói là lời Phật dạy, chẳng phải lời Phật dạy tôi nói chẳng phải lời Phật dạy. Trước đây những gì tôi nói khiến các ưu-bà-tắc giận, nay tôi xin lỗi."

Các ưu-bà-tắc rất ngạc nhiên nói: "Thưa Đại đức! Lúc nào Đại đức cũng vì chúng con nói đây là Pháp, đây là Tỳ-ni, đây là lời Phật dạy. Làm sao chúng con lại giận mà nay Đại đức đến xin lỗi?!"

[192c01] Da-xá lại nói với mọi người rằng: "Thuở ấy đức Thế Tôn ở tại thành Vương Xá, nơi vườn xoài Kỳ-vực.[271] Bấy giờ, các đại thần của vua Bình-sa cùng tập họp nơi vương môn, luận bàn thế này: 'Sa-môn Thích tử có nên nhận chứa vàng bạc, châu báu và sử dụng để mua bán hay không?'

Khi ấy, trong số đông có một vị đại thần tên là Châu-kế[272] nói với mọi người rằng: 'Đừng nên đề cập đến vấn đề này. Sa-môn Thích tử không nên thọ và chứa vàng bạc, châu báu hay sử dụng để mua bán.' Châu-kế vội đem việc này đến bạch lên đức Thế Tôn: 'Ý kiến của con nêu ra như thế có đưa đến sai nhầm nào không?' Đức Phật dạy: 'Điều ông nói lên như vậy là đúng với chánh pháp. Tại sao vậy? Như Lai thường nói rõ điều này: Sa-môn Thích tử không nên nhận chứa vàng bạc, châu báu và sử dụng để mua bán.'

Vị đại thần Châu-kế lại bạch Phật: 'Cúi xin đức Thế Tôn sai người

---

[270] Vin. ii. 295: Các Tỳ-kheo *Vajjiputtaka* buộc tội *Yasa* mạ lị các ưu-bà-tắc có tín tâm khiến họ mất tín tâm, do đó cử hành Yết-ma hạ ý (xem Phần III, Ch. ii: Pháp Yết-ma).

[271] Hán: Kỳ-vức Yêm-la viên 耆域菴羅園; [Phạn] *Jīvakambavana*.

[272] Hán: Châu-kế 珠髻. *Thập tụng 60*: Ma-ni Châu-la tụ lạc chủ 摩尼周羅聚落主. [Phạn] *Maṇicūlaka*, một người thôn trưởng. Vin. ii. 296; S. iv. 325.

phổ biến cho mọi người biết rằng ý kiến của con là không nhầm lẫn.'

Đức Phật nói: 'Hay lắm!' Đức Phật lại bảo Châu-kế:

"Thí như mặt trời, mặt trăng bị khói, mây, bụi trần, A-tu-la, bốn thứ đó che khuất nên không trong suốt sáng ngời. Sa-môn, bà-la-môn cũng bị bốn thứ như vầy che khuất: (1) Không đoạn ái dục, hành pháp dâm; (2) Nghiện rượu, tham ăn, không thể đoạn trừ; (3) Chuyên làm tà mạng để nuôi sống; (4) Nhận chứa vàng bạc, châu báu để sử dụng mua bán.

Nếu người nào cho ngũ dục là tịnh thì người ấy cho việc nhận chứa vàng bạc châu báu và dụng vào mua bán là tịnh.

Nếu người nào cho việc thọ nhận cất chứa vàng bạc, châu báu và sử dụng mua bán là tịnh thì người ấy cho ngũ dục là tịnh.

Nếu người nào nương theo Ta xuất gia thọ giới Cụ túc mà cho việc nhận chứa vàng bạc, châu báu và sử dụng vào mua bán là tịnh thì cả quyết rằng, người ấy không tin vào pháp luật của Ta.

Tuy Ta thường nói cần xe thì dùng xe, cần người thì dùng người tùy theo sự nhu cầu đều cho phép dùng, mà hoàn toàn không được cho nhận và cất chứa vàng bạc, châu báu và sử dụng để mua bán.'"[273]

Da-xá nói như vậy rồi lại nói tiếp: "Trước đây tôi nói là pháp hay phi pháp, là luật hay phi luật, là lời Phật dạy hay chẳng phải lời Phật dạy, là lời Phật nói hay chẳng phải lời Phật nói." Các ưu-bà-tắc nói: "Chúng con đối với những lời nói ấy đâu không tin ưa. Hiện nay nơi Tỳ-xá-ly này chỉ có Đại đức là Sa-môn Thích tử, cúi xin Đại đức nhận lời mời của chúng con ở lại đây để trọn đời chúng con được cúng dường tứ sự."

Da-xá xin lỗi các ưu-bà-tắc rồi cùng với tỳ-kheo sứ giả của Tăng trở về Tăng phường. Tỳ-kheo Bạt-kỳ hỏi tỳ-kheo sứ giả:

"Tỳ-kheo Da-xá đã xin lỗi các ưu-bà-tắc chưa?"

Đáp: "Đã xin lỗi, nhưng chỉ có điều là các bạch y đều tin theo lời

---

[273] Tham chiếu, *Tạp A-hàm 32*, kinh số 911 (T2n99, tr. 28b4). Pāli, S. 42. 20. *Maṇicūḷa.*

nói của Tỳ-kheo Da-xá," họ đều nói rằng:

"Hiện nay nơi Tỳ-xá-ly này chỉ có Đại đức. Họ mời ở lại để trọn đời cúng dường tứ sự. **[193a01]** Đối với chúng ta lại không được lợi ích gì."

Tỳ-kheo Bạt-kỳ lại đem vấn đề trước đây Da-xá khuyên dạy các tỳ-kheo là việc làm mạ nhục Tăng, phạm Ba-dật-đề, và nói: "Thầy phải thấy tội để sám hối."

Da-xá trả lời: "Tôi không có tội để thấy, làm sao sám hối." Tỳ-kheo Bạt-kỳ bèn tập họp Tăng để trao cho pháp Yết-ma không thấy tội. Thế là, Da-xá liền dùng thần túc bay đến nước Ba-tuần. Khi ấy, ở nơi ấp Ba-lợi có sáu mươi tỳ-kheo đều ở A-lan-nhã, đời sống với ba y và khất thực, thường với y phấn tảo, ngồi nơi đất trống, đầy đủ tam minh, lục thông. Tất cả là đệ tử của A-nan, đồng loạt bay đến Tỳ-xá-ly. Da-xá thấy các vị, bèn để y bát nơi hư không như để trên đất, hỏi chào các tỳ-kheo kia, trình bày rõ ràng mười điều phi pháp của Tỳ-kheo Bạt-kỳ và đề nghị:

"Thưa các Đại đức, chúng ta nên cùng nhau bàn luận pháp Tỳ-ni để chấm dứt việc phi pháp kia, đừng nên để Tỳ-kheo Bạt-kỳ phá hoại chánh pháp."

Số tỳ-kheo kia nhất trí muốn cùng nhau chấm dứt.

Lại có ba mươi Tỳ-kheo Tăng nơi ấp Ba-lợi cũng nhất trí như vậy và các vị cũng là đệ tử A-nan. Ở tại nước Ma-thâu-la,274 Da-xá cùng với sáu mươi tỳ-kheo cũng đã bàn luận đến vấn đề này và nói: "Được ba mươi tỳ-kheo này đồng tình với chúng ta chắc được như pháp diệt ác sự kia." Bàn luận rồi cùng bay đến chỗ các tỳ-kheo kia trình bày đầy đủ như trên. Các vị ở đây đều nhất trí muốn cùng nhau chấm dứt việc phi pháp đã xảy ra.

Lại có ba mươi tỳ-kheo ở nơi ấp Ba-lợi, nghe sự việc và cũng biểu

---

274 Hán: Ma-thâu-la quốc 摩偷羅國. 案 Mathurā, còn gọi là Khổng Tước, ở trung Ấn Độ, trong nước này có tháp của ngài Văn-thù Sư-lợi và Xá-lợi-phất, ở phía đông vương thành cách 56 dặm có sơn tự do Ô-ba-cúc-đa 烏波鞠多 (Ưu-ba-cúc-đa) tạo ra... (theo *Tây Vực ký* 4).

đồng tình như trên. Các vị cũng là đệ tử của A-nan. Tại ấp A-lạp-bệ,[275] Da-xá lại cùng với chín mươi người cũng nghị bàn việc trên, rồi đến tận các nơi trình bày rõ sự việc như trên. Nơi nào cũng đồng tình, mong muốn chấm dứt điều phi pháp này.

Bấy giờ Trưởng lão Tam-phù-đà[276] ở trên núi A-hu,[277] Da-xá lại cùng một trăm hai mươi người cũng luận bàn việc trên, rồi đến tận các nơi ở đây nói rõ việc phi pháp như trên. Nơi nào cũng biểu đồng tình, muốn chấm dứt việc đó.

II.   LY-BÀ-ĐA

Bấy giờ Trưởng lão Ly-bà-đa[278] ở thành Câu-xá-di[279] được Từ tâm tam-muội, có đại quyến thuộc. Da-xá cùng với một trăm hai mươi mốt vị cũng bàn thảo việc trên, rồi đến tận các nơi ở đây nói rõ việc phi pháp như trên đã nói. Ở đâu cũng đồng tình, muốn chấm dứt việc ấy.

Bấy giờ các Tỳ-kheo Bạt-kỳ nghe Da-xá đến chỗ Ly-bà-đa nơi Câu-xá-di, bèn chở đầy cả thuyền y, bát và vật dụng cần thiết của sa-môn cũng đến nơi đó, muốn tìm cách mua chuộc cầu yểm trợ. Trong thuyền có người bạn tỳ-kheo trì luật tên là Sa-lan,[280] tự thân thầm suy nghĩ: "Tỳ-kheo Bạt-Kỳ là như pháp hay không? Dựa vào các kinh luật để xét thì việc làm đó không như pháp". [193b01] Bấy giờ, trong không trung có vị thần ba phen xướng rằng: "Việc làm của Tỳ-kheo Bạt-kỳ là phi pháp, phi pháp như vậy, như vậy, đúng như chỗ thấy

---

[275] Hán: A-lạp-bễ ấp 阿臘脾邑. ⓟ *Āḷavī*. **Xem cht. 201, Phần I, Ch. ii.**

[276] Tam-phù-đà 三浮陀. ⓟ *Sambhūta*.

[277] Núi A-hu 阿呼山. ⓟ *Ahogaṅga*. Ngọn núi ở Bắc Ấn Độ, thượng nguồn sông Hằng.

[278] Ly-bà-đa 離婆多. ⓟ *Revata*, vị trưởng lão này sống ở *Soreyya*, "Thông bác, tinh thông A-hàm, Luật, *Mattikā*...", Vin. ii. 299. Trùng tên với *Revata*, vị trưởng lão em út của ngài Xá-lợi-phất.

[279] *Tứ phần* 54, tr. 969c11: Tăng-già-xa 僧伽賒 ⓟ *Saṅkassa*. Lộ trình từ *Payāga* đến *Soreyya* của *Revata*, phỏng lại lộ trình Phật đi từ *Veranja* (Tì-lan-nhã, chỗ Xá-lợi-phất thỉnh Phật chế giới cho tỳ-kheo) đến *Bārāṇasī*, ngang qua *Soreyya*, *Saṅkassa* và *Kaṇṇakujja*.

[280] Sa-lan 沙蘭. ⓟ *Sāḷha*.

của thầy."

Các Tỳ-kheo Bạt-kỳ đến Câu-xá-di, cùng nhau lên bờ, đến chỗ Ly-bà-đa thưa: "Chúng tôi có chở nhiều những vật cần dùng của sa-môn đến để dâng cúng cho ngài, xin ngài nạp thọ." Ly-bà-đa trả lời: "Y bát của tôi đầy đủ, khỏi cần thêm nữa."

Bạt-kỳ lại thưa: "Nếu ngài không nhận nhiều thì xin nhận chút ít." Ly-bà-đa nói: "Y bát của tôi đã đủ, không nên vì thầy thọ để rồi trái với chánh pháp."

Ly-bà-đa có một người đệ tử tên là Đạt-ma,[281] thường hầu hạ thầy; các Tỳ-kheo Bạt-kỳ bèn đến chỗ người đệ tử nói: "Tôi có các vật cần dùng của sa-môn, nếu ông có thiếu thì cứ lấy dùng." Người đệ tử của Ly-bà-đa nói: "Tôi đều có đủ, không có thiếu thốn."

Các Tỳ-kheo Bạt-kỳ lại nói: "Khi Phật còn tại thế, người ta đến cúng cho Ngài, Phật không nhận thì cúng cho A-nan, A-nan đều thọ. A-nan đã thọ tức là Phật thọ." Đạt-ma nghe vậy, nên thọ một vật. Thọ rồi hỏi: "Với ý đồ nào, quý vị lại buộc tôi nhận vật cúng của quý vị?"

Các Tỳ-kheo Bạt-kỳ nói: "Chúng tôi muốn ông vì chúng tôi thưa với Hòa thượng dùng uy tín yểm trợ chúng tôi, đừng để Da-xá phá hoại pháp luật của chúng tôi." Đạt-ma vì họ đến chỗ Hòa thượng thưa: "Hòa thượng có yểm trợ cho Tỳ-kheo Bạt-kỳ không?" Hòa thượng dạy: "Người làm phi pháp ta không thể yểm trợ được."

Đạt-ma lại thưa: "Xin cân nhắc kỹ điều đó." Ly-bà-đa nói: "Nay ông khuyên ta yểm trợ người phi pháp, tức chẳng phải là đệ tử của ta, từ nay đừng nên hầu hạ ta nữa, ta cũng không nói gì với ông nữa."

Đạt-ma xấu hổ sợ sệt, đến chỗ các Tỳ-kheo Bạt-kỳ, họ lại hỏi: "Hòa thượng của ông có yểm trợ ý kiến của chúng tôi không?" Đạt-ma đáp: "Không, nào ngờ vì các ông mà tôi bị thầy tôi quở trách, không nói đến tôi và đuổi tôi nữa."

Các Tỳ-kheo Bạt-kỳ hỏi: "Nay ông bao nhiêu tuổi?" Đáp: "Hai mươi

---

[281] Đạt-ma 達磨. 🔲 dhamma. Tứ phần: Nói Ly-bà-đà có người đệ tử nhưng không nói tên.

tuổi." Bèn nói: "Với tuổi và đức của ông như vậy sao phải sợ việc không được nói năng và bị đuổi này!?"

Vì sự việc như vậy, Trưởng lão Ly-bà-đa tự nghĩ: "Nếu ở đây ta chấm dứt việc phi pháp kia, thì người gây ra sự việc kia ắt sẽ phát khởi lại. Nay ta nên cùng đến đó để chấm dứt nó." Nghĩ rồi bèn ra đi cùng với đại chúng kể cả chúng thành Tỳ-xá-ly.

Nơi thành ấy, trước đó đã có Tỳ-kheo tên là Nhất-thế-khứ,²⁸² trong Sa-môn Thích tử nơi Diêm-phù-đề là bậc tối thắng Thượng tọa, chứng A-la-hán, tam minh, lục thông, cũng là đệ tử lớn nhất của A-nan. Lúc còn ở ngoài Tăng phường, Da-xá nói với Ly-bà-đa: "Ngài có thể đến nơi phòng Thượng tọa trải tọa cụ nghỉ đêm, nhân đó trình bày đầy đủ sự việc. Sáng sớm ta cũng sẽ đến thăm hỏi Thượng tọa." Mọi người đã đến Tăng phường, **[193c01]** vị Thượng tọa kia sửa soạn nước tắm và nước uống sau giờ ngọ. Ly-bà-đa một mình đến trong phòng Thượng tọa, trải ngọa cụ nghỉ đêm. Ly-bà-đa trong đêm suy nghĩ: "Vị Thượng tọa Nhất-thế-khứ này già yếu mà vẫn còn siêng năng ngồi thiền thâu đêm, nay ta đâu lẽ được phép nghỉ ngơi."

Thượng tọa Nhất-thế-khứ cũng lại nghĩ như vầy: "Tỳ-kheo khách này đi đường mệt nhọc, lại bận cả việc tắm giặt mà còn tọa thiền hành đạo suốt đêm. Giờ đây sao ta lại an tâm nằm nghỉ?" Hai vị tự sách tấn nhau mà suốt đêm tọa thiền. Đến cuối đêm, Nhất-thế-khứ hỏi Ly-bà-đa: "Đêm nay phần nhiều thầy du hành nơi định nào?" Ly-bà-đa nói: "Bản tánh của tôi nhiều lòng từ, đêm nay phần nhiều du hành nơi định ấy."

Nhất-thế-khứ nói: "Đây là thô định."

Lại hỏi: "Thầy là A-la-hán phải không?" Đáp: "Phải vậy." Kế đó, Ly-bà-đa hỏi Nhất-thế-khứ: "Đêm nay Thượng tọa phần nhiều du hành nơi định nào?" Nhất Thế Khứ nói: "Tánh tôi ưa Không quán, đêm nay phần nhiều du hành nơi định đó." Ly-bà-đa nói: "Đây là việc làm của bậc đại nhơn. Tại sao vậy? Không tam-muội là pháp của đại nhơn." Lại hỏi: "Thượng tọa là A-la-hán phải không?" Đáp: "Phải."

---

²⁸² Nhất-thế-khứ 一切去. Sabbakāmin.

Đêm đã qua, Tỳ-kheo Da-xá đến trước phòng búng móng tay, Thượng tọa liền mở cửa vào thăm hỏi. Thăm hỏi rồi, Ly-bà-đa hỏi Nhất-thế-khứ rằng: "Muối với gừng hợp lại để cách đêm có tịnh hay không?" Nhất-thế-khứ nói: "Việc nầy nên hỏi giữa Tăng, nếu hỏi riêng tôi sợ người phi pháp cho tôi là tư vị, không chấp nhận tôi ở trong túc số những người luận pháp Tỳ-ni."

Thế là Ly-bà-đa liền tập họp Tăng, muốn bàn luận Tỳ-ni mà vì lắm lời ồn ào, nên bạch Tăng: "Hôm nay muốn cùng luận bàn pháp Tỳ-ni, mà vì lắm lời ồn ào, không thể quyết đoán được. Chúng hai phía nên mỗi bên thỉnh bốn vị, cầu Tăng Bạch nhị yết-ma sai người làm chủ đoán sự."

Trước hết, Tỳ-kheo Bạt-kỳ thỉnh cầu bốn vị: 1. Nhất-thế-khứ. 2. Ly-bà-đa. 3. Bất-xà-tôn.[283] 4. Tu-ma-na.[284]

Tỳ-kheo ấp Ba-lợi cũng thỉnh cầu bốn vị: 1. Tam-phù-đà. 2. Sa-lan. 3. Trường Phát. 4. Bà-sa-lam.

Các Thượng tọa được Tăng sai rồi cùng nhau nghị bàn: "Địa điểm nào rộng rãi, khoáng đạt, yên tịnh có thể cùng nhau luận bàn pháp Tỳ-ni?" Xem xét khắp nơi thì chỉ thấy nơi ngôi vườn mà người nữ Tỳ-la-da cúng là tốt nhất.

Ly-bà-đa liền bảo đệ tử Đạt-ma đến đó sửa soạn trải tòa, khi Thượng tọa đến thì ông tránh đi. Đạt-ma vâng lệnh đến trải tòa. Các Thượng tọa đến theo thứ tự an tọa.

Khi ấy, Ly-bà-đa hỏi Thượng tọa Nhất-thế-khứ[285] rằng: "Muối hòa với gừng để cách đêm[286] có tịnh hay không?" Trả lời: "Không tịnh."

[194a01] Lại hỏi: "Điều đó chế cấm ở đâu?" Trả lời: "Chế cấm tại thành Vương Xá."

---

283 Bất-xà-tôn 不闍宗. *Khujjasobhita.*

284 Tu-ma-na 修摩那. *Sumana.*

285 *Tứ phần:* Cuộc đối thoại giữa hai ngài Da-xá Già-na và Ly-bà-đa.

286 *Tứ phần:* Diêm cộng túc 鹽共宿, chỉ muối để dành cách đêm. *siṅgiloṇakappo,* giác diêm tịnh, được phép mang muối theo trong cái sừng, khi ăn, lấy ra dùng.

Lại hỏi: "Vì ai mà chế cấm?" Trả lời: "Nhân vì một Tỳ-kheo A-lan-nhã."

Lại hỏi: "Phạm việc gì?" Trả lời: "Phạm túc thực Ba-dật-đề."

Ly-bà-đa nói: "Đây là pháp, là luật, là lời Phật dạy, việc làm của Tỳ-kheo Bạt-kỳ là phi pháp, phi luật, chẳng phải lời Phật dạy." Ra lệnh rút một thẻ.

Ly-bà-đa lại hỏi: "Hai ngón tay xúc chạm thức ăn để ăn,[287] có tịnh không?" Thượng tọa hỏi lại: "Thế nào gọi là hai ngón tay xúc chạm thức ăn để ăn là tịnh?" Ly-bà-đa nói: "Tỳ-kheo ăn đủ rồi lại được ăn trở lại thì dùng hai ngón tay xúc thức ăn để ăn." Thượng tọa trả lời: "Không tịnh."

Lại hỏi: "Điều này chế cấm ở đâu?" Trả lời: "Tại thành Vương Xá." Lại hỏi: "Vì ai mà chế cấm?" Trả lời: "Vì Bạt-nan-đà."

Lại hỏi: "Phạm việc gì?" Trả lời: "Phạm không làm pháp tàn thực mà ăn, Ba-dật-đề."

Ly-bà-đa nói: "Đây là pháp... *cho đến câu:* chẳng phải lời Phật dạy." Ra lệnh rút thẻ thứ hai.

Ngồi trở lại được phép ăn, hướng đến xóm làng được phép ăn, cũng như vậy. Ra lệnh rút thẻ thứ ba và thẻ thứ tư.

Ly-bà-đa lại hỏi: "Tô, du, mật, thạch mật hòa với lạc, tịnh hay không?" Thượng tọa hỏi lại: "Thế nào gọi là Tô, du, mật, thạch mật hòa với lạc được uống gọi là tịnh?" Ly-bà-đa nói: "Uống phi thời." Thượng tọa trả lời: "Không tịnh."

Lại hỏi: "Chế cấm điều này ở đâu?" Trả lời: "Tại thành Xá-vệ." Lại hỏi: "Vì ai mà chế?" Trả lời: "Vì Ca-lưu-đà-di."

Lại hỏi: "Phạm việc gì?" Trả lời: "Phạm phi thời thực, Ba-dật-đề." Ly-bà-đa nói: "Đây là pháp... *cho đến câu:* Chẳng phải lời Phật dạy." Ra

---

[287] *Tứ phần* 54, tr. 969c18: "Đắc nhị chỉ sao 得二指抄." Pāli dvaṅgulakappa, nhị chỉ tịnh, được giải thích: *dvaṅgulāya chāyāya vītivattāya,* (được phép ăn quá trưa) khi bóng chưa quá hai ngón tay. Liên hệ điều luật phi thời thực. Vin. ii. 230.

lệnh rút thẻ thứ năm.

Ly-bà-đa lại hỏi: "Uống rượu xà-lâu-già tịnh hay không?" Thượng tọa hỏi lại: "Thế nào gọi là rượu xà-lâu-già?" Ly-bà-đa nói: "Gây men rượu mà chưa chín." Thượng tọa trả lời: "Không tịnh."

Lại hỏi: "Chế cấm điều này ở đâu?" Trả lời: "Tại Câu-xá-di."

Lại hỏi: "Vì ai mà chế?" Trả lời: "Vì Sa-kiệt-đà."[288]

Lại hỏi: "Phạm việc gì?" Trả lời: "Uống rượu, Ba-dật-đề." Ly-bà-đa nói: "Đây là pháp... *cho đến câu:* Chẳng phải lời Phật dạy." Ra lệnh rút thẻ thứ sáu.

Ly-bà-đa lại hỏi: "Làm tọa cụ lớn, nhỏ theo ý mình, tịnh hay không?" Trả lời: "Không tịnh."

Lại hỏi: "Chế cấm điều này ở đâu?" Trả lời: "Tại thành Xá-vệ." Lại hỏi: "Vì ai mà chế?" Trả lời: "Vì Ca-lưu-đà-di."

Lại hỏi: "Phạm việc gì?" Trả lời: "phạm Ba-dật-đề." Ly-bà-đa nói: "Đây là pháp... *cho đến câu:* chẳng phải lời Phật dạy." Ra lệnh rút thẻ thứ bảy.

Ly-bà-đa lại hỏi:

"Quen theo nếp sống trước, tịnh hay không?" Thượng tọa hỏi lại: "Thế nào gọi là quen theo nếp sống trước?" Ly-bà-đa nói: "Quen theo việc làm khi còn là bạch y."

Thượng tọa nói: "Hoặc có thói quen có thể chấp nhận, hoặc có thói quen không thể chấp nhận." **[194b01]** Ly-bà-đa nói: "Đây là pháp... *cho đến câu:* chẳng phải lời Phật dạy." Ra lệnh rút thẻ thứ tám.

Ly-bà-đa lại hỏi: "Cầu thính tịnh hay không?" Thượng tọa hỏi lại: "Thế nào là cầu thính?" Ly-bà-đa nói: "Tác pháp Yết-ma riêng, sự việc đã rồi sau mới đến cầu người khác cho phép." Thượng tọa trả lời: "Không tịnh."

Lại hỏi: "Điều này chế cấm ở đâu?" Trả lời: "Tại nước Chiêm-bà." Lại hỏi: "Vì ai mà cấm?" Trả lời: "Vì nhóm sáu Tỳ-kheo." Lại hỏi: "Phạm

---

[288] Sa-kiệt-đà 沙竭陀. *Sāgata.*

việc gì?" Trả lời: "Tùy theo việc Yết-ma." Ly-bà-đa nói: "Đây là pháp... *cho đến câu:* chẳng phải lời Phật dạy." Ra lệnh rút thẻ thứ chín.

Ly-bà-đa lại hỏi: "Nhận chứa vàng, bạc, tiền, tịnh hay không?" Trả lời: "Không tịnh."

Lại hỏi: "Chế cấm điều này ở chỗ nào?" Trả lời: "Tại thành Vương Xá."

Lại hỏi: "Nhân ai mà chế?" Trả lời: "Vì Nan-đà, Bạt-nan-đà."

Lại hỏi: "Phạm việc gì?" Trả lời: "Phạm nhận chứa vàng bạc và tiền, Ni-tát-kỳ Ba-dật-đề." Ly-bà-đa nói: "Đây là pháp... *cho đến câu:* chẳng phải lời Phật dạy." Ra lệnh rút thẻ thứ mười.

Hỏi xong, cùng nhau trở lại tập họp Tăng, Ly-bà-đa đối trước đại chúng hỏi lại từng vấn đề một như đã hỏi Nhất-thế-khứ, rút thẻ thứ nhất cho đến thẻ thứ mười. Để đúc kết vấn đề, Ly-bà-đa tuyên xướng:

"Chúng ta đã luận bàn Tỳ-ni xong, những gì đức Phật không chế cấm, không được vọng chế, những gì đức Phật đã chế cấm không được trái phạm, như lời đức Phật dạy phải kính cẩn học tập."

Lúc bấy giờ, chúng luận pháp Tỳ-ni này bao gồm: đệ nhất Thượng tọa là Nhất-thế-khứ, một trăm ba mươi sáu hạ lạp; đệ nhị Thượng tọa là Ly-bà-đa, một trăm hai mươi hạ lạp; đệ tam Thượng tọa là Tam-phù-đà, đệ tứ Thượng tọa là Da-xá đều một trăm mười hạ lạp. Con số hợp chung tròn bảy trăm vị A-la-hán không nhiều không ít, cho nên gọi là Thất bách kiết tập Pháp.[289]

---

[289] Bản Hán, hết quyển 30.

THƯ MỤC THAM KHẢO
HIỆU CHÍNH
VÀ CHÚ THÍCH

A. Hệ Hán

1. Taishō shinshū daizōkyō, Đại chánh tân tu đại tạng kinh:

Trường A-hàm (22 quyển), T 1 No. 1

    Dīrghāgama-sūtra.

    Hậu Tần (Hoằng Thỉ 15, A.D. 413), Phật-đà-da-xá và Trúc Phật Niệm dịch.

Trung A-hàm (60 quyển), T 1 No. 26

    Madhyamāgama-sūtra.

    Đông Tấn (A.D 397-398), Cù-đàm Tăng-già-đề-bà dịch

Tạp A-hàm (50 quyển), T 2 No. 99

    Saṃyuktāgama-sūtra.

    Lưu Tống (A.D 435-443), Cầu-na-bạt-đà-la dịch.

Tăng nhất A-hàm (51 quyển), T 2 No. 125

    Ekottarikāgama-sūtra.

    Đông Tấn, Cù-đàm Tăng-già-đề-bà dịch. *A-la-hán cụ đức kinh* (1 quyển), T 2 No. 126 Tống, Pháp Hiền dịch.

Di-sa-tắc bộ Hòa hê ngũ phần luật (30 quyển). T 22 No. 1421

    Di sa tắc luật, Ngũ phần luật, Ngũ phần.

    Quảng luật của bộ phái Di-sa-tắc hay Hóa địa bộ (*Mahīśāsaka*).

    Lưu Tống (Cảnh Bình 1 – 2, A.D. 423 – 424) Phật-đà-thập (*Buddhajīva*) và Trúc Đạo Sinh dịch.

Ma-ha tăng-kỳ luật (40 quyển). T 22 No. 1425

    Tăng-kỳ luật. Tăng-kỳ. Quảng luật của Đại chúng bộ (*Mahāsaṅgika*).

    Đông Tấn (Nghĩa Hi 3, A.D. 416) Phật-đà-bạt-đà-la (*Buddhabhadra*) và Pháp Hiển dịch.

Tứ phần luật (60 quyển). T 22 No. 1428

Đàm-vô-đức luật. Quảng luật của bộ phái Đàm-vô-đức hay Pháp Mật bộ (Dharmagupta).

Diêu Tần (Hoằng Thỉ 10, A.D. 408) Phật-đà-da-xá (Buddhayaśa) và Trúc Phật Niệm dịch

Thập tụng luật (61 quyển). T 23 No. 1435

Quảng luật của bộ phái Tát-bà-đa hay Thuyết nhất thiết hữu bộ (*Sarvāstivāda*).

Hậu Tần (Hoằng Thỉ 6, A.D. 404) Phất-nhã-đa-la (*Puṇyatara*) và La-thập (*Kumārajīva*) dịch.

Căn bản thuyết nhất thiết hữu bộ tỳ-nại-da (50 quyển).

T 23 No. 1442

Mūlasarvāstivādavinaya. Tạng: ḥdul-ba rnam-par-ḥbyed-pa (*Vinayavibhaṅga*).

Tỳ-nại-da. Giới kinh phân biệt của bộ phái Căn bản Thuyết nhất thiết hữu bộ (*Mūlasarvāstivāda*).

Đường (Trường An 3, A.D. 703) Nghĩa Tịnh dịch.

Căn bản thuyết nhất thiết hữu bộ tỳ-nại-da xuất gia sự (4 quyển).

T23 No. 1444.

Mūlasarvāstivādavinayavastu-pravrajyāvastu. Tạng: ḥdul-ba gshi (*rab-byuṅ gi gshi*).

Tỳ-nại-da xuất gia sự. Các vấn đề liên hệ xuất gia, thọ giới theo luật của Căn bản thuyết nhất thiết hữu bộ.

Đường (Cửu Thị 1 – Cảnh Vân 2, A.D. 700 – 711) Nghĩa Tịnh dịch.

Tát-bà-đa-bộ tì-ni ma-đắc-lặc-già (10 quyển)).

T 23 No. 1441

Ma-đức-lặc-già tì-ni. Tát-bà-đa Tì-ni, Tát-bà-đa-ma-đắc-lặc-già tì-ni, Tì-ni ma-đắc-lặc-già. Luật giải (*Mātṛkā*) của bộ phái Tát-bà-đa hay Thuyết nhất thiết hữu bộ (Sarvāstivāda).

Lưu Tống (Nguyên Gia 3, A.D. 435) Tăng-già-bạt-ma dịch.

Căn bản thuyết nhất thiết hữu bộ tỳ-nại-da bì cách sự (2 quyển).

T 23 No. 1447

Mūlasarvāstivādavinayavastu-carmavastu. Tạng: ḥdul-ba gshi (*ko-lpags kyi gshi*).

Tỳ-nại-da bì cách sự. Các quy định về sử dụng da thuộc theo luật Căn bản thuyết nhất thiết hữu bộ.

Đường (Cửu Thị 1 – Cảnh Vân 2, A.D. 700 – 711) Nghĩa Tịnh dịch.

Căn bản thuyết nhất thiết hữu bộ tỳ-nại-da dược sự (18 quyển).

T 24 No. 1448

Mūlasarvāstivādavinayavastu-bhaiṣajyavasstu. Tạng: *ḥdul-ba gshi (sman kyi gshi)*.

Tỳ-nại-da dược sự. Các quy định về sử dụng thuốc theo luật Căn bản thuyết nhất thiết hữu bộ.

Đường (Cửu Thị 1 - Cảnh Vân 2, A.D. 700 – 711) Nghĩa Tịnh dịch.

Căn bản thuyết nhất thiết hữu bộ tỳ-nại-da phá tăng sự (20 quyển)

T 24 No. 1450

Mūlasarvāstivādavinayavastu-saṅghabhedavastu. Tạng: *ḥdul-ba gshi (dbyen gi gshi)*.

Tỳ-nại-da phá tăng sự. Lịch sử thành lập Tăng già và cuộc vận động phá Tăng của Đề-bà-đạt-đa.

(Cửu Thị 1 - Cảnh Vân, 2 A.D. 700 – 711) Nghĩa Tịnh dịch.

Căn bản thuyết nhất thiết hữu bộ tỳ-nại-da tạp sự (40 quyển).

T24 No. 1451

Tạng: *ḥdul-ba phran-tshegs kyi gshi*.

Tỳ-nại-da tạp sự. Các vấn đề linh tinh liên hệ đến Luật.

Đường (Cảnh Long 4, A.D. 710) Nghĩa Tịnh dịch.

Căn bản tát-bà-đa bộ luật nhiếp (14 quyển). T 24 No. 1458

Sarvāstivādavinayasaṃgraha. Tạng: *ḥdul-ba bsdus-pa*.

Hữu bộ luật nhiếp. Kệ tóm tắt và giải thích các học xứ của tỳ-kheo theo luật của Hữu bộ (hệ Thập tụng).

Đường (Cửu Thị 1, A.D. 700) Nghĩa Tịnh dịch.

Thiện kiến luật tì-bà-sa (18 quyển)). T 24 No. 1462

Pāli: *Samantapāsādikā*

Thiện kiến tì-bà-sa luật, Thiện kiến luật, Thiện kiến luận, Tì-bà-sa luật. Luật giải do Giác Âm, hay Phật Minh (Pāli: Buddhaghosa) soạn, giải thích Luật Pāli, thuộc Thượng tọa bộ Tích lan. Tiêu tề [Vĩnh Minh (6)7, A.D. 489 (488)] Tăng-già-bạt-đà-la dịch.

Tì-ni mẫu kinh (8 quyển). T 24 No. 1463

Vinayamātṛkā. Luật giải, có thuyết cho là giải thích luật Thập tụng; có thuyết cho là giải thích luật Tứ phần.

Tần (A.D. 350 - 431), dịch giả khuyết danh.

Đại trí độ luận (100 quyển), T 25 No. 1509

Bồ-tát Long Thọ tạo - Hậu Tần, Cưu-ma-la-thập dịch.

A-tỳ-đạt-ma tập dị môn túc luận (20 quyển), T26 No. 1536

Tôn giả Xá-lợi Tử thuyết - Đường, Huyền Trang dịch.

Nhiếp đại thừa luận bổn (3 quyển), T 31 No. 1594

Bồ-tát Vô Trước tạo - Đường, Huyền Trang dịch.

Tứ phần luật san phồn bổ khuyết hành sự sao (12 quyển), T 40 No. 1804

Đường, Đạo Tuyên soạn.

Câu-xá quang (luận) ký (30 quyển), T 41 No. 1821

Đường, Phổ Quang thuật.

Kinh luật dị tướng (50 quyển), T 53 No. 2121

Lương, Bảo Xướng... soạn tập

Nhất thiết kinh âm nghĩa (100 quyển), T54 No. 2128.

Đường, Tuệ Lâm soạn.

Phiên phạn ngữ (10 quyển), T 54 No. 2130.

Tứ bộ luật tinh luận yếu dụng sao (1 quyển), T 85 No. 2795.

2. Nam truyền Đại tạng kinh

Bản dịch Hoa ngữ Tam tạng Pāli. Luật tạng, tập I-V, Thông Diệu dịch. Đài Loan, Dân quốc 81.

B. Hệ Pāli

1. Mahāvagga, Vin. i.
2. Cūḷavagga, Vin. ii.
3. Bhikkhuvibhaṅga, Vin. iii – Vin. iv.
4. Bhikkhunīvibhaṅga, Vin. iv
5. Parivāra, Vin. v.
6. Dīghanikāya
7. Majjhimanikāya
8. Saṃyuttanikāya
9. Aṅguttaranikāya
10. Dhammapada
11. Dīpavaṃsa
12. Mahāvaṃsa

(Các bản Pāli trên đều đọc từ Chaṭṭha Saṅgāyana CD-ROM)

C. Hệ Việt

Tứ phần luật (60 quyển). T 22 No. 1428

Hán dịch: Diêu Tần, Phật-đà-da-xá (*Buddhayaśa*) và Trúc Phật Niệm

Việt dịch: tỳ-kheo Thích Đổng Minh.

Hiệu chính và chú thích: tỳ-kheo Thích Nguyên Chứng, Thích Đức Thắng.

Nhà xuất bản Phương Đông – 2010.

Luật Pāli, Việt dịch: tỳ-kheo Indacanda – Nhà xuất bản Tôn giáo, 2005.

D. Từ điển

Pāli-English Dictionary,

Edited by T. W. Rhys Davids..., Published by The Pāli Text Society, London

Dictionary of Pāli Proper Names,

G. P. Malalasekera – Munshiram Manoharlal Publishers Pvt Ltd

Phạn-Hòa đại từ điển 梵和大辭典

Địch Nguyên Vân Lai (Wogihara) biên soạn (Giảng Đàm xã xuất bản – 1997).

Phật giáo Hán-Phạn đại từ điển 佛教漢梵大辭典

by Akra Hirakawa - The Reiyukai

Phật quang đại từ điển 佛光大辭典

(Phật quang xuất bản xã ấn hành – 1989).

Anh-Hán đại từ điển 英漢大辭典

(The English-Chinese Dictionary – Lục Cốc Tôn chủ biên, Thượng Hải dịch văn xuất bản xã ấn hành - 1994).

Quốc Tế Anh-Hán đại từ điển 國際英漢大辭典

(International English-Chinese Dictionary - Trương Phương Kiệt chủ biên, Hoa văn đồ thư công ty xuất bản, tháng 6 năm 78, Trung Hoa Dân Quốc).

Tân thời đại Hán-Anh đại từ điển 新時代漢英大辭典

(New Age Chinese-English Dictionary – Ngô Cảnh Vinh, Trình Trấn Cầu chủ biên, Thương vụ ấn thư quán xuất bản - 2000).

Khang Hy tự điển — Trung Hoa Thư cục xuất bản năm 2004.

Hán-Việt tự điển — Thiều Chửu, Nhà xuất bản Thanh Niên, 2007.

SÁCH DẪN

GIÁO HỘI PHẬT GIÁO VIỆT NAM THỐNG NHẤT
HỘI ĐỒNG HOẰNG PHÁP*

CHỨNG MINH:
Trưởng lão HT Thích Huyền Tôn   (Úc châu),
HT Thích Bảo Lạc   (Úc châu)

CỐ VẤN:
HT Thích Minh Đạt   (Hoa Kỳ)

CHÁNH THƯ KÝ:
HT Thích Như Điển   (Đức)

PHÓ THƯ KÝ:
HT Thích Nguyên Siêu   (Hoa Kỳ),
HT Thích Bổn Đạt   (Canada)

THÀNH VIÊN:
Âu châu: HT Thích Quảng Hiền (Thụy Sĩ), HT Thích Minh Giác (Hòa Lan), HT Thích Thông Trí (Pháp), TT Thích Nguyên Lộc (Pháp).
Úc châu: HT Thích Minh Hiếu, HT Thích Tâm Minh
Hoa Kỳ: HT Thích Nhật Huệ, HT Thích Từ Lực

---

* Cập nhật ngày 15/09/2024.

Liên lạc HỘI ĐỒNG HOẰNG PHÁP

Hòa thượng Thích Như Điển, Chánh Thư Ký, HĐHP
Chùa Viên Giác, Karlsruher Str. 6, 30519 Hannover, Germany
Website: www.hoangphap.org; Email: hdhp.ctk@gmail.com;
Tel: + 49 511 879 630

Thượng tọa Thích Nguyên Tạng, Trưởng ban Báo Chí & Xuất Bản, HĐHP
Tu Viện Quảng Đức, 105 Lynch Road, Fawkner, Vic.3060 Australia
Website: www.hoangphap.org; Email: hdhp.bbc@gmail.com;
Tel: +61 481 169 631

Hòa thượng Thích Tâm Hòa, Trưởng ban Bảo Trợ, HĐHP
Trung Tâm Văn Hóa Phật Giáo Pháp Vân, Ontario, Canada
420 Traders Blvd E, Mississauga, ON L4Z 1W7, Canada
Website: www.phapvan.ca; Email: thichtamhoa@gmail.com
Tel: +1 905-712-8809

www.ingramcontent.com/pod-product-compliance
Lightning Source LLC
Chambersburg PA
CBHW081650120626
46550CB00010B/2850